ஆடல், பாடல் சினிமா

கல்கி

கர்நாடகம் என்கிற பெயரில் 'கல்கி' கிருஷ்ணமூர்த்தி, 1931ஆம் ஆண்டு முதல் 1953ஆம் ஆண்டு வரை ஆனந்தவிகடன், கல்கி இதழ்களில் இசை, நடனம் மற்றும் சினிமா பற்றி எழுதிய விமர்சனங்களின் தொகுப்பு.

பதிப்பாசிரியர்: ஸ்வர்ணவேல்

டிஸ்கவரி பப்ளிகேஷன்ஸ்

எண்: 9, பிளாட் எண்: 1080A, ரோஹிணி பிளாட்ஸ்
முனுசாமி சாலை, கே.கே.நகர் மேற்கு,
சென்னை - 600 078. பேச: 99404 46650

வெளியீட்டு எண்: 0244

ஆடல், பாடல், சினிமா (விமர்சனங்கள்)
ஆசிரியர்: கல்கி (கர்நாடகம்)
பதிப்பாசிரியர் : ஸ்வர்ணவேல்©
Dance, Song and Cinema (Reviews)
Author: **Kalki (Karnadagam)**
Print in India
1st Edition: Jan - 2023
ISBN No : 978-93-95285-34-6
Pages - 512
Rs - 560

Publisher • Sales Rights

Discovery Publications	Discovery Book Palace (P) Ltd
No. 9, Plot,1080A, Rohini Flats,	No. 1055-B, Munusamy Salai,
Munusamy Salai,	K.K.Nagar West,
K.K.Nagar West, Chennai - 78.	Chennai-600 078.
Tamilnadu, India.	Ph: (044) 4855 7525
Mobile: +91 99404 46650	Mobile: +91 87545 07070

discoverybookpalace@gmail.com / www.discoverybookpalace.com

இந்த நூலில் பிரசுரமாகியுள்ள எந்த ஒரு பகுதியையும் எழுத்துபூர்வமான முன்அனுமதி பெறாமல் எடுத்தாள்வதோ, மறுபிரசுரம் செய்வதோ, மொழியாக்கம் செய்வதோ, ஊடகங்களில் மறுபதிப்புச் செய்வதோ, காப்புரிமைச் சட்டப்படி தடை செய்யப்பட்டுள்ளது. இந்த நூலிலிருந்து சில பகுதிகளை மேற்கோள்காட்டி நூல்அறிமுகம் செய்யலாம்.

உங்கள் மொபைல் போனிலிருந்து ஸ்கேன் செய்து 'டிஸ்கவரி புக் பேலஸ்' மொபைல் ஆப்பை டவுன்லோடு செய்து, புத்தகங்களை வாங்குங்கள்.

கர்நாடகம் என்கிற கல்கி

கிருஷ்ணமூர்த்தி என்கிற தனது பெயரை கல்யாணி என்கிற தனது மனைவியின் பெயருடன் இணைத்து 'கல்கி' என்ற புனைப்பெயரை வைத்துக்கொண்டு, தமிழின் இணையற்ற ஜனரஞ்சக எழுத்தாளரானார்.

அப்பெயர் கல்கியின் ஆசிரியத்துவத்தில் பொதிந்திருக்கும் நவீனத்துவத்திற்கும் மரபிற்குமான உள்முரணையும் இயங்கியலையும் சொல்கிறது. அத்தகைய நவீனத்துவத்திற்கும் பாரம்பரியத்திற்கும் உள்ள முரணியக்கத்தை முழுவதுமாக பிரதிபலிக்கும் வெளி சினிமாவாகும். சினிமா எனும் ஊடகம் தொழில்நுட்பத்தின் கைக்குழந்தை. மேலும், தமிழ் சினிமாவின் தளிர் பருவத்தில் அது தனது கதையாடலுக்காக தொன்மங்களிலும் புராணங்களிலும் மனம் லயித்தது. குறிப்பாக, 1930களில் ஒலி வந்தபின் ஆடல்கள், பாடல்கள் மூலம் நாடகங்களிலும் இசைத்தட்டுகளிலும் தொடர்ந்து பயணித்துக் கொண்டிருந்த புராணக்கதைகளும், நாட்டாரியல் கதையாடல்களும் சினிமாத்திரையை ஆக்கிரமித்தன.

நவீன உலகிற்கும், அதன் பிரச்னைகளுக்கும் செவிமடுக்காத சினிமா, வரலாறாக அல்லாமல் தொன்மமாகக் கிடைத்தப் படிமங்களில் சிக்குண்டது. நவீனத்துவத்தின் பிரதிநிதியான சார்லி சாப்ளினின் படங்களில் மனம் லயித்த கல்கி, 1930களின் தமிழ் சினிமாவை அலச கர்நாடகம் என்கிற பெயரில் பின்னோக்கிப் பாய்ந்து சினிமா மூலம் தமிழ் ஆழ்மனதின்மேல் ஒளிபாய்ச்சுகிறார். கல்கியின் அத்தகைய ஒளிபாய்ச்சல் 1930கள் மட்டுமல்ல, இன்றளவும் ஒரு விமர்சகரின் இடையறாத இடையீட்டிற்கு எடுத்துக்காட்டாகவும், ஆழமான அலசலுக்கு உதாரணமாகவும் விளங்குகிறது. சினிமாவின் மேல் மையல் கொண்ட கல்கி, சினிமா பித்தின் மூலம் தனது ஆழ்மனதிற்கும் நம்மை இட்டுச்செல்கிறார். அத்தகைய ஒரு சினிமா பித்தனின் பயணத்தில் பங்கேற்க இப்புத்தகம் நமக்கு ஓர் அரிய வாய்ப்பை வழங்குகிறது.

ஆடலும் பாடலும் நிறைந்த அப்பயணத்தில், கல்கிக்கு சினிமா மட்டுமல்ல செவ்வியல் ஆடல்கள் பாடல்கள் சார்ந்த ஆழமும் தெளிவும் நமது வண்ணமயமான அனுபவத்தை சுவாரசியமும் பலனும் நிறைந்த ஒன்றாக அமைக்கின்றன. 1930களிலேயே தமிழ் சினிமாவைப் பற்றியும் அதன் சாத்தியங்களைப் பற்றியும் சிந்தித்த காத்திரமான விமர்சகர் நம்மிடையே இருந்தது, தமிழ் ஆழ்மனதில் சினிமாவிற்கு அன்றும் இன்றும் இருக்கும் பிரத்தியேக இடத்தைச் சுட்டுகிறது!

அமரர்கள் கல்கி மற்றும் ஓவியர் மாலி அவர்களுக்கும், எனக்கு அணுக்கமான தம்பி டிஸ்கவரி பதிப்பாளர் வேடியப்பன் அவர்களுக்கும் எனது மனமார்ந்த நன்றிகள்!

வாருங்கள் கல்கியுடன் பயணிப்போம்!

— ஸ்வர்ணவேல்

1
சதிர்க் கச்சேரிகள் வேண்டுமா? வேண்டாமா?

"சதிர்க் கச்சேரிகள் வேண்டுமா? வேண்டாமா?" என்பதைப் பற்றி தினசரிப் பத்திரிகைகளில் பலமாக ஒரு விவாதம் நடந்தது. அதனுடைய சாராம்சத்தை விகடன் கீழே தருகிறான்:

"சதிர்க் கச்சேரி போனால் பரதநாட்டியம் என்னும் அரிய பெரிய கலை அநியாயமாய்ப் போய் விடுமே'' என்று ஸ்ரீமான் இ.(ஈ?) கிருஷ்ணையர் வருந்திப் பரிந்து எழுதினார்.

"சதிர்க் கச்சேரியின் மூலமாய், பரத நாட்டியக் கலையுடன் கூட விபசாரக் கலையும் வளர்ந்து வருகிறபடியால் அது ஒழிந்தே தீர வேண்டும்" என்று டாக்டர்.முத்துலக்ஷ்மி அம்மாள் பிடிவாதமாய் சாதித்தார்.

"விபசாரத்தை யொழிக்க வேண்டியதுதான். ஆனால் கலையையும் காப்பாற்ற வேண்டும்" என்றார் கிருஷ்ணையர்.

"உண்மைதான். அப்படியானால் நல்ல குடும்பத்தில் பிறந்த ஸ்திரீகளுக்கு நாட்டியம் பயில்வித்து சதிர் செய்யச் சொல்ல வேண்டும்" என்று அம்மாள் கூறினார்.

"சம்மதம்; ஆனால் பெரிய மனிதர் வீட்டு ஸ்திரீகள் சதிர் ஆடக் கற்றுக்கொள்ளும் வரையில், இப்போது ஆடுகிறவர்களே ஆடி வரட்டுமே?" என்றார் ஐயர்.

"இப்போது சதிர் ஆடுகிறவர்கள் ஆடி வருகிற வரையில் பெரிய மனிதர் வீட்டு ஸ்திரீகள் சதிர் கற்றுக்கொள்ள மாட்டார்களே?" என்று அம்மாள் தெரிவித்தார்.

இவ்வாறு "கலியாணமானால்தான் பைத்தியந் தெளியும் ; பைத்தியந் தெளிந்தால்தான் கலியாணமாகும்" என்னும் நெருக் கடியான நிலைமைக்கு வந்த சமயத்தில் 'ஹிந்து' பத்திரிகையின் ஆசிரியர் தடையுத்திரவு போட்டு விவாதத்தை நிறுத்தி விட்டார்.

★ ★ ★

விகடன் குறுக்கே ஒரு வார்த்தை சொல்ல விரும்புகிறான். பரதநாட்டியக் கலையைப் பாதுகாப்பதற்குச் செய்யும் முயற்சி யெல்லாம் வீண் என்று தோன்றுகிறது. அதற்குப் பெரிய பகை வேறு கிளம்பியிருக்கிறது.

தற்போது சினிமா டாக்கி கொட்டகைகளில் காட்சிகளுக்கு இடையிடையே நடக்கும் நடனங்களைப் பார்த்து ஜனங்களுக்குப் பழக்கமாகிவிட்டால், பிறகு பரதநாட்டியம் பார்ப்பதில் விருப்பமேயிராது. இந்த நடனங்களில் நடிகையின் அரைத் துணி முழங்காலுக்கு மேல் போகும்போது ஜனங்கள் செய்யும் ஆரவாரத்தைப் பார்த்தால், இன்னும் கொஞ்ச நாளில் ஆடையேயில்லாமல் செய்யும் நடனத்தைத்தான் நாட்டியப் பிரிய நேயர்கள் விரும்பக் கூடுமென்று தோன்றுகிறது, சமூகவாழ்க்கையைத் தூய்மைப்படுத்த விரும்புவோரும் பரத நாட்டியத்தைக் காப்பாற்ற விரும்புவோரும் முதலில் இதற்கு ஏதாவது வழி செய்தால் நலமல்லவா?

மேற்படி ருசிகரமான விவாதத்தை நடத்திவந்த இருவரும் ஒரு முக்கியமான விஷயத்தில் ஒற்றுமை காட்டியது குறிப்பிடத்தக்கது. "குவின் மேரீஸ் காலேஜில் பி.ஏ. வகுப்புக்கு சங்கீத பாடத்தை எடுத்தது தவறு" என்று ஸ்ரீமான் கிருஷ்ணையர் கூறினார். "சுத்தத் தவறு" என்று டாக்டர் அம்மாள் ஆமோதித்தார். "முற்றிலுந் தவறு" என்று விகடன் ஒத்துப் பாடுகிறான்.

மறுபடியும் சங்கீத பாடத்தை ஆரம்பித்துவிட வேண்டியது தான் ஆனால் இந்த வகுப்பைச் சாயங்காலம் 5 மணி முதல் 6 மணி வரையில் வைத்துக்கொண்டால் நலமாயிருக்கும். அந்த வேளையில் கடற்கரையின் அந்தப் பகுதிக்கு வருவோரை விரட்டியடிக்க ஒரு சாதகமாயிருக்குமல்லவா?

ஒரு பக்கத்தில் ரேடியோவும், இன்னொரு பக்கத்தில் சங்கீத வகுப்பும் சேர்ந்துகொண்டால், நல்ல காது படைத்தவர்கள் அந்தப் பக்கம் ஏன் தலை காட்டப் போகிறார்கள் ?

★ ★ ★

ஸ்ரீராமபிரான் ஜீவிய வந்தராயிருந்த காலத்தில் வனவாசம் செய்தும் மனைவியையிழந்தும், எவ்வளவோ கஷ்டங்களை அநுபவித்தார். ஆனால், அவருடைய ஜாதகரீதி போலிருக்கிறது, கஷ்டங்கள் ஜீவிய காலத்துடன் தீர்ந்தபாடில்லை. அன்று முதல் இன்றுவரை யாரார் கையிலோ அகப்பட்டு என்னென்ன விதமான கஷ்டமெல்லாமோ அநுபவித்து வருகிறார்.

கடைசியாக இப்போது அந்தப் பெருமானுக்கு நேர்ந்திருப்பது கஷ்ட டாக்கிகளில் நடித்துக் காண்பிக்கப்படுவதுதான். சமீபத்தில் சென்னையில் காண்பிக்கப்படும் தமிழ், தெலுங்கு டாக்கிகளைப் பார்த்துக் களித்தவர்களுக்கு இந்த உண்மை புலனாகியிருக்கும்.

"யாருக்காவது எங்கேயாவது பத்துத் தலையிருக்குமா? ஆகையால் இராமாயணம் பொய்" என்று சிலர் வாதிட்டு வந்தார்கள். இப்போது தமிழ் டாக்கி இராமாயணத்தில் வரும் இராவணனுக்கு ஒரே தலைதான் இருக்கிறது. இனிமேல், எல்லாரும் இராமாயணத்தை நம்பலாமல்லவா?

★ ★ ★

சென்னை சங்கீத சபையின் வருஷாந்த மகாநாடு 23, 24களில் நடைபெற்றது. சபையின் அக்கிராசனர் டாக்டர் யூ.ராமராவ் அவர்கள் பின்வரும் சோகாசமான பாட்டைப் பாடினார்:

“சங்கீத சபையின் காரியங்களில் முதன்மையாக வருவது சபையார் நடத்தும் சங்கீதப் பத்திரிகையாகும். இதைப் பற்றிக் கலக்கமளிக்கும் வரலாற்றை நான் சொல்ல வேண்டியிருக்கிறது. இலவசமாகப் பத்திரிகை பெறும் சபை அங்கத்தினரைத் தவிர பணங் கொடுக்கும் சந்தாதார் மிகமிகக் குறைவாயிருக்கின்றனர். இந்நிலைமையில் பத்திரிகை நடத்துவதே நியாயமில்லை. சென்ற இரண்டு வருஷமாகப் பொது ஜனங்களுக்கு எவ்வளவோ விண்ணப்பம் செய்தும் பயனில்லை.”

ஒரு யோசனை. இத்தனாந் தேதிக்குள் சங்கீதப் பத்திரிகைக்கு இவ்வளவு சந்தாதாரர் சேராவிட்டால் சங்கீத சபை அங்கத்தினர் அவ்வளவு பேரும் உபவாச விரதம் தொடங்குவார்களென்று பொது ஜனங்களுக்கு ஒரு நோட்டீஸ் கொடுத்துப் பார்க்கலாமே?

★ ★ ★

“சங்கீத வித்வானுக்கு சங்கீதத்தினால் பல நன்மைகள் உண்டாகின்றன. பாடும்போது அவனுடைய நுரையீரல்கள் விரிகின்றன. அவனுடைய இரத்தம் சுத்தியாகின்றது. நரம்புகள் முறுக்கேறப் பெறுகின்றன. அவனுடைய தேகம் முழுவதும் பலமும் ஆரோக்கியமும் பெறுகின்றது.”

- டாக்டர் யூ.ராமராவ்.

சங்கீத வித்வான்கள் பலர் ஏன் பாடுகிறார்கள் என்னும் இரசியம் இப்போதல்லவா புலனாகிறது?

"சங்கீதமானது மனிதனுடைய அக அமைப்பையே மாற்றிவிடுகிறதென்பதாக எனக்கு ஒரு விசித்திர எண்ணம் இருந்து வருகிறது. உத்தம சங்கீத வித்வான்களின் உயர்தரப் பாட்டைக் கேட்கும்போது நமது ஆத்மாவே ஒரு மாறுதலடைவதுபோல் உணர்கிறோம்."

- ராஜா ஸர் அண்ணாமலை செட்டியார்.

இதே படத்திலுள்ள 'சங்கீத வித்வானின் பாட்டைக் கேட்கும் போதும் நமக்கு அத்தகைய விசித்திரமான உணர்ச்சி ஏற்படு கிறதல்லவா? திடீரென்று நாம் புலி, சிங்கம் முதலிய கொடிய மிருகங்களாக மாறிவிட்டதாய் நினைக்கிறோம். கையிலகப்பட்ட ஆயுதத்தை எடுத்துக்கொண்டு அடிக்க ஓடுகிறோம்.

- ஆனந்த விகடன், *01.01.1933*

2
இசையும் தரமும்

பாலக்காட்டு மணியின் மிருதங்கக் கச்சேரி கேட்காத ஜன்மங்களும் இந்த உலகில் இருக்கின்றனவே என்பதை நினைக்கும்போது எனக்கு என்னமோபோல் இருக்கிறது. அத்தகையவர்களுக்கு பகவான் காதை எதற்காகத்தான் கொடுத்திருக்கிறாரோ, தெரியவில்லை. சிவனே என்று அவர்கள் காதில் பஞ்சை வைத்து அடைத்துக்கொண்டு செவிடாய் விடுவது நல்லது.

கோகலே ஹாலில் முசிறி சுப்பிரமண்ய அய்யர் பாட்டுக் கச்சேரி கேட்பதற்காகப் போயிருந்த இடத்தில் மேற்கண்டவாறு எனக்குத் தோன்றிற்று. கச்சேரி தொடங்க வேண்டிய நேரத்திற்கு ஐந்து நிமிஷத்திற்கு முன் நீண்ட மூஞ்சியும், கிராப்புத் தலையும் உடைய ஒரு பையன் ஷில்க் ஷர்ட்டு அணிந்து வந்து மேடைக் கருகில் நின்றபோதே "இது பெரிய கை, ஸ்வாமி! இலேசல்ல!" என்று அருகிலிருந்த நண்பரிடம் சொல்லிவிட்டேன். பிறகு ஆசாமி மேடையில் உட்கார்ந்து, பையிலிருந்து மிருதங்கத்தை வெளியில் எடுத்துக்கொண்டு, டப்பியைத் திறந்து ஒரு சிட்டிகைப் பொடியை லாகவமாய் எடுத்தாரோ, இல்லையோ, கொஞ்ச நஞ்சம் இருந்த சந்தேகமும் தீர்ந்துவிட்டது. நேயர்களே! நான் சொல்வதைக் கேளுங்கள்! உங்கள் வாழ்நாளில் நீங்கள் வேறு எதைப் பார்த்தாலும் சரி, பாராவிட்டாலும் சரி, பாலக்காட்டு மணி பொடி போடும் காட்சியை மட்டும் பார்க்கத் தவறாதீர்கள்.

"பெற்றவர்களுக்கே தெரியும் அந்தப் பிள்ளை அருமை" என்பது போல், பாலக்காட்டு மணி பொடி போடும் அருமை அதைப் பார்த்தவர்களுக்கு மட்டுமே தெரியும். இரண்டு விரலால்

நாஸுக்காய்ப் பொடியை எடுத்து, ஒரு இழக்கில் வைத்து நிதானமாய் உறிஞ்சிவிட்டு, இன்னொரு மூக்கில் பட்டும் படாமலும் ஐந்தாறு தடவை அவசர அவசரமாய்க் காட்டிக் காட்டி எடுத்து, இப்புறம் மூக்கு நுனியில் சொகுசாக ஒரு தட்டுத் தட்டி...போங்கள்! ஸார் ? அதை வர்ணிக்க என்னால் முடியவில்லை.

★ ★ ★

பாலக்காட்டு மணியின் மிருதங்கம் ஒன்றே கோகலே ஹால் கிடு கிடாய்க்கும்படி செய்யப் போதுமானது. ஸ்ரீமான் பஞ்சாபிகேச பிள்ளை கஞ்சிராவும் சேர்ந்து விட்டால், புயற்காற்றும் இடி முழக்கமும் சேர்ந்தாற்போல் என்று நான் சொல்லவும் வேண்டுமோ? பாடகர் ஆரம்ப கீர்த்தனம் பாடி, இரண்டாவதாக "எந்த வேடு கோந் தூ ராகவா!" என்ற கீர்த்தனத்தைப் பாடி விட்டாரோ, இல்லையோ, மேற்படி புயல் முழக்கத் தனிக் கச்சேரி ஆரம்பமாயிற்று. முதலில் இவர் கொஞ்ச நேரம், அவர் கொஞ்ச நேரமாய் மாற்றிமாற்றி அடித்தார்கள். கொஞ்ச நேரத்திற்கெல்லாம் அவர்களுக்குள் போட்டி வந்துவிட்டதாகத் தோன்றியது. வேகமாய் அடிப்பதிலும், நிதானமாய் அடிப்பதிலும், சத்தமாய் அடிப்பதிலும், மெதுவாய் அடிப்பதிலும் போட்டிகள் நடந்தன. இந்தப் போட்டிப் பந்தயத்தில் எனக்கு மிகவும் ஆச்சரியமளித்த விஷயம் என்னவென்று கேட்டால், மணி மிருதங்கத்தின் இரண்டு புறத்திலும் அடித்து எவ்வளவு சத்தம் உண்டாக்கினாரோ, அதைவிட அதிகமாய் கஞ்சீராவின் ஒரே பக்கத்தில் அடித்துப் பிள்ளை எப்படிச் சத்தம் உண்டு பண்ணினார் என்பதுதான்.

★ ★ ★

கொஞ்ச நேரத்திற்குப் பிறகு இரண்டாவது தடவையாக மேற்படி போட்டிப் பந்தயம் ஆரம்பமானபோது சபையோர்களும் தமாஷாவில் கலந்துகொள்ளத் தொடங்கினார்கள். ஆகவே போட்டி மூன்று வகையாகப் பிரிந்து ஜயம் மிருதங்கத்துக்கா, கஞ்சிராவுக்கா, சபையோருக்கா என்ற பிரச்சனை எழுந்தது. "இரண்டு கையுந் தட்டினால் ஓசை" என்று கேள்விப்பட்டிருக்கிறேன். ஆனால் கை தட்டி இவ்வளவு ஓசையைக் கிளப்ப முடியுமென்று எனக்கு அதுவரையில் தெரியாது. மிருதங்கக்காரரும், கஞ்சிராக்காரரும் பார்த்தார்கள். " இதென்னடா? நாமிருவரும் போட்டியிடப்போய், நடுவில் இவர்களல்லவா ஜயித்துவிடுவார்கள் போலிருக்கிறது" என்று அவர்கள் எண்ணியிருக்க வேண்டும். உடனே இரண்டு பேரும் சேர்ந்தாற்போல் அடிக்கத் தொடங்கினார்களையா! ஒரு நிமிஷம் சபையினர் விழித்துப் போய்விட்டனர். ஆனால் மறுபடியும்

மும்மடங்கு ஊக்கத்துடன் தங்கள் கைவரிசையைக் காட்டத் தொடங்கி முடிவில் ஜயித்தும் விட்டார்கள். எனினும் இதில் அவர்களுக்கு ஒன்றும் பெருமையிருப்பதாகத் தெரியவில்லை. இரண்டு பேரை முந்நூறு பேர் எதிர்த்து ஜயிப்பது ஒரு வீரத்தனமா ?

★ ★ ★

மிருதங்கம், கஞ்சிரா, தபலா, தமுக்கு, தப்பட்டை எல்லாம் நல்ல வாத்தியங்கள் என்பதிலும், அவைகளை அடித்தல் அரிய பெரிய கலை என்பதிலும் சந்தேகமில்லை. ஆனால் அவைகளை அநுபவிப்பதற்குக் காது பயிற்சி பெற்றிருக்க வேண்டும். உதாரணமாக மேற்படி போட்டியை மேடையிலும் மேடைக்கருகிலும் இருந்தவர்கள் அநுபவித்ததுபோல் என் போன்றவர்களாலும் அநுபவிக்க முடியவில்லை. முக்கியமாக, பாடகரும் பிடில்காரரும், ஆகா! எப்படி அநுபவித்தார்கள்? தாளம் ஓங்கி ஓங்கிப் போட்டுப் பாடகருக்கு தொடை காய்ச்சி யிருக்குமென்று தோன்றிற்று. பிடில்காரருக்குக் கை சுளுக்கிக்கொண்டிருக்கலாம். இவ்விருவரும் நிரம்ப அதிகமாய் மேற்படி வாத்தியங்களை அநுபவித்துக்கொண்டிருந்த சமயத்தில் அருகிலிருந்த நண்பர் எனக்குப் பின்வருமாறு விளக்கிக் கூறினார்: "மிருதங்கம், கஞ்சிரா அடிப்பதில் காலம், தாளம், அரைக்கால் தாளம் விட்டுப் பிடிப்பது என்று உண்டு. அதிலேதான் வித்வத் எல்லாம் வெளிப்படும். தெரிந்தவர்களுக்கு வெகு ருசியா யிருக்கும் இதிலே தக்ஷிணாமூர்த்திப் பிள்ளை வெகு கெட்டிக்காரர், பெரிய பாடகர்களுக்குக்கூடத் தாளம் அகப்படாதபடி திணற அடித்து விடுவார்" என்றார். தாளம் என்றால், அம்மானையைப் போல் உருண்டையான வஸ்துவாயிருக்குமென்றும், அதை விட்டெறிந்து, விட்டெறிந்து பிடிப்பார்களாக்குமென்றும் நினைத்தேன். உற்று உற்றுப் பார்த்தேன். எதையோ விடுவது போலவும், பிடிப்பது போலவும் கைகள் அசைந்தனவேயன்றி கண்ணுக்கு ஒன்றும் புலப்படவில்லை. நிரம்ப சின்ன வஸ்துவாக்கும். அடுத்த தடவை கச்சேரிக்குப் போகும்போதும் 'பைனாகுலர்' எடுத்துப் போக எண்ணியிருக்கிறேன். எறிந்து பிடிக்கப்படும் தாளத்தைக் கண்டு பிடிக்க.

★ ★ ★

அன்றைய தினம் சங்கீதம் கொஞ்சம் கீழ்த்தரமானதாகத்தான் இருந்திருக்க வேண்டும். இல்லாவிட்டால் என் காதுக்கு அவ்வளவு நன்றாயிருந்திருக்குமா? சங்கீதம் உயர்தரமா, மட்டதரமா என்று கண்டுபிடிப்பதற்கு நான் அநுசரிக்கும் நிச்சயமான வழி ஒன்று உண்டு.

அதாவது, எந்த சங்கீதம் என் காதுக்கு இனிமையாயிருக்கிறதோ, அது மட்டதரமானது என்று உடனே தீர்த்துவிடுவேன். ஏனென்றால், உயர்தர சங்கீதத்தை அநுபவிக்க எனக்கு ஆற்றல் இல்லையென்பதை நன்கறிந்திருக்கிறேன். கஞ்சிராவின் நாதத்தை என்னால் அநுபவிக்க முடிகிறதா? இல்லை. "என்ன, தப்தப் பென்று போட்டு அடிக்கிறார்களே" என்று தோன்றுகிறது. அபிநவ தியாகப் பிரம்மம் ஸ்ரீமான் சி.ஆர். சீனிவாஸய்யங்காரின் சங்கீதத்தை அநுபவிக்க முடிகிறதா? அதுவும் இல்லை. எனவே, உயர்தர சங்கீதத்தை என்னால் அநுபவிக்க முடியாது. ஆகவே, எப்போது முசிறி சுப்பிரமண்ய அய்யரின் பாட்டு மிக்க நன்றாயிருக்கிறது என்று எனக்குத் தோன்றிற்றோ, எப்போது பார்ப்பதற்கு என்னமோபோல் இருக்கும் இந்த தேகத்தில் இவ்வளவு இனிமையான குரல் எப்படி வந்தது என்று நான் ஆச்சரியமடைந்தேனோ, எப்போது பலமுறை கேட்ட ''எந்த வேடு கோந் தூ ராகவா !" "நகுமோமு கனலேநீ" முதலிய பாட்டுக்கள்கூட என்னை மயக்கி " ஸபாஷ்" என்று கூறச் செய்ததோ, எப்போது வார்த்தைகளைச் சிதைக்காமலும் துகைக்காமலும் அர்த்தமுள்ள நல்ல தமிழ்ப் பாட்டுக்கள் நாலைந்து பாடகர் பாடினாரோ, அப்போது அத்தகைய சங்கீதம் கொஞ்சம் மட்ட தினுசாகத்தான் இருக்க வேண்டுமென்று சொல்லாமலேயே விளங்கவில்லையா?

★ ★ ★

ராகம் பாடிப் பல்லவியும் முடிந்ததும் சபையில் ஓர் அதிசயமான இயக்கம் தோன்றியது. அதாவது ஒவ்வொருவரும் அவரவர் சட்டைப் பையிலிருந்த பேனாவை எடுத்துத் தயாராய்க் கொண்டு வந்திருந்த துண்டுக் காகிதத்தில் ஏதோ எழுதினார்கள். பிறகு அந்தத் துண்டுக் காகிதங்கள் பாடகரை நோக்கிப் பிரயாணம் செய்யலாயின. அவை கை மாறி மாறி யாத்திரை செய்ததானது சபையிலேயே ஒரு கலகலப்பை உண்டாக்கிற்று. அவரவர்களும் தத்தமக்கு விருப்பமான பாட்டை எழுதி அச்சீட்டுக்கள் மூலம் அனுப்பினார்கள் என்று தெரியவந்தது. என்னுடைய சிநேகிதரும் ஒரு சீட்டை எழுதி என்னிடம் தந்து அதை அனுப்பும்படி சொன்னார். அச்சமயம் பிடில் செனடய்யாவின் அற்புத இழைப்புத் திறமையில் மனதைச் செலுத்தியிருந்த நான் ''இது ஏதடா தொல்லை?" என்று சீட்டைப் பாராமலே என் எதிரில் இருந்தவரிடம் கொடுத்தேன். அவர் அந்தச் சீட்டைப் பார்த்துவிட்டு என்னை ஒரு பார்வை பார்த்தார். அப் பார்வையால் நான் சாம்பலாய்ப் போகாதது பெரியவர்கள் செய்த பூஜா பலந்தான். அதன்மேல் சீட்டை நான் உற்றுப் பார்க்கலே எனக்கும் காரணம் புரிந்தது. அதில் "மங்களம்

பாடுங்கள் !" என்று எழுதியிருந்தது. எந்த சங்கீதப் பிரியனுக்குத்தான் கோபம் வராது, சொல்லுங்கள்.

இருந்தாலும், நாடகத்தைப் போல் தலைக்குத் தலை "அதைப்பாடு...", "இதைப் பாடு...'' என்று கூச்சலிடாமல், இந்த மாதிரி சீட்டு அனுப்புவது நாகரிகமல்லவா என்று நினைத்தேன். இப்படி நினைத்ததுதான் தாமதம் திருஷ்டிப்பரிகாரம்போல் ஒருவர். "ராகமாலிகை" என்றார். இன்னொருவர் ''தானம்" என்றார். வேறொருவர் ''தேயிலைத் தோட்டம்" என்று கத்தினார். கடைசியாக மேல் மாடியிலிருந்து "வாழையடி வாழை" என்று ஒரு குரல் வந்தது. அவ்வளவுதான். உடனே எழுந்து நின்று அந்த சப்தம் வந்த திக்கை நோக்கி இரு கைகளையும் கூப்பிக் கும்பிட்டுக் கன்னத்தில் போட்டுக்கொண்டு உட்கார்ந்தேன்.

★ ★ ★

சேலம் ஜில்லாவில் பிறந்து வளர்ந்த வாலிபன் ஒருவனுக்குத் தஞ்சாவூர் ஜில்லாவில் கலியாணமாயிற்று. மாப்பிள்ளையை ஆடிப் பண்டிகைக்கு அழைத்தார்கள். எப்போதும் ராகிக் களியும் கூழுமே சாப்பிட்டுப் பழக்கமான மாப்பிள்ளைப் பையன் தஞ்சை ஜில்லாவில் நெல் சாகுபடி அதிகம் என்று கேள்விப்பட்டிருந்தபடியால் மாமனார் வீட்டில் அரிசிச் சாதம் சாப்பிடலாமென்ற ஆசையுடன் வந்தான், மாமனார் கிராமக் கணக்குப் பிள்ளை. அவருக்குத் தற்செயலாக அன்று யாரோ குடியானவன் குருணிக் கேழ்வரகு அனுப்பியிருந்தான். வீட்டு ஸ்திரீகளுக்கு சேலம் ஜில்லா செய்தி தெரியாது. ''மாப்பிள்ளை அருமையாய் வந்திருக்கிறார்; கேழ்வரகும் அருமையாய் வந்திருக்கிறது" என்றார். அவர்கள் கருதி, சிற்றுண்டிக்குக் கேழ்வரகுக் களி கிண்டினார்கள். மாப்பிள்ளை வந்து இலையில் உட்கார்ந்ததும் களி கொண்டுவந்து பரிமாறப்பட்டது. மாப்பிள்ளை அதைப் பார்த்தானோ இல்லையோ, துள்ளி எழுந்திருந்தான். மேல் வேஷ்டியை இடுப்பில் சுற்றினான். இலையை மூன்று பிரதக்ஷிணம் வந்து நமஸ்காரமும் செய்தான். பிறகு எழுந்து நின்று கும்பிட்டுக்கொண்டே "சுவாமி களீசுவரா! உன் கருணையே கருணை. உன்னை மறந்து நான் இருநூறு மைல் வந்திருந்தும் அடியேனைத் தேடிக்கொண்டு ஆட்கொள்ள வந்துவிட்டா யல்லவா? அபராதத்தை க்ஷமிக்க வேண்டும்" என்று சொல்லிப் படீர் படீரென்று கன்னத்தில் போட்டுக்கொண்டான்.

★ ★ ★

கிராமபோனில் 'வாழையடி வாழை' ரேடியோவில் 'வாழையடி வாழை', அடுத்த வீட்டில் 'வாழையடி வாழை',

எதிர்த்த வீட்டில் 'வாழையடி வாழை' நாடகத்தில் 'வாழையடி வாழை' என்று, எங்கே பார்த்தாலும் கேட்டு அலுத்துப் போய் பாட்டுக் கச்சேரிக்கு வந்தால் இங்கேயும் 'வாழையடி வாழை!' ஆண்டவனே! அந்தக் கதலி அடியின் மகிமையோ மகிமை.

பாடகரும் வேறு வழியில்லாமல் "இனிப் பொறுக்க மாட்டேன்" என்று கதறினார். "நாடகத்தின் வாசனை இங்கும் அடிக்கிறதே!'' என்று நானும் சோகக் கடலில் ஆழ்ந்தேன். எனினும், சீக்கிரத்தில் பாடகர் மங்களம் பாடி இனிது முடித்தபோது, "மொத்தத்தில் பாட்டுக் கச்சேரி வெகு திறம்" என்ற எண்ணத்துடன் எழுந்தேன்.

★ ★ ★

பாட்டுக் கச்சேரிக்குப் போகிறவர்களுக்கு ஓர் எச்சரிக்கை மட்டும் செய்துவிட்டு இதை முடிக்கிறேன். கச்சேரியில் உங்கள் பக்கத்தில் வந்து உட்காருகிற ஆசாமியைப் பற்றி வெகு ஜாக்கிரதையாயிருங்கள். அன்று கச்சேரி செய்த பாடகர்களுக் கெதிரில் கொஞ்ச தூரம் ஜமக்காளம் விரிக்கப்பட்டிருந்தது, ஜமக்காளத்தை அடுத்து எதிரில் பெஞ்சி வரிசைகள் இருந்தன. அவற்றுள் முதல் பெஞ்சியில் நாங்கள் உட்கார்ந்திருந்தோம். கச்சேரி ஆரம்பித்துச் சற்று நேரத்திற்கெல்லாம் நாகரிகமும் கர்நாடகமும் கலந்த ஓர் இளைஞர் வந்தார். என் பக்கத்தில் நின்று கையைக் காட்டி " தயவுசெய்து கொஞ்சம் இடந்தருகிறீர்களா?" என்றார். அருகிலிருந்த என் நண்பரை நெருக்கிக் கொஞ்சம் இடம் உண்டுபண்ணினேன். உட்கார்ந்தவர் தலையையாட்டவும், இன்னும் பல சேஷ்டை.கள் புரியவும் ஆரம்பித்தார். போனால் போகிறதென்று இருந்தேன். கன சரீரியான ஒரு செட்டியார் வருவதைக் கண்டதும், இவர் அவரை எதிர்கொண்டழைத்து வந்து தாம் கீழே உட்கார்ந்துகொண்டு தமது இடத்தில் செட்டியாரை உட்கார வைத்தபோது எனக்குச் சொல்ல முடியாத கோபம் வந்தது. ஆனால் செட்டியார் நெருக்கந் தாங்காமல் எழுந்து கொஞ்ச நேரத்திற்கெல்லாம் போய்விட்டார் .

உடனே அவ்விளைஞர் மறுபடியும் அங்கு வந்து உட்கார்ந்தார். எங்களுக்கெதிரே தரையில் இரண்டு பெண் குழந்தைகள் பாடகர்களைப் பார்க்க முடியாமல் எம்பி எம்பிப் பார்த்துத் தவித்துக்கொண் டிருந்தன. இந்த வாலிபர் அவர்களின் கையைப் பிடித்துத் தூக்கியபோது ஏதோ ஆபத்து வரப்போகிறது என்று பயந்தேன். அதன்படியே அந்த ஆசாமி ஒரு குழந்தையைத் தன் மடியில் உட்கார்த்திக்கொண்டு மற்றொரு குழந்தையை என் மடியில் உட்கார வைத்துவிட்டார்! அந்நிலைமையில் நான் என்ன செய்வது சொல்லுங்கள்! குழந்தையைப் பிடித்துத் தள்ளலாமென்றால்,

என்ன நேருமோ என்று பயமாயிருந்தது. கிள்ளிவிடலாமா என்று நினைத்தேன். 'வீல்' என்று கத்த ஆரம்பித்துவிட்டால் சபை முழுவதும் என்னைப் பார்க்கும்.

கடைசியாக ஒரு யுக்தி செய்தேன். எல்லாரையும்போல் நானும் தாளம் போட ஆரம்பித்தேன். என்னுடைய தொடையில் அல்ல; குழந்தையின் தொடையில்... பாட்டின் சுவாரஸ்யத்தில் ஒரு தாளம் கொஞ்சம் பளீரென்று வீழ்ந்துவிட்டது. "பார்த்தது போதும்" என்று குழந்தையும் இறங்கிக் கீழே உட்கார்ந்துகொண்டது. அடுத்தமுறை நீங்கள் பாட்டுக் கச்சேரிக்குப் போகும்போது நல்ல கருப்பு நிறமும், நடுவில் வகிடுபிளந்த கிராப்புத் தலையும், வெள்ளை ஜிப்பாவும், கையில் ஒரு குல்லாவும், அசட்டுத் தோற்றமும் உடைய சுமார் முப்பது வயது வாலிபனைக் கண்டால், நல்லது; ஜாக்கிரதையா யிருங்கள்.

[அதோடு 'பைனாகுலர்' எடுத்துக்கொண்டு வரும் ஆசாமியைப் பற்றியும் கொஞ்சம் ஜாக்கிரதையாகவே இருங்கள்!]

- ஆனந்த விகடன், 15.04.1933

3

இங்கிலீஷ் டாக்கி

ஒருநாள் நான் இங்கிலீஷ் டாக்கி பார்க்கப் போயிருந்தபோது நடந்த ஓர் அதிசய சம்பவத்தை நேயர்களுக்குத் தெரிவிக்க விரும்புகிறேன்.

எனக்கு நேரே எதிர் வரிசையில் இரண்டு பெண்மணிகள் உட்கார்ந்திருந்தார்கள். அவர்களில் ஒருவர் சுமார் 35 வயதுக்கு மேலான மாதரசி ; மற்றொருத்தி இள வயது மங்கை. அவர்கள் பேச்சிலிருந்து அந்த இளம் பெண்ணின் பெயர் வஸந்தி என்றும், மற்றொரு ஸ்திரீ அவளுடைய அத்தையென்றும் அறிந்தேன். அத்தை கொஞ்சம் கர்நாடகமும் நாகரிகமும் கலந்தவராய்த் தோன்றினார். அவர் முகத்தை அழகு செய்த புலாக்கு இதற்கு அத்தாட்சியாயிருந்தது. இளம் பெண்ணோ முழு நாகரிகம். தப்பித்தவறி அவள் தலை அசையும்போது காதில் தொங்கிய டோலக் பளீர் என்று ஒளிவீசிக் கண்களைப் பறித்தது.

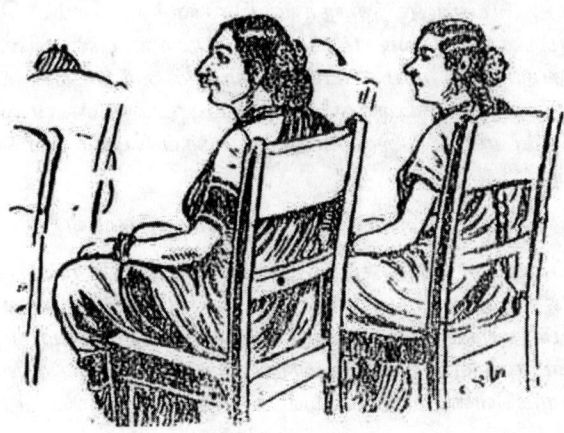

இவர்களை ஏன் நான் கவனிக்க நேர்ந்ததென்பதற்குத் திருப்திகரமான காரணங்கள் சொல்லாவிட்டால், என்னை நீங்கள் சும்மா விடமாட்டீர்கள். உண்மையில் காரணங்கள் இருக்கின்றன. முதலாவது, டாக்கியில் என்ன நடக்கிறதென்பது எனக்குப் புரியவேயில்லை. சம்பாஷணை நமது விகடகவிகள் பேசும் வேடிக்கை இங்கிலீஷைப் போலிருந்தது. இங்கிலீஷ் பாஷையின் தொனிகள் வந்தனவேயல்லாமல், ஒரு வாக்கியமாவது தெளிவாகக் காதில் விழுந்து அர்த்தமாயிற்று என்பது கிடையாது. எத்தனை நேரந்தான் இந்தப் புரியாத பேச்சைக் கேட்டுக்கொண்டிருக்க முடியும்? இந்நிலைமையில், என் எதிரில் இருந்தவர்கள் தங்கள் தலையில் ஒரு மல்லிகைத் தோட்டத்தை அப்படியே கொண்டுவந்திருக்கும்பட்சத்தில் அவர்கள்மேல் கவனம் செல்வதில் ஆச்சரியமுண்டா?

இது மட்டுமல்ல ; டாக்கி சம்பாஷணை எனக்கு ஒன்றுமே புரியாமலிருக்க, அத்தை மருமகள் நடத்திய சம்பாஷணை எனக்குப் புரிந்த பாஷையில் இருந்ததும் ஒரு முக்கியமான காரணமாகும்.

"வஸந்தி! என்ன நடக்கிறது சொல்லேன்" என்றாள் அத்தை.

"இரு, அத்தை! சொல்றேன்" என்றாள் மருமகள்.

"அந்தத் தடிக்கட்டேலே போறவன் அந்தப் பெண்ணை என்ன கேக்கறான்?" என்றாள் அத்தை.

"கொஞ்சம் இரு அத்தை. அப்புறம் சொல்றேன்" என்றாள் மருமகள்.

ஒரு நிமிஷம் மௌனம்.

"வஸந்தி! ஒரு சமாசாரம் கேட்டயா? வக்கீல் ராமசுப்பய்யராத்துக் காமாட்சி பெண் முந்தாநாள் பிரசவித்தாளாம். ரொம்ப சிரமப்பட்டதாம். லேடி டாக்டர் இஞ்சக்ஷன் பண்ணினாளாம். அந்தச் சமயத்தில் ராமசுப்பய்யர் தாயார் வந்து 'ஏன் டாக்டர் அம்மா! நீ உடுத்திண்டிருக்கயே, இந்தப் புடவை என்ன விலை?' என்று கேட்டாளாம். இருக்கட்டும்! அந்தப் பெண் ஏன் கண்ணீர் விடறாள்?"

"இரு, அத்தை! சொல்றேன்" என்றாள் மருமகள்.

இப்படியே இந்த சம்பாஷணை நடந்துகொண்டிருந்தது. நேரமாக ஆக எனக்கு வஸந்தியின் மேல் பொறாமையும் கோபமும் அதிகமாகிக்கொண்டு வந்தது. எவ்வளவோ படிப்பில் கரைகண்டதாக எண்ணி இறுமாந்திருந்த நான் டாக்கியில் என்ன பேசுகிறார்களென்று தெரியாமல் விழித்துக்கொண்டிருக்கையில்

இந்தச் சிறு பெண் இவ்வளவு சுவாரஸ்யமாகக் கவனித்துக்கொண் டிருப்பதென்றால்?

இந்தச் சமயத்தில், "அத்தை! கண்டுபிடிச்சுட்டேன் அத்தை !" என்று வஸந்தி குதூகலத்துடன் சொன்னாள்.

எனக்குத் துணுக்கென்றது.

"என்ன வஸந்தி, கண்டுபிடிச்சே! கதை என்ன தெரிஞ்சுதா?'' என்றாள் அத்தை.

"கண்டுபிடிச்சுட்டேன் அத்தை! பாதகர்!" என்றாள் வஸந்தி.

"பாதகரா? யார் பாதகர்? அதோ மீசை வைத்துக் கொண்டிருக்கானே? அவனா?''

"இல்லை, அத்தை! பாகவதர் பாதகர்!''

"எந்த பாகவதர்?"

"இல்லை அத்தை! ஆனந்த விகடன் அதிக எழுத்துப் போட்டிப் பந்தயம் அத்தை! அதிலே ஒரு வார்த்தை அகப்படாமலே இருந்தது. இப்பத்தான் அகப்பட்டது. பாகவதர் மாற்றிப் போட்டால் பாவதகர் ஓர் எழுத்தை எடுத்தால் பாதகர். வந்துடுத்து. வீட்டுக்குப் போன உடனே அனுப்பப் போறேன்."

இவ்வாறு என் மானத்தைக் காப்பாற்றினாள் வஸந்தி. அவள் நன்றாயிருக்க வேணும்! அவளுக்கு இரட்டைப் பிள்ளை பிறக்க வேணும்!

★ ★ ★

நானும் வஸந்தியுந்தான் டாக்கி புரியாதவர்கள் என்று அப்போது எண்ணியிருந்தேன். பிறகு இன்னும் பலருடைய கதியும் இப்படித்தான் என்று தெரிந்தது. சார்லி சாப்ளின் என்னும் உலகப் பிரசித்திபெற்ற சினிமா நடிகரின் "ஸிட்டிலைட்ஸ்" காட்சியில் டாக்கி பேச்சைப் பரிகாசம் பண்ணியிருப்பதைப் பார்த்தபோது, என் மனதிலிருந்த பெரிய பாரம் நீங்கியது.

★ ★ ★

"ஸிட்டிலைட்ஸ்" கதை சார்லி சாப்ளினாலேயே எழுதப் பெற்றது. அதில் முக்கிய நடிகரும் அவர்தான். கதை வருமாறு: இரண்டு கண்ணும் தெரியாத இளம் பெண் ஒருத்தி புஷ்பம் விற்று ஜீவனம் செய்து வருகிறாள். அவளை ஒருநாள் ஒரு நாடோடி சந்திக்கிறான். குருட்டுப் பெண்ணிடம் அனுதாபங்கொண்ட நாடோடி அவளிடம் ஒரு பூ வாங்கிக்கொண்டு தன்னிடமிருந்த

பெரிய நாணயமொன்றை அவளிடம் தருகிறான். அவள் பாக்கி சில்லரை எடுத்துக்கொண்டிருந்தபோது, அங்கு நின்ற ஒரு மோட்டார் வண்டி கிளம்பிப் போகிறது. தன்னிடம் பூ வாங்கியவர்தான் அதில் போகிறார் என்று நினைத்த குருட்டுப் பெண் "ஐயா! சில்லரை வாங்கிக்கொள்ளாமல் போகிறீர்களே?" என்கிறாள். இந்தத் தவறுதலை ஆதாரமாகக் கொண்டு மேலே கதை வளருகிறது.

நாடோடி (சார்லி சாப்ளின்) தன்னை அந்தப் பெண் பெரிய மனிதனாகவே நினைத்துக்கொள்ளட்டுமென்று சத்தம் செய்யாமல் நழுவிவிடுகிறான். அன்றிரவு அவன், மனைவி ஓடிப்போன துயரத்தினால் ஆற்றில் விழுந்து உயிர்விட வந்த பணக்காரன் ஒருவனைத் தப்புவிக்கிறான். அதுமுதல் அந்தப் பணக்காரன் குடிமயக்கத்திலிருக்கும் போதெல்லாம் சார்லி அவனுடைய சிநேகிதன், இந்தச் சிநேகிதத்தைப் பயன்படுத்திச் சார்லி குருட்டுப் பெண்ணுக்கு உதவி செய்கிறான். பெரிய மனிதன் திடீரென்று ஒருநாள் யாத்திரை போய்விடவே சார்லியின் பாடு திண்டாட்ட மாகிவிடுகிறது. அப்போதே அந்தச் சிறுமியும் நோய் வாய்ப் படுகிறாள். வீட்டை விட்டுப் போகும்படி அவளுடைய கிழத் தாயாருக்கு வீட்டுக்காரி நோட்டீஸ் கொடுத்துவிடுகிறாள். இதுவரை வேலையென்றால் வேம்பாயிருந்த சார்லிக்கு இப்போது குருட்டுப் பெண்ணின் உதவிக்காக வேலை தேடும் எண்ணம் உண்டாகிறது. முனிஸிபல் தோட்டி வேலை கிடைத்து 'டிஸ்மிஸ்'ஸும் ஆனபின்னர், குத்துச்சண்டையில் பணம் சம்பாதிக்க முயல்கிறான். இதற்கிடையில், வியன்னா நகரில் கண் வைத்தியம் செய்துகொண்டு

அசேகர் கண் தெரியப்பெற்றதாகச் சார்லி அறிகிறான். குருட்டுப் பெண் வியன்னா போய் சிகிச்சை செய்துகொண்டுவரும் செலவுக்குப் பணம் தேடிக் கொடுக்கச் சார்லி விரும்புகிறான். மறுபடியும் பழைய பெரிய மனிதனுடைய சந்திப்பு ஏற்படுகிறது. அவனிடம் பணம் பெற்றுக்கொண்டு வீட்டிலிருந்து வெளியேற முயலுகையில் அதே இரவில் அவ்வீட்டில் திருடர்கள் நுழைந்திருந்தபடியால் பெருங்குழப்பம் உண்டாகிறது. எப்படியோ தப்பித்துக் கொண்டு சார்லி குருட்டுப்பெண்ணிடம் கொண்டுவந்து பணத்தைக் கொடுத்துவிடுகிறான். முதலில் தனக்காகப் பத்து டாலர் நோட்டு ஒன்றை வைத்துக்கொள்ளப் போகிறான். பிறகு அதையும் கொடுத்துவிடுகிறான்.

குருட்டுப் பெண் சிகிச்சை பெற்றுக் கண் பார்வையுடன் திரும்பி வந்து புஷ்பக்கடை வைத்திருக்கிறாள். இப்போது முன்போல் அவள் அவ்வளவு ஏழ்மை நிலைமையில் இல்லை. தனக்கு உதவி செய்த உதாரபுருஷன் வருவானா, வருவானா என்று எதிர் பார்த்துக்கொண் டிருக்கிறாள். தற்செயலாய் மறுபடியும் சார்லி அங்கு வருகிறான். அம்மங்கையைப் பார்த்துத் திடுக்கிடுகிறான். அவள் அவனை யாரோ நாடோடி என்று நினைத்து அவனுடைய அன்பு கனிந்த பார்வையைப் பற்றி ஏளனம் செய்கிறாள். பிறகு இரக்கங் கொண்டு அவனுக்குக் காசு கொடுக்கிறாள். அப்போது அவன் கரத்தைத் தொட்டதும் தெரிந்துவிடுகிறது. “நீயா?” என்று திகைப்புடன் வினவுகிறாள். “ஆம்; உனக்கு இப்போது கண் தெரிகிறது!” என்கிறான் நாடோடி. காட்சி முடிகிறது.

“சார்லி சாப்லின் பெயர் பெற்ற ஹாஸ்ய நடிகராயிற்றே? இந்தக் கதை சோகரஸம் பொருந்தியதாகவல்லவோ இருக்கிறது?” என்று மேற்படி காட்சியைப் பாராதவர்கள் கேட்கலாம். ஆமாம்; சோகரஸம் பொருந்திய இந்தக் கதையிலேதான் ஆரம்ப முதல் கடைசிவரையில் பார்ப்பவர்கள் குலுங்கக் குலுங்கச் சிரிக்கும்படி பண்ணுகிறார் சார்லி. இந்தக் கதையை சினிமா காட்சியில் பார்க்கும் போது சிரிப்பும் கண்ணீரும் மாறி மாறி வந்துகொண்டிருக்கிறது.

எந்த உணர்ச்சியையும் வாய்ப்பேச்சினால் உண்டாக்குவதை விட அதிக தீவிரமான அளவில் நடிப்பினால்தான் உண்டாக்க முடியும் என்பது சார்லியின் கருத்து. இதை முன்னிட்டுத்தான் இக்காட்சியின் ஆரம்பத்தில் டாக்கி பரிகசிக்கப்பட்டிருக்கிறது போலும்.

இந்தக் காட்சியில் சார்லியின் நடிப்புத் திறமையை அதிகமாய்ப் புகழ்வதா, அல்லது கதையின் அமைப்பை அதிகம் புகழ்வதா என்பது எனக்குத் தெரியவில்லை. என்ன அற்புதமான கதை!

அர்த்தமில்லாத வெறும் வரட்டு அகசியத்துக்கும், சார்லியின் உள்ளமுருக்கும் நகைச்சுவைக்கும் எவ்வளவு வித்தியாசம்? குபேர பட்டணமான நியூயார்க்கில், ஆயிரம் தையலுடன் கூடிய கந்தல் துணி உடுத்தியவனும், வீடு வாசலற்றவனும், ஜீவனத்துக்கு வழியில்லாதவனுமான ஒரு நாடோடியைத் தமது கதாநாயகனாகவும், ஏழைக் குருட்டுப் பெண் ஒருத்தியை கதாநாயகியாகவும் அமைத்துக்கொண்ட சார்லியின் தைரியந்தான் என்ன? தற்கால நாகரிக வாழ்க்கையின் ஒவ்வொரு அம்சத்தையும் எவ்வளவு கடூரமாக அவர் பரிகசிக்கிறார்?

தமிழ்நாட்டிலுள்ள நடிக சிகாமணிகளுக்கெல்லாம் ஓர் எச்சரிக்கை செய்ய விரும்புகிறேன். 'ஸிட்டிலைட்ஸ்' என்னும் காட்சியைப் பார்க்கமட்டும் அவர்கள் தப்பித் தவறிப் போய்விட வேண்டாம். அதைப் பார்த்தால் ஒருவேளை அவர்கள் "நாமும் பவுடர் பூசி வேஷம் போடுவதா? வேண்டாம் நமக்கு இந்த நாடகத் தொழில்! " என்று தீர்மானித்து விடக்கூடும். ஆகவே, ஜாக்கிரதை!

★ ★ ★

ராவ் பகதூர் பி.சம்பந்த முதலியார் அவர்கள் நாடகத்தில் நடித்துப் பார்க்கக் கொடுத்து வைக்கவில்லையே யென்ற ஆதுரம் எனக்கு வெகு நாளாக உண்டு. அந்த ஆசை சமீபத்தில் எனக்குப் பூர்த்தியாயிற்று. விக்டோரியா மண்டபத்தில் 'வீர அபிமன்யு' என்னும் ஹிந்தி நாடகம் நடந்தபோது முதலியார் அவர்களின் அற்புத நடிப்புத் திறமையைக் கண்டுகளிக்கும் பாக்கியம் அடைந்தேன். அதிலும் அது ஹாஸ்ய நடிப்பு என்றால் சொல்லவும் வேண்டுமோ?

"ஓஹோ! முதலியாருக்கு ஹிந்தி பாஷைகூடத் தெரியுமா? என்ன பாத்திரமாக நடித்தார்?" என்று கேட்கிறீர்கள். நாடகத்தின்

அக்கிராசனாதிபதியாக நடிப்பதற்கு ஹிந்தி ஞானம் அவ்வளவு அவசியமில்லை யல்லவா? நாடகத்தின் நடுவில் அக்கிராசனர் அவர்களை நாலு வார்த்தை பேச வேண்டுமென்று கேட்டுக் கொண்டார்கள். அவ்வாறே அவரும் மேடையிலேறி, நாடகத்திற்கேற்ற கம்பீரமான, சக்திவாய்ந்த பாஷை ஹிந்தி பாஷைதான் என்று வற்புறுத்திச் சொல்லியபின் மேடையிலிருந்து கீழிறங்கினார். அப்போதுதான் அவருடைய ஹாஸ்ய நடிப்பு ஏற்பட்டது. அவர் கால் வைத்துக் கீழே இறங்க மேடைக்கு அருகில் ஒரு நாற்காலி போட்டிருந்தார்கள். அந்த நாற்காலியின் கால்கள் கொஞ்சம் லொடபடா; முதலியார் அதன்மேல் காலை வைத்தாரோ இல்லையோ, அழகான ஒரு நடிப்பு நடித்து உடம்பை ஒரு நெளிப்பு நெளித்து மேடையில் கைகளை ஊன்றிச் சபையோர் பக்கம் கால்களை நீட்டி லாகவமாக உட்கார்ந்தார். கொல்லென்ற சிரிப்பு உண்டாயிற்று. விளம்பரத்தில் கண்ட ராஜா பகதூரின் ஹாஸ்ய நடிப்பைவிட இதிலேதான் சபையோருக்கு அதிக குதூகலம். "தவறி விழுபவர் தம்மையே பெற்ற தாயும் சிரித்தல் மரபன்றோர்?" என்பதை நன்குணர்ந்த முதலியார் தாமும் சபையோருடன் சேர்ந்து சிரித்துவிட்டு வெளியேறினார்.

இருந்தாலும் சுகுண விலாஸ சபையாருக்கு ஒரு விண்ணப்பம் செய்துகொள்ள விரும்புகிறேன். அவர்களுடைய நாற்காலிகளின் பேபார்ஸைக் குறித்து முன்னமே ஒருமுறை நான் எழுதியிருந்தும் அவர்கள் இலட்சியம் செய்யவில்லை. தங்கள் தலைவர் எதிர் பாராத விதத்தில் ஹாஸ்ய நடிப்பு நடிக்க நேர்ந்ததற்குப் பிறகாவது நாற்காலி சீர்திருத்தம் கொஞ்சம் செய்வார்களென்று எதிர் பார்க்கலாமா?

மற்றப்படி நாடகத்தைப் பொறுத்த வரையில், ஹிந்தி பாஷையின் கம்பீரத்தையும், சக்தியையும் குறித்து முதலியார் கூறியதை ஒப்புக்கொள்வதைத் தவிர, உட்புகுந்து ஆராய்ந்து எழுதுவதற்கு வேண்டிய ஹிந்தி ஞானம் எனக்கு இல்லாதது குறித்து வருந்துகிறேன். ஆனால் இந்நாடகத்தில் எனக்கு மிகவும் பிடித்திருந்த ஒரு விஷயத்தை மட்டும் நான் குறிப்பிடவேண்டும். அது பாத்திரங்கள் வேஷம் போட்டுக்கொண்டதில் காட்டிய திறமை தான். "தர்மபுத்திரர் வேஷம் ஸ்ரீமான் ஹரிஹர சர்மா போட்டுக் கொள்வார்'' என்று விளம்பரத்தில் மட்டும் கண்டிராவிட்டால், மேடையில் வந்த தர்ம புத்திரர், ஹரிஹா சர்மா என்று ஒருநாளும் சந்தேகித்திருக்க மாட்டேன். யாராவது சொல்லியிருந்தால் கூட "இல்லவே இல்லை" என்று சாதித்திருப்பேன். எல்லா வேஷங்களும் இவ்வளவு நன்றாகப் பலித்திருந்தன.

- ஆனந்த விகடன், *01.05.1933*

4
சதிரும் தமிழும்

1. "உங்கள் வீட்டு எருமை கடாக்கன்று போட்டிருக்கிறது."
2. "சர்க்கார் உங்களுக்கு திவான் பகதூர் பட்டம் அளித்திருக்கிறார்கள்."
3. "உங்களுடைய ஏக புத்திரனை டாக்டர்கள் கைவிட்டு விட்டனர்."
4. "காணாமற்போன உங்கள் குழந்தை அகப்பட்டுவிட்டது."
5. "உங்களுக்குத் தூக்கு தண்டனை விதிக்கப்பட்டிருக்கிறது."

மேற்கூறியவைகளில் எந்தச் செய்தி வந்து சொன்னாலும் முகத்தை ஒரே மாதிரியாக வைத்துக் கொள்ளும்படியான அற்புத சக்தி வாய்ந்த நடிகர்களைத் தமிழ் நாடக மேடையில் நாம் பார்த்திருக்கிறோமல்லவா? "மனோபாவத்தைக் காட்டக் கூடியவாறு முகத் தோற்றத்தை மாற்றிக்கொள்ளும் கலையே நமது நாட்டுக்குப் புதிது போலிருக்கிறது; இதை வெள்ளைக்காரர்களிடமிருந்து தான் நாம் கற்றுக்கொள்ள வேண்டுமாக்கும்" என்று சில சமயம் நான் எண்ணியதுண்டு. சமீபத்தில் பரதநாட்டியக் கச்சேரி ஒன்று பார்த்த பிறகு அந்த எண்ணத்தை முற்றிலும் மாற்றிக் கொண்டேன். முகத் தோற்றத்தினாலும் சைகைகளினாலும் மனோ உணர்ச்சியை வெளியிடும் கலையை தமது முன்னோர் பரிபூரண நிலைக்குக் கொண்டுவந்திருந்தார்கள் என்று தெரிந்தது!

★ ★ ★

இருபது வருஷத்திற்கு முன்னால் தமிழ்நாட்டில் சதிர்க் கச்சேரிகள் சர்வ சாதாரணமாயிருந்தன. பெரிய மனிதர்கள் வீட்டுக் கலியாணங்கள் சதிர்க் கச்சேரி இல்லாமல் நடைபெறுவதில்லை.

அப்போது நான் சிறு பையன். பக்கத்துக் கிராமத்தில் நடந்த பெரிய மனிதர் வீட்டுக் கலியாணத்துக்குப் போயிருந்தேன். சதிர் நடந்தது. அங்கே கவனித்த இரண்டு விஷயங்கள் என் மனதில் ஆழமாய்ப் பதிந்தன. பல்லுப்போன கிழவர்கள் சபையின் முன்னணியில் உட்கார்ந்து பொக்கை வாயை இளித்துக்கொண்டு பேசிய பரிகாசங்கள் ஒன்று. சபையின் ஓரத்தில் நின்றுகொண்டிருந்த வாலிபர்களின் கூட்டத்தில் நடந்த சம்பாஷணை மற்றொன்று. நாட்டியம் ஆடிய தேவடியாளை! எந்தெந்த மைனர் எப்போதெப்போது காதலித்தன ரென்றும், இன்னும் இதுபோன்ற ரஸமான விஷயங்களையும் பற்றி அவ்வாலிபர்கள் பேசிக் கொண்டிருந்தார்கள். 'சதிர்க் கச்சேரி' மீது அப்போது எனக்கு உண்டான அருவருப்பு கொஞ்ச காலத்துக்கு முன்புவரை இருந்து வந்தது.

சில மாதங்களுக்கு முன்பு பரத நாட்டியம் சம்பந்தமாக ஸ்ரீமான் ஈ.கிருஷ்ணையருக்கும் டாக்டர் முத்துலட்சுமி அம்மாளுக்கும் பத்திரிகைகளில் நடந்த விவாதத்தைப் பார்த்தபோது மிகவும் ஆச்சரியமடைந்தேன், காங்கிரஸ் தொண்டில் ஈடுபட்டுச் சிறையி லிருந்து வெளிவந்த ஒருவர் 'சதிர்க் கச்சேரி' களை ஆதரித்து எப்படி எழுதுகிறார் என்பதுதான் என் ஆச்சரியத்துக்குக் காரணம். இவ்வாச்சரியமே அவர் கூறும் வாதங்களைச் சிரத்தையுடன் கவனிக்கும்படி தூண்டியது.

பின்னால், ஹிந்தி பிரசார சபையார் நடத்திய அபிமன்யு நாடகத்தில் ஸ்ரீமான் ஈ.கிருஷ்ணையர் நாட்டியம் ஆடியே காட்டினார். அதைப் பார்த்த பிறகு 'இவர் விஷயம் தெரிந்து பேசுகிறவர்' என்ற நிச்சயம் ஏற்படவே, அடுத்த தடவை பரதநாட்டியக் கலையில் நன்கு தேர்ந்தவர்களால் சதிர்க் கச்சேரி நடைபெறும்போது போய்ப் பார்த்துவிடுவதென்று தீர்மானித்தேன் இருபது வருஷமாக நிலைத்திருந்த அருவருப்பை ஒருவாறு நீக்கிக்கொண்டு.

★ ★ ★

வீணை தனத்தின் பேத்தி ஸ்ரீமதி பால ஸரஸ்வதியின் பரத நாட்டியம் சமீபத்தில் நடந்தபோது அத்தகைய சந்தர்ப்பம்

வாய்த்தது. தற்போது தமிழ்நாட்டில் இக்கலையை நன்கு பயின்று திறமை பெற்றுள்ள ஒரு சிலரில் இவர் ஒருவர் என்று தெரிந்தவர்கள் சொன்னார்கள். என்னைப் போலவே, பரதநாட்டியக் கலையைப் பற்றித் தெரிந்துகொள்ள விரும்பிய சில நண்பர்களுடன் சென் றேன். அந்நண்பர்களில் ஒருவர் சித்திரக்காரர். நாட்டியத்தின்போது அவர் மனதில் படம் எடுத்துக்கொண்ட இரண்டு நிலைகளை நேயர்கள். இங்கே காணலாம்.

கச்சேரியின் முற்பகுதியில் நாட்டியம், அதாவது நட்டுவக்காரரின் பாட்டு, ஜாலராதானம், மிருதங்கம். இந்த உபசாதகங்களுடன் பலவகை நடனங்கள் ஆடப் பெற்றன. இந்தப் பகுதியை நாங்கள் நன்றாக அறிந்து அநுபவிக்க முடியவில்லை. நட்டுவரின், பாட்டில் "தத்தோம் ததிங்கிணதோம் தகதகதத்தோம்" வகையறாக்கள் தான் அதிகமாயிருந்தன. கொஞ்சம் வார்த்தைகள் வந்தாலும், அவை என்னவென்று தெளிவாக விளங்கவில்லை.

ஆனால் இச்சமயத்தில் ஒரு விஷயத்தைப் பற்றி நன்கு ஆராய்ந்து தீர்மானத்துக்கு வருதல் சாத்தியமாயிருந்தது. அது பரத நாட்டியக் கலையில் தூய்மைக் குறைவு அணுவளவும் இல்லை யென்பதாகும். அதிலும் இக்காலத்தில் மேனாட்டு சினிமா, டாக்கி முதலியவைகளில் நாம் பார்க்கும் 'டான்சு'களுடன் ஒப்பிடும்போது, பரதநாட்டியம் தூய்மையில் சிறந்து விளங்கு கிறது என்று சொல்லலாம். தூய்மைக் குறைவு இருந்தால் அது பார்ப்பவர்களின் மனதில்தான் இருக்க வேண்டும்.

இருபது வருஷத்திற்கு முன் கிராமத்தில் நடந்த சதிர்க் கச்சேரியில் கண்ட அதே காட்சியை, இப்போது சென்னைப் பட்டணத்தில் காண்பதென்றால் கொஞ்சம் ஆச்சரியமேயல்லவா? இங்கும் முன்வரிசையில் கிழவர்கள்தான் அணிவகுத்து உட்கார்ந்திருந்தார்கள். மற்றவர்களைப்போல் மரியாதையாய் உட்கார்ந்திருந்து எழுந்து போனார்களா? கிடையாது. சபையினர் எல்லாரும் தங்களைப் பார்த்துக்கொண் டிருக்க வேண்டுமென்பதில் ஆவலுள்ளவர்களாய்க் காணப்பட்டனர்.

"பேஷ்!" என்கிறார் ஒருவர்.

"சபாஷ்!" என்கிறார் மற்றொருவர்.

"கொஞ்சம் ஆனந்த பைரவி பாடு!'' என்று ஒருவர் தமது பொக்கை வாயைத் திறந்து இளித்துக்கொண்டு சொல்கிறார்.

" தானே பாடுவாய்யா! சும்மா இரய்யா!" என்று மற்றொருவர் சமாதானம் செய்கிறார்.

அதிலும், இரட்டை நாற்காலி போட்டுக்கொண்டு உட்கார்ந்திருந்த ஒரு செட்டியார் கனவான் படுத்திய பாட்டைச் சொல்லிமுடியாது. பாதிக்கூத்து அவரே ஆடி, நாட்டியக்காரியையும் நட்டுவரையும்கூடச் சிரிக்கப்பண்ணிவிட்டார். எனவே, பரதநாட்டியம் சம்பந்தமாக முதலில் செய்ய வேண்டிய சீர் திருத்தம், சபைக்கு வரும் கிழவர்களை ஒழுங்காக நடந்துகொள்ளச் செய்வதுதான் என்று தோன்றுகிறது.

★ ★ ★

கச்சேரியின் பின்பாகம் அபிநயம். நட்டுவரின் ஜாலரும், மிருதங்கமும் நிறுத்தப்பட்டன. நாட்டியக்காரியின் தாயார் ஸ்ரீமதி ஜயம்மாள் (வீணை தனத்தின் புதல்வி) தம்பூர் சுருதிமட்டும் வைத்துக்கொண்டு பாடினார். பாட்டின் பொருளுக்கேற்ப பால ஸரஸ்வதி அபிநயம் பிடித்தார். இடையிடையில் அவரும் மெல்லிய குரலில் சிறிது பாடினார்.

இந்தப் பகுதியைப் பார்த்த பிறகு, "பரதநாட்டியக் கலை நிச்சயமாகக் காப்பாற்றப்பட வேண்டிய தேசியச் செல்வம்" என்று தீர்மானித்தேன்.

ஸ்ரீமதி ஜயம்மாளின் பாட்டிற்கு அவ்வளவு வசீகரசக்தி எப்படி ஏற்பட்டது? கந்தர்வகானம் என்பது ஒன்றிருந்தால் அது ஏறக்குறைய இப்படித்தான் இருக்க வேண்டும் என்று ஏன் தோன்றியது. இத்தனைக்கும் அவருடைய பாட்டில் சங்கதிகள் அதிகம் இல்லை. ரவைகள் உருளவில்லை ; புரள வில்லை. இனிய குரல் மட்டும் காரணமாயிருக்க முடியுமா? அதைவிட இனிய குரல்களை நான் கேட்டிருக்கிறேன். பக்கவாத்திய கோரங்கள் இல்லாமலிருந்ததும், தம்பூர் சுருதியுடன் நிதானமாகவும், நயமாகவும் பாடியதும் காரணமாயிருக்குமோ? அப்படியானால், இத்தகைய சங்கீதத்தைக் கேட்பது சாத்தியமாகும் பொருட்டாவது பரதநாட்டியத்தைக் காப்பாற்றலாம்.

★ ★ ★

வார்த்தைகளை விழுங்கிவிடாமலும் சிதைத்து உருக்குலைக்காமலும் ஸ்ரீமதி ஜயம்மாள் பாடியபடியினாலேயே அபிநயத்தின் சிறப்பை உள்ளபடி அறிதல் சாத்யமாயிற்று. பாட்டுக்கள் பெரும்பாலும் தெலுங்குப் பாட்டுக்கள்தான். "தமிழ்நாடு விஜய நகர மன்னர்களின் ஆட்சியில் இருந்தபோது நமது கலைகளில் தெலுங்கு பாஷையின் ஆதிக்கம் ஏற்பட்டது" என்று அருகிலிருந்த நண்பர் கூறினார். எப்போது, எக்காரணத்தினால் ஏற்பட்டிருந்தபோதிலும்

நமது கலைகளைத் தெலுங்கு பாஷையின் அடிமைத் தனத்திலிருந்து விடுதலை செய்யத்தான் வேண்டும். ஆனால் கச்சேரிகளில் முன்னணியில் உட்காரும் ரசிகர்கள் இதை ஒப்புக்கொள்வார்களா என்பது சந்தேகம். அதற்குப் பதிலாக... நல்லது, கதையைக் கேளுங்கள்.

பக்கத்திலிருந்த தெலுங்கு தெரிந்த நண்பரிடம், தெலுங்குப் பாட்டுக்களுக்கு அர்த்தம் கேட்டுக்கொண்டும், அதே சமயத்தில் அபிநயத்தைக் கவனித்துக்கொண்டும் நாங்கள் அவஸ்தைப்பட்டுக் கொண்டிருக்கையில்,

"அதுவும் சொல்லுவாள் அவள்
இன்னமும் சொல்லுவாள்..."

என்ற தமிழ்ப் பாட்டுப் பாட ஆரம்பித்ததும், சிறையிலிருந்து அப்போதுதான் விடுதலையானதுபோல் சந்தோஷப்பட்டோம். இந்தப் பாட்டின்போதுதான் அபிநயக் கலையின் பெருமை முழுவதையும் அறிந்துகொள்ளுதல் சாத்தியமாயிற்று. மனோபாவத்தை வெளிப்படுத்துவதற்குக் கை, விரல், முகம், கண் இதழ் முதலிய சகல அவயவங்களும் எவ்வாறு உதவி செய்யக்கூடு மென்பது நன்றாய்த் தெரிந்தது, இத்தகைய அபிநயக்கலை வளர்ந்த நாட்டில், நடிகர்கள் ஏன் இவ்வளவு பிற்பட்டிருக்கிறார்கள் என்று வியப்படைந்தேன்.

இந்தப் பாட்டு முடிந்ததும், அடுத்ததும் தமிழ்ப் பாட்டாயிருக்கக் கூடாதா என்று நான் ஆவலுடனிருக்கையில், முன் வரிசையிலிருந்த ஒருவர் தமது பொய்ப் பற்கள் பூராவும் தெரியும்படி கொண்டு சொல்கிறார்:

" கன்னடத்தில் ஒன்று பாடேன்!"

கன்னடப் பாட்டும் ஆயிற்று. மறுபடியும் எங்கள் அதிர்ஷ்டமோ" என்னமோ, "எத்தைக் கண்டு நீ இச்சை கொண்டாய் மகளே!" என்ற தமிழ்ப் பாட்டை ஸ்ரீமதி ஜயம்மாள் பாடினார். அது முடிகிற சமயத்தில் மற்றொரு ரஸிகர் சொல்கிறார்:

"ஹிந்துஸ்தானியில் ஒன்று நடக்கட்டுமே!"

இந்த மகானுபவர்களுக்குத் தமிழைத் தவிர வேறு எந்த பாஷையானாலும் பாதகமில்லைபோலிருக்கிறது.

* * *

பரதநாட்டியம் ஓர் அருமையான உயர்ந்த கலை என்பதிலும், அதைக் காப்பாற்ற வேண்டியது அவசியம் என்பதிலும் இப்போது எனக்குச் சந்தேகமில்லை. ஆனால் அதைக் காப்பாற்றுவது எப்படி என்பது வேறு விஷயம். இதைப் பற்றிக் கலைப்பிரியர்களும், சமூகச் சீர்திருத்தக்காரர்களும் கலந்தாலோசித்து ஒரு முடிவுக்கு வர வேண்டும். என்ன துரதிர்ஷ்டத்தினாலோ என்னமோ, நமது நாட்டில் உயர் கலைகளெல்லாம் துன்மார்க்கத்துடன் சம்பந்தம் பெற்றுவிட்டன. சமீபகாலத்தில் சங்கீதம், நாடகம் முதலியவை மேற்படி சம்பந்தத்திலிருந்து அறுபட்டுத் தூய்மையும் மேன்மையும் பெற்று வருகின்றன. பரதநாட்டியமும் அத்தகைய மேன்மையையும் தூய்மையையும் சமீப காலத்தில் பெறுமென்று எதிர்பார்ப்போம்.

- ஆனந்த விகடன், *20.08.1933*

5

ஜிஞ்சாமிர்தம்

மயிலாப்பூர் ரஸிக ரஞ்சினி சபாவில் நடந்த அரியக்குடி இராமானுஜய்யங்கார் கச்சேரிக்குப் போயிருந்தேன். தென்னாட்டின் முதன்மையான சங்கீத வித்வானுடைய கச்சேரியை, சபையோர் வழக்கம்போல் ரஸித்து ரஞ்சித்தார்கள் என்று சொல்ல வேண்டியதில்லை. ஆனால் மேற்படி கச்சேரியைப் பற்றி நான் இங்கு பிரஸ்தாபிப்பது பின்வரும் இரண்டு காரணங்களைக் கொண்டுதான்:-

(1) கச்சேரியில் பக்கவாத்தியங்கள் பாலக்காட்டு மணியின் மிருதங்கம், இராஜமாணிக்கம் பிள்ளையின் பிடில் இவ்விரண்டேதான். கிஞ்சிரா, மோர்சிங், கடம், கொன் னக்கோல், கன்னக்கோல் முதலிய கோரங்களும், இந்த வாத்தியக் காரர்களுக்குள் போட்டிச் சண்டைகளும் என்னால் சகிக்க முடிவதேயில்லை. இந்தக் கச்சேரியில் இவை இல்லாதது மிகவும் திருப்திகரமான அம்சமாகும்.

(2) அன்று, அய்யங்கார் பாடிய பல்லவியின் வாசகம் என் மனதைக் கவர்ந்துவிட்டது.

"தில்லை ஈசனைக்
காண என்ன?"

என்பது பல்லவி. "என்" என்பதில் ஒரு அடி அடித்து, 'ன'வில் ஒரு அழுத்து அழுத்திவிட்டுக்கொண்டிருந்தார் பாடகர். "புண்ணியம் செய்தேனோ?"

என்பது பின்னால் சங்கதிகள், ரவைகள், ஸ்வர வரிசைகளுடன் கலந்து உருத் தெரியாமல் உருண்டுகொண்டிருந்தது. நிறுத்துகிற இடத்திலே அர்த்தத்துடன் முடிவுபெறும் வாக்கியத்தைப் பல்லவியாய் அமைத்துக்கொள்ளக் கூடாதா என்று நினைத்தேன்.

என்னுடனிருந்த நண்பர் மறுநாள் இதைப்பற்றி சங்கீத சபைக் காரியதரிசி ஒருவரிடம் பேசிக்கொண்டிருந்தார். இந்தக் காரியதரிசி வெகு ரஸிகர்.

சங்கீத சபை நடத்துவதில், அவருடைய திறமையைப் பற்றி ஒரு தனி அத்தியாயம் எழுத வேண்டும்.

இவர் மேற்சொன்ன நண்பரிடம் "ஆமாம்; கச்சேரியில் உங்கள் சினேகிதர் 'க...' கூட இருந்தாரல்லவா?"

"இருந்தார்."

"மயிலாப்பூர் ரஸிக ரஞ்சினி சபையில் அரியக்குடி இராமானுஜய்யங்கார் என்ன? என்ன? என்ன? என்று கேட்டுக் கொண்டிருந்தாரே? அது என்ன?' என்று ஆனந்த விகடனில் எழுதிவிடப் போகிறார்" என்றார்.

இந்த சம்பாஷணையை மேற்படி நண்பர் என்னிடம் தெரிவித்தார். நான் உங்களிடம் சொல்லிவிட்டேன்.

* * *

''கானதாஸரின் கதைகளில் அடிக்கடி 'ஜிஞ்சாமிர்தம்' 'ஜிஞ்சாமிர்தம்' என்று வருகிறதே? அப்படி என்றால் என்ன?" என்று மதுரையிலிருந்து, ஒரு மருமான் விகட மாமாவைக் கேட்டிருக்கிறாராம். விகடன் என்னைக் கேட்க, நானும் பலரைக் கேட்டுப் பார்த்தேன்; பயனில்லை. ஆனால் ஒன்று சொல்லக்கூடும். "அன்று இராமானுஜய்யங்கார், கச்சேரியில் பாலக்காட்டு மணி மிருதங்கம் எப்படி வாசித்தார்?'' என்று யாராவது கேட்டால், ''ஜிஞ்சாமிர்தமாய் வாசித்தார்" என்றுதான் பதில் சொல்வேன். வேறு எந்த வார்த்தையும் அந்த இடத்தில் அவ்வளவு பொருத்தமாயிராது.

மணியைப் பற்றிச் சொன்னதும் இன்னொரு விஷயம் ஞாபகம் வருகிறது. அவர் பொடி போடும் சொகுசைப்பற்றி முன்னொரு முறை விஸ்தாரமாக வர்ணித்திருக்கிறேனல்லவா? அப்போது

அவர் சபையைப் பார்த்துக்கொண்டு பொடி போட்டபடியால் தான் அவ்வளவு அழகான வர்ணனை கொடுக்க முடிந்தது. ஆனால் இந்தக் கச்சேரியில் அவர் பின்புறம், திரும்பிப் பொடி போட்டதைப் பார்த்தேன். உடனே, "அடடா! சபையோருக்கு வெகு சொகுஸான ஒரு காட்சி இல்லாமற்போய் விடுகிறதே!" என்று பரிதபித்தேன். கொஞ்சநாள் போனால், பாடகர்கள்கூடப் பின்னால் திரும்பிக்கொண்டு சோடா, அல்லது காப்பி குடிக்கத் தொடங்கி விடுவார்கள் போலிருக்கிறது. கலியுகத்தில் இன்னும் என்னென்ன மாறுதல்களைத் தான் காணப்போகிறோமோ, பார்க்கலாம்.

* * *

ரஸிகரஞ்சினி சபையின் நிர்வாகிகளுக்கு ஒரு வார்த்தை. ''எலக்டிரிக் சார்ஜு'' குறைக்கப்பட்ட பிறகும், கொஞ்சம் விசிறி விஷயத்தில் தாராளமாய் இருக்கக் கூடாதா? ஒரு ரூபாய்ப் பகுதியில் இருந்தவை இரண்டே விசிறி; அவைகளில் ஒன்று ஓடவில்லை. இதன் பயனாக, இராஜமாணிக்கம் பிள்ளை தாமே அநுபவித்துப் பிடிலில் வெகு நயமாய் இழைத்துக் கொண்டிருக்கும் இடங்களில்கூட அதன் இன்பத்தைச் சபையோர் நன்கு அநுபவிக்க முடியாமல் போகிறதே?

* * *

''கிடக்கிறதெல்லாம் கிடக்கட்டும், கிழவியை எடுத்து மணையிலே வை!'' என்ற பழமொழியைக் கேட்டிருக்கிறீர்களா? சென்னையின் சங்கீத உலகத்தில் இதற்கு முற்றும் பொருத்தமான சம்பவம் ஒன்று ஏற்பட்டிருக்கிறது. அதுதான், வீணை தனம்மாளின் கச்சேரிக்கு இப்பொழுது ஏற்பட்டிருக்கும் கிராக்கி.

சங்கீத உலகத்தில் எவ்வளவோ அபிப்பிராய பேதங்கள் இருக்கலாம். சங்கீத பண்டிதர்கள் ரஸிப்பதை நம்மைப் போன்ற பாமரர்களால் ரஸிக்க முடியாது. சிலருக்குப் பல்லவி பிடிக்கும்; சிலருக்கு ராக ஆலாபனந்தான் பிடிக்கும்; வேறு சிலருக்குத் துக்கடாக்களிலே பிரீதி. வித்வான்களுக்குள்ளும் எவ்வளவோ வித்தியாசங்கள் உண்டு. ஆனால் ஒரே ஒரு விஷயத்தில் மட்டும் சங்கீத

உலகில் கருத்து வேற்றுமை என்பதே கிடையாது. அது என்னவெனில், கர்நாடக சங்கீதத்தின் சிறப்பைப் பூரணமாய்க் காண வேண்டுமாயின் வீணை தனம்மாளிடம்தான் காணலாம் என்பதுதான். எனினும், சென்ற சில வருஷ காலமாக வீணை தனம்மாளின் பெயரையே எல்லாரும் மறந்துவிட்டதாகக் காணப்பட்டது. சமீப காலத்தில் அந்த அம்மாளின் கச்சேரிக்குக் கொஞ்சம் கிராக்கி ஏற்பட்டிருப்பது, தென்னாட்டு சங்கீதக் கலை புத்துயிர் பெற்றிருக்கிறதென்பதற்கு ஓர் அத்தாட்சியாகும்.

* * *

ஜகந்நாத பக்த சபையில் நடந்த தனம்மாளின் கச்சேரிக்குச் சென்றிருந்தேன். பக்கவாத்யம் எதுவும் கிடையாது. வீணையை வைத்துக்கொண்டு அம்மாள் மட்டும் பாடினார். அவருடைய புதல்வி ஜயம்மாள் சற்று இடையிடையில் துணையாகப் பாடினார். அவ்வளவுதான். ஆனாலும் அந்தக் கச்சேரியைக் கேட்டபிறகு யாருக்கும் சங்கீதத்துக்குப் பக்கவாத்யங்கள் அவசியந்தானா என்ற சந்தேகம் தோன்றாமல் போகாது. பல்லவி பாடுவதைப் பற்றி ஸ்ரீமான் சத்தியமூர்த்தியின் அபிப்பிராயத்தை ஆமோதிக்கலாமென்றும் தோன்றக் கூடும்.

சங்கீதக் கருவிகளுக்குள்ளே தலை சிறந்தது வீணை என்று சொல்லவே வேண்டியதில்லை. பாரத தேசத்தின் சங்கீதத்துக்குச் சின்னமாக விளங்குவது வீணைதான். சங்கீததேவதை பயிலக் கூடியவாத்தியம்ஒன்றுஉண்டானால்அது வீணையாகத்தான் இருக்க வேண்டும். தனம்மாள் வீணை வாசிக்கும்போதோ, சங்கீத தேவதை நமது எதிரில் வந்து உட்கார்ந்து வாசிப்பது போலவே பிரமை கொள்கிறோம்.

ஆனால் அம்மாள் பாடும்போது இந்த பிரமை நீங்கி விடுகிறது என்பதை ஒப்புக்கொள்ளத்தான் வேண்டும். வயது கொஞ்சமா, நஞ்சமா? அறுபதுக்கு மேலல்லவா ஆகிறது? சாரீரத்தில் இனிமை போய்விட்டது. எனவே, வீணையின் இனிமையை மிகைப்படுத்திக்காட்ட அம்மாளின் சாரீரம் ‘பகைப்புல’ னாகப் பயன்படுகிறதென்றே சொல்லலாம். ஆனாலும் அவருடைய பாட்டு எத்தகைய பாட்டு ! என்ன பிடிப்பு ! என்ன அழுத்தம்! என்ன கமகம்?

ஒருவருடைய ஹிருதய உணர்ச்சி முழுதும் பாட்டின் வழியாய் வெளிப்படக் கூடுமானால், அது தனம்மாளின் பாட்டிலேதான். அம்மாளுக்கு இரண்டு கண்ணும் தெரியாது. ஆனால் அவர் பாடும்போது சிற்சில சமயம் அவருடைய கண்களிலிருந்து ஓர் அற்புத ஒளி வெளியாவதைக் காணலாம்.

இனிமேல் இங்கு நான் எழுதப்போவது வெளியூர் நேயர்களுக்கு மட்டும். அதாவது சென்னை வாசிகளுக்கு ஏற்கனவே நன்கு தெரிந்த விஷயம்.

நேயர்களே! சென்னை நகரத்தின் சங்கீத சபா உலகத்தில் சென்ற சில காலமாக ஒரு பெரிய புயல் அடித்துக்கொண்டிருக்கிறது. ஒரு யுகப் புரட்சி நடக்கிறது. ஒரு... என்னவென்று சொல்ல முடியாத தடபுடல் ஏற்பட்டிருக்கிறது. இதற்கெல்லாம் காரண பூதமானவர், ஒரு புது பாகவதர், பெயர்: வைக்கம் கவாய் பிரம்ம ஸ்ரீ விசுவநாத பாகவதர். இவர் முற்றும் புதிய காலட்சேபங்களை முழுதும் புதிதான முறையில் செய்து காலட்சேபப் பிரியர்களின் உள்ளங்களையெல்லாம் கொள்ளை கொண்டு - சூறையாடி - விழுங்கி வருகிறார். கூடிய சீக்கிரத்தில் ஒரு பெரிய மகா ஸதஸ் கூடி 'காலட்சேப சக்கரவர்த்தி' என்னும் பட்டத்தை அவருக்கு அளிக்கப் போவதாகவும் வதந்தி உலாவுகிறது.

சென்னை நகரெங்கும் இவருடைய பிரதாபமே இப்போது பேச்சாயிருக்கிறது. "இத்தனை நாளாக எங்கே மறைந்திருந்தார், ஐயா, இந்த பாகவதர்!" என்று மூலைக்கு மூலை ஜனங்கள் ஆச்சரியத்துடன் பேசுகிறார்கள். "என்ன காமிக் அடிக்கிறார், ஐயா, இவர்?" என்று வேறு சிலர் வியக்கின்றார்கள்.

விஷயம் விளங்கிற்றா? அதாவது இந்த பாகவதருடைய மகத்தான வெற்றியின் இரகசியம்? ஹிந்துஸ்தானி சங்கீதம் இவர் நன்றாய்ப் பாடுகிறார்; வாஸ்தவந்தான். ஆனால் இவ்வளவு பிரபலம் அடைந்ததற்குக் காரணம் இவருடைய சங்கீதத் திறமையல்ல ; ' காமிக் அடிக்கும்' திறமைதான்!

அதுவும் 'காமிக்' என்றால் எப்படிப்பட்ட ' காமிக்?' கேவலம் மிகமிகக் கீழ்த்தர விகடப் பத்திரிகைகளும், விதூஷகர்களும் கூடக் கிட்ட வரத் துணியாத காமிக் ஆகும். உதாரணமாக, உங்களுக்குத் தேவையானால் சில விகடப் பத்திரிகைகளில் காமத்தை அடிப்படையாகக் கொண்ட காமிக் நீங்கள் படிக்கலாம். கக்கூஸ் விகடங்கள் படிக்கலாம்; கைம்பெண்களைப்பற்றிய கோர

விகடங்கள் படிக்கலாம். இவைகளைக் கீழ்த்தர விதூஷகர்களிடமும் கேட்கலாம். ஆனால் இவர்களெல்லாம் கூட விகடம் செய்யத் துணியாத ஒரு விஷயம் இருக்கிறது. அது தான் ஒரு ஸ்திரீயின் கர்ப்பம் தரித்த நிலை. கர்ப்பிணியான ஒரு பெண்மணியை அந்நிலையில் தெய்வாம்சம் வாய்ந்தவளாகக் கருதி விசேஷ மரியாதையுடன் நடத்துவதும், பேசுவதும் உலகத் திலே நாகரிக மக்கள் அநுசரிக்கும் முறையாகும். அத்தகைய விஷயத்தைப் பற்றித் தைரியமாக 'காமிக்' அடித்து, சென்னை சங்கீத சபைகளின் முன் வரிசைப் பிரமுகர்களை விழுந்து விழுந்து வயிறு புண்ணாகும்படி சிரிக்கப் பண்ணுகிறவர் நமது புது பாகவதர். சங்கீத சபைக் காரியதரிசிகள் இந்த பாகவதருக்கு அட்வான்ஸ் சன்மானம் கொடுத்துத் தங்கள் தங்கள் சபைகளுக்கு முன்கூட்டியே அமர்த்துவதில் வியப்பென்ன?

* * *

"க்ஷிப்ராக்யானம் " அல்லது "பத்மாவதி பதிவிரத்ய மகிமை" நமது புது பாகவதர் செய்யும் புதுக் காலட்சேபம். கதையை ஐந்தாறு வாக்கியங்களில் சொல்லிவிடலாம். ஒரு இராமாயண சாஸ்திரிகள்; அவருடைய பத்தினி. இவர்கள் குழந்தைப்பேறில்லாமல் பகவானைப் பிரார்த்திக்கிறார்கள். "படு அசடான புத்திரன் வேண்டுமா?" மகா புத்திசாலியான பெண் வேண்டுமா?" என்று சுவாமி கேட்கிறார். "படு அசடாயிருந்தாலும் சரி, பிள்ளைதான் வேண்டும்" என்கின்றனர். வரப்பிரசாதத்தினால் பிறக்கும் பிள்ளை தான் க்ஷிப்ரன். அவனுடைய பத்தினி பத்மாவதி. இவர்களுக்கு ஏராளமான புத்திர சந்தானம், க்ஷிப்ரன் விறகு வெட்டி விற்றுக் காலட்சேபம் செய்துவருகிறான். பத்மாவதியின் தூண்டுதலால் இராஜசன் மானம் பெற்றுவரப் போகிறான். அவளுடைய கற்பின் மகிமையால் ராஜாவுக்கு க்ஷிப்ரனைப் பார்த்ததும் சாக்ஷாத் சிவபெருமான்போல் தோன்றுகிறது. காலில் விழுகிறான். வேண்டியதைக் கொடுத்து அனுப்புகிறான்.

இந்தக் கதையை நாலுமணிநேரம் சொல்லவேண்டுமென்றால் கைச்சரக்குப் போட்டேயாக வேண்டுமல்லவா? சாஸ்திரிகளின் பத்தினி கர்ப்பமாயிருக்கும் கட்டத்தில் நமது பாகவதர் கைச்சரக்கைப் போடுகிறார். இராமாயண சாஸ்திரிகள் தமது தர்மபத்தினியைப் பார்த்துச் சொல்கிறார் :- "அடியே! இதென்னடி இது? வயத்தைப் பார்த்தால் வண்ணான்சால் மாதிரி இருக்கு, அஞ்சு மாதந்தான் ஆச்சு என்கிறாயே? வயத்துக்குள் ஒரு குழந்தை இருக்கா? அல்லது ஒரு டஜன் இருக்கா ? இப்பவே இப்படியிருந்தால் ஒன்பதாம் மாதத்தில் எப்படி இருக்கும்? அப்போ நீ நடந்து போகும்போது ஒரு போர்ட்டர்

வச்சு வயத்தைத் தலையால் தாங்கிப் போகும்படியல்லவா செய்யணும் போலிருக்கு..?"

நேயர்களே! முகத்தை அவ்வளவாகச் சிணுக்கிக்கொள்ள வேண்டாம். பாகவதருடைய காமிக்கில் ஒரு கோடிதான் காட்டி யிருக்கிறேன். அவர் இந்த இடத்தில் முக்கால் மணி நேரம் சொல்லியிருக்கிறார்! அது கூட ஆச்சரியமல்ல. அந்த முக்கால் மணிநேரமும் சபையில் ஒரு பகுதியார் விழுந்து விழுந்து சிரித்துக் கொண்டிருந்ததுதான் ஆச்சரியம்!

இந்த அற்புதமான சம்பாஷணையின்போது, கதை கேட்க வந்திருந்து ஸ்திரீ மகாஜனங்களின் மனோநிலை எப்படியிருந்திருக்குமென்று நினைக்கிறீர்கள்? சிலர் முகத்தைச் சிணுக்கிக் கொண்டார்கள்; சிலர் காதைப் பொத்திக் கொண்டார்கள்; இரண்டொருவர் எழுந்து வெளியே போனார்கள். வேறு சிலர், பாவம்! புருஷர்கள் சிரிப்பதைப் பார்த்துவிட்டுத் தாங்களும் சிரிக்க வேண்டுமாக்கும் என்று எண்ணிச் சிரித்தார்கள். அருவருப்புற்ற ஒரு ஸ்ரீமத் பக்கத்திலிருந்த தன் தோழியிடம் சொன்னாள் :

"இதென்னடி அம்மா ! பாகவதர் இங்கேயே பிள்ளை பெற்று விடுவார் போலிருக்கே!"

தன்னுடைய அபிப்பிராயத்தை இவ்வளவு அழகாகச் சுருங்கச் சொல்லி விளங்கவைத்த அந்த ஸ்ரீமதி இருக்கும் திக்கு நோக்கிக் கையெடுத்துக் கும்பிடுகிறேன்.

- ஆனந்த விகடன், *01.09.1933*

6

பூமாலை

நான் தஞ்சை ஜில்லாக்காரன். அந்த விஷயத்தில் கொஞ்சம் பெருமை உண்டு. இந்தக் காலத்தில் "தஞ்சாவூர் ஜில்லா" என்றதும், மற்ற ஜில்லாக்காரர்களுக்கு "மிராசுதார் துயரம்" ஞாபகம் வருகிறது. அந்த விஷயத்திலேதான் தஞ்சாவூர் ஜில்லா இப்போது பேர்போனதாயிருக்கிறது. ஆனால் எப்போதும் இப்படி யிருந்ததில்லை. ஒரு காலத்தில் சங்கீதக்கலையில் தஞ்சாவூர் ஜில்லா முதன்மை ஸ்தானம் வகித்திருந்ததென்பது அனைவரும் அறிந்த விஷயம்.

கர்நாடக சங்கீதத்துக்குப் புத்துயிர் அளித்த ஸ்ரீ தியாகராஜர் தஞ்சை ஜில்லாவில் வாழ்ந்தார். மகா வைத்திநாதய்யரைப் போன்ற வேறொரு சங்கீத வித்வான் இதுவரையில் தோன்றியதில்லையென்று எல்லாரும் ஒப்புக்கொள்கிறார்கள். தமிழ்நாட்டில் காலட்சேபக் கலைக்கு முதன்முதலாகப் பெருமையளித்தவர் தஞ்சாவூர் கிருஷ்ண பாகவதர். திருக்கோடிகாவல் கிருஷ்ணையரின் பிடிலைப் பற்றிச் சொல்ல வேண்டியதில்லை.

இப்படியெல்லாம் பெருமை வாய்ந்த தஞ்சை ஜில்லா இப்போது சங்கீதத்துறையில் பெரிதும் பின்னடைந்திருப்பதைக் குறித்துச் சில சமயம் நான் வருத்தப்பட்டதுண்டு. ஆனால் சென்ற செப்டம்பர் மீ 24உ 5மணியோடு இந்த வருத்தம் மறைந்து விட்டது. செம்மங்குடி சீனிவாசய்யர் ''பக்கல நிலபடி" என்னும் கீர்த்தனத்தில் பல்லவியும், அநுபல்லவியும் பாடினாரோ இல்லையோ, "சரி; சங்கீதத்தில் தஞ்சை ஜில்லா இன்னும் முன்னணியில்தானிருக்கிறது" என்று தீர்மானித்துக்கொண்டேன். ''கர கரப்பிரியா" எனக்குப் பிடித்த இனிமை சொட்டும் ராகங்களில் ஒன்று. செம்மங்குடி அந்த ராகத்தில் மேற்படி கீர்த்தனம் பாடிய போதோ "செவிக்குத் தேன் என்பது ஒன்று உண்டானால் அது இதுதான்" என்று தோன்றியது.

ஒரு சங்கீத வித்வானுடைய தரத்தைப்பற்றிச் சிந்திக்கும் போது நான்கு விஷயங்களை யோசிக்கவேண்டுமென்பது என் கருத்து: 1.சாரீரத்தின் இனிமை, 2.வித்தைத் திறமை, 3.உருப்படிகளைத் தெரிந்தெடுக்கும் ஆற்றல், 4.பாவம் அதாவது பொருளுணர்ந்து உணர்ச்சியுடன் பாடுதல்.

இந்த நான்கு அம்சங்களையும் நான்கு பரீட்சைகளாக வைத்துக்கொண்டால் செம்மங்குடி சீனிவாசய்யருக்கு அன்றைய தினம் பின்வருமாறு 'மார்க்' போட்டிருப்பேன்.

(1)	சாரீர இனிமை	100க்கு	90
(2)	வித்தை	”	90
(3)	தெரிந்தெடுத்தல்	”	80
(4)	பாவம் (உணர்ச்சி)	”	0

தற்காலத்திலுள்ள பிரசித்திபெற்ற வித்வான்களுக்குள் செம்மங்குடி சாரீர நயத்தில் முதன்மை வகிக்கிறார் என்று நினைக்கிறேன். (இதைப் பற்றி அபிப்பிராய பேதம் இருக்கலாம் என்பதை அறிவேன். ஆனால் இது குறித்து விவாதிப்பதற்கு முன் "சாரீர நயம் என்றால் என்ன?" என்பதைத் தீர்மானித்துக்கொள்ள வேண்டும்.) தொண்டையுடன் சேர்ந்து சிலசமயம் அவருடைய மூக்கும் பாடுகிறதென்பது உண்மையே. ஆனால் அதுவும் ஒரு வகை இனிமையுடனேதான் தொனிக்கிறது.

பெயர் பெற்ற வித்வான்கள்கூடச் சிலசமயம் உச்சஸ்தாயிக்குப் போய் சங்கதி போடும்போது, கற்சுவரில் ஆணியால் கீறுவதுபோன்ற சப்தம் உண்டாகிக் காதைப் பொத்திக் கொள்ளலாமா என்று தோன்றுவது உண்டல்லவா? அன்று செம்மங்குடியின் நாலுமணிக் கச்சேரியில் அந்த மாதிரி ஒரு தடவை கூட ஏற்படவில்லை.

வித்வத் விஷயத்தில் செம்மங்குடி தற்போதுள்ள வித்வான்களில் யாருக்கும் பிற்பட்டவர் என்று சொல்லமுடியாது. ஸ்வரங்களும், தாளங்களும், அப்பப்பா! அவரிடம் என்ன பாடு படுகின்றன! விசுவாமித்திரர் அளித்த அஸ்திரங்கள் இராமனிடம் கையைக் கட்டிக்கொண்டு ஆக்ஞைக்கு எதிர்பார்த்து நின்றது போல் செம்மங்குடியிடம் ஸ்வரங்களும், தாளங்களும் கையைக் கட்டிக்கொண்டு நிற்கின்றன. அவை அப்புறம், இப்புறம் போக முயற்சிக்கும் என்ற பயத்துக்கே இடமில்லை. அவை சொன்னபடி கேட்டுக்கொண்டிருக்கும் போதேதான் பாடகர் தாவித்தாவி அவைகளைப் பிடித்து உலுக்கிக்கொண்டு வருகிறாரே? அப்பால் போவதற்கு அவைகளுக்குத் தைரியமேது?

அன்று "எவரிமாட"வும், கடைசியில் பாடிய ஓர் அசட்டுத் தமிழ்ப் பாட்டும் பாடியிராவிட்டால் உருப்படிகளைத் தேர்ந்தெடுக்கும் விஷயத்திலும் அவருக்கு 100க்கு 90 மார்க் கொடுத்திருக்கலாம். சென்ற இரண்டு மாதத்தில் நான் கேட்ட ஐந்து கச்சேரிகளிலும் " எவரிமாட" பாடப்பெற்றதென்றால், பாரதியார் குறிப்பிட்டிருக்கும் "இரும்புக் காது" எனக்கு இருந்தால்கூடக் கொஞ்சம் அலுப்பு ஏற்படுவது இயற்கையேயல்லவா? மற்றப்படி பாடகர் அன்று பாடிய உருப்படிகள் எல்லாம் ஒன்றைவிட ஒன்று மேம்பட்டவையாகவே போய்க்கொண்டிருந்தன. ராக ஆலாபனத்துக்கு ''நாட்டக் குறிஞ்சி" ராகம் எடுத்துக்கொண்டதை முக்கியமாய்க் குறிப்பிட வேண்டும்.

★ ★ ★

கடைசியாக, பூஜ்யம் மார்க் கொடுத்த விஷயத்துக்கு வருவோம். செம்மங்குடி சீனிவாசய்யர் பார்ப்பதற்குப் பரம சாதுவாகக் காணப்படுகிறார். பாவம் என்பதை அறியாதவர் என்று தோன்றுகிறது. அவருடைய சங்கீதத்திலும் பாவம் என்பது துளிக்கூட இல்லை.

பாட்டுக்கு உயிர் அளிப்பது உணர்ச்சிதான் என்பதையே அவர் அறிந்தவராகக் காணப்படவில்லை. ஸாஹித்யத்திற்குப் பொருள் என்பது ஒன்றுண்டு என்பதை அறிந்தவராகக் காட்டிக் கொள்ளவில்லை.

''சிவ சிவ சிவ என ராதா" என்றும் கீர்த்தன பல்லவியை ''ஜிவஜ் ஜிவஜ் ஜிவ என ராதா" என்ற உச்சரிப்புடன் ஒருவர் பாடினால், அவருடைய ஸாஹித்ய ஞானத்தைப் பற்றி என்ன நினைக்கிறீர்கள் ?

கச்சேரிகளில் தமிழ்ப்பாட்டு அதிகமாய் ஏன் பாடப் படுவதில்லை யென்று நான் இதுவரையில் புகார் செய்து வந்தது போக, "தமிழ்ப்பாட்டு இவர் ஏன் பாடுகிறார்?" என்று கருதும்படி யிருந்தது. "திருவடி சரணம்" என்னும் கீர்த்தனத்தை அவர் எவ்வளவோ இனிமையாயும் சாமர்த்தியமாயும் பாடியபோதிலும், அது உயிரற்ற பாட்டாகவே எனக்குத் தோன்றியது.

இதைப் பற்றி நான் ஆச்சரியப்படவில்லை. ஏனென்றால், தென்னாட்டிலேயே சங்கீதத்துக்கு உணர்ச்சி வேண்டும் என்பதை அறிந்த வித்வான்கள் இரண்டு மூன்று பேருக்கு மேல் இல்லை யென்பதை அறிவேன். ஆனால் செம்மங்குடியிடம் மற்ற எல்லா அம்சங்களும் பொருந்தியிருப்பதால், இதுவும் சேர்ந்திருந்தால் எவ்வளவு நன்றாயிருக்கும் என்ற எண்ணத்தினாலேயே இதை எழுத வேண்டியதாயிற்று.

* * *

சீனிவாசய்யர் இளம் வயதினர். வயது 26தான் ஆகிறதாம். சிறுவர்களைப்பற்றிப் பேசும்போது, "நேற்றுக் கோவணங்கட்டாமல் திரிந்தவன்" என்று பெரியோர்கள் சொல்கிறார்களல்லவா? சீனிவாசய்யரும் நேற்றுவரை தலையைப் பின்னிவிட்டுக் கொண்டு மேல்வேஷ்டி இல்லாமல் திரிந்தபிள்ளை. "மாவி" திருவிடைமருதூர் ஹைஸ்கூலில் படித்தபோது, சீனு கோட் வாத்தியம் ஸகாராம் அவர்களிடம் சங்கீத சிட்சை சொல்லிக் கொண்டாராம். அப்போது பார்த்த ஞாபகத்தைக்கொண்டு, 'மாலி' எழுதிய படத்தை இத்துடன் காணலாம்.

நேற்றுவரை இத்தகைய சிறு பிள்ளையாயிருந்த சீனுதான் இப்போது பெரிய தாடி மீசைகளுடன் சங்கீத உலகில் முதன்மை ஸ்தானத்துக்கு அடிபோடுகிறார். இந்த ஸ்தானம் இவருக்குக் கிடைக்காதென்பதில்லை. இளைஞரானதால் முயன்று பெறுவதற்கு வேண்டிய அவகாசமும் வசதிகளும் இருக்கின்றன. ஆனால் புதிய விஷயங்களைப் படிக்க வேண்டும், கேட்க வேண்டும் என்ற ஆவல் இருந்தால்தான் அது சாத்தியமாகும்.

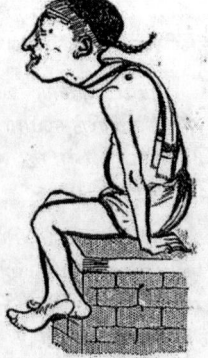

* * *

அன்றைய தினம் பக்கவாத்தியங்களைப் பற்றிக் கொஞ்சம் சொல்ல வேண்டுமல்லவா? இராஜமாணிக்கம் பிள்ளையின் பிடில் கேட்கக்

கேட்க, அந்த வாத்தியத்தில் அவரை மிஞ்சக்கூடியவர் தற்காலத்தில் உண்டா என்ற சந்தேகம் அதிகமாகி வருகிறது.

மற்ற மிருதங்கக்காரர்கள் மிருதங்கப் புலிகளாயும், சிம்மங்களாயும், கரடிகளாயும் இருக்கலாம்; அப்படிப்பட்ட வர்களைக் கொண்டு மிருதங்கத் தனிக் கச்சேரி நடத்துங்கள்; ஆனால் பாட்டுக் கச்சேரிக்குப் பக்கவாத்தியமாக வாசிக்க வேண்டுமானால் முதலில் கோதண்டராமய்யரைத் தேடுங்கள் என்றுதான் சொல்வேன்.

கடம், கஞ்சிரா வாத்தியக்காரர்களும் தங்களுடைய கரங்களின் பலம் முழுவதையும் பிரயோகித்துக் கூடியவரையில், சப்தம் உண்டாக்கினார்கள். ஆனால் அவைகளைப் பற்றி என்னுடைய பொது அபிப்பிராயம்தான் உங்களுக்கு முன்னமே தெரியுமே.

* * *

கடைசியாக, இவ்வளவு அருமையான கச்சேரியை ஏற்படுத்திக்கொடுத்து நாலரை மணி நேரம் எங்களைப் பரவசத்தில் ஆழ்த்திய சபை நிர்வாகிகளுக்கு நன்றி கூறுதல், பொதுக்கூட்டங்களில் சொல்வதுபோல், எனது சந்தோஷகரமான கடமையாகின்றது. சபையின் பெயர் "மெட்ராஸ் மியூசிக் அஸோஸியேஷன்" என்று நினைக்கிறேன். (தவறாயிருந்தால் மன்னிக்கவும். ஏனென்றால், தற்சமயம் தமிழ்நாட்டில் பொங்கி வழிந்துகொண்டிருக்கும் சங்கீதாபிமானத்தின் பயனாகப் புதியபுதிய சங்கங்களும் சபைகளும் ஏற்பட்டு வருகின்றன. அவைகளைத் தனித்தனியே ஞாபகம் வைத்துக்கொண்டிருத்தல் இயலாத காரியமாயிருக்கிறது.) ஆனால் சபையின் தலைவர் இன்னார் என்பதை மறக்க முடியாதபடி தெரிந்துகொண்டேன். அந்தக் கதையைக் கொஞ்சம் சொல்லிவிடுகிறேன்.

பாதிக்கச்சேரியில், பாடகர் ஒரு கீர்த்தனத்தின் அநுபல்லவியைப் பாடிக்கொண்டிருந்தபோது, சபையின் காரியதரிசி இரண்டு பெரிய ரோஜாப்பூ மாலைகளுடன் ஆஜரானார். வித்வான்களுக்குத்தான் போடப் போகிறாராக்கும் என்று முதலில் நினைத்தேன். ஆனால் சபையின் முன்னணியில் உட்கார்ந்திருந்த ஒரு பெரிய மனிதர் பக்கத்தில் வந்து மாலை சூட்டப் போனார். அந்தப் பெரிய மனிதர் தமக்கு வேண்டாமென்பதற்கு அறிகுறி யாகக் கைகளைத் தூக்கி மறித்தார். காரியதரிசி பிடிவாதம் செய்தார். பெரிய மனிதர் "வேண்டாம், வேண்டாம்" என்றார்.

இதற்குள் சபையில் கிளர்ச்சி உண்டாயிற்று. "போட்டுண்டு தொலையுங்களேன், ஸார்!" என்றார் ஒருவர்.

“வேண்டாமென்றால் விட்டுவிடறதுதானே?'' என்றார் மற்றொருவர்.

“கச்சேரி கேட்கவந்தோமா ? மாலைமாற்றும் காட்சி பார்க்க வந்தோமா?” என்று முணு முணுத்தார் இன்னொருவர். இத்தனை கோல்மாலுக்குக் காரணமானவர் யார் என்று அருகிலிருந்தவரைக் கேட்டேன். “என்னை ஏன் கேட்கிறீர்கள்? அவருடைய அங்கவஸ்திரத்தின் ஓரக் கரையைப் பாருங்கள்” என்றார். அதில் ‘டபிள்யூ. துரைசாமி அய்யங்கார்’ என்று நெடுக அச்சுக் குத்தப்பட்டிருந்தது. ஸ்ரீமான் அய்யங்கார் அவர்கள் பிறர் பார்த்துத் தெரிந்துகொள்வதற்காக அவ்வாறு அச்சிட்டுக் கொண்டிருக்கிறாரா, அல்லது அவருக்கே தாம் யாரென்பது மறந்து போய்விட்டால் என்ன செய்கிறதென்ற பயமா, தெரியவில்லை. எப்படியானாலும், சங்கீத உலகத்தில் பிரசித்திபெற்ற ஸ்ரீமான் டபிள்யூ. துரைசாமி அய்யங்காரைப் பார்த்ததில் எனக்குச் சந்தோஷந்தான்.

விடேன் தொடேன் என்று காரியதரிசி கடைசியில் அய்யங்கார் கழுத்தில் மாலையை மாட்டிவிட்டார். மேற்படி மெட்ராஸ் மியூஸிக் அஸோஸியேஷனின் அக்கிராசனர் அவர் என்றும், அதற்காகத்தான் காரியதரிசி அவ்வளவு பிடிவாதம் பிடித்தார் என்றும் பக்கத்திலிருந்தவர் சொன்னார். பிறகு, காரியதரிசி மற்றொரு மாலையை அய்யங்கார் கையில் கொடுத்து அருகிலிருந்த ஸாமி வேங்கடாசலம் செட்டியாருக்குப் போடும்படி கேட்டுக் கொண்டார். செட்டியார் அன்றையக் கச்சேரிக்கு அக்கிராசனர் என்று தெரிந்தது.

இவ்வளவு நேரமும் பாடகர் பாட்டை நிறுத்திவிட்டு உட்கார்ந்திருந்து எல்லாம் முடிந்தபிறகு விட்ட இடத்தில் தொடங்கினார். பாவம்! சபையின் இரட்டைத் தலைவர்களுக்கு ரோஜா பூமாலை போட்டார்களே யொழிய, பாடகருக்கு ஒரு கீஜாப்பு மாலைகூடக் கிடையாது.

இது சம்பந்தமாக, சென்னையில் புதிதுபுதிதாக முளைத்து வரும் சங்கீத சபைகளின் அக்கிராசனர்கள் அனைவரையும் நான் வணக்கமாய் வேண்டிக்கொள்வதாவது: “சுவாமிகளே! பாட்டுக்கோஷ்டிக்கு மாலை போடுவதென்னும் பழைய கர்நாடக சம்பிரதாயம் ஒழிந்து உங்களுக்கே மாலை சூடிக்கொள்வதென்னும் நாகரிகம் ஏற்பட்டு வருவதுபற்றி மிகவும் சந்தோஷம். ஆனால் தயவுசெய்து அதிகமாய் உபசாரம் மட்டும் பண்ணிக்கொள்ளாதீர்கள். காரியதரிசி மாலையை எடுத்துக்கொண்டு வந்ததும் உடனே கழுத்தை நீட்டிப் போட்டுக்கொண்டு விடுங்கள். அப்போது கச்சேரிக்கு இடையூறு இல்லாமல் இருக்கும்'' என்பதே.

- ஆனந்த விகடன், 20.10.1933

7
பிரஹ்லாதன் சரித்திரம்

சென்ற சனிக்கிழமை சாயங்காலம் ஆறுமணிக்கு கிரௌன் தியேட்டரை அடைந்தபோது, வாசலில் ஒரு பெரிய கும்பல் கூடியிருந்ததைக் கண்டேன். இந்தக் கூட்டம் "பிரஹ்லாதன் சரித்திரம்" பார்க்கக் கூடியதா, அல்லது ஒலிபெருக்கியின் பிரம்மாண்டமான குரலில் அப்போது தியேட்டரிலிருந்து புறப்பட்டுக்கொண்டிருந்த

"வாங்க வாங்க ... களா!"

என்ற கிராமபோன் பாட்டைக் கேட்கக் கூடியதா என்ற சந்தேகம் உண்டாயிற்று. "பிரஹ்லாதன் சரித்திரம்" பார்க்க வருவோருக்கு நல்ல வரவேற்பல்லவா! சீ! தமிழ்நாடு எவ்வளவு வீழ்ச்சியடைந்து விட்டது! இந்த ஆபாசப் பாட்டைக் கேட்டு இவ்வளவு நாளாய் சகித்துக்கொண்டிருக்கிறோமே? "வேதத்தைக் கேட்ட காதில் ஈயத்தைக் காய்ச்சி ஊற்று" என்ற ஒரு பயங்கர விதியை மனுவின் தலையில் போட்டிருக்கிறார்கள். ஆனால் இந்தப் பாட்டை இன்பத்துடன் கேட்கும் காதுக்குத்தான் அது தக்க தண்டனையாகும்..! இப்படி எண்ணிக்கொண்டேயிருக்கும்போது கூட்டத்தில் புகுந்து விலக்கிக்கொண்டு வெகுவிரைவாய்ச் சென்று கொண்டிருந்த ஒரு பையன் என் சட்டைப் பையை அவசரமாய்த் தடவிவிட்டுப் போனான். துரதிஷ்டக்காரப் பயல்!

★ ★ ★

கேட் திறந்ததோ இல்லையோ, ஒரே ரகளைதான். பிற்பகல் காட்சியைப் பார்த்துவிட்டு வெளியில் வருவோரும், மாலைக் காட்சி பார்ப்பதற்காக உள்ளே செல்வோரும், இடைவழியில் நின்று டிக்கட் வாங்குவோருமாக ஒருவரையொருவர் முட்டித் தள்ளிக்கொண்டு துவந்த யுத்தம் செய்யலாயினர். போகிற வருகிற

வழியிலேயே டிக்கட் வாங்கும் இடம் அமைத்திருப்பது வெகு நல்ல ஏற்பாடு. அவரவர்களின் தேகபலத்தைப் பரீட்சித்துக் கொள்ள சந்தர்ப்பம் ஏற்படுகிறது. 'தியேட்டர்' காரர்கள் இந்த ஏற்பாட்டை மாற்றிவிடாமலிருக்க வேண்டுமேயென்று தெய்வங்களைப் பிரார்த்திக்கிறேன்.

ரகளையெல்லாம் ஒருவாறு ஓய்ந்தபிறகு உள்ளே போய்ச் சேர்ந்தோம். விளக்கு அணைந்தது. காட்சி ஆரம்பமாயிற்று. முதலில் மைசூர் அரண்மனை வித்வான் பி.எஸ்.ராஜா அய்யங்காரின் பாட்டு. ஒன்றே ஒன்றுதான் பாடினார். அது மாருதியைப் பற்றியது என்று தெரிந்தது. "அடே அப்பா! அனுமார் பாட்டே இவ்வளவு நன்றாயிருக்கிறதே! இன்னும் சுக்ரீவன், விபீஷணன், இராமர், இலட்சுமணர், சீதை இவர்களைப் பற்றிப் பாடினால் எவ்வளவு நன்றாயிருக்குமோ" என்றெண்ணித் திகைத்துப் போனோம்.

★ ★ ★

பிறகு கால்மணி நேரம், காட்டப் போகும் காட்சிக்கு யாரார் பொறுப்பாளிகள் என்பது தெரிவிக்கப்பட்டது. சினிமாக்கள், டாக்கிகள் இவைகளில் இது ஒரு நல்ல அம்சமாகும். பேர்வழிகள் ஒளித்து வைக்கப்படுவதில்லை. காட்சியின் இந்த இந்த அம்சத்துக்கு இன்ன இன்னார்தான் பொறுப்பாளி என்னும் உண்மையை முதலிலேயே கக்கி விடுகிறார்கள். படம் கல்கத்தாவில் எடுக்கப்பட்டது. படமெடுத்தவர் ஒரு வங்காளி. குத்தகைதார் ஒரு ஸேட். நடித்தவர்களும், நடத்தி வைத்தவரும் மட்டும் தமிழர்கள். எல்லா அம்சங்களுக்கும் தமிழர்களே பொறுப்பாளிகளாய் ஏற்படும் தமிழ் டாக்கிகள் கூடிய சீக்கிரம் ஏற்படும் என்று எதிர்பார்ப்போம்.

புராண சம்பந்தமான பெரும்பாலான கதைகளில் வருவதுபோல, க்ஷீராப்தி சயனந்தான் முதல் காட்சி. திருப்பாற் கடலின் மத்தியில் ஆதிசேஷ சயனத்தின் மேல் திரு நாராயணன் கண் வளர்கிறார். ஸ்ரீமதி லக்ஷ்மிதேவி அவருடைய பாதங்களை வருடுகிறாள். (திரு நாராயணனுக்கு ஏன் இப்படிக் கால் வலிக்கிறதோ, தெரியவில்லை.) அலைகள் அவர்கள்மீது மோதுகின்றன். "இந்தப் பக்கமாய் ஏதாவது ஸ்டீமர் வந்து விட்டால் என்ன செய்கிறது?" என்று எனது

நண்பர் கவலைப்பட்டார். இந்தமாதிரி அசந்தர்ப்பக் கேள்விகள் போடுவதில் அவர் வெகு சமர்த்தர்.

அப்பொழுது அங்கே தேவலோக சி.ஐ.டி. இலாகா தலைவரான நாரதர் பாடிக்கொண்டு வந்து சேருகிறார். பூலோகத்திலே இரணியன் செய்கிற அக்கிரமங்களைப் பற்றி வசனத்தில் ரிபோர்ட் செய்கிறார். இவ்வாறு கதை ஆரம்பமாகிறது.

பிரஹ்லாதன் கதை அனைவரும் அறிந்ததே. ஆகவே கதையை இங்கு விவரிக்க வேண்டியதில்லை. (1) பாட்டு, (2) பேச்சு, (3) வேஷம், (4) நடிப்பு இவைகளைப் பற்றி மட்டும் தனித்தனியே எழுதினால் போதுமென்று நினைக்கிறேன்.

1. பாட்டு

எல்லோரும் சுமாராய்ப் பாடினார்கள். ஆனால் ஒவ்வொருவருக்கும் தொண்டை கட்டியிருந்தது. "எல்லோருக்கும் சேர்ந்தாற்போல் தொண்டை கட்டியிருக்குமா? ஒருவேளை டாக்கி இயந்திரத்தின் பிசகோ, என்னமோ?" என்று அருகிலிருந்த நண்பரிடம் கூறினேன். அவர் "அதெல்லாம் இல்லை. மழைகாலமல்லவா ? 'பில்ம்' ஒருவேளை நனைந்து போயிருக்கும். அதனால் எல்லாப் பாத்திரங்களுக்கும் தொண்டை கட்டியிருக்கலாம்" என்றார். இதை நான் ஒப்புக்கொள்ள முடியவில்லை. " தப்பு, ஸார்! மழையில் நன்றாய் நனைந்திருந்தால் தொண்டைக்கட்டு சரியாய்ப் போயிருக்குமே" என்றேன். ஆகவே, உண்மை இன்னதென்று புலனாகவில்லை.

நடிகர்கள் எல்லாரும் இரணியன் உள்பட பெரிய சங்கீதப் பிரியர்களாகக் காணப்பட்டார்கள். ஒருவர் பாடும்போது இன்னொருவர் குறுக்கிடுவதேயில்லை. இரணியன் மகா கோபாக்கிரந்தனாயிருக்கும்போதுகூட, பிரஹ்லாதன் ஹரியின் புகழைப் பற்றிப் பாடும் பூசாப்பாட்டையும் கேட்டுவிட்டுத்தான் அவன்மீது கோபித்துக்கொண்டான். ஆனால் ஒரே ஒரு சமயத்தில் மட்டும் அவன் கொஞ்சம் ரஸ தப்பாய் நடந்துகொண்டதாய்த் தோன்றியது. "குலந் தரும் செல்வந் தந்திடும்..." என்னும் பாட்டைப் பிரஹலாதன் சொல்லி வந்தபோது இராக ஆலாபனம் முதற்கொண்டு பொறுமையாய்க் கேட்டுவந்த இரணியன் "நான் கண்டுகொண்டேன் " என்று பிரஹ்லாதன் சொன்னதும் அவனைத் திடீரென்று பிடித்துத் தள்ளிவிட்டான். ஓர் அரை விநாடி அவசரப்பட்டுவிட்டான் என்று தோன்றியது; "நாராயணா'' என்று சொன்ன பிறகு தள்ளியிருக்கலாம். ஆனால் அசல் இரணியனா

யிருந்தால் அப்படிச் செய்திருப்பான். இந்த இரணியனுக்குத்தான் அடுத்தாற்போல் "நாராயணா" வரப்போகிறதென்று தெரியுமே?

2. பேச்சு

பேச்சென்றால் பேச்சா? அவ்வளவும் மணியான பேச்சு. நெட்டுருப் பண்ணினதை ஒன்றுவிடாமல் நன்றாய் ஒப்புவித்தார்கள். தவறிப்போனதைத் திருத்திக்கொண்டுகூட ஒப்பித்தார்கள் என்றால் கேட்பானேன்? ஒருமுறை இரணியன் "செங்குத்..." என்று தொடங்கியவன், அதை அப்படியே நிறுத்தி, மறுபடியும் "குண்டுக் கட்டாய்க் கட்டிச் செங்குத்தான பாறையிலிருந்து உருட்டிவிடுங்கள்'' என்றான். எல்லாரும் கணீரென்று பேசினார் கள். ஆனால் அந்தக் காலத்து மனிதர்களுக்கு இரகசியம் பேசத் தெரியாது போலிருக்கிறது. ஒவ்வொருவரும் எதிரிலிருப்பவரைச் செவிடு என்று நினைத்தாற்போல் காணப்பட்டது. புருஷன் மனைவி அந்தரங்கமாய்ப் பேசும் போதும், சதியாலோசனைக்காரர்கள் சூழ்ச்சி புரியும்போதுங்கூட அவர்கள் பேச்சு சுமார் ஒரு மைல் தூரம் கேட்கும் போலிருந்தது.

மற்றொரு விஷயம். பேசும்போது அவர்களுடைய வாயைக் கவனித்தால் எந்தெந்தச் சப்தத்துக்கு எந்தெந்த அவயவம் உபயோகப்படுகிறது என்பது நிச்சயமாய்த் தெரியவரும். உதடுகள் திறப்பது, மூடுவது, நாக்கு மேலண்ணத்தைத் தொடுவது, தொண்டைப் பக்கம் வளைவது முதற்கொண்டு நன்றாய்த் தெரிந்தது. அவ்வளவு நிறுத்தி, நிதானமாய்ப் பரபரப்பின்றி, எழுத்தெண்ணிப் பேசக்கூடியவர்களை மனிதர்களுக்குள் நான் பார்த்தது கிடையாது. தேவர் களும், ராக்ஷதர்களும்தான் கேவலம் மனிதர்களுக்குப் புரிய வேண்டுமே என்பதற்காக அப்படிப் பேசுவார்கள் போலும்!

தேவர்கள், அசுரர்கள் என்றதும் மற்றொரு விஷயம் ஞாபகம் வருகிறது உருவத்திலோ, செயலிலோ, நடை உடை பாவனைகளிலோ இந்தக் காட்சியில் வரும் தேவர்களுக்கும் அசுரர்களுக்கும் வித்தியாசம் எதுவும் காணப்பட வில்லை. ஆனால் பேச்சில் ஒரே ஒரு விஷயத்தில் வேற்றுமை தோன்றியது. தேவர்கள் தமிழ்மொழியின் இடையின 'ர'கரத்தைச் சரியாய் உச்சரித்தார் கள். ராக்ஷதர்களோ அதை 'ற' கரமாக்கியே உச்சரித்தார்கள். "நாறதா! அந்தத் திருடன் நாராயணன் பெயறை உறைக்காதே ..!" "நான் வீறனானால், இந்தக் குறுறச் செயல் புறிந்த இந்திறனை மயிறைப் பிடித்துக் கறகற வென்றிழுத்து..." என்பதுபோன்றே "இறணியன்" எப்போதும் பேசினான்.

பிரஹ்லாதன் பரமபக்தன் என்பதில் சந்தேகமில்லை. ஆனால் அந்தமாதிரி அவன் பிராஸம் போட்டுப் பேசியதானது எந்தத் தகப்பனுக்கும் கொஞ்சம் கோபம் வரத்தான் செய்யும் என்று தோன்றிற்று.

"மாதர்கள் மணியே மதியூக தேவியே
மானே விடைதந்து தானேயனுப்புவாய்"

முதலியவைகளைப் பாட்டிலேதான் சகித்துத் தொலைக்கிறோம். வசனத்திலேகூட மோனையும் பிராஸமும் வருவதாயிருந்தால்?

"அருள்புரிவாய் நேராய்!
என்னைக் கடைக்கண் பாராய்!
மனக்கவலை தீராய்!'' என்றும்,

"இங்கிருப்பதால் எனக்கென்ன ஊனம்
பெற்றேனன்றே ஈசன் தர்சனாமிர்த பானம்"

என்றும்,

"இது என்ன மாயம்?
செய்வதறியேன் உபாயம்
நன்று நன்று உமது நியாயம்"

என்றும் பேசுகிற பிள்ளையின் மேல் தகப்பனுக்குக் கோபம் வருவது இயற்கை என்றே தோன்றுகிறது.

" பிரம்மாவைக் கேட்டால், 'தாடி என்னுடையதில்லை' என்று சொல்லிவிடுவார்" என்று மற்றவர் பதில் கூறினார்.

என்ன இருந்தாலும் பாதகமில்லை. இந்தமட்டில் கொஞ்சம் பேசுகிறார்களே, அதுவும் எல்லாருக்கும் விளங்கும்படி தெளிவாக இருக்கிறதே என்று சந்தோஷப்பட்டோம்.

3. வேஷம்

வேஷப் பலிப்பைப் பொருத்தவரையில், இரணியன் இன்னும் கொஞ்சம் இரணியன்மாதிரி இருக்கலாம். பிரஹ்லாதன் இன்னும் கொஞ்சம் சிறு பிள்ளையாயிருக்கலாம். பாக்கி வேஷங்கள் எல்லாம் ஏறக்குறைய பொருத்தந்தான். கிராமபோன் பிளேட்டில் ஸ்ரீமதி பி. சாரதாம்பாளின் இனிமையான பாட்டுகளைக் கேட்பவர்கள், அந்த அம்மாளுக்குக் கயாது (இரணியன் மனைவி லீலாவதி என்றால் எல்லாருக்கும் நன்றாகத் தெரிந்துவிடுமென்று இந்தப் பெயரிடப்பட்டிருந்தது.) வேஷம் அவ்வளவு நன்றாய்ப் பலிக்குமென்று எதிர்பார்த்திருக்க மாட்டார்கள். நான்கூட நம்ப முடியவில்லை. நோட்டீஸில் அச்சடித்திருந்ததைப் பார்த்த பிறகுதான் நம்பினேன்.

இரணியன் காட்டில் ஆயிரக்கணக்கான வருஷங்கள் தவம் புரிந்த பின்னர் தபோக்கினியால் சூழப்பட்டிருக்கிறான். அப்போது பிரம்மா பிரசந்தமாகிறார். பிரம்மாவுக்கு ஒரே முகந்தான் இருந்தது. பாக்கி மூன்று தலையையும் இரணியனுக்குப் பயந்து எங்கேயாவது பத்திரப்படுத்திவிட்டார் போலிருக்கிறது. இரணியனைச் சூழ்ந்திருந்த தபோக்கினி தணிகிறது; நீண்டு வளர்ந்திருந்த அவனுடைய கரிய தாடியைப் பார்த்ததும் "எப்படி இது நெருப்பில் எரியாமல் இருந்தது?" என்று நண்பர் கேட்டார். "தேகம் எரியாமலிருந்தபோது தாடி எரியாமல் இருந்ததில் வியப்பில்லை. ஆனால் அந்தத் தாடிக்கு எண்ணெய் தடவி வாரி இவ்வளவு கருகருவென்று வளர்த்தது யார்?" என்று இன்னொருவர் வினவினார்.

வேறொரு சினிமாக் காட்சியில் இரணியன் தவத்தைப் பற்றி நான் கேள்விப்பட்டதை உத்தேசிக்கும்போது இது ஒன்றும் பிரமாதமில்லையென்று தோன்றியது. அக்காட்சியில் இரணியன் இருபது லட்சம் வருஷமோ, என்னமோ தவம் செய்கிறான். தவம் முடிந்து வரம் பெற்று எழுந்துசெல்லும்போது கொண்டுவந்த பட்டு உருமாலையைக் கீழேயிருந்து மடிப்புக் கலங்காமல் எடுத்து மேலே போட்டுக்கொண்டு செல்கிறான்! இதை நண்பர்களிடம் சொன்னேன்.

"சரிதான். ஆனால் இந்தப் பிரம்மாவின் தாடி இவ்வளவு வெளுப்பாயிருக்கிறதே, என்ன காரணம்? பிரம்மாவுக்கு வயது இப்போது 51தானே? அப்போது இன்னும் இளமையாய்த் தானே இருந்திருக்க வேண்டும்?" என்றார் நண்பர்.

4. நடிப்பு

நடிப்பு நன்றாயிருந்த பாகங்கள் இடையிடையே வந்தன. ஆனாலும் கயாதுவின் தோழி சந்திரகலாவுக்குத்தான் நடிப்பில் முதல் பரிசு கொடுக்க வேண்டும். இந்தம்மாள் ஒரே ஒரு தடவை தான் வாய் திறந்தாள். "பூஜைக்குரிய சாமக்ரியைகளைச் சேகரித்துக் கொண்டு வா" என்று கயாது தோழிக்குக் கட்டளையிடுகிறாள். அப்போது அவள்" அப்படியே ஆகட்டும்" என்று அரண்மனை கிடு கிடுக்கும்படி சத்தம் போட்டு, ஒரு முறைப்பு முறைத்து விட்டுப் பேசாமல் உட்கார்ந்திருந்ததைப் பார்த்தவர்கள், அதைவிடச் சிறந்த நடிப்பை எங்கேயும் எதிர்பார்க்கமாட்டார்கள்.

அடுத்தாற்போல், பிரஹ்லாதனைப் பலவகைத் தண்டனைகளுக்கும் உள்ளாக்குவதற்காக அழைத்துப் போகும்

ராட்சதர்களைக் குறிப்பிட வேண்டும். வானம் இடிந்து விழுந்தாலும் ஆச்சர்யம் அடையாத மனிதர்கள் என்றால் அவர்கள் தான். பிரஹ்லாதன் யானைக்குத் தப்புகிறான். உடனே அதை எதிர்பார்த்தவர்கள்போல், “சரி, வா போகலாம்” என்று அழைத்துப் போய்க் கொலைக் களத்தில் விடுகிறார்கள். அதற்குத் தப்பினதும் அவசரஅவசரமாய்த் தீயில்போட அழைத்துச் செல்கிறார்கள். இவ்வாறு அதி துரிதமாய்க் காரியத்தை முடித்து இரணியனிடம் கொண்டுபோய்ச் சேர்க்கிறார்கள்.

பிரஹ்லாதனைக் கொல்ல ஏவப்படும் யானையின் நடிப்பையும் கட்டாயம் சொல்ல வேண்டும். அது நாஸ்திக யானையோ, என்னமோ தெரியவில்லை. எப்படியானாலும் அது பரமபாகவத சிரோமணியான பிரஹ்லாதாழ்வானை அப்பிரதட்சணம் செய்து அவமதித்ததை என்னால் மறக்க முடியாது. ஆனால் சங்கீதத்தில் அதற்குப் பிரமையுண்டென்று தெரிந்தது. பிரஹ்லாதன் பாடி முடிக்கும் வரையில் பொறுத்திருந்து அப்புறந்தான் அப்பிரதட்சணம் ஆரம்பித்தது.

கடைசியாக நரசிம்மாவதாரத்தின் நடிப்பு. இது எல்லாவற்றையும் தூக்கி அடித்தது என்பதில் சந்தேகமில்லை. சாதாரணமாய் நாடகங்களில் நரசிம்மாவதாரம் வரும்போது சிலருக்கு ஆவேசம் வந்துவிடும் என்று நண்பர் சொன்னார். எங்களுக்கு அப்படி ஒன்றும் வரவில்லை. ஆனால் ஒரே பயங் கரம் எங்கள் மனதில் குடிகொண்டது. பயங்கரத்துக்குக் காரணம் என்னவென்கிறீர்களா? ஐயோ ! நரசிம்மத்தின் தலையிலிருந்து சிங்கமூஞ்சி கழன்று விழுந்துவிட்டால் என்ன செய்கிறது என்று தான்! நல்ல வேளையாய் அப்படியொன்றும் நேரவில்லை.

இந்த டாக்கியில் சப்தஜாலங்கள் சில நிகழ்ந்தன. அதாவது நாரதர் ஒற்றைத் தந்தி தம்புரு மீட்டிக்கொண்டு பாடுவார். ஆனால் எங்கிருந்தோ ஹார்மோனிய, மிருதங்கச் சத்தம் கேட்கும். ஒரு காட்சியில் இருவர் இருந்தால் திடீரென்று ஒருவர் மறைந்து மற்றொருவர் மட்டும் காணப்படுவார்; மறைந்தவர் பாடுவது மட்டும் கேட்டுக்கொண்டேயிருக்கும். பாம்புப் பிடாரன் மகிடியைக் கையில் வெறுமனே பிடித்துக்கொண்டு கூத்தாடுவான். மகிடிச் சத்தம் வேறெங்கிருந்தோ புறப்பட்டுக் கொண்டேயிருக்கும். ஆனால் நரசிம்மாவதாரத்தின் வாய் மூடியபடியேயிருக்க, எங்கிருந்தோ சிம்ம கர்ஜனை கிளம்பியதுதான் எல்லாவற்றையும்விடப் பெரிய சப்த ஜாலம், எனலாம்.

★ ★ ★

இப்போது, இந்தப் பேசும் படக்காட்சியைப் பற்றி மொத்தத்தில் எனது அபிப்பிராயத்தைத் தெரிவிக்கிறேன். இது பார்க்கத் தகுந்த காட்சி என்பதில் சந்தேகமில்லை. “சிறு பையன்கள் என்ன வேஷம் போட்டு எப்படி நடித்தாலும் நன்றாய்த்தானிருக்கும்” என்னும் எனது அபிப்பிராயம் உறுதிப்பட்டது. பையன் பாடிய பாட்டுக்கள் சில கேட்டு அநுபவிக்கக் கூடியவையா யிருந்தன. எல்லாவற்றிலும் முக்கியமாக, இந்தக் காட்சியில் அனுசிதம், ஆபாசம் என்பது அணுவளவும் கிடையாது. முழுதும் தூய்மையானது. தாய்மார்கள், சகோதரிகள், குழந்தைகளைப் பக்கத்தில் உட்கார வைத்துக் கொண்டு நிம்மதியாய்ப் பார்க்கலாம். தற்போது சாதாரணமாய்க் காட்டப்படும் சினிமா டாக்கிகளில் 100க்கு 99 ஐப் பற்றி இம்மாதிரி சொல்ல முடியாதல்லவா?

- ஆனந்த விகடன், 26.11.1933

8
ஸ்ரீமான் கிட்டப்பா

சென்ற சனிக்கிழமை இரவு இந்திரலோகத்துக்குச் சென்றிருந்தேன். அங்கே பெரிய மோக்ஷாவாயிருந்தது. அரங்க மேடையொன்று. வெகு அழகாகச் சிங்காரித்திருந்தார்கள். சபையில் எள்ளுப் போட்டால் எள்ளு விழாத கூட்டம். தேவேந்திரன் இந்திராணி சகிதமாக வீற்றிருந்தார். தேவர்கள், முனிவர்கள், தேவ மாதர்கள், ரிஷி பத்தினிகள் ஒருவர் தவறாமல் வந்திருந்தார்கள்.

சற்று நேரத்துக்கெல்லாம் திரை தூக்கினார்கள். அழகாக அலங்காரம் செய்துகொண்டிருந்த ஓர் இளைஞன் மேடையில் வந்து நின்று சபையோருக்கு வணக்கம் செய்தான். உடனே

"எவரனி..." என்று பாடத் தொடங்கினான்.

திடுக்கிட்டுப் போனேன். அந்தக் கணீர் என்ற குரல், அந்த அற்புதமான சாரீரம், அந்த எடுப்பு எஸ். ஜி. கிட்டப்பாவைத் தவிர வேறு யாராயிருக்க முடியும்?

என் அருகிலிருந்த தேவர்களை விசாரித்தேன். உண்மை தெரிந்தது.. தேவேந்திரன் ஒரு சமயம் பூலோகத்துக்குப் போயிருந்த போது எஸ். ஜி.கிட்டப்பாவின் பாட்டைக் கேட்டு மனதைப் பறிகொடுத்ததாகவும், அது முதல் அவரை எப்படியாவது தேவ சபையில் சங்கீத வித்வானாக்கிவிட வேண்டுமென்று ஆசை கொண்டதாகவும், பின்னர் மதுபான அரக்கனைக் கையில் போட்டுக்கொண்டு அவன் மூலமாகவும், வேறு பல வழிகளிலும் சூழ்ச்சி செய்து பிரம்மா எழுதின எழுத்து முடிவதற்குள்ளாகவே தேவலோகத்துக்கு வரச் செய்ததாகவும் அறிந்துகொண்டேன்.

"அப்பா! இந்தத் தேவர்கள் இருக்கிறார்களே, மகா பொல்லாதவர்கள்! பழி பாவத்துக்கு அஞ்ச மாட்டார்கள்

போலிருக்கிறது" என்று எண்ணினேனோ இல்லையோ, பூலோகத்தில் படுக்கையில் படுத்திருப்பதும், அடுத்த வீட்டில் கிராமபோனில் "எவரனி" கீர்த்தனம் பாடப்படுவதும் உணர்வுக்கு வந்தன.

மறுநாள் ஞாயிற்றுக்கிழமை சாயங்காலம் ஸ்ரீமான் எஸ். ஜி. கிட்டப்பா மரணமடைந்த செய்தி பத்திரிகையில் வெளியாயிற்று.

ஸ்ரீமான் கிட்டப்பாவின் மரணத்தினால் துக்க மடையாதவர்கள் தமிழ்நாட்டில் இருக்க முடியாது. ஆனாலும் எனக்கு அது விஷயத்தில் உண்டான மகத்தான துக்கத்திற்கு ஒரு விசேஷ காரணம் உண்டு.

ஸ்ரீமான் கிட்டப்பாவைப் பற்றி நான் இரண்டு கட்டுரைகளில் எழுதியிருக்கிறேன். ஒன்று 1929ஆம் வருஷத்தில் எழுதப் பட்டது. மற்றொன்று சென்ற 1932ம் வருஷத்தில் எழுதப் பெற்ற "நாடகமும் பாடகமும்'' என்ற கட்டுரை. இரண்டிலும் நாடக மேடையில் ஸ்ரீமான் கிட்டப்பாவினிடம் காணப்பெற்ற குறைகளையே பெரிதும் வற்புறுத்தியிருக்கிறேன்.

இதற்காக, ஸ்ரீமான் கிட்டப்பா என் பேரிலும் 'விகடன்' பேரிலும் கடுங் கோபங்கொண்டிருந்தால் அதில் வியப்புறுவதற்கு இடமிராது. ஏன், கேஸ் போடுவதாகக் கூடப் பயமுறுத்தியிருக்கலாம்.

ஆனால் அவர் அப்படியொன்றும் செய்யவில்லை. அவர் பேரில் எனக்குச் சொந்த விரோதம் எதுவும் இல்லையென்றும், நாடகமேடைச் சீர்திருத்தம் என்னும் நல்ல நோக்கத்துடனேயே கட்டுரைகள் எழுதப்பட்டன வென்றும், அவர் உணர்ந்திருக்க வேண் டும். அத்துடன் நகைச் சுவை பெரி தும் வாய்ந்த ரஸிகர் அவர் என்பதும் நாம் அறிந்ததே.

முதல் கட்டுரையைப் படித்து ஸ்ரீமான் கிட்டப்பா சிரித்து மகிழ்ந்தார் என்பது எனக்குத் தெரியும். இரண்டாவது கட்டுரை அவருக்குச் சிறிது கோபமூட்டியதென்றும் தெரிய வந்தது. ஆனால் அந்தக் கோபத்தை அவர் பிரயோகித்த முறைதான் விசேஷமானது. அதற்குப் பிறகு தாம் ஸ்திரீ வேஷம் தரிப்பதில்லையென்று அவர் தீர்மானித்திருந்தாராம். அல்லாமலும், ஆபாஸமானதென்று சந்தேகிக்கத்தக்க வார்த்தைகளைக் கட்ட மேடையில் உபயோகிப்பதில்லையென்றும் உறுதிகொண்டிருந்தாராம்.

ஆனந்த விகடனிடம் ஸ்ரீமான் கிட்டப்பா விசேஷ அபிமானம் கொண்டிருந்ததுடன் அவ்வப்போது வெளியான 'ஆடல் பாடல்' குறிப்புகளை ஆவலுடன் படித்து வந்தார். ஒரு சமயம் கும்பகோணம் மகாமகத்தின்போது, 'ஆனந்த விகடன்' இதழுக்காக அவர் ஒரு பிற்பகல் பூராவும் ஊர் முழுதும் அலைந்து தேடினார் என்று கேள்விப்பட்டேன். என்னுடைய விசேஷ துக்கத்தின் காரணம் என்னவென்பதை நேயர்கள் இப்போது அறிந்திருப்பார்கள். ஸ்ரீமான் எஸ். ஜி. கிட்டப்பா குறைகள் நீங்கப்பெற்ற உயர்தர நடிகராகப் போகிறார் என்று நம்பி யிருந்தேன். அடுத்தாற்போல் அவர் சென்னையில் வந்து நாடகம் போடும் தினத்தை ஆவலுடன் எதிர்பார்த்துக்கொண்டிருந்தேன். அந்த மகோனதம் இனி நிறைவேறுவதற்கில்லையன்றோ?

* * *

நாடகம், சங்கீதம் இரண்டிலும் ஸ்ரீமான் எஸ். ஜி. கிட்டப்பா தனித்தனியே மகோந்நதமான நிலைமையை அடைந்திருக்கலாம். சாரீர சம்பத்தில் அவருக்கிணையானவர் இன்று தமிழ்நாட்டில் வேறொருவர் இல்லையென்பதில் ஐயம் என்ன? (சிறிது கரகரப்புத் தோன்றிய அவரது பிற்காலத்துச் சாரீரத்தை நான் சொல்லவில்லை. ஏழெட்டு வருஷத்துக்கு முன்னால் கன்னையா கம்பெனியில் நடித்தபோது அவருக்கிருந்த அற்புத சாரீரத்தையே குறிப் பிடுகிறேன்.)

நடிப்புத் திறமையிலோ அவர் தற்போது தமிழ் நாடக மேடையில் நடிக்கும் யாருக்கும் பின்வாங்கியவரல்ல. தெளிவாகவும், வார்த்தை வார்த்தையாகவும், கணீரென்றும் பேசும் மிகச் சில நடிகர்களில் அவர் ஒருவர்.

சங்கீதத்தையும், நாடகத்தையும் சேர்த்துக் குழப்பியதால் தான் நாம் எதிர்பார்க்கக்கூடிய அளவுக்கு அவருடைய மேதை பிரகாசிக்கவில்லையென்பது என் அபிப்பிராயமாகும்.

* * *

ஸ்ரீமான் கிட்டப்பாவுக்கு வயது இருபத்தெட்டுதான்! அவருடைய மரணம் அகால மரணம் என்பதில் சந்தேகமில்லை.

அவர் இன்னும் பல காலம் ஜீவித்திருக்கலாம். தென்னாட்டு சங்கீதத்துக்கும், நாடகத்துக்கும் எவ்வளவோ அரிய ஊழியங்கள் செய்திருக்கலாம். புகழும் பொருளும் பெற்றுத் தமிழ்நாட்டின் சரித்திரத்தில் அழியாத பெயர் பெற்றிருக்கலாம்.

ஆனால் பாவி யமன் ...

யமனைக் குறை கூறுவதில் என்ன பயன்? ஸ்ரீமான் கிட்டப்பாவின் அகால மரணத்திற்கு யாராவது பொறுப்பாளியென்றால், அது மதுவெனும் அரக்கனே யாகும். அவனைப் பிடித்துத்தான் தூக்கில்போட வேண்டும்.

★ ★ ★

குழந்தைப் பிராயத்தில் சங்கீதம், நாடகம் முதலிய துறைகளில் ஈடுபடுவோர்க்கெல்லாம் ஸ்ரீமான் கிட்டப்பாவின் வாழ்க்கை ஓர் ஆதர்சமாகவும், அதே சமயத்தில் ஓர் எச்சரிக்கையாகவும் பயன்படுமென்பது எனது நம்பிக்கை .

அவர் பாரத நாட்டில் மறுபடியும் பிறந்து மாசு நீங்கிய ஜோதியைப்போல் ஒளி வீசும்படியாக அருள வேண்டுமென்று பகவானைப் பிரார்த்திக்கிறேன்.

- ஆனந்த விகடன், *10.12.1933*

9
சங்கீதச் சிறை

டாக்டர் யு.ராமராவ் அவர்களின் விஷயத்தில் எனக்கு வெகு நாளாக ஒரு சந்தேகம் இருந்ததென்பதை ஒப்புக்கொள்கிறேன். அவருடைய சங்கீத அபிமானத்தைப் பற்றியாவது, சங்கீத உலகிற்கு அவர் செய்துவரும் தொண்டைப் பற்றியாவது நான் சந்தேகிக்கவில்லை. "கான மந்திர்" என்று ஒரு கட்டிடத்தை ஏற்படுத்தியிருக்கிறாரே, அதைப் பற்றித்தான். சங்கீத தேவதைக்கு அவர் உண்மையில் 'மந்திர்' (கோவில்) கட்டினாரா அல்லது சிறைச்சாலை கட்டினாரா என்ற சந்தேகம் அந்தக் கட்டிடத்துக்கு நான் போகும் போதெல்லாம் எனக்குண்டாவதுண்டு. சிறைக் கூடத்துக்குள் நுழையும்போது எனக்கு என்ன உணர்ச்சி உண்டாயிற்றோ அதே உணர்ச்சிதான் 'கான மந்தி' ருக்குள் நுழையும்போதும் உண்டாகும். உள்ளே போய் உட்கார்ந்ததும், "அடடா! இந்தச் சிறைச்சாலைக்குள் வாசம் செய்யும்படியாக சங்கீத தேவதையின் தலையிலே எழுதியிருந்ததே" என்ற இரக்கம் ஏற்படும்.

சங்கீத தேவதைக்கு இந்தக் கதியானால் அந்தத் தெய்வத்தை ஆராதிக்க அங்கே செல்பவர்களின் பாட்டைப்பற்றிச் சொல்ல வேண்டியதில்லை. அசல் சிறைவாசம் தான். கச்சேரியின் நடுவில் யாரேனும் எழுந்து வெளியே போவது என்பது முடியாத காரியம். போவதாயிருந்தால் ஸ்திரீகள் வருவதற்கென்று பிரத்யேகமாக ஏற்பட்ட வழியாகத்தான் போக வேண்டும். சமீபத்தில் நடந்த ஒரு கச்சேரியில் அப்படி ஒரு கனவான் எழுந்து போக முயன்றபோது ஏற்பட்ட

சங்கடத்தை நான் கவனிக்க நேர்ந்தது. இந்தக் கனவானின் பெயர் ஸ்ரீதவ்வா உடையவர் செட்டியார். சென்னை சங்கீதாபிமானிகளில் இவரை அறியாதவர்கள் இருக்க முடியாது. அவ்வளவு சபை நிறைந்த மனிதர். மாங்குடி சிதம்பர பாகவதர் கதை பண்ணும்போது இந்தக் கனவான் எதிரில் உட்கார்ந்திருக்க வேண்டும்; பார்க்க வேண்டும். கண் கொள்ளாத காட்சி.

இப்படிப்பட்ட ஸ்ரீமான் செட்டியார் அன்றொரு நாள் கச்சேரியின் நடுவில் எழுந்து வெளியே போக முயன்றார். ஸ்திரீகளுக்கென்று ஏற்பட்ட வழியில் அவர் புகுந்துவிட்டார். அதேசமயத்தில் வாசலிலிருந்து கச்சேரிக்கு வந்த ஒரு பெண்மணியும் மறு பக்கத்திலிருந்து அவ்வழியில் புகுந்தாள். ஐயோ! வெகு சங்கடமாகப் போய்விட்டது. செட்டியார் வழியை முழு வதும் அடைத்துவிட்டபடியால், ஒருவருக்கொருவர் வழிவிட்டுக் கடந்துசெல்வது முடியாத காரியம். இந்த நெருக்கடியான நிலைமையின் விளைவு என்ன ஆகுமோ என்று சபையோர் கவலையுடன் கவனிக்கலாயினர். செட்டி யார் ரொம்ப சிரமப்பட்டுத் தமது தேகத்தைத் திருப்பி, புகுந்த வழியாகத் திரும்பி சபைக்கு வந்து சேர்ந்தபடியால் நெருக்கடி ஒருவாறு தீர்ந்தது.

ஆகவே, சென்னை சங்கீத வித்வத் ஸபையின் தலைவர் இத்தகைய சிறைச்சாலையைக் கட்டி அதில் சங்கீத தேவதையைச் சிறைப்படுத்தி யிருப்பதின் நோக்கத்தைப் பற்றி யாருக்கும் சந்தேகம் உண்டாவது இயல்பேயல்லவா? இந்தச் சந்தேகத்தை டாக்டர் ராமராவ் அவர்கள் 22.12.33ந் தேதி ஆரம்பமான சங்கீத மகாநாட்டின் வரவேற்புப் பிரசங்கத்தில் தீர்த்து வைத்தது குறித்து மகிழ்ச்சியடைகிறேன். சங்கீத தேவதை எழுந்தருளுவதற்குத் தகுதியான வேறு மாளிகை இல்லாத குறையினால்தான், கான மந்திரில் அத்தேவதையைச் சிறைப்படுத்த வேண்டி யிருக்கிறதென்று தெளிவாகத் தெரிவித்துவிட்டார். புதிய கட்டிடம் கட்டுவதற்குச் சங்கீதாபிமானிகள் எல்லாரும் உதவி செய்ய வேண்டுமென்று வேண்டிக்கொண்டார். "நான் பிராமணன். ஆகையால் பிச்சையெடுப்பதில் எனக்கு வெட்கமில்லை" என்று கையை நீட்டினார். என் பையிலிருந்த காலணாவை எடுத்துப் போட்டு விடலாமா என்று தீவிரமாகச் சிந்தித்தேன். ஆனால் அவர் "மகாராஜாக்கள், ராஜாக்கள்,

ஜமீன்தார்கள், மிராசுதார்கள், வர்த்தகச் செல்வர்கள்" முதலியோரைக் குறிப்பிட்ட போது, என்னுடைய காலணா அவ்வளவு பெரிய மனிதர்களுக்கு மத்தியில் தனக்கு மதிப்பிராது என்று மூக்கால் அழ ஆரம்பித்தது. "வேண்டாம்; நீ போகவேண்டாம்" என்று அதைச் சமாதானப்படுத்தினேன். கொடுத்து வைத்தவர்கள் மேற்படி சங்கீதக் கோவில் திருப்பணியில் ஈடுபடுங்கள்.

★ ★ ★

கான மந்திரில் ஏற்படும் சிறைப்பட்டிருக்கும் உணர்ச்சிக்கு நேர்மாறான விடுதலை உணர்ச்சி, சங்கீத மகாநாட்டுக்கென்று அமைக்கப்பட்ட பந்தலில் ஏற்படுகிறது. சங்கீத தேவதை குதூகலத்துடன் எழுந்தருளக் கூடிய திருக்கோயில் இப்படியல்லவா இருக்க வேண்டும் என்று கருதலானேன். விசாலமான பந்தல்; மனோரம்மியமான அலங்காரங்கள்; வருவோர் போவோரி னால் இடைஞ்சல் ஏற்பட முடியாதபடி வழிகளின் அமைப்புச் சபையில் நிசப்தம். வேறு என்ன வேண்டும்? இப்படிச் சிந்தித்துக்கொண்டிருக்கும்போதே மகாநாட்டைத் திறந்து வைப்பதற்காக விஜயமாகியிருந்த ஸர் சி.வி.ராமன் எழுந்து நின்று பேசத் தொடங்கினார். அப்புறம் இதர விஷயம் எல்லாம் மறந்து போய்விட்டது. உலகத்தையே மறந்துவிட்டேன் என்று சொல்லலாம். வர்ணங்களிலும், கீதங்களிலும் உள்ளம் லய மடைந்தது.

ஆம், ஐயா, ஆமாம்! ஸர் சி.வி.ராமன் ஒரு முதல்தர, அற்புதமான சங்கீதக் கச்சேரிதான் செய்தார். சென்னையில் இந்தப் பத்துத் தினங்களிலும் நடைபெறும் சங்கீதப் பெரு விழாவில் ஸர் சி.வி.ராமனுடைய பிரசங்கத்தைவிடச் சிறந்த கச்சேரி ஒன்று நடைபெறக் கூடுமென்று நான் நினைக்கவில்லை. அந்தப் பிரசங்கத்திலே வர்ணங்களும் கீதங்களும் தவழ்ந்து விளை யாடின. "விரிபோணி" முதலிய வர்ணங்களல்ல புஷ்பங்களின் வர்ணங்கள்; பட்டுப் பூச்சிகளின் வர்ணங்கள்; பட்சிகளுடைய இறகுகளின் வர்ணங்கள்; வானவில்லின் வர்ணங்கள். அவ்வாறே "மந்தா தாருமே" முதலிய கீதங்கள் அல்ல சூரியோதயத்திலே புள்ளினங்கள் பாடும் கீதங்கள்; யுத்த களத்திலே பீரங்கிகளும், துப்பாக்கிகளும் பாடும் கீதங்கள்; பிறகு நாதப்பிரம்மத்தின் ஆதியந்தமற்ற ஆனந்த கீதம். இவ்வளவையும் அவருடைய உபந்நியாசத்தில் பார்த்தோம்; கேட்டோம். பிரசங்கம் முடிந்ததும் ஸர் சி.வி.ராமன் நம்முடைய தமிழ்நாட்டில் பிறந்தவர் என்று ஞாபகம் வந்தபோது, வெளியில் போனவுடனே என்னுடைய உயரத்தை அளந்துகொள்ள வேண்டுமென்று தீர்மானித்தேன். அந்தப் பெருமையினால் ஓர் அங்குலமாவது நான் உயர்ந்திருக்க வேண்டுமென்று தோன்றியது.

பிறகு, சங்கீத மகாநாட்டின் அக்கிராஸனர் வித்வான் கே.பொன்னையா பிள்ளை அவர்களின் பிரசங்கத்தைப் படிக்கக் கேட்கும் பாக்கியம் கிடைத்தது.

"...அக்காலத்தில் இசை நூல்கள் பல இருந்தனவென்றும், பெரு நாறை, பெருங்குருகு, பஞ்சபாரதீயம், முறுவல், ஜயந்தம், செயிற்றியம், குண் நூல், இசை நுணுக்கம், இந்திர காளியம், பஞ்சமரபு, மதிவாணர் நாடகத் தமிழ் நூல் முதலியவைகள் இருந்து இறந்தனவென்றும்"

ஸ்ரீமான் பிள்ளை அவர்கள் தெரிவித்தபோது மிகவும் சந்தோஷமாயிருந்தது. இருந்ததற்காகச் சந்தோஷமா, இறந்ததற்காகச் சந்தோஷமா என்று தயவுசெய்து கேட்டு விடாதீர்கள். அது விஷயத்தில் எனக்கே சந்தேகமாயிருக்கிறது. ஒரு விதத்தில் இறந்துபோனதே நல்லதுதான். ஏனெனில், சங்கீதக் கலை வளர்ச்சிக்கு அவ்வளவு நூல்களும் அவ்வளவு முட்டுக் கட்டைகளாக அமைதல் கூடுமல்லவா? சங்கீதத்தைப் பற்றி நம் போன்றவர்கள் ஏதாவது சொன்னால், ''நீர் சேயிற்றியம் பார்த்ததுண்டா?" என்று பண்டிதர்கள் வாயை அடக்கி விடுவார்களே!

ஸ்ரீமான் பிள்ளை அவர்களின் பிரசங்கத்திலிருந்து புராதன காலத்துச் சங்கீத வித்தையைப் பற்றிய அநேக விஷயங்களைத் தெரிந்துகொண்டேன். உதையணன் தன்னுடைய வீணாகானத்தினால் மதங்கொண்ட ஒரு யானையை அடக்கித் தனக்கு ஏவல் புரியச் செய்தது; அகஸ்தியர் யாழ் வாசித்துக் கற்பாறையை இளகச் செய்தது; இராவணன் அப்படிச் செய்ய முடியாமல் அவரிடம் தோல்வியுற்றது முதலிய அழகிய கதைகளை அவர் நினைவூட்டினார். முற்காலத்திலிருந்த அநேக சங்கீத நூலாசிரியர்கள், சங்கீத வித்வான்கள் இவர்களைப் பற்றி விஸ்தாரமாகத் தெரிவித்தார்.

"ராகமும், பல்லவியும் சங்கீத வித்தையின் மிகவும் பிரதானமான உறுப்புகளாகையால்தான் அவைகளைச் சங்கீதக் கச்சேரியின் வரிசைக் கிரமத்தில், முற்பாகமும் பிற்பாகமும், தள்ளி நடுநாயகமாக வைத்திருக்கிறார்கள்" என்று ஸ்ரீமான் பிள்ளை அறிவித்தது இவ்விஷயத்தில் என் கண்களைத் திறந்தன என்று சொல்லலாம். ஏனென்றால், இதைப் பற்றிய வேறு இரண்டு வித மான அபிப்பிராயங்களை ஏற்கனவே கேள்விப்பட்டிருக்கிறேன். "நாலு மணி நேரம், ஐந்து மணி நேரம் கச்சேரி நடக்கும்போது, இடையில் எழுந்து வெளியே போய்க் கொஞ்சம் காற்று வாங்கிவிட்டு வரச் சபையினர் அநேகர் விரும்புவது இயற்கை. இவர்களுடைய சௌகரியத்துக்காகவே கச்சேரியின் நடுமத்தியில் ராகம், பல்லவி வைத்திருக்கிறது" என்று சிலர் சொல்லுகிறார்கள். வேறு சிலரோ,

"கச்சேரிகளில் பாடும் பாட்டுக்களில் அன்னிய பாஷைகளில் பாடுவனவெல்லாம் உயர்ந்த ஜாதி; தமிழ்ப் பாட்டுக்கள் தாழ்ந்த ஜாதி. இவை இரண்டுக்கும் பேதம் தெரிவதற்காக நடுவில் ராகம், பல்லவி வைத்திருக்கிறது" என்று கூறுகிறார்கள். இவை இரண்டும் உண்மையான காரணங்கள் அல்லவென்று ஸ்ரீமான் பொன்னையா பிள்ளை கூற அறிந்து மகிழ்ச்சியடைந்தேன்.

கடைசியாக, அக்கிராசனர் தாளத்தைப் பற்றிச் சொன்னார். "ராகம் அனந்தம் என்று சொல்வதுபோல் தாளமும் எண்ணிலடங்காதது" என்று குறிப்பிட்டு, "ஸாதாரணமாக வழக்கத்தில் சதுரச்ர திருபுடை, திச்ர திருபுடை, ரூபகம், மிச்ர ஜம்பை, கண்ட அடதாளங்களே அதிக உபயோகத்தில் உள்ளன. எஞ்சி நிற்கும் மட்யம், த்ருவம், சதுரச்ர அட, திச்ர அடதாளம் முதலிய தாளங்களையும், பஞ்ச தாளம், நவசந்தி தாளம், நூற்றெட்டுத் தாளம் முதலியவைகளிலும் உபயோகத்திற்கு வரக்கூடிய தாளங்களை ஆராய்ந்து எடுத்துப் பிரசாரத்திற்குக் கொண்டுவர வேண்டியது அவசியம்" என்று தெரிவித்தார், ஆனால் சென்ற இதழ் ஒன்றில் " தமிலன்" குறிப்பிட்ட "உத்தியோகத்துக்குத் தாளம்", "சோற்றுக்குத் தாளம்", "பேதாளம் முதலியவைகளைப் பற்றி ஸ்ரீமான் பிள்ளை ஒன்றும் சொல்லாமல் விட்டது வருந்தத் தக்கதாகும். இதைப் பற்றி எனக்குக் குறையிருந்தபோதிலும்,

> "கச்சேரிகள் செய்வதோடு இல்லாமல் சங்கீதம் சம்பந்தப்பட்ட எல்லாக் காரியங்களிலும் கலந்து வேலை செய்ய வேண்டும்"

என்று சங்கீத வித்வான்களை அவர் கேட்டுக்கொண்டிருப்பதை நான் முழு மனதுடன் ஆமோதிக்கிறேன்.

★ ★ ★

தமிழ்நாட்டில் இப்போது தோன்றியுள்ள மறு மலர்ச்சியின் சரித்திரத்தில் இம்மாதம் 28௳ ஒரு முக்கியமான தினம் என்பது என் கருத்து. அன்று மாலை பச்சையப்பன் கலாசாலையில் தமிழன்பர் மகாநாட்டின் ஆதரவில் காயக சிகாமணி முத்தையா பாகவதர் நிகழ்த்திய சங்கீத உபந்நியாசத்தைக் கேட்டிருந்தீர்களானால், நீங் களும் அவ்வாறே கருதுவீர்கள் என்பதில் ஐயமில்லை.

முதலில் ஒரு குறையைத் தெரிவித்துக்கொள்கிறேன். பாகவதர் என்னையும் இன்னும் சில நண்பர்களையும் அடியோடு ஏமாற்றிவிட்டார். அவருடைய கச்சேரி மாலை 5 மணிக்கு ஆரம்பமாகுமென்று அச்சடித்த நோட்டீஸில் அறிவித்திருந்தார்கள். சாதாரணமாய் 5 மணிக்கு ஆரம்பமென்றால் 5½ - மணி, சில சமயம்

6 மணி ஆகிவிடுவது வழக்கமல்லவா! இந்த ஸநாதனமான தர்மத்தைப் பாகவதர் கைவிட்டு நோட்டீஸில் கண்ட நேரத்திற்கு முன்னால், 4½ மணிக்கே ஆரம்பித்து விடுவா ரென்று யார் கண்டது பாகவதர் இப்படி ஏமாற்றிவிட்டபடியால், பரிபாடலிலும் சிலப்பதிகாரத்திலும் சங்கீதத்தைப் பற்றி என்ன சொல்லியிருக்கிறதென்று அறிந்துகொள்ளும் சந்தர்ப்பத்தை இழந்துவிட்டேன். ஆகவே, உங்களுக்கும் அந்த விவரம் தெரியாமலே போகக் கடவது! ஆனால், எதை முக்கியமாகத் தெரிந்துகொள்ள வேண்டுமென்று கருதினேனோ, அதைத் தெரிந்துகொண்டதுபற்றி மட்டற்ற மகிழ்ச்சியடைகிறேன். 'தமிழ்ப்பாட்டுக்களை மட்டும் கொண்டு ஒரு சங்கீதக் கச்சேரி நடத்த முடியுமா, முடியாதா?' என்பதுதான் நான் தெரிந்துகொள்ள விரும்பியது, 'முடியும்' என்று ஐயமறத் தெரிந்தது.

தமிழ் மொழியில் தாளத்துடன் அமைந்த பாட்டுக்கள் பாடியுள்ள ஆசிரியர் ஒவ்வொருவரையும் பற்றிக் கொஞ்சம் சொல்லிவிட்டு அவரவர்களுடைய பாட்டுக்களில் ஒன்றிரண்டு பாடியும் காட்டினார் பாகவதர். பொறுக்கி எடுத்திருந்த பாட்டுக்கள் அவ்வளவும் மணியானவை. தமிழ் ஸாகித்யக்காரர்களில் ஒருவர் கூட விடப்படவில்லை.

அப்பர், சுந்தரர், சம்பந்தர், மாணிக்கவாசகர், பெரியாழ்வார், இராமலிங்கம் பிள்ளை, அருணாசலக் கவிராயர், முத்துஸுப்ப பாரதி, கவிகுஞ்சர பாரதி, மதுரகவி, நடிகர் முத்துப் புலவர், அழகிய சொக்கநாத பிள்ளை, வேதநாயகம் பிள்ளை, கோபால கிருஷ்ண பாரதி, இராமஸ்வாமி சிவன், ஆவுடையக்காள், அருணகிரிநாதா, அண்ணாமலை ரெட்டியார் ஆகிய இவ்வளவு பேர்கள் தமிழ் மொழியைப் பண் சுமந்ததாக்கியிருக்கிறார்கள் என்பதை அறியும் எந்தத் தமிழனுக்குத்தான் உடல் பூரிக்காது?

காயக சிகாமணியை நான் ஒரு கேள்வி கேட்க விரும்புகிறேன். அன்றைய தினம் சபையோரின் முகத்தில் கண்ட விகாஸத்தைப் போல் வேறு எந்தச் சங்கீதக் கச்சேரியிலாவது தாங்கள் கண்டதுண்டா? எந்தக் கச்சேரியிலாவது ஜனங்கள் இவ்வளவு தூரம் ரஸித்து அநுபவித்ததைப் பார்த்திருக்கிறீர்களா?

அத்தகையை காட்சியை இதற்குமுன் என் வாழ்நாளில் ஒரே ஒருமுறைதான் கண்டிருக்கிறேன். மறு நாள் 24உ சங்கீத மகாநாட்டின் ஆதரவில் அப்துல் கரீம் கான் சாகிப் ஹிந்துஸ்தானி கச்சேரி நடத்தினா ரல்லவா? பல வருஷங்களுக்கு முன்பு டில்லியிலே இவருடைய கச்சேரிக்கு ஒருநாள் நான் போக நேர்ந்தது. அப்பப்பா! அந்த சபையோர் அந்தச் சங்கீதத்தை அனுபவித்த காட்சி இன்னும் மனக்கண்ணின் முன்பு நிற்கிறது. உருது பாஷையில் உள்ள பாட்டுக்கள் நல்ல கவிதா சௌந்தரியம் பொருந்தியவை என்று கேள்விப்பட்டிருக்கிறேன். அதற்குச் சந்தேகமில்லையென்று நிச்சயமடைந்தேன். வெறும் சங்கீதம் மட்டும் அவர்களை அவ்வாறு பரவசப்படுத்தி இருக்கமுடியாது. நன்கு முறுக்கேற்றப்பட்ட வீணையின் கம்பிகளைப் போல் அச்சபையோரின் தேகங்கள் படபடத்துக் கொண்டிருந்ததையும், அவர்களுடைய சிரங்கள் மேலும்கீழும் போய் வந்து கொண்டிருந்ததையும் இப்போது நினைத்தால்கூட எனக்கு மயிர்க்கூச்சல் ஆகிறது. ஏறக்குறைய இந்த அளவில் சபையோர் சங்கீதானுபவம் செய்ததை முத்தையா பாகவதரின் மேற்படி தமிழ்ப் பாட்டுக் கச்சேரியில்தான் நான் பார்க்க முடிந்தது.

"பாடுகின்ற பனுவலோர்கள்" (என்னும்) தாயுமானாரின் பாட்டில் ஸ்வர வரிசைகளைச் சண்டப்பிரசண்டமாய்ப் போட்டு, தமிழ்ப் பாட்டுகளில் அதற்கும் இமுண்டு என்பதை நிரூபித்தார்.

"தமிழில் பாடுவதற்கு என்ன இருக்கிறது" என்னும் பிரச்னை இப்போது அடிபட்டுப் போயிற்று. தமிழில் என்ன இல்லை?'' என்று கண்டுபிடிக்க வேண்டியதுதான் இனிமேல் செய்தற்குரியது.

எல்லாவற்றிலும் முக்கியமான மூன்று விஷயங்களை இன்னும் நான் சொல்லவில்லை. ஒன்று, நமது தேசிய கவி பாரதியாரின் "என்று தணியும்" என்னும் பாட்டைப் பாகவதர் பாடியது. பெரிய வித்வான் ஒருவர் பாரதியின் பாட்டுப் பாடி நான் கேட்டது இதுதான் முதல் தடவை. எனவே, என் மகிழ்ச்சி அளவு கடந்ததாயிற்று.

இரண்டாவது, பாகவதர் தமது சொந்தக் கவனமாகிய இரண்டு தமிழ்க் கீர்த்தனங்கள் பாடியது. காலஞ் சென்ற கிட்டப்பாவினிடம்

பலமுறை கேட்டு நாம் ஆனந்தித்த 'ஆண்டவன் தரிசனமே' என்னும் கீர்த்தனம். முத்தையா பாகவதரின் கவனம் என்பதை சபையோரில் பலர் முதன் முதலாக அறிந்து குதூகலமடைந்தார்கள்.

மூன்றாவது, சாதாரணமாய் இப்போது வித்வான்களால் கச்சேரிகளின் முடிவில் பாடப்பெற்றுவரும், பொருளும் சுவையுமற்ற முட்டாள் தமிழ்ப் பாட்டுகளைப் பாகவதர் பாடாமல் விட்டதுதான். காயக சிகாமணி பாடிய பாட்டுக்களுக்காக நான் அவரிடம் எவ்வளவு நன்றியுடையவனாயிருக்கிறேனோ அதைவிட அதிகமாக அவர் பாடாது விட்டவைகளுக்காக நன்றி செலுத்துகிறேன்.

★ ★ ★

சங்கீத மகாநாட்டையொட்டி நடைபெறும் கச்சேரிகளில் பலவற்றிற்கு அழைக்கப்படாமலே ஆஜராவதென்று தீர்மானித்திருக்கிறேன் அவைகளைப் பற்றி அடுத்த இதழில் எழுதக் கூடுமென்று எதிர்பார்க்கிறேன்.

இன்னும் ஒரு விஷயம். மூன்று மணி நேரம் குதூகலமாய்க் காலங்கழிக்க விரும்புவோர் உங்களில் யாராவது இருந்தால் அடுத்த வாரத்தில் ஒரு நாள் சென்னை பிரெஸிடென்ஸி காலேஜில் நடிக்கப்படவிருக்கும் நாடகத்திற்குப் போகத் தவறாதீர்கள். இந்த நாடகத்தின் பெயர் ' கட்டை வண்டி அல்லது பாதாவாசர்' என்பது. இந்நாடகம், படிப்பதற்காகவன்றி நடிப்பதற் கென்றே பிரெஸிடென்ஸி காலேஜ் ஆசிரியர் ஒருவரால் எழுதப் பெற்றது. ஆங்கிலத்தில் வழங்கும் 'ஆபெரா' என்னும் நாடக வகையைச் சேர்ந்தது. இதற்குமேல் இப்பொழுது நான் சொல்லத் தயாராயில்லை. அப்புறம் அதிகம் சொல்ல உத்தேசித்திருக்கிறேன்.

- ஆனந்த விகடன், 31.12.1933

10

தமிழ்ப் பாட்டுகள்

நமது நாட்டில் அழுமூஞ்சி ஆழ்வார்கள் ஏராளமாய் உண்டு என்பதை அறிவீர்கள். ஏதாவது ஒரு நல்ல முயற்சி தொடங்குவதைப் பற்றி இவர்களிடம் யோசனை கேட்கவேண்டியது தான் தாமதம். உடனே முகாரி அல்லது யதுகுல காம்போதி ராகம் பாட ஆரம்பித்துவிடுவார்கள்.

"சுயராஜ்யமா? நம்முடைய தேசத்துக்கா? அட பைத்தியங்களா! ஏண்டா வீணாய் அலைகிறீர்கள்?" என்னும் பேச்சை எத்தனையோ முறை நாம் கேட்டிருக்கிறோம்.

"இந்த தேசத்து ஜனங்களுக்காவது, படிப்பாவது, வரவாவது, ஹூம் வீண் சபலம்" என்று கூறுவோர் பலர்.

"உருப்படமாட்டார்கள், ஐயா! உருப்படமாட்டார்கள். நம்ம ஜனங்கள் உருப்படமாட்டார்கள்" என்ற நல்லவாக்குச் சொல்வோர் அநேகர்.

"சுத்த நெல்லிக்காய் மூட்டைகளல்லவா இந்த தேசத்து ஜனங்கள்! நமக்குள்ளாவது, ஒற்றுமையாவது, உண்டாகவாவது, ஸ்வாமி" என்று கூறும் கிளிப்பிள்ளைகள் எண்ணிறந்தன.

இதேவிதமாக, சில காலத்துக்கு முன்பு நமது நாட்டில் சங்கீதம், நாட கம் முதலிய உயர் கலைகளின் சீர்திருத்தத்தைப்பற்றிய பேச்சுக் கிளம்பியபோது "சீர்திருத்தமாவது. மண்ணாங்கட்டியாவது. ஒன்றும் நடக்கப் போவதில்லை. நீங்கள் பாட்டுக்குக் கத்திக்கொண்டிருக்க வேண்டியதுதான்" என்று கூறியவர்கள் பலர் உண்டு. ஆனால் இன்றைய தினம் யாராவது அவ்வாறு கூறினால் அவர்களுக்குத்தான் அசட்டுப் பட்டம் கட்ட வேண்டியதா யிருக்கும்.

★ ★ ★

"தமிழ்நாட்டில் இப்போது தோன்றியுள்ள மறுமலர்ச்சியின் சரித்திரத்தில் டிசம்பர்மீ 23ந் தேதி ஒரு முக்கியமான தினம்" என்று சென்ற இதழில் கூறினேன். அப்படியானால் டிசம்பர் 30ந் தேதியைப்பற்றி என்ன கூறுவதென்பதே எனக்கு விளங்கவில்லை. அன்றைய தினம் இரவில் யமதர்ம ராஜனுக்குப் பின்வருமாறு கடிதம் எழுதி அந்தரத் தபாலில் போட்டேன்:

"ஓ காலனே! இனி உன் வருகையைக் குறித்து எனக்குக் கவலையில்லை. என்னுடைய அத்தியந்த மனோரதம் நிறைவேறிவிட்டது. சங்கீத தேவதை விடுதலையடைந்தாள். அவள் பாதங்களில் பூட்டப் பெற்றிருந்த விலங்குகள் உடைபட்டன. சிலம்புகள் சப்திக்க நடந்து சென்று அவள் தமிழ்த்தாயின் மடிமீது அமர்ந்ததை என் கண்களால் கண்டுவிட்டேன். இனிமேல் உன் வருகையைப் பற்றி எனக்கு எள்ளளவும் கவலையில்லை"

டிசம்பர்மீ 23உ காயக சிகாமணி முத்தையா பாகவதர் சங்கீத தேவதை அடைப்பட்டிருந்த சிறைச்சாலையின் கதவைத் தகர்த்தெறிந்தார். ஆனால் 30உ யன்றோ மற்றொரு வீரபுருஷர் அச்சிறைச்சாலைக்குள் புகுந்து சங்கீத தெய்வத்தின் கால்களைப் பிணைத்திருந்த விலங்குகளை உடைத்து அத்தேவியை விடுதலை செய்தார். இவ்வீர புருஷரின் பெயர் முசிறி ஸ்ரீமான் சுப்பிரமணிய அய்யர்.

"இதென்ன சிறையாவது, விலங்காவது, வீரமாவது! என்னதான் நடந்தது, சொல்லிவிடுவதுதானே?" என்று கேட்கிறீர்கள். அன்றைய தினம் சங்கீத வித்வத் சபையின் ஆதரவில் முசிறி சுப்பிரமணிய அய்யர் சங்கீதக் கச்சேரி நடத்தினார். அப்போது ராகத்துக்கு

முன்னால் பாடிய கீர்த்தனங்களுக்கு நட்ட நடுவிலே ஒரு தமிழ்க் கீர்த்தனம் அவர் பாடிவிட்டார். ''பருவம் பார்க்க நியாயமா பராத்பரியே பக்கரிடத்தில்" என்று தொடங்கும் உமா தாஸரின் கீர்த்தனம் அந்தப் பாக்கியத்தைப் பெற்றது.

???? ஆச்சரியத்துடனே கேள்விகளைச் சரமாரியாய்ப் போடுகிறீர்கள். அப்படியெல்லாம் ஒன்றும் நடக்கவில்லை. பந்தல் விழுந்து விடவில்லை. வானம் பிளந்துவிடவில்லை; பூகம்பம் உண்டாகவில்லை. பாடகரும் இன்றுவரையில் சௌக்யமாகத்தான் இருக்கிறார்.

★ ★ ★

சங்கீத உலகில் செய்யவேண்டிய முக்கியமான சீர்திருத்தங்கள் மூன்று 17.12.33 விகடன் இதழில் குறிப்பிடப்பட்டது நேயர்களுக்கு ஞாபகம் இருக்கலாம். அம்மூன்றிலும் மிகவும் முக்கியமானது, கச்சேரிகளில் தமிழ்ப் பாட்டுகளை அதிகம் பாட வேண்டிய அவசியத்தைப் பற்றியதாகும். "ராகம் பல்லவிக்குப் பின்னால்தான் தமிழ்ப் பாட்டுப் பாடுவது" என்னும் மூட சம்பிரதாயத்தை உடைக்க வேண்டுமென்று வற்புறுத்தியிருந்ததும் நேயர்களுக்கு ஞாபகம் இருக்கலாம். இதைப்படித்த ரஸிகராகிய ஒரு நண்பர் பின்வரும் ரஸமான அபிப்பிராயத்தைத் தெரிவித்தார்: " இதுதான் எனக்கும் தெரியவில்லை. சங்கீதக் கச்சேரிகளில் தமிழை எதற்காக ஜாதிப்பிரஷ்டம் செய்து ஒதுக்கி வைத்திருக்கிறார்கள்? தமிழ் என்ன கப்பல் யாத்திரை செய்துவிட்டு வந்ததா? அல்லது விதவா விவாகம் செய்துகொண்டதா? வேறு என்ன குற்றம் செய்தது? தமிழ்ப் பாட்டுப் பாடினால் கச்சேரியின் கடைசியில் தான் பாட வேண்டும் என்று ஏன் வைத்திருக்கிறது?" என்றார்.

ஆனால் கப்பல் யாத்திரை, விதவா விவாகம் முதலிய காரியங்களுக்குக் கூட இப்போது யாரும் சாதிப்பிரஷ்டம் செய்யப்படுவதில்லை என்பது நேயர் கள் அறிந்ததே.

பின்னர் என்னதான் காரணம்? தெலுங்குக் கீர்த்தனங்களுக்குச் சமமான உயர்தரத் தமிழ்க் கீர்த்தனங்கள் இல்லையே" என்று சொன்னால், அது ஒருவேளை யோசிக்கத்தக்க காரணமாகக்கூடும். ஆனால் இது உண்மையல்லவென்பதை நாம் அறிவோம். ஏற்கனவே நமக்கு ஏதேனும் சந்தேகம் இருந்தாலும், "தியாகராஜர், க்ஷேத்திரக்ஞர் இவர்களுடைய கீர்த்தனங்களுடன் ஒப்பிடக்கூடிய கீர்த்தனங்கள் தமிழில் இருக்கின்றன" என்று காயக சிகாமணி முத்தையா பாகவதர் கூறிய பிறகு, சந்தேகம் எதுவும் ஏற்படக் காரணமில்லை . ('ஹிந்து', 31.12.33.)

எனவே, தமிழை ஒதுக்கி வைத்திருப்பதின் உண்மைக் காரணம்தான் என்ன? "மூட சம்பிரதாயம்" என்பதைத் தவிர வேறு எதுவும் சொல்வதற்கில்லை. "எங்களுக்கு முன்னால் கச்சேரி செய்தவர்கள் ராகத்துக்கு முன்னால் தமிழ்ப் பாட்டுப் பாடவில்லை. ஆகையால் நாங்களும் பாட மாட்டோம்" என்பதைத் தவிர வேறு காரணம் கிடையாது. ஒரு சமூகம் பல துறைகளிலும் வளர்ச்சியடைவதற்குப் பெரும் முட்டுக்கட்டைகளாயிருப்பவை மூட சம்பிரதாயங்கள் தான் என்று நேயர்கள் அறிவார்கள். எனினும், "மூடசம்பிரதாயம்" என்று வாயால் கூறுவது நமக்கு எளிது. ஆனால் அதை மீறி நடப்பது எளிய காரியமல்ல. அதிலும் பெரிதும் சம்பிரதாயங்களையே அடிப்படையாகக் கொண்ட சங்கீத உலகில் சம்பிரதாயத்தை உடைப்பதற்கு மனோதைரியம் நிரம்ப வேண்டும். எனவே, அன்று முசிறி ராகத்துக்கு முன்பு தமிழ்க் கீர்த்தனம் ஒன்றைப் பாடியது பெரியதொரு வீரச்செயல் என்றே சொல்வேன். சர்க்கார் சட்டங்களை மீறிச் சிறைபுகும் தேசத் தொண்டன் ஒருவனுக்கு எவ்வளவு தீரம் வேண்டுமோ, குறைந்தது அவ்வளவு தீரம் சங்கீத உலகில் இந்தச் சம்பிரதாயத்தை உடைப்பதற்கும் வேண்டும்.

ஏதோ ஞாபக மறதியாக முசிறி சுப்பிரமணிய அய்யர் மேற்படி தமிழ்க் கீர்த்தனத்தை நடுவில் சேர்த்துவிட்டார் என்று நினைக்க வேண்டாம். நிதானமாய், மேண்டுமென்று செய்த காரியமே அது. அச்சிட்ட புரோக்ராம் அவர் எதிரில் இருந்தது. அதில் பன்னிரண்டு தெலுங்குக் கீர்த்தனங்கள் மட்டுமே காணப்பெற்றன. 'என்ன கானு' என்று ஆரம்பமாகும் ஸ்ரீ ராமதாஸின் அற்புதக் கீர்த்தனத்தைப் பாடி முடித்ததும் பாடகர் ஆலாபனம் தொடங்கினார். புரோகிராமில் அடுத்த பாட்டாகிய 'நின்னுவின' கீர்த்தனம் பலஹம்ஸா ராகம் என்று குறிப்பிட்டிருந்தபடியால் சபையில் சிலர் "பார்த்தாயா ! இது தான் பலஹம்ஸாராகம்" என்று சொல்லிக் கொண்டார்கள். தெரிந்தவர்கள் இரண்டொருவர் மட்டும் "இது என்ன, பலஹம்ஸாமா? வேறு ஏதோ போலிருக்கிறதே?" என்று தவித்தார்கள். 'பருவம் பார்க்க நியாயமா' என்ற தமிழ்க் கீர்த்தனத்தைப் பாடத் தொடங்கியதும் தான் அது பலஹம்ஸா ராகமில்லை என்று எல்லாருக்கும் நிச்சயமாயிற்று. "நான் அப்பொழுதே சொல்லவில்லையா? பலஹம்ஸா இல்லை, தன்யாஸி என்று?" என்பதாகச் சிலர் பெருமையடித்துக் கொண்டனர். கச்சேரியின் கடைசியில் ஸ்ரீமான் சத்தியமூர்த்தி பாடக கோஷ்டிக்கு வந்தனம் அளிக்கையில் ராகத்திற்கு முன்னால் தமிழ்க் கீர்த்தனம் பாடியதை விசேஷமாகக் குறிப்பிட்ட போதுதான் புரோகிராமில் இந்த மாறுதல் வேண்டுமென்றே செய்யப்பட்டதென்று எல்லாருக்கும் ஸ்பஷ்டமாக விளங்கிற்று.

★ ★ ★

சங்கீத உலகில் இந்தப் பெரிய புரட்சியை முதன்முதலாக ஏற்படுத்திய பெருமை முசிறிக்குக் கிடைத்ததுபற்றி நான் சிறிதும் ஆச்சரியப்படவில்லை. ஆறு மாதத்திற்கு முன்பு கோகலே ஹாலில் அவருடைய கச்சேரி கேட்டபோது "நம்முடைய சங்கீதத்திற்குப் புத்துயிர் அளிக்கக்கூடிய வித்வான் ஒருவர் உண்டு என்றால் அவர் இவர்தான்" என்று முடிவு செய்தேன். இத்தகைய முடிவு நான் செய்ததற்குக் காரணங்கள் யாவை?

தமிழ்நாட்டில் கர்நாடக சங்கீதத்தைக் கரைத்துக் குடித்த வித்வான்கள் பலர் இருக்கிறார்கள். இவர்களில் ஒருவருக்கொருவர் ஏற்றத்தாழ்வு சொல்லுவது கடினமான காரியமே. ஆனாலும் சங்கீதக் கலைக்கு உயிர் நிலை போன்றது பாவம் என்பதை உணர்ந்த வித்வான்கள் மிகமிகச் சிலரே என்பதைப் பற்றி எனக்கு எவ்விதச் சந்தேகமுமில்லை. இவ்வுண்மையை உணர்ந்தவர்களில் முதன்மையானவர் முசிறி சுப்பிரமணிய அய்யர் என்பதாக அன்றைய தினம் அறிந்தேன். பின்னால் அவருடைய கச்சேரிகளைக் கேட்கக்கேட்க அவ்வபிப்பிராயம் உறுதிப்பட்டே வருகிறது.

முசிறியின் பாட்டில் மற்றொரு விசேஷ அம்சத்தை நேயர்களில் பலர் கவனித்திருக்கக்கூடும். சந்தர்ப்பங்களுக்கேற்பக் குரலின் அளவைப் பெருக்குவதும், சுருக்குவதும் இவருடைய பாட்டில் காணப்படுவதுபோல் வேறு யாருடைய பாட்டிலும் நான் பார்த்ததில்லை.

இவ்வாறு, சங்கீதத்தின் உயிர் நிலை பாவம் என்பதை அறிந்துள்ள சுப்பிரமணிய அய்யர், மற்றப் பாடகர்களைவிட அதிகமாக நல்ல தமிழ்ப் பாட்டுக்களைக் கச்சேரி முடிவில் பாடி வந்ததில் ஆச்சரியமில்லையல்லவா?

இத்தகைய பல காரணங்களினால் முசிறி சுப்பிரமணிய அய்யர் மூலமாக நமது நாட்டு சங்கீதக் கலை பெரிதும் முன்னேற்றம் அடையப் போகிறது என்று எதிர்பார்த்தே வந்தேன். ஆனால் இவ்வளவு சீக்கிரத்தில், அதிலும் சங்கீத வித்வத் சபையின் பூரண ஆதரவு பெற்று அவர் இந்தச் சீர்திருத்தத்தை நிறைவேற்றியது எனக்கு அடங்கா மகிழ்ச்சியை அவதரித்தது.

★ ★ ★

இந்த விஷயத்தில் சங்கீதாபிமானிகள் அபிப்பிராயம் என்னவென்பதும் அன்று மிகவும் ஸ்பஷ்டமாகத் தெரிந்து போயிற்று. அன்றைய தினம் கச்சேரியே முதல் தரமாக அமைந்திருந்தது என்று சொல்லலாம். பாடகர் அளவுக்கு மீறி ஸ்வர வரிசைகளைப் போட்டு வளர்த்தாமல் கீர்த்தனங்களை

மளமளவென்று பாடிக்கொண்டு போனார். அங்கும் இங்குமாக இரண்டு மூன்று கீர்த்தனங்களிலேதான் ஸ்வர வரிசைகள் வந்தன. பக்கவாத்தியங்களும் உண்மையான பக்கவாத்தியங்களாகவே இருந்தன. செம்மங்குடி நாராயண சாமி அய்யர் பிடிலில் தனி ஆவர்த்தம் வாசித்த இரண்டொரு சமயங்களில் மட்டும் சபையில் அதிருப்திகுறிகுறிகள் காணப்பட்டது உண்மைதான். ஆனால் இது அவர் வாசிப்பது சபையோருக்குப் பிடிக்காததினால் அல்ல; அது காதில் விழாததினால்தான். வெகு சமீபத்தில் உட்கார்ந்திருந்த எனக்கே சில சமயங்களில் பாடகரும் பிடில்காரரும் ஏதோ இரகசியம் பேசிக்கொள்வதுபோல் தோன்றிற்றென்றால், தூரத்திலே காலரியிலே உட்கார்ந்திருந்தவர்களைப் பற்றிச் சொல்ல வேண்டுமா ? "என்னடா? இவ்வளவு பேரை வெறுமனே உட்கார வைத்துவிட்டு இவர்கள் இருவரும் ஒருவரோடொருவர் இரகசியம் பேசிக்கொள்வதாவது?' என்று அவர்களுக்குச் சிறிது ஆத்திரம் ஏற்படுவது இயற்கைதானே?

மற்றப்படி கச்சேரி முழுவதையும் சபையோர் ரஸித்தார்கள். எனினும், பாடகர் மூன்று மணி நேரத்துக்குள் பதின்மூன்று கீர்த்தனங்கள் ராகம், பல்லவி இவ்வளவையும் முடித்துவிட்டு, "என்றைக்கு சிவ கிருபை'' கீர்த்தனத்தில்

"கன்று குரலைக் கேட்டு கனிந்து வரும் பசுப்போல்"

என்னும் அநுபல்லவியை எடுத்தாரோ இல்லையோ , சபையினர் அடைந்த பூரிப்பையும், உற்சாகத்தையும் சொல்லி சாத்தியமில்லை. மின்சார சக்தியொன்று சபையில் ஊடுருவிப் பாய்ந்ததுபோல் இருந்தது என்றுதான் சொல்லக்கூடும்.

பிறகு "திருவடி சரணம்'', "விரித்த செஞ்சடை'', "தேயிலைத் தோட்டத்திலே'', "பாரதியின் வீர சுதந்திரம்" "சாதிமத பேத" என்னும் பாட்டுக்கள் ஒன்றன்பின் ஒன்றாய் வந்தன. இவைகளில் மூன்றாவது, ஐந்தாவது பாட்டுக்களைவிட நல்ல பாட்டுக்களைத் தேர்ந்தெடுத்திருக்கலாம் என்பது உண்மையே. ஆனால் அந்த சாதாரண பாட்டுக்களிலேகூடப் பாடகர் எவ்வளவு ஜீவ சக்தியை ஊட்டினார் ? பாவத்துடன் கூடிய பரிபூரண சங்கீதம் எப்படியிருக்க வேண்டுமென்பதை அன்று சபையோர் அறிந்தார்கள் என்று சொல்லலாம். சந்தேகமுள்ளவர்கள், அடுத்தமுறை முசிறி கச்சேரி கேட்கும்போது "வருமோ", "கனிந்து", "அலறி", "தேவாதிதேவா" என்பது போன்ற சொற்களும், சொற்றொடர்களும் வரும் இடங்களைக் கவனியுங்கள்.

★ ★ ★

சங்கீத உலகிலேயே இந்த விஷயத்தில் பெரிய மனமாறுதல் ஏற்பட்டிருக்கிறது என்பதை நேயர்களுக்குச் சந்தோஷத்துடன் தெரிவித்துக்கொள்கிறேன். சங்கீத வித்வத் சபையின் மகாநாட்டிலும் அதற்குப் போட்டியாக நடந்த மற்றொரு சங்கீத மகாநாட்டிலுங் கூட கச்சேரிகளில் தமிழ்ப் பாட்டுகளுக்கு அதிக இடம் கொடுக்க வேண்டும் என்று தீர்மானம் நிறைவேற்றியிருக்கிறார்கள். முசிறி வழிகாட்டிய பின்னர் மேற்படி தீர்மானங்களை அமுலுக்குக் கொண்டுவருவதில் மற்றும் பல வித்வான்களும் கவனம் செலுத்தியது மகத்தான மகிழ்ச்சிக்குரிய விஷயமாகும்,

மறுநாள் கோகலே ஹாலில் பைன் ஆர்ட்ஸ் சொஸைடியின் ஆதரவில் நடந்த கச்சேரியில் ஸ்ரீமான் அரியக்குடி ராமாநுஜய்யங்கார் ராகத்திற்கு முன்னால் இரண்டு தமிழ்ப்பாட்டுகள் பாடியதாக அறிகிறேன்.

அதே தினத்தில் சங்கீத மகாநாட்டுப் பந்தலில் ஸ்ரீமதி சரஸ்வதி பாய் "காலவரிஷி" என்னும் காலக்ஷேபத்தை நடத்தினார். தேவேந்திரனுடைய சபையில் அரம்பை ஊர்வசி முதலியவர்கள் நடனம் செய்யும் இடம் வந்தபோது "தற்காலத்திலே சங்கீதத்தில் தமிழுக்கு அதிகமாய் இடந்தர வேண்டுமென்று பலமான அபிப்பிராயம் ஏற்பட்டிருக்கிறது. ஆகையால் இங்கேயும் தமிழ்ப் பாட்டுக்களே நடக்கட்டும்'' என்று கூறிவிட்டுத் தமிழ்ப் பாட்டுகளில் இரண்டு பாடினார்.

தமிழ்நாட்டு சங்கீத உலகில் அரியக்குடி இராமாநுஜய்யங்கார் எத் தகைய ஸ்தானம் வகிக்கிறாரென்பது நேயர்கள் அறிந்ததே. ஸ்ரீமதி ஸரஸ்வதி பாய் அவர்களோ தமிழ்நாட்டு ஸ்திரீ பாகவதர்களுக்கு வழிகாட்டியாவார். இன்றுவரை அவருக்கிணை சொல்லக்கூடிய வேறொருவர் ஏற்படவில்லை. இத்தகையவர்களுடைய ஆதரவெல்லாம் இந்தச் சீர்திருத்தத்திற்கும் கிடைத்திருக்கும்போது தமிழ்நாட்டு சங்கீதம் மகோன்னதமான நிலையை அடையப் போகிறதென்பதை யார் சந்தேகிக்கக்கூடும்?

★ ★ ★

சங்கீதக் கச்சேரிகளில் செய்ய வேண்டிய மற்றொரு முக்கியமான சீர்திருத்தமாகக் குறிப்பிடப்பட்டது, முன்னால் புரோக்ராம் வெளியிட்டு அதன்படி கச்சேரி நடத்துவதாகும். சங்கீத மாநாட்டின் ஆதரவில் நடந்த கச்சேரிகளில் இந்தச் சீர்திருத்தம் நன்கு நிறைவேற்றப்பட்டது பெரிதும் பாராட்டத் தக்கது. முசிறியின் கச்சேரியில் ராகத்துக்கு முன்னால் ஒரு தமிழ்க் கீர்த்தனத்தைச் சேர்த்ததும், ஸ்ரீமதி பால சரஸ்வதியின் நாட்டியக் கச்சேரியில்

புரோகிராமில் போட்டிருந்ததைவிட ஐந்தாறு தமிழ்ப் பதங்கள் அதிகமாய்ச் சேர்த்ததுதான் புரோகிராமிலிருந்து மாறுதல்கள். இந்த மாறுதல்களைச் சபையோர் பெரிதும் விரும்பி வரவேற்றார்கள் என்று சொல்ல வேண்டியதில்லை. ஆனால் அடுத்த வருஷத்தில் இந்த மாறுதலுக்குக்கூட அவசியம் நேரிடாமல் புரோக்ராம் தயாரிக்கும்போதே தமிழ்ப் பாட்டுகளை அதிகமாய்ச் சேர்த்து விடுவார்களென்று நம்புகிறேன்.

* * *

மூன்றாவது முக்கியமான சீர்திருத்தமாகக் குறிப்பிடப்பட்டது, கச்சேரி களை மூன்றுமணி நேரத்திற்குள் முடிக்க வேண்டுமென்பது. இந்தச் சீர்திருத் தத்துக்குக் கிடைத்த ஆதரவைப்போல் வேறெதற்கும் கிடைக்கவில்லையென்று சொல்லலாம்; ஆனால் இதைப் போல் காரியத்தில் நிறைவேறாத சீர்திருத்தம் வேறுகிடையாது.

இரண்டு சங்கீத மகாநாடுகளிலும் "மூன்று மணி நேரத்துக்குமேல் எந்தக் கச்சேரியும் நடக்கக்கூடாது" என்று பிரபல வித்வான்களுடைய ஆதரவுடன் தீர்மானம் நிறைவேறியிருக்கிறது. ஆனால் டிசம்பர் மாதக் கடைசியில் சென்னையில் நடந்த சுமார் 25 கச்சேரிகள் காலட்சேபங்களுள் ஒன்றாவது, மூன்று மணி நேரத்துக்குள் முடியவில்லை.

சாதாரணமாய், ரொம்பப் பெரியவர்கள்தான் இந்த விஷயத்திலும் பெரிய குற்றவாளிகளாயிருக்கிறார்கள். டைகர் வரதாச்சாரியாருக்குச் சங்கீத உலகில் உள்ள கௌரவம் வேறு யாருக்கும் கிடையாது. ஆனால் அவர்தான் ஐந்து மணிநேரம் கச்சேரி செய்தார்!

சங்கீத அரண்யத்தில் அன்று அவர் ஒரு புலியாகவே விளங்கினாரென்பதும், சங்கீத வித்தையில் சிறிதேனும் பயிற்சியுள்ளவர்கள் அனைவரும் அவருடைய பாட்டிலே பரவசமடைந்து நேரம் போவதே தெரியாமல் இருந்தார்களென்பதும் உண்மைதான். ஆனால் மணி எட்டரையானதும் பாலக்காட்டுமணி கடிகாரத்தைப் பார்த்துவிட்டு மிருதங்கத்தை உறையில் போட்டுக்கொண்டு கிளம்பியபோது எல்லாருக்கும் உலகப் பிரக்ஞை வந்தது. அப்போது புரோக்ராமில் கண்ட கீர்த்தனங்களில் இன்னும் இரண்டு பாக்கி! அப்புறம் ராகம்பல்லவி வகையறாக்கள். வேறு மிருதங்கக்காரரின் உதவியுடன் பாடகர் கச்சேரியை முடிக்க வேண்டியிருந்தது.

பாடகர்களுக்கும் பிரசங்கிகளுக்கும் இந்த விஷயத்தில் ஏற்படும் சங்கடத்தை நான் அறிந்துக்கொள்ளக்கூடும். பாட்டும் பிரசங்கமும் தொடங்கிவிட்டால், தங்களுக்குத் தெரிந்தது அவ்வளவையும் சபையோருக்குச் சொல்லிவிட வேண்டுமென்ற உற்சாகம் அவர்களுக்கு உண்டாகிவிடுகிறது. ஆனால் இரு சாராரின் நன்மையையும் முன்னிட்டு அவர்கள் இந்த ஆவலைக் கட்டுப்படுத்திக்கொள்ள வேண்டியது அவசியம்.

★ ★ ★

பாடகர் கச்சேரியை வளர்த்துவதே தவறு என்று சொன்னால், பக்க வாத்தியக்காரர்கள் வளர்த்துவதைப் போன்ற பெரிய குற்றம் வேறொன்றுமில்லை. ஸ்ரீமான் வீருசாமிப் பிள்ளையின் நாதசுரக் கச்சேரியில் இந்த வேடிக்கையையும் பார்த்தோம்.

ஸ்ரீமான் வீருசாமிப் பிள்ளையின் நாதசுரம், மீனாக்ஷிசுந்தரம் பிள்ளையின் தவுல் இவைதான் புரோகிராமில் கண்டிருந்தன. ஆனால் கச்சேரியிலோ மற்றொரு துணை நாயனக்காரரும், தவுல்காரரும் காணப்பட்டார்கள். இந்த இரட்டைத் தவுல் திட்டம் ஓரளவு கச்சேரியின் சிறப்பைக் குறைத்தது என்பதில் சந்தேகமே கிடையாது.

சங்கீதக் கருவிகளுக்குள்ளே தலைசிறந்தது நாதஸ்வரம் என்பதும், கர்நாடக சங்கீதத்தின் தூய்மை சிறிதும் குன்றாமல் காப்பாற்றி வருவது அந்த வாத்தியமே என்பதும் அறிஞர்கள் பலருடைய அபிப்பிராயமாகும். எனவே, மற்றக் கச்சேரிகளில் நடுவில் எழுந்து போய்க்கொண்டிருந்த பிரமுகர்கள்

பலருங்கூட அன்று வெகுநேரங் கேட்டுக்கொண்டிருந்தனர். ஸ்ரீமான் வீருசாமி அன்று வாசித்த சிறப்பு அவர்களுடைய அபிப்பிராயத்தை வற்புறுத்துவதாகவேயிருந்தது. ஸ்ரீமான் மீனாக்ஷிசுந்தரம் பிள்ளை நாதஸ்வரத்துடன் கலந்து தவுல் வாசித்தபோது, "தேவதுந்துபி என்கிறார்களே, அது இப்படித்தான் இருக்குமோ?" என்று வியக்கும்படி இருந்தது. ஆனால் அவரும் மற்றொரு தவுல்காரரும் மாற்றி மாற்றித் தனி ஆவர்த்தனம் வாசித்தது என்னால் சகிக்கக் கூடியதா யில்லை, இரண்டு, மூன்று தடவை இவர்கள் இவ்வாறு அரை, அரைமணி நேரம் வாசித்தார்கள். பக்கத்திலிருந்த ரஸிகர், "நீங்கள் அலுப்படைந்து என்ன பிரயோஜனம்? இன்று வந்திருப்பவர்களில் முக்கால்வாசிப்பேர் தவுல் கேட்கத்தானே வந்திருக்கிறார்கள்?" என்று கூறினார். "நல்ல வேளை! அவ்வளவுபேரும் ஒத்து ஊதுபவரைக் கேட்கத்தான் வந்திருக்கிறார்கள் என்று சொல்லாமல் விட்டீர்களே?" என்றேன். மேற்படி ரஸிகர் கூறியது உண்மையானால் அத்தகையவர்களுக்காகத் தனித் தவுல் கச்சேரி வைத்துவிடுவதுதான் முறை. சங்கீத வித்வத் சபையின் ஆதரவில் நடக்கும் கச்சேரிகளில் பக்கவாத்தியங்களின் தனி ஆவர்த்தனத்துக்கு இடங்கொடுத்தால் ஐந்து நிமிஷத்துக்கு மேல் கொடுக்கக் கூடாது.

சங்கீத மகாநாட்டையொட்டிக் கச்சேரி செய்தவர்களில் ஒரே ஒருவர்தான் காலவரம்பைக் கூடியவரையில் கடைப்பிடித்தார் என்று சொல்லலாம். இவர்தான் மகாநாட்டின் அக்கிராசனர் ஸ்ரீமான் பொன்னையா பிள்ளை அவர்கள். ஜனவரி 25ல் இவர் நடத்திய கச்சேரியைச் சரியாக மூன்றே கால் மணியில் முடித்து விட்டார். மகாநாட்டின் தீர்மானத்தை அதன் அக்கிராசனராவது நிறைவேற்றி வைத்தது வருங்காலத்துக்கு ஒரு நற்குறி என்றே கருதுகிறேன்.

★ ★ ★

சென்னை சங்கீத வித்வத் சபை (மெட்ராஸ் மியூஸிக் அகாடமி) யின் நன்முயற்சியால் இதுகாறும் சங்கீத உலகில் எவ்வளவோ முன்னேற்றங்கள் ஏற்பட்டிருக்கின்றன. மற்றும் அவசியமான சீர்திருத்தங்களையும் அவர்கள் கட்டிய கட்டடத்தை விரைவில் நிறைவேற்றி வைப்பார்கள் என்பது எனது பூரணமான நம்பிக்கை.

- ஆனந்த விகடன், 07.01.1934

11
கர்மம் : கல்யாணம்

"லண்டனில் கர்மம்!
பாரிஸில் கர்மம்!
பெர்லினில் கர்மம் கடைசியில்
சென்னையிலும் கர்மம்"

"இப்படி ஐரோப்பாவையெல்லாம் ஒரு கலக்குக் கலக்கிவிட்டுச் சென்னையைத் தேடி வந்திருக்கும் "கர்மம்" என்னை விட்டு விடுமா? அந்தக் கர்மத்துக்கு என்னுடைய கடமையையும் தொலைத்துவிடத்தான் வேண்டுமென்று எண்ணி ராக்ஸி தியேட்டருக்குப் போயிருந்தேன். அதன் பயனாக ஏற்பட்ட என்னுடைய அபார மகிழ்ச்சியை நேயர்களுக்கு எப்படித் தெரிவிப்பது என்ற பிரமிப்பிலேயே பல நாட்கள் சென்றுவிட்டன.

"கர்ம" த்தின் ஆரம்பத்தில் ஸ்ரீமதி ஸுநாலினிதேவி என்பவர் 'டான்ஸ்' செய்கிறார். ஆடலுடன் பாடலும் உண்டு. இவர் ஸ்ரீமதி ஸரோஜினி தேவியின் சகோதரியாம். அதற்காக முகத்தில் இவ்வளவு சுண்ணாம்பைப் பூசிக்கொள்ள வேண்டுமா என்று தோன்றியது. அவருடைய பற்களில் ஒன்று கோணல் என்பதை இவ்வளவு ஸ்பஷ்டமாக நமக்கு அறிவித்தல் அவசியமா என்றும் நினைத்தேன். இந்த ஆடல் பாடலிலேயே என்னுடைய மகிழ்ச்சி அளவுகடந்து பெருகத் தொடங்கிவிட்டது. பிறகு "கர்மம்" ஆரம்பமாகக் கதை நடக்க நடக்க, "பலே பஹவா! அந்த வெள்ளைக்காரர்களின் பணத்தை இப்படியல்லவா பறிக்க வேண்டும்!" என்று குதூகலமடைந்தேன். நம்முடைய நாட்டில் உபயோகமற்ற சரக்குகளையெல்லாம் கொண்டுவந்து தள்ளிவிட்டு எவ்வளவு நாளாய் வெள்ளைக்காரர்கள் நமது செல்வத்தைக் கொண்டுபோய் வருகிறார்கள்? இதற்குப் பழிக்குப் பழியாக, "கர்மா"வைப் போன்ற "டாக்கி" களைச் சீமையில் ஏராளமாகக்

காட்டிவிட்டுக் கொஞ்சம் பணம் கொண்டு வருவதில் என்ன தப்பு இருக்க முடியும் ?

இந்த எண்ணந்தான் கொஞ்சநேரம் கொட்டகையில் இருந்து பார்ப்பதற்கு எனக்குத் தைரியமும் ஊக்கமும் அளித்தது. ஸ்ரீரங்கத்து அய்யங்கார் கதை கேட்டிருப்பீர்கள். ஆழ்வார் திருவடிகளையே சரணமாகக் கொண்ட அந்த வீர வைஷ்ணவ சிகாமணி திருவானைக்காவல் சிவன் கோவில் ஓரமாகப் போய்க்கொண்டிருந்தபோது, பழைய சிதிலமான கோபுரத்தில் ஒரு காக்காய் உட்கார், கோபுரத்தின் ஒரு பகுதி இடிந்து நமது பக்தமணியின் மீது விழுந்தது. தம் தலையிலும் உடம்பிலும் இரத்தம் வழிந்து ஓடுவதைக்கூடப் பொருட்படுத்தாத அந்தப் பரம பாகவதர் காக்கையைப் பார்த்து "ஸ்ரீரங்கத்து வீர வைஷ்ணவக் காக்காயே! திருவானைக்காவல் சிவன் கோவில் கோபுரத்தை நன்றாய் இடித்துத் தள்ளு!'' என்றாராம். நானும் அவரைப்போல அதி தீவிர தேசபக்தியை உண்டு பண்ணிக்கொண்டு "ஓ ஹிமான்ஸூராய்! பேஷ்! நல்ல காரியம் செய்தீர் ! இம்மாதிரி இன்னும் அநேக டாக்கிகளை உற்பத்தி செய்து சீமையெங்கும் காட்டிக் கூடுமான வரையில் அவர்கள் பணத்தை இங்கே கொண்டுவந்து சேரும்" என்றேன்.

★ ★ ★

"ஆனால் மேனாட்டில் சினிமா டாக்கித் தொழில் மிக்க உந்நத நிலைமை அடைந்திருக்கிறதே. இந்தக் கர்மம் இங்கிலாந்தில் இவ்வளவு தூரம் சிலாகிக்கப்பட்டது எதனால்?" என்று ஒரு கேள்வி எழுந்தது. "ஓகோ! இது வெகு சுலபமாய்க் கண்டுபிடிக்கக் கூடியதாயிற்றே. எல்லாம் பிரிட்டிஷ் பத்திரிகைகளின் சூழ்ச்சி. இந்த மாதிரி ஆறாந்தர ஏழாந்தர சரக்குகளை ஏராளமாய்ப் புகழ்ந்துவிட்டால், அவை ஐரோப்பாவின் மற்றத் தேசங்களிலும், அமெரிக்காவிலும் காட்டப்பெறும்போது, "சீ! வெகுவாகப் புகழ்ந்தார்களே, இவ்வளவுதானா? இந்தியாவின் முதல் தரச் சரக்கே இப்படியிருந்தால், மற்றதைப் பற்றிக் கேட்பானேன்?" என்பதாக அவர்களுக்கெல்லாம் இந்தியாவைப் பற்றித் தாழ்வான எண்ணம் உண்டாக வேண்டுமென்று தான்." இப்படி ஒரு சிநேகிதர் சொன்னார். எனக்கு அந்தக் காரணம் அவ்வளவு திருப்திகரமானதாய்த் தோன்றவில்லை. அதாவது, சூழ்ச்சியில் எனக்கு நம்பிக்கை யில்லை. வேறு காரணங்கள் இருக்கக் கூடுமென்று நினைத்தேன்.

(1) பாப்ளி துரை விநோதமான தமிழ் பேசுவதில் தமிழ் அன்பர்கள் அடையும் சந்தோஷத்தைப் பற்றி

முன்னமேயே குறிப்பிட்டிருக்கிறேன். ஒரு வெள்ளைக்காரன் ஸம்ஸ்கிருதத்திலிருந்து ஒரு சுலோகம் சொல்லிவிட்டால், நமது ஸநாதன தர்ம பரிபாலகர்களுக்கு அளவு கடந்த ஆனந்தம் ஏற்படுவதைக் காண்கிறோமல்லவா? இங்கிலீஷ்காரர்களும் மனிதர்கள்தானே? உளறிக் குளறி அவர்கள் நமது பாஷையைப் பேசுவதில் நமக்கு அவ்வளவு சந்தோஷம் என்றால், இந்தியர்கள் ஸ்பஷ்டமான உச்சரிப்புடன் நன்றாய் இங்கிலீஷ் பேசுவதைக் கேட்க ஆங்கிலேயருக்கு வியப்புண்டாவது இடற்கையேயன்றோ? இது ஒரு காரணமாயிருக்கலாம்.

(2) மாறுதலை விரும்புவது மனித இயற்கை. மேனாட்டு வெள்ளைக்கார சினிமா நடிகைகளை அடிக்கடி பார்த்து அலுத்துப் போன கண்களுக்கு, இந்தப் பழுப்பு நிற அழகியின் வடிவம் இன்பமளித்திருக்கலாம். "கர்மா" வைப் புகழ்ந்திருக்கும் பிரிட்டிஷ் பத்திரிகைகள் ஒவ்வொன்றும் தேவிகா ராணியின் அழகை விசேஷமாகக் குறிப்பிட்டுப் பாராட்டியிருப்பதைப் பார்த்தால், இந்தக் காரணம் அதிக பலம் பெறுகிறது. ஆனால், இந்தியாவிலேயே பிறந்த பழுப்பு நிறத்தாராகிய நமக்கு, அதிலும் சொந்த மனைவியை மட்டும் ரதியாகவும், பர ஸ்திரீகளை யெல்லாம் குரூபிகளாகவும் கருத வேண்டுமென்னும் கொள்கையுடைய நமக்கு, தேவிகா ராணியின் அழகைப் பற்றி அதிக பிரமை ஏற்பட நியாயமில்லையல்லவா?

(3) இந்த 'டாக்கி'யில் வரும் சில காட்சிகள், இந்தியருடைய அநாகரிக வாழ்க்கை முறையைப் பற்றி மிஸ் மேயோ புத்தகத்தில் காணும் விஷயங்களைத் தத்ரூபமாக எடுத்துக்காட்டுவனபோல் அமைந்திருக்கின்றன. இவை பிரிட்டிஷ் "கிரிடிக்கு" களின் உள்ளங்களைக் கொள்ளைகொண்டது இயற்கையேயாகும்.

(4) ஆனை, குருதை, ஒட்டை , பாம்பு, புலி, மகாராசா, மந்திரவாதி, பக்கிரி, பாம்பாட்டி, கோஷா ஸ்திரீ, கோவேறு கழுதை முதலிய அநேக பிரா ணிகள் இந்தப் படத்தில் வருகின்றன. இவைகளையெல்லாம் பற்றிப் படித்தும் கேட்டும் ஆவல் கொண்டிருந்த பிரிட்டிஷ் மக்களுக்கு இப்போது நேரில் பார்க்கும் சந்தர்ப்பம் கிடைத்ததில் சந்தோஷம் இருந்திருக்குமல்லவா?

★ ★ ★

ஒரு விஷயம் சொல்ல வேண்டும். எனக்குப் புலப்படாத அநேக நல்ல அம்சங்கள் "கர்மா"வில் இருந்திருக்குமோ வென்று சந்தேகிக்கிறேன். கதைப் போக்கின் ஆபாஸத்தினால் அந்த நல்ல அம்சங்கள் எனக்குத் தோன்றாமலே போயிருத்தல் முற்றிலும்

சாத்தியமேயாகும். இருபதாம் நூற்றாண்டில் சுவை சிறிதேனுமற்ற கதை கிருஷ்டித்தவனுக்கு ஒரு பரிசு கொடுப்பதாயிருந்தால், “கர்மா”வைச் சிருஷ்டித்த திவான் ஷிரார் என்னும் ஆசாமிக்குக் கொடுக்கலாம். கதையைக் கேளுங்கள் :

சீதாப்பூர் மகாராணி இங்கிலாந்தில் நாகரிகப் பயிற்சி பெற்று இந்தியாவுக்குத் திரும்பி வந்திருக்கிறாள். வரும்போது “அபிவிருத்தி” என்னும் சாக்கில் சில மூட்டைகள் சீமையிலிருந்து ஏற்றுமதி செய்துகொண்டு வந்திருக்கிறாள், அம்மூட்டைகளை அவள் அவிழ்த்துவிடலாமென எண்ணியிருக்கும்போது, அண்டையிலுள்ள ஜயநகர் சமஸ்தானத்து இராஜகுமாரனுக்கும் அவளுக்கும் எப்படியோ காதல் நோய் கண்டுவிடுகிறது. ஆனால் அந்த இராஜகுமாரனின் தந்தைஜயநகர் மகாராஜா“அபிவிருத்தி” மூட்டையைச் சுமக்க விருப்பமில்லாதவன். எனவே, அவனுக்கு மேற்படி காதல் சம்மதமில்லை. தங்கள் கல்யாணத்திற்கு அவனைச் சம்மதிக்கச் செய்வதற்காக, சீதாப்பூர் மகாராணி ஓர் “அபிவிருத்தி”யான யோசனை புரிகிறாள். அவளுடைய நாட்டில் மிருகங்களை வேட்டையாடக் கூடாதென்று தொன்று தொட்டு ஒரு வழக்கம் இருந்துவந்ததாம். “சீ! இதென்ன அநாகரிகம்? வேட்டையாடக் கூடாதென்று ஒரு வழக்கம்! இதைத் தொலைக்க வேண்டும். அதே சமயத்தில், ஜயநகர் மகாராஜாவையும் வசப்படுத்தியதாகும்” என்று எண்ணி, மகாராஜாவைத் தனது சமஸ்தானத்துக் காடுகளில் வேட்டையாடுவதற்கு அவள் அழைக்கிறாள்.

திடீரென்று கொலைகாரன் தோன்றுகிறான். காதலர்கள் தனித்திருக்கும்போது வந்து இராஜகுமாரனைக் குத்தக் கட்டாரியை ஓங்குகிறான். இராணி அலறி விழுகிறாள். இராஜகுரு வந்து கையைப் பிடித்துக் கொலை விழாமல் தடுக்கிறார். கொலையாளி இராஜகுமாரனை ஏன் கொல்ல முயலுகிறானென்பது கடவுளுக்குத்தான் வெளிச்சம். சீதாப்பூரில் வேட்டையாட உத்தரவு கொடுத்தது காரணமாயிருந்தால், மகாராணியின் மேலல்லவா கோபம் வந்திருக்க வேண்டும்?

மறுநாள் வேட்டைக்குப் போக வேண்டாமென்று காதலி காதலனை மன்றாடி வேண்டிக்கொள்ளுகிறாள். பலனில்லை.

இரவு கழிகிறது. கீழ்வானம் வெளுக்கிறது. என்ன ஆச்சரியம்! சூரியன் கூட உதயமாகிறான். என்ன தைரியம் ! அவன் கிரணங்கள் மகாராணி படுக்கையறைக்குள் நுழைகின்றன. மகாராணி கண் விழிக்கிறாள். உடனே தன் ஹிருதயத்தைத் தொட்டுப் பார்க்கிறாள். அதற்குள் இராஜகுமாரானை யாராவது கொல்ல முயலுவார்களோவென்று அஞ்சுகிறாள்.

உண்மையில் நடந்தது வேறு. இராஜகுமாரன் புலியைச் சுடுவதற்குப் பதிலாக, வேட்டைக்கு உதவி செய்ய வந்தவர்களில் ஒருவனைச் சுட்டுக் கொன்றுவிடுகிறான். இறந்தவனின் கிழத்தந்தை இராஜகுமாரனைச் சபிக்கிறான், "உன் பட்டத்து யானைமீது பிச்சைக்காரன் ஏறட்டும்" என்பது அந்தச் சாபம்.

இதற்கு மத்தியில் எங்கிருந்தோ ஒரு பாம்பு வந்து சேருகிறது. இராஜகுமாரனைக் கடிக்கிறது. அவன் செத்து விழுகிறான்.

இச்செய்தி நகருக்கு எட்டுகிறது, இராஜகுமாரனின் தந்தை "திற பொக்கிஷத்தை!" என்று கதறுகிறான். "கொடு பிச்சைக்காரர்களுக்கு!" என்று உத்தரவிடுகிறான். மகாராணி தன் காதலன் இறந்து கிடக்கும் இடத்துக்கு ஓடுகிறாள். அவன் உடல்மீது விழுந்து அழுகிறாள். "அபிவிருத்தியாவது, மண்ணாவது? காதல் ஒன்றுதான் உண்மை. பாக்கியெல்லாம் பொய்" என்ற ஞானோதயம் அவளுக்கு உண்டாகிறது. இதே சமயத்தில் மகாராஜாவுக்கும் நல்ல புத்தி வந்து விடுகிறது. இவ்வாறு இரண்டு பேருக்கும் புத்தி வந்ததும் மற்றொரு சர்ப்பத்தைக் கொண்டுவந்து இளவரசனைக் கடிக்கவிடுகிறார்கள். அவன் பிழைத்து எழுகிறான்.

★ ★ ★

அட கர்மமே! கதையைச் சுவாரஸ்யமாகவல்லவா செய்துவிட்டேன் போலிருக்கிறது! போகட்டும். ஆனால் நிகழ்ச்சிகளின் சம்பந்தா சம்பந்தங்களைப் பற்றி மட்டும் கேளாதீர்கள். கிழவன் இட்ட சாபத்துக்கும் பாம்பு கடித்ததற்கும் என்ன சம்பந்தம் என்று கேட்டால் நான் என்ன சொல்ல முடியும்? அல்லது "கர்மா" என்னும் பெயர் இந்தப் பேசும் படக்காட்சிக்கு ஏன் கொடுக்கப்பட்டது என்பதுதான் எனக்கு என்ன தெரியும்? இராஜகுமாரன் பிழைக்காமலே இறந்து போயிருந்தாலும் ஒரு வேளை பொருத்தம் இருந்திருக்கலாம். இப்போதோ, 'கர்மா' என்னும் பெயர் வெள்ளைக்காரர்களின் காதுக்கு நன்றாயிருக்கக் கூடும் என்பதைத் தவிர வேறு பொருத்தம் எதுவும் தெரியவில்லை.

சீதாப்பூர் இராணி அபிவிருத்தியைப்பற்றிப் பேசுகிறாளல்லவா? இந்தப் பேசும் படத்தில் ஓர் அபிவிருத்தி நிச்சயமாய்க் காணப்பட்டது. சாதாரணமாய் நமது நாட்டில் நடத்தப்படும் நாடகங்கள், பேசும் படக்காட்சிகள், முதலியவற்றில் சம்பாஷணையிலும் பாட்டிலும் எவ்வளவு ஆபாசம் இருந்த போதிலும் முத்தமிடும் காட்சிகள் விஸ்தாரமாகக் காட்டப்படுவதில்லை. நம் நாட்டு நாகரிகத்திற்கு அவ்வளவு ஏற்றதல்லவென்று அதைச் சற்று ஒதுக்கி வைத்திருக்கிறார்கள். இந்தக் "கர்மா" வில் அப்படியில்லை,

முத்தமிடும் காட்சிகளைக் காண்பிப்பதில் மிக்க அபிவிருத்தி ஏற்பட்டிருக்கிறது. அதிலும் உயிரற்ற இளவரசனின் உடல் மீது மகாராணி முத்தமிட்ட காட்சி சென்னைவாசிகள் என்றும் பார்த்திராத அபிவிருத்தியாக இருந்தது

காதல் சம்பாஷணைகளும் மிக்க அபிவிருத்தியைக் காட்டி நின்றன. கேவலம் கர்நாடக வழக்கப்படி " கண்ணே ! மணியே!" என்றும் "மயிலே குயிலே !" என்றும் அழைத்து இவர்கள் காதலிக்கவில்லை. "நீ கவிஞன்" என்றும், "நீ கவிதை" என்றும் சொல்லிக் காதலிக்கிறார்கள்.

இளவரசன் தன் காதலியைப் பார்த்து "நீ ஐந்து ரோஜா மலர்களைவிட இலேசாயிருக்கிறாய்; ஐந்நூறு ரோஜா மலர்களைவிட அழகாயிருக்கிறாய்" என்கிறான். இந்த மாதிரி,

அழகை எண்ணிக் கணக்கிடும் கவிஞனை நாம் இதற்குமுன் கண்டிருக்கிறோமா? இது ஓர் அபிவிருத்தியேயல்லவா? இந்த முறையைப் பின்பற்றி இன்னும் சிறிது முன்னேறினால், "உனது முகம் முப்பத்திரண்டு சந்திரன்களைவிடப் பிரகாசமாயிருக்கிறது. உன்னுடைய கூந்தல் மேகங்களைவிடக் கருமையாயிருக்கிறது. உன் இதழ்கள் ஏழே முக்கால்படி தேனைவிட இனிமையாயிருக்கின்றன" என்றெல்லாம் அருமை அருமையாகவும், புதுமை புதுமையாகவும் காதல் சம்பாஷணை ஏற்படக்கூடுமல்லவா?

"கர்மம்" ஒழியட்டும்; கல்யாணத்துக்குப் போகலாம்

"சீதா கல்யாணம் வைபோகமே"

என்றுதான் இப்போது சென்னையெல்லாம் முழங்குகிறதே!

இந்த டாக்கியைப் பற்றி என் அபிப்பிராயம் மூன்று அவதாரம் எடுத்திருக்கிறது. முதலில், அது தயாராகி வரும்போது கேள்விப்பட்ட விவரங்களிலிருந்து அசாத்தியமாக எண்ணிக் கொண்டிருந்தேன். பிறகு, "பிராட்வே டாக்கி"யில் அதைப் பார்த்தபோது சிறிது ஏமாற்றம் உண்டாயிற்று. இதற்குத்தானா இவ்வளவு தடபுடல்?" என்று நினைத்தேன். பின்னர், "கர்மா"வைப் பார்த்த பிறகு, ஏமாற்றம் ஓரளவு குறைந்தது. "சீதா கல்யாணத்"தில் புகழத் தக்க அம்சங்கள் அநேகம் உண்டென்பது மனதில் பட்டது .

முதலாவது, "சீதா கல்யாணம்" எந்த ஓர் அம்சத்திலும் முதல்தரமென்று சொல்வதற்கில்லையென்றாலும், அதில் சாதாரணமாய் மற்றத் தமிழ் டாக்கிகளில் காணப்படும் ஆபாஸங்கள் அசந்தர்ப்பங்கள் ஒன்றும் இல்லை. இதுவே பெரிதும் பாராட்டத் தக்க அம்சமல்லவா ?

இரண்டாவது, கதையின் சிறப்பு. பழைய இராமாயணக் கதைதான். ஆனால் ''கர்மா" வைப் போன்ற நவீன கதைகளைக் காட்டிலும் பழைய இராமாயணத்தைப் பதினாயிரத்தோராவது தடவை பார்க்கச் சொன்னாலும் தயாரென்பேன்.

அடுத்தபடியாக, நடிகர்கள். இவர்களில் விசேஷமாய்ப் புகழ்ச்சிக்குரியவர்கள் வக்கீல் சுந்தரமையரின் குழந்தைகள்தான். ஆனால் இது விஷயத்தில் எனக்கு ஒரு சங்கடம் இருக்கிறது. சுந்தரமையர் சாதாரணமாகத் தமது குழந்தைகளின் சாமர்த்தியத்தைப் பாராட்டுவதற்குப் பிறருக்குச் சந்தர்ப்பம் கொடுப்பதேயில்லை. சில மாதங்களுக்கு முன்பு எழும்பூர் ஜகந்நாத பக்த சபையில் இவருடைய குழந்தைகள் பாடியதை முதன்முதலாகக் கேட்டேன். மற்றவர்கள் பாடும்போது சற்றுத் தூர உட்கார்ந்திருந்தவர், தமது குழந்தைகள் பாட ஆரம்பித்ததும் சமீபத்தில் நகர்ந்து வந்து உட்கார்ந்தார். தலையையாட்டினார், தாளம் போட்டார். கொஞ்ச நேரத்துக்கெல்லாம் அவருடைய தேகம் முழுவதும் முன்னும் பின்னுமாய் அசைய ஆரம்பித்தது. "பேஷ்" "சபாஷ்" என்ற சப்தங்கள் இடைவிடாமல் வந்து கொண்டிருந்தன. என்னைப் போன்றவர்களுக்கு ஒரு "பேஷ்" போடவும் அவர் இடங் கொடுக்கவில்லை .

ஆனால் இப்போது சுந்தரமையர் இங்கு வந்து என்னுடைய பேனாவைப் பிடுங்கிக்கொள்ள முடியாதென்ற தைரியம் இருப்பதால், கொஞ்சம் 'பேஷ்' போட்டுப் பார்க்கலாம். இராமனாக நடித்த சிரஞ்சீவி இராஜத்துக்கு ஒரு 'பேஷ்' போதாது; இரட்டை 'பேஷ்' போட வேண்டும் வே ஷப் பலிப்புக்கு ஒன்று ; பாட்டுக்கு ஒன்று, 'சினிமா முகம்' என்று சொல்கிறார்களே, அது இராஜத்துக்கு

அமைந்திருக்கிறது. பாலராமன் வேஷத்திற்குத் தகுந்த உருவம். பாட்டோ, சாதாரணமாய்த் தமிழ் நாடக மேடையில் கேட்க முடியாதது. மருந்துக்கு ஓர் அபஸ்வரம் எங்கேயாவது வரவேண்டுமே, கிடையாது.

சீதையாகவும், ஊர்மிளையாகவும் வேஷம் தரித்த ஜயா, ஸரஸா என்னும் பெண் குழந்தைகளும் வெகு நன்றாய்ப் பாடினார்கள். அவர்கள் ''உல்லாஸமாகப் பந்தாடுவோமே" என்று அழகாய்ப் பாடிக்கொண்டு, கையும் நோகாமல் பந்துக்கும் வலிக்காமல் ஒருவர் கையில் ஒருவர் வைத்து வைத்து எடுத்துப் பந்தடித்த பெருமையைப் பார்க்க வேண்டுமே!

ஸ்ரீமான் சுந்தரமையரின் குழந்தைகள் இப்படியே அபிவிருத்தியடைந்து வந்தால், வருங்காலத்தில் சங்கீத உலகிலும் டாக்கி மேடையிலும் மிகச் சிறந்து விளங்குவார்களென்பதில் சந்தேகமில்லை.

மற்ற நடிகர்கள் எல்லாரும் வந்தார்கள்; போனார்கள். பேசவும் செய்தார்கள். இராமாயணக் கதை நமக்குத் தெரியுமாதலால், அவர்கள் ஏன் வந்தார்கள், ஏன் போனார்கள், என்ன செய்தார்கள், என்ன பேசினார்கள் என்பதெல்லாம் ஒருவாறு விளங்கி வந்தது.

இந்த டாக்கியில் பேசப்படும் சம்பாஷணைகளை எழுதியவர் சிறந்த தமிழ்ப் பயிற்சியுள்ளவர்; எழுதும் அனுபவமும் வாய்ந்தவர். ஆதலின் பிழையற்ற நல்ல தமிழில் பாத்திரங்கள் பேசுகிறார்கள். ஆனால் 'டாக்கி'க்கு சம்பாஷணை எழுதத் தமிழ்ப் பயிற்சி மட்டும் போதாது என்று சீதா கல்யாணம் நமக்கு அறிவிக்கிறது. கைகேயிக்கும் இராமனுக்கும் நடக்கும் சம்பாஷணையைக் கேளுங்கள் :

கைகேயீ: கண்ணே ! ஒரு சேதி.

ராமன் : என்ன! சீக்கிரம் சொல்லுங்கள். நான் போக வேண்டும்.

கைகேயி. ராமா ! உனக்கு ஒரு பெண்

ராமன்: என்ன பரிகாசம் ! அப்பா காத்துக்கொண் டிருப்பார்.

(தசரதர் பிரவேசம்)

தசரதர்: ஹா! என்ன பரிகாசம்?

கைகேயி : கண்மணிக்குக் கல்யாணம் செய்ய வேண்டாமா?

தசரதர்: ஆம், கல்யாணம் செய்ய வேண்டியதுதான்; ஆனால் ராமன் விவாகம் ராஜங்க காரியம். குலகுரு, மந்திரி முதலானவர்களோடு ஆலோசித்துச் செய்ய வேண்டிய விஷயம்.

கைகேயி : அப்படிச் செய்கிறதுதானே.

தசரதர் : அப்படியே ஆலோசித்துச் செய்கிறேன்.

கைகேயி ராமா ! பரிகாசம் என்றாயே!

ஏன்? பேச்சிலே ரஸம் சொட்டுகிறதல்லவா? நெடுகிலும் இப்படித்தான். முதலில், இந்த சம்பாஷணைகள் ஒருவிதமாய் எழுதப்பட்டு, பின்னர் ஆங்காங்கே துண்டிக்கப்பட்டிருக்க வேண்டுமென்று ஊகிக்கிறேன். எப்படியிருந்தாலும் சம்பாஷணை எழுதுபவர்களும் நடிப்பவர்களும் பல தினங்கள் ஒத்துழைத்துச் சீர்திருத்தினால்தான் டாக்கியில் பேச்சு இயற்கையாகவும் நன்றாகவும் அமையுமென்னும் உண்மையை "சீதா கல்யாணம்" நன்கு வெளிப்படுத்துகிறது.

இதுகாறும் வெளிவந்திருக்கும் தமிழ் டாக்கிகளுக்குள் "சீதா கல்யா ணம்" சிறந்தது என்பதாக ஒரு நண்பர் அபிப்பிராயம் தெரிவித்தார். இப்படிச் சொல்வதில் பெருமை ஏதேனும் இருப்பதாக எனக்குத் தோன்றவில்லை. ''குப்பைகளுக்குள் சிறந்த குப்பை" என்று சொல்வது ஒரு கௌரவமா, என்ன? என்னுடைய தாழ்மையான அபிப்பிராயத்தில், "சீதா கல்யாணம்" தமிழ் டாக்கி உலகில் ஒரு சுபமான ஆரம்பமாகும். இதுவரை வெளியான தமிழ் டாக்கிகளைப் பார்த்துவிட்டு, 'சீ! இந்தத் தமிழ்நாடு எங்கே உருப்படப் போகிறது?" என்று கையை விரித்தோம். இனி, அப்படி நிராசையடைய வேண்டியதில்லை. மற்ற கலைத் துறைகளில் போலவே டாக்கி துறையிலும் தமிழர்கள் சிறந்த முன்னேற்றம் அடையப் போகிறார்கள் என்பதற்கு சீதா கல்யாணத்தில் அறிகுறிகளைக் காண்கிறோம்.

- ஆனந்த விகடன், *01.04.1934*

12
கட்டை வண்டி

இந்த ஆசாமியை நன்றாய்ப் பார்த்துக் கொள்ளுங்கள். தமிழ்நாட்டில் புதிது புதிதாகத் தோன்றி வரும் சாமர்த்தியக் குற்றவாளிகளில் இவர் ஒருவர். இவர் செய்திருக்கும் குற்றங்கள் ஒன்றல்ல, இரண்டல்ல ; அனந்தம். அவைகளை ஆயிரம் நாவுடைய,... (பூர்த்தி செய்து கொள்க.) ஆனாலும் சொல்ல முயற்சிக்கிறேன்.

தமிழ்நாட்டில் சிரிப்பு அதிகமாய்ப் போய் சிரத்தை குறைந்துவிட்டது என்று ஏற்கனவே புகார்கள் கிளம்பியிருக்கின்றன அல்லவா? ஆனால் சிரிக்கச் செய்வதைத் தொழிலாகக் கொண்டவர்கள் தான் வேறு வழியின்றி அதைச் செய்ய வேண்டியிருக்கிறது. பிரஸிடென்ஸி காலேஜில் நல்ல சம்பளம் வாங்கிக்கொண்டு இங்கிலீஷ் ஆசிரியராயிருப்பவருக்கு என்ன வந்தது? இவராவது அழுகையை வளர்ப்பதற்கு முயலலாமன்றோ? அதை விட்டுக் "கட்டை வண்டி" என்று ஒரு நாடகம் எழுதி, அதன் மூலம் சிரிப்பை இன்னும் அதிகமாய்ப் பெருக்குவதற்கு முயலுவானேன்?

அதிலும் சமயா சமயமறிந்து, சந்தர்ப்பங்களையொட்டிச் சிரிக்கச் செய்தால் போனால் போகிறது என்று சொல்லலாம். ஆனால் இவரோ சந்தர்ப்பா சந்தர்ப்பங்களின்றிச் சிரிக்கப் பண்ணுகிறார். உதாரணமாக இதைப் பாருங்கள்.

கதாநாயகி கமலாஸனியும், கதாநாயகன் மத்தள மத்தினமும் ஒருவரையொருவர் காதலிக்கிறார்கள். கமலாஸனி கைக்குழந்தையாயிருந்தபோதே

அவளுக்கு வேறொரு புருஷனுடன் கலியாணம் ஆகிவிட்டதென்று ஒருநாள் அவர்களுக்குத் தெரிய வருகிறது.

கமலா : ரத்னாகரரே! நான் மகாபதிவ்ரதை. கற்பே எனதுயிர். இனிமேல் நான் வேறொருவர் மனைவி என்பதைக் கவனித்து நடந்துகொள்ளும். என்னைப் பற்ற வேண்டாம்.

ரத்தினம் : உன்னையில்லை. சுமார் ஒரு நாழிகைக்கு முன் என்னருமைக் கண்மணியாயிருந்த காதல் கமலாஸனியைப் பற்றி நிற்கிறேன்.

கமலா : அந்தக் காதல் கமலாஸனி இறந்துவிட்டாள் என்று வைத்துக்கொள்ளும்.

எவ்வளவு சோகமான, உருக்கமான கட்டம் இது? சாதாரண நாடகங்களில், பாத்திரங்கள் கண்ணில் மூக்குப் பொடியைத் தூவிக்கொண்டு வந்து கண்ணீர் பெருக்குவதற்குரிய கட்டமல்லவா? சபையில் வீற்றிருக்கும் பெண் தெய்வங்கள் சேலைத்தலைப்பையோ, கைக்குட்டையையோ கையில் எடுத்துக்கொள்ள வேண்டிய தருணமல்லவா? இப்படிப்பட்ட சந்தர்ப்பத்தில், கதாநாயகன் மத்தள ரத்தினம்,

"காதல் கமலாஸனியைப் பறிகொடுத்தேனே
பறிகொடுத்தேனே மனம் பரிதவித்தேனே (காதல்)

காதிலென்ன கோரசெய்தி? யாதுபாவம் செய்தேனோ யான்?
துக்க வெள்ளம் உள்ளம் மீது மோதித் தாக்குதே
மோதித் தாக்குதே... என் மூச்சைப் போக்குதே (காதல்)"

என்று 'பண்டித மொதிலால்நேரை' மெட்டில் அலறியபோது, சபையில் ஏற்பட்ட குதூகலச் சிரிப்பை, அங்கே கூடியிருந்தவர்களை யல்லாது மற்றவர்கள் கற்பனை செய்துகூடப் பார்க்க முடியாது.

இன்ன விஷயத்தைப் பற்றிச் சிரிக்கச் செய்யலாம், இன்ன விஷயத்தைப் பற்றிச் சிரத்தையோடு பேச வேண்டும் என்றாவது இந்த ஆசிரியர் வர்ஜா வர்ஜம் பார்த்திருக்கிறாரா? கிடையாது. சூர்ய, சந்திர, நக்ஷத்திர வம்சங்கள் மூன்றினின்றும் தோன்றிய ராஜாதி ராஜ மகா புருஷர் என்ன, இருடி திகம்பர முனிசிரேஷ்ட குரு ஸ்வாமிகள் என்ன, இப்படிப்பட்டவர்கள் முதற்கொண்டு, கட்டை வண்டிக்காரர்கள், அவர்களுடைய தர்ம பத்தினிகள் வரைக்கும், அவ்வாறே பெரிய இராஜரீக விஷயங்களாகிய வட்ட மேஜை, வெள்ளைத் திட்டம், சட்டசபை, சமதர்ம இயக்கம் முதற்கொண்டு, ஜில்லா போர்டு, முனிசிபாலிடி, கோர்ட்டுக் கச்சேரி, சீட்டுக்கச்சேரி முதலிய சின்ன விஷயங்கள் வரையில் எல்லாரையும் எல்லாவற்றையும் சிரிப்பாய்ச் சிரிக்க அடித்திருக்கிறார்.

இவையெல்லாம் போகட்டும், மிட்லண்டு தியேட்டரில் "கட்டை வண்டி" நடிக்கப்பட்ட அன்று தமிழ்நாட்டுப் பிரமுகர்களில் அநேகர் அங்கு விஜயமாகியிருந்தனர். அவர்களில் சக்கரவர்த்தி ராஜகோபாலாச்சாரியாரும் ஒருவர். ஆச்சாரியார் நாடகம் பார்க்க வருவதென்பதே ஓர் ஆச்சரியமல்லவா? அதிலும் அவர் அன்று ரயிலுக்குக் கிளம்ப வேண்டுமென்பதை ஞாபகப்படுத்துவதுகூட அவசியமாயிற்று. இவ்வளவு ரஸமான நாடகத்தை முழுதும் இருந்து பார்க்க முடியாததுபற்றித் தமது வருத்தத்தையும் அவர் தெரிவித்தார்.

இவ்வாறு ஆசிரியர் கே. ஸ்வாமிநாதன் ஒரு தேசியத் தலைவரின் பிரயாணத்திற்கு இடையூறு விளைவித்ததுடன்கூட, மற்றொரு தேசியத் தலைவரின் தொண்டைக்கு மிகவும் சேதத்தையும் உண்டாக்கினார். நாடகத்தின் கடைசிப் பகுதியில் நாடக ஆசிரியர் மேடைக்கு வரவேண்டுமென்று உரக்கக் கூச்சலிட்டோர்களில் ஸ்ரீமான் சத்தியமூர்த்தியும் ஒருவர். ஆனால் யார் எவ்வளவுதான் கூச்சலிட்டாலும் ஸ்ரீமான் ஸ்வாமிநாதன் மேடைக்கு வரும் வழியாக இல்லை. கடைசியாக அவரைச் சிலர் கையைப் பிடித்து இழுத்து மேடைக்குக் கொண்டுவந்து நிறுத்த வேண்டியதாயிற்று. அன்று அவர் அவ்வளவு பிடிவாதம் காட்டியதற்குத் தண்டனையாக, இங்கே அவரை முதலிலேயே கொண்டுவந்து நிறுத்தியிருக்கிறேன். இத்தகைய ஆசாமியின் மீது ஒரு கண்ணை வைத்துக்கொண்டு, மற்றொரு கண்ணுடன் சற்று நாடகத்தைப் பார்ப்போம்.

★ ★ ★

நாடகத்தின் கதை பின்வருமாறு:

பரதரம் என்னும் ராஜ்யத்தின் சக்கரவர்த்தி பழி பாவத்துக்குக் கொஞ்சமும் அஞ்சாமல் ஒரு சண்டாளக் குழந்தையை ஸ்பரிசித்து விட்டார்! இத்தீவினையின் காரணமாக அவர் ஜாதிப் பிரஷ்டம் செய்யப்பட்டார். ஜாதிப் பிரஷ்டத்தை நடத்தி வைத்தவர் வர்ணாசிரம, பரிபாலனத்தையே தர்மமாய்க் கொண்ட பூரி காசி கோணம் என்னும் க்ஷேத்திரத்தில் வசித்த ஜகத் பண்டார ஜீயர் ஸ்வாமிகள். இவர் இன்னொரு காரியமும் செய்தார். ஜாதிப் பிரஷ்டத்துக்காளான சக்கரவர்த்தி வசமிருந்து அவருடைய கைக் குழந்தையைத் திருடிக்கொண்டுவரச் செய்தார்; அக்குழந்தையை பூரி காசி கோணத்துக் கட்டை வண்டிக்காரன் ஒருவனிடத்தில்

மத்தள ரத்நினம்

ஒப்புவித்து வளர்த்து வரச் செய்தார். அந்த வண்டிக்காரன் இறந்துபோய்விட்டான். அவனுடைய மகனும், 'இருடி சொல்லித் திருடிக் கொணரப்பட்ட' குமரனும் குப்பன், சுப்பன் என்ற பெயர்களுடன் வளரலானார்கள். இருவரும் வண்டி ஓட்டத் தொடங்கினார்கள். இவர்களில் யார் இளவரசன், யார் வண்டிக்காரன் மகன் என்பது தெரியாமற் போயிற்று.

திருடிக் கொணரப்பட்ட அரசிளங்குமரனுக்கு ஏற்கனவே நொண்டி வண்டி தேச ராஜாவின் ஏக புதல்வியைக் கல்யாணம் செய்திருந்தது. இருவரும் கைக் குழந்தைகளாக இருந்தபோதே இந்த விவாகம் நடந்தேறிவிட்டது. இவையெல்லாம் நடந்து பதினைந்து வருஷங்கள் ஆனபிறகு பரதர சக்கரவர்த்தியும், அவரைச் சார்ந்த சகபாதக நுதமர்களும் கோரதீர வைதிக சநாதன சிம்மங்களால் வென்று, கொன்று, சம்ஹரிக்கப்படுகின்றனர்.

இதையறிந்த நொண்டி வண்டி ராஜா, தமது அருமைப் புதல்வி கமலாஸநி இப்போது பரதரத்துக்குச் சக்கரவர்த்தினியாக வேண்டும் என்பதை உணர்ந்து, அவளுடைய புருஷனைக் கண்டுபிடிப்பதற்காக பூரிகாசிகோணத்துக்குக் கிளம்புகின்றார். அவருடன் அவருடைய பாணியும், ராஜகுமாரியும், மத்தள ரத்தினம் என்னும் ஏக பரிவார சகிதமாக வருகிறார்கள்.

கமலாஸநியின் உண்மைக் கணவன் யார் என்று ஜகத் பண்டார ஜீயர் சுவாமிகளைக் கேட்க, அவர் "வண்டிக்காரர் இரண்டு பேரில் ஒருவர் அவளுடைய கணவன்'' என்னும் கலங்கமற்ற, மெய்யான, பொய்யற்ற, ஐயமற்ற செய்தியைத் தெளிவாகச் சொல்லுகிறார்.

ஆனால் இத்துடன் கமலாஸனியை அவர் திண்டாட விட்டுவிடவில்லை. மத்தள ரத்தி னத்தின் தாய்தான் பரதர சக்கரவர்த்தி குமாரனுக்கு வளர்ப்புத் தாயாக இருந்தவளென்றும், அவளை அழைத்து வரச்செய்து அவளைக் கொண்டு குப்பன், சுப்பன் இருவரில் வண்டிக்காரன் யார், சக்கரவர்த்தி யார் என்று ஊர்ஜிதமாய்ப் பகுத் தறிந்து நிலை நிறுத்துவதாயும் வாக்களிக்கிறார்.

நொண்டி வண்டி ராஜா

பின்னர் சுவாமியார் குப்பன், சுப்பன்களைத் தேடிக்கொண்டு வண்டிப் பேட்டைக்குச் செல்லுகிறார். அவர்கள் அப்போதுதான் குப்பி, சுப்பிகளை மணம் புரிந்துகொண்டு ஆனந்த சாகரத்தில் மூழ்கியிருக்கிறார்கள். சுவாமியாரைப் பார்த்ததும் குப்பி, சுப்பிகள்

''இங்கோர் தோலாண்டி ஆண்டி இவன்
எந்தூர் தோலாண்டி? இதுவா
அபசகுனர்தாண்டி"

என்று (செந்தூர் வேலால் மெட்டில்) கவலைப்படுகிறார்கள். சுவாமியார் வண்டிக்காரர் இருவரில் ஒருவர்தான் சக்கரவர்த்தி என்று தெரிவித்ததும், எல்லாருக்கும் சிறிது சபலம் தட்டுகிறது. யார் சக்கரவர்த்தி என்பது நிச்சயமாகும் வரையில் குப்பன், சுப்பன் இருவரும் பரதரத்துக்குச் சென்று சிம்மாதனத்தில் அமர்ந்து ஆள் நம்பர் இரண்டும், அரசர் நம்பர் ஒன்றுமாக இரட்டையாட்சி நடத்தும்படி சுவாமியார் யோசனை சொல்லுகிறார், அதன்படியே அவர்கள் பரதரம் சென்று ராஜ்யபாரம் செய்து வருகிறார்கள்.

கொஞ்சநாளைக்குப் பிறகு பரதரத்தில் எல்லாரும் கூடியிருக்கும் சமயத்தில் அரசிளங்குமாரனை வளர்த்தெடுத்த ஸாஸஸல்லாபினி நரைத்த தலையுடனும், இழுத்த வாயுடனும், கூனி நடந்து வருகிறாள். அவளைப் பார்த்துக் குப்பன்:

''பாட்டி கிழப்பாட்டி உன் வாயைத் திறவாய்!
வாயைத் திறவாய் திறவாய் திறவாய்! (எங்கள் பாட்டி)
வண்டிக்காரர் ரெண்டு பேர்களையும் கண்டு
சொல்லடி விண்டு யாரடியாரடியாரடி" (எங்கள் பாட்டி)

என்று கேட்கிறான். அப்போது அக்கிழப்பாட்டி குப்பன் சுப்பன் இருவரில் எவரும் சக்கரவர்த்தி அல்லவென்றும், மத்தள ரத்தினமே உண்மையில் சக்கரவர்த்தி யென்றும் ராகமாலிகை யாலாபனத்துடன் திருவாய் மலர்கிறாள். குப்பனும் சுப்பனும்,

''பரதரத்து மனிதரிலும் எருதுகளே சிறந்த நண்பர்
அரசுத்தொழில் துன்பத்தொழில்
வண்டி வேலை இன்பவேலை''

என்று பாடிக்கொண்டு தங்கள் பத்தினிகளுடன் பூரி காசி கோணத்துக்குத் திரும்பிச் செல்லுகிறார்கள். நாடகம் முடிகின்றது.

★ ★ ★

"இது என்ன? கதை ரொம்ப சாதாரணமாகவல்லவா காண்கிறது" என்று கருதுகிறீர்களல்லவா? உண்மைதான். இதை உணர்ந்தே இந்நாடக ஆசிரியரும் தமது புத்தகத்தில் ஐம்பது பிரதிகள் மட்டுமே அச்சடித்து அதன் அட்டைப் பக்கத்தில்,

இந்த 'ஆபெரா' படிப்பதற்காக வல்ல
நடிப்பதற்காகவே எழுதப்பட்டது.

என்று கொட்டை எழுத்தில் விளம்பரப்படுத்தியிருக்கிறார். புத்தகத்தைப் படிக்கும்போது அதிலும் சற்று மேலெழுந்த வாரியாய்ப் படித்தால் அதிக ரஸமாயில்லையேயென்று தோன்றக்கூடும். தமிழ்நாட்டு நாடக மேடையைப் பற்றி நாம் சாதாரணமாய்க் கூறும் குறைபாடுகளெல்லாம் இதில் நிறைந்திருக்கின்றனவே என்று கூடத் தோன்றலாம். ரஸிகரான எனது நண்பர் ஒருவர் புத்தகத்தைப் படித்தபோது இவ்வாறுதான் ஏமாந்துபோய்விட்டார். ஆனால் நாடகம் ஆரம்பித்து ஒரு காட்சி முடிவதற்குள் ''அடேடே! நான் நினைத்தபடியில்லையே. ரொம்ப நன்றாகவல்லவோ இருக்கிறது?" என்று குதூகலிக்கத் தொடங்கினார். நாடகத்தில் பொருத்தமற்றவையென்று தாம் நினைத்ததெல்லாம், உண்மையில், பொருத்தமில்லாத விஷயங்களைப் பரிகஸிப்பதாகும் என்று அவருக்கு அப்போதுதான் நன்கு விளங்கியது. பொருத்தமற்ற பேச்சுக்களையும், பாட்டுக்களையும் அவை பொருத்தமில்லாதவை என்பதை உணராமல் அழகாயிருப்பதாக எண்ணிப் பேசுவதும், பாடுவதும் ஒருவகை : இதுதான் தமிழ்நாடக மேடையில் சாதாரணமாய் நாம் காண்பது. வேண்டுமென்றே பரிகாசத் துக்காகப் பொருத்தமற்ற பேச்சுக்களையும், பாட்டுக்களையும் அமைப்பது வேறொரு வகை : இதுதான் "கட்டை வண்டி"யில் ஆசிரியர் ஸ்வாமிநாதன் அமைத்திருப்பது. ஓர் உதாரணம் சொல்கிறேன்.

தொண்டி வண்டி ராணி

"காமி சத்திய பாமா" என்னும் பாட்டைக் கேட்டுக் கேட்டுச் செவிகள் தொளைபடாத தமிழர்கள் இருக்க மாட்டார்கள். அதிலடங்கிய சங்கீதம் காதுக்கு இன்பமளிப்பது; சாஹித்யமோ கர்ண கடூரமானது. சங்கீதத்துக்காக சாஹித்யத்தை சகித்துக் கொள்வதா, சாஹித்யத்துக்காக சங்கீதத்தைத் தள்ளிவிடுவதா என்ற சங்கடத்தினால் பைத்தியம் பிடித்துத் தற்கொலை செய்து கொள்ளலாமா என்று கூட ரஸிகர்கள் கருதியிருப்பார்ாள். அந்தக் "காமி சத்திய பாமா" என்னும் பாட்டுக்கு ஓர் உடலும் உயிரும் இருப்பதாகவும், அது, அன்று மிட்லண்டு தியேடருக்கு வந்து 'கட்டை வண்டி' நாடகம் பார்த்ததாகவும் வைத்துக்கொள்ளலாம்.

"பாட்டி கிழப்பாட்டி உன் வாயைத் திறவாய்"

என்று குப்பன் பாடியதைக் கேட்டு, அப்போது சபையில் உண்டான குதூகல கோலாகலத்தையும் பார்த்த பிறகு அது என்ன செய்திருக்கும் தெரியுமா? அன்றிரவே ஆசிரியர் ஸ்வாமிநாதன் அவர்கள் வீட்டுக்குப் போய், "ஐயா! ஒரு முழம் கயிறு இருந்தால் கொடும். உம் வீட்டு வாசலிலேயே தூக்குப் போட்டுக்கொண்டு உயிரை விடுகிறேன். மானம் போன பிறகு உயிர் வாழ்வதில் என்ன பயன் ?" என்று தான் கேட்கும் !

★ ★ ★

என்ன நோக்கத்துடன் அல்லது நோக்கங்களுடன் இந்நாடகத்தை அதன் ஆசிரியர் எழுதினாரோ நமக்குத் தெரியாது. அவர் அறிந்தோ, அறியாமலோ இரண்டு பெரிய நோக்கங்கள் இதில் நிறைவேறியிருக்கின்றன. முதலாவது, தற்சமயம் நமது சமூக வாழ்க்கையிலும் அரசியல் வாழ்க்கையிலும் உள்ள வேடிக்கைகளையும், ஆபாசங்களையும், ஐம்பது வருஷத்துக்குப் பின்னால் தோன்றக்கூடிய ஓர் அறிஞனின் கண்களைக் கொண்டு பார்ப்பதுபோல் நாம் இந்நாடகத்தில் பார்த்து நகைக்கிறோம். நமது பொது வாழ்க்கையில் உள்ள நகைக்கத்தக்க அம்சங்கள் எல்லாம் ஏககாலத்தில் நம் கண் முன்னே வருகின்றன. இரண்டாவது, நமது தமிழ் நாடக மேடையிலுள்ள குறைபாடுகளும், அசந்தர்ப் பங்களும் ஓரளவு மறைமுகமாக நம் முன் தோன்றி நகைப்புக்கு ஆளாகின்றன. அநேக விஷயங்களில் சீர்திருத்தம் செய்வதற்கு, கோபதாபங்களைவிடச் சிரிப்பு அதிக பலனுள்ளதாகுமல்லவா? நாடக மேடைச் சீர்திருத்தத்துக்கு அச்சிரிப்பு முறை இங்கு கையாளப்படுகிறது. ஆனால் ஏற்கனவே தமிழ்நாட்டு நாடகங்கள் பல பார்த்திருப்பவர்கள்தான் இந்தப் பரிகாஸத்தின் நயங்கள் முழுமையும் அறிந்து அனுபவிக்க முடியும்.

ஜகத் பண்டார ஜீயர்

தமிழ்நாட்டு நாடக மேடையில் உள்ள குறைகள் இரண்டே இரண்டு தாம் என்பதை நாம் அறிவோம். ஒன்று, நடிப்புதற்குரிய நல்ல நாடகம் அருமையாயிருப்பது. இரண்டாவது, அரிதாகவுள்ள நல்ல நாடகங்களை நடிப்பதற்கும் திறமையுள்ள நடிகர்கள் இல்லாமலிருப்பது. ஸ்ரீமான் ஸ்வாமிநாதன் நாடகத்தை எழுதிவிட்டார். ஆனால் அதன் கருத்தை உணர்ந்து நடிப்பதற்குச்

சிறந்த நடிகர்கள் கிடைத்ததுதான் பெரிய ஆச்சரியம். ''நடிப்பதற்கென்றே எழுதப்பட்ட நாடகம் நடிகர்களுடைய திறமையைக் கொண்டே சோபிக்க முடியும் என்று சொல்ல வேண்டியதில்லை. அன்று மிட்லண்ட் தியேட்டரில் நடித்தவர்களில், நொண்டி வண்டி ராஜா (வி. வேங்கடராமன் எம்.ஏ.எல்,டி.) வண்டிக்காரக் குப்பன், (எஸ்.ஆர். ராமாமிர்தம்) மத்தள ரத்தினம் (கே.எஸ்.கோபால் கிருஷ்ணன் பி.ஏ.) ஆகிய இம்மூன்று வேஷமும் தரித்தவர்கள் முதல்தர நடிகர்கள் ஆவர். இதுவரையில் தமிழ் நாடக மேடையில் இவர்களைக் காட்டிலும் அதிக நடிப்புத் திறமையுடையவர்கள் தோன்றியதில்லை யென்பதில் எனக்கு எள்ளளவும் சந்தேகமில்லை.

குப்பன்

இவர்களுக்கு அடுத்தபடியாக ஜகத் பண்டார ஜீயர் ஸ்வாமி (கே. நடராஜன்), ராணி (ஆர்.வி.நாராயண ஸ்வாமி எம்,ஏ. எல். டி.) சுப்பன் (டி. வரதராஜலு, இளவரசி (டி. பி. ராஜ்கோபாலன்) ஆகிய வேஷம் தரித்தவர்களும் மிக நன்றாக நடித்தார்கள். ஸ்வாமியாரையும், அவர் நடித்ததையும் பார்த்தால் அவர் பரம்பரை சந்நியாசி வம்சத்தில் தோன்றியவரோ என்று கூட நினைத்தேன்! ஆனால் சற்று யோசித்ததில் இது சாத்தியமில்லையென்று தெரியவந்தது.

மத்தள ரத்தினம் வேஷம் பூண்டவர் ஸ்ரீமான் கே. எஸ். கோபால் கிருஷ்ணன். இவரைக் கடற்கரை தேசியப் பிரசங்க மேடையில், பார்க்கும் போதெல்லாம் "ஐயோ! இந்தப் பேர்வழி இடந்தப்பி யல்லவா வந்திருக்கிறார்?" என்று நான் எண்ணுவதுண்டு. முக்கியமாக, பாரதியின் திருநான்று அவர்,

''காதல் காதல் காதல் காதல் போயிற்
சாதல் சாதல் சாதல்"

என்று கதறிக் காதைத் துளைத்தபோது, இவருக்குத் தக்க அலுவலைச் சீக்கி ரத்தில் அருள் புரிய வேண்டுமென்று பகவானைப் பிரார்த்தித்தேன். கட்டை வண்டி மேடையில் மத்தள ரத்தினத்தைப் பார்த்ததும் எனது பிரார்த்தனை நிறைவேறிவிட்டது. என்று மகிழ்ச்சியடைந்தேன்.

மற்ற நடிகர்களில், பெரும்பான்மையோர் பிரஸிடென்ஸி கலாசாலை மாணாக்கர்களும் ஆசிரியர்களுமாவர். எனது

கூப்பன்

மதிப்பிற்குரிய நண்பர்களில் ஒருவர் தினசரி நூற்றெட்டு தடவை "காலேஜிலே தீயை வைங்க" என்ற மந்திரத்தை உருவேற்றுவார். நெருப்பணைக்கும் இயந்திரங்கள் இருக்கின்றன என்னும் தைரியத்தினால், நானும் சில சமயம் அவருடைய விருப்பத்தை ஆமோதிப்பதுண்டு. ஆனால் இனிமேல் அவராவது, நானாவது அவ்வளவு உற்சாகமாக மேற்படி மந்திரத்தை உச்சரிக்க முடியாது. பத்து வருஷத்துக்கு ஒருமுறை "கட்டை வண்டி" போன்ற ஒரு நாடகத்தைத் தயாரித்து இவ்வளவு நன்றாக நடத்திக்காட்ட முடியுமானால் "காலேஜுகள் இருந்து தொலையட்டும்'' என்று விடவேண்டியதுதான்.

⋆ ⋆ ⋆

மிட்லண்டு தியேட்டரில் அதுவரை என்றும் கூடியிராத கூட்டத்தைக் கூட்டி மேற்படி நாடகத்தை நடத்தி வைத்தது, நாடக உஜ்ஜீவன சபை; அதாவது ஸ்ரீமான் ஜி.கே. சேஷகிரி. இந்த சபை "சுக்லாம்பரதரம்" சரியாய்க் குட்டிக் கொண்டுதான் ஆரம்பமாகியிருக்கிறது. ஆனால் "கட்டை வண்டி" யிலேயே ஊர்ந்து ஊர்ந்து ஊர்ந்து பிரயாணம், செய்யப் போகிறதா, ரயில் மோட்டார் ஆகாய விமானம் என்னும் துரிதப் பிரயாண வசதிகளைக் கைக்கொள்ளப் போகிறதா என்று பார்க்க வேண்டும்.

இக்கட்டுரை முழுவதிலும் "நாடகம்" என்றே குறிப்பிட்டு வந்திருக்கிறேன். ஆனால் ஆசிரியர் ஸ்வாமிநாதன் கருத்தின்படி இதை "ஆபெரா" அல்லது "கூத்து" என்று குறிப்பிட்டிருக்க வேண்டும். மேனாட்டில், "ஆபெரா" வுக்கும், "டிராமா"வுக்கும் வித்தியாசம் கற்பிக்கிறார்கள், தமிழ்நாட்டிலோ "கூத்து" என்பது தெருக்கூத்தையும், "நாடகம்" என்பது ஆபெராடிராமா இரண்டையும் கலந்து குழப்பியுள்ள கோர சிருஷ்டியையும் குறிப்பிட்டு வருகின்றன. "கூத்து" க்கும் "நாடக" த்துக்கும் உள்ள வித்தியாசத்தையும், அவ்வித்தியாசத்தின் அவசியத்தையும் மற்றொரு முறை கவனிக்கலாம்.

- ஆனந்த விகடன், *15.04.1934*

13

கல்யாணக் கச்சேரி

அந்த நாளில் அதாவது சுமார் பதினைந்து இருபது வருஷங்களுக்கு முன்பு சங்கீதம் இப்போதுள்ளது போன்ற வாணிபப் பொருளாய் ஆகியிருக்கவில்லை. நாலணா அல்லது எட்டணா கொடுத்து டிக்கட் வாங்கினால் இப்போது சிறந்த சங்கீத வித்வான்களுடைய கச்சேரிகளையெல்லாம் கேட்க முடிகிறதல்லவா? சபைகள் அவ்வளவாகப் பரவாத அந்த நாளில் சங்கீதம் இவ்வளவு மலிவாகவும் சுலப சாத்தியமானதாகவும் இல்லை. பெரும்பாலும் பெரிய மனிதர்கள் வீட்டுக் கலியாணங்களிலேதான் உயர்தர சங்கீத வித்வான்களின் கச்சேரிகளும் காலட்சேபங்களும் கேட்கலாம்.

ஆகையினால்தான் அப்போதெல்லாம் ஒரு பெரிய மனிதர் வீட்டிலே கலியாணம் என்றால் சுற்றுப்புறத்தில் அநேக மைல் தூரம் வரையில் கொஞ்ச நாளைக்கு அதே பேச்சாயிருக்கும். "கலியாணம் அபாரமாய்ச் செய்தான். கோனேரிராஜபுரம் வைத்தியநாத அய்யர் பாட்டு, அழகாம்பிப் பிள்ளை மிருதங்கம்; பஞ்சாபிகேச சாஸ்திரிகள் கதை; செம்மனார் கோவில் ராமசாமி மேளம்; அடடா! என்ன மோக்ளா! கொன்னுட்டார்கள் போ!" என்ற இதுபோன்ற பேச்சு கலியாணம் நடந்த இரண்டு மாதம் வரையில் சுற்றுப்புறப் பிரதேசத்தில் நடந்துகொண்டிருக்கும்.

கச்சேரிகள் நடக்கும் பெரிய கலியாணங்களுக்கு, அழைத்தால் தான் போகிறது என்ற நியதி சங்கீதப் பிரியர்களுக்குள் கிடையாது. "சங்கீதம் என்ன, இவன் அப்பன் வீட்டுச் சொத்தா? நாம் என்ன, இவன் வீட்டுச் சாப்பாட்டுக்கு உட்காரப் போகிறோமா?" என்று கலியாண வீட்டு எஜமானைத் திட்டிக்கொண்டே கச்சேரிகளுக்குப் போவார்கள்.

கலியாணக்காரர்களும், அழைக்கப்பெற்றவர்கள்தான் கச்சேரிகளுக்கு வரலாம் என்ற கட்டுப்பாடு சாதாரணமாய்ச் செய்வதில்லை, பந்தலில் இடம் இருக்கிறவரையில் யார் வேண்டுமானாலும் வந்து உட்காரலாம். இதற்கு மாறாக நிகழ்ந்த ஒரு சம்பவமும் எனக்கு ஞாபகம் இருக்கிறது. மாயவரத்தில் ஒரு உத்தியோகஸ்தர் வீட்டில் கலியாணம் நடந்தது. பெயர் பெற்ற சங்கீத வித்வான் கச்சேரி செய்தார். உத்தியோகஸ்தர், வீட்டு வாசலில் இரண்டு போலீஸ்காரர்களையும் டவாலி சேவகர்களையும் நிறுத்தி, அழைக்கப்பெற்றவர்களை மட்டும் உள்ளே விட்டு மற்றவர்களைத் தடுத்துவிட ஏற்பாடு செய்திருந்தார். அப்பப்பா! அவ்வாறு தடுக்கப்பெற்றுத் திரும்பிச் சென்றவர்கள் அந்த உத்தியோகஸ்தரை வைத வசவைக் கேட்க வேண்டுமே! "இவனுக்கெல்லாம் என்னடா தெரியும்? சங்கீதம் ரூபாய்க்கு எத்தனை படி என்று கேட்கிறவன்! இல்லாவிட்டால் வாசலில் சேவகனை நிறுத்துவானா? இந்த மாதிரி முட்டாள்களிடம் பணம் அகப்பட்டுக்கொண்டு முழிக்கிறது... இப்படியாக அந்த உத்தியோகஸ்தரைப் பாடிக்கொண்டே சென்றார்கள்.

அந்தக் காலத்தில் கலியாணக் கச்சேரிகள் பலவற்றிற்கு என்னை நானே அழைத்துக்கொண்டு போன துண்டு, இதெல்லாம், சமீபத்தில் ஸ்ரீமான் வி. வி. சீனிவாசய்யங்கார் அவர்களுடைய பேத்தியின் கலியாணத்தின்போது நடந்த கச்சேரிக்குப் போகையில் ஞாபகம் வந்தது.

* * *

"ரஸிக சிகாமணி" என்று "விகட" னிடம் பட்டம் பெற்ற ஒருவருடைய வீட்டுக் கலியாணக் கச்சேரிக்கு முதல் தரமான கோஷ்டி தான் ஏற்படுத்தியிருப்பார்களென்று சொல்ல வேண்டுமா? (1) பாடகர் முசிறி சுப்ரமண்ய அய்யர் (2) பிடில் சௌடையா (3) மிருதங்கம் தக்ஷிணாமூர்த்திப் பிள்ளை. மூன்று பேரும் தங்கள் தங்கள் கலையின் சிகரத்தை அடைந்தவர்கள். இந்த மூன்றே பேர் தான். வேறு 'நச்சுப் பிச்சு' ஒன்றும் கிடையாது.

இதற்குமுன் நான் கேட்ட முசிறி சுப்பிரமணிய அய்யரின் கச்சேரிகள் எல்லாம் பெரும்பாலும் காதுக்கு இனிமையளித்து உள்ளத்தில் உணர்ச்சி உண்டுபண்ணுகின்றனவா யிருந்தன. ஆனால் இன்று முசிறி ஒரு சங்கீத பண்டிதராய் விளங்கினார். இதன் காரணம் என்ன வென்பது நன்றாய்த் தெரிய வில்லை. ஒருவேளை கலியாணம் விசாரிக்க வந்தவர்கள் அவ்வளவு பேரும் (சுமார் 2000 பேருக்குக் குறையாது) பாட்டுக் கேட்க உட்கார்ந்து விட்டால் என்ன செய்கிறது, மூச்சுத் திணறி விடுமே என்ற பயமாயிருக்கலாம்.

அல்லது, தக்ஷிணாமூர்த்திப் பிள்ளை மிருதங்கக்காரராய் அமைந்ததே காரணமா யிருந்திருத்தலும் கூடும்.

* * *

"திரு. தக்ஷிணாமூர்த்திப் பிள்ளையைப் பற்றி உமது திரு அபிப்பிரா யத்தை இதுவரையில் ஏன் வெளியிடவில்லை?" என்று பல நண்பர்கள் என்னைக் கேட்டுவிட்டார்கள். அவ்வளவு பெரிய கையைப் பற்றி நான் எழுதுவதில் எந்தத் தெய்வத்துக்குப் பிரீதி என்று எண்ணித்தான் சும்மாயிருந்தேன். மேலும் சமீப காலத்தில் அவருடைய கஞ்சிரா வாத்தியத்தைத்தான் நான் அடிக்கடி கேட்க முடிந்தது. கஞ்சிராவைப் பற்றி என் அபிப்பிராயந்தான் தெரியுமே? அந்த வாத்தியத்தைக் கண்டுபிடித்தவனுக்குப் பிரம்மதேவன் குறைந்தது ஆயிரம் ஆண்டு ஆயுளைக்

கொடுத்திருந்தால் நன்றாயிருக்கும். ஏனென்றால், 900 வருஷமாவது அவனைச் சிறையில் 'சி' கிளாஸ் கைதியாய் வைத்திருந்தால்தான் கஞ்சிராவைக் கண்டுபிடித்ததற்குத் தக்க தண்டனையாகுமென்று எண்ணுகிறேன்.

தக்ஷிணாமூர்த்திப் பிள்ளை கஞ்சிராவைத் தூக்கிக்கொண்டு விட்டாலோ சொல்ல வேண்டியதில்லை. சங்கீதக் கச்சேரியா அது? சண்டைக் கச்சேரிதான். "கடவுளே! இந்தக் காதினை ஏன் படைத்தாய்?" என்று கதற வேண்டியிருக்கும். ஆனால் அவரே மிருதங்கம் வாசித்தாரானால், "பிரம்மதேவனுடைய லோபித்தனத்தைப் பார்! தனக்கு மட்டும் எட்டுக் காதுகளை வைத்துக்கொண்டு நமக்கு இரண்டுதானே அளித்திருக்கிறான்?" என்று பழி கூறுவோம். தேவ துந்துபியைப் போல் வாத்தியம் வாசித்துக் கேட்போரைச் சொர்க்கலோகத்தில் இருப்பதாகப் பிரமை கொள்ளும்படி செய்யக்கூடிய ஒரு மனிதர் ஏன் இந்தக் கஞ்சிராவைக் கொட்டி நம் காதுகளைத் துளைக்கிறார் என்று நான் அடிக்கடி வியந்ததுண்டு. இந்த வியப்பு அன்றையக் கச்சேரியில் உறுதிப்பட்டது.

பக்கவாத்தியங்களுக்கு இக்காலத்தில் அதிகமான முக்கியம் கொடுக்கப்படுவதை முன்னிட்டு "மிருதங்கத்தைத் தனிக்

கச்சேரியாக வைத்துக் கொள்ளலாமே'' என்று ஒரு தடவை பரிகாசமாக எழுதி யிருக்கிறேன். தக்ஷிணாமூர்த்திப் பிள்ளை விஷயத்தில் மட்டும் இதை உண்மையாகவே சொல்லலாம்.

இப்படியெல்லாம் இருந்த போதிலும், தக்ஷிணாமூர்த்திப் பிள்ளை மிருதங்கமோ, கஞ்சிராவோ வாசிக்கும் கச்சேரிகளில் ஒரு சிரமம் இருக்கிறதென்பதை மறக்க முடியாது. மற்ற மிருதங்கக்காரர்களைப் போல் அவர் தாளக்கணக்கு மட்டும் அறிந்தவரல்ல: சங்கீத ஞானம் அபரிமிதமாய் உள்ளவர். "எவ்வளவோ மகா வித்வான்களுக்கெல்லாம் பக்கவாத்தியம் வாசித்த நாம் இந்தக் கத்துக்குட்டிகளுக்குச் சமமாய் உட்கார்ந்து வாசிக்க வேண்டியிருக்கிறதே? என்ற எண்ணம் எப்போதும் அவர் மனதில் குடிகொண்டிருக்கிறது. ஒரு சந்தர்ப்பத்தில் இது நன்கு வெளியாயிற்று. பிள்ளை கச்சேரியின் நடுவில் மிருதங்கத்தின் சுருதியைச் சரிப்படுத்தத் தொடங்கினார். பிடில்காரர் "சுருதி சரியாய்த்தானே இருக்கிறது?" என்றார். "இந்தக் கச்சேரிக்கு இவ்வளவு போதும்; ஆனாலும் அந்தராத்மா கேட்கமாட்டேனென்கிறது!" என்று பதிலளித்தார் பிள்ளை.

இதுபோலவே, பாடகரும் பிடில்காரரும்கூட "தக்ஷிணாமூர்த்திப் பிள்ளை பெரிய கையாயிற்றே" என்ற எண்ணத்துடனேயே பாடவும் வாசிக்கவும் செய்கிறார்கள். அன்று முசிறி சங்கீத பண்டிதராய் மாறியிருந்ததற்கு ஒருவேளை இதுவே காரணமாயிருக்கலாம் அல்லவா?

★ ★ ★

எல்லாரும் கொஞ்சம் 'கப் சிப்' என்று இருங்கள். ஏனெனில், ஸ்ரீமான் சௌடய்யாவைப்பற்றிச் சொல்லப் போகிறேன். அவருக்கு இப்போது வயது... என்னால் கண்டுபிடிக்க முடியவில்லை. ஆனால் அவருக்கு எவ்வளவு வயது இருந்தபோதிலும் அதற்குக் குறைவான வயதுள்ளவராகவே காணப்படுகிறார். அவருடைய தேகத்தின் நிறை... நிறுத்துப் பார்த்தால் தெரியலாம். ஆனால் அது தெரிந்து நமக்கு ஆகவேண்டியதென்ன வென்பது கேள்வி.

அவர் மீசை வைத்துக் கொள்ளவில்லை; ஆனால் வைத்துக்கொண்டால் நன்றாயிருக்குமென்பது திண்ணம், கச்சேரிக்கு அவர் எவ்வளவு ரூபாய் கேட்கிறார் என்பதை என்னுடைய டைரியில் குறித்து வைத்திருக்கிறேன். அதைப் பார்த்துவிட்டு இன்னொரு நாள் சொல்கிறேன். ஆனால் அவர் எவ்வளவு ரூபாய் கேட்டாலும் கொடுத்துவிடுங்கள் என்று மட்டும் இன்று தெரிவித்துக் கொள்ளுகிறேன். ஏனெனில், அவரைத் தருவிப்பதற்கு வேறு வழியிருப்பதாகத் தெரியவில்லை.

இனி அவருடைய வாத்தியத்தைப்பற்றி ஆராய்ச்சி செய்யலாம். ஆனால் ஒருவிதத்தில் பார்த்தால் இதை ஆராய்ச்சி செய்யாமல் விடுவதே நலமென்று தோன்றுகிறது. "ரிஷி மூலம், நதி மூலம் ஆராயக் கூடாது" என்பார்களே, அதுபோல் பிடில் மூலமும் ஆராயாமலிருப்பதே நல்லது. அதை ஆராயத் தொடங்கினோமானால், பிடில் ஓர் அன்னிய நாட்டுச் சங்கீதக் கருவி என்று தெரிந்துகொள்வோம். இக்காலத்திலுள்ள நமது வீர வைதிக சங்கீத வித்வான்களின் மூதாதைகள் அயல் நாட்டுச் சங்கீதக் கருவி யொன்றை இரவல் வாங்கிக் கொண்டார்கள் என்பதை நினைத்தால் சிறிது அவமானமாயிருக்கின்றதல்லவா? நிற்க.

மற்றவர்களுடைய பிடிலுக்கும் சௌடய்யாவின் பிடிலுக்கும் வித்தியாசம் உண்டென்பதை நான் சொல்லாமலே அறிவீர்கள். சாதாரண பிடிலுக்கு நாலு தந்தி; சௌடய்யாவின் பிடிலுக்கோ ஏழு தந்தி. நாலைவிட ஏழு பெரிதாகையால் மற்றவர்களுடைய பிடிலைவிட சௌடய்யாவின் பிடில் மேலானது என்று சொல்ல வேண்டியதில்லையே!

ஸ்ரீ சௌடய்யா நாலு தந்தியை ஏழு தந்தியாக்கியதால் ஒருவித உபயோகமும் இல்லாவிட்டால்கூட "புதிதாக ஒன்றைச் செய்ய வேண்டும்" என்று அவருக்குத் தோன்றிப் பிரயத்தனம் செய்ததற்காக அவரைப் பாராட்டலாம். ஆனால் உண்மையில், அதனால் ஒரு நன்மையிருக்கிறதென்பது வெளிப்படையாய்த் தெரிகிறது. அது, பிடிலின் நாதம் அதிகமாகியிருப்பதே.

சங்கீதம் எவ்வளவு உயர்தரமாயிருந்தாலும், காதில் விழுந்தால்தான் அதை ரஸிக்க முடியுமென்று சொல்ல வேண்டிய தில்லை. உதாரணமாக, சென்ற ஞாயிற்றுக்கிழமை ஜகந்நாத பக்த

சபையில் ஸ்ரீ மல்லாரி ராவ் அவர்களின் "ஸ்வர கெத்து" வாத்தியக் கச்சேரி நடந்தது. இது ஓர் அற்புதமான வாத்தியம் ; வீணை ஜாதியைச் சேர்ந்தது. வீணையில் கூடக் கேட்க முடியாத நயங்களை யெல்லாம் இதில் கேட்டு அநுபவிக்கலாம். பட்டு நூலைக் கொண்டு தந்திகள் போட்டு, அவற்றை எருக்கு வேரினால் அடித்து, இன்னிசை எழுப்புவதென்றால், என்ன ஆச்சரியமான விஷயம் ! அதிலும், இந்த வாத்தியத்தில் தேர்ச்சியுள்ள பழைய நாள் வித்வான் ஸ்ரீ மல்லாரி ராவ் ஒருவர்தான் இப்போது இருக்கிறாராம். இப்படி யெல்லாம் இருந்தும் என்ன பிரயோஜனம்? பத்து அடி தூரத்துக் கப்பால் உட்கார்ந்திருந்தால், இந்த வாத்தியத்தின் நயம் எதுவும் காதில் விழாது. ஆகவே ஜனங்கள் ஏராளமாய்க் கூடவில்லையே என்று குறை சொல்வதற்கு இடமில்லை.

நாதம் அதிகமாவதின் காரணமாகச் சங்கீதத்தின் இனிமை கெடுவதாயிருந்தால் அத்தகைய அபிவிருத்தி தேவையில்லையென்பது உண்மையே. ஒற்றைத்தந்தியை விட இரட்டைத் தந்தியில் வாசிப்பதில் அபஸ்வரங்கள் விழுவதற்கு இடமுண்டு என்பதும் வாஸ்தவந்தான். இந்த இரண்டு அபாயங் களையும் கடந்திருப்பதிலேதான் சௌடய்யாவின் சங்கீத ஞானமும், அவருடைய சாதனத்தின் சிறப்பும் வெளியாகின்றன.

★ ★ ★

சாதாரணமாய், கச்சேரிகளில் சபையோரின் மனதைக் கவர்ந்து 'கரகோஷம்' பெறுவதற்குச் சௌடய்யா கையாளும் மற்றொரு முறை, தாளம் பாடும்போது அவர் செய்யும் செப்பிடு வித்தைகளாகும். புல்லாங்குழல், ஜலதரங்கம், மோர்சிங் வாத்தியங்களின் ஒலிகளையெல்லாம் எழுப்புவார். பிடில் கழியினால் தந்திகளை 'டக் டக்' என்று அடித்துப் புதிய புதிய ஒலிகளை உண்டாக்குவார். இந்த ஜால வித்தைகளுக்கெல்லாம் பயிற்சி அபாரமாய் வேண்டுமென்பதில் சந்தேகமில்லை. ஆயினும் இதெல்லாம் அவருடைய வித்வத்தின் பெருமையைக் காட்டுவனவல்லவென்றே நான் கருதுகிறேன். இதைப்பற்றிப் பேசிக்கொண்டிருக்கையில் எனது நண்பர் பழைய நாள் சம்பவம் ஒன்றைக் கூறினார் :

ஒரு வித்வான் சங்கீதத்தில் தமக்கு மிஞ்சியவர் இல்லையென்று கர்வம் கொண்டிருந்தார். யார் எந்த விதமான "ஸ்மஸ்யை" கொடுத்தாலும் அந்தப் படி தம்மால் பாட முடியுமென்று அவர் சொல்வார். கடைசியாகச் சாமான்ய பாடகர் ஒருவர் அவரிடம் வந்து சேர்ந்தார். "ஸ்வரம் பாடுவதில் அடியேன் ஒரு வகை அப்பியாஸம் செய்திருக்கிறேன். தாங்கள் அந்த மாதிரியே பாடித் தங்களால்

முடியாதது எதுவுமில்லையென்பதை ஸ்தாபிக்க வேண்டும்" என்று பணிவாகத் தெரிவித்துக்கொண்டார். "அதற்கென்ன? அது என்ன அப்பியாஸம் சொல்லும்" என்றார் வித்வான்.

"சாதாரணமாய், ஸ்வரங்களைப் பாடும்போது ஸ, ரி, க, ம, ப, த, நி, ஸ" என்னும் ஏழு அட்சரங்களையே உபயோகித்துப் பாடுகிறோமல்லவா? இந்த எழுத்துக்களுக்குப் பதிலாக ' சி. ர, கி, மி, பி, தி, ந, ஸி' என்ற அட்சரங்களை உபயோகித்துப் பாட வேண்டும்" என்று சொல்லித் தாம் அவ்வாறு கொஞ்சம் பாடிக் காட்டினார்; வித்வான் விழித்துப் போய்விட்டார். மூன்று நாள் சாவகாசம் கேட்டார். அந்த மூன்று நாளும் அப்பியாசம் செய்து பார்த்தும் நாலாம் நாள் அவருக்குச் சரிப்பட்டு வரவில்லை. அட்சரங்களும், ஸ்வரங்களும் தாறுமாறாகக் குழப்பம் விளைத்தன. கர்வ பங்கம் செய்ய வந்தவர் ஒரு வருஷ காலமாக இதற்காகவே அப்பியாஸம் செய்து வந்தவராதலால், 'ஸிர கிமி பிதி நஸி' யை வைத்துக்கொண்டே சரமாரியாய்ப் பொழிந்தாராம்!

சிற்சில வேலைகள் செய்வதற்கு நீண்ட கால அப்பியாஸம் தேவையிருக்கலாமென்றாலும் அதனாலேயே அந்த வேலைகள் உயர்ந்தவை என்று ஏற்படாதல்லவா?

ஸ்ரீமான் செளடய்யா தமது வித்வத்தின் திறமையாலேயே; திருக்கோடி காவல் கிருஷ்ணையர், கோவிந்தசாமிப் பிள்ளை ஆகிய மகா வித்வான்களின் பரம்பரையில் தலைசிறந்து விளங்கக்கூடியவர் என்பதில் சந்தேகமில்லை. பிடிலில் அவர் கையை வைத்தாரோ இல்லையோ, ராகபாவங்கள், குழைவுகள், கமகங்கள், ஸங்கதிகள், ஸஞ்சாரங்கள், லய விந்யாசங்கள் ... (இந்த இடத்தில் போடுவதற்கென்று செட்டுருச் செய்தவைகளில் பாக்கியெல்லாம் மறந்துபோய்விட்டன.) ஆகியவை நான் முந்தி, நீ முந்தி என்று போட்டி போட்டுக்கொண்டு வந்துவிடுகின்றன. இத்தகைய வித்வத்துக்கு, அதிகப்படி தந்திகளினால் ஏற்படும் நாதப் பெருக்கமும், மேலே குறிப்பிட்ட செப்பிடு வித்தைத் திறமையும் பக்கபலமாயிருந்து உதவுகின்றன என்று சொல்லலாம்.

★ ★ ★

அன்று கச்சேரி நாலு மணி நேரம் நடந்தது. ஆனால் கச்சேரியைப் பற்றி நாற்பது மணி நேரம் பேசுவதற்கு விஷயம் இருந்தது. இதிலிருந்து எனது நண்பர் பின்வருமாறு முடிவு செய்தார்: "கர்நாடக சங்கீதம் கேட்பதற்கு ரஸமாயிருப்பதைக் காட்டிலும் பேசுவதற்கும் விவாதிப்பதற்கும் அதிக ரஸமானது!"

இதை நான் ஒப்புக்கொண்டே தீரவேண்டியிருந்தது. காதுக்கு இனிமையையும் உள்ளத்துக்கு எழுச்சியையும் மட்டும் தந்து மூளைக்கு வேலை தராத ஹிந்துஸ்தானி அல்லது வங்காளி சங்கீதத்தைக் கேட்டால் அதைப் பற்றி என்ன பேசமுடியும்? "நன்றாயிருக்கிறது ; ரொம்ப நன்றாயிருக்கிறது" என்று மட்டுந்தான் சொல்லலாம். விவாதிப்பதற்கு அளவில்லாத இடந்தருவது கர்நாடக சங்கீதந்தான்.

- ஆனந்த விகடன், 22.04.1934

14
சந்தர்ப்பப் பிசகு

ஸநாதன ஹிந்து மதத்துக்கு நம்முடைய 'மேலான ஆதரவு' வேண்டுமா வேண்டாமா? என்பது கேள்வி. இந்த ஆதரவை ஹிந்து மதம் இழந்து விடுவதற்குரிய எல்லா முயற்சிகளும் நமது நாட்டில் ஒரு சாரார் செய்து வருகிறார்கள். இவர்கள்தான் டிராமா ஆக்டர்கள், நாடக மேடைத் திலகங்கள், டாக்கி நட்சத்திரங்கள் என்போர்.

ஸநாதன தர்மத்தின் அஸ்திவாரத்தைத் தகர்த்து வருகிறார் என்பதாகக் காந்தி மகான் பேரில் குருட்டு வைதிகர்கள் சிலர் புகார் சொல்லி வருகிறார்களே! உண்மையில் இந்த வேலையை யார் செய்து வருகிறார்கள் என்பதை அறிந்து அதைத் தடுக்க இவர்கள் முன்வராமலிருப்பது எவ்வளவு சோகரஸம் பொருந்திய விஷயம்? இதை நினைத்துக்கொண்டால் ஒரு குடம் கண்ணீர் பெருக்கலாமே!

சாமான்ய ஜனங்கள் ஹிந்து மதத்தில் பற்றுக் கொண்டிருப்பது முக்கியமாக எதனால்? ஹிந்து மதத்தின் தெய்வங்களாலும் அவதாரங்களாலுமே யல்லவா? முருகனும் கணேசனும், இராமனும் கிருஷ்ணனும் இல்லையென்றால், ஹிந்து மதம் நம்முடைய ஆதரவையெல்லாம் எப்போதோ இழந்திருக்கும் என்பதில் சந்தேகமும் உண்டோ?

ஆஸ்திக சிரோமணிகாள்! அப்பேர்பட்ட ஹிந்து தெய்வங்களிடமும் அவதார மூர்த்திகளிடமும் நமக்குள்ள பயபக்தி மரியாதை எல்லாவற்றையும் அடியோடு தொலைத்து விடுவதென்று கங்கணங் கட்டிக்கொண்டு வேலை செய்து வருகிறார்கள் இந்த நாடகக் கூட்டத்தினர். இந்த விஷம வேலையைச் செய்வதற்கு இவர்களுக்குள்ள சக்தி நவீன "டாக்கி"களின் மூலமாக இப்போது பன்மடங்கு அதிகமாகி இருக்கிறது.

உதாரணமாக இராமபிரானை எடுத்துக்கொள்ளுங்கள். அநாதிகாலமாக இராமன் ஹிந்து சமூகத்தின் இலட்சிய புருஷனாய் விளங்கிவருகிறான். ஆண் குலத்திற்குச் சிறப்பான உயரிய அம்சங்கள் என்னென்ன உண்டோ , அவ்வளவும் பொருந்திய புருஷோத்தமனாக நம்முடைய கற்பனை உலகில் அவன் காட்சி தருகிறான். "ஆஜானுபாஹும் அரவிந்த தளாயதாக்ஷம்" என்றும், "செந்தாமரைக் கண்ணொடும் செழுங்கனி வாயினொடும்" என்றும் வர்ணிக்கப் பெற்ற அப்பெருமான், குழிவிழுந்த கண்களோடும், சுருட்டுப் பிடித்துக் கருத்த உதடுகளோடும், கோர மீசையோடும், பருத்த தொந்தியோடும், மது வெறியினால் தள்ளாடிக்கொண்டு நாடக மேடையில் வந்து பிரசந்தமாகும்போது நமக்கு இராமனிடம் உள்ள பக்தியெல்லாம் பறந்து விடாதா?

உருவத் தோற்றத்தில் மட்டுமல்ல; அந்தந்த அவதாரத்துக்குரிய சரித்திர சம்பவங்களை நடித்துக் காட்டுவதிலும் இந்தத் தீமை ஓரளவு ஏற்படு கிறது. உதாரணமாக, கண்ணனின் வேணுகானத்தைக் கேட்டுக் கோபிகா ஸ்திரீகள் அவனை நாடிச் சென்ற சம்பவத்தைப் பாகவதத்திலோ, ஆழ்வார் களின் பாடல்களிலோ படிக்கும்போது, பரமாத்மாவானவர் ஜீவாத்மாக்களை வலிய அழைத்துத் தம்மிடம் சேர்ப்பித்துக்கொள்ளும் அற்புதத்தை எண்ணி நாம் பக்தி பரவசமாகின்றோம். ஆனால் நாடகமேடையில் வெகு சாதாரணமான ஸ்திரீகள், அழுகின்ற குழந்தைகளை அப்படியே விட்டுவிட்டு ஓடுவதைப் பார்க்குங்காலத்திலோ "சீச்சீ! இவர்களைத் தூணோடு சேர்த்துக் கட்டிவைத்தால் சரியான தண்டனையாயிருக்கும்" என்று தோன்றுகிறது.

இதே மாதிரியாக, குளித்துக்கொண்டிருந்த கோபிகைகளின் ஆடைகளைக் கைப்பற்றிய கிருஷ்ணன் "இரண்டு கரங்களையும் குவித்து வேண்டினால்தான் ஆடைகளைத் தருவேன்" என்று சொல்லியதாகப் பாகவதத்தில் படிக்கும்போது, பரமாத்மாவின் அருள் பெறுவதற்கு முன்னால் ஜீவாத்மா தேக உணர்ச்சியை அடியோடு இழந்துவிடவேண்டுமென்னும் தத்வார்த்தத்தை உணர்ந்து நமது மனம் புனிதமடைகின்றது. ஆனால், இதே சம்பவம் நடிக்கப் பெறுவதைப் பார்த்துவிட்டாலோ, அக்காட்சியைக் "கண்ட கண்கள் மற்றொன்றினைக் காணாவே" என்று தீர்மானித்துவிடுகிறோம். அதாவது ஸ்திரீகளுக்குப் புருஷர் முகத்திலும், புருஷர்களுக்கு ஸ்திரீகள் முகத்திலும் விழிப்பதற்கு விருப்பமில்லாமல் போகிறது. அதோடுகூட, அந்தக் கிருஷ்ணன் சமூகத்தில் வாழ்வதற்கே யோக்யதையில்லாதவன் என்ற முடிவுக்கும் வருகிறோம். அவன் க்ஷவர ஸலூன்களின் அதிதேவதையாக மட்டுமே இருக்கத் தகுந்தவனாகிறான். (சாதாரணமாய், நமது க்ஷவர ஸலூன்களில்

தொங்கும் நிர்வாண ஸ்திரீகளின் படங்களெல்லாம் மேனாட்டுப் படங்களாகவே யிருக்கின்றன. அவைகளின் மத்தியில் சுதேசிப் படமாகத் தொங்க விடுவதற்குரியதாயிருப்பது இந்தப் படம் ஒன்றுதானே? இதன் பொருட்டு, ஸலூன்காரர்கள் வேண்டுமானால், கிருஷ்ணனைக் கொண்டாடட்டும், நமக்கு வேண்டாம் என்று தோன்றுகிறது.)

இவ்வாறெல்லாம் நாடகக்காரர்களும், டாக்கி நட்சத்திரங்களும் நமது மதப்பற்றை ஒழித்துவிடுகிறார்களே, இதற்கு ஏதாவது செய்ய வேண்டுமென்று உங்களுக்குத் தோன்றவில்லையா? அப்படியென்றால் சந்தோஷமடையுங்கள். அதற்கு ஒருவழி கண்டுபிடித்தாய்விட்டது. கண்டுபிடித்திருக்கிறவர்கள் கிராமபோன் கம்பெனிக்காரர்கள்.

★ ★ ★

நாடகத்தில் சாதாரணமாய் இரண்டு முக்கியமான அம்சங்கள் உண்டு அல்லவா? பார்ப்பதற்குரிய அம்சம் ஒன்று ; கேட்பதற்குரிய அம்சம் மற்றொன்று. பார்த்தல் அம்சத்தை அடியோடு நீக்கிவிட்டு, "கேட்டல் நாடக"ங்களைத் தயாரிப்பதுதான் அப்புதிய வழி. நாடகங்களில் நமது தெய்வங்களிடம் நம்முடைய பக்தி விசுவாசத்தைக் குறைக்கக்கூடிய விஷயங்கள் பெரும்பாலும் பார்ப்பதற்குரிய அம்சத்தையே சேர்ந்தவையல்லவா. கேட்டல் நாடகங்களில் அத்தகைய குறைகள் ஏற்பட இடமில்லையன்றோ ?

உதாரணமாக "ஹிஸ் மாஸ்டர்ஸ் வாய்ஸ்" கம்பெனியார் "பார்வதி பரிணயம்" என்னும் புதிய தமிழ் நாடகத்தை 12 பாகங்களாக இருபக்கமும் பாடும் 6 பிளேட்டுகளில் வெளியிட்டிருக்கிறார்கள். அதைக் கேட்டதிலிருந்து எனக்கு ஒரு விஷயம் நிச்சயமாய்த் தெரிந்தது. அதாவது, மற்ற நாடகங்களின் விஷயம். எப்படியானாலும் ஹிந்துமத சம்பந்தமான நாடகங்கள் சம்பந்தப்பட்டவரையில் பார்ப்பதைவிடக் கேட்பதே நலம் என்பதாகும். இந்த நாடகத்தின் கதை இன்னதென்று தெரிந்தால் என்னுடைய அபிப்பிராயத்தை நேயர்கள் நிச்சயமாய் ஒப்புக்கொள்வார்களென்றே நினைக்கிறேன்.

சூரபத்மன் என்று ஓர் அசுரன் இருந்தான். அவன் ரொம்ப சூரன். எவ்வளவு சூரன் என்றால் தேவேந்திரனிடம்கூட அவன் சண்டைக்கு வந்துவிட்டான், தேவேந்திரனும் வீரன்தான். அவன் "அப்படியா சேதி ! என்னுடன் சண்டைக்கா வருகிறாய்? பார்க்கலாம் ஒருகை!" என்று சொல்லிவிட்டு, நாரதரிடம் யோசனைக் கேட்டான். அவர் பரமசிவன் பார்வதியைக் கலியாணம் செய்துகொண்டு அவர்களுக்கு ஒரு பிள்ளை பிறந்தால் அந்தப் பிள்ளை சூரஸம்ஹாரம் செய்வான்'' என்று சொன்னார்.

அப்போது பரமசிவனும் பார்வதியும் மிகவும் சந்தர்ப்பப் பிசகான நிலைமையில் இருந்தார்கள். அதாவது பரமசிவன் யோகத்தில் ஆழ்ந்திருந்தார். பார்வதி அவருக்குப் பணிவிடை புரிந்துகொண்டிருந்தாள். இவர்களுக்குக் கலியாணம் பண்ணி வைப்பதென்றால் இலேசான காரியம் அன்றல்லவா? அதிலும் பரமசிவனோ கலியாணத்தில் நம்பிக்கையில்லாதவர்; போதாததற்கு மூக்கிலே கோபம் உள்ளவர். எனவே, இந்திரன் மேற்படி சுப காரியத்தை நடத்தி வைப்பதற்கு மன்மதனுடைய உதவியை நாடினான். (பூலோகத்திலே இதற்குப் பொய்யின் உதவியை நாடுவது வழக்கம். "ஆயிரம் பொய்வரை சொல்லலாம்" என்று சாஸ்திரம் இருக்கிறதே. பரமசிவனிடம் இது பலிக்காது போலிருக்கிறது.)

மன்மதன் துணைக்குத் தன் மனைவி ரதியையும், தோழன் வஸந்தனையும் அழைத்துக்கொண்டு செல்கிறான். பரமசிவன் மீது தன் பஞ்ச பாணங்களை வர்ஷிக்கிறான். சிவபெருமானின் தவம் கலைகிறது; நெற்றிக் கண் திறக்கிறது. மன்மதன் எரிந்து சாம்பலாகிறான். ரதி அழுது புலம்புகிறாள். மன்மத பாணத்தால் கோபமூட்டப்பெற்ற சிவபெருமான்,ரதியின் சோகத்தால் மனம் இளகுகிறார். ரதிக்குமட்டும் உருவுள்ளவனாகவும், மற்றவர்களுக்கு உருவில்லாதவனாகவும் மன்மதன் உயிர் பெற்றிருப்பான் என்றும், அவனுடைய சக்திமட்டும் எப்போதும் விளங்கும் என்றும் வரமளிக்கிறார். சிவபெருமான் நல்ல ரஸிகர் என்பது இதிலிருந்து மிகத் தெளிவாய் நிரூபணமாகிறது. பெருமான் மன்மதனுக்கு உருவையளித்துவிட்டு அவனுடைய சக்தியை எடுத்துவிட்டிருக்கலாமல்லவா? அவர் அப்படிச் செய்திருந்தால், இந்த உலக வாழ்க்கை எவ்வளவு சாரமற்றதாய் ஆகியிருக்கும்?

சிவபெருமான் அவ்விடம் விட்டு வேறிடம் போய் விடுகிறார். பார்வதி துயரக்கடலில் ஆழ்கிறாள். அப்போது நாரதர் மறுபடியும் தோன்றி "தவத்தினால் பரமசிவனைப் பதியாக அடையலாம்" என்று உபதேசிக்கிறார். அவ்வாறே பார்வதி தவம் புரிந்து தன் மனோரதம் நிறைவேறப் பெறுகிறாள்.

"காமம் மரண ஏதுவானது; உண்மைக் காதல் உயிரளிப்பது" என்னும் உயரிய தத்துவம் இந்த அழகிய புராணக் கதையில் மறை பொருளாயிருக்கிறதென்று நான் கருதுகிறேன்.

★ ★ ★

இக்கதை இதுவரையில் நாடகமேடைக்கு வராமல் தப்பித்திருக்கிறது என்று அறிய மிகவும் சந்தோஷமாயிருக்கிறது. இராமன், கிருஷ்ணன் முதலிய வேஷங்களெல்லாம் யார்

வேண்டுமானாலும் போட்டுக்கொண்டு போகட்டும். ஏனெனில் அவர்கள் மானிட உருவில் தோன்றியவர்கள். ஆனால் சிவபெருமான் வேஷம் தரிப்பதென்றால், ஸ்ரீராமகிருஷ்ண பரமஹம்ஸரைப் போன்ற மகா புருஷர்கள் மட்டுமே அவ்வாறு செய்யக் கூடுமென்று எனக்குத் தோன்றுகிறது. வேறு யார் அவ்வேஷம் தரித்தாலும் அபசாரமாகவே முடியுமென்று கருதுகிறேன்.

சிவபெருமான் இருக்கட்டும். மன்மதன், ரதி விஷயம் என்ன? இப்போதெல்லாம் அழகிற் சிறந்தவர்களைப் புருஷனாயிருந்தால் 'மன்மதன்' என்றும், ஸ்திரீயாயிருந்தால் 'ரதி' என்றும் சொல்கிறோம். அப்படி வர்ணிக்கப் பெறுகிறவர்களும் சந்தோஷப் படுகிறார்கள். ஆனால் நமது நாடக மேடை டாக்கி திலகங்கள் மன்மதனாகவும் ரதியாகவும் வேஷம் பூண்டு நடிப்பதைப் பார்த்துவிட்டோமானால், அதற்குப் பிறகு 'மன்மதன்', ரதி' என்று யாரையாவது சொல்லத் துணிவோமா? அப்படிச்சொல்லப் பெறுகிறவர்கள் நம்பேரில் மான நஷ்ட வழக்குத் தொடர மாட்டார்கள் என்பது என்ன நிச்சயம்?

இவைகளையெல்லாம் எண்ணிப் பார்க்கும் போது, "பார்வதி கலியாணம்" என்னும் இந்த கிராமபோன் பிளேட் நாடகம் எவ்வளவு அபாயங்களை நிவர்த்திக்கிறது என்பது தெரியவரும். இந்த முறையில், நாடக பாத்திரங்கள் பேசிக்கொண்டும் பாடிக்கொண்டும் போகப்போகக் கேட்போர்கள் தங்கள் தங்கள் மனோசக்திக்கு ஏற்றவாறு நாடக பாத்திரங்களின் தோற்றத்தைச் சிருஷ்டி செய்துகொண்டே போகலாம். (இவ்வாறு, நமது சித்திரக்காரர் செய்த சிருஷ்டி ஒன்றை நேயர்கள் படத்தில் காண்கிறார்கள்.) இது எவ்வளவு பெரிய அநுகூலமென்று சொல்லவும் வேண்டுமா?

நாடக பாத்திரங்கள் தெளிவாகப் பேசுகிறார்கள். நன்றாகப் பாடுகிறார் கள். பாட்டு, சாதாரணமாய் நமது நாடக மேடைகளில் வழங்கும் பாட்டைவிடச் சிறந்தது. மொத்தத்தில் இந்த பிளேட் நாடகம் ஒரு புதுமையாயிருப்பதுடன், நன்றாகவும் இருப்பதால், கிராமபோன் பக்தர்களின் கவனத்துக்குரியது.

ஸ்வாமிகளே! நானும் எவ்வளவோ சங்கீத வித்வான்களையும் அவர்களுடைய அங்க சேஷ்டைகளையும் பார்த்திருக்கிறேன். ஆனால் கல்லிடைக் குறிச்சி வேதாந்த பாகவதரின் சகோதரர் ஸ்ரீமான் இராமலிங்கய் யரைப்போல் அங்க சேஷ்டையின் சிகரத்தை அடைந்தவரை இதற்கு முன் பார்த்தது கிடை யாது. இந்த அம்சத்தில் அவர் சாக்ஷாத் டைகர் வரதாச்சாரியாரைக் கூடத் தோற்கடித்து முதுகில் மண் காட்டக் கூடியவராயிருக்கிறார் என்றால், வேறு என்ன சொல்ல வேண்டும்?

முதன்முதலில், இவருடைய பாட்டை ரேடியோவில் கேட்டேன். (இவாது சென்னை விஜயத்துக்கு முன்னதாகவே, நண்பர் ஈ. கிருஷ்ணையர் இவருடைய பெயரை வேண்டிய அளவு பிரபலப்படுத்தி வைத்திருந்தபடியால் அத்தகைய பாக்கியம் எனக்குக் கிடைத்தது.) அதில் இரண்டு விஷயங்கள் தெரிந்தன. முதலாவது, இந்த மனுஷ்யர் தாம் பாடும் ராகம் இன்னதென்று பிறர் கண்டுபிடிக்க முடியாமல் ஒளித்து வைப்பதில் வெகு நிபுணர் என்பது. சர்வ சாதாரணமாய் எல்லாருக்கும் தெரியக்கூடிய தோடிராகத்தைக் கூட வெகுவாக மறைத்துவைக்க முயன்றார். ஆனால் என்னிடம் இந்த வேலைத்தனமெல்லாம் பலிக்குமா? எப்படியோ கண்டு பிடித்துவிட்டேன். இரண்டாவது, கீர்த்தனங்களின் விஷயத்திலும் அவர் இந்தச் சாமர்த்தியத்தைக் காண்பித்தார். அதாவது, அவர் பாடுவது என்ன கீர்த்தனம், அவர் உச்சரிப்பது என்ன வார்த்தைகள் என்பதை நம்முடைய பாட்டன்மார்களால் கூடக் கண்டுபிடிக்க முடியாதென்றால், நம்மால் முடியாதென்று சொல்ல வேண்டியதில்லை. உதாரணமாக, அவருடைய கீர்த்தனம் ஒன்று பின்வருமாறு என் காதில் விழுந்தது:

பல்லவி

ஜஜஜஜ ஜஜஜஜ ஜா ஜா ஜா

அநுபல்லவி

பபப பபப பபப பாப பாய

பூபூ பூ பூ பூ புப்புப் பூ

சரணம்
கொ கொ கொ கொ கொ கோகொக்கோ
சிசி சிசிசிசிசி சீசிச்சி

இவ்வளவு அபார வேலைத்திறமை வாய்ந்த வித்வானை நேரிலே பார்த்துவிட வேண்டுமென்ற சங்கல்பம் உடனே ஏற்பட்டுவிட்டது. எனவே சங்கீத வித்வத் சபையின் ஆதரவில் நடந்த இவருடைய கச்சேரிக்குச் சென்றேன். சென்றது வீண் போக வில்லை. ஸ்ரீமான் இராமலிங்கய்யரின் சங்கீதக் கச்சேரி பார்க்கத் தகுந்த ஒரு காட்சிதான்! உங்களுக்குச் சமீபத்தில் எங்கேயாவது நடந்தால், போய்ப் பார்க்கத் தவறாதீர்கள்.

இவருடைய கச்சேரி சம்பந்தமாக ஒரு விஷயத்தில் நான், அபிப்பிராய பேதப்படுகிறேன். அதாவது அதை "சங்கீதக் கச்சேரி" என்று சொல்வது மட்டும் பொருத்தமில்லையென்று நினைக்கிறேன். "ஸ்வரங்களின் மகா யுத்தம்" என்று சொல்வது ஒருவேளை பொருத்தமாயிருக்கலாம். கச்சேரி ஆரம்பிப்பதற்கு முன்னால் பார்த்தால் மனுஷ்யர் வைதிகக் குடுமியுடன் கதர்ச்சட்டை போட்டுக்கொண்டு பரம சாதுவாய்க் காணப்படுகிறார். கச்சேரி ஆரம்பித்துவிட்டாலோ, அடே அப்பா! எத்தகைய மாறுதல்? அந்த ஸ்வரங்கள்தான் அவரிடம் என்ன பாடுபடுகின்றன! "நில்லு அங்கேயே!" என்று இரண்டு கையாலும் தடுத்து நிறுத்துகிறார் ஒரு சமயம். "வந்துடு இங்கே!" என்று இரு கைகளாலும் அணைத்துப் பிடித்து தலையோடு தலை முட்டவிடுகிறார் இன்னொரு சமயம். மற்றொரு தடவை பேயறைவதுபோல் ஒரே அறையாய் அறைகிறார். அப்புறம், ஸ்வரங்களை உரலில் போட்டு உலக்கை கொண்டு அவல் இடிப்பதுபோல் இடிக்கிறார். பின்னர், வில்லில் நாணேற்றிக் காதளவு இழுத்து வாங்கிப் பாணப் பிரயோசம் செய்கிறார். பிறகு கழுத்தைப் பிடித்து நெட்டுகிறார். கோபம் மிதமிஞ்சிப் போய்விட்டாலோ, " இதோ வேருடன் கில்லி எறிந்து விடுகிறேன் பார் !" என்று சொல்லி இரண்டு கையையும் கீழே கொடுத்து வேரைப் பறிக்கிறார். நல்ல வேளையாக, மேடையில் உட்கார்ந்திருந்தாரோ, கானமந்திரத்தின் தரை பிழைத்ததோ! தரையில் மட்டும் உட்கார்ந்திருந்தால், நிச்சயமாகப் பெரிய குழி ஒன்று தோண்டியிருப்பார், பாவம்!

★ ★ ★

சங்கீத வித்வான்களிடம் அங்க சேஷ்டைகளை நான் அதிகமாய் ஆட்சேபிப்பதாக நேயர்கள் எண்ணக் கூடாது. மற்ற அம்சங்களில் சங்கீதம் சரியாயிருந்தால், அங்க சேஷ்டைகளை நாம் பொருட்படுத்த வேண்டியதேயில்லை. சில சமயங்களில்,

அங்க சேஷ்டைகள் சங்கீதத்துக்கு ஜீவசக்தியளிக்கின்றன என்றுகூடச் சொல்லலாம். ஆகவே, இராமலிங்கய்யரின் சேஷ்டைகள் மிக வேடிக்கையாயிருப்பது பற்றி எடுத்துக் காட்டினேனேயல்லாமல், அவைகளைக் குறித்துக் குறைகூறவில்லை. நான் சொல்லுவதெல்லாம் "சங்கீதத்தின் ஜீவன் எதுவென்று இராமலிங்கய்யர் அறிந்துகொள்ளவில்லை" என்பதே.

நல்ல சங்கீதத்துக்கு முக்கியமாக இரண்டு அம்சங்கள் பொருந்தியிருக்க வேண்டுமென்பதை நேயர்கள் அறிவார்கள். ஒன்று, இன்னிசை; மற்றொன்று, பாவம் (அதாவது ஸாஹித்யத்தின் பொருளுக்கேற்ற உணர்ச்சியுடன் பாடுதல்.) இவ்விரண்டும் இராமலிங்கய்யரின் பாட்டில் கிடையாது.

தாளம் தவறாமல் பாடுகிறார்; நொடான தாளங்களில், நொடான வழிகளில் பாடுகிறார்; ஸ்வர சுத்தமாகப் பாடுகிறார் ; மூச்சுப்பிடித்து, ஒவ்வொரு சமயம் இரண்டு மூன்று நிமிஷம்வரை மூச்சுவிடாமல் நின்று பாடுகிறார் ; ஸ்வரங்களின் புதிய சேர்க்கைகள், புதிய வழிகள் அப்பியாசம் செய்திருக்கிறார். "அஸுர ஸாதகம்'' என்பது இவர் விஷயத்தில் முற்றிலும் பொருந்தும். இவ்வளவும் இருந்தும் என்ன பிரயோஜனம்? அவருடைய பாட்டில் செவிக்கு இனிமையாயிருக்கும் இடங்கள் மிகவும் சொற்பம். உள்ளத்துக்கு உணர்ச்சி தரும் இடமோ கிடையவே கிடையாது.

மேலே இவர் பாடிய ஒரு கீர்த்தனத்தின் ஸாகித்யத்தைத் தந்திருக் கிறேன். நாம் ஏற்கனவே கேட்டிராத கீர்த்தனமாயிருந்தால் அவ்வாறு ஒன்றும் புரியாமல் நம் காதில் விழும். கேட்டிருக்கும் கீர்த்தனமா யிருந்தாலோ, ஸாஹித்யம் உருச்சிதைந்து மாறுதலாய்த் தோன்றும். உதாரணமாக, "ஸக்கனி ராஜ மார்க்கமா யுண்டக" என்னும் கீர்த்தனத்தின் ஆரம்பம் இவர் பாடும்போது, "ஸக கனி ரக கக ஆஜ" என்று ஸ்பஷ்டமாக நம் காதில் விழுகிறது.

......வேரைப் பறிக்கிறர்.

ஆனால் இந்தக் குறைகளுக்கெல்லாம் இராமலிங்கய்யரையே முற்றிலும் பொறுப்பாளியாக்குவது சரியல்ல. சங்கீதத்தைப் பற்றி நமது நாட்டில் குடி கொண்டுள்ள தவறான கொள்கைகளே மூலகாரணமாகும். நமது சங்கீதத்தில் அன்னிய பாஷைகளின் ஆதிக்கம் மேலோங்கி நிற்கும்வரையில், பாடுகிறவனுக்காவது கேட்கிறவனுக்காவது பாட்டின்

பொருள் தெரிந்திருத்தல் அவசியமில்லை" என்ற கொள்கை இருந்துவரும் வரையில் தனிப்பட்ட வித்வான்கள் மீது குறை சொல்லிப் பிரயோஜனமில்லை. நமது சங்கீத உலகில் இது விஷயமாக உள்ள குறைபாடு இவரிடம் உச்சநிலை அடைந்திருக்கிறது என்று மட்டுமே சொல்லலாம்.

ஸ்ரீமான் இராமலிங்கய்யர் "சிறந்த தேசிய உணர்ச்சியுடையவர்; கதரையே வழக்கமாக அணிபவர்; தினசரிப் பத்திரிகைகளையும் வாரப் பத்திரிகைகளையும் விடாது வாசிப்பவர் ; தொழில் கர்வமோ, படாடோபமோ கிடையாது என்றெல்லாம் நண்பா ஈ.கிருஷ்ணய்யர் சொல்லி அறிந்து மிகவும் மகிழ்ச்சியடைகிறேன். இவ்வளவு அரிய குணங்களுடன் அவருடைய கச்சேரிகளில் கொஞ்சம் ஜீவனுள்ள சங்கீதத்துக்கும் இடங் கொடுத்துவிட்டாரானால், அப்புறம் சங்கீத உலகில் அவருக்கிணை அவரே ஆகிவிடுவார் என்பதில் எள்ளளவும் சந்தேகமில்லை."

- ஆனந்த விகடன், 20.05.1934

15

பாட்டும் பொருளும்

"இறப்பதற்கு முன்னால் நேபிள்ஸ் நகரத்தைப் பார்த்து விடுங்கள்" என்று ஆங்கிலத்தில் சொல்வதுண்டு.

"நமது தென்னாட்டில் சங்கீதம் செத்துவிட்டது என்று தீர்மானிப்பதற்கு முன்னால், முடிகொண்டான் வெங்கட்ராமையரின் கச்சேரியைக் கேட்டுவிடுங்கள்" என்று சங்கீதப் பிரியர்களிடம் தெரிவித்துக்கொள்கிறேன்.

இம்மாதம் 15வயன்று ஜகந்நாத பக்த சபையில் அவருடைய கச்சேரி கேட்டுக்கொண்டிருந்தபோது மேற்குறிப்பிட்ட எண்ணம் எனக்கு உண்டாயிற்று. "சங்கீதத்தில் சாஹித்யம் என்னும் அம்சம் ஒன்று உண்டு என்பதை உணர்ந்தவர் இவர் ஒருவர் இருக்கிறாரே!'' என்று உள்ளம் பூரித்தது.

முடிகொண்டான் வெங்கட்ராமையரின் கச்சேரி இதற்கு முன் நான் கேட்டு ஏழெட்டு வருஷங்களிருக்கும். அப்போது அவர் பாடிய கீர்த்தனங்களில் ''ஸீதாபதே நாமனஸுன'', "கன்னதண்ட்ரி நாபை" என்பவை இன்றுவரை என் ஞாபகத்திலிருக்கின்றன. அவ்வளவு நன்றாய்ப் பாடியவரின் கச்சேரிகள் இப்போது சென்னைப் பட்டணத்தில் ஏன் இவ்வளவு அபூர்வமா யிருக்கின்றன என்று அடிக்கடி நான் சிந்தித்ததுண்டு. "ஒருவேளை அவருடைய பாட்டும் இன்னும் சிலர் விஷயத்தில் நிகழ்ந்திருப்பதுபோல் கிழப் பருவம் அடைந்திருக்கலாம்; அல்லது சங்கீத உலகில் இன்று ஏற்பட்டு வரும் மாறுதலை அறிந்துகொள்ளாமல் தமது மனக் கதவுகளை இறுகச் சாத்திக்கொண்டு பழைய போக்கிலேயே போவது காரணமாயிருக்கலாம்" என்று எண்ணினேன். ஆனால் இவ்விரண்டு எண்ணங்களும் சரியல்லவென்று அன்று கச்சேரியில் தெரியவந்தன.

"பராமுக மேலரா", "ப்ரோவ பாரமா" என்னும் கீர்த்தனங்கள் அவர் அன்று பாடியபோது, "இது கிழத்தன்மை ஏற்பட்ட பாட்டு அன்று; ஜீவசக்தி ததும்பும் பாட்டு" என்று தெளிவாயிற்று. நாலு தெலுங்குக் கீர்த்தனங்களுக்குப் பிறகு,

"சபாபதிக்கு வேறு தெய்வம் சமான மாகுமா"

என்னும் கோபால கிருஷ்ண பாரதியின் கீர்த்தனத்தை அவர் எடுத்த போது, என் அருகிலிருந்த நண்பர் "இதோ சங்கீத மறுமலர்ச்சியைக் கண் முன்னால் காண்கிறோமே!" என்று கூறி மகிழ்ந்தார்.

நேயர்களே! ஒரு சங்கீத வித்வான் ஸாஹித்யத்தின் முக்கியத்தை நன்கு உணர்ந்திருக்கிறாரா என்று நீங்கள் அறிந்துகொள்ள விரும்பினால், அதற்கு ஒரு பரீட்சை சொல்கிறேன். நீங்கள் இதுவரை கேட்டிராத தமிழ்க் கீர்த்தனம் ஒன்று அவர் பாடுகிறார் என்று வைத்துக்கொள்ளுங்கள். கச்சேரி முடிந்து வீட்டுக்குப் போகும் போது, குறைந்தபட்சம் அந்தக் கீர்த்தனத்தின் பல்லவி, அநுபல்லவியாவது உங்களுக்கு ஞாபகமிருக்கும் பட்சத்தில், அந்த வித்வானுடைய பாட்டில் ஸாஹித்யச் சிறப்பு பொருந்தியிருப்பதாகத் தீர்மானிக்கலாம். இத்தகைய பரீட்சை வைத்தால், தமிழ்நாட்டிலுள்ள முன்னணி வித்வான்களில் மூன்று பேர்தான் தேறுவார்கள் என்று நினைக்கிறேன். அவர்களில் ஸ்ரீமான் வெங்கட்ராமையர் ஒருவர்; மேற்கூறிய "சபாபதிக்கு வேறு தெய்வம்" என்னும் தமிழ்க் கீர்த்தனத்தை அதற்கு முன் நான் கேட்டதே கிடையாது. ஆயினும் அந்தப் பாட்டின் பல்லவி, அநுபல்லவி, சரணத்தில் சில பகுதிகள்கூட எனக்கு ஞாபகமிருந்தன.

தெலுங்குக் கீர்த்தனங்களின் சாஹித்யத்தை உச்சரிப்பதி லேயும், பாடகர் விசேஷ கவனம் செலுத்தினார் என்பது நன்கு வெளியாயிற்று. உதாரணமாக, "கத்தனவாரிகி" என்னும் கீர்த்தனம் அநேக வித்வான்களிடம் கேட்டிருக்கிறோமல்லவா? அதனுடைய சரணத்தின் முதல் இரண்டு வார்த்தைகளை அவர்கள் சித்திரவதை செய்வது சர்வசாதாரணம்.

"நித்துரநி ராகரிஞ்சி" என்று பிரித்துத்தான் பாடுவார்கள். ஆனால் வெங்கட்ராமையர் "நித்துரநிராகரிஞ்சி" என்றே உச்சரிப்பதற்கு எடுத்துக்கொண்ட பிரயாசை உண்மை ரஸிகர் ஒவ்வொருவருக்கும் இன்பமூட்டுவதாயிருந்தது, உண்மையில், பாடகர் அந்த இடத்தில் போட்ட சங்கதிகள், நிரவல் எல்லாவற்றையும்விட அதிக மகிழ்ச்சியளித்தது மேற்கூறிய அம்சந்தான்.

★ ★ ★

தமிழ்நாட்டு சங்கீதத்தில் தெலுங்கு மிதமிஞ்சிய ஆதிக்யம் வகிப்பதினால் ஏற்படும் முக்கிய தீமைகளில் ஒன்று ஸாஹித்யக் கொலை என்பது தெரிந்த விஷயமேயல்லவா? அன்னிய பாஷை கீர்த்தனங்களையே அதிகம் பாடுவதினால், ஸாஹித்யத்தின் முக்கியம் குறைகிறது. பாட்டுக்குப் பொருள் தெரிந்திருக்கவேண்டியது அவசியமில்லையென்ற எண்ணம் ஏற்படுகிறது.

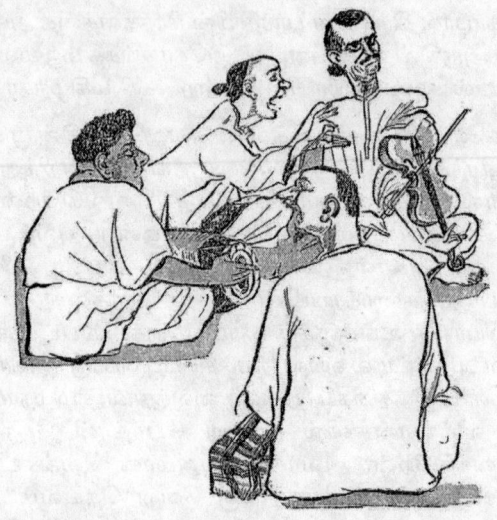

பாடகர் பொருள் தெரியாமல் பாடும்போது, ஸாஹித்யத்தைக் கடித்துச் சிதைத்து உமிழ்கிறார். இதனால் பெரிய விபரீதங்கள் சில சமயங்களில் ஏற்படுகின்றன. ஓர் உதாரணம் கேளுங்கள். "நின்னு ஜூசி" என்னும் கீர்த்தனத்தின் சாணத்தில், "ஸகல பாப ஹரா" என்னும் வார்த்தைகள் வருகின்றன. "ஸகல பாபங்களையும் போக்குகிறவனே" என்பது அதன் பொருள். இதை, ஒரு பாடக கோஷ்டியார்,

"ஸகல பாப கா"
"ஸகல பா பகரா"

என்றெல்லாம் உச்சரித்தார்கள். அதாவது "ஸகல பாபங்களையும் போக்குகிற" கடவுளை, அவர்கள் "ஸகல பாபங்களையும் செய்கிற" கடவுளாக மாற்றிவிட்டார்கள். வேதாந்தமாய்ப் பார்க்கும்போது, கடவுளை இப்படிக் கூறுவதும் பொருத்தமேயென்றாலும், ஸாஹித்ய கர்த்தாவின் கருத்துக்கு நேர்விரோத மாகிவிட்டதல்லவா?

இந்த மாதிரி உதாரணங்கள் எவ்வளவோ சொல்லலாம். பிரசித்தி பெற்ற நமது வித்வான்களில் ஒருவர் "மியூஸிக் அகாடமி" கச்சேரி ஒன்றில் பாடிக்கொண்டிருந்தபோது, என் அருகில் இருந்த

ஆந்திர ரஸிகர் "ஐயோ, எங்கள் பாஷையை இப்படிக் கொலை செய்கிறாரே" என்று தலையில் தலையில் போட்டுக்கொண்டது எனக்கு நன்கு ஞாபகம் இருக்கிறது.

வெங்கட்ராமையருடைய வித்தைத் திறமையைப் பற்றி அதிகம் சொல்ல வேண்டியதில்லை. ஏனென்றால், அது சங்கீத உலகம் நன்கு அறிந்த விஷயம். வித்தைத் திறமையில்,

"வெங்கட்டுவுக்கு வேறொருவர் சமானமாவரோ?''

என்று பாடக்கூடியவர்கள் சங்கீத பண்டிதர்களுக்குள் அநேகர் இருக்கிறார்கள். அன்று இவ்விஷயத்தில் தமது கைவரிசையைப் பாடகர் நன்கு காட்டினார்.

வீடு கட்டுகிறவன் அஸ்திவாரத்தைப் பலமாய்ப் போட்டு விட்டானானால், மேலே எவ்வளவு வேலைப்பாடுகள் செய்தாலும் நமக்குச் சம்மதந்தான். ஆனால் அதிலும் சௌகரியமும், சௌந்தரியமும் பொருந்தியிருக்க வேண்டுமென விரும்புவோம்.

சங்கீதத்திலும் இப்படியே, ஸாஹித்யம் என்னும் அஸ்திவாரம் சரியாயிருக்கும் பட்சத்தில், அபூர்வ ராகங்கள், ஸ்வர வரிசைகள், தாள வக்கிரங்கள் இவைகளில் பாடகர் புகுந்து விளையாடுவதற்கு நமக்கு அதிக ஆட்சேபமில்லை. ஆனால் இவை அளவுக்குள் இருக்க வேண்டியது மட்டுமே முக்கியம். அன்று அந்த அம்சங்கள் கொஞ்சம் அளவுக்கு அதிகமாக இருந்தனவென்பதே என் அபிப்பிராயம். ஆனால் இதற்குக் காரணம், வேறொரு பாடகர் விஷயத்தில் முன்னம் நான் குறிப்பிட்டிருப்பதுபோல், ஸ்ரீமான் தக்ஷிணாமூர்த்திப் பிள்ளை அவர்களாயிருக்கக்கூடுமென்று ஊகிக்கிறேன்.

★ ★ ★

அன்று ஜகந்காத பக்தசபைக் கச்சேரியில் சங்கீத உலகத்தில் மிகவும் விசேஷமான மற்றொரு சம்பவமும் கலந்திருந்தது. அது ஸ்ரீமான் தக்ஷிணாமூர்த்திப் பிள்ளையின் புதல்வரான ஸ்ரீமான் சாமிநாதப் பிள்ளையின் மிருதங்க அரங்கேற்றுபடியாகும். அன்று ஜகந்நாத பக்தசபை என்றும் இல்லாதபடி நிறைந்திருந்ததற்கும், டைகர் வரதாச்சாரியார் உள்ளிட்ட வித்வத் கோஷ்டியினர் பலர் பிரசந்நமாகியிருந்ததற்கும் இதுதான் காரணமாயிருந்திருக்க வேண்டும்.

"தந்தை மகற்காற்று நன்றி அவையத்து
முந்தி யிருப்பச் செயல்"

என்பது குறள். ஸ்ரீமான் தக்ஷிணாமூர்த்திப் பிள்ளைக்கு மேற்படி வள்ளுவர் வாக்கை நிறைவேற்றி வைக்கும் பாக்கியம் கிடைத்தது. ஆனால் மகனும் இலேசானவரல்ல.

"மகன் தந்தைக்காற்றும் உதவி இவன்தந்தை
என்னோற்றான் கொல்எனும் சொல்''

என்னும் மற்றொரு குறள் வாக்கியத்தை ஸ்ரீமான் சாமிநாதப் பிள்ளை நிறைவேற்றி வைத்தார்.

சங்கீத உலகில் இது ஓர் அதிசயமென்றே சொல்ல வேண்டும். "தகப்பனும் வித்வான்; மகனும் வித்வான்'' என்ற பேச்சை மிக அபூர்வமாகவே நாம் கேள்விப்படுகிறோம். மகா வித்வானுடைய பிள்ளை சுத்த சூந்யமாயிருப்பதும், மேதாவியான பிள்ளையை மூடத் தகப்பன் கெடுப்பதும்தான் நாம் அடிக்கடி பார்க்கும் சம்பவங்கள். இதற்கு மாறாக ஸ்ரீமான் தக்ஷிணா மூர்த்தியும் அவருடைய புதல்வரும் ஒரே சபையில் சேர்த்து உட்கார்ந்து ஒருவருக்கொருவர் இணையாய் வாசித்தது மிகவும் சந்தோஷகரமான காட்சியாயிருந்தது.

ஸ்ரீமான் சாமிநாதப் பிள்ளை மிருதங்கம் வாசிக்க முன் வந்ததன் பலனாக சங்கீத உலகில் ஒரு விபரீதம் நேரிடாமல் இருக்க வேண்டுமென்று பகவானைப் பிரார்த்திக்கிறேன். அதாவது, தக்ஷிணாமூர்த்திப் பிள்ளை அடியோடு மிருதங்கத்தை விட்டுவிட்டுக் கஞ்சிராவைத் தூக்கிக்கொள்ளாமல் இருக்க வேண்டும்! கஞ்சிரா என்றதும், சமீபத்தில் கல்கத்தா நண்பர் ஒருவர் கூறிய ரஸமான நிகழ்ச்சி ஒன்று ஞாபகத்துக்கு வருகிறது. கல்கத்தாவில் உள்ள தென்னிந்தியர் ஒருவர் வீட்டில் கர்நாடக சங்கீதக் கச்சேரி நடந்ததாம். பாதிக் கச்சேரியின்போது அடுத்த வீட்டில் வசித்த ஒரு வங்காளி பரபரப்புடன் வந்து எட்டிப் பார்த்தானாம். சங்கீதக் கச்சேரி நடப்பதைக் கண்டு பெரிதும் ஆச்சரியம் தெரிவித்தானாம். அவனுடைய ஆச்சரியத்துக்குக் காரணம் கேட்டபோது அவன் கூறியது வருமாறு:

"தீபாவளியின்போது சிறுவர்கள் கழுதையின் வாலில் தகரத்தைக் கட்டி அதற்குள் பட்டாசுக் கட்டைக் கொளுத்திப் போட்டால், படபடவென்று பட்டாசு வெடிக்க, கழுதை கத்திக்கொண்டு ஓடுமே, அந்த மாதிரி இங்கே ஏதோ விஷமம் நடக்கிறதென்றல்லவா எண்ணினேன்?" என்றானாம். அவனுக்கு இத்தகைய எண்ணத்தை உண்டுபண்ணியதற்குப் பெரும்பாலும் கஞ்சிராவே காரணமா யிருந்திருக்க வேண்டுமென்று ஊகிக்கிறேன்.

★ ★ ★

எவ்வளவு உயர்தர வித்வான்களா யிருந்தாலும் சில தினங்களில் கச்சேரி அமைகிறது; சில தினங்களில் அமைகிறதில்லை. "பாடகர் கெட்டிக்காரர்தான்; நன்றாகவும் உழைத்தார். ஆனாலும் இன்று என்னமோ கச்சேரி ஜோர்ப் படவில்லை" என்று சொல்லிக்கொண்டு போகிறோம். இந்த விதிக்கு விலக்கான ஓர் ஆசாமி தென்னாட்டு சங்கீத உலகில் இருக்கிறார். அவர் பெயர் பாப்பா வெங்கட்ராம அய்யர். ஒரு கச்சேரியின் விளம்பரத்தில் "பாப்பா பிடில்" என்று போட்டிருந்தால் சங்கீத அபிமானிகள் தயக்கமின்றி அக்கச் சேரிக்குப் போகலாம். வேறு எந்த அம்சம் அமைந்தாலும் அமையாவிட்டாலும் பிடில் மட்டும் அக்கச்சேரியில் அமைந்தேயிருக்கும். பாடகருக்குத் தொண்டை கட்டியிருக்கலாம்; மிருதங்கக்காரர் பெரிய சண்டைக்காரராயிருக்கலாம். இதெல்லாம் எப்படி இருந்தாலும் பாப்பா பிடில் வாசிக்கும் கச்சேரியில் நிச்சயம் கொஞ்ச நேரமாவது இன்னிசையின் இன்பத்தை நேயர்கள் அனுபவிப்பார்கள் என்பது நிச்சயம்.

எத்தனையோ கச்சேரிகளில் பாப்பா பிடிலை நான் கேட்டிருக்கிறேன். ஒன்றிலாவது பிடில் ரஸிக்கவில்லை என்று யாராவது சொன்னதைக் கேட்டது கிடையாது. சங்கீத குஸ்திகளில் எனக்குத் தெரிந்தவரை அவர் எப்போதும் தலைப்பட்டது கிடையாது. கச்சேரி கேட்க வந்தவர்களை ரஸிக்கச் செய்ய வேண்டுமென்பது ஒன்றுதான் அவருடைய கவலையா யிருக்கும்.

பிடில் வாசிக்கும்போது அவருடைய முகத்தைப் பார்த்தால் சில சமயம் ரொம்பக் கோபமாயிருப்பவரைப்போல் தோன்றும். உண்மையில் அவருக்கு யார் மேலும் கோபம் கிடையாது. அவர் பிடில் வாசிக்கும்போது கரும்பிலிருந்து கையினால் சாறுபிழிகிறவனுடைய தோற்றம் என் மனக் கண்முன் வரும். இது சிரமமான வேலைதான். ஆனால் "கருப்பஞ் சாற்றின்" ருசி சாமான்யமானதா?

★ ★ ★

முடி கொண்டான் வெங்கட்ராமையர் அவர்களுக்கு முடிவாக ஒரு யோசனை தெரிவித்துக்கொள்ள விரும்புகிறேன். இந்த விமரிசனத் தொழிலில் இருக்கும் விசேஷம் இது தான்... யாருக்கு வேண்டுமானாலும், எவ்வளவு வேண்டுமானாலும் யோசனைகள் தாராளமாய்ச் சொல்லலாம். அவர்கள் அவைகளை ஏற்றுக்கொள்ள வேண்டுமேயென்ற கவலை நமக்குக் கிடையாது.

வெங்கட்ராமையரின் ஸங்கீத ஸாஹித்ய ஞானம் பூரணமாய்ச் சோபிக்காமலிருப்பதற்கு ஒரு சிறு காரணம் இருக்கிறது. அது அவருடைய சாரீரத்தின் இயல்பு. கேட்போர் காதில் இன்பத்தேன்போல் பாயும் இனிமை அவர் சாரீரத்தில் இல்லை, ஆயிரக்கணக்கான ஜனங்களைப் பரவசப்படுத்தி உள்ளக் கிளர்ச்சி உண்டுபண்ணும்படியான கம்பீரமும் அவர் சாரீரத்தில் இல்லை.

ஆயினும் இத்தகைய சாதா சாரீரத்தைக்கொண்டும் ரஸிகர்களின் மனதைக் கவர்வதற்கு ஒரு வழியிருக்கிறது. அது சிறந்த உணர்ச்சி எழுப்பும் உயர்தர கீர்த்தனங்கள் சிலவற்றைப் பொறுக்கி எடுத்துக்கொண்டு அவைகளில் விசேஷ சாதகம் செய்வதாகும். அதாவது, ஒரு பாடகரின் பெயரைச் சொன்னவுடனே, அவருடைய விசேஷ கீர்த்தனங்கள் சங்கீத ரஸிகர்களுக்கு ஞாபகம் வரவேண்டும். அவை மற்றவர்களால் அடிக்கடி கையாளப் படுவனவா யிருத்தல் கூடாது, ராக பாவச் சிறப்புடன், ஸாஹித்யம் ஹிருதயத்தை உருக்கக்கூடியதாயிருந்தால் மிக்க விசேஷம்.

"சபாபதிக்கு வேறு தெய்வம் சமானமாகுமா?"

என்ற கீர்த்தனம் எவ்வளவு நன்றாயிருந்தபோதிலும், தெய்வங்களைத் தராசு போட்டு நிறுப்பதைவிடச் சிறந்த, நெஞ்சை அள்ளக்கூடிய கீர்த்தனங்கள் தமிழில் எவ்வளவோ இருக்கின்றனவென்றே கருதுகிறேன்.

- ஆனந்த விகடன், *20.07.1934*

16

சாரீரம்

கடையிலே தேன் விலை என்னவென்று யாருக்காவது தெரியுமா? கொஞ்சம் சுமாராக மலிவாயிருந்தால், ஊரிலுள்ள தேனையெல்லாம் வாங்கிவிடலாமென்று ஓர் உத்தேசம் இருக்கிறது.

ஒருவனுக்கு நல்ல சாரீரம் வாய்ப்பதும், இன்னொருவன் வாயைத் திறந்தால் வண்ணான் கையில் கழுதையுடன் ஓடிவந்து ஏமாறும்படி இருப்பதும் ஏன்? இதன் சூட்சுமம் தேனில் அடங்கியிருப்பதாகத் தெரிந்தவர்கள் சொல்கிறார்கள்.

இனிமையான சாரீரத்துடன் ஒருவர் பாடுவதைக் கேட்டால், இந்தத் தெரிந்த மனிதர்கள், "ஆஹா ! பூர்வ ஜன்மத்திலே இந்தப் பாவி மகன் பகவானுக்குக் குடங்குடமாகத் தேன் அபிஷேகம் செய்திருக்க வேண்டும். இல்லாவிடில் இவ்வளவு அற்புத சாரீரம் வருமா?" என்று கூறுவார்கள். இந்தக் கொள்கையின்படி, இந்த ஜன்மத்தில் ஊரிலுள்ள தேனையெல்லாம் வாங்கி சுவாமி தலையில் அபிஷேகம் செய்தோமானால், அடுத்த ஜன்மத்திலாவது கச்சேரிக்கு ரூ. 300, 400 என்று சம்பாதிக்கலாமல்லவா?

இத்தகைய பட்டவர்த்தனமான ஒரு பேரத்தைப் பிள்ளையாரிடம் நாமெல்லோரும் பிள்ளைப் பிராயத்தில் நடத்தியிருக்கிறோம் என்பதை ஒரு நண்பர் ஞாபகமூட்டினார். நாலாங்கிளாஸில் படிக்கும்போது,

"பாலுந் தெளிதேனும் பாகும் பருப்பும் இவை
நாலுங் கலந்துனக்கு நான் தருவேன்கோலம் செய்
துங்கக் கரிமுகத்துத் தூமணியே நீ எனக்கு
சங்கத் தமிழ் மூன்றும் தா"

என்று விநாயகப் பெருமானை நாம் கேட்கவில்லையா? "இந்தக் கையால் உனக்கு நான் நாலு தருகிறேன். அந்தக் கையால்

எனக்கு மூணு கொடு, போதும்" என்று சொன்னோம். ஆனால் பிள்ளையாரோ அமுக்குப் பிள்ளையாராகவே இருந்துவிட்டார். பேரம் கைகூடிவரவில்லை. ஆகவே இந்தத் தேன் அபிஷேகமும் ஒருபக்கத்துப் பேரம் ஆகிவிடப் போகிறதே யென்ற பயந்தான் என் உத்தேசத்தை நிறைவேற்றுவதற்குக் குறுக்கே நிற்கிறது. சுவாமியாவது, அவருடைய அதிகாரம் பெற்றவர்களாவது ஸ்டாம்பு ஒட்டிய பத்திரத்தில் கையெழுத்திடத் தயாராயிருந்தால், இந்தக் காண்டிராக்டில் துணிந்திறங்கலாம். இது நிற்க.

மேற்கூறிய எண்ணங்கள் எல்லாம் சமீபத்தில் பாபநாசம் சிவன் அவர்களுடைய பாட்டுக் கச்சேரி கேட்டபோது எனக்கு ஏற்பட்டன. "அடடா! இந்தப் பிரம்மதேவன்தான் என்ன அநியாயம் செய்கிறான்! சங்கீதத்தின் ஜீவனை அறிந்த இந்த மகானுக்கு நல்ல சாரீரத்தைக் கொடுக்கவில்லை; யாராருக்கோ போய்க் கொடுத்திருக்கிறானே?" என்று தோன்றியது.

பிரம்மதேவன் தன்னுடைய கடமையைச் செய்யும் விஷயத்தில் நம்மெல்லாருக்கும் குறைகள் இருக்கத்தான் செய்கின்றன. சாதாரணமாக, பணக்காரன் ஒருவன் தன்னுடைய பணத்தைச் செலவு செய்யும் விதத்தைப் பற்றி நாம் கேள்விப்படும்போது "இந்த அசட்டுப் பிரம்மாவைப் பார்! யாருக்கோ கொண்டுபோய்ப் பணத்தைக் கொடுத்திருக்கிறான்! அந்தப் பணமெல்லாம் நம்மிடம் இருந்தால் எவ்வளவு நல்ல வழியில் பயன்படுத்தலாம்?" என்று எண்ணுகிறோம். பிரம்மாவின் மேல் நம்பிக்கையில்லாத் தீர்மானம் கொண்டுவந்து நிறைவேற்றுவதின்மூலம் அவனை அந்த ஸ்தானத்திலிருந்து கிளப்பிவிடக்கூடும் என்றால், அத்தகைய தீர்மானத்துக்கு ஜீவவர்க்கத்தின் ஒருமுகமான ஆதரவு கிடைக்கும் என்பதில் ஐயமில்லை.

எத்தனையோ விஷயங்களில் இவ்வாறு நமக்குப் பிரம்மாவின் பேரில் குறையிருக்கிறதென்றாலும், சாரீர சம்பத்தை அளிக்கும் விஷயத்தில் அவன் கையாளும் முறைதான் மிகவும் வெட்கக்கேடு என்று சொல்வேன்.

செம்பை வைத்தியநாதய்யர்

உதாரணமாக, இன்றைய தினம் தென்னாட்டில் கச்சேரி செய்யும் சங்கீத வித்வான்களுக்குள் மிகவும் இனிமையான சாரீரம் படைத்தவர் யார் என்று கேட்டால் செம்பை வைத்திய நாதய்யரைத் தான் குறிப்பிட வேண்டும். அவருடைய அபூர்வமான சாரீரம் பிர்காக்களையும் சங்கதி களையும் உதிர்க்கும்போது அவுட்

வானத்திலிருந்து நட்சத்திரங்கள் உதிருகையில் நமது கண்கள் அடையும் இன்பத்திற்குச் சமமான இன்பத்தைச் செவிகள் பெறுகின்றன.. ஆனால் அவ்வளவுதான்; அவருடைய சங்கீதம் நமது இருதயத்தின் அருகில் கூடப் போவதில்லை.

செம்பை வைத்தியநாதய்யரிடம் சென்று உங்களுடைய சங்கீத சீர்திருத்தக் கருத்துக்களை வெளியிடுங்கள். "சங்கீதத்தில் பாவம் என்பது ஒன்று உண்டு..." என்று ஆரம்பியுங்கள். பாகவதர் உடனே "அதென்னமோ... ஸ்வாமி! எனக்கு அதெல்லாம் ஒன்றும் தெரியாது. நாலு உருப்படி எனக்குப் பாட வரும். அம்மட்டுத்தான்!'' என்பார்.

இதற்கு மாறாக சங்கீதத்தின் உயிர்நிலையை அறிந்த அநேகருக்கு நல்ல சாரீரமில்லாமையால் அவர்களுடைய வித்தை நன்கு பிரகாசிக்காமல் போவதைக் காண்கிறோம், சில காலத்துக்கு முன்பு திருக்கருக்காவூர் சாமிநாதய்யர் என்பவரை நான் சந்திக்க நேர்ந்தது. அவருடன் பேசிக்கொண்டிருந்தபோது தற்காலத்தில் சங்கீதம் எவ்வாறு சீர்கெட்டிருக்கிறதென்பதை வெகு தெளிவாக எடுத்துச் சொன்னார். சென்னை யுனிவர்ஸிடிக்காரர்கள் இவரைக் கொண்டு சில சங்கீத உபந்யாசங்கள் நடத்தினால் எவ்வளவு உபயோகமாயிருக்கும் என்று எண்ணினேன்.

இத்தகையவருக்குச் சாரீரமில்லாத குறைவினால் அவருடைய சங்கீத ஞானம் சோபிக்க வழியில்லாமல் போயிற்று. அவர் டில்லிக்குச் செல்கிறார் என்றும், அங்குள்ள தமிழர்களின் குழந்தைகளுக்குச் சங்கீதம் கற்பிக்கலாமென்று உத்தேசம் என்றும் அறிந்தேன். எங்களிடம் அவர் கூறிய கருத்துக்களையெல்லாம் சிக்ஷை முறையில் அவர் கையாளக்கூடுமானால், அவரிடம் சங்கீதம் கற்றுக்கொள்ளும் குழந்தைகள் பாக்கியசாலிகள் என்றே சொல்லலாம்.

★ ★ ★

ஸ்ரீமான் பாபநாசம் சிவன் அவர்கள் இவ்வாறு வடக்கு நோக்கிப் பிரயாணம் செய்தல் அவசியமாகாமல் இருப்பது தமிழ் நாட்டின் புண்ணியம் என்றே சொல்ல வேண்டும். இப்போது அவர் அடையாறு பள்ளிக்கூடத் தில் சங்கீத உபாத்தியாயராயிருப்பதாக அறிகிறேன். இதைப் பற்றிப் பேசுகையில், "போகட்டும்; அடையாற்றிலாவது கொஞ்சம் புத்தி பாக்கியிருக்கிறதே, சந்தோஷம்!" என்றார் ஒரு நண்பர்.

''புத்தி அடையாற்றில் மட்டும் இருந்தால் போதுமா?" என்று மற் றொரு நண்பர் ஒரு ரஸமான சந்தேகத்தைக் கிளப்பினார். இந்தச்

சந்தேகத்தை அவர் கிளப்பியதிலிருந்தே வேறு இடங்களிலும் கொஞ்சம் புத்தி பாக்கி இருப்பதாக ஏற்பட்டது.

உயிர் இருக்கும் வரையில் நோயாளி பிழைக்கலாம் என்ற நம்பிக்கையும் உண்டல்லவா? அதுபோல் தமிழ்நாட்டிற்குள் எங்கேயாவது ஓரிடத்தில் புத்தி பாக்கியிருந்தாலும் மற்ற இடங்களுக்கும் அது பரவக் கூடுமென்று நம்பிக்கை கொள்ளலாமன்றோ?

பாபநாசம் சிவன் அவர்களுக்கு நல்ல சாரீரத்தை அளிக்காதது போன்ற பெரிய பிசகைப் பிரம்மதேவன் செய்திருக்கவே முடியாதென்று கருதுகிறேன். அவருக்குச் சாரீரம் மட்டும் இருந்தால், கர்நாடக சங்கீதத்துக்கு அவர் செய்யக்கூடிய தொண்டு வேறு யாராலும் செய்ய முடியாது. ஆனால் இல்லாததை நினைத்து வருந்திப் பயனில்லை. இப்போதுங்கூட, சங்கீத ரஸிகர்கள் மனது வைத்தால், அவரைக் கொண்டு சங்கீத தேவதைக்குச் சிறந்த தொண்டுகள் ஆற்றிக்கொள்ளலாம்.

பாபநாசம் சிவன் அவர்களைச் சங்கீத உலகம் போற்றுவதற்குரிய மூன்று குணாதிசயங்கள் அவரிடம் இருக்கின்றன:

1. 'ராகபாவம் நன்கு தோன்றுமாறு ராகங்களைப் பாடுவதில் இணையற்று நிற்கிறார் .

2. அர்த்த பாவம் தோன்ற உணர்ச்சியுடன் கீர்த்தனங்கள் பாடிக் கேட்போரின் இருதயத்துக்குள் பிரவேசிக்கிறார்.

3. எல்லாவற்றிற்கும் மேலாக, இவர் தமிழ் ஸாஹித்ய கர்த்தர்.'

அன்றைய தினம், இரண்டரை மணி நேரம் இவர் தாம் இயற்றிய தமிழ்க் கீர்த்தனங்களையே பாடினார். சுமார் பன்னிரண்டு கீர்த்தனங்கள் இருக்கும், அவைகளைச் செவிகளால் பருகிக்கொண்டிருக்கையில் இடையிடையே எனக்குத் தோன்றிய எண்ணம் என்னவென்றால் "நமது சங்கீத வித்வான்களைத் தமிழ்ப்பாட்டு பாடச் சொன்னால், 'தமிழில் நல்ல கீர்த்தனங்கள் இல்லை' என்று கூசாமல் சொல்கிறார்களே? அது எத்தகைய போலிச் சாக்கு!'' என்பதுதான்.

பாபநாசம் சிவன் அவர்களின் தமிழ்க் கீர்த்தனங்களை மட்டும் வைத்துக்கொண்டு, ஒரு தடவை பாடியதை மறுதரம் பாடாமல் குறைந்தது ஐந்து தமிழ்க் கச்சேரிகள் செய்யலாம் என்று அறிகிறேன். எனவே, இனிமேல் யாராவது "தமிழில் நல்ல கீர்த்தனம் இல்லையே?'' என்ற பிரச்னையைக் கிளப்பும்

பட்சத்தில் "ஸ்வாமிகளே! பாபநாசம் சிவன் என்ற பெயரைத் தாங்கள் கேள்விப்பட் டிருக்கிறீர்களா?" என்று பதிலுக்குக் கேட்கத் தீர்மானித்திருக்கிறேன்.

சிவன் கீர்த்தனங்களின் சாஹித்யச் சிறப்பைப் பற்றியும், மற்றும் தமிழ்க் கீர்த்தனாசாரியர்களின் ஸாஹித்யத்தைப் பற்றியும் மற்றொரு சந்தர்ப்பத்தில் விரிவாக எழுத வேண்டும்.

★ ★ ★

"சங்கீதம் ஆயுளை நீடிக்கச் செய்யும் சாதனங்களில் ஒன்று" என்பதாக ஒரு கொள்கையிருந்து வருவது நேயர்களுக்குத் தெரிந்திருக்கலாம். இந்தக் கொள்கையில் சமீப காலம்வரை எனக்கு அவ்வளவு நம்பிக்கை உண்டாகவில்லை. அதிலும் தமிழ் நாட்டில் நடைபெறும் சங்கீதக் கச்சேரிகளில் நமக்குக் கிடைக்கும் சங்கீதம் 'ஆயுளைக் குறைக்கும்' என்று கூடத் தோன்றிற்று. 'தடபட' சத்தங்கள் ஆயுளைக் குறைக்குமென்பதாகவும் ஒரு கொள்கையிருக்கிறதே!"

"பாட்டெல்லாம் பாட்டாகுமா? பதின்மூன்றட்சா காலத்திலே கீர்த்தனம் பாடி ஸ்வரமும் பாடினால் இரத்தம் கக்க வேண்டாமா?" என்று சொன்ன வித்வான், தமிழ்நாட்டில் இப்போது வழங்கும் சங்கீதத்தின் இயல்பைச் சுருங்கச் சொல்லி விளங்க வைத்தார் என்றே கூறலாம், பாடுகிறவனையும் கேட்கிறவனையும் இரத்தம் கக்கச் செய்யும் சங்கீதத்தைத் தான் பெரும்பாலும் கச்சேரிகளில் நாம் கேட்கிறோம். இப்படிப்பட்ட சங்கீதம் ஆயுளை நீட்டுமா, குறைக்குமா என்று சொல்ல வேண்டியதில்லை.

கோட்வாத்தியம் நாராயண அய்யங்கார்

"சரிதான், ஐயா! சங்கீத வித்வான்கள் யமனுக்குத் துணையாய்த்தான் இருந்துவிட்டுப் போகட்டுமே! இந்தத் துக்க மயமான பிரபஞ்சத்தில் இன்னும் சில காலம் வாழ்ந்துதான் என்ன ஆக வேண்டும்?" என்று சிலர் கருதக் கூடுமென்பதையும் அறிவேன்.

மேற்படி இரண்டு பிரச்னைகளுக்கும் சமீபத்திலே நான் பதில் தெரிந்துகொண்டேன். (1) இவ்வுலகத்திலே உயிர் வாழ்ந்து

அனுபவிப்பதற்குரிய இன்பங்கள் சில இருக்கத்தான் செய்கின்றன. அவை. களில் ஒன்று ஸ்ரீமான் நாராயண அய்யங்கார் அவர்களின் கோட் வாத்தியக் கச்சேரி. (2) ஆயுளை நீடிக்கச் செய்யக் கூடிய சங்கீதம் ஒன்று உண் டானால், அதுவும் அய்யங்காருடைய கோட் வாத்தியக் கச்சேரிதான்.

அய்யங்கார் ஆனந்த பைரவி ராகத்தை ஆலாபனம் செய்து "ஓ ஜகதாம்பா" என்னும் கீர்த்தனத்தைச் சவுக்க காலத்தில் வாசிக்கத் தொடங்கிய போது மேற்கூறிய எண்ணங்கள் எனக்கு ஏற்பட்டன. இந்த கோட் வாத்தியத்தைக் கேட்கும் ஒவ்வொரு தடவைக்கும் குறைந்தது ஒரு வாரம் ஆயுள் நீடிக்கும் என்று தோன்றியது.

சங்கீதத்தில் சுகபாவம் என்பது என்னவென்று அறிய வேண்டுமானால், அய்யங்காரின் கோட் வாத்தியத்தைக் கேட்க வேண்டும். வாத்தியத்தைச் சுருதி கூட்ட ஆரம்பித்ததிலிருந்து மங்களம் பாடி முடிக்கும்வரையில் எங்கேயாவது ஓரிடத்தில் விரஸம் ஏற்பட வேண்டுமே, கிடையாது. ஒரு கண நேரம் அலுப்பு உண்டாவதுமில்லை. இவ்வளவு சுகபாவம் அவருடைய வாத்தியத்தில் ஏற்படுவதற்கு முக்கிய காரணம் வாசிக்கும்போது அவருடைய முகத்தோற்றத்தைக் கவனித்தால் தெரியவரும். என்ன மாதிரி அநுபவித்துப் பாடுகிறார் ! சாதாரண வேளைகளில் அவருடைய முகத்தில் இல்லாத இளையும் தேஜஸும் வாத்தியம் வாசிக்கும்போது ஏற்படுவதைக் காண்கிறோம்.

கமகம், கார்வை, குழைவு முதலிய சங்கீத பரிபாஷைச் சொற்களுக்கு நன்கு பொருள் தெரிந்துகொள்ள வேண்டுமானாலும் அய்யங்காரின் கோட் வாத்தியத்தைக் கேட்டுத் தெரிந்து கொள்ளலாம். இந்த மூன்று அம்சங்களிலும் வீணையைக்கூட கோட் வாத்தியத்துக்கு அடுத்தபடியாகத்தான் சொல்ல வேண்டும்.

அப்புறம், என்ன கம்பீரமான நாதம்! அய்யங்கார் இந்த வாத்தியத்தின் நாதத்தை அதிகப்படுத்த பெரிய முயற்சி எடுத்து வெற்றியும் பெற்றிருக்கிறார்.

மேனாட்டில் பெரிய நடிகர்கள், பாடகர்கள் இவர்களின் தராதரங்களைக் குறிப்பிடுவதற்கு அவர்களுடைய பெயர்களுக்குப் பின்னால் நக்ஷத்திரக் குறிகள் போடுவதுண்டு. ஐந்து நட்சத்திரங்கள் போட்டால் முதல் தரம்; நாலு நட்சத்திரம் போட்டால் இரண்டாந்தரம். இதுபோல.

இந்த முறையை நமது வித்வான்கள் விஷயத்தில் கையாளுவதாயிருந்தால் கோட் வாத்தியம் நாராயணய்யங்கார்

★ ★ ★

அவர்களின் பெயரை ஐந்து நட்சத்திரங்களுடனேதான் அச்சடிக்க வேண்டியதா யிருக்குமென்பதில் யாதொரு சந்தேகமும் இல்லை.

★ ★ ★

ஆகஸ்டு மாதம் பிறந்ததோ இல்லையோ, சென்னை நகரில் சங்கீதசபைகளில் எல்லாம் ஸ்ரீ ஜயந்தி ஸீரீஸ் கச்சேரிகள் ஆரம்பமாகிவிட்டன. எங்கும் ஒரே சங்கீத கோலாகலந்தான். இவைகளில் "பைன் ஆர்ட்ஸ் ஸொஸைடி"யின் ஸீரீஸ் முசிறி சுப்பிரமண்ய அய்யருடைய கச்சேரியுடனும், ஜகந்நாத பக்த சபையின் ஸீரீஸ் செம்மங்குடி சீனிவாஸய்யரின் கச்சேரியுட னும் சுபமாக ஆரம்பமாயின. இந்தக் கச்சேரிகளைப் பற்றி அடுத்த இதழில் பிரஸ்தாபிக்க எண்ணுகிறேன்.

- ஆனந்த விகடன், 26.08.1934

17
பார்க்காத நாடகம்

நோட்டீஸ் கொடுத்துவிட்டுக் கொள்ளை அடிக்க வரும் அதிசயத் திருடர்களைப் பற்றிக் கேள்விப்பட்டிருப்பீர்கள். அத்தகையவர்கள் இந்தக் காலத்திலேகூட இருக்கிறார்கள். பட்டப்பகலில் சுவரில் விளம்பரம் ஒட்டிவிட்டும், வீதிகளில் மேளதாளங்களுடன் நோட்டீஸ் கொடுத்துவிட்டும் இவர்கள் கொள்ளை அடிக்க வருகிறார்கள். பணங் காசைக் கொள்ளை அடிப்பதைவிட உள்ளங்களைக் கொள்ளைகொள்வது மோசமான காரியமல்லவா? அப்படியானால் இத்தகைய கொள்ளைகளைத் தடுப்பதற்கும், கொள்ளைக் காரர்களைத் தண்டிப்பதற்கும் சட்டதிட்டங்கள் ஏன் இல்லை என்பது பகவானுக்குத்தான் வெளிச்சம். நிற்க.

சென்னையிலுள்ள நாடகப் பிரியர்கள் உள்ளங்களைச் சூறையாடிக் கொள்ளை கொண்டு போவதற்காகக் கடைசியாகச் சென்னைக்கு விஜயம் செய்திருப்பவர், சங்கீத வித்வான் ஸ்ரீமான் டி. எஸ். கிருஷ்ண அய்யங்கார் என்பவராம். இவருடைய நாடகம் ஒன்றையும் இதுவரை நான் பார்க்கவில்லை. ஆனால் இவர் விஷயத்தில் ஒன்று எனக்கு மிகவும் பிடித்திருக்கிறது. இவரைப் பற்றிய சுவர் விளம்பரங்கள் சிலவற்றில் இவருடைய உருவப் படம் வெளியாகியிருப்பதைப் பார்த்தேன். மிகவும் பிடித்திருந்தது. என்ன பிடித்திருந்தது என்று கேட்டால், சொல்லுகிறேன்.

இதற்கு முன்னால் இம்மாதிரியாக நாடகாபிமானிகளின் உள்ளங்களைக் கொள்ளை கொள்ள வந்தவர்கள் அநேகம் பேர் பாகவதர் என்ற பட்டத்துடனும், ஒரு குறிப்பிட்ட முறையில் தலைமயிரையும் மீசையையும் அலங்கரித்துக்கொண்டுமே வருவது வழக்கம். இவர்களுடைய உருவப் படங்களைச் சுவர்களில் பார்க்கும் போதெல்லாம் "அடாடா! இந்த இமிடேஷன் என்னும்

தொத்து நோய் இப்படியா பரவ வேண்டும்?" என்று நான் எண்ணியதுண்டு.

ஆகவே ஸ்ரீமான் டி.எஸ்.கிருஷ்ண அய்யங்கார் என்பவர் இந்தத் தொத்து நோய்க்கு ஆளாகாதவர் என்று அறிந்தபோது மிகவும் சந்தோஷமுண்டாயிற்று. இந்த மனிதர் பாகவதர் பட்டம் வைத்துக் கொள்ளாததோடு, மீசைகூட அல்லவா வைத்துக் கொள்ளவில்லை? தலையில் முண்டாசு வேறு வைத்திருக்கிறார். இந்த மட்டும் சந்தோஷம்தான். சாக்கு எப்படி என்று அறிந்து கொள்ள முடிந்தால் பிறகு தெரிவிக்கிறேன்.

கேட்காத கிராமபோன் பிளேட்

கொலம்பியா கம்பெனியார் வெளியிட்டிருக்கும் புதிய சுகாதாரப் பிளேட்டுகளை நான் கேட்கவில்லை. அவைகளைப் பற்றிய விளம்பரங்களைப் பார்த்த உடனேயே மனம் பூரண திருப்தி அடைந்துவிட்டது. அந்தத் திருப்தியை நேயர்களுடனும் சற்றுப் பகிர்ந்துகொள்ள விரும்பி இங்கே குறிப்பிடலானேன்.

"கிராமபோன் உலகில் ஒரு புதிய பாதையின் தோற்றம்"

என்ற தலைப்பைக் கண்டதும் "இதென்ன! ஏற்கனவே உள்ள பாதையெல்லாம் போதாதா? புதிய வேதனை வேறு வேண்டுமா?'' என்று எண்ணிக் கிலேசமடைந்தேன்.

ஆனாலும் இந்தப் புதிய பாதை என்னதான் என்று பார்க்கலாம் என்று எண்ணிக் கீழே படித்தபோது,

"கர்ப்பிணிகள் கவனிக்கத் தக்கவை''

என்று இருந்தது. "ஓஹோ! இவர்கள் பிரசவ பாதையைக் குறிப்பிட்டிருக்கிறார்கள்" என்று எண்ணினேன். ஆனால் பின்னாலுள்ள பாட்டுக்களைப் படித்தபோது, "இல்லை, இல்லை. தமிழ் மொழிக்கு நேர்ந்திருக்கும் புதிய பாதையைத்தான் இவ்விளம்பரம் குறிப்பிட்டிருக்க வேண்டும்" என்று உறுதிகொண்டேன். உதாரணத்திற்கு இந்த வரிகளைப் பாருங்கள் :

"கண்ட பொருள்களை உண்டிடல் நலமென்று (?)
கவனித்தல் வேண்டுமம்மா !
சண்டித் தனமாகச் செய்து பின் வருந்திடில்
சாதக முண்டாமோ அறிவீர் கண்ட
அதிக உழைப்பு ஆகாதெனினும் மிதமாய்ச்
செய்தல் நன்று
உதவா மருத்துவ மாதரை நீக்கி இதமாம்

டாக்டரை இன்பமாய் நோக்கி...

இது விஷயத்தில் மிகவும் அதிக மனோபாதையை எனக்கு அளித்ததென்னவென்றால், இந்த பிளேட்டுகள் "காலஞ் சென்ற எஸ்.ஜி.கிட்டப்பாவுக்கு அர்ப்பணம்" செய்யப்பட்டிருப்பதுதான். இதன் பொருத்தம் எவ்வளவு யோசித்தும் விளங்கவில்லை. கர்ப்பிணியா யிருந்து, பிள்ளைப் பேற்றில் உயிர் துறந்த ஒருவருக்கு இத்தகைய அர்ப்பணம் செய்திருந்தால் பொருத்தமாயிருக்கும். கிட்டப்பாவைப் பற்றிய அத்தகைய செய்திகள் ஒன்றும் நாம் கேள்விப்படவில்லையே,

பொது ஜனங்களைப் பொறுத்தவரையில் கிட்டப்பாவின் ஞாபகத்தை நிலைநிறுத்த தேவகானத்தையொத்த அவருடைய கீதங்களே போதுமானவை. அவர் ஞாபகத்துக்கு ஏதேனும் அர்ப்பணம் செய்யக் கொலம்பியா கம்பெனியாருக்கு விருப்பம் இருந்தால் வேறு பொருத்தமான காரியமாய்ச் செய்திருக்கலாம்.

எதிர்பார்க்கும் புதிய பாதைகள்

எது எப்படிப் போனாலென்ன? "கொலம்பியா கம்பெனியார் மீண்டும் வழிகாட்டி" விட்டபடியால் உங்களுக்கும் எனக்கும் இனிமேல் யோகம்தான், போங்கள்! அவர்கள் காட்டிய வழியை மற்றவர்களும் பின்பற்றாமலிருக்கப் போவதில்லை. ஆகவே, வீட்டில் நோய்நொடி வந்தால் டாக்டர்கள், நர்ஸுகள் இவர்களுடைய உதவியைத் தேட வேண்டிய அவசியமே கூடிய விரைவில் இல்லாமற் போகலாம். "வைத்தியருக்குக் கொடுக்கும் காசை கிராமபோன் ரிகார்டில் போடுங்கள்" என்று சொல்லும் காலம் கூடிய சீக்கிரம் வரப்போகிறது. இப்போது சுகப்பிரசவத்திற்கும் குழந்தை வளர்ப்புக்கும் ரிகார்டுகள் வந்திருக்கின்றன. இனிமேல் அஜீரணம், பல்வலி, தலைவலிகளைப் போக்கும் ரிகார்டுகள் தொடர்ந்துவரும். பிறகு " சகலரோக சஞ்சீவி ரிகார்டுகள்," "அநாயாச மரண அற்புத ரிகார்டுகள்" முதலியவைகளை யும் எதிர்பார்க்கலாம்.

ஆனால் சுகாதார ரிகார்டுகளுடன் கிராமபோன் கம்பெனி ஏன் நின்றுவிட வேண்டும்? கீழ்க்கண்ட நூதன ரிலீஸ்களையும் நாம் கூடியவரையில் எதிர்பார்க்கலாமென்றே நினைக்கிறேன் :

1. உங்கள் பசங்களைப் பள்ளிக்கூடம் அனுப்பாமலிருக்க "எடுகேஷனல்" ரிகார்டு.

(இது கல்வி இலாகா டைரெக்டரின் பலமான சிபார்சுடன் வெளிவரும்.)

2. உங்கள் மனைவிமாரின் சுக சாரீரத்தை அடக்க "டொமெஸ்டிக்" ரிகார்டு.

3. உங்கள் கடன்காரர்களை விரட்டி அடிக்க "ஸேப்டி பஸ்ட்" ரிகார்டு.

4. உங்கள் வேலையாட்களைத் திட்ட "மாஸ்டர்" ரிகார்டு.

5. நித்திரை செய்யும்போது நீங்கள் விடும் குறட்டையை விழித்த பிறகு கேட்டு ஆனந்திக்க "ஸெல்ப் ஸிங்கர்" ரிகார்டு.

6. பந்தய ஓட்டங்களில் தேர்ச்சி பெறச் செய்ய "ரோஸ்" ரிகார்டு.

ஆபாஸமற்ற ஆங்கில டாக்கி

சென்ற கட்டுரையில் மிகவும் உயர்தர ஆங்கில டாக்கிகளில்கூட ஏதாவது ஆபாஸத்தைப் புகுத்திவிடுகிறார்களென்று குறிப்பிட்டிருந்தேன். ஆனால் இதற்கு விதிவிலக்காகச் சிற்சில டாக்கிகள் அவ்வப்போது வருகின்றன. சமீபத்தில் "ராக்ஷி" தியேட்டரில் நான் பார்த்த "ராணி கிறிஸ்தினா" என்னும் படம் இத்தகையவைகளில் ஒன்று. அமெரிக்காவில்கூட வாஸ்தவத்திலேயே ஆபாஸங்களில்லாத "நூற்றுக்கு நூறு ஆடாத பாடாத" படக் காட்சிகள் தயாரிக்கக் கூடுமென்று இந்தப் படம் காட்டியது.

இந்த டாக்கியில் கதாநாயகியாக நடித்தவள் கிரேடா கார்போ என்னும் பிரபல நடிகை.. ஸினிமா உலகில் வழக்கத்துக்கு விரோதமாகப் பத்திரிகை நிருபர்களையும், போட்டோ பிடிக்க வருபவர்களையும், பேட்டி காண வருபவர்களையும், தூரத்தில்

பார்த்தாலே ஓடி ஒளிந்துகொள்பவள் என்ற பெயர் கிரேடா கார்போவுக்கு உண்டு.

"ஆனால் இப்படி வழக்கத்துக்கு விரோதமாக நடப்பதுகூட ஒருவித விளம்பர மார்க்கம்" என்று சிலர் கூறுவர். இது எப்படி இருந்தாலும் விளம்பரத்தின் தேவை இல்லாமல் தனது நடிப்புத் திறமையினாலேயே பிரக்யாதி பெறக்கூடிய சக்தி அவளுக்கு உண்டு என்பது "ராணி கிறிஸ்தினா" படத்தைப் பார்த்தால் விளங்கும்.

நமது நாட்டிலும் "டாக்கி ராணிக"ளும், "ஸினிமா சக்கரவர்த்தினிக"ளும், "நாடகமேடை இளவரசிக"ளும் இருக்கிறார்களே; இவர்களெல்லாம் "ராணி கிறிஸ்தினா" படத்தில் கதாநாயகி தன்னுடைய சிம்மாதனத்தைத் துறக்கும் காட்சியைப் பார்ப்பார்களாயின் ஆபத்துத்தான். அப்புறம் அவரவர்களுடைய சிம்மாசனங்களையும் பட்டங்களையும் துறந்துவிட்டு ஓட்டம் பிடிப்பார்கள். சினிமா முதலாளிகள் அவர்களைத் துரத்திக்கொண்டு ஓட வேண்டியதாய் நேரும்.

கதை ரொம்பச் சின்னது; சாமான்யமானது. குழந்தைப்பருவத்திலேயே ஸ்வீடன் தேசத்து அரசியாக முடிசூட்டப்பெற்ற ராணி கிறிஸ்தினா ஸ்பெயின் தேசத்து ராஜதூதன் மீது காதல் கொள்ளுகிறாள். அவளுடைய மந்திரி பிரதானிகள், அந்நிய நாட்டானை அவள் மணந்துகொள்ளக் கூடாதென்று தடுக்கிறார்கள். இதன் பொருட்டு அவள் தனது ராஜ்யத்தையே துறக்க முன்வருகிறாள். அவ்வாறு செய்துவிட்டுத் தன் காதலனை அடையும்போது அவன் அவளைக் காதலித்த மற்றொருவனால் துவந்த யுத்தத்தில் படுகாயமடைந்து மரணத் தறுவாயிலிருப்பதைக் காண்கிறாள். அவனுடைய மரணக் காட்சியுடன் கதை முடிந்து போகிறது.

இந்தச் சாதாரணக் கதையை டாக்கியில் பார்க்கும் ரஸிகர் எவருக்கும் "நடிப்புத் திறமை நடிப்புத் திறமை என்கிறோமே? இதுவல்லவா நடிப்புத் திறமை !'' என்று தோன்றாமலிராது.

கேட்டுக் களித்த பாட்டு

இன்றைய தினம் தமிழ்நாட்டில் பிரசித்தமாயிருக்கும் சங்கீத வித்வான்களில் "யார் முதல் தரம், யார் இரண்டாம் தரம்?" என்று கேட்பீர்களானால் "தெரியாது ஸார்!'' என்று ஒரே அடியாக அடித்துவிடுவேன். ஆனால் அவர்களில் யார் யார் எந்தெந்த அம்சத்தில், சிறந்து விளங்குகிறார் என்று கேட்டால் ஒருவாறு சொல்லக்கூடும். உதாரணமாக முசிறி சுப்பிரமணிய அய்யர் கீர்த்தனம் பாடுவதிலும், செம்மங்குடி ஸ்ரீநிவாசய்யர் ராகம்

பாடுவதிலும் சிறந்து விளங்குகிறார்கள் என்று மிகைப்படுத்தாமல் சொல்லலாம்.

இந்த அபிப்பிராயம் எனக்குச் சென்ற வருஷத்திலேயே ஏற்பட்டது. அது நாளுக்கு நாள், பல்வேறு வித்வான்களின் கச்சேரிகளையும் கேட்கக் கேட்க உறுதிப்பட்டே வருகிறது.

சவுக்கமாகவும், பிடிப்புடனும், கூடியவரையில் அக்ஷர சுத்தமாகவும், எல்லாவற்றிற்கும் மேலாக ஹிருதய பாவத்துடனும் கீர்த்தனங்கள் பாடுவதில் முசிறி சுப்பிரமணிய அய்யர் இன்று இணையற்று விளங்குகிறாரென்று திட்டமாய்ச் சொல்லலாம்.

முசிறியின் கச்சேரிகளில் சாதாரணமாக முதற்பகுதி சிறிது களைப்பு உண்டு பண்ணுவதாயிருக்கும். போகப்போகத்தான் சாரீரம் சரிக்கட்டி வந்து சபையோர்களின் மனதைக் கவரத் தொடங்கும். அதிலும் ஆரம்பத்தில் அவர் சுக பாவம் குறைவாகத் தோன்றும் கீர்த்தனங்களையே பாடி வருவதும் உண்டு. ஆனால் முசிறியின் எந்தக் கச்சேரியும் முடிவில் சோபிக்காமல் இருப்பது கிடையாது.

சிற்சில சமயங்களில் ஆரம்பத்திலேயே கச்சேரி ரஸிக்கத் தொடங்கிவிடும். சென்ற மாதத்தில் கோகலே ஹாலில் பைன் ஆர்ட்ஸ் ஸொஸைட்டியின் ஆதரவில் நடந்த கச்சேரி இத்தகையவைகளில் ஒன்று.

அன்றைய தினம் கோகலே ஹாலில் கூடியிருந்த கூட்டத்தைப்போல் அதற்கு முன் எப்போதும் கூடியிருந்ததை நான் பார்த்ததில்லை. அதைவிட அதிகக் கூட்டம் அந்த ஹாலில் கூட முடியாதென்றே நிச்சயமாய்ச் சொல்லலாம். ஒரு சாண் இடங்கூட எங்கும் காலியிருக்கவில்லை. கச்சேரி முடிந்து வெளியே சென்ற போது வாசற்படியில் ஏற்பட்ட நெருக்கத்தில் திக்கு முக்காடிப் போனேன். ஆனால் அந்தச் சமயத்திலும் ஒரு ரஸிகர்,

"...என்னைத் தள்ளலாகாது" என்று திருவடி சரணத்தில் வரும் அடியை முசிறியைப் போல் 'இமிடேட்' செய்து பாடிக் கொண்டே எல்லாரையும் தள்ளிக்கொண்டு போன காட்சி பார்ப்பதற்கு மிகவும் ருசியாயிருந்தது.

இவ்வளவு ஜனக் கூட்டம் நிறைந்த சபையில் நடந்த ஓர் அதிசயமான சம்பவத்தைக் கேளுங்கள் : பாடகர் ஏறக்குறையப் பத்துத் தெலுங்குக் கீர்த்தனங்களும், ஒரு தமிழ்க் கீர்த்தனமும் பாடினார். பிறகு ராகம் பாடி முடித்துப் பல்லவி பாடிக்கொண்டிருந்தார். இடையில் தட்சிணாமூர்த்திப் பிள்ளைக்கு ஓர் ஆவர்த்தம் வாசிக்க இடம் கொடுத்தார். அப்போது மணி எட்டு.

பிள்ளை மிருதங்கம் வாசிக்கையில் சபையின் ஓர் ஓரத்தில் "உஸ்!'' என்னும் சீறும் சப்தம் கிளம்பியது. பிறகு அது பரவத் தொடங்கியது. ஒரு நிமிஷத்திற்கெல்லாம் (பாடகரைச் சுற்றிக் கொஞ்ச தூரம் நீங்கலாக மற்றப்படி) சபை முழுவதிலிருந்தும் இந்த "உஸ்!" சப்தம் கிளம்பிற்று. ஸ்ரீமான் தட்சிணாமுர்த்திப் பிள்ளைக்குக் கோபம் வந்ததைப் பற்றியும், அவர் "உங்களுக் கெல்லாம் ஞானமிருக்கா?' என்று கத்தியதைப் பற்றியும் நான் சிறிதும் ஆச்சரியப்படவில்லை. அவருடைய நிலைமையில் யாருக்கும் கோபம் வருவது இயற்கையேயாகும். அதிலும் அன்றைய தினம் அவர் மிக அழகாக வாசித்து வந்தார். இரண்டு தடவைதான் தனி ஆவர்த்தம் வாசித்தார். அதுவும் பத்து நிமிஷத்துக்கு மேலில்லை.

அப்படி யிருக்கச் சபையோர் அதிருப்தி தெரிவித்ததின் காரணம் என்ன? உண்மை என்னவென்றால், பிள்ளையின் வாசிப்புப் பிடிக்காத காரணத்தினால் அந்த "உஸ்!" சப்தம் கிளம்பவில்லை. மணி எட்டுக்கு மேல் ஆகிவிட்டது. அவரவர்களும் ட்ராம், பஸ், ரயில் வண்டிகள் பிடித்துத் தங்கள் தங்கள் இருப்பிடம் போயாக வேண்டும். ஆனால் முசிறியின் பெயர்பெற்ற தமிழ்ப் பாட்டுக்களைக் கேட்காமல் போகவோ அவர்களுக்கு மனம் வரவில்லை. அத்தகைய நிலைமையில், மற்றச் சந்தர்ப்பங்களில் அவர்கள் நன்கு ரஸிக்கக் கூடிய தட்சிணாமூர்த்தியின் வாசிப்புக்கூட அன்று அவர்களுக்குப் பிடிக்காமல் போயிற்று.

சபையோரின் நோக்கமறிந்து எவ்வளவு நெருக்கடியான நிலைமையையும் சமாளிப்பதில் முசிறி சுப்பிரமணிய அய்யருக்கு மிஞ்சியவர் யாரும் இல்லை, நிலைமையைச் சரியாக அறிந்துகொண்டார். பல்லவியில் நிரவல் பாடியவர் ஸ்வரம் பாடாமலே நிறுத்தினார். தமிழ்ப்பதம் ஒன்று பாடிவிட்டு, "திருவடி சரணம்," "சரணம் சரணம் ரகுராமா", "தேயிலைத் தோட்டத்திலே" என்னும் பாட்டுக்களை அவர் பாடியபோது சபையோர் பரவச மடைந்திருந்தனர். அந்த நேரத்தில் இடியிடித்தால்கூடச் சபையோரின் காதில் கேட்டிராது.

★ ★ ★

சங்கீதத்தின் ஜீவன் எதுவென்பதை உணர்ந்தவர் முசிறி சுப்பிரமணிய அய்யர் என்றால், சங்கீதத்திற்கு ஜீவன் உண்டு என்பதைத் தெரிந்து அதை உணர முயற்சி செய்து வருகிறவர் செம்மங்குடி என்று சொல்லலாம். கிருஷ்ண ஜயந்தி ஸீரீஸில் இவருடைய கச்சேரியையும் சேர்க்காத சங்கீத சபையே சென்னையில் கிடையாது. இதிலிருந்து தற்சமயம் இவர் எவ்வளவு தூரம் சங்கீதப் பிரியர்கள் உள்ளத்தைக் கவர்ந்திருக்கிறார் என்பது தெரியவரும்.

இவைகளில் எழும்பூர் ஜகந்நாத பக்த சபையிலும், மாம்பலம் தியாகராஜ பக்த சபையிலும், கோகலே ஹாலில் பைன் ஆர்ட்ஸ் சொஸைட்டியின் ஆதரவிலும் நடந்த மூன்று கச்சேரிகளை நான் கேட்டேன். அதன் பலனாக, பாடகரைப்பற்றிக் கொஞ்சம் பயம் உண்டாயிற்று.

"ஏது, இவர் இவ்வளவு துரிதமாக முன்னேறிக் கொண்டிருக்கிறாரே, எங்கே போய் நிற்கப் போகிறார் ? உச்சியை அடைந்த பிறகுகூட இன்னும் முன்னேற முயன்று கீழே விழப் போகிறாரே!" என்று கவலை உண்டாயிற்று.

ஒரு வருஷ காலத்திற்குள் சாஹித்தியத்தைச் சரியாக உச்சரிக்கும் விஷயத்தில் இவர் அடைந்திருக்கும் அபிவிருத்தி ஆச்சரியகரமானது. சென்ற வருஷம் சௌந்தரிய மகாலில்,

"ஜிவ் ஜிவ் ஜிவ என ராதா"

எனப் பாடியவர் இவ்வருஷம் ஜகந்நாத பக்த சபையில் ,

"சிவ சிவ சிவ என ராதா''

என்று சுத்தமாகப் பாடியதைக் கேட்டுச் சந்தோஷிக்காதவர்கள் கிடையாது.

இவர் பாடும் "முக்தியளித்திடும் மூலஸ்தானரைக் கண்டு" என்னும் நந்தன் சரித்திரக் கண்ணியிலும், "என்று தணியும்", "நெஞ்சில் உரமும் இன்றி" என்னும் பாரதி பாட்டுகளிலும் ஹிருதய பாவமுள்ள பூரண சங்கீதத்தைக் கேட்டு அனுபவிக்கலாம்.

ராகம் பாடுவதில் இவர் சிறந்து விளங்குகிறார் என்று முன்னமேயே குறிப்பிட்டேன். ராகங்களை இது இன்னென்ன ராகம் என்று தெரிந்துகொள்ள விரும்புவோர் செம்மங்குடியின் கச்சேரிகளைச் சிலமுறை தொடர்ந்து கேட்டு வந்தால் போதும்.

எனது நண்பருக்குத் தெரிந்த ஒருவர் ஒரு தடவை "இந்தப் பியாகடை ராகத்தை மட்டும், ஸார், ராத்திரியில் பாடினால்கூடக் கண்டுபிடித்துவிடுவேன்" என்று வித்தியாகர்வ உத்சாகத்துடனே கூறினாராம். அவர் பியாகடை ராகத்திற்குச் சொன்னது செம்மங்குடி பாடும் எல்லா ராகங்களுக்குமே பொருந்தும். அவர் இருட்டில் ராகம் பாடினால்கூட சொற்ப ஞானமுடையவர்களும் இன்ன ராகம் என்று கண்டுபிடித்துவிடலாம்! ராகம் பாடவேண்டிய முறை இதுதான் என்று சங்கீதத்தைப்பற்றிப் பேச அதிகாரமுள்ள அறிஞர்களிடமிருந்து தெரிந்துகொண்டிருக்கிறேன்.

அதிர்ஷ்டவசமாக செம்மங்குடிக்குச் சாரீர சம்பத்தும் பூரணமாய் அமைந்திருக்கிறது. அவருடைய சாரீரம் அபூர்வமான இரட்டைநாத சாரீரம். நல்ல காத்திரம் வாய்ந்தது. கணீர் என்று வெண்கலச் சப்தத்தைப்போல் தொனிக்கும் சாரீரத்தைவிடத் தம்புரா சுருதியைப்போல் தொனிக்கும் இரட்டை நாத சாரீரம் தான் விசேஷமானது, வெகுநேரம் கேட்டு ஆனந்திக்கக் கூடியது என்பதை அனைவரும் ஒப்புக்கொள்ளுவார்கள்.

செம்மங்குடியின் சங்கீதத்திலுள்ள இன்னும் சில குறைகள் கீர்த்தனங்கள் பாடுவதில் அதிக துரிதம், பொருத்தமில்லாமல் விரசமாய்ப் போகும்வரை சங்கதிகள் போடுதல், அளவுக்கு மீறி ஸ்வரம் பாடுதல் ஆகியவை. இவைகளை அதிகமாய் விரும்பும் சங்கீத அபிமானிகள் சிலர் உண்டு என்பதை நான் அறியாமலில்லை. ஆயினும் இவையெல்லாம் உண்மை சங்கீதத் திற்குப் பகையானவை என்பதைப்பற்றி எனக்கு யாதொரு சந்தேகமும் கிடையாது.

செம்மங்குடி ஸ்ரீநிவாசய்யர், கீர்த்தனங்களை இன்னும் சவுக்கமாகவும், அக்ஷர சுத்தமாகவும் பாடப் பயின்று, எல்லாப் பாட்டுகளையுமே ஹிருதய பாவத்துடன் பாடவும் தொடங்கி விட்டாராயின், பிறகு அவரைக் கயிறு கட்டியிழுத்தால்கூட சங்கீத வித்தையின் சிகரத்தை அவர் அடையாமல் தடுக்கமுடியாது.

சங்கீத உலகில் இன்று ஏற்பட்டிருக்கும் புத்துணர்ச்சிக்கு அறிகுறியான சம்பவம் ஒன்று செம்மங்குடி ஸ்ரீநிவாசய்யரின் கோகலே ஹால் கச்சேரியில் நடந்தது. ஆனால் அதை அடுத்த கட்டுரைக்கு விஷயமாக வைத்துக் கொள்கிறேன்.

★ ★ ★

கடைசியாக, பிடில் இராஜமாணிக்கம் பிள்ளை அவர்கள் மேல் எனக்குள்ள குறையை மட்டும் கூறி முடித்துவிடுகிறேன். செம்மங்குடியின் மூன்று கச்சேரிகளிலும் அவருடைய வாத்தியத்தை நான் கேட்க நேர்ந்தது. இது பெரிய ஆபத்தாய்ப் போய்விட்டது. நான் என்னுடைய உறவினர்களுக்கும் சிநேகிதர்களுக்கும் எழுதிய கடிதங்களில் இடை இடையே சம்பந்தமில்லாமல் "பிடில் ராஜமாணிக்கம்" "பிடில் ராஜமாணிக்கம்" என்று எழுதப்பட்டிருப்பதாக அவர்கள் தனித்தனியே தெரிவித்திருக்கிறார்கள். "உனக்கென்ன பயித்தியம் கியித்தியம் பிடித்துவிட்டதா?" என்று வினவுகிறார்கள். "விகட" னுக்கு நான் எழுதும் கட்டுரைகளில் இடை இடையேகூட இம்மாதிரி காணப்படுவதாக 'ப்ரூப்' திருத்துகிறவர்கள் புகார் சொல்லுகிறார்கள். இம்மாதிரி என்னைப் பரிகாசத்திற்கு உள்ளாக்கியதற்காக இராஜமாணிக்கம் பிள்ளையின் மேல் கேஸ் தொடரலாமா என்று யோசித்துக்கொண்டிருக்கிறேன்.

- ஆனந்த விகடன், *23.09.1934*

18
பாபநாசம் சிவன்

சங்கீத உலகில் வெகு நாளாக நிலவிக்கொண்டிருந்த ஒரு 'ஹம்பக்' சென்ற வாரத்திலே வெளியாகிவிட்டது. அது "பாபநாசம் சிவன்" அவர்களைப் பற்றியது.

இந்தப் பெரியவரின் ஊர் "பாபநாசம்" இல்லையாம்; இவருடைய பெயரும் "சிவன்" இல்லையாம்! "இதென்ன அதிசயமாயிருக்கிறதே?" என்றால், அதற்கு நான் என்ன செய்யட்டும்? சம்பந்தப்பட்ட பேர் வழியே இந்த மோசடியை ஒப்புக்கொண்டிருக்கிறாரே! சென்ற சனிக்கிழமை மேற்படியாரைக் கௌரவிப்பதற்காக எழும்பூர் "வேதவிலாஸ்" கட்டிடத்தில் கூடிய கூட்டத்தில் பகிரங்கமாக வெளியிட்டாரே?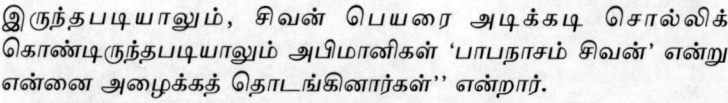

"என் ஊர் பாபநாசம் இல்லை; என் பெயரும் சிவன் இல்லை. சில காலம் நான் பாபநாசத்தில் இருந்தபடியாலும், சிவன் பெயரை அடிக்கடி சொல்லிக் கொண்டிருந்தபடியாலும் அபிமானிகள் 'பாபநாசம் சிவன்' என்று என்னை அழைக்கத் தொடங்கினார்கள்" என்றார்.

இதிலே வெட்கக்கேடு என்னவென்றால், இனிமேலும் நாம் அந்த மோசடியான பெயராலேயே அவரை அழைக்க வேண்டியிருப்பதுதான் "என் பெயர் சிவன் அல்ல" என்று மட்டும் கூறினாரேயல்லாமல், உண்மைப் பெயர் என்னவென்று தெரிவிக்கவில்லை.

போனால் போகிறார்; அவர் தமிழ்நாட்டுக்குச் செய்திருக்கும் அபூர்வமான தொண்டை உத்தேசித்து, இந்த மோசடியைக்கூட மன்னித்துவிடுவோம்.

★ ★ ★

எதற்கெடுத்தாலும், "சீர்திருத்தமாவது, அபிவிருத்தியாவது? ஒன் றும் நடக்காது. உருப்படவே உருப்படாது !" என்று நல்வாக்குச் சொல்கிறார்களே, அப்படிப்பட்டவர்கள் மேற்படி கூட்டத்தில் ஆஜராகியிருந்தார்களானால் "ஏதோ கேடுகாலந்தான்; எல்லாம் இப்படித் தலைகீழாகி வருகிறதே !" என்று மூக்கின் மேல் விரல் வைத்து வியந்திருப்பார்கள்.

இரண்டு வருசதுக்கு முன்னால் பாபநாசம் சிவன் அவர்களின் பெயரை அறிந்தவர்கள் வெகு சிலர்; அவர் சாஹித்ய கர்த்தா என்பதை அறிந்தவர் அவர்களுள் சிலர்; அவர் தமிழ் நாட்டிலே மிகச் சிறந்த வித்வான் என்பதை ஒப்புக்கொள்ளக் கூடியவர்கள் வெகு வெகு சிலர்.

ஆனால் இப்போது பாருங்கள். அப்படிப்பட்டவரைக் கௌரவத்திற்காக ஒரு மாபெருங் கூட்டம் ; வரவேற்பு; மேள தாளம் ; குரூப் போட்டோ ; புகழ்ச்சிப் பேருரைகள் முதலியன. காலம் மாறி வரவில்லையென்று யார் சொல்ல முடியும்?

இந்த வைபவத்திற்குத் தலைமை வகித்தவர் ராவ் பகதூர் ஜி.ஏ.நடேசன் அவர்கள். சஷ்டியப்த பூர்த்திக்குப் பிறகு இவருக்குக் கொஞ்சம் புத்தி சபலித்து வருகிறதென்று தோன்றுகிறது. "ஏதடா, சர்க்காருக்கு இப்போது நெருக்கடியான காலம் ஆயிற்றே ; தேர்தலிலோ காங்கிரஸுக்கு ஜயம் ; கூட்டுக்கமிட்டி அறிக்கைக்கோ ஏக எதிர்ப்புகள் ; இப்படிப்பட்ட சமயத்தில் ஏதோ நம்மாலான உதவியைச் சர்க்காருக்கு அளிக்கலாம்" என்று அதற்கான முயற்சிகளைச் செய்யாமல், பாபநாசம் சிவன் உபசாரக் கூட்டத்துக்குத் தலைமை வகிக்க வந்து சேர்ந்தார். இன்னும் என்னவெல்லாம் அவர் செய்யப்போகிறாரோ தெரியவில்லை.

அதைப்பற்றி நமக்கென்ன ஸ்ரீமான் நடேசனுடைய கை 'ஆய் வந்த கை' என்று சொல்கிறார்கள். அவர் தொட்டதெல்லாம் துலங்குமாம். அவர் கையால் வெள்ளிப் பெட்டியில் வைத்த பண முடிப்பைப் பாபநாசம் சிவன் பெற்றிருக்கிறார். ஸ்ரீமான் நடேசன்

அவர்களின் கை முகூர்த்தத்தின் காரணமாக இத்தகைய பணம் நிறைந்த வெள்ளிப் பெட்டிகள் இன்னும் பல பாபநாசம் சிவன் பெறுவார் என்று எதிர்பார்ப்போம்.

★ ★ ★

மேற்படி வைபவத்தினிடையே மற்றொரு முக்கியமான காரியம் நடைபெற்றது. பாபநாசம் சிவன் அவர்களுடைய நூறு கீர்த்தனங்களும், அவற்றிற்குரிய ஸ்வரங்களும் அடங்கிய "கீர்த்தன மாலை" என்னும் புத்தகம் வெளியிடப்பட்டது. பொது ஜனங்களுக்குள்ளே இப்புத்தகத்தை முதன்முதலில் கையிலெடுத்துப் பிரித்துப் பார்க்கும் பேறு பெற்ற ஸ்ரீமான் நடேசன், " 'பிரிண்டர்' என்ற முறையில் இந்தப் புத்தகத்தின் 'கெட் அப்' மிகவும் நன்றாயிருக்கிறதென்று நான் சொல்லக்கூடும்" என்பதாய் அத்தாட்சி கொடுத்தார். அவரும் நானும் புத்தகத்தின் அட்டை அழகையும் அச்சின் சிறப்பையும் பார்த்துத்தான் மகிழலாம். ஆனால் சங்கீதப் பயிற்சி உள்ளவர் களுக்கும், சங்கீதப் பயிற்சி பெற உத்தேசம் உள்ளவர்களுக்கும் இப்புத்தகம் ஒரு பொக்கிஷமென்றே சொல்ல வேண்டும்.

புத்தகத்தின் விலை ரூபாய் இரண்டு. கிடைக்குமிடம்: ஸ்ரீ கிருஷ்ணா பப்ளிஷிங் ஹவுஸ், மயிலாப்பூர், சென்னை.

★ ★ ★

மேற்சொன்ன புத்தகம் வெளியாவதற்கு உடந்தையாயிருந்த இரண்டு முக்கியமான குற்றவாளிகளை அம்பலத்துக்குக் கொண்டுவந்துவிட வேண்டியது என் கடமை என்று நினைக்கிறேன். ஒருவரை இங்கே படத்தில் காணலாம். சென்னை சங்கீத சபைகளிலே பாடக கோஷ்டிக்குச் சமீபத்தில் அவரை அடிக்கடி பார்த்திருப்பீர்கள். பெயர் "ஸ்ரீமத் உ. வே. சாந்தகுண ரங்க ராமாநுஜ அய்யங்கார்." சாந்தகுணம் உள்ளவர்தான். ஆனால் சங்கீதத்தைப் பற்றி மட்டும் ஏதாவது பேச்சுக் கொடுத்து விடாதீர்கள். இந்த ஒரு விஷயத் தில் மட்டும் "வெடி பொருள் ஜாக்கிரதை!" என்று அவருக்கு அருகில் போர்டு போடுவதற்குத் தகுதியானவர்.

இவருக்கு எப்படியோ பாபநாசம் சிவன் பேரிலும் அவருடைய கீர்த்தனங்கள் பேரிலும் அபிமானம் ஏற்பட்டது. அத

னுடைய விளைவுதான் இந்தப் புத்தகம். சிவன் கீர்த்தனங்களை ஸ்வரப்படுத்தியது இவர்தானென்று அறிகிறேன்.

இவ்வளவு சிரமப்பட்டவருக்கு சங்கீத உலகம் செய்யக்கூடிய கைம்மாறு என்ன? எனக்கு ஒன்று தோன்றுகிறது. அது, எவரும் ஸ்வரங்களை வைத்துக்கொண்டு கீர்த்தனங்களைக் கற்றுக்கொள்ள முயலாமல் இருப்பதுதான். முதலில் சிவன் அவர்களிடம் நேரிலே பலமுறை பாடக் கேட்க வேண்டும். பிறகு பயிற்சிக்கு வேண்டுமானால் ஸ்வரங்களை ஒத்தாசைக்கு வைத்துக் கொள்ளலாம்.

இரண்டாவது குற்றவாளி உங்களுக்கு முன்னமே நன்கு தெரிந்த ஸ்ரீமான் டி.கே.சிதம்பரநாத முதலியார். இந்தப் புத்தகத்துக்கு ஒரு முகவுரை எழுதிய குற்றத்தைச் செய்ததாய் இவரே பகிரங்கமாக மேற்படி கூட்டத்தில் ஒப்புக்கொண்டார். அம்முகவுரையைப் படித்தால், தமிழ்நடை உயிருள்ளதாயிருக்க வேண்டுமென்று இவர் துணிந்து சொல்லுவதுபோல் சங்கீதத்துக்கும் சொல்ல ஆரம்பித்துவிட்டாரென்பதைக் காணலாம். ரொம்ப அபாயகரமான பேர்வழிதான். தமிழ்ப் பண்டிதர்களும் சங்கீத பண்டிதர்களும் சேர்ந்து இவரை அடக்க ஏதாவது வழி கண்டுபிடிக்க வேண்டும்.

★ ★ ★

மேற்கூறிய வைபவத்திற்குச் சென்னையில் பிரமுகர்கள் அநேகர் வந்திருந்தார்கள். சங்கீத வித்வத் கோஷ்டியிலும் முசிறி, செம்மங்குடி, முடிகொண்டான், டைகர் முதலியோரும், ஸ்ரீமான்கள் ராஜமாணிக்கம் பிள்ளை, கோதண்டராமய்யர் ஆகியவர்களும் விஜயம் செய்து தங்கள் அபிமானத்தைத் தெரிவித்துக்கொண்டனர். ஆனால் முன்னணியிலுள்ள இன்னும் பல வித்வான்கள் இருக்கிறார்களே, அவர்களெல்லாம் ஏன் பாராமுகமாயிருந்தார்கள் என்று பலருக்குச் சந்தேகம் ஏற்பட்டது. உண்மை என்னவென்றால் சங்கீத வித்வான்களுக்கு இதுபோன்ற காரியங்களால் கஷ்டந்தான் அதிகம். அவர்கள், தேமேனு பாவம், தங்களுக்காவது சபையோர்களுக்காவது தெரியாத பாஷைகளில் வாய்க்கு வந்தபடி ஏதோ பாடிக்கொண்டு காலங் கழிக்கிறார்கள். தமிழிலே பாடுவதென்றால் அது சாத்தியமில்லை அல்லவா? ஏதாவது சாகித்யத்தைத் தவறாய்ச் சொன்னால் பாடகர் என்ன உளறுகிறார்?" என்று சபையிலுள்ள பையன்கூடக் கேட்கிறான். அதிலும் தமிழ்க் கீர்த்தனங்களைப் புத்தகமாகவும் அச்சிட்டுவிட்டால் கேட்க வேண்டியதில்லை. எல்லாருக்கும் வாசகம் தெரிந்துவிடும், சாஹித்யத்தில் கவனம் செலுத்திச் சரியாகத்தான் பாடியாக வேண்டும். எனவே நமது பெரிய பாடகர்களுக்கு இந்த மாதிரி

காரியங்களில் உற்சாகம் இல்லாமல் இருப்பதில் வியப்பில்லை அல்லவா ?

தமிழ் சாகித்யத்தைத் தவறாகப் பாடுவதிலுள்ள அபாயத்தை விளக்க ஓர் உதாரணம் சொல்லுகிறேன். சென்னையில் சங்கீதத்துக்கென்றே ஒரு பத்திரிகை நடைபெறுகிறது. அதில் ஒரு கட்டுரையில் பின்வரும் பகுதி வெளியாகியிருக்கிறது :

" தமிழ் சாகித்தியத்தைப்பாடும் விமரிசையைக் கவனியுங்கள். தற்காலத்தில் வழங்கும் மிகுந்த பாவ உணர்ச்சியை உடைய 'மோகாந்த காரமதில் முழுகி எழுந்து எந்நாளும் மோசம் போகாதே எந்தன் மூட நெஞ்சமே' என்னும் சாகித்யத்தை, "மோகாந்தகாரமதை முழுகி எழுந்த நாளும் மோசம் போகாதே சொன்னேன் மூட நெஞ்சமே' என்று பாடினால் உங்களுக்கு என்ன அர்த்தமாயிற்று? சாகித்தியத்தில் கவனமே செலுத்தவில்லை யென்றுதான் அர்த்தமாகியிருக்கக்கூடும். தமிழ்ப் பாட்டுக்களைக்கூட இப்படியும் சித்திரவதை செய்ய வேண்டுமா?"

இவ்வாறு கேட்கும் மிஸ்டர் கிரிடிக் தம்முடைய பங்குக்குத் தாமும் சாகித்யவதை செய்திருக்கிறார் என்பதை நேயர்கள் கவனித்திருப்பார்கள். "முழுகி அழிந்து" என்றிருக்க வேண்டியதை "முழுகி எழுந்து" என்று விபரீதமாக மாற்றிவிட்டார்.

சாகித்யத்தைச் சரியாக அறிவது எவ்வளவு கஷ்டம் என்று இப்போது தெரிகிறதல்லவா? எனவே, பாடகர்களின் பராமுகத்தைப்பற்றி நாம் ஆச்சரியப்பட வேண்டியதில்லை.

★ ★ ★

பண முடிப்புக்குப் போதுமான பணம் சேரவில்லையென்பது இந்த விசேஷ வைபவத்தைப் பெருமுயற்சி எடுத்து நடத்திவைத்த ஸ்ரீமான் ஆர். வேங்கடாச்சாரியார் அவர்களின் குறை. இந்தக் குறையைத் தமிழ்நாட்டு சங்கீதாபிமானிகள் எளிதில் நிவர்த்தி செய்யலாம். முக்கியமாகத் தமிழ்நாடு முழுவதிலுமுள்ள சங்கீத சபைகள் இந்த நல்ல காரியத்தில் பங்கு எடுத்துக்கொள்ளுமென்று கருதுகிறேன். சங்கீதக் கலையின் முன்னேற்றத்திற்கு உதவி செய்ய இதை விடச் சிறந்த சந்தர்ப்பம் வாய்ப்பதரிது.

கடைசியாக ஒரு விஷயம், யாருக்காவது சங்கீதச்சுவை சரியான முறையில் அமைந்திருக்கிறதா என்று நீங்கள் பரிசோதிக்க விரும்பினால் அவரைப் பாபநாசம் சிவன் கச்சேரிக்கு அழைத்துப் போங்கள். சிவன் கச்சேரியை அனுபவித்ததால் அவருக்குச்

சங்கீதச்சுவை சரியானபடி அமைந்திருக்கிறதென்று கொள்ளலாம். சாரீரம் கட்டை என்னும் ஒரு விஷயத்தைத் தள்ளிவிட்டுப் பார்ப்போமானால் சிவன் அவர்கள் சங்கீதந்தான் பரிபூரண சங்கீதமாகும். அன்றைய தினம் கூட்டத்தின் முடிவில் நடந்த சிவன் கச்சேரியை நேரம் போவது தெரியாமல் மெய்மறந்து கேட்டுக்கொண்டிருந்த சபையோர் அனைவரும் இதற்கு அத்தாட்சி சொல்வார்கள்.

தாகூர் விஜயம்

டாக்டர் ரவீந்திரநாத் தாகூரின் சென்னை விஜயத்தைப் பற்றியும் அவருடைய கோஷ்டியார் நடத்திக்காட்டிய நாட்டிய நாடகத்தைப் பற்றியும் முன்னமே எழுத வேண்டுமென்று நினைத்திருந்தேன். ஆனால் இடையில் தேர்தல் நாடகம் வந்து அதைத் தடைப்படுத்தி விட்டது.

தாகூர் சென்னைக்கு வந்ததில் ஒரு பாடம் கற்றுக்கொண்டு திரும்பியிருக்க வேண்டும். அது என்ன வென்றால். "உலகமெல்லாம் நம்மைப் போற்றினாலும் நம்முடைய சரக்கு செல்லாத இடம் ஒன்று இல்லாமற் போகவில்லை" என்பதுதான்.

தாகூர் மிக்க வருத்தத்துடன் இதை வெளியிட்டுச் சொன்னதாகத் தெரிகிறது. சென்னையில் நடந்த அவருடைய பிரசங்கங்களுக்கும் சரி, நாடகத்துக்கும் சரி, ஜனக்கூட்டம் அதிகமாகித் திக்குமுக்காடும்படியான நிலைமை ஏற்பட்டு விடவில்லை; தாராளமாய் மூச்சு விடும்படி இருந்தது. ஏன், படுத்துத் தூங்குவதற்குக்கூட இடம் காணப்பட்டது.

இது சென்னை வாசிகளுக்கு ஒரு விதத்தில் பெரிய அவமானம் என்றே நான் கருதுகிறேன். ஆனால், இந்த அவமானத்தில்

ஆடல், பாடல், சினிமா | 137

பெரும் பகுதி டாக்டர் தாகூரை வரவேற்கும் பொறுப்பை ஏற்று நடத்தியவர்களையே சாரும் என்பது அநேகருடைய அபிப்பிராயம்.

முதலாவது, காங்கிரஸ் கடந்த வாரத்தில் இந்தத் தாகூர் விஜயத்தை வைத்துக்கொண்டிருக்கக் கூடாதென்றும், இரண்டாவது, தாகூரை வரச் சொன்னவர்கள் பொதுஜனங்களை முதலில் கலந்துகொள்ளவில்லையென்றும், மூன்றாவது, அவர் வந்த பிறகும் சரியாக ஏற்பாடுகள் செய்யவில்லையென்றும் புகார்கள் கிளம்பியவண்ணம் இருந்தன.

என்னைப் பொறுத்தவரை நான் ஒருநாள் நாடகத்துக்கும், ஒருநாள் பிரசங்கத்துக்கும் போயிருந்தேன். அந்த நாடகத்தின் ரஸமறிந்து அநுபவிப்பது முன்னாலேயே தயார் செய்யப்பட்டிருந்தாலன்றி முடியாத காரியம். கதை தெரியாது; பாஷை புரியாது (வங்காளி; பாட்டோ புது தினுசு. ஆரம்பத்திலிருந்து கடைசி வரையில் ஒரே பாட்டுப் பாடப்பட்டதாகவே தோன்றியது.

இப்படியெல்லாம் இருந்தபோதிலும் அந்த நாட்டிய நாடகத்தில் நாம் அனுபவிக்கக் கூடிய நயங்களும் இருக்கத்தான் செய்தன. இடையிடையே கொஞ்சம் கதையின் சந்தர்ப்பம் விளங்கியபோது எவ்வளவோ சந்தோஷமாயிருந்தது. உடைகளிலும் காட்சி அமைப்பிலும் பலவித வர்ணங்களைப் பொருத்தமாய்ச் சேர்த்து அமைக்கும் திறமை அதிசயமாயிருந்தது. ஒரு சமயம் அரங்க மேடையில் இளநிலா எரித்துக்கொண்டிருப்பது போல பிரமையுண்டாகிவிட்டது.

எல்லாவற்றிற்கும் மேலாக மேடையில் டாக்டர் தாகூர் அமர்ந்திருந்த காட்சி ஒன்றைக் காண்பதற்காகவே ரூபாய் நான்கு கொடுக்கலாமென்று எண்ணினேன்.

தாகூரின் ஒரு பிரசங்கத்துக்கும் போயிருந்தேனென்று சொன்னேனல்லவா?

அன்று சென்னைவாசிகளிடம் தாகூர் விடைபெற்றுக் கொண்டார். சபையில் ஒலி பெருக்கிக்கும் ஏற்பாடு செய்யப்படும் என்று விளம்பரப்படுத்தியிருந்தார்கள். அனால், அது நடக்கவில்லை. எப்படியோ முண்டியடித்துத் தாகூருக்கு மூன்று கஜ தூரத்துக்குள் இடம்பிடித்து உட்கார்ந்தேன். அப்போதுகூட அவர் பேச்சைக் கேட்பதற்கு இரண்டு காதுகளையும் ரொம்பவும் தீட்டிக்கொள்ள வேண்டியிருந்தது. சபையிலிருந்தவர்களுக்கு ஒன்றுமே கேட்டிராது.

பிரசங்கத்தின் கடைசியில் தாகூர் தமது கவிதைகளில் சிலவற்றைப் படித்தார். முதலில் ஆங்கில மொழிபெயர்ப்பை வாசித்துவிட்டுப் பிறகு வங்காளியிலே படித்தார். அந்தப் பதினைந்து நிமிஷமும் என் வாழ்நாளில் மிகவும் ஸுகிருதமான நேரம் என்று நினைக்கிறேன். அந்த ஆனந்தத்தைச் சொல்ல முடியாது, போங்கள்!

- ஆனந்த விகடன், *02.12.1934*

19

கூவம் நதி தீரம்

இதிகாசங்களிலே கதாநாயகர்கள் அவதரித்த நகரங்களைப் பற்றிய வர்ணனைகளைப் படித்திருக்கிறோம். அந்நகரங்களில் எங்கே பார்த்தாலும் வீணை முதலிய இசைக் கருவிகளின் ஒலியும், மாதர் தீங்குரல் பாட்டின் ஒலியும், நடன மாதர்களின் பாதச் சிலம்பொலியும், மத்தளம் பேரிகை முதலிய தோல் கருவிகளின் பேரொளியும் எழுந்துகொண்டிருந்ததாகக் கவிகள் வர்ணித்திருக்கிறார்கள்.

வெளியூரிலிருந்து தற்சமயம் சென்னை நகருக்கு வருகிறவர்கள், மேற்படி வர்ணனைகளைப் படித்தவர்களாயிருந்தால், ஒருவேளை இந்தக் கூவம் நதி தீரத்தில் ஏதோ அவதா சம் ஏற்படப் போகிறதோ என்று எண்ணம் கொள்வார்கள்.

சென்னை நகரம், தற்சமயம் சங்கீதம் முதலிய உயர்கலைகளுக் கெல்லாம் நிலைக்களனாய் (கொலைக்களனாய்) இருக்கிறது. எங்கே பார்த்தாலும், சங்கீதக் கச்சேரிகள், நாட்டியக் கச்சேரிகள், நாடகங்கள், பாடகங்கள், 100க்கு 100 பேசும் பாடும் படக் காட்சிகள், மேள தாளங்கள், பாண்டு முழக்கங்கள், ரேடியோ கிராமபோன் இசை இன்பங்கள் இவை நிறைந்து ததும்பிப் பெருக் கெடுத்துப் பிரவாகமாய் ஓடுகின்றன.

கூவம் நதிக்கு ஏற்பட்ட இந்த மகிமையின் காரணங்களைப் பற்றி ஆராய்ந்தால் அவ்வளவு ரஸமாயிராது. சிலர் சொல்வது என்னவென்றால், "பிரிட்டிஷ் சர்க்காருடைய தயவினால் ஒரு பக்கம் கிராமங்களில் பொருளாதார நாசம் ஏற்பட்டு வருகையில், நகரவாசிகளிடம் முன்னைவிட அதிகமாகப் பணம் சேர்ந்து வருகிறது. அந்த அதிகப்படி பணத்தில் ஒரு பகுதியை அவர்கள் கலைகளின் வளர்ச்சிக்குப் பயன்படுத்துகிறார்கள்" என்று.

"வாழ்வாவது மாயம் இது மண்ணாவது திண்ணம். இன்றைக்குக் கிராமங்களுக்கு சேர்ந்திருக்கும் நாசம் நாளைக்கு நமக்கும் ஏற்படலாம். அதுவரையில் ஆடல் பாடல்களில் ஆனந்தமாய்க் காலங்கழிக்கலாமே" என்று நகரவாசிகள் தீர்மானித்திருப்பதாய்த் தோன்றுகிறது.

ஆனால் இந்த ஆராய்ச்சியெல்லாம் உம்மை யார் செய்யச் சொன்னது? வடையை எண்ணச் சொன்னார்களா, தொளையை எண்ணச் சொன்னார்களா?" என்று விகடர் குறுக்கிட்டுக் கேட்கிறார். வாஸ்தவந்தான் ; நான் கண்டதைக் கேட்டதைச் சொல்லிவிட்டுப் போகிறேன். "பாப்பாத்தியம்மா, மாடு வந்தது! பிடித்துக் கட்டினால் கட்டு ; கட்டாவிட்டால் போ!"

சதங்கை ஒலி

ஒய்.எம்.ஐ.ஏ. (இந்திய இளைஞர் சங்கம்) ஆதரவில் தொடர்ச்சியாக நடக்கும் "தமிழர் சீர்" (*Tamil Cultute*) உபந்நியாசங்களில் அறிஞர் பி.ஸ்ரீ.ஆச்சாரியாவும் ஒரு பிரசங்கம் செய்தார். பழந்தமிழர்கள் நடனக் கலையைப் பெரிதும் மதித்தார்களென்றும், சிவபெருமானைக் "கூத்தன்" என்றும், பார்வதியைக் "கூத்தி" என்றும் அவர்கள் அழைத்தார்களென்றும், தமிழர் சீர்கெட்டுப் போன பிற்காலத்தில் "கூத்தி" என்பதற்கு இழிவான பொருள் கற்பிக்கப்பட்டதென்றும் அவர் எடுத்துக் காட்டினார்.

திடீரென்று தமிழ்நாட்டில் இப்போது "கூத்து"க்கு மறுபடியும் மகிமை ஏற்பட்டு வருகிறது. ஒரு கலைக்கு மகிமை ஏற்படும்போது, உண்மைக் கலைஞர்கள் சிலருடன் போலிக் கலைஞர்கள் பலரும் தோன்றுவார்கள் என்பது சாதாரணமான உண்மை. உண்மைக்கலை எது, போலிக் கலை எது என்று தெரிந்து ஆதரிப்பதுதான் ரஸிகர்களின் சிறப்பாகும்,

சென்ற இரண்டரை மாதங்களில் சென்னையில் அநேக நாட்டிய கோஷ்டியினர் விஜயம் செய்து தங்கள் கலைத் திறனைக் காண்பித்தனர். "மேனகா"வைப் பற்றிய விவரம் முன்னமே வெளிவந்திருக்கிறது. இந்த அம்மாள் விஷயத்தில் சரக்கு ஒரு பங்கு என்றால், விளம்பரம் பத்துப் பங்கு. இந்த நடனத்தையும் பரத நாட்டியத்தையும் ஒப்பிடக் கூடாது என்று சொல்ல வேண்டிய தில்லை. இது வேறு ரகம்; அது வேறு ரகம். உதயசங்கருடைய நடனத்துடன்தான் அதை ஒப்பிடலாம், அப்படி ஒப்பிட்டால், உதயசங்கருடையதுதான் சிறந்து விளங்கும் என்பது என்னுடைய தீர்மானமான அபிப்பிராயம். இதன் உண்மையை அறிவதற்கு உங்களுக்குச் சமீபத்தில் சந்தர்ப்பம் ஏற்படலாமென்று நம்புகிறேன்.

அப்புறம், "ராகினி தேவி" என்னும் புனைபெயர் பூண்ட அமெரிக்க மாதின் நடனங்கள் சில நடந்தன. இந்த அம்மாளுடைய நடனத்தைப் பார்ப்பதற்குப் பதினாயிரம் கண்கள் வேண்டும்; ஆனால் அவைகளில் 9999 கண்கள் மூடியேயிருக்கலாம். அதாவது "ஓர் அமெரிக்க ஸ்திரீ இவ்வளவு சிரமப்பட்டு இந்திய நடனங்களைக் கற்றுக் கொண்டிருக்கிறாமே" என்ற தாட்சண்யத்துடன் பார்த்தால் ரஸிக்கலாம்.

ஸ்ரீமதி ராகினி தேவியுடன் ஸ்ரீமான் கோபிநாத் என்னும் மலையாளியும் நடனம் ஆடுகிறார். இவருடைய ஆட்டம் நன்றாயிருப்பதற்குக் காரணம், அவர், 'கதகளி' என்னும் நடனக் கலையில் பயிற்சி பெற்றவராயிருப்பதே.

கேரள நாட்டியம்

'கதகளி' என்பது கேரள நாட்டுக்கே தனிச் சிறப்பாயிருக்கும் நடனக்கலை. அபிநயம், நர்த்தனம், நாடகம் எல்லாம் இதில் கலந்திருக்கின்றன. இந்தியாவின் புராதன நாடகக் கலைகளுக் குள்ளே இது ஒப்பற்று விளங்குகிறதென்பது கலைஞர் பலருடைய அபிப்பிராயம். உதயசங்கர், மேனகா போன்றவர்களெல்லாம் இந்த 'கதகளி'யிலிருந்து சிற்சில அம்சங்களை இரவல் வாங்கிக் கொண்டு, அவைகளைப் புது நாகரிக முறையில் அமைத்துத்தான் பேரும் புகழும் பெற்றிருக்கிறார்கள்.

இத்தகைய 'கதகளி'யையும் சென்னைவாசிகள் சமீபத்தில் கண்டுகளிக்கும் சந்தர்ப்பம் ஏற்பட்டது. கேரள நாட்டின் மகா கவி என்று பெயர் பெற்ற வள்ளத்தோள் நாராயண மேனன் என்பவருடைய கோஷ்டியார் மிட்லண்ட் தியேட்டரில் ஓர் இரவு 'கதகளி' நடத்தினார்கள். அன்றைய தினம் மலையாளிகளுடைய கலைப்பற்றையும் ஒருவாறு நான் நன்கறிந்துகொள்ள முடிந்தது. ஹைக்கோர்ட்டு ஜட்ஜு முதல் காப்பி ஹோட்டல் நாயர் வரையில் உள்ள மலையாளிகள் நூற்றுக்கணக்கான பேர் கொட்டகையில் நிறைந்திருந்தனர்.

ஸ்ரீ கிருஷ்ணன்

முதலில், இந்திரனுடைய சபையில் அப்ஸர மாதர் நடனம் நடந்தது. பிறகு, நளன் தமயந்தி சரித்திரத்தில் ஒரு காட்சி. (தமயந்தியை வேடன் பாம்பின் வாயிலிருந்து விடுவித்தலும் அவளைக் காதலித்தாலும், அதற்குப் பிரதியாக அவள் அவனை

எரித்தலும்) பின்னர், மகாபாரதத்திலிருந்து சில கட்டங்கள். (கிருஷ்ணன் தூது செல்லுதல் ; விசுவரூபக் காட்சி ; பீம துச்சாதன யுத்தம் ஆகியவை.)

நாடகபாத்திரங்கள் எல்லாம் விசித்திரமான வேஷங்கள் தரித்து வருகிறார்கள். இந்த வேஷங்களைத் தரித்தவர்கள் இன்னார் என்பதாகக் கண்டுபிடிக்கவே முடியாது. (மேடை.யிலே, சித்ராங்கி தோன்றியதும், "இதோ T.D. வந்துவிட்டாள் என்றும், சாரங்கதானைக் கண்டதும் "K.B. வந்தாச்சு" என் றும் சொல்லும் ஜம்பம் கதகளியில் சாயாது.) மேடையில் தோன்றுகிறவர்கள் சாதாரண மனிதர்கள் அல்லவென்றும், தேவ கணங்கள் அசுர கணங்களைச் சேர்ந்தவர்களென்றும் ஒரு பிரமையை கதகளி வேஷங்கள் நமக்கு உண்டாக்கிவிடுகின்றன. இது மட்டுமல்ல; கிருஷ்ணன் விசுவரூபம் எடுக்கிறார் என்றால், நமது நாடகங்களில் ஒரு பெரிய அட்டைப் பொம்மையைத் தூக்கிக் காட்டுவது வழக்க மல்லவா? "கதகளி" யில் அந்தச் சந்தர்ப்பத்தில் திரையைப் பிடிக்கிறார்கள் ; கிருஷ்ணன் இரு ஸ்டூல் பலகையின் மீது ஏறி நிற்கிறார். திரை முழங்கால் வரை மறைக்கிறது. அவருடைய இரண்டு காதுகளுக்கு அருகிலும் வட்ட வடிவமான இரு சித்திரத் தட்டுகள் பிடிக்கப்படுகின்றன. உடனே, மோகன ரூப கிருஷ்ணன் விசுவரூப கிருஷ்ணனாகி விடுவதாக நமக்குத் தோன்றுகிறது.

காட்டாள் (வேடன்)

கதகளியில் நாடக பாத்திரங்கள் வாய் திறந்து பேசுவதில்லை. அபிநயம், நாட்டியம் இவைகளுடன் சரி. மேடையில் நடிப்பவர்களுக்குப் பின்னால் இருவர் இன்று கதையில் அந்தந்த சந்தர்ப்பத்துக்குரிய பாட்டுகளைப் பாடுகிறார்கள். மலையாளம் தெரிந்தவர்கள் அந்தப் பாட்டுக்களைக் கேட்டு அபிநயங்களைத் தெரிந்து அநுபவிக்கலாம். மலையாளம் தெரியாதவர்களுக் காக, பாட்டுகளின் இங்கிலீஷ் மொழிபெயர்ப்பை அச்சிட்டுக் கொடுத்திருந்தார்கள் .

கதகளியில் மிகவும் நல்ல அம்சங்களில் ஒன்று, மின்சார விளக்குகளின் ஒளி கண்ணைக் கெடுக்காமல் இருந்ததுதான். மேடை முகப்பில் இரண்டு பெரிய வெண்கலக் குற்றுவிளக்குகளை வைத்திருந்தார்கள். இதுவும், வேஷங்களின் விசித்திரமும்,

சேமங்கல சப்தமும், அந்யநாட் டியமும் எல்லாம் சேர்த்து, நம்மை இருபதாம் நூற்றாண்டில் வசிக்கிறோமென்பதை மறக்கச் செய்து ஆயிரக்கணக்கான வருஷங்களுக்கு முன்னால் கொண்டுபோய் விடுகின்றன.

அரக்கன்

பரத நாட்டியக் கச்சேரிகளும் சில நடைபெற்றன. இவைகளில் நான் பார்க்க முடிந்தது கவர்னர் மாளிகை 'பாங்க் வெட்டிங்' ஹாலில் நடைபெற்ற பானுமதி வரலக்ஷ்மி இவர்களின் கச்சேரி. இந்தக் கச்சேரியில் எனக்கு மிகவும் ரஸமாயிருந்த அம்சம் பின்னால் இருந்த நட்டுவர்களின் ஆட்டந்தான். வெகு தமாஷ், போங்கள். அவர்களில் ஒரு நட்டுவரை இங்கே நீங்கள் படத்தில் பார்க்கலாம்.

அதிசயத்திலும் அதிசயமே !

கவர்னர் மாளிகையில் நடந்த கச்சேரியைப் பற்றிச் சொன்னேனல்லவா? ஆமாம், மேற்படி மாளிகை கட்டப்பட்டதிலிருந்து என்றும் நடக்காத அதிசயம் இவ்வருஷத்தில் நடந்தது. கவர்னர் மாளிகையைச் சேர்ந்த விசாலமான விருந்து மண்டபத்தில் தமிழ் நாட்டுச் சங்கீத வித்வான்களும் கிராமபோன் ரத்தினங்களும் மூன்று நாள் இசை விருந்து அளித்தார்கள். கவர்னர் பிரபுவும் தம்முடைய குடும்பத்துடன் பிரத்யட்சமாகியிருந்தார்.

இந்த அதிசயத்திலும் அதிசயத்தை நாமும் ஒருநாள் பார்த்து விடத்தான் வேண்டுமென்று போயிருந்தேன். அடடா! அந்த மண்டபத்தின் அழகை என்னவென்று உரைப்பேன்! சங்கீதக் கச்சேரிகளுக்கென்றே அமைத்ததுபோல் காணப்படுகிறது அம்மண்டபம், சென்னையில் கச்சேரிகளுக்கு எடுத்த அவ்வளவு நல்ல இடம் வேறு கிடையாது என்று சொல்லலாம்.

வித்வான் வேதியர்

சென்னையில் பிரிட்டிஷ் சாம்ராஜ்யத்தை நிலைநாட்டிய லார்ட் கிளைவ் முதலானவர்கள் மண்டபத்தின் நாலு பக்கங்களிலும் வீற்றிருந்து இந்த

ரஸமுள்ள நட்டுவர்

விநோதத்தைக் கொட்டாத கண்களுடன் பார்த்துக் கொண்டிருந்தார்கள். (சுவர்களில் பட ரூபமாய் இருந்தபடியால் அவர்களுடைய கண் கொட்டவில்லையே தவிர வேறொன்றுமில்லை). முதன்முதலில் கச்சேரி செய்த பெண்மணி மேடையில் வந்து அமர்ந்ததும் தற்செயலாய் கிளைவ் துரையின் மேல் என் பார்வை விழுந்தது. அவருடைய கண்களில் ஒரு பிரகாசம் ஏற்பட்டிருப்பதைக் கண்டேன். கச்சேரி ஆரம்பித்துக்கொண்டிருந்த பெண்மணியை அவர் வெகு ஊக்கமாக உற்று நோக்கிக் கொண்டிருந்தார். "அடாபாவி! நீ இந்தப் படத்திலிருந்து உயிருடன் வெளிக் கிளம்பி வந்தாயானால் என்ன விபத்து விளைந்துவிடும்" என்று எண்ணித் திகைத்தேன். ஆமாம்; அந்தப் பிரபு அப்படிக் கிளம்பி வந்துவிட்டால் மேற்படி கிராம போன் ரத்தினத்தின் உடம்பின் மேலிருந்த வைர நகைகளுக்கு யாரும் ஜவாப்தாரியாயிருக்க முடியாது. அந்த நகைகள் இன்ஷியூர் செய்யப்பட்டிருக்கும் பட்சத்தில், அந்த இன்ஷியூரன்ஸ் கம்பெனி வாயில் மண்ணைப் போட்டுக்கொண்டு போகவேண்டியதுதான். ஏதாவது ஒரு வழியில் பிரபு அந்த நகைகளை ஸ்வீகரித்து அடுத்த கப்பலில் சீமைக்கு அனுப்பினாலன்றி அவர் மனம் திருப்தியடையாது.

நல்ல வேளையாக அப்படியெல்லாம் ஒன்றும் நேரவில்லை. முதலில் பாடிய பெண்மணி தமது வைர நகைகளுடன் பத்திரமாய்ப் போய்ச் சேர்ந்தார். அடுத்தபடியாகப் பாட வந்தவர் ஸ்ரீமதி அசுவத்தம்மா. நடை உடை பாவனைகளில் முதலில் வந்தவருக்கு முற்றும் மாறாகக் காணப்பட்டார். ஆடம்பரம் என்பது அணு வளவும் கிடையாது. கையில் ஒரு வளை ; கழுத்தில் ஒரு மாலை; அவ்வளவுதான். அவர் 'பதவிசாக உட்கார்ந்து லக்ஷணமாய்ப் பாடிய காட்சி கண்ணுக்குக் குளிர்ச்சியாயிருந்தது.

அவர் பாட்டும் காதுக்குக் குளிர்ச்சியாகத்தா னிருந்தது. ஆனால்

அசல் வேதியர்

பாட்டில் ஒரு விசேஷத்தைக் குறிப்பிட வேண்டும். ஏழெட்டு பாட்டுக்கள் அவர் பாடினார் ; எல்லாம் ஏறக்குறைய ஒன்று போலிருந்தது. ஒன்றுக்கொன்று வித்தியாசம் கண்டுபிடிப்பதே கஷ்டமாயிற்று. அவருடைய சங்கீதம் நாடகத்திற்கு மிகவும் எடுத்தது. நாடகத்தில் இடையிடையே சம்பாஷணைகளும் மற்ற பாத்திரங்களின் பாட்டுகளும் வருவதால், இவருடைய சங்கீதம் நன்றாய்ச் சோபிக்கும்.

அசுவத்தம்மாவின் பக்தர்கள் சிலர் சபையில் பிரசந்மாயிருந்தார்களென்று தெரிய வந்தது. கச்சேரி முடியும் சமயத்தில் அவர்களில் ஒருவர் "ஜனகணமன" என்று கத்தினார். "இடம் பார்த்துக் கேட்டார் மன்னன்" என்று எண்ணிக்கொண்டேன். அசுவத்தம்மா அதைக் காதில் வாங்கிக் கொள்ளாமல் சபைக்கு ஒரு பெரிய கும்பிடு போட்டுவிட்டுப் போய் விட்டார்.

ஸ்ரீமதி எம்.எஸ்.சுப்புலக்ஷ்மி

அடுத்தபடியாக, மேடைக்கு வந்தவர் ஸ்ரீமதி எம்.எஸ். சுப்புலக்ஷ்மி. இவருடைய கச்சேரிகள் இதற்குமுன் நான் கேட்டிருக்கிறேனாயினும் விமரிசனம் மட்டும் எழுதவில்லை. காரணம் என்னவென்று கேட்டால், குழந்தையின் மழலைச் சொல்லைப் பற்றி விமரிசனம் என்ன எழுதுவது?" என்றுதான்.

ஸ்ரீமதி சுப்புலக்ஷ்மியின் பாட்டை மழலை சங்கீதம் என்றே சொல்லலாம். குழந்தையின் மழலையில் எவ்வளவு இனிமை உண்டோ , அவ்வளவு இனிமை அவருடைய பாட்டிலும் இருக்கிறது. சங்கீதத்தில் இருக்க வேண்டிய ஒரே அம்சம் ஓசை இன்பம் மட்டுமே என்று வைத்துக்கொள்வதானால், சுப்பு லக்ஷ்மியின் சங்கீதம் பரிபூரணமானது என்று சொல்லலாம். அவருடைய பாட்டில் ஓசை இன்பம் 100க்கு 100 பங்கு இருக்கிறது. தமிழ்நாட்டில் அவ்வளவு ஓசை இன்பம் பொருந்திய குரலை நான் கேட்டதில்லையென்றே கூறுவேன்.

ஆனால் சங்கீதத்தில் ஓசை இன்பம் மட்டும் இருந்தால் போதாது ஜீவன் இருக்க வேண்டும் என்றால், அதைப் பெரிய படே படே பாகவதர்களிடம் கூட வெகு வெகு அருமையாகத்தானே காண்கிறோம். இந்தச் சிறு பெண்ணிடம் எப்படிக் காண முடியும்?

ஸ்ரீமதி சுப்புலக்ஷ்மி பத்துப் பன்னிரண்டு வயதிலேயே கச்சேரி செய்யத் தொடங்கிவிட்டதாக அறிகிறேன். இப்போது ஏழெட்டு வருஷங்களாகக் கச்சேரி செய்துவருகிறார். இந்த ஏழெட்டு வருஷமும் அவர் சங்கீதப் பயிற்சியிலும் பொதுவான கல்விப் பயிற்சியிலும் ஈடுபட்டிருந்து இப்போது கச்சேரி செய்யத் தொடங்கியிருந்தால்,

ஸ்ரீமதி எம். எஸ். சுப்புலக்ஷ்மி

அவர் பாட்டு எவ்வளவோ மடங்கு அதிகமாய்ப் பிரகாசித்திருக்கும் என்பது என் எண்ணம். அப்போது, அவருடைய பாட்டில் ஓசை இன்பத்துடன், வித்வத்தும் பாவமும்கூட நிறைந்து பரிபூரண சங்கீதமாயிருந்திருக்கக் கூடும்.

ஆனால், இல்லாததை நினைப்பதில் பயனில்லை. நம் நாட்டில் ஒரு குழந்தை கொஞ்சம் சாமர்த்தியம் காட்டினால் அதைக் கொண்டு உடனே முடிந்த வரையில் பணம் சேர்த்துவிட முயல்வது சகஜமா யிருக்கிறது. இப்படி முன் வரும் குழந்தைகளில் அநேகம் நாலைந்து வருஷங்கள் பிரகாசித்துவிட்டு அப்புறம் மங்கிவிடுவது சகஜம். இதற்குக் காரணம், அஸ்திவாரம் இல்லாமல் வீடு கட்டுவதுதான்.

கச்சேரிகளில் முன்னெல்லாம் ஸ்ரீமதி சுப்புலக்ஷ்மி சில்லரைத் தமிழ்ப் பாட்டுகள் அதிகமாய்ப் பாடுவதுண்டு. அவருடைய புகழுக்கு முக்கியக் காரணம் இது ஒன்றாகும். ஆனால் சமீப காலத்தில் (மற்றப் பெரிய பாடகர்கள் எல்லாம் தமிழ் உருப்படிகள் அதிகம் பாட முன்வந்திருக்கையில்) இவர் ஒரேயடியாய்த் தெலுங்கு கீர்த்தனங்களில் முனைந் திருக்கிறார். வித்வத் எதைக்

காட்டுவதற்காகக் கீர்த்தனங்கள் பாடட்டும், வேண்டாமென்று சொல்லவில்லை. அதற்காகத் தமிழ்ப் பாட்டுக்களைக் குறைத்துக்கொள்வதைத் தமிழ் மக்கள் விரும்பமாட்டார்கள்.

ஸ்ரீமதி சுப்பு லஷ்மியைப் பற்றி இன்னும் ஒரு விஷயம், சிறு பெண்ணாய், லக்ஷணமாய், அவர் ஏன் புலாக்கு, வைர அட்டிகை, வைர மாலை எல்லாம் போட்டுக் கொள்வதில்லை? தமிழ்நாட்டு சம்பிரதாயத்துக்கு விரோதமாயிற்றே? கச்சேரி செய்ய முன்வருகிறவர்கள் வைர அட்டிகை, வைரமாலை போட்டுக் கொள்ளாமல் இருப்பார்களா? இந்தப் புது நாகரிகமெல்லாம் எங்கே கற்றுக் கொண்டார்? நெற்றியில் விஸ்தாரமான, பெரிய குங்குமப் பொட்டு வைத்துக்கொண்டால் மட்டும் சரியாய்ப் போய்விடுமா?

மகாராஜபுரம்

சென்னைச் சங்கீத சபைகள் மிகவும் சுறுசுறுப்பாகவே இருக்கின்றன. புது வருஷத்தில் மகாராஜபுரம் விஸ்வநாத அய்யருக்குக் கிராக்கி அதிகம். அவருக்கு எவ்வளவு கிராக்கி வந்தாலும் தகும் என்பதில் சந்தேகமில்லை. அந்தக் காலத்தில், அதாவது மகாராஜபுரம் கச்சேரி பண்ணக் கிளம்பிய புதிதில் "கோனேரி ராஜபுரம் வைத்திய நாதய்யரின் வித்வத்தும், புஷ்பவனத்தின் சாரீரமும் இவாளிடம் சேர்ந்திருக்கிறது" என்று சங்கீதாபிமானிகள் வியந்து கூறியதை நான் கேட்டிருக்கிறேன்.

சென்ற இரண்டொரு வருஷமாக அவருடைய நட்சத்திரம் கொஞ்சம் மங்கியிருந்தது. அதற்கு எனக்குத் தோன்றிய காரணத்தைச் சொல்லிவிடுகிறேன். பொது ஜனங்களுடைய மனோபாவத்தில் ஏற்பட்டு வரும் மாறுதலை அய்யர்வாள் கவனியாமல் தம்முடைய பழைய போக்கிலேயே போய்க்கொண்டுவந்ததுதான்.

ஆனால் இப்போது கொஞ்சநாளாக அவர் பொது ஜனங்களின் அபிப்பிராயத்தையும் பொருட்படுத்தத் தொடங்கி இருக்கிறார். எனவே, அவருடைய பாட்டுக்கும் ஒரு புது 'மவுஸ்' ஏற்பட்டிருக் கிறது.

ஜகந்நாத பக்த சபைக் கச்சேரியில் அவர் வெளுத்து, வெளுத்து வாங்கிவிட்டார். கௌளை ராகத்தில் பாடிய கீர்த்தனமும், ஸாவேரி ராக ஆலாபனமும் பிரிடிஷ் சர்க்காரின் 144வது வாய்ப் பூட்டு உத்திரவைக்கூட மீறி "சபாஷ்" சொல்லச் செய்யும்படி அவ்வளவு அருமையாயிருந்தன. அய்யர் அவர்கள் மனம் வைத்தால் உண்மையான சங்கீதத்துக்கு எவ்வளவோ தொண்டு செய்யலாம்.

மகாராஜபுரம், நந்தனார் டாக்கியில் வேதியராக நடிக்கப் போகிற விவரம் நேயர்கள் அறிந்ததே. உயர்தர சங்கீத வித்வான்

ஒருவர் டாக்கியில் நடிக்க ஒப்புக்கொண்டது இதுதான் முதல் தடவையாதலால், சங்கீதாபிமானிகள் கண்களையும் காதுகளையும் கூர்மைப்படுத்திக் கொண்டிருக்கிறார்கள். முக்கியமாக, டாக்கியில் அவருடைய "வேதியர்" தோற்றம் எப்படியிருக்குமென்பதைப் பற்றிப் பெரிய பெரிய ஆராய்ச்சிகள் நடக்கின்றன. உதாரணத்துக்கு, இங்கே இரண்டு தோற்றங்கள் தரப்பட்டிருக்கின்றன. எது பொருத்தமானது என்று உங்களுக்கும் தோன்றுகிறது!

சாரங்கதரன்

"நந்தன்" டாக்கியைப் பற்றிக் குறிப்பிட்ட பிறகு சுந்தராம் பாள் அவர்களின் பெயரைப் பிரஸ்தாபிக்காமல் விடமுடியாது, அம்மாள் "நந்தன்" வேஷத்தில் நடிப்பது பற்றிப் பத்திரிகைகளில் கொஞ்சம் விவாதம் நடந்தது. இதில் ஏன் "கர்நாடகம்" தலையிடவில்லை என்று சில கலையன்பர்கள் கேட்டார்கள்.

காரணம் இதுதான்:

(1) டாக்கி வெளியான பிறகு அதைப் பற்றி விமரிசனம் செய்தல்தான் முறையாகுமேயன்றி, வியாபார சம்பந்தமான ஓர் ஒப்பந்தத்தைப் பற்றி முன்னால் எழுதுவது உசிதமன்று;

(2) ஸ்ரீமதி சுந்தராம்பாள் "நந்தன்" வேஷம் தரிப்பதைப் பற்றி எனக்கு ஆக்ஷேபனையும் கிடையாது.

ஏன் கூடாது என்று கேளுங்கள். நமது நாடக மேடையில் புருஷர்கள் ஸ்திரீ வேஷம் தரிக்கிறார்களா, இல்லையா? ஸ்திரீகள் புருஷ வேஷம் தரித்துப் பழிக்குப் பழி வாங்கட்டுமே! அதற்கு விமோசனம் பிறக்கும்போது, இதற்கும் பிறந்துவிட்டுப் போகிறது.

ஆகவே, ஸ்ரீமதி சுந்தராம்பாள் புருஷ வேஷம் தரிப்பதைப்பற்றி எனக்கு எவ்வித ஆட்சேபனையும் இல்லை. ஆனால் "சாரங்கதரன்" போன்ற நாடகங்களில் புருஷவேஷம் தரிக்க வேண்டாம் என்று மட்டும் கேட்டுக்கொள்கிறேன். அரசர் பெருமானின் வெள்ளிவிழா நிதியின் சகா யார்த்தமாக இந்நாடகம் ராயல் தியேட்டரில் நடந்தது. ஏதோ நன்றா யிருக்கும் என்று எண்ணித்தான் போனேன். வெள்ளித் திருவிழா நிதிக்கு ஆயிரக்கணக்காக வசூலாகுமென்று எண்ணித் தான் கவர்னரும் வருவதாக ஒப்புக்கொண்டார். ஆனால் இருவரும் ஏமாற்றமடைந்தோம்!

சாரங்கதரன் தன் சிற்றன்னையாகிய சித்ராங்கியின் அரண்மனைக்குப் புறாவைத் தேடிக்கொண்டு போகிறான். மோகங்கொண்ட சித்ராங்கி அவனை இருட்டறைக்குள் அழைத்துச் செல்கிறாள், அங்கிருந்து பயத்துடன் சாரங்கதரன் வெளியே

ஓடிவருகிறான். சித்ராங்கியும் பின் தொடர்ந்து வருகிறாள். "உலகம் ஏன் கெட்டுப் போகாது? இப்படித் தாயே பிள்ளையைப் பலாத்காரப்படுத்தினால்?" என்று சாரங்கதரன் கேட்கிறான். அப்புறம் அரைமணி நேரத்திற்குமேல் அவர்களுக்குள் விவாதம் நடக்கிறது. சாரங்கதரன் இடையில் உள்ளே சென்று, மறந்துபோன பீதாம்பரத்தை இடுப்பில் சுற்றிக்கொண்டு வருகிறான். சித்ராங்கி அந்தப் பீதாம்பரத்தைப் பிடித்துக்கொண்டு மத்து, இழுப்பது போல் இழுக்கிறாள். காட்சி ஒருவாறு முடிவடைகிறது.

உண்மையென்னவென்றால், உலகம் ஒன்றும் கெட்டுப் போகவில்லை; தமிழ் நாடகமேடைதான் கெட்டுப் போயிருக்கிறது. இதே நாடகத்தைத் தெலுங்கர்கள் இவ்வளவு ரஸா பாஸப்படுத்தாமல் நடத்துகிறார்கள் என அறிகிறேன்.

- ஆனந்த விகடன், 17.03.1935

20

டாகூ மன்ஸூர்

மன்ஸூர் என்பவன் ஒரு பொல்லாத டாகூ (அதாவது கொள்ளைக்காரன்.) அவன் பணக்காரர்களுடைய பணத்தைக் கொள்ளையடிப்பதுடன் நிற்பவன் அல்ல; இளம் பெண்களின் ஹிருதயங்களையும் சூறையாடுபவன். அத்துடன் நின்றாலும் பாதகமில்லை. இளம் பெண் அல்லாதவர்களுடைய ஹிருதயங்களைக்கூட அவன் கொள்ளை கொண்டுபோய்விடுகிறான்.

இதற்குப் பிரத்யட்சப் பிரமாணம் வேண்டுமென்றால், இதோ அடியேன் இருக்கிறேன். நான் ஓர் இளம் பெண்ணல்ல, முதிய பெண்கூட அல்ல; ஆனாலும் என் ஹிருதயத்தை அவனுக்குப் பறிகொடுத்துவிட்டு நிற்கிறேன். சென்ற சனிக்கிழமையிலிருந்து, "மன்ஸூர்! மன்ஸூர் ! என் ஹிருதயத்தை எனக்குத் திருப்பி அனுப்பி விடு" என்று கதறியவண்ணமிருக்கிறேன்.

"டாகூ மன்ஸூர்" என்னும் ஹிந்தி டாக்கி சென்ற வாரம் கிரௌன் தியேட்டரில் காண்பிக்கப்பட்டது. ஹிந்தி டாக்கியானாலும், கதை வங்காளிகளுடையது ; பாஷை ஒன்றைத் தவிர, மற்றப்படி வங்காளி டாக்கி என்றே சொல்லலாம்.

டாக்கி எப்படி இருந்தது என்று கேட்பீர்களானால், "அதை நான் இரண்டு தடவை பார்த்தேன்" என்று பதில் சொல்லி விடுவேன்.

சினிமாக்கள், டாக்கிகள் எவ்வளவோ நாமும் பார்க்கிறோம். பெரும்பாலானவை முடிந்த பிறகு "சீ! இனி இந்த டாக்கியின் மூஞ்சியிலேயே விழிக்கிறதில்லை" என்று சொல்லிக்கொண்டு வீடு திரும்புகிறோம். தப்பித்தவறி ஒரு சில டாக்கிகள் நமக்குத் திருப்தி அளித்து விடுகின்றன.

ஆனால், ஒரு தடவை பார்த்த பிறகு இரண்டாந் தடவையும் பார்க்க வேண்டுமென்று நம்மை ஆவல் கொள்ளச் செய்யும்படியான படங்கள் மிகவும் அபூர்வமாகும். இதுவரையில் அத்தகைய ஆவல் எனக்கு, ஏற்பட்டு, இரண்டாவது தடவையும் நான் பார்த்த படங்கள் இங்கிலீஷ், டாக்கிகளில் :

(1) மகான் டால்ஸ்டாயின் "புனர் ஜன்மம்" (*Resurrection*)

(2) ரோமன் நொவாரோ நடிக்கும் "பென் ஹூர்'',

(3) சார்லி சாப்ளின் நடிக்கும் "ஸிட்டிலைட்ஸ்',

(4) பெயர் பெற்ற ஆங்கிலக் கவிகளான பிரௌனிங் தம்பதிகளின் காதல் மணத்தைச் சித்தரிக்கும் "*The Barrets of Wimpole Street*" ஆகியவைகளும், ஹிந்தி டாக்கிகளில் :

(5) சண்டிதாஸ்.

(6) டாகூ மன்ஸூர்

ஆகியவைகளுந்தான். நாடகங்களுக்குள் அவ்வாறு என் மனதைக் கவர்ந்தது, ஸ்தானம் நரசிம்ம ராவ் நடிக்கும் "விப்ர நாராயணன்" என்னும் தெலுங்கு நாடகம் ஒன்றே.

தமிழில் சில நாடகங்கள் மனதிற்குத் திருப்தியளித்திருக்கின்றன. ஆனால் இரண்டாந்தடவை பார்க்கும்படி ஆவல் கொள்ளச் செய்வதாக இதுவரை ஒரு தமிழ் டாக்கியாவது, நாடகமாவது நான் பார்த்ததில்லையென்பதை மிக்க வருத்தத்துடன் ஒப்புக்கொள்ள வேண்டியிருக்கிறது. நிற்க.

★ ★ ★

டாகூ மன்ஸூரிடம் மறுபடி கொஞ்சம் திரும்பி வருவோம். இந்த டாக்கி, எல்லா அம்சங்களிலும் சிறந்த இங்கிலீஷ் டாக்கி எதற்கும் இளைக்காத மேன்மை வாய்ந்தது என்பதுடன், எந்த விதத்திலும் "குறை சொல்லமுடியாத படம்" என்றும் நான் கருதுகிறேன்.

"சண்டிதாஸ்", "விப்ர நாராயணன்" இவைகளில் கூட அபிவிருத்திக்குக் கொஞ்சம் இடம் உண்டென்று சொல்லலாம்.

"சண்டிதாஸ்"ஸ்ல், கதாநாயகியாகிய ராமியை ஜமீன்தார் பலாத்காரம் செய்ய யத்தனிக்கும் காட்சியும், அச்சமயம் ஜமீன்தாரின் மனைவி வந்து குறுக்கிடும் நிகழ்ச்சியும் சற்று விரஸமானவை.

"விப்ர நாராயணன்" நாடகத்தில், தாசி வீட்டுக்கு மைனர் ஒருவன் வரும் சம்பவமும், பின்னால், விப்ர நாராயணரைத் தாய்க் கிழவி செருப்பால் அடிப்பதும் பெரிதும் ரஸக் குறைவானவை ;

நாடகத்தின் மேன்மைக்கு இழுக்கானவையென்றே சொல்லலாம்.

ஆனால், டாகூ மன்ஸூரிலோ இத்தகைய குறைபாடு ஒன்றும் வவலேசமும் இல்லையென்றால், அதைப் பார்க்காதவர்கள் நம்புவதே கஷ்டந் தான். அடுத்த தடவை இந்தப் படம் வரும்போது மறந்துவிடாமல் பார்த்து அப்புறம் தீர்மானியுங்கள்.

கதைச் சுருக்கம்

கதை ஆரம்பிக்கும்போது நம்மை ஒரு குலுக்குக் குலுக்கி விடும் காட்சியில் ஆரம்பிக்கிறது. டாகூ மன்ஸூரை ஜமீன்தாரின் சிப்பாய்கள் கட்டிப்பிடித்துக் கொண்டுவந்து ஒரு மரத்தில் கட்டுகிறார்கள். அவனை நாலாபுறத்திலிருந்தும் சிப்பாய்கள் ஏக காலத்தில் ஈட்டிகளால் குத்திக் கொல்லப்போகும் தருணத்தில், மன்ஸூரின் கொள்ளைக் கூட்டத்தைச் சேர்ந்தவர்கள் தூரத்திலிருந்து அவனைக் கட்டியிருக்கும் கயிற்றின் மீது ஈட்டியை எறிகிறார்கள். கயிறு அறுகிறது. அடுத்த நிமிஷம் மன்ஸூர், அட்டகாசம் செய்து சூழ்ந்திருந்த சிப்பாய்கள் அவ்வளவு பேரையும் தாண்டிக்கொண்டு தப்பித்துச் செல்கிறான்.

அடுத்த காட்சி காட்டின் மத்தியிலுள்ள ஒரு குடிசை வீட்டில் நடக்கின்றது. அபித் அலி என்னும் கிழவனும் அவனுடைய புதல்வி மேஹரும் அங்கு வசித்து வருகிறார்கள். மன்ஸூர் அக்குடிசைக்கு அடிக்கடி வருவதுண்டு ஆனால் அவன் கொள்ளைக்காரன் என்று அவர்களுக்குத் தெரியாது. “அக்பர்” என்று அவனை அவர்கள் அழைத்து வந்தார்கள். கிழவனுக்கு அக்பர் பேரில் மிகவும் பிரியம், மேஹரோ, அவனுக்குத் தன் ஹிருதயத்தைப் பறி கொடுத்தவர்.

மேஹர்.................உமா தேவி
அபித் அலி.........ஸைகால்

ஜமீன்தாரின் ஆட்களிடமிருந்து தப்பிவந்த மன்ஸூர் அக் குடிசையில் படுத்துக் கொண்டிருக்கிறான். சற்று நேரத்திற்கெல்லாம் அவனைத் துரத்தி வந்தவர்கள் இருவர் கதவை இடிக்கிறார்கள். கிழவனும் புதல்வியும் கதவைத் திறக்கப் போகும்போது, மன்ஸூர்

பின்புறமாய் ஓடி விடுகிறான். (பயத்தினால் அல்ல ; அங்கு ஜமீன்தார் ஆட்களைச் சந்தித்தால், தான் மன்ஸுர் என்பது இவர்களுக்குத் தெரிந்துவிடப் போகிறதே என்றும், தன்னுடன் சேர்ந்தவர்கள் என்பதற்காக அவர்களுக்குச் சேவகர்களினால் கஷ்டம் நேரப்போகிறதே என்றும்தான்.) சேவகர்கள் திரும்பிப் போகிறார்கள். அவர்கள் போகும் வழியில்,மரத்தின் மேலிருந்த மன்ஸுர் சுருக்குக் கயிற்றை எறிந்து குதிரையிலிருந்து அவர்களைக் கீழே தள்ளிவிட்டு, தான் குதிரையில் ஏறிப் போகிறான்.

ஜமீன்தாரின் சகோதரி பரிபானுவை வேறு ஊரிலிருந்து பல்லக்கில் ஜமீன்தார் வீட்டுக்குக் கொண்டு வருகிறார்கள். மன்ஸுர் திடீரென்று தோன்றி, கூடவந்த சிப்பாய்களைத் திகிலடைந்து ஓடச்செய்து, பரிபானுவைப் பல்லக்கிலிருந்து இழுத்துக்கொண்டு போகிறான். பரிபானு வழியில் மூர்ச்சையடைகிறாள். உடனே அவள் மீது அவனுக்கு இரக்கம் ஏற்படுகிறது. குளக்கரைக்குக் கொண்டுபோய் மூர்ச்சை தெளிவித்து, ஜமீன்தார் அரண்மனைக்கு அருகில் அவளைக் கொண்டு விட்டுவிட்டுச் செல்கிறான்.

அது முதல் ஒருவருடைய ஹிருதயத்தில் ஒருவர் மாறிக் குடி கொள்கிறார்கள். சில தினங்களுக்குப் பிறகு ஒருநாள் மன்ஸூர் மறுபடியும் மேஹரின் குடிசைக்குச் செல்கிறான். அவர் கள் பேசிக் கொண்டிருக்கும்போது, கிழவன் “ஜமீன்தார் பெண்ணுக்குக் கல்யாணமாம்!” என்று சொன்னதும், சாப்பிடுவதற்காகக் கையில் எடுத்த ரொட்டியைக் கீழே போட்டுவிட்டு மன்ஸூர் அரண்மனைக்குப் போகிறான்.

அங்கே கல்யாணக் களியாட்டங்கள் நடந்துகொண்டிருக் கின்றன. ஆனால் பரிபானுவின் ஹிருதயத்தில் மட்டும் சந்தோஷம் இல்லை. “கல்யாணம் வேண்டாம்” என்று சொல்லத் தைரியம் அவளுக்குக் கிடையாது. தான் கொள்ளைக்காரன் மன்ஸூரைக் காதலிப்பதாகத் தனக்குத்தானே ஒப்புக்கொள்ளவும் அவளுக்குத் தைரியம் இல்லை. ஆனால் ஹிருதயத்தில் துக்கம் மட்டும் பொங்கிக் கொண்டிருக்கிறது. அந்தத் துக்கம் கேட்போர் மனதைப் பிளக்கும் சோகம் நிறைந்த பாட்டாக வெளிப்படுகிறது.

மன்ஸூர் அச்சமயம் அங்கு வந்துவிடுகிறான். உடனே அவள் தன் ஹிருதயத்தின் உண்மை நிலையை அறிகிறாள். அரண்மனை வாழ்வும், அரச போகமும் தனக்கு வேண்டாமென்றும், மன்ஸூர் வசிக்கும் காடுதான் தனக்குச் சொர்க்கமென்றும், அவனுடன் வந்துவிடச் சித்தமாயிருப்பதாகவும் தெரிவிக்கிறாள். ஆனால் மன்ஸூரின் ஹிருதயம் இளகியிருக்கிறது. “இராஜ போகத்திலிருந்தவளைக் காட்டுக்கு அழைத்துச் செல்வது

எப்படி?'' என்று ஏங்கி, "உன்னை அழைத்துச் செல்ல எனக்குத் தைரியமில்லையே!'' என்கிறான். பரிபானு "மன்ஸூருக்கு ஒரு பெண்ணைக் கொண்டு போகவா தைரியமில்லை?'' என்று பரிகசிக்கிறாள். இதற்குள் ஜமீன்தாரின் ஆட்கள் மன்ஸூரைப் பிடிக்க ஓடிவரும் சப்தம் கேட்கிறது. மன்ஸூர் மனதைத் திடப்படுத்திக்கொண்டு பரிபானுவைத் தூக்கிக்கொண்டு ஓட யத்தனிக்கிறான். ஆனால் அதற்குள் எதிரிகள் சூழ்ந்துவிடுகிறார்கள். காதலியைக் கையில் ஏந்தியிருந்தபடியால் அவனுடைய வழக்கமான சாகசங்கள் செய்யமுடியவில்லை. கல்யாண மாப்பிள்ளை ஒரு கத்தியை விட்டெறிகிறான். அது பரிபானுவின் மார்பில் பாய்ந்து அவள் உயிரைக் கொள்ளை கொள்கிறது. சகோதரனும் காதலனும் சோகக் கடலில் ஆழ்கிறார்கள்.

மன்ஸூர் மறுபடியும் தப்பித்துக்கொண்டு சென்று, நள்ளிரவில் பரிபானுவின் சமாதியண்டை வருகிறான். பயங்கர வீரத்தன்மை பொருந்திய அக்கள்ளனுடைய சோகமும் மகா பயங்கரமாகவேயிருக்கிறது. அச்சமயம் பரிபானு ஆவி வடிவில் தோன்றி, அவனுக்கு ஆறுதல் கூறுகிறாள். அவளுடைய வேண்டுகோளின்படி,அவன் கொலை கொள்ளை முதலிய துஷ் கிருத்யங்களை விட்டு விடுவதாகப் பிரதிக்ஞை செய்கிறான். இக்காட்சியின் முடிவில் அவன் நெஞ்சு பிளக்கும்படியான உணர்ச்சி பொருந்திய குரலில் "அல்லாஹு அக்பர்", " அல்லாஹு அக்பர்" என்று கதறும்போது, சபையிலுள்ள ஒவ்வொருவருக்கும் மயிர்க்கூச்செரிகிறது.

அங்கே காட்டுக் குடிசையில், கிழவன் உயிர் துறக்கிறான். அவனிடம் கைக்குட்டை வாங்கும் ஒரு தனிகர் தற்செயலாக அச் சமயம் அங்கு வந்து திக்கற்றவளான மேஹரைத் தன் வீட்டுக்கு அழைத்துச் செல்கிறார்.

மன்ஸூரின் புதிய தோற்றத்தைக் கண்டு பயமும் கோபமும் கொண்ட அவனுடைய கூட்டத்தார், அவனைப் பரீட்சிக்கும் பொருட்டு, ஒரு வீட்டில் புகுந்து பெட்டியிலுள்ள நகைகளைக் களவாடச் செய்கின்றனர். அவ்வாறே அவன் பெட்டியைத் திறந்து நகைகளை அள்ளிக் கொண்டிருந்தபோது பரிபானுவின் நினைவு வந்து மனக் குழப்பமடைகிறான். அதே சமயம் மசூதியில் பிரார்த்தனைக் காலம் அறிவிப்பவன் "அல்லாஹு அக்பர்'' என்று கூவும் சப்தம் காதில் விழுகிறது. உடனே, இவனும் மெய்மறந்து "அல்லாஹு அக்பர்" என்று கதறுகிறான். இந்தச் சப்தத்தினால் தூக்கத்திலிருந்து விழித்த வீட்டுக்காரர்கள் ஓடி வருகிறார்கள். அவர்கள் மேஹரும், அவளுக்கு அடைக்கலமளித்த தனிகருந்தான்.

பரிபானு..........ஹுஸன் பானு
மன்ஸூர்..........பிரிதிவி ராஜ்

தன் உள்ளங் கவர்ந்த அக்பர், உண்மையில் மன்ஸூர் என்னும் கள்வனே என்று மேஹர் அறிந்து சோர்ந்து விழுகிறாள்.

மன்ஸூர் இதனால் முன்னிலும் அதிக மனக்கிலேசமுற்று வெளியே செல்கிறான். அவன் போன பின்னர், மன்ஸூர் தன் தீத்தொழிலை விட்டுப் புநிதமடைந்த விவரம் அத்தனிகர் சொல்லி மேஹருக்குத் தெரிகிறது. உடனே அவளும் வெளியேறி மன்ஸூரைத் தேடிச் செல்கிறாள். இரவு கழிந்து பொழுது புலரும் சமயம் ஒரு மரத்தடியில் அவன் சோர்ந்து துயரமே உருவாய் உட்கார்ந்திருப்பதைக் காண்கிறாள். அவன் அருகில் சென்று தானும் உட்கார்ந்து ஆண்டவனைத் துதிக்கிறாள். பிரார்த் தனையில் மன்ஸூரும் கலந்து கொள்கிறான். இவ்வாறு கதை முடிகிறது.

படத்தின் சிறப்பு

வெல்லப் பிள்ளையாரில் எந்தப் பாகத்தை அதிகத் தித்திப்பு என்று சொல்வது ? அதுபோலவே, இந்த டாக்கி முடிந்ததும், கதைச் சிறப்பைப் போற்றுவதா, நடிப்புத் திறனைப் புகழ்வதா, பாட்டின் இனிமையைப் பாராட்டுவதா, காட்சி அமைப்புகளைச் சிலாகிப்பதா என்று தெரியாமல் தத்தளிக்க வேண்டியவர்களாகிறோம்.

இந்த டாக்கியில் பிரதான நடிகர்கள் நால்வர்: பிரிதிவிராஜ் (மன்ஸூர்); ஹுஸன் பானு (பரிபானு), ஸைகால் (அபித் அலி), உமா(மேஹர்) என்பவர்கள். விளம்பரத்தில் மேற்கண்ட வரிசைப்படி பெயர்கள் கொடுத்திருந்தா லும், நடிப்புத் திறமையில் யார் மேல், யார் கீழ் என்று சொல்லுதல் அசாத்தியம். ஒவ்வொருவரும் நடிப்புக் கலையின் சிகரத்தை அடைந்திருக்கிறார்கள்.

மன்ஸூர் வேடத்தில் நடித்த பிரிதிவிராஜ் ஒரு பாட்டுக்கூடப் பாடவில்லையென்றால் தமிழ்நாட்டிலுள்ள நமக்கு ஆச்சரியமாகத் தான் இருக்கும். இங்கே நாடகமேடைத் திருடர்களெல்லாம் காலில் கஜ்ஜை கட்டிக் கூத்தாடிக்கொண்டும், வாயில் எலெக் ட்ரிக் விளக்கைக் கௌவிக்கொண்டும், தில்லானா டப்பாக்கள் பாடிக் கொண்டும் வருவது வழக்கமா யிற்றே. இந்த டாகூ மன்ஸூருக்கோ அதெல்லாம் வராது. சுருங்கச் சொன்னால், அவன் கேவலம் ஓர் அசல் கொள்ளைக்காரன் போலவே நடிக்கிறான். பிரிதிவிராஜ்,

என்னுடைய அபிப்பிராயத்தில், டக்ளஸ் பேர்பாங்ஸைவிட இந்த வேஷத்தில் நன்றாய் நடிக்கின்றான்.

இன்னொரு அதிசயத்தைக் கேளுங்கள். ராஜகுமாரியை மன்ஸூர் பிடித்துத் தூக்கிக்கொண்டு போகும்போது அவளுக்கு ஒரு பாட்டுப் பாடக்கூடத் தெரியவில்லை. சும்மா அலறுகிறாள். முடிவுரையில் இவ்விரண்டு பேருக்குள்ளும் ஒரு வாக்குவாதப் பாட்டுகூடக் கிடையாது. ஆனாலும் பாட்டு இல்லாமல், பேச்சுக்கூட அதிகம் இல்லாமல், அவர்கள் உள்ளத்தில் குமுறும் உணர்ச்சிகளை மட்டும் நமக்கு எப்படியோ தெரிவித்து விடுகிறார்கள்.

முதலில் இராஜகுமாரியைக் காட்டிலும் மேட்டிலும் பலவந்தமாக இழுத்துச் செல்லும் திருடன், அவள் மூர்ச்சையடைந்து விழுந்ததும் ஜலக் கரைக்குத் தூக்கிச் செல்லுகிறான். அவள் விஷயத்தில் அவன் ஹிருதயம் மாறிவிட்டதென்பதை இப்போது அவளை அவன் தொட்டுத் தூக்கும் விதமே தெரிவித்து விடுகிறது.

சமாதிக் காட்சியில் பரிபானுவின் ஆவியாக வந்து, கொடிய கொள்ளைக்காரனைப் பரம சாதுவாக மாற்றும் ஹஸன் பானு, நடிப்புத் திறமையில் மேனாட்டின் பிரசித்த நடிகைகளான கிரேடா கார்போ முதலியவர்களுக்கு எள்ளளவும் பின்வாங்காதவள் என்பதை நிரூபிக்கின்றாள்.

மேஹர்.........உமாதேவி

ஸைகால், உமா இருவரும் சண்டிதாஸ் டாக்கியில் பெயர் பெற்றவர்கள். வேறு ஒரு சிறப்பும் இல்லாவிட்டாலும், இவர்களுடைய தெய்வீக சங்கீதத்தைக் கேட்டு அநுபவிப்பதற்காகவே எந்த டாக்கிக்கும் போகலாம். ஆனால் நடிப்புத் திறமையில் தானென்ன, இவர்கள் சாமான்யமானவர்களா?

காட்டுக் குடிசையில் ஜமீன்தாரின் ஆட்கள் புகுந்து அக்பர் படுத்திருந்த கட்டிலில் இரத்தத்தைப் பார்த்ததும் அமித் ஆலியைச் சுவருடன் மோதி, இரத்தம் எப்படி வந்தது என்று கேட்கிறார்கள். உடனே மேஹர் கத்தியினால் தன் கையைக் கீறிக்கொண்டு ஓடிப்போய் அவர்களிடம் கையைக் காட்டுகிறாள். இந்த ஒரு காட்சிக்காகவே "டாகூ மன்ஸூர்" பார்க்கலாம்.

"சண்டிதாஸ்"லில் ஸைகாலைப் பார்த்தவர்கள் இந்த டாக்கியில் அவரைப் பார்த்தால், தோற்றத்தில் மாறுதலைக் கண்டு திகைத்துப்

போவார் கள். அங்கே சொப்பன லோகத்தில் சஞ்சரித்த வாலிபனாக நடித்தவர், இங்கே சுறுசுறுப்புள்ள கிழவனாக நடித்திருக்கிறார். நோட்டீஸில் பார்த்திருந்தாலன்றி, அவ்விருவராகவும் நடித்தவர் ஒரே ஆசாமிதானென்று கண்டுபிடிக்க முடியாது.

தமிழில் எப்போது?

இவ்வாறு நான் இதுவரை பார்த்திருக்கும் நாடகங்கள், சினிமாக்கள், டாக்கிகள் எல்லாவற்றிலும் சிறந்த இந்தக் காட்சியை முழுதும் பார்த்த பிறகு என் மனதில் துக்கந்தான் உண்டாயிற்றென்றால், நேயர்கள் ஆச்சரியப்படமாட்டார்கள். ஏனெனில், இத்தகைய படம் நமது தமிழ்நாட்டில் எப்போது வரப் போகிறதென்று என் மனதில் ஏற்பட்ட ஏக்கம் இதைப் படித்தபோதே அவர்கள் மனத்திலும் உண்டாகியிருக்கும்.

இது சம்பந்தமாக நான் கேள்வியுற்ற ஒரு சம்பவத்தைக் கூறி முடிக்கிறேன். சாதாரணமாய் நமது தமிழ்நாட்டிலுள்ள நடிக ரத்தினங்கள் வெளியூர்களிலிருந்து வரும் நல்ல டாக்கிகளைப் பார்ப்பது கிடையாது. ஆனால் இந்த வழக்கத்துக்கு மாறாக, ஒரு குட்டித் தமிழ் நடிகர் மேற்படி படம் பார்க்கப் போயிருந்ததாக அறிகிறேன். அவர் பக்கத்திலிருந்த அவருடைய சிநேகிதர் இடையிடையே "இந்த மாதிரியெல்லாம் நீங்கள் எப்போது நடிக்கப் போகிறீர்கள்?" என்று கேட்டு வந்தாராம். அதற்குக் குட்டி நடிகர், "இங்கே இந்த மாதிரி கதை யார் எழுதிக் கொடுக்கிறார்கள்?" என்று கேட்டாராம். "ஆமாம், ஆடத் தெரியாத தேவடி யாளுக்கு முற்றம் கோணல்" என்று சிநேகிதர் சொன்னாராம். ஆனால் மேற்படி நடிகர் கூறிய பதிலில் பெரிதும் உண்மை இருக்கிறதென்பது என் கருத்து.

ஒரு நாட்டில் எந்த விதமான கலைகள் அபிவிருத்திக்கும் அடிப்படையாக இருப்பது இலக்கிய வளர்ச்சியே யாகும். தமிழ்நாட்டில் வெளியாகும் நாவல்களும் கதைகளும் ஏழாந்தர, எட்டாந்தர இலக்கியங்களாயிருக்கும் வரையில், நாடகங்களும் டாக்கிகளும் மட்டும் உயர்தரமாயிருக்குமென்று நாம் எப்படி எதிர்பார்க்க முடியும்?

- ஆனந்த விகடன், *14.07.1935*

21
சுந்தராம்பாள் - நந்தனார்

உலகத்தில் அதிசயங்களுக்கு முடிவே கிடையாது என்பார்கள். அதன் உண்மையைத் தமிழ் டாக்கி உலகத்தில்தான் பூரணமாய்க் காண்கிறோம்.

தமிழ் டாக்கி ஒவ்வொன்றையும் பார்க்கும்போது, "இதைவிட ஏமாற்றமளிக்கக்கூடிய படம் இனிமேல் வரமுடியாதல்லவா?" என்று எண்ணிச் சந்தோஷப்படுகிறோம். கொஞ்சநாளைக்கெல்லாம் இன்னொரு டாக்கி வருகிறது. அது முன் நாம் பார்த்தது எல்லாவற்றையும் தூக்கியடித்து விடுகிறது. அதாவது நமக்கு ஏமாற்றமளிக்கும் விஷயத்தில். "பகவானே! தமிழ் டாக்கிகள் கீழே போவதற்கு இன்னும் எவ்வளவு தூரந்தான் இடமிருக்கிறது?" என்று ஆச்சரியப்படுகிறோம்.

தமிழ் டாக்கி உலகில் மேளதாள ஆர்ப்பாட்டங்களுடன் கடைசியாக வெளியாகியிருக்கும் மூன்று லட்ச ரூபாய் "பக்த நந்தனார்" மேற்கூறிய தமிழ் டாக்கி உலகின் சம்பிரதாயத்தைப் பூரணமாய் நிறைவேற்றி வைத்திருக்கிறது. "மூன்று லட்சம் ரூபாய்க்குத் தகுந்த ஏமாற்றந்தான்" என்பதில் ஏதாவது திருப்தியடைய இடமிருந்தால், அதை நேயர்கள் அடைந்து அனுபவிக்கலாம்.

சென்ற ஞாயிற்றுக்கிழமை காலை 9 30க்குக் கிரௌன் தியேட்டரில் காட்டப்பெற்ற 'பக்த நந்தனார்' பிரத்தியேகக் காட்சிக்கு மிகுந்த ஆவலுடன் நான் சென்றேன். 'படம் நன்றாயிருக்கும்'' என்று ஒருமாதிரி நிச்சயம் செய்துகொண்டிருந்தேன். பத்திரிகைகளில் பக்கம் பக்கமாக வெளியான "பக்த நந்தனார்' விளம்பரங்களைப் பார்க்கும்போதெல்லாம் "இந்தப் படம் கொஞ்சம் நன்றாய்த்தானிருக்கும்; மூன்று லட்சம் ரூபாய்

செலவழித்ததற்கு நன்றாயில்லாமலா போகும்?'' என்றெல்லாம் நான் எண்ணியதுண்டு.

ஆகவே, படத்தைப் பார்த்து வந்தபோது ஏமாற்றம் அவ்வளவுக்கவ்வளவு அதிகமாயிருந்தது. "இதற்கு யார் மேலும் தப்பு சொல்வதற்கில்லை ; தமிழ்நாட்டின் துரதிர்ஷ்டம்தான் இவ்வளவு பிரயத்தனத்தின் பேரிலும், இவ்வளவு ரூபாய் செலவின் பேரிலும் தயாரான இந்த டாக்கி இவ்வளவு லட்சணமாயமைந்திருக்கிறது" என்ற தீர்மானத்துக்கு வந்தேன்.

★ ★ ★

மேற்படி பிரத்யேகக் காட்சியின் மத்தியில், டைரக்டர் டாண்டனுக்கும், நடிகர்களான ஸ்ரீமதி சுந்தராம்பாள், ஸ்ரீமான் விசுவநாதய்யர் இவர்களுக்கும் படத்தின் சொந்தக்காரரால் பரிசுகள் வழங்கப்பட்டன. அப்போது ஸ்ரீமதி சுந்தராம்பாள் செய்த அருமையான பிரசங்கத்தில் சில அபூர்வமான விஷயங்களைக் கூறினார். அவர் கூறியவற்றுள் "இந்தப் படத்தில் குற்றங்கள் இருந்தால் அவைகளை நீங்கள் குணமாக்கிக்கொள்ள வேண்டும்" என்று கூறியதை மட்டும் இங்கே ஞாபகப்படுத்திக்கொள்ள வேண்டியிருக்கிறது. இந்த மாதிரி அவர் கோரியது எவ்வளவு அவசியமென்பதை நினைத்துப் பார்க்கப் பார்க்க, அவர் எவ்வளவு முன் யோசனைக்காரர் என்பது புலனாகிறது. ஏனென்றால், இந்த டாக்கியில் விசேஷமாய் "குணம்" என்று சொல்லத்தக்க அம்சம் அநேகமாய் இல்லாதபடியால், குற்றங்களைத்தான் குணங்களாக எடுத்துக் கொண்டு ஆக வேண்டும். எனவே, இந்தப் படத்திலுள்ள குற்றங்களாகிற குணங்களைச் சிறிது கவனிப்போம் :

குற்றமாகிற குணம் 1: இந்த 'பக்த நந்தனார்' படத்தில் நந்தனாரே இல்லை ; சுந்தராம்பாள்தான் இருக்கிறார்.

"ஸ்திரீ, புருஷ வேஷம் தரிக்கலாமா ?" என்ற ஆட்சேபத்தை நான் பொருட்படுத்தவில்லை. புருஷன், ஸ்திரீ வேஷம் தரிப்பது நியாயமானால், ஸ்திரீ, புருஷ வேஷம் தரிப்பதும் தவறாகாது, மேலும், புருஷன் ஸ்திரீயாகவும், ஸ்திரீ புருஷனாகவும் வேஷம் தரித்துத் திறமையாக நடித்தார்களானால், அது நடிப்புக் கலையின் உயரியதோர் அம்சம் என்றே நான் கருதுகிறேன்.

ஆனால், ஸ்திரீ வேஷம் போடும் புருஷன் தன்னை ஸ்திரீ என்றே பார்ப்பவர்கள் பிரமிக்கும்படி செய்ய வேண்டும். அதே மாதிரி ஸ்திரீயும் தன்னைப் புருஷன் என்றே சபையோர் மருளும்படிச் செய்யச் சக்தி பெற்றிருக்க வேண்டும்.

இப்படிப் பார்த்தால், ஸ்ரீமதி சுந்தராம்பாளுக்கு நந்தன் வேஷம் சுத்தமாய்ப் பலிக்கவில்லையென்றே சொல்ல வேண்டியிருக்கிறது. முதலாவது, அவரைப் புருஷன் என்று நம்புவதற்கே சாத்தியமாயில்லை; புருஷன் என்று நினைத்துக்கொண்டாலும், நந்தன் என்று எண்ணுவதற்குச் சிறிதும் இடமில்லாமலிருக்கிறது.

நந்தன் பக்தியிலும், ஒழுக்கத்திலும் சேரி ஜனங்களிடமிருந்து மாறுபட்டவனே தவிர, மற்ற அம்சங்களில் அவர்களை ஒத்தவனேயாவான். எனவே, முக தேஜஸ் மட்டும் நந்தனுக்கு அதிகமாயிருக்கலாம். ஆனால் இந்தப் படத்தில் நந்தனாரின் தோழர்கள் முகத்தில் உள்ள களைகூட, நந்தன் முகத்தில் இல்லை; நடை உடை பாவனைகளோ முற்றும் மாறுபட்டிருக்கின்றன. அவர்களெல்லாம், மீசையும் தாடியும், தலைக் குடுமியும், அரைத் துணியும், முண்டாசுமாயிருக்க, நந்தன் மீசையில்லா முகத்துடனும், கரிய தலை மயிரை இருபுறமும் தொங்க விட்டுக்கொண்டும், முழங்கால் வரை வேஷ்டி கட்டிக் கொண்டும், நீலகிரித் தோடர்களைப் போல் மேலே ஒரு சுமை துப்பட்டிகளை வாரிப் போட்டுக்கொண்டும் காணப்படுகிறான்.

நந்தன் ஓடி ஆடித் துள்ளிக் குதிக்க முயலும் சந்தர்ப்பங்களில், இந்த அசந்தர்ப்பம் நன்கு புலனாகிறது. மற்றப் பறையர்களை அடித்து, உதைத்து, மிரட்டி சிவ பஜனை செய்யும்படி தூண்டும் காட்சியோ முற்றிலும் நகைக்கத் தக்கதாக இருக்கிறது.

ஸ்ரீமதி சுந்தராம்பாளுக்கு நாடகத்தில் "சாரங்கதரன்" வேஷம் சுமாராய்ப் பலித்திருந்தது. நந்தன் வேஷம் சுத்தமாய்ப் பொருந்த வில்லை. அவர் நந்தன் வேஷம் தரித்திருக்கக் கூடாது.

★ ★ ★

குகுணம் 2: ஸ்ரீமதி சுந்தராம்பாளின் பாட்டை நாம் கிராமபோனில் கேட்டு ஆனந்தித்திருக்கிறோம்; சில பிளேட்டுகள் மிகவும் நன்றாயிருக்கின்றன. எனவே, இந்த டாக்கியில் அவருடைய பாட்டுகளைக் கேட்கும்போது, நமக்குத் தூக்கி வாரிப் போடுகிறது.

இவ்வளவு அபஸ்வரங்களை ஸ்ரீமதி சுந்தராம்பாள் இது நாள் வரையில் எங்கே சேர்த்து வைத்திருந்தார் என்று ஆச்சரிய முண்டாகிறது. சேர்த்து வைத்திருந்தவைகளையெல்லாம் பாக்கியில்லாமல் இந்த டாக்கியில் அவர் வாரி இறைத்துவிட்டதாகவும் தோன்றுகிறது.

ரொம்ப சாதாரண பாட்டுக்காரர்களிடமெல்லாம் நாம் கேட்டுக் கர்ணானந்தமடைந்திருக்கும் "சிதம்பரம் போகாமலிருப்பேனோ?" முதலிய பாட்டுக்களை, புதிய வழிகளில் பாடுவதாக எண்ணிக்கொண்டு நாசம் செய்திருக்கிறார்.

ஆடல், பாடல், சினிமா | 161

ஸ்ரீமதி சுந்தராம்பாள் தமது தொண்டையின் பூரண சக்தியையும் உபயோகப்படுத்தியிருக்கிறார். நாடக மேடைக்கு, சபையின் கடைசியிலுள்ளவர்கள் வரையில் கேட்பதற்கு அது தேவை; ஆனால் டாக்கியில் உரத்த குரல் அவசியமில்லை யென்பதை 'ஹாலிவுட்' டாண்டன்கூட அவருக்கு எடுத்துச் சொல்லவில்லையென்று தோன்றுகிறது.

ஸ்ரீமதி சுந்தராம்பாள் மேல் ஸ்தாயியில் பாடுகையில் ஏற்படும் 'கிறீச்' என்ற சப்தம் சகிக்கக் கூடியதல்ல. முன்னம் நான் "சாரங்கதரன்" நாடகம் பார்க்கப் போயிருந்தபோது, எனக்குப் பக்கத்து நாற்காலியில் உட்கார்ந்திருந்த ஒரு மனிதர், நாடகம் ஆரம்பித்ததும், தமது சட்டைப்பையிலிருந்து கொஞ்சம் பஞ்சு எடுத்துக் காதுகளில் அடைத்துக் கொண்டார்; சிறிது நேரத்துக்கெல்லாம் அவர் குறட்டை விட்டுக்கொண்டு தூங்கலானார். வெள்ளி ஜூபிலிக்காக அவரிடம் பலவந்தமாக டிக்கட் விற்கப்பட்டபடியால், பணங் கொடுத்ததற்காக ஒரு நாற்காலியை அடைப்பது என்ற பிடிவாதத்துடன் அவர் அத்தகைய ஆயத்தம் செய்துகொண்டு வந்திருந்ததாக அறிந்தேன். அவரைப் போல் முன் ஜாக்கிரதையாகக் கொஞ்சம் பஞ்சு கொண்டுவராதது தவறு என்று உணர்ந்தேன்.

ஸ்ரீமதி சுந்தராம்பாள், "சண்டிதாஸ்" டாக்கியிலிருந்து மூன்று ஹிந்துஸ்தானி மெட்டுகள் எடுத்துத் தமிழ்ப் பாட்டுகள் அமைத்திருக்கிறார். அப்படி எடுக்கத் தோன்றிய வரையில் விசேஷந்தான். ஆனால் பலனைப் பார்க்கும்போது, அவர் "சண்டிதாஸ்"ஸைச் சும்மா விட்டிருக்கலாம் எனத் தோன்றிற்று.

மகாராஜபுரம் விசுவநாத அய்யர், "சிதம்பர தரிசனமா நீ அதைச் சிந்திக்கலாமா!'' என்னும் பாட்டை எவ்வளவு மோசமாய்ப் பாடக் கூடும் என்பதைத் திருஷ்டாந்தப்படுத்திக் காட்டுவதற்கே பாடியிருப்பதாய்க் காண்கிறது.

இந்த டாக்கியில் நல்ல பாட்டு அதாவது காதுக்கு இனிமையாயும் ஸ்வர சுத்தமாயும் அமைந்த பாட்டு பூஜ்யம் என்றே சொல்லிவிடலாம். நல்ல பாட்டு என்று சொல்லக் கூடியவை உண்டு என்றால், அவை பறையர்கள் பாடும் "வீரன் இருளன் காட்டேரி'', "ஐயே ஒரு சேதி கேளும்" என்பவைதான். பாக்கி பெரும்பாலும் கர்ணகடூரமான சங்கீதம் : காதுக்கு நோவு அளிப்பவை.

★ ★ ★

குகுணம் 3: திரையில் நடிகர்களின் வாய் அசைவுக்கும், நாம் கேட்கும் சப்தத்துக்கும் சில சமயம் பொருந்தாமல் இருக்கிறது. ஒரு வார்த்தை சொல்வதற்காக நடிகர் வாயைத் திறந்து மூடுகிறார். அவர் வாயை மூடிய பிறகுதான் நமக்கு அந்த வார்த்தை வந்து காதில் விழுகிறது.

குகுணம் 4: நடிகர்கள் முக்கியமாக ஸ்ரீமதி சுந்தராம்பாள் பேசும்போதும் பாடும்போதும் அபாரமாக வாயைத் திறந்து விடுகிறார்கள். இது சம்பந்தமாக, போட்டோ பிடித்தவர்களின் அற்புத சாமர்த்தியத்தையும் பாராட்டியாக வேண்டும், நடிகர்கள் வாயைத் திறக்கும்போது அவர்களுடைய அண்ணம், உள்நாக்கு எல்லாம் தெளிவாகத் தெரியும்படி போட்டோ பிடித்திருக்கிறார்கள். வாய்க்குள் விளக்குப் போட்டிருந்தால்கூட அவ்வளவு தெளிவாகத் தெரியாது. டாக்டர்கள் சபையில் இருந்தால், நடிகர்களுடைய தொண்டையில் 'டான்ஸில்' இருக்கிறதா, இல்லையா என்று சொல்லிவிடலாம். 'க்ளோஸ் அப்' காட்டும்போது இந்த வாயைத் திறக்கும் விகாரம் பதின்மடங்கு அதிகமாய்க் காண்கிறது. அதற்குப் பதில் 'ஷட் அப்' என்பதாக ஒன்று ஏற்படுத்தினால் நலமாயிருக்கும்.

குகுணம் 5: நந்தனுடைய பேச்சு சிறிதும் இயற்கைக்குப் பொருத்தமாயில்லை. இலக்கண சுத்தமான தமிழாயிருப்பதோடு, நாடகங்களில் அசரீரிகளும் ஆவி உருவங்களும் பேசுவதுபோல் நீட்டி முழக்கிப் பேசுகிறான். அதிலும் மற்றவர்கள் எல்லாரும் இயற்கையாகப் பேசுவதால், இந்த அசந்தர்ப்பம் அதிகமாய் எடுத்துக்காட்டப்படுகிறது.

நந்தன் இடையிடையே "தோழர்களே!" என்றும் "சகோதரர்களே!" என்றும் ஆரம்பித்து மேடைப் பிரசங்கம் தொடங்கிவிடுகிறான். ஒருசமயம் பறையர்களைப் பின்னால் நிறுத்திவிட் டுச் சபையைப் பார்த்துக்கூடப் பிர சங்கம் செய்கிறான். அப்போதெல்லாம் அரசியல் உலகத்தில் 144வது வாய்ப்பூட்டுச் சட்டம் கூடாதென்றாலும், கலை உலகத்திற்கு அவசியம் வேண்டுமென்று சபையோர் நினைக்க வேண்டி வருகிறது,

மற்றும், நந்தனுக்குச் "சிதம்பரம்", என்னும் வார்த்தையில் எவ்வளவு பற்று உண்டோ, அவ்வளவு "முக்காலும்" என்னும் வார்த்தையில் உண்டு என்று அறிகிறோம். "முக்காலும் சொல்கிறேன்" "முக்காலும் போவேன்'' "முக்காலும் சத்தியம்'' " முக்காலும் உணவு கொள்ளேன் " என்னும் சொற்றொடர்களைக் கேட் கக் கேட்க, "முக்காலும் நாராசம்" என்று தீர்மானிக்கிறோம்.

★ ★ ★

குருணம் 6: சாதாரணமாய் நாம் அறிந்துள்ள நந்தன் கதையிலிருந்து ஓரிடத்தில் மாறுதல் செய்திருக்கிறார்கள். அது, நந்தனை மரத்தில் கட்டி வைத்து அடிக்கும் காட்சி. இந்த டாக்கியில் வரும் அசந்தர்ப்பங்களுக்குள்ளே, இந்தக் காட்சிக்கு முதல் பரிசு கொடுக்கலாம்.

கோபாலகிருஷ்ண பாரதியாரின் நந்தன் சரித்திரத்திலும், வேதியர் நந்தனை அடிக்கிறார். நந்தன் அடிக்கடி "சிதம்பரம்" "சிதம்பரம்" என்று உயிரை வாங்கியதால் கோபங் கொண்ட வேதியர், அந்தக் கோபத்தில் தன்னை மறந்து, "நந்தன் பறையன்; அவன் அருகில் போகக்கூடாது" என்பதையும் மறந்து, அவன் மேல் கல்லை விட்டெறிந்து, கழியாலும் அடிக்கிறார். அப்போது,

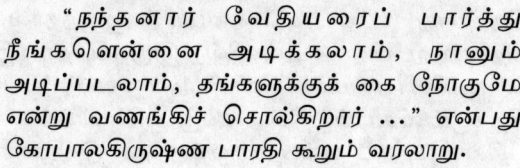

"நந்தனார் வேதியரைப் பார்த்து நீங்களென்னை அடிக்கலாம், நானும் அடிப்படலாம், தங்களுக்குக் கை நோகுமே என்று வணங்கிச் சொல்கிறார் ..." என்பது கோபாலகிருஷ்ண பாரதி கூறும் வரலாறு.

ஆனால், இந்த டாக்கியில் அப்படி. இயற்கையாக ஒன்றும் நடக்கவில்லை.. வேதியர் "கொண்டுவா சவுக்கு!" என் கிறார். ஒரு பிரமாண்டமான தடியன் ஒரு பெரிய சவுக்கைக் கொண்டுவருகிறான். அப்புறம் எல்லாரும் பக்கத்தில் மரம் இல்லாமையாலோ என்னமோ சுமார் ஒரு மைல் நடந்து போகிறார்கள்.

அங்கே மரத்தில் நந்தன் கட்டப்படுகிறான். வேதியர் சொத்து சொத்தென்று கால் மேலும் துப்பட்டி போர்த்திய உடம்பின் மேலும் வெகு நேரம் அடிக்கிறார். நந்தன் மூர்ச்சித்து விழுகிறான். வேதியர் மனைவி திடீரென்று அங்கு வந்து குதிக்கிறாள். (ஒரு மைல் தூரம் அவள் பின் தொடர்ந்து வந்திருக்க வேண்டும்!) "நந்தனை ஏன் அடிக்கிறேள்? வேண்டாம்!" என்று உத்திரவிடுகிறாள். அப்போது அவள் வேதியரின் முகவாய்க் கட்டையைக் கொஞ்சலாகத் தொடும் காட்சி ஒன்றே போதும். நந்தனை விட்டு மனைவி மேல் சவுக்கைத் திருப்பாமல் இருந்தது அவள் அதிர்ஷ்டம்தான்.

பரம்பரைப் பண்ணையாளான நந்தனிடம் மிக்க விசுவாசமுள்ள வேதியர் கோபத்தில் தன்னை மறந்து அவனை அடிப்பதற்கும், இந்த டாக்கியில் காட்டப் பெறும் கொடூரமும் அசந்தர்ப்ப மும் கலந்த காட்சிக்கும் ரொம்பவும் வித்தியாசமுண்டு.

குகுணம் 7: "மற்றதெல்லாம் பொறுக்கலாம்; ஆனால் இதைப் பொறுக்க முடியாது" என்று கொஞ்சமாவது ரஸிகத்தனமுள்ள ஒவ்வொருவரும் நினைக்கக் கூடிய ஒரு கட்டமும் இந்த டாக்கியில் வருகிறது. அதுதான் "நடராஜாவினுடைய நர்த்தனம்" என்று சொல்லப்படும் அருவருப்பு அளிக்கும் ஆபாசமான காட்சி. நடராஜா வேஷத்தில் நடனம் செய்கிறவருக்குத்தான் உதய சங்கரைப் பின்பற்றுவதாக எண்ணம். அவர் உண்மையில் பின்பற்றுவது அமெரிக்காவின் கீழ்த்தர சினிமா நாட்டியக்காரிகளைத்தான். புநிதமான, தெய்வீகமான உணர்ச்சிகளை எழுப்ப வேண்டிய நடராஜப் பெருமானின் ஆனந்த நர்த்தனத்திற்கும், ஆபாசமாக இடுப்பை வளைத்து வளைத்து ஆடும் இந்த அவலட்சணக் கூத்திற்கும் எவ்வளவு தூரத்துக்கு எவ்வளவு தூரம்?

★ ★ ★

குகுணம் 8: ஹரிஜன மகா புருஷ ராகிய "பக்த நந்தனார்" டாக்கியில், சிவபெருமான் வாய் மொழியினால், ஹரிஜனங்கள் "நீச ஜாதியார்" என்று நீர்த்தாரணம் செய்யப்படுகிறார்கள். தீக்ஷிதர்கள் தூங்கும்போது அவர்களுடைய கனவில் வந்து பேசும் நடராஜப் பெருமான் "நீச ஜாதியில் பிறந்த நந்தன்..." என்றே ஒவ்வொரு தீக்ஷிதரிடமும் ஆரம்பித்து சமாசாரத்தைச் சொல்கிறார். இந்த இடத்தில் நந்தன் சரித்திரக் கீர்த்தனையை எடுத்துப்பார்த்தேன். அதில் பின் வருமாறு காணப்படுகிறது.

வசனம்

"நந்தனார் கனவிலே வந்து சொல்லிய நடராஜ மூர்த்தி, தில்லை மூவாயிரம் பேர்கள் கனவிலே சொல்லுவார். பக்தர்களே! எனக்கு மிகவும் பிரியமுள்ள திருநாளைப் போவார் என்னைக் காண வேண்டுமென்று தன்னைக் காணிக்கை கொண்டு சாதியிற்றாழ்ந்தவனென்று பயந்துகொண்டு என்னைத் தவிர மற்றதெல்லாம் ஆதித்தியமென்று பக்தி பண்ணிக்கொண்டு முத்தியடைய வேண்டுமென்று தில்லையைச் சுற்றிக்கொண்டு தெற்கு குளத்தங்கரையில் நின்றுகொண்டிருக்கிறர். அவரை என்னைப்போல் நினைத்து நீங்களெல்லோரும் போய் அவரை அக்கினியில் மூழ்கச் செய்து அழைத்து வாருங்களென்று சொல்லி சுவாமி மறைந்தார்.''

இன்னும் நந்தன் சரித்திரக் கீர்த்தனம் முழுதும் புரட்டினேன். சிவபெருமானின் வாயால் நீசசாதி என்று எங்கும் காணப்படவில்லை.

இந்தப் படத்தில், ஒருபுறம் "நந்தன் தோழர்களே!" என்று அழைத்து, சாதி சமத்வம், பிறப்பில் உயர்வு தாழ்வு இல்லை என்பது போன்ற நவீன கொள்கைகளைப் பிரசாரம் செய்கிறான்! மற்றோரிடத்தில், கடவுள் வாயால் ஹரிஜனங்கள் 'நீச சாதி' என்று பட்டம் சூட்டப் பெறுகின்றனர்.

★ ★ ★

குகுணம் 9: தீக்ஷிதர்கள் நந்தனைச் சிதம்பரம் கோவிலுக்குள் அழைத்துப்போகும் காட்சி ஓர் அசந்தர்ப்பக் களஞ்சியம் என்று சொல்லலாம்.

முதலாவது, கோவில் நிஜக்கோவில் அல்ல; அட்டைத் தூண்களால் ஆன கோவிலென்று நிதரிசனமாகத் தெரிகிறது.

எப்போதும் ஜன நடமாட்டம் நிறைந்திருக்கக் கூடிய சிதம்பரம் கோவிலுக்குள் நந்தனையும் தீக்ஷிதர்களையும் தவிர ஈ காக்கைகூடக் காணப்படவில்லை. அதிலும், நடராஜ மூர்த்தியே கனவில் வந்து சொல்லி, "பறை"ச் சாதியில் பிறந்த ஒரு பக்தன் கோவிலுக்குள் வரும் அற்புதம் நடந்துகொண்டிருக்கையில், அப்படித்தானா ஜனசூன்யமாயிருக்கும் கோவில்? அது என்ன சிதம்பரமா, பாலைவனமா?

தீக்ஷிதர்கள் அடக்க ஒடுக்கமாக மேல் வேஷ்டியை இடுப்பில் கட்டிக்கொண்டுவர, நந்தன் மேலே ஒரு சுமை துணியைப் போட்டுக்கொண்டு வருகிறான். (வேஷம் போட்டது ஸ்திரீயாகையால் வேறு என்ன செய்ய முடியும்? என்று கேட்டால், ஸ்திரீ அந்த வேஷம் போட்டிருக்க வேண்டிய அவசியமே இல்லை. நாடகம் பார்க்கும் ஒவ்வொரு நிமிஷமும், "நந்தன் வேஷம் போட்டிருப்பது ஸ்திரீயாகையால் இப்படியிருக்கிறது" என்று நாம் சமாதானம் செய்துகொள்ள வேண்டியிருந்தால், அந்த நாடகம் எவ்வளவு ரஸமாயிருக்கும்?)

நந்தனும், தீக்ஷிதர்களும் பிரகாரத்தைச் சுற்றி முடியும் வரையில் வாய்ப் பேச்சில்லாத விநோத அபிநயத்தில் ஈடுபட்டிருக்கிறார்கள். அவர்களுடைய கைகள் இயந்திர விசையினால் இயக்கப்படுவதுபோல், மேலே போய்க் கீழே வந்துகொண்டிருக்கின்றன. "வரவேணும்" என்று தீக்ஷிதர்கள் நந்தனை உபசரித்து அழைப்பதாகவும், "ஆகட்டும்" என்று நந்தன் சொல்வதாகவும் பாவனை. இம்மாதிரி உபசரிப்பை இந்த டாக்கியில் தவிர வேறெவ்விடத்திலும் காண முடியாது.

குகுணம் 10: பெரிய கிழவர் வேஷம் சர்வ மோசம். அவனுடைய தாடி, நடுக்கல், பேச்சு ஒன்றுமே சரியாயில்லை. சிற்சில சமயம், அவனுடைய கை கால்கள் நடுங்குவதற்கு மறந்தே போய்விடுகின்றன!

குகுணம் 11: தமிழ்நாட்டில் கொள்ளிடத்தை யாரும் கொள்ளையடித்துக்கொண்டு போகவில்லை. இன்னும் இருந்து கொண்டுதானிருக்கிறது. அழகாகக் கொள்ளிடத்தில் பானைத் தெப்பமாவது, பரிசிலாவது ஓட்டி நந்தன் கொள்ளிடம் தாண்டும் கட்டத்தைப் படம் பிடித்திருக்கலாம். அதற்குப் பதில் ஹூக்ளி நதியில் பாய்மர ஓடத்தைச் செலுத்திப் படம் பிடித்திருக்கிறார்கள்.

குகுணம் 12: சிவலிங்கம் பாடுகிற அதிசயம், நம்மில் எவரும் எதிர்பார்க்க முடியாத அதிசயந்தான். சிவலிங்கத்திலிருந்து சிவபெருமானின் உருவம் ஆவி பாவித்துப் பாடியதாகக் காட்டியிருந்தாலும் ஒரு மாதிரியாயிருந்திருக்கும்.

இப்படி, குற்றங்களாகிற குணங்களை எவ்வளவு வேண்டு மானாலும் சொல்லிக்கொண்டு போகலாம். எனினும், இத்துடன் நிறுத்தி, அசல் குணங்கள் ஏதேனும் உண்டா என்று பார்ப்போம். ரொம்பவும் புகுந்து புகுந்து ஆராய்ந்து தேடினால் ஒரு சில குணங்கள் அகப்படுகின்றன.

அசல் குணம் 1: வேதியர், வேதியரானபடியால், அவருக்கு வேஷம் நன்றாய்ப் பலித்திருக்கிறது.

காட்சியின் ஆரம்பத்தில் அவர் காதில் பூணூலை மாட்டிக்கொண்டு நிற்கும் தோற்றம், "இது நாடகம் அல்ல, நிஜம்" என்றுகூட ஒரு நிமிஷம் நம்மை நினைக்கச் செய்கிறது. வேதியருடைய பேச்சும் மிகவும் இயற்கையாய் அமைந்திருக்கிறது. அவர் மட்டும் ஒவ்வொருமுறை வீட்டுக்கு வெளியே வந்ததும் பள்ளிப் பிள்ளைகள் பெஞ்சி மேல் ஏறி நிற்பதுபோல் மேடையில் ஏறி நின்று ஆகாசத்தைப் பார்த்துக்கொண்டே பேசாமல், சற்று நேரே பார்த்துப் பேசியிருந்தாரானால், இந்த வேஷம் இவருக்குப் பொருத்தம் என்றே தீர்மானித்திருக்கலாம்.

அசல் குணம் 2: பறையர் கூட்டத்துக்குத் தலைவனாய் நடித்தவர் நாடகக் கலையின் நுட்பங்களைநன்கு அறிந்தவராகக் காணப்பட்டார். அவர் பேச்சும், நடிப்பும் மிக இயற்கையாயமைந்திருந்தன. தஞ்சை ஜில்லா ஹரிஜனங்கள் பேசும் கொச்சைத் தமிழ் அவர் பேசினாரென்றாலும், ஒவ்வொரு வார்த்தையும் சபையோருக்குத் தெளிவாய்ப் புலனாகும்படி பேசினார். அவர் ஆவேசம் வந்தாற்போல் நடித்தது மிகவும் உயர்தரமாயிருந்தது.

அசல் குணம் 3: ஜோசியம் சொல்லவந்த வள்ளுவரின் பேச்சும், நடிப்பும் மிகச் சிறந்தவை. அவருடைய ஹாஸ்யம் படித்தவர்கள் பாமரர்கள் எல்லாரும் பாவிக்கக்கூடியதாகும்.

அசல் குணம் 4: சமையற்காரன் நடிப்பு மிகவும் உயர்தரம். பரம்பரை சமையற்காரன் குலத்திலுதித்த அசல் தஞ்சாவூர் சமையற்காரனாய்க் காட்சி தருகிறார். சமையற்காரனுக்கும் காரியஸ்தனுக்கும் நடக்கும் சண்டைக் காட்சி முழுதுமே நன்றாயிருக்கிறது என்று சொல்ல ஒரே ஒரு தடைதான் குறுக்கிடுகிறது. அது, கடைசியில் காரியஸ்தன் பல்லுடைந்த பாவனையாக முகமெல்லாம் இரத்தம் வழிய நிற்கும் கோரந்தான்.

அசல் குணம் 5: இயற்கைக் காட்சிகள் சில மிக நன்றாய் அமைந்திருக்கின்றன. படத்தின் ஆரம்பத்தில் காட்டப்பெறும் தென்னஞ் சோலையும் அங்கே கிணற்றில் ஏற்றம் இறைக்கும் காட்சியும் உண்மையிலேயே நம்மைப் பரவசப்படுத்துகின்றன. (ஏற்றம் இறைப்பவர்கள் ஏற்றப் பாட்டும் பாடியிருந்தால் இன்னும் எவ்வளவோ நன்றாயிருந்திருக்கும்.)

அதுபோலவே, கிராமாந் தரத்து வீதிகளின் காட்சி நன்றாயிருக்கிறது. அக்கிரகாரத்தில் எருமை மாடுகள் விழுந்தடித்து ஓடுவது தத்ரூபமாயிருக்கிறது.

பறையர்கள் பலியிடுவதற்காகக் கொண்டு கட்டியிருக்கும் ஆட்டுக் குட்டியும் வெகு இயற்கையாகத் தழை தின்கிறது. மொத்தத்தில் இந்த டாக்கியில் குறையென்பதேயில்லாமல் மிகவும் உயர் தரமாய் நடித்திருப்பவர்கள் யாரென்று கேட்டால் (1) தென்னை மரம், (2) எருமை மாடு, (3) ஆட்டுக் குட்டி என்றுதான் சொல்ல வேண்டும். (தங்களைப் படம் பிடிக்கப் போகிறார்கள் என்று தெரியாதபடியால் அவை அவ்வளவு இயற்கையாக நடித்தன போலும்!)

★ ★ ★

நமது தமிழ்நாட்டின் முதன்மையான நாடகமேடை ரத்தினம் என்று புகழ் பெற்றவரும், பிரபல சங்கீத வித்வான் ஒருவரும் நடித்தி ருக்கும் “பக்த நந்தனார்” டாக்கியைப் பற்றி மேற்கண்டவாறு எழுதுவதில் எனக்குள்ள வருத்தத்தைச் சொல்லி முடியாது. படம் நன்றாயிருந்திருந்தால் என்னைவிடச் சந்தோஷப்பட்டிருக்கக் கூடியவர்கள் யாரும் இருக்கமாட்டார்கள்.

“வங்க நாட்டுப் படம் நன்றாயிருக்கிறது; தெலுங்கர்களின் நாடகம் நன்றாயிருக்கிறது; தமிழ் டாக்கி மட்டும் நன்றாயில்லை” என்று சொல்வதென்றால் எந்தத் தமிழனுக்குத்தான் துக்க மாயிராது?

ஆகவே, இதைப்பற்றி எழுதாமலே விட்டு விடலாமா என்றுகூட நினைத்தேன். ஆனால் ஸ்ரீமதி சுந்தராம்பாள் பிரசங்கத்தில் கூறிய ஒரு விஷயம், "எழுதத்தான் வேண்டும்" என்று என்னைத் தீர்மானிக்கச் செய்தது.

"எனக்கு ஒரு லட்சம் ரூபாய் வந்தது உங்களால்தான். நீங்கள் எல்லாரும் 'சுந்தராம்பாள் நன்றாய்ப் பாடுகிறாள் ; நன்றாய் நடிக்கிறாள்' என்று அந்தக் காலத்தில் சொன்னதினால்தான் அஸன் தாஸ் எனக்கு லட்சம் ரூபாய் கொடுக்க முன்வந்தார்? என்று அம்மாள் கூறினார்.

சிறந்த நடிகர்—1

அப்போதுதான், நாடகங்களின் குணதோஷங்களை அவ்வப்போது சரியாக எடுத்துச் சொல்வதின் அவசியம் நன்றாய்ப் புலனாயிற்று. மரியாதைக்காகவோ, அல்லது நமக்கு வேண்டியவர்களாயிற்றே என்றோ, "பேஷ்! பேஷ்!" என்று சொல்லிவிடுவது எவ்வளவு கெடுதல் பாருங்கள். அதனால் கலையின் முன்னேற்றமேயல்லவா தடைப்பட்டு வருகிறது?

சிறந்த நடிகர்—2

"எனக்கு லட்சம் ரூபாய் வந்ததைப் பற்றிச் சிலர் பொறாமைப் படுகிறார்கள் ; அது சரியல்ல" என்று அம்மாள் அதே பிரசங்கத்தில் கூறினார். என்ன ஆதாரத்தின் பேரில் அவர் அப்படிச் சொன்னாரோ, எனக்குத் தெரியாது.

ஒன்றுதான் சொல்ல முடியும் : சாதாரணமாய், வாழ்க்கையில் வேறு எந்தத் தொழில் மூலமாய் ஒருவன் பணக்காரனானாலும் அவனிடம் மற்றவர்கள் பொறாமைப்படுவது சகஜம்தான். ஆனால், கலைத்துறையில் மட்டும் அது கிடையாது.

ஒரு சங்கீத வித்வானோ, பாகவதரோ, நடிகரோ எவ்வளவு பணம் சேர்த்துக் குபேரர்களானாலும், அவர்கள்மேல் ஜனங்கள் பொறாமை கொள்வது இல்லை.

சிறந்த நடிகர்—3

ஆடல், பாடல், சினிமா | 169

பொறாமையிருந்தால், மேலும் மேலும் அவர்களுடைய கச்சேரிகளுக்கும் நாடகங்களுக்கும் போய்ப் பணங் கொடுப்பார்களா?

உதாரணமாக இரண்டு வருஷத்திற்கு முந்தி ஸ்ரீமதி பாலசரஸ்வதியின் பரதநாட்டியத்தை மதித்துக் கூப்பிடுகிறவர்களே அருமையாயிருந்தனர். இப்போது அவருக்குக் கச்சேரிக்கு ரூ. 400 வரையில் கொடுக்கிறார்களென்பதை அறிந்தால், கலையபிமானியார்தான் மகிழ்ச்சியடையாமலிருக்க முடியும்?

டாக்கி நன்றாயிருந்து, ஸ்ரீமதி சுந்தராம்பாளுக்கு இரண்டு லட்ச ரூபாய் கிடைத்திருந்தாலும் ஜனங்கள் சந்தோஷமடைவார்கள்.

அல்லது டாக்கியில் நடிக்காமலிருப்பதற்காக யாராவது அவருக்கு மூன்று லட்சம் ரூபாய் கொடுத்திருந்தாலும் ஜனங்களுக்குச் சந்தோஷந்தான். ஆதலின், இந்தப் 'பொறாமை'ப் பேச்சை அம்மாள் மறந்துவிடுவது மிகவும் உசிதமாயிருக்கும்.

டாக்கியை அபிவிருத்தி செய்வதற்கு நிர்மாண யோசனை சொல்லி உதவும்படி அம்மாள் கேட்டுக்கொண்டார். நான் "முக்காலும்" காரிய சாத்தியமான ஒரு யோசனை சொல்கிறேன்.

இந்த டாக்கியில் நடராஜாவின் நர்த்தனம் வரும் இரண்டு பகுதிகளையும் வெட்டி நீக்கிவிடத் தயவு செய்து ஏற்பாடு செய்யுங்கள், அதனால் நிச்சயமாய் அபிவிருத்தி ஏற்படும்; சுலபமாய் நிறைவேற்றவும் செய்யலாம்.

"பத்தாயிரம் ரூபாய் கொடுத்தால்தான் அந்தப் பாகத்தை வெட்டுவேன்" என்று டாக்கி சொந்தக்காரர் சொல்லும் பட்சத்தில், அந்தப் புண்ணிய கைங்கரியத்துக்காகச் சந்தா வசூல் செய்யவும், முதன்முதலில் ஐந்து ரூபாய் நன்கொடையாக அளிக்கவும் நான் தயாராயிருக்கின்றேன்.

- ஆனந்த விகடன், 21.07.1935

22
சிதம்பர பாகவதர்: சித்திர ஸகிதம்

சென்னை என்று சொல்லுகிறதாக இருந்து கொண்டிருக்கப்பட்ட நகரத்தில், கோகலே ஹால் என்று சொல்லப்படும்படியான மண்டபத்தில், மாங்குடி பிரம்மஸ்ரீ சிதம்பர பாகவதர் என்பவராக இருந்து கொண்டிருக்கப்பட்டவர் "துரோபதி மான சம்ரக்ஷணம்" என்கிறதாக இருந்து கொண்டிருக்கப்பட்ட காலக்ஷேபத்தை நடத்தினார். அதற்கு நானாக இருந்து கொண்டிருக்கப்பட்டவன் போயிருந்தேன். பாகவதராகப்பட்டவர் அச்சமயம் சொன்ன கதையின் சாராம்சமாக இருந்து கொண்டிருக்கப்பட்டதாவது:

"பஞ்ச பாண்டவர்கள் என்று சொல்லப்படுகிறவர்களாக இருந்து கொண்டிருக்கப்பட்டவர்கள், இந்தி ரப் பிரஸ்தம் என்பதாக இருந்து கொண்டிருக்கப்பட்ட இடத்தில், ராஜசூயம் என்று சொல்லப்படுகிற தான் யாகத்தை நடத்த வேண்டுமென்பதாக இருந்துகொண்டிருக்கப்பட்ட சமயத்தில், சகல தேசத்து ராஜாக்கள் ஆகப்பட்டவர்களாக இருந்து கொண்டிருக்கப்பட்டவர்கள் விஜயம் செய்தார்கள்..."

இதற்கு மேல் ஓர் "இருந்துகொண்டிருக்கப்பட்ட" வந்தாலும், அச்சுக் கோப்பவர்கள் வேலையை நிறுத்திவிட்டு ஓடிப்போவார்கள் என்ற செய்தி கிடைத்திருக்கிறது. இது அநியாயந்தான். அன்றைய தினம் பாகவதராக இருந்து கொண்டிருக்கப்பட்டவரின் (அடேடே!) காலக்ஷேபத்தை நான் கேட்டபோது, கிருஷ்ணனாகப்பட்டவர் சிசுபாலனாகப்பட்டவனின் குற்றங்களை விரல் விட்டு எண்ணி வந்ததுபோல், நானும் அவர் கூறிய "ஆகப்பட்ட" "இருந்து கொண்டிருக்கப்பட்ட" இவைகளை எண்ணி வந்தேன். நூறுக்கு மேல் போனதும், நம்மால் இது முடிகிறதாக இருக்கப்பட்ட காரியமில்லை என்று விட்டுவிட்டேன். அப்படியிருக்க, இந்த கம்பாஸிடர் ஆகப்பட்டவர்களுக்கு என்ன வந்தது என்று எனக்குக் கோபமாகப் பட்டது வந்தது.

ஆனால் கொஞ்சம் யோசித்துப் பார்த்ததில், "நமக்கோ 'ஆகப்பட்ட' 'இருந்து கொண்டிருக்கப்பட்ட' இவைகளுடன், அற்புதமான சங்கீதமும், ரஸமான கதையும், அபிநயமும், ஹாஸ்யமும் எல்லாம் கிடைத்தன. இந்தக் கம்பாஸிடர் தலையில் வெறும் "ஆகப்பட்ட" "இருந்துகொண்டிருக்கப்பட்ட" இவைகளை மட்டும் போட்டால் கோபம் வருவது சகஜந்தானே?" என்று முடிவுக்கு வந்தேன்.

★ ★ ★

"தமிழ்நாட்டிலுள்ள பாகவதர்கள், பாடகர்கள் ஆகியவர்களில் ஒரே ஒருவருடைய பாட்டைத்தான் நீர் கேட்கலாம். அப்படியானால் யாரைத் தேர்ந்தெடுப்பீர்?" என்று என்னைக் கேட்டால், அதற்குப் பதில் சொல்வது மிகவும் கஷ்டமாய்த்தானிருக்கும். ஒவ்வொருபாடகராகச் சிந்தித்து வரும்போது, அவரவர்களிடம் சில அபூர்வ சரக்குகள் இருப்பதால் தள்ளிக்கொண்டு மேலே செல்வது மிகவும் சிரமம். உதாரணமாக, செம்மங்குடி சீனிவாசய்யரிடம் வந்தால், ஒரு பெரிய முட்டுக்கட்டைதான். அவருடைய பாட்டு வேண்டாமென்று தள்ளிவிட்டு எப்படிப் போவது? ஆனாலும் மேற்படி கேள்விக்குப் பதில் சொல்லித்தான் ஆக வேண்டுமென்று வற்புறுத்தினால், திணறித் திண்டாடிவிட்டு, முடிவாக மாங்குடி சிதம்பர பாகவதரைத்தான் தேர்ந்தெடுப்பேன். ஏனென்றால், ஏறக்குறைய பரிபூரண சங்கீதத்துக்குரிய அம்சங்கள் எல்லாம் அவருடைய பாட்டில் பொருந்தியிருக்கின்றன என்பது என் அபிப்பிராயம்.

அத்தகைய சரீரத்தில் பகவான் எப்படிப் பட்ட சாரீரத்தைத்தான் அமைத்திருக்கிறார்! இவ்வளவு வருஷ காலமாய்ப் பாடிய பிறகு அந்தச் சாரீ ரத்தில் துளி கம்மல் வேண்டுமே, கிடையாது. எவ்வளவு தூரம் சாரீரத்தை அடக்கிக் கட்டுக்குள் வைத்திருக்கிறார்? இடி முழக்கம் போன்ற தொனியைக் கிளப்பும் அதே தொண்டை அடுத்த நிமிஷத்தில் வீணா கானம் போன்ற நாதத்தைத் தருகிறது!

பாகவதருடைய சங்கீதத்தில் சுருதி, லயம் இவைகளைப் பற்றியோ கேட்க வேண்டியதில்லை. அவை பாகவதருக்கு அடிமை பூண்டு தொண்டு புரிகின்றன.

மற்றும், கேட்பவர்களுக்குச் சலிப்பு என்பது சிறிதும் தோன்றாவண்ணம், எவ்வளவு விதவிதமான மாறுதல்களை அவர் கையாளுகிறார்?

சுலோகங்கள், விருத்தங்கள் ; கீர்த்தனங்கள், துக்கடாக்கள்; சிந்துகள், கண்ணிகள்; மகாராஷ்டிர தாட்டிகள், ஹிந்துஸ்தானி

பாணிகள் ; விதவிதமான கன ராகங்கள், அபூர்வ ராகங்கள் ; தமிழ், தெலுங்கு, சம்ஸ்கிருதம், மகாராஷ்டிரம், ஹிந்துஸ்தானி பாஷைகளில் உருப்படிகள் ! இவை ஒன்றன் பின் ஒன்றாய்ப் புதிது புதிதான இனிமையுடன் வந்து கொண்டிருக்கின்றன.

பாகவதருடைய பாட்டுக்களில் அக்ஷரப் பிழை ஒன்று கண்டுபிடிப்பவர்களுக்கு "ஆயிரம் ரூபாய் இனாம்" என்று விளம்பரம் செய்யலாம். அக்ஷரப் பிழை ஏன் விழுகிறது? அர்த்தம் தெரியாமல் உருப்போட்டு ஒப்புவித்தால் அல்லவா அக்ஷரப் பிழைகள் ஏற்படும்? பாகவதரோ, தாம் பாடும் பாட்டுக்களைப் பொருள் தெரிந்து பாடுவதோடு திருப்தியடைவதில்லை; கேட்பவர்களுக்கும் பொருளை விளங்கச் செய்து விடுகிறார்.

எல்லாவற்றிற்கும் மேலாக, அவருடை சங்கீதம் ஹிருதய பாவம் பூரணமாகப் பொருந்தியதா யிருக்கிறது. வேறு பாஷையில் பாட்டுப் பாடினால் கூட, சபையோருக்குப் பொருள் சொல்லிவிட்டு உணர்ச்சியுடன் பாடுவதால், பாட்டின் இனிமையிலும் பொருளிலும் சபையோர் முழுதும் ஈடுபட்டு மெய் மறக்கிறார் கள்.

நம் நாட்டில் முன் நாளில் சங்கீதம் என்பது இலட்சியம் ஒன்றுமில்லாத வெறும் சுகானுபவமாகக் கருதப்படவில்லை. பஜனைகள், காலட்சேபங்கள், நாடகங்கள், நாட்டியங்கள் ஆகியவைகளுடன் கலந்தே அனுபவிக்கப்பட்டு வந்தது. தனிப்பட்ட சங்கீதக் கச்சேரி என்பது இடையில் வந்ததேயாகும்.

மகா வைத்தியநாதய்யர் முதலானவர்கள் எல்லாம், பெரும்பாலும் புராணப் பிரசங்கங்களுக்கு அநுசரணையாகவே சங்கீத இன்பத்தை ஊட்டி, வந்தார்கள் என்று அறிகிறோம்.

பரிபூரண சங்கீதத்தை அநுபவிப்பதற்குக் காலட்சேபமே சிறந்த சாதனமாகும். அதிலும், சிதம்பர பாகவதரைப் போல் சங்கீத வித்தையின் ஆத்மாவை அறிந்தவர்கள் காலட்சேபம் செய்தால், அதைவிடச் சிறந்த அநுபவம் சங்கீத உலகிலே வேறொன்றும் கிடையாது. என்று சொல்லலாம்.

கதை சொல்வதில் பாகவதருடைய திறமை பிரசித்தியானது.

- ஆனந்த விகடன், *04.08.1935*

23

கிராமபோன் பிளேட்டு

இப்போதெல்லாம் கிராமபோன் பிளேட்டுகளை எண்ணிக் கொடுக்கிறார்களா, அல்லது எடைபோட்டுக் கொடுக்கிறார்களா என்பது யாருக்காவது தெரியுமா?

வாரந்தோறும் புதிது புதிதாக நூற்றுக்கணக்கான பிளேட்டுகள் வெளியாகி வருவதைப் பார்த்தால், அவைகளை எண்ணிக் கொடுப்பது சிரம சாத்தியமென்று தோன்றுகிறது. இப்போதில்லாவிட்டாலும் கூடிய சீக்கிரம் பிளேட்டுகளை எடை போட்டு மணங்கு இன்ன விலையென்று விற்பனை செய் வார்களென எதிர்பார்க்கலாம்.

சமீபத்தில் இந்த பிளேட்டுகளின் பெருக்கத்தைப் பற்றித் தெரிந்துகொள்ள ஒரு சந்தர்ப்பம். எனக்கு ஏற்பட்டது. அது பின்வருமாறு நேர்ந்தது :

ஆமதாபாத்தில் ஸ்ரீ அம்பாலால் ஸாராபாய் என்னும் மில் முதலாளி ஒருவர் இருக்கிறார். அவரும் அவருடைய குடும்பத்தாரும் சிறந்த தேசிய வாதிகள் . காந்திஜியிடம் விசேஷ பக்தி பூண்டவர்கள். ஸ்ரீ அம்பாலாலின் குடும்பத்தினர், சிறந்த கர்நாடக சங்கீத பிளேட்டுகள் சில வாங்க விரும்பினார்கள். அத்தகைய பிளேட்டுகள் சிலவற்றைப் பொறுக்கி எடுத்துத் தெரிவிக்க வேண்டுமென்று ஸ்ரீசக்கரவர்த்தி ராஜகோபாலாச்சாரியாரைக் கேட்டுக் கொண்டிருந்தார்கள்.

ஆச்சாரியாரின் சார்பாக அந்த வேலையைச் செய்யும் பொறுப்பு ஒரு நண்பருக்கும் எனக்கும் ஏற்பட்டது. ஏறக்குறைய ஒரு நாள் முழுதும் இதற்காகச் செலவிட்டோம். சங்கீத சபைக் காரியதரிசி ஒருவரையும் அழைத்துக்கொண்டு கிராமபோன் கம்பெனிகளுக்குப்

போய், நூற்றுக்கு மேற்பட்ட பிளேட்டுகளை வைக்கச் செய்து கேட்டோம். சில பிளேட்டுகளுக்கு பல்லவி அநுபல்லவி கேட்பதே போதுமாயிருந்தது. கடைசியில் 16 பிளேட்டுகள் பொறுக்கி யெடுத்தோம். பிளேட்டு வாங்க விருப்பமுள்ள நேயர்களின் உபயோகத்துக்காக அவைகளை இங்கே குறிப்பிடுகிறேன்.

ஸ்ரீ அம்பாலால் ஸாராபாய் குடும்பத்தினர் குஜராத்திகளாதலால், அவர்களுக்குத் தென்னாட்டு பாஷைகள் தெரிந்திராது. எனவே, வாய்ப்பாட்டுச் சங்கீதத்தைவிட, வாத்திய சங்கீதத்தையே அவர்கள் அதிகம் அனுபவிக்கக் கூடியவர்கள். ஆதலின், வாய்ப்பாட்டுச் சங்கீதத்தில் இரண்டு மூன்று பிளேட்டுகளும், பாக்கியெல்லாம் வாத்திய சங்கீத பிளேட்டுகளும் தெரிந்தெடுப்பதாகத் தீர்மானிக்கப்பட்டிருந்தது.

வாய்ப்பாட்டுச் சங்கீத பிளேட்டுகள் தேர்ந்தெடுப்பது எங்களுக்குச் சிரமமாயில்லை. பின்வரும் மூன்று பிளேட்டுகளையும் உடனே தேர்ந்தெடுத்துவிட்டோம் :

பிளேட் நம்பர்	வித்வான்	பாட்டு	ராகம்
A.122	அரியக்குடி ராமாநுஜய்யங்கார்	"எடு நம்மின"	ஸாவேரி
		"கமலாம்பாம் பஜரே"	கல்யாணி
L.B.E. 30	முசிறி சுப்பிரமண்ய ஐயர்	"நகுமோமு கனலே"	ஆபேரி
L.B.E. 65	"	" என்றைக்கு சிவ கிருபை"	முகாரி
	"	தேயிலைத் தோட்டத்திலே'	செஞ்சுருட்டி

நமது வாய்ப்பாட்டு சங்கீதத்தின் உந்நத நிலையை அறிந்து கொள்வதற்கு மேற்படி பிளேட்டுகள் போதுமானவை.

பிறகு, வாத்திய சங்கீதத்துக்குள் தலை சிறந்ததான வீணை பிளேட்டுகளை ஆராய்ந்தோம். பின்வரும் பிளேட்டுகள் பொறுக்கப்பட்டன :

பிளேட் நம்பர்	வித்வான்	பாட்டு	ராகம்
B. A. 402	தேசமங்கலம் சுப்பிர மணிய அய்யர்	ஆலாபனம்	சங்கராபரணம்
		"ஸ்வராகஸுதா"	"
B.A. 407	"	ஆலாபனம் "அம்ப நாது"	தோடி

வீணை வாத்தியத்தில் இவ்வளவு கம்பீர நாதம் எழும்படி செய்தல் மிகவும் அபூர்வமேயாகும். இத்தகைய சிறந்த வைணிகருடைய வீணைக் கச்சேரி இதுவரைக்கும் சென்னை சபைகள் எதிலும் நடைபெற்றதாகத் தெரியவில்லையே என்பதை எண்ணியபோது மிகவும் ஆச்சரியமாயிருந்தது.

பிறகு, பிடில் வாத்தியத்தில் அநேக பிளேட்டுகளைக் கேட்டுவிட்டுப் பின்வரும் இரண்டு பிளேட்டுகளையும் தேர்ந்தெடுத்தோம் :

பிளேட்	வித்வான்	பாட்டு	ராகம்
C.A. 665	மருங்காபுரி கோபால கிருஷ்ண அய்யர்	"பண்டுரீதி கொலு"	ஹம்ஸா நதி
	"	"எச்சரிக்க காராதா"	யதுகுல காம்போதி
G.E. 187	மைசூர் சௌடையா	ஆலாபனம்	சங்கராபரணம்
		தானம்	ராகமாலிகை

தேசமங்கலம் விஷயமாக ஏற்பட்ட வியப்பு, மருங்காபுரி விஷயத்திலும் ஏற்பட்டது. அவருடைய பிடில், இப்போது சென்னை சபைகளில் அதிகமாகக் கேட்க முடியாமலிருப்பதேன்?

கோட் வாத்தியப் பிளேட்டுகளைப் பொறுக்குவதில் தான் எங்களுக்கு மிகுதியும் கஷ்டம் ஏற்பட்டது. ஏனென்றால், ஸ்ரீமான் நாராயணய்யங்கார் பிளேட் எதைக் கேட்டாலும் கர்ணாமிர்தமாயிருக்கிறது. எதையும் விலக்க முடியவில்லை. ஆலோசனை புனராலோசனை செய்து கடைசியில் பொறுக்கியவை:

பிளேட் நம்பர்	வித்வான்	பாட்டு	ராகம்.
V. E 251.	நாராயண அய்யங்கார்	"பரமபாவன ராமா"	பூரி கல்யாணி.
V. E. 5.	"	"மருலுகொன்னாதிரா"	கமாஸ்
		"நீது மஹிமா"	ஹம்ஸா நதி .

மிருகங்களுள் மான் அழகிற் சிறந்ததாயிருக்கலாம்; ஆனால் 'ராஜா எது?' என்று கேட்டால், சிங்கந்தான். அதுபோல் வாத்தியங்களுக்குள் வீணை இனிமையில் சிறந்ததாயிருந்தாலும், வாத்தியங்களின் ராஜா என்னமோ நாகஸ்வரந்தான்!

நாகஸ்வரத்தில், முதன்மையாக நாங்கள் பொறுக்கியது பின்வரும் பிளேட் ஆகும்:

பிளேட் நம்பர்	வித்வான்	பாட்டு	ராகம்
No. 2476	மதுரை பொன்னுசாமிப் பிள்ளை	ஆலாபனம் "மருகேலரா"	ஜயந்தஸ்ரீ

அடுத்தாற்போல் ஸ்ரீமான் ராஜரத்தினம் பிள்ளையின் பெயர்தான் ஞாபகத்துக்கு வந்தது. அவருடைய தோடி ஆலாபனை பிளேட்டை நிராக்ஷேபணையாய்ப் பொறுக்கினோம். வாத்திய சங்கீதத்தில் அதைவிடச் சிறந்த பிளேட் வெளியானதில்லை.

இன்னும் ஒரு பிளேட் பொறுக்க வேண்டியிருந்தது. அவருடைய "தர்பார்" பிடிக்கவில்லை. அது "தோடி"க்குத் திருஷ்டிப் பரிகாரம் என்பதாகவே தோன்றிற்று.

மற்றும், நான் கேட்ட ராஜரத்தினம் பிள்ளையின் "தம்புரா கச்சேரி" ஒன்று சோபிக்காமல் போனதிலிருந்து, அவருடைய கச்சேரி வாய்த்தால் தான் வாய்த்தது, இல்லாவிட்டால் இல்லையென்று ஒருமாதிரி எண்ணம் ஏற்பட்டிருந்தது.

கம்பெனிக்காரர், "ராஜரத்தினத்தின்" 'ஸெட்' கேட்டுப் பார்க்கலாமே" என்றார். முதலில் எனக்கு அவ்வளவு உற்சாகமாயில்லை. ஆயினும் கேட்டுப் பார்க்கலாம், ஏதாவது ஒன்று தேறாமலா போகிறது என்று நினைத்தேன்.

'ஸெட்டில் முதல் பிளேட்டாகிய "ஷண்முகப்ரியா" வைத்ததும், மெய்மறந்து விட்டோமென்றே சொல்ல வேண்டும், பாக்கி நாலு பிளேட்டையும் வைத்தபோது, ஒன்றையொன்று தூக்கியடிப்பதாகவே இருந்தது. எனவே, அவைகளுள் ஒரு பிளேட் பொறுக்கி எடுக்க முடியாமல், எல்லாவற்றையும் சேர்த்துவிட வேண்டியதாயிற்று.

உண்மையில் இந்த நாகஸ்வர 'ஸெட்' சங்கீத உலகத்திற்கு ஓர் அபாயமென்றே சொல்ல வேண்டும்! ஒரு வீட்டில் இந்த

ஸெட் இருந்தால் அந்த வீட்டுக்காரர்களுக்கு வேறு சங்கீதக் கச்சேரிகளுக்குப் போக வேண்டுமென்ற விருப்பம் தோன்றுவதே அரிதாகிவிடும்.

இவ்வாறு பொறுக்கி எடுக்கப்பட்ட ஆறு நாகஸ்வர பிளேட்டுகளின் விவரம்:

பிளேட் நம்பர்	வித்வான்	பாட்டு	ராகம்
C. A. 720	ராஜரத்தினம் பிள்ளை	ஆலாபனம்	தோடி
A. 916	”	”	ஷண்முகப்பிரிய
		“வள்ளிநாயகனே”	”
C.A. 917	”	ஆலாபனம்	பைரவி
C. A. 918	”	பல்லவி	பைரவி
C. A. 919	”	ஆலாபனம்	மால்கோஸ் பியாக்
C. A. 920	”	“நன்னுவிடச்சி” நோட், தேவாரம் மங்களம்.	ரீதிகௌள

இவ்வளவு வாத்தியங்கள் சொன்னபிறகு, நேயர்களுக்குப் புல்லாங்குழல் ஞாபகம் வரலாம். அன்று புல்லாங்குழல் பிளேட்டுகள் அநேகம் கேட்டோம். ஒன்றாவது, நாங்கள் எதிர்பார்த்த சங்கீத மேன்மை பொருந்தியதாயில்லை. ஆகவே, “இன்று புல்லாங்குழலுக்கு நல்ல நாளில்லை போலிருக்கிறது; இன்னொரு நாள் பார்க்கலாம்” என்று விட்டுவிட்டோம். மறுபடி எப்போதாவது புல்லாங்குழல் பிளேட் பொறுக்கினால் உங்களுக்குத் தெரிவிக்கிறேன். நிற்க,

நாங்கள் தேர்ந்தெடுத்த பிளேட்டுகளை ஸ்ரீ அம்பாலால் ஸாராபாய் குடும்பத்தார் வாங்கிக் கேட்டதாகவும், அவற்றிலடங்கிய சங்கீதம் அவர்களைப் பரவசப்படுத்தியதாகவும் செய்தி கிடைத்திருக்கிறது. நீங்கள் எப்போதாவது மேற்படி பிளேட்டுகளைக் கேட்டால், உங்கள் அபிப்பிராயம் ஒத்திருக்கிறதா என்று பார்த்துக்கொள்ளுங்கள்.

- ஆனந்த விகடன், 11.08.1935

24

வத்ஸலா கலியாணம்

பாலைவனத்தில் பிரயாணம் செய்யும் ஒருவனுக்கு, இரண்டு பேரீச்ச மரங்களும் அதனருகே மூன்று கை தண்ணீர் தரும் நீர் ஊற்றும் உள்ள 'ஜீவபூமி'யைக் கண்டதும், அதுவே சொர்க்க லோகம் என்று தோன்றுமல்லவா? அதுபோலவே, தமிழ் டாக்கி உலகத்திலும் ஏதாவது கொஞ்சம் நல்ல அம்சத்தைக் கண்டாலும், ரஸிகர்களுக்குப் பூரிப்பு உண்டாகிறது. தெனாலிராமனுடைய குதிரையைப் போல், ஒரு பிடி புல்லை ஆவலுடன் மென்று மென்று சுவைத்துச் சந்தோஷமடைய அவர்கள் தயாராயிருக்கிறார்கள்.

"மாயா பஜார் அல்லது வத்ஸலா கல்யாணம்" டாக்கியில், இவ்வாறு ரஸிகர்களுக்கு மகிழ்ச்சியளிக்கும் நல்ல அம்சம் ஸ்ரீமதி எம்.எஸ்.விஜயாள்தான்.

சாதாரணமாய் , தமிழ் நாடக மேடையிலும் டாக்கி திரையிலும் முக்கியமான குறை என்னவென்றால், வேஷப் பொருத்தம் சிறிதேனும் இல்லாமல் உருவம், குரல், அதிலும் ஸ்திரீ வேஷங்களின் விஷயத்தில் இந்தப் பொருத்தமின்மை அதிகமாய்க் காணப்படுகிறது. மானென்றும், மயிலென்றும் வர்ணிக்கப்படும் கதாநாயகிகள், குட்டி யானைகளைப் போல் மேடையிலோ திரையிலோ வந்து நிற்கும்போது, நமது உள்ளங்களில் ஒரு பூகம்பம் ஏற்பட்டு நமது மன மாளிகைகளெல்லாம் தகர்ந்து போகின்றன. ஆனால், ஸ்ரீமதி எம்.எஸ்.விஜயாள் விஷயத்தில் இத்தகைய அதிர்ச்சி நமக்கு ஏற்படுவதில்லை .

தமிழ்நாட்டில் நான் இதுவரை பார்த்திருக்கும் ஸ்திரீ நடிக ரத்தினங்கள் எல்லாரிலும் தோற்றத்தில் ஸ்ரீமதி எம். எஸ். விஜயாள் சிறந்து விளங்குகிறார். முக்கியமாக, வத்ஸலை வேஷம் அவருக்கு மிகவும் பொருத்தமாய் அமைந்திருக்கிறது.

சிறந்த நடிகருக்கு வேண்டிய மற்ற அம்சங்களும் இவரிடம் பொருந்தியிருப்பது மகிழ்ச்சிக்குரியதாகும். சாரீரம் இனிமையாயிருக்கிறது; பாடும்போது வாயைப் பிளக்காமலும், முகத்தை விகாரப்படுத்திக் கொள்ளாமலும் இயற்கையாகப் பாடுகிறார்; பேச்சு ஸ்பஷ்டமாய் வருகிறது; நடிப்புத் திறமையின் அறிகுறிகளும் காணப்படுகின்றன.

இவ்வளவுக்கும் மேலாக, முகத்தில் அசடு வழியவில்லை. புத்திசாலித்தனத்தின் சின்னங்கள் இருக்கின்றன. இளம் வயதானபடியால் மேலும் மேலும் அபிவிருத்தியடைய இடமிருக்கிறது. ஆகவே மேனாட்டு நடிக நக்ஷத்திரங்களுக்குச் சமமான உன்னத நிலைமையை இவர் அடைவதற்கு மூன்றே மூன்று நிபந்தனைகள் தான் பூர்த்தியாக வேண்டும். அவை வருமாறு:

1. அசந்தர்ப்பமான, ஆபாசமான கதைகளில் நடித்துப் பெயரைக் கெடுத்துக்கொள்ளாமல் இருக்க வேண்டும்.

2. உடன் நடிக்கும் நடிகர்களும் கூடியவரையில் திறமை வாய்ந்தவர்களாக இருக்க வேண்டும்.

3. நடிப்புப் பயிற்சியளிப்பவர்களும், டாக்கி டைரக்டர்களும் தக்கவர்களாய் ஏற்பட வேண்டும்.

"வத்ஸலா கல்யாணம்" டாக்கியில், ஸ்ரீமதி எம். எஸ். விஜயாள் சம்பந்தப்பட்ட வரையில் குற்றம் ஒன்றும் சொல்வதற்கில்லை யென்பது மிகவும் சந்தோஷமான விஷயம். சில இடங்களில் "இன்னும் நன்றாய் நடித்திருக்கலாம்" என்ற குறைமட்டுமே தோன்றியது.

வித்வான் சீனிவாசனுக்கு அபிமன்யு வேஷம் முற்றும் பொருத்தமென்று சொல்வதற்கில்லை. தன்னந்தனியனாய் ஜயத்ரதனுடைய வியூகத்தில் புகுந்து மகா வீராதி வீரர்களை யெல்லாம் கதற அடித்த வீர அபிமன்யு இவன்தான் என்று நமக்கு நம்பிக்கை உண்டாவது கஷ்டந்தான், ஆனால் தமிழ் டாக்கிகளில்

நாம் பார்த்திருக்கும் மற்றும் பல வேஷங்களுடன் ஒப்பிடுகையில் இது "அவ்வளவு மோசமில்லை" என்று சொல்லலாம்.

வத்ஸலை (விஜயாள்)

அபிமன்யுவின் நடிப்பு சாதாரணம் ஆனால் அவனுடைய சங்கீதம் மிகவும் உயர்தரமானது. அபிமன்யு பாடும்போது கண்ணை மூடிக்கொண்டால் "நாம் டாக்கி கொட்டகையில் இருக்கிறோமா, உயர்தர சங்கீதக் கச்சேரி கேட்கிறோமா?" என்று சந்தேகம் வந்துவிடும்.

சங்கீதம் உயர்ந்தது தனக்கு இடந்தான் பொருத்தமில்லை. சங்கீத வித்வத் சபையில் பாடிய பாட்டை டாக்கி கொட்டகையில் கேட்டால், க்ஷவரம் செய்துகொள்ளச் சென்ற ஸலூனில் வேத கோஷத்தைக் கேட்பதுபோல், 'இடபேத' உணர்ச்சி உண்டாகிறது. டாக்கி சங்கீதம், இனிமையும் எளிமையும் பொருந்தியிருக்க வேண்டும். பிழையின்றி இருக்க வேண்டுமே தவிர, வித்தைத் திறமையைக் காட்டக்கூடிய பாட்டு டாக்கிக்கு உசிதமன்று.

கிருஷ்ணனுடைய வேஷம், நடிப்பு, பாட்டு, பேச்சு, எல்லாம் மத்திய தரமாய் நன்றாயிருந்ததென்றே சொல்ல வேண்டும். பலராமர் பாடும்போது வாயை அவ்வளவு அதிகமாய்த் திறந்து " விழுந்தது போக வெற்றிலைக் காவிபடிந்த பற்கள் எவ்வளவு பாக்கி" என்பதைக் காட்டாமலிருந்திருந்தால், அவரைப் பற்றியும் கிருஷ்ணனைப் பற்றிச் சொன்னது போலவே சொல்லியிருக்கலாம்.

ரேவதி பாதகமில்லை; ஆனால் அவர் புன்னகை புரியும் முறையை மட்டும் மாற்றிக்கொண்டால் நல்லது; அந்த வேஷம் போட்டவரே படத்தில் தம்மைப் பார்க்கும்போது இதன் அவசியத்தை உணர்ந்து கொள்வார்.

அபிமன்யு (ஸ்ரீநிவாஸன்)

பால அபிமன்யுவாகவும், பால வத்ஸலையாகவும் வேஷம் தரித்த குழந்தைகள் சிரஞ்சீவிகளாய் வாழ்ந்து மேலும் மேலும் அபிவிருத்தியடைந்து புகழ்பெறுமாறு பகவான் அனுக்கிரஹிக்க வேண்டும் ; ஆனால் சாஷாத் கிருஷ்ணபகவா னுடைய ஆசீர்வாதமே அவர்களுக்கு இருக்கும்போது நாம் கவலைப்படுவானேன்?

ராக்ஷதர்கள் எல்லாரும் சுத்த 'இமிடேஷன்' ராக்ஷதர்கள் ; குழந்தைகளுக்குப் பூச்சாண்டி காட்டக்கூட லாயக்கில்லாதவர்கள். கடோத்கஜன் சாப்பிட்ட அளவு ஜிலேபிகள் நம்மில் யாரும் அநாயாஸயமாகச் சாப்பிட்டுவிடுவோம்.

துரியோதனனுடைய பிள்ளை லக்ஷ்மணன் முதல் நம்பர் அசடு என்று கதை. இந்த வேஷம் தரித்தவன் அவ்வளவு அசடாக இல்லை. துளித் துளி புத்திசாலிக் களையும் வந்துகொண்டிருந்தது.

ரொம்பவும் சகிக்க முடியாத கண்ணறாவியா யிருந்தது, சுபத்திரைதான். உண்மையில், சுபத்திரை இப்படித்தான் இருந்தாளென்றால் “சுபத்திரா கல்யாணம்” கதையையே மாற்றி அமைக்க வேண்டும். அர்ச்சுனன் சந்நியாசி வேஷந்தரித்துச் சென்று சுபத்திரையை மணந்ததாக அல்லவா கதை? சுபத்திரை இப்படி இருந்திருந்தால், அர்ச்சுனன் அவளைக் கலியாணம் செய்து கொண்ட பின்னரே காவி வஸ்திரம் தரித்துச் சந்நியாசியாகி, ஓடிப்போயிருக்க வேண்டும்.

மற்றப்படி தமிழ் டாக்கி உலகில் இன்றியமையாதவை என்று கருதப்படும் இலட்சணங்களெல்லாம் வத்ஸலா கலியாணத்திலும் பொருந்தியிருப்பதைக் காணலாம்.

“டாக்கி உலகம்” என்று சொன்னேன் ? அதை அழித்துவிட்டு “செவிடர் உலகம்” என்று வைத்துக் கொள்ளுங்கள்.

தமிழ் டாக்கிகள் சம்பந்தப்பட்ட வரையில், “செவிடர் உலகம்” என்றே அழைக்கலாமென நினைக்கிறேன். ஏனெனில், இதுவரையில் நான் பார்த்திருக்கும் எந்தத் தமிழ் டாக்கியிலும் பாத்திரங்கள் சாதாரணமாய் நாம் பேசுவது போன்ற குரலில் பேசுவதில்லை. ஒவ்வொருவரும், மற்றவர்களைச் செவிடர்கள் என்பதாகவே பாவித்துக்கொண்டு உரத்த குரலில் கத்துகிறார்கள்.

வீட்டில் புருஷனும் மனைவியும் இரகசியமாகப் பேசும் காதல் சம்பாஷணைகள்கூடச் சாதாரணமாய் அரை மைல் தூரம் கேட்கக்கூடியவையாயிருக்கும்,

கிருஷ்ணன் (சிறுகளத்தூர் சாமா)

கதாநாயகன் நந்தவனத்தில் சந்தித்த தன் காதலியைப் பார்த்து, “பெண்ணே ! என்னை நாயகனாய்க் கொள்ளுவதுபற்றி உன்னுடைய உள்ளக்கருத்து யாதோ, ஸொல்லுவாய் என்று கேட்பானாயின், அந்த நந்தவனத்தின் ஒரு கோடியிலிருந்து மற்றொரு கோடிவரையில் ஆங்காங்கு உலாவிக்கொண்டிருக்கும் பெண் தெய்வங்கள் எல்லாரும் திடுக்கிட்டு, “எந்தப் புருஷக் கழுதை இந்த மாதிரி நம்மைப் பார்த்துக் கேட்கிறது ?” என்று சுற்று முற்றும் பார்ப்பார்கள்.

டாக்கி நடிகர்கள் இவ்வாறு ஒரு "செவிடர் உலகத்தைச் சிருஷ்டி செய்வதின் காரணம் என்ன என்பதை நாம் ஒருவாறு ஊகிக்கக் கூடும். இவர்கள் எல்லாரும் ஏற்கனவே நாடகமேடையில் நடித்தவர்கள், நாடகமேடையில் நடிகர்கள் உரத்த சத்தம் போட்டுப் பேசு வேண்டியது அத்தியாவசியம். அப்போதுதான் கொட்டகையில் கடைசி வரிசையில் உள்ளவர்கள் வரையில் கேட்டு அநுபவிப்பார்கள், டாக்கியில் இது அவசியமில்லை.

(இங்கிலீஷ் டாக்கிகளில் பாத்திரங்கள் எல்லாரும் இயற்கையான சாதாரண சம்பாஷணைக் குரலிலேயே பேசுகிறார்கள். அவர்கள் இரகசியமாய்க் காதோடு காதாய்ப் பேசுவதுகூட இரகசியம் பேசுவது போலவே நம் காதில் விழுகிறது.

பால வத்ஸலை (ருக்மணி')

நாடகத்துக்கும் டாக்கிக்கும் உள்ள இந்த வித்தியாசத்தை நடிகர்கள் உணராததும், அதை அவர்கள் உணரச் செய்ய டைரக்டர்கள் முயற்சி எடுக்காததும்தான் தமிழ் டாக்கிகளில் நமது செவிகள் தொளைபடுவதற்குக் காரணம் என்று நினைக்கிறேன். ஒருவேளை, தமிழ் டாக்கிகளுக்கென்று அவதரித்து வந்திருக்கும் டைரக்டர்களுக்கே இந்த விஷயம் தெரியாதோ, என்னமோ! கடவுளுக்குத்தான் வெளிச்சம்.

காரணம் எதுவாயிருந்தாலென்ன? நடிகர்கள் பேசும் ஒவ்வொரு வார்த்தையையும் உரத்த குரலில் அலற வேண்டியது தமிழ் டாக்கியின் இன்றியமையாத இலட்ச இணங்களில் ஒன்றாக ஏற்பட்டுப் போயிற்று. "வத்ஸலா கலியாணம்" இந்த இலட்சணம் நன்கு பொருந்தியதாயிருக்கிறது. இந்த டாக்கியில் கொஞ்சம் மெதுவான குரலில் பேசுகிறவர்கள் பெரும்பாலும் ராக்ஷதர்கள் தான்!

டாக்கியில், நல்ல சங்கீதம் பொருத்தமான இடங்களில் அமைந்திருந்தால் டாக்கியை அது மேன்மைப்படுத்தும் என்பதில் சந்தேகமில்லை. ஆனால் அந்த ('நல்ல', பொருத்தமான' என்னும்) இரண்டு நிபந்தனைகளையும் தமிழ் டாக்கி டைாக்டர்கள் மறந்து விடுகிறார்கள்.

நன்றாய்ப் பாடத் தெரிந்தவர்களை மட்டும் பாடச் சொல்லிவிட்டு, மற்றவர்களைப் பேச்சு, நடிப்புடன் நிறுத்திக் கொண்டால் எவ்வளவு நன்றாயிருக்கும்? உதாரணமாக, இந்த டாக்கியில் சுபத்திரையும் இடும்பியும் எதற்காகப் பாட வேண்டும்?

நல்ல பாட்டுக்கூடப் பொருத்தமற்ற இடத்தில் வரும் போது வெறுப்பையளிக்கின்றது. மூர்ச்சை போட்டுக் கிடக்கும் சுபத்திரையைக் கண்டதும் அபிமன்யு ஓடி ஜலம் கொண்டுவந்து தெளிப்பதற்குப் பதிலாக, உயர்தர கீர்த்தனை பாணியில் பாடத் தொடங்குகிறான் ; சங்கதிகளை உதிர்க்கிறான். இந்தப் பழைய சம்பிரதாயத்தை மாற்ற இன்னும் காலம் வரவில்லையா?

அதற்குப் பதிலாக, காட்டில் வேட்டையாடிவிட்டு வரும் அபிமன்யு வரும்போது 'குஷி'யாகப் பாடிக்கொண்டுவந்து, மூர்ச்சையாகக் கிடக்கும் தாயாரைக் கண்டதும் பாட்டைப் பாதியில் நிறுத்திவிட்டதாகக் காட்டியிருந்தால் எவ்வளவு நன்றாயிருக்கும்?

கதை எவ்வளவு நல்ல கதையாயிருந்தாலும், அதில் ஆபாசத்தையும் கோரத்தையும் புகுத்திவிடும் சக்தி தமிழ் டாக்கி டைரக்டர்களிடம் இருக்கிறது. உதாரணமாக, இந்தக் கதையில் ஒரு வளைச் செட்டியும், அவனிடம் வளையடுக்கிக் கொள்ளவரும் ஸ்திரீயும் நடிப்பது ஆபாச ரஸத்தைச் சேர்ந்ததேயாகும். "இந்தமாதிரி ஆபாஸம் நமது ஜனங்களுக்குப் பிடிக்கும்" என்று ஏன் நினைக்கிறார்களோ, தெரியவில்லை, உண்மையென்ன வென்றால், நமது ஜனங்கள் நாளுக்கு நாள் நாகரிகத்திலும் ரஸிகத் தன்மையிலும் சிறந்து வருகிறார்கள். குற்றமற்ற சிருங்கார ரஸம், ஹாஸ்யாஸம் இவைகளுக்கும் வெறும் ஆபாசத்துக்கும் உள்ள வித்தியாசம் அவர்களுக்கு நன்றாய்த் தெரிந்திருக்கிறது. "பக்த ராமதாஸ்" படத்தில் ஸ்ரீமான் சாரங்கபாணியின் உயர்தர ஹாஸ்ய நடிப்பை ஜனங்கள் பாராட்டி மகிழ்ச்சியடையவில்லையா?

கோரத்தைப் புகுத்துவதும் இப்படி அநாவசியமேயாகும், "மாயா பஜா"ரில் செம்பு, தட்டு, துணிமணி, படுக்கை முதலியனவாக இருந்த ராக்ஷதர்கள், சுயரூபத்தை எடுத்துக் கொண்டதும், தங்களைச் சாமான்களாக வாங்கி வந்தவர்களைப் போட்டு அடித்துக் குத்தி இம்சிப்பது முற்றிலும் அநாவசியமான கோரம். அதற்குப் பதில், அந்த சாது ஜனங்கள் ராக்ஷதர்களைக் கண்டதும் ஓட்டம் பிடிக்க, அவர்களை பாகூதர்கள் துரத்துவதாக மட்டும் காட்டியிருந்தால், குற்றமற்ற தமாஷாயிருக்கும். சபையோர் சிரித்து மகிழ்ந்திருப்பார்கள்: இப்பொழுதோ சபையோர் "சிவ சிவா" என்று கண்ணை மூடிக்கொள்ளும்படியிருக்கிறது.

ரைவதகிரியில் காளிகோயில் அநாவசியம், அதிலும், அங்கே ஒரு வெள்ளைக்கார ஸ்திரீயின் நடனம் அசந்தர்ப்பத்துக்கு எல்லையாயமைத்திருக்கிறது.

இதற்கு மாறாக, முக்கியமான சில காட்சிகள் காட்டப்படவில்லை. "நான் செத்துப்போனால், இதோ தெரியும் இரண்டு பனை மரங்கள் விழுந்துவிடும்" என்று கடோத்கஜன் இடும்பியிடம் சொல்லிவிட்டுப் போகிறான், அவன் செத்துப் போனதும், பனை மரங்கள் விழும் காட்சியைக் காட்டியிருந்தால் எவ்வளவோ நன்றாயிருந்திருக்கும். பார்ப்போர்க்கு மயிர்க் கூச் சல் உண்டாகும். அதைக் காட்டவில்லை. அதற்குப் பதில் கடோத்கஜனும் அபிமன்யுவும் போடும் விளையாட்டுச் சண்டை திருப்பித் திருப்பிக் காட்டப்படுகிறது.

பலராமருடைய வீட்டுக் கலியாணத்திற்காகச் சமையல் செய்யப்படும் சாப்பாடு பக்ஷண வகையறா ஒருவருக்கும் நம்பிக்கை உண்டாக்காது, சாதாரண ஏழைக் குடியானவன் வீட்டில்கூட இன்னும் தடபுடலாகச் சமையல் நடக்கும். கடோத் கஜன் சாப்பிடுவதில் ஜிலேபிகள் குதித்து எழுந்து அவனுடைய வாய்க்குப்போவது குழந்தைகளுக்குச் சிரிப்பு மூட்டலாம். ஆனால் இந்தக் காட்சி முழுவதும் சுத்த 'ஹம்பக்' என்பது அக்குழந்தைகளுக்குக்கூடத் தெரியாமல் போகாது.

இதில்வேடிக்கை என்னவென்றால், இந்தக் குறைபாடுகளைத், தெரிந்துகொள்வதற்கு அதிக சாமர்த்தியம் வேண்டியதில்லை. எல்லாருக்கும் எளிதில் தெரியக்கூடியதுதான். ஆயினும் படங்கள் ஏன் இப்படிக் குறைகளுடன் வருகின்றன? "எல்லாம் இந்தத் தமிழ் ஜனங்களுக்குப் போதும்" என்கிற அலட்சிய புத்தியாயிருக்கலாமோ..?

மேற்கண்டவாறு எழுதிய பின்னர் ஒரு விஷயம் கேள்விப்படுகிறேன். அதாவது, நான் பார்த்த படம் முதல் பதிப்பு ; முதல் வாரத்தில் முதல் நாளே பார்த்தது. இரண்டாவது வாரத்திலிருந்து காட்டப்படும் திருத்தப்பட்ட பதிப்பில், சில அசந்தர்ப்பங்கள் நீக்கப்பட்டிருக்கின்றனவென்று அறிகிறேன். அப்படியானால், இந்தப் படத்தின் டைரக்டர் அல்லது சொந்தக்காரர்களுக்கு "எல்லாம் தமிழ் ஜனங்களுக்குப் போதும்" என்ற அலட்சிய புத்தி இல்லையென்று தெளிவாகிறது. இது முன்னேற்றத்துக்கு அறிகுறி.

படத்தில் சம்பாஷணைகள் எல்லாம் தெளிவாயிருப்பதும், ஒலிப்பதிவு சுத்தமாயிருப்பதும் குறிப்பிட வேண்டிய நல்ல அம்சங்கள்.

- ஆனந்த விகடன், 29.09.1935

25
சுருதி

நேயர்களில் சிலருக்கு மூக்குக்கு மேல் கோபம் வந்திருப்பதாக "விகடன்" தெரிவிக்கிறான். ஒவ்வொரு இதழிலும் "ஆடல் பாடல்" குறிப்புகள் ஏன் வருவதில்லையென்பதுதான் அவர்களுடைய மனஸ்தாபத்துக்குக் காரணமாம்.

"என் மேல் குற்றம்
ஏதொன்றுமில்லையே!"

என்று விகடன் சார்பாகவும், என் சார்பாகவும், மிக உருக்கத்துடன் தெரிவித்துக் கொள்கிறேன். (உங்களுக்கு உருக்க முண்டாகாவிட்டால், மேற்படி வரிக்கு ஸ்ரீமதி பால ஸரஸ்வதி பிடிக்கும் அபிநயத்தை நினைத்துக்கொண்டு உருகுங்கள்.)

வாரத்தில் மூன்று, நான்கு நாள் மாலை நேரங்களை இந்தப் பகுதிக்கு விஷயங்களைத் தேடுவதற்காக நான் செலவு செய்வதில் குறைவு இல்லை ; ஆனால் கிடைப்பது பெரும்பாலும் தலைவலிதான்.

தமிழ் டாக்கிகள் என்னமோ புதிது புதிதாய் வந்து கொண்டுதானிருக்கின்றன. கச்சேரிகளும் நடந்து கொண்டுதானிருக்கின்றன. அவை ஒவ்வொன்றையும் பற்றி எழுதுவதானால், விகடனின் பக்கங்களை வீணாக்குவதைத் தவிர பலன் ஒன்றுமிராது. அப்படி வீணாகும் இடத்தில் புதிது புதிதாய் எழுத முன்வரும் தமிழ் இளைஞர்களில் ஒருவருடைய கட்டுரையைப் போட்டால், அவராவது ஊக்கம் பெற்று மேலும் மேலும், நன்றாய் எழுத முன்வருவாரல்லவா?

ஆகவே, இந்தப் பகுதியில் எழுதுவதுபற்றி என் கொள்கை என்னவென்றால், ஏதாவது ஒரு வகையில் முக்கியமடைந்திருக்கும் டாக்கி, நாடகம், அல்லது கச்சேரியைப் பற்றித்தான் இங்கே பிரஸ்தாபிக்கலாம்; ஒரு புதுமை அல்லது ஒரு விசேஷ அம்சம் இருந்தால்தான் அதைப்பற்றி எழுத வேண்டும்; வெறுங் குப்பை கூளங்களைப் பற்றியும் சாரமில்லாத விஷயங்களைப் பற்றியும் எழுதி இந்தப் பக்கங்களை வீணாக்கக் கூடாது என்பதே. இந்தக் கொள்கை உங்களுக்கும் பிடித்தமாயிருக்கும் என்றே நம்புகிறேன்.

சங்கீத உலகம்

பொதுவாக, சென்னை சங்கீத சபைகளில், சென்ற இரண்டு வருஷங்களில் இருந்த உற்சாகம் இவ்வருஷமில்லை. சென்ற வருஷம் லாபம் சம்பாதித்த சபைகள் எல்லாம் இவ்வருஷம் நஷ்டப்படுவதாக மூக்கால் அழுகின்றன. சென்ற வருஷம் ரூ. 800க்கு டிக்கட் விற்பனையான அதே வித்வான்களின் கச்சேரிகளுக்கு இவ்வருஷம் ரூ. 300 கூட வசூல் ஆவதில்லையாம். இந்த மாறுதலுக்குக் காரணம் என்ன?

ஆவலுடன், கச்சேரி கேட்கச் செல்லும் சங்கீதாபிமானிகள் அங்கே அடையும் ஏமாற்றந்தான் காரணம். பாதிக் கச்சேரிகளில் வித்வான்கள் சுருதியோடு சேர்ந்துகூடப் பாடுவதில்லை. பாடகரின் குரல் சுருதியோடு சேர்கிறதா, இல்லையா என்று நிர்ணயமாய்த் தெரிந்து கொள்ள அநேகருக்கு முடியாமல் இருக்கலாம். எனினும், கச்சேரி முடிவில் "இன்று என்னமோ கச்சேரி ரஸிக்கவில்லை" என்று நிச்சயமாய்ச் சொல்லிக் கொண்டுதான் போவார்கள்.

இதனால் நமது பெரிய வித்வான்களுக்கு சுருதி ஞானமே இல்லையென்று நான் தோஷாரோபணம் செய்வதாய் நேயர்கள் எண்ணக் கூடாது. சுருதி ஞானம் பூரணமாய் உள்ளவர்களானாலும் சாரீரம் இடர் செய்தால் அவர்கள் என்ன பண்ணுவார்கள்? தொண்டை சரியாயில்லாத போது வர்கள் கச்சேரியே ஒப்புக்கொள்ளாமலிருக்கலாம்; அவ்வளவு தூரம், கையில் கிடைக்கிற பணத்தை வேண்டாமென்று சொல்வதற்கு அவசியமான தைரியத்தை வித்வான்களிடம் நாம் எதிர்பார்க்க முடியாது. எழுத்தாளர்களில்கூட எவ்வளவோ பேர் ஒரு முறை நல்ல பெயர் வந்ததும், பணவருவாய்க்காக எழுதத் தொடங்கி கிடைத்த பெயரை கெடுத்துக் கொள்கிறார்கள் என்பதை நாம் அறிவோமல்லவா!

சங்கீத உலகில் மந்தத்திற்கு இன்னொரு காரணம், வித்வான்கள் பாடிய கீர்த்தனைகளையே திரும்பத் திரும்பப்

பாடிக் கொண்டிருப்பதாகும். கச்சேரிக்கு வரும் ரஸிகர்களில் பலர் அந்தந்த வித்வானின் 'மாஸ்டர் பீஸ்' என்று கருதப்படும் பாட்டை ஒவ்வொரு கச்சேரியிலும் கேட்க விரும்புவது இயல்பு. இதன் காரணமாக பத்துப் பன்னிரண்டு கீர்த்தனங்களை வைத்துக்கொண்டு அவைகளையே திரும்பத் திரும்பப் பாடிக் கச்சேரி நடத்தி விடலாமென்று சில வித்வான்கள் நினைத்தார்கள். அதன் பலனை இப்போது அநுபவிக்கத் தொடங்கியிருக்கிறார்கள் எனலாம்.

கீர்த்தனைகளைப் பொறுக்கும் விஷயத்தில் வித்வான்கள் கைக்கொள்ள வேண்டிய முறை என்னவென்றால், ஒவ்வொரு கச்சேரியிலும், சபையோரின் காதுக்கு ஏற்கனவே பழக்கமாகி அவர்களுக்குப் பிடித்திருக்கும் கீர்த்தனம் ஒன்றும், அவர்கள் கேட்டிராத புதிய பாட்டு ஒன்றுமாகக் கலந்து கலந்து பாட வேண்டும். நான் அறிந்த வரையில் இந்த முறையை செம்மங்குடி சீனிவாசய்யர் ஒருவர்தான் நன்கு கடைப்பிடித்து வருகிறார். அதற்குத் தகுந்தபடி அவர் கச்சேரிகளும் சோபித்து வருகின்றன. இவ்வருஷம் சென்னையில் அதிகமாகக் கச்சேரிகளும் அவருக்குத்தான் நடந்தன.

கூடிய வரையில் வித்வான்கள் கச்சேரிகளில் தமிழ்க் கீர்த்தனங்களை அதிகமாய்ப் பாட வேண்டுமென்ற அபிப்பிராயம் தமிழ்நாடெங்கும் ஏற்பட்டிருப்பது நேயர்கள் அறிந்ததே. இந்த அபிப்பிராயத்தைச் சிறிதும் பொருட்படுத்தாத முன்னணி வித்வான் ஒருவர் இருக்கிறார். சாரீர இனிமையில் அவரை முதன்மையாவர் என்று கூடச் சொல்லலாம்.

ஆயினும் அவருக்கு இவ்வருஷத்தில் சென்னை சபை எதிலும் ஒரு கச்சேரிகூட நடக்கவில்லையென்றால் காரணம் என்னவாயிருக்கலாமென நினைக்கிறீர்கள்?

நமது சங்கீத வித்வான்கள் இந்த விஷயங்களையெல்லாம் சற்று யோசத்து, தங்களுடைய நன்மையையும் தேடிக்கொண்டு, நமது சங்கீதத்தையும் மேலும் மேலும் மேன்மையறச் செய்தார்களானால் எவ்வளவோ நன்றாயிருக்கும்.

பொதுவாக, இவ்வருஷத்தில், அடிக்கடி கேட்டிருக்கும் பெரிய வித்வான்களுடைய கச்சேரிகளுக்குப் போவதில்லையென்று தீர்மானித்திருந்தேன். அப்படி ஓர் ஏற்பாடு செய்யாமலிருந்தால், மற்றக் கச்சேரிகளைக் கேட்கமுடியாமலே போகிறது. சங்கீத உலகில் புதிதாய் முன்னுக்கு வந்துகொண்டிருப்பவர்களின் யோக்யதையை அறியச் சந்தர்ப்பம் கிடைப்பதில்லை.

மேற்படி தீர்மானத்தின் காரணமாக, இவ்வருஷம் மற்றப் பாடகர்கள் பலருடைய கச்சேரி கேட்கும் வசதி எனக்குக் கிடைத்தது. ஆனால் அவைகளில் குறிப்பிடக் கூடியவை மிகச் சிலவேதான்.

ஸ்ரீமதி நாகசாமி ஐயர்

நுங்கம்பாக்கம் சபையில் ஸ்ரீமதிநாகசாமி அய்யர் என்னும் பெண்மணியின் கச்சேரி கேட்க நேர்ந்தது. (இவருடைய சொந்தப் பெயர் என்னவோ, எனக்குத் தெரியவில்லை.) எனக்கு மிகவும் சந்தோஷமளித்த கச்சேரிகளில் இது ஒன்றாகும். ஸ்ரீமதி நாகசாமி அய்யரின் சங்கீத சாஸ்திர ஞானம் என்னைத் திகைக்கச் செய்துவிட்டதென்றே சொல்லலாம். இவ்வளவு விற்பத்தி அடைய எவ்வளவு காலம் அவர் உழைத்துப் பாடுபட்டிருக்க வேண்டும்? எவ்வளவு கடினமான சாதகங்கள் செய்திருக்க வேண்டும்?

தற்சமயம் தமிழ்நாட்டை முழுக அடித்திருக்கும் சங்கீத அபிமானத்தினால் அநேக நற்பயன்கள் விளைந்திருக்கின்றன. அவைகளில் ஒன்று, ஸ்ரீமதி நாகசாமி அய்யரைப் போன்ற உயர்குடும்ப ஸ்திரீகள் துணிந்து சபைகளுக்கு வந்து கச்சேரி செய்யத் தொடங்கியிருப்பதாகும்.

ஒரு காலத்தில், தமிழ்நாட்டின் சங்கீதமே முழுதும் அரியக்குடி மயமாயிருந்தது. நாடகத்துக்குச் செல்பவர்கள் எல்லாரும் எப்படி கிட்டப்பாவின் வாணமெட்டுக்களைப் பாடிக் கொண்டிருந்தார்களோ, அதுபோல் கச்சேரிக்குப் போவோர்களெல்லாரும் அரியக்குடி கீர்த்தனங்களை வாய்க்குள் முணுமுணுத்துக்கொண்டேயிருந்தார்கள்; வாய்விட்டுப் பாடியவர்களும் உண்டு. "அரியக்குடி ஸ்டைல்" என்றும், "அரியக்குடிபாணி" என்றும் வழங்கலாயின.

ஆனால் அப்படி ஏற்பட்ட அரியக்குடி பாணியை நன்கு பின்பற்றி வெற்றியடைந்திருப்பவர்கள் மிகச் சிலர் என்றே சொல்லலாம். அவர்களில் ஒருவர் ஸ்ரீமதி நாகசாமி அய்யர்.

டைகர் வரதாச்சாரியார்

சங்கீதத்தில் ஏதோ சுருதி, லயம், கம்சம் பிடிப்பு, கார்வை என்று என்னவெல்லாமோ சொல்கிறார்களல்லவா? இவைகளையெல்லாம் பூரண அம்சத்துடன் பார்க்க வேண்டுமானால் டைகர் வரதாச்சாரியாரின் கச்சேரி கேட்க வேண்டும். ஜகந்நாத பக்தசபை பல அவருடைய கச்சேரி கேட்கும் பேறு எனக்குக் கிடைத்தது. எவ்வளவு கட்டைத் தொண்டையானாலும், சங்கீதத்தின் உண்மைத்

தத்துவத்தை அறிந்திருந்தால், தேவர்களும் விரும்பும்படியாகப் பாட முடியும் என்பது அன்று ஸ்பஷ்டமாக விளங்கிற்று.

இன்னும் ஒரு விஷயம். "தைலதாரை" என்று கேள்விப் பட்டிருக்கிறீர்களா? எண்ணெயை ஒழுகவிட்டதுபோல் இடைவிடாமல் பெருகிப் பொழிவது சங்கீதத்தின் ஒரு முக்கிய அம்சமாகும். நமது சங்கீத வித்வான்களில் சிலர் பாடுகையில், தீதுரக்கூரையில் ஆலங்கட்டி மழை பொழிவதுபோல் இருப்பும். அப்படி 'டக்... டக்...' என்று விட்டுவிட்டுப் பாடுவார்கள். 'தைலதாரை' என்னும் அம்சத்தை டைகர் வரதாச்சாரியாரிடம் பூரணமாய்க் காணலாம்.

நமது பாடகர்களில் முக்காலே மூன்றாலிசம் பேர் சங்கீதத்தின் இன்னொரு முக்கியமான அம்சத்தை அறிந்தவர்களாயிருக்கிறார்கள். பாடும்போது அவர்கள் வாயைத் திறந்து என்று திறந்து விடுகிறார்கள். வாயை மூடி சக்தியைச் சிதறவிடாமல் அடக்கிப் பாடுவதில்தான் சங்கீதத்தின் முகக்கால பங்கு சுகம் இருக்கிறதென்று அவர்களுக்குத் தெரிவதில்லை. இந்த அம்சத்தையும் டைகரின் பாட்டில் காணலாம்.

டைகரின் கச்சேரியில் எல்லாவற்றையும்விட ரஸமானது, பக்க வாத்தியங்களுக்கு அவர் "ழோபாஷ்" போடுவதுதான். "ழோபாஷ்" என்றால் தெரியவில்லையா? அதுதான் அடித்தொண்டையிலிருந்து வரும் "ஸபாஷ்!"

ராம பாகவதர்

இந்தப் பத்தியில் எழுத ஆரம்பித்ததிலிருந்து பாலக்காட்டு ராம பாகவதர் கச்சேரி நான் கேட்கவில்லை. சமீபத்தில் ஒரு நண்பர்வீட்டுக் கலியாணத்தில் அதற்குச் சந்தர்ப்பம் கிடைத்தது. இவருடைய பாட்டில் குறிப்பிடத்தக்கதான விசேஷ அம்சம் ஒன்றுமில்லை; ஆனாலும் அடியிலிருந்து கடைசி வரையில் கச்சேரி கேட்கக் கூடியதாயும் நன்றாயுமிருந்தது. ஒவ்வொரு பாடகரும் விசேஷ கீர்த்தனம் ஒன்றிரண்டு வைத்துக் கொண்டிருக்கிறார்களல்லவா? இவரும் ஒரு விசேஷ கீர்த்தனம் வைத்திருக்கிறார். அது "ராம நீ ஸமான மெவுரு" என்பது. இதற்கு முன்னால் கலியாண காலங்களில் பெண் குழந்தைகள் அந்தக் கீர்த்தனத்தை அழுதுதான் நான் கேட்டிருக்கிறேன். எனவே, அதைப் பாட்டாகவும் பாடக்கூடும், அதிலும் இவ்வளவு நன்றாய்ப் பாடக்கூடும் என்று அறிந்தபோது மிகவும் ஆச்சரியமாயிருந்தது. இவருடைய குருவாகிய பாலக்காட்டு அனந்தராம் பாகவதர் இந்தக் கீர்த்தனத்தை இன்னும் அபூர்வமாகப்

பாடுவார் என்று கேள்விப்பட்டேன். அப்போது எனக்குத் தோன்றிய எண்ணமாவது: "ஒரு மனுஷ்யனைப் பார்த்து 'உனக்குச் சமானமில்லை', 'உனக்கு சமானமில்லை' என்று இப்படி நூறாயிரம் தரம் சொன்னால் ஏன் அவனுக்கு மண்டைக்கர்வம் உண்டாகாது? அதனால்தான் அந்த ராமன் நாம் கூப்பிட்டக் குரலுக்கு ஏனென்று கேட்பதில்லை!" இங்கே "ராமன்" என்பது அந்த சாக்ஷாத் ராமனுந்தான்; வேலைக்கார ராமனுந்தான்.

மகா சதகர்

மாங்குடி பாகவதர் இருக்கிறாரே, அவர் பேரிய மோசக்கார மனிதர் என்று சமீபத்தில் கண்டுபிடித்தேன். அவருடைய காலட்சேபம் ஒன்றைப் பற்றி எழுதுகையில் "இருந்து கொண்டிருக்கப்பட்டவரானவர்!" என்றெல்லாம் அவர் வாக்கியத்துக்கு வாக்கியம் அடுக்குவதைப்பற்றி வேடிக்கையாக எழுதியிருந்தேனல்லவா? பின்னர், சில வாரங்களுக்குப் பிறகு மயிலாப்பூர் ரஸிக ரஞ்சனி சபையில் நடந்த "லக்ஷ்மண சக்தி" என்னும் காலட்சேபத்துக்குப் போயிருந்தேன். பாகவதர் ஒரே ஒரு தடவை கூட "இருந்துகொண்டிருக்கப்பட்ட" போடவில்லை. என்னுடைய விமரிசனத்தை முதலில் படித்துவிட்டு, அப்புறம் பாகவதரின் கதை கேட்கப் போனவர் யாராவது இருந்தால், நான் ஏதோ கற்பனை செய்து அவர் மீது குறை சொன்னதாகவே நினைப்பார்கள். அவ்வளவு நிண்ட நாள் பழக்கத்தை ஒருவர் இவ்வளவு சுலபத்தில் விட்டுவிடக் கூடுமென்று நான் எதிர்பார்க்கவேயில்லை. நிற்க.

அன்றைய காலட்சேபத்தில் பாகவதர் வழக்கம்போல் அநேக ரஸமான விஷயங்களைப் பொழிந்தார். அவைகளுக்குள் எல்லாம் சிகரம் என்று சொல்லத்தகுந்த ஒன்றை மட்டும் இங்கே குறிப்பிடுகிறேன். "சுக்ரீவ ஆக்ஞை" என்னும் விஷயமாகப் பாகவதர் சொல்ல வேண்டி வந்தது. "வெகு கண்டிப்பானவன் சுக்ரீவன்; சட்டதிட்டங்களை மிகக் கடுமையாய் ஏற்படுத்தியிருந்தான்; தண்டனைகளும் அப்படியே மிகக் கடுமையானவை..." என்றார். இவ்விடத்தில் சற்று நின்று, "ஆனால் வாலியின் காலத்தில் இவ்வளவு கடுமையான சட்டதிட்டங்கள் இல்லை" என்று சொல்லி ஒரு புன்னகை செய்தார். ஏதோ ரஸமான விஷயம் வருகிற என்று எண்ணிக் கொண்டேன்.

"ஏனென்றால் வாலி பலசாலி. பலசாலிக்குச் சட்ட திட்டம் கடுமையாய் வேண்டியதில்லை. பலமில்லாத இராஜாங்கத்துக்குத்தான் சட்டங்கள் கடுமையாய் வேண்டும்.

சுக்ரீவன் பலமில்லாதவன் ஆகவே அவன் பட்டத்துக்கு வந்ததும் ஒரு கிரிமினல்லா அமெண்ட்மெண்ட் ஆக நிறைவேற்றினான்!" என்று பாகவதர் சொன்னபோது, என்னுடைய சந்தோஷத்தை எப்படித் தெரிவிப்பது என்று தெரியவேயில்லை. தலையில் குல்லா அல்லது தொப்பி இருந்திருந்தால் தூக்கி எறிந்து சந்தோஷத்தை வெளியிட்டிருப்பேன். அன்றைய தினம்தான் இந்திய சட்டசபையில் நிராகரிக்கப்பட்ட கிரிமினல்லா அமெண்ட்மெண்ட் ஆகப்பட்டவராய் தாம் விசேஷ அதிகாரத்தினால் சட்டமாக்கினார் என்ற செய்தி வந்திருந்ததென்பதை நேயர்கள் கவனிக்க வேண்டும்.

டாக்கி உலகத்திலும், நாடக உலகத்திலும் நடந்த முக்கிய சம்பவங்களைப் பற்றிய அடுத்தபடி எழுத எண்ணியிருக்கிறேன்.

- ஆனந்த விகடன், *01.12.1935*

26

ரஸாநுபவம்

தமிழ்நாட்டின் 'ரஸா நுபவ உணர்ச்சி நாளுக்கு நாள் மேன்மை யடைந்து வருகிறதா அல்லது வர வரக் கீழே போய் வருகிறதா? அது மேன்மையடைந்து வருகிறதென்றே நான் பூரண நம்பிக்கை கொண்டிருக்கிறேன். நேயர்களுடைய நம்பிக்கையும் அதுதான் என்பதில் சந்தேகமில்லை. ஆனால் நம்முடைய இந்த நம்பிக்கை தக்க ஆதாரத்துடன் கூடியதுதானா ? புதிது புதிதாக வரும் தமிழ் டாக்கிகளைப் பார்க்கும்போது கொஞ்சம் சந்தேகம் உண்டாகி விடுகிறது.

தமிழ் மக்கள் ரஸாநுபவத்தில் மேன்மையடைந்து வருவது உண்மையானால், தமிழ் டாக்கிகளில் மேலும் மேலும் அதிகமான ஆபா ஸத்தை ஏன் புகுத்துகிறார்கள்? ஆமாம் ; "புகுத்துகிறார்கள்'' என்பதுதான் சரியான வார்த்தை. வேண்டுமென்று கொண்டுவந்து சேர்க்கிறார்களே, அதைத்தான் இங்கே குறிப்பிடுகிறேன். சில கதைகள் தம்மிலேயே ஆபாஸக் களஞ்சியங்களாக இருக்கின்றன. அவைகளை விட்டு விடுவோம். ஆனால் நல்ல கதைகளில் வேண்டுமென்று ஆபாஸங்களைக் கொண்டுவந்து சேர்ப்பதேன்? உதாரணமாக, ருக்மாங்கதனுடைய புனித சரித்திரத்தில் தாஸி வீட்டை ஏன் கொண்டு வருகிறார்கள்? ஸ்ரீ கிருஷ்ண பரமாத்மாவின் புண்ய கதையில் குல ஸ்திரீயைக் கெடுக்க முயற்சிக்கும் ரேகை சாஸ்திரி எதற்காக வருகிறான்? நந்தனுடைய பக்திமயமான ஜீவியத்தில், வேதியரின் குமாஸ்தாவும் பரிசாரகனும் செய்யும் விபசாரம் ஏன் வந்து தோன்றுகிறது?

"ஜனங்களுக்குப் பிடிக்கும்" என்று தமிழ் டாக்கிக்காரர்கள் நம்புவதுதான் காரணமாயிருக்க வேண்டும். அப்படி அவர்கள் நினைப்பது பெரியதோர் தவறாகும்.

“ஜனங்களுடைய ரஸ உணர்ச்சி எப்படியிருந்த போதிலும் டாக்கிக்காரர்கள் ஆபாஸங்களைப் புகுத்துவது அநியாயம். அதனால் ஜனங்களின் சுவை மேலும் மேலும் கெட்டு வரும்” என்று சொல்வது ஒரு கட்சி. இந்தக் கட்சியை இங்கே நான் சொல்லவில்லை. தமிழ் டாக்கிக்காரர்களுக்கு ஜனங்களின் ரஸ உணர்ச்சி எப்படி நாசமாய்ப் போனாலும் கவலையில்லையென்றும், அவர்களுக்குப் பண வசூல்தான் பெரிதென்றும் வைத்துக் கொண்டே பேசுகிறேன். அப்படிப் பார்க்குங்காலையிலும், டாக்கிகளில் ஆபாஸங்களைப் புகுத்துவது பெரிய பிசகென்றும், அதனால் அவர்களுக்கு நஷ்டமே தவிர லாபமில்லையென்றும் திட்டமாகச் சொல்வேன்.

“அவர்களுக்குத் தங்களுடைய நன்மை தெரியாதா? பின், ஏன் அப்படிச் செய்கிறார்கள்?” என்று கேட்கலாம். இந்தக் கேள்விக்குச் சமீபத்தில்தான் நான் பதில் கண்டுபிடித்தேன். அது, “டாக்கி முதலாளிகள் பெரியதொரு ஏமாற்றத்துக் குள்ளாகியிருக்கிறார்கள்” என்பதுதான். ஏதாவது ஆபாஸமான பகுதி எந்தத் தமிழ் டாக்கியிலாவது வந்தால், அச்சமயம் கொட்டகையில் ஏற்படும் கலகலப்பைக் கண்டு டாக்கி முதலாளிகள் ஏமாந்து போகிறார்கள்!

ஆயிரம் பேருள்ள ஒரு சபையில் பத்துப் பேர் சிரித்தாலும் ரொம்பப் பேர் சிரிப்பது போன்ற பிரமை உண்டாகும். இருபது பேர் கை கொட்டினால் 200பேர் கை கொட்டுவதுபோல் தோன்றும். டாக்கி கொட்டகையில் இருள் சூழ்ந்திருப்பதால் ஐந்நூறு பேர் தலையைக் கவிழ்ந்துகொள்வதோ, கண்ணை மூடிக் கொள்வதோ டாக்கி முதலாளிகளுக்குத் தெரியவராது. ஆனால் இருட்டிலே கூடக் காது கேட்குமாதலால் பத்துப் பேர் சிரிப்ப தும், ஐந்து பேர் கைகொட்டுவதும் நன்றாய் அவர்கள் காதில் விழுகிறது.

எந்தச் சமூகத்திலும் ஒரு சில விடபுருஷர்கள் இருப்பார்கள்; ஆபாஸங்களைக் கண்டு குதூகலமடையக் கூடிய மிருகப் பிராயத்தினரும் சிலர் இருப்பார்கள். ஆனால் இவர்கள்தான் டாக்கிகளுக்கு வருபவர்களில் பெரும்பாலோர் என்று நினைப்பது முழு மூடத்தனத்தைத் தவிர வேறில்லை.

இன்னும் ஒரு முக்கியமான விஷயம். தற்சமயம் தமிழ் டாக்கிகளுக்குப் பேராதரவாயிருப்பவர்கள் தமிழ்நாட்டுப் பெண்மணிகளே யாவர். தாஸி வீட்டுக் கலகம் முதலிய ஆபாஸங்களை நமது ஸ்திரீகளால் ரஸிக்க முடியுமென்று எத்தகைய மூடனும் கூறமாட்டான். அன்றியும், நோய் கொண்ட மனமுடைய புருஷர்கள் தனியாக உட்கார்ந்திருக்கும்போது சில ஆபாஸங்களை ஒருவேளை ரஸிக்கலாம்; அவர்கள்கூட அவைகளைத் தங்கள் வீட்டு ஸ்திரீகள் பார்ப்பதற்கு விரும்பமாட்டார்கள்.

எந்தத் தமிழ் டாக்கியை நம் நாட்டிலுள்ள பெரும்பாலான கிரகஸ்தர்கள் தங்கள் மனைவி மக்களுடன் சேர்ந்து உட்கார்ந்து அருவருப்பில்லாமல் பார்க்க முடியுமோ, அந்தத் தமிழ் டாக்கிதான் மற்ற அம்சங்களில் நன்றியிருந்தால் பூரண வெற்றியடையும் என்பதில் எனக்கு எள்ளளவும் சந்தேகமில்லை.

இது சம்பந்தமாக இன்னும் இரண்டு விஷயங்களை விளக்கிவிட விரும்புகிறேன். தமிழ் டாக்கிகளில் ஆபாஸம் வேண்டாமென்று நான் சொல்லும்போது, ஹாஸ்ய ரஸத்தையோ, சிருங்கார ரஸத்தையோ வேண்டாமென்று சொல்வதாய்த் தவறாகக் கொள்ளக் கூடாது. ரஸாபாஸத்தை ஹாஸ்ய, சிருங்கார ரஸங்கள் என்று நமது டாக்கி முதலாளிகள் சிலர் கருதுவதாய்த் தோன்றுவதால் இதை எடுத்துச் சொல்லுதல் அவசியமாகிறது.

உதாரணமாக, "பக்த ராமதாஸ்" படத்துடன் காட்டப்பெற்ற "மிளகாய்ப் பொடி பார்ஸ்" சிறந்த ஹாஸ்யத்துடன் கூடியதாயிருந்தது. சபையோர் விழுந்து விழுந்து சிரிக்கும்படியிருந்தது. ஆனால் அதில் ஆபாஸம் இல்லை.

நேற்று, "ஸ்ரீ கிருஷ்ண லீலா" என்னும் தெலுங்கு டாக்கி பார்த்தேன். அதில் ஒரு கோனார் வீட்டுக் கலகம் காட்டப் பெறுகிறது. மாமியாரும் மருமகளும் சண்டையிட்டு அடிதடியில் இறங்குகின்றனர். மாமியார் அழத் தொடங்குகிறாள். வாசலில் கணவன் வருவதைப் பார்த்துவிட்டு மருமகளும் அழத் தொடங்குகிறாள். கோனார் முதலில் ஒருத்தியையும் பின்னர் இன்னொருத்தியையும் சமாதானப்படுத்த முயன்று முடியாமல் போகவே, தானும் உட்கார்ந்து அழத் தொடங்குகிறார். இது தமாஷாயும் சிரிப்பு வரும்படியாயும் இருந்தபோதிலும், ஆபாஸம் ஒன்றும் கிடையாது.

சில டாக்கிகளில் ஹாஸ்யம் ரொம்ப மட்ட ரகமாயிருக்கிறது. முகமெல்லாம் வெண்ணெயைப் பூசிக்கொண்டு நாக்கால் நக்க முயலுதல் ஹாஸ்யமாகக் கருதப்படுகிறது. இந்த ஹாஸ்யங்களை அனுபவிக்கக் கூடிய சிலர் இருக்கலாமாதலின் எனக்கு அருவருப்பாயிருந்தாலும் ஆட்சேபிக்கவில்லை.

ஆனால் தாஸி வீட்டில் தாஸியும் தாஸி லோலனும் முத்தமிட, அதை வேறு இருவர் ஒளிந்து பார்த்துத் தாங்களும் முத்தமிடும் காட்சியை ஹாஸ்யமென்று ஒப்புக்கொள்ள முடியாது. அது ஆபாஸந்தான்; அருவருப்பு மட்டுமன்றி பயங்கரத்தையும் உண்டு பண்ணுகிறது. வெளியில் போய் வாந்தியெடுக்கத் தோன்றுகிறது.

ஹாஸ்யத்தைப் போலவே சிருங்காரமும், சிருங்கார ரஸம் இல்லாவிட்டால் காவியம், நாடகம், கதை ஒன்றுமே இல்லை. ஆதலின் டாக்கியில் சிருங்கார ரஸம் கூடாது என்று யாரும் சொல்ல மாட்டார்கள்,

வரம்பு கடந்து போவதாகவும், ரஸக் குறைவாகவும் தோன்றுகிற இடங்களைக் கூட ஓரளவு சகித்துக் கொள்கிறோம். "மன்மதன் வாளி என் மார்பைத் தொளைக்கிறதே" என்று கதாநாயகி முந்நூறு தடவை சொல்வதைக் கூடப் பொறுத்துக் கொள்கிறோம்.

ஆனால், தாஸியின் வீட்டு வேலைக்காரனை அவள் "காலை வலிக்கிறது ; பிடி" என்று சொல்லி, பிறகு "மாரை வலிக்கிறது ; பிடி" என்று கூறும்போது, நமது சகிப்பு, பொறுமையெல்லாம் போய்விடுகிறது. பிளேக் நோய் கண்டு செத்துக் கிடக்கும் எலியைப் பார்த்தது போல் ஓடத் தோன்றுகிறது.

தெளிந்த நீரோடைக்கும், சாக்கடைக்கும் எவ்வளவு வித்தியாசம் உண்டோ அவ்வளவு, சிருங்கா ரஸத்துக்கும் மேற்கூறியது போன்ற ஆபாஸத்துக்கும் வித்தியாசம் உண்டு.

இந்த எண்ணங்களெல்லாம், சென்ற இரண்டு வார காலமாகத் தமிழ்நாடெங்கும் காட்டப் பெற்று வரும் "ரத்னாவளி" என்னும் தமிழ் டாக்கியைப் பார்த்தபோது எனக்கு ஏற்பட்டவையாகும்.

ரத்னாவளி

சென்னைக்குத் தெற்கே, அடையாற்றுக்கெல்லாம் அப்பால், சமுத்திரக் கரையில், தூய காற்று எப்போதும் அடிக்கும் மனோரம்யமான இடத்தில், அழகிய மாளிகை ஒன்றை ஒருவர் கட்டுகிறார் ; பலவர்ண சித்திரங்களினால் அதை அலங்கரிக்கிறார்; மின்சார தீபங்களினால் அதை ஜோதி மயமாக்குகிறார்; பிறகு சென்னையின் சாக்கடைத் தண்ணீரால் புனிதமாகியிருக்கும் கூவம் நதியிலிருந்து ஒரு கால்வாய் பிரித்துக்கொண்டுபோய் அந்த மாளிகையைச் சுற்றி ஓடச் செய்கிறார்! "ரத்னாவளி!" என்னும் தமிழ் டாக்கியை ஏறக்குறைய இந்த மாதிரி முறையில்தான் அமைத்திருக்கிறார்கள்.

அலங்கார மாளிகை

கதை, ஸம்ஸ்கிருதத்தில் உள்ள மிகச் சிறந்த நாடகங்களில் ஒன்று, பெரும்பாலான ஸம்ஸ்கிருத நாடகங்களில் உள்ளதுபோல், ஏற்கனவே பட்ட மகிஷியுள்ள ராஜா, மற்றொரு பெண்ணைக் காதலிப்பதை அடிப்படையாகக் கொண்டது. எனவே, கதை அவ்வளவு உயர்தரமில்லைதான். ஆனால், வெகு ஸ்வாரஸ்யமான

நாடக கட்டங்கள் அமைந்தது. கடலிலிருந்து கரை சேர்க்கப்பட்ட "ஸாகரிகை" என்னும் அழகிற் சிறந்த கதாநாயகியை அரசன் பார்த்து விடக்கூடாதென்று பட்ட மகிஷி பந்தோபஸ்து செய்கிறாள். இதனாலேயே அவ்விருவருடைய ஆவலும் அதிகமாகிறது. பட்டமகிஷியின் பிரயத்தனத்தைக் கெடுக்க அவர்கள் செய்யும் சூழ்ச்சிகளும், அதன் விளைவுகளும் வெகு ஸ்வாரஸ்யமாக சாமர்த்தியத்துடன் நாடகாசிரியரால் அமைக்கப்பட்டிருக்கின்றன. கடைசியில், ஸாகரிகை அடைக்கப்பட்டிருந்த சிறைக்கு நெருப்புவைத்து விடும்படி பட்டமகிஷி ஆக்ஞாபிப்பதும், அதன் பிறகு ஸாகரிகை உண்மையில் தன்னுடைய தங்கை என்று அவள் அறிவதும், உடனே விரைந்தோடிச் சென்று தக்க சமயத்தில் ஸாகரிகையை மீட்பதும், இக்காலத்திய 'திடுக்' கென முடியும் கதைகளை நமக்கு ஞாபகமூட்டுகின்றன.

ஒலியும் காட்சியும் ரொம்ப உயர் தரமுமில்லை; மோசமுமில்லை. நடுத்தரமாய் நன்றாயிருக்கின்றன.

முக்கிய நடிகர்கள் ஸ்ரீமதிகள் ரத்னாபாய், ஸரஸ்வதி பாய், ஸ்ரீமான் எம்.ஆர்.கிருஷ்ணமூர்த்தி ஆகியவர்கள். இந்த நாடகத்திலுள்ள முக்கிய பாத்திரங்கள் மூன்றுக்கும் மேற் கூறியவர்களைவிடச் சிறந்தவர்களைப் பொறுக்கியிருக்க முடியாது. இவர்களுடைய வேஷங்கள் மிக நன்றாய்ப் பொருந்தியிருந்தன. மற்ற சில்லரை வேஷங்களும் பாதகமில்லை.

பாய் சகோதரிகள் நாளுக்கு நாள் ஒவ்வோர் அம்சத்திலும் அபிவிருத்தியடைந்து வருவதைப் பார்க்க மிகவும் சந்தோஷமாயிருக்கிறது. நாடக மேடையில் ருக்மணி வேஷத்தில் பார்த்த ஸ்ரீமதி ரத்னாபாய்க்கும், இந்த டாக்கியில் 'ஸாகரிகை'யாக வரும் ரத்னாபாய்க்கும் எவ்வளவோ வித்தியாசம் உண்டு. "பாமா விஜயம்". "டம்பாச்சாரி"களில் இருந்ததைக் காட்டிலும் இரு சகோதரிகளும் சில அம்சங்களில் முன்னேற்றம் அடைந்திருக்கிறார்கள். டாக்கி உலகில் ஸ்ரீமதி ரத்னா பாயின் சங்கீத ஞானம் உயர் தரத்தைச் சேர்ந்தது. சுருதியுடன் சேர்ந்து இழையுங் குரல். அபஸ்வர மில்லாத சுத்தமான சங்கீதம்.

“பாமா விஜய”த்தில் ஹிந்துஸ்தானி மெட்டுகள் அதிகமானதால், அவருடைய சங்கீதம் போகப் போக அலுப்பைத் தந்தது. மேல் ஸ்தாயியில் அவருடைய கீச்சுக்குரல் வண்டு துளைப்பதுபோல் காதைத் தொளைத் தது. இந்த டாக்கியில் இந்தக் குறை மிகக் குறைவு.

வாயை ‘ ஆ ’ வென்று திறக்காம லும், முகத்தைக் கோரமாக்கிக் கொள்ளாமலும் பாடுகிறார். “பாமா விஜய”த்தில்கூட ஒருவாறு கண்களை மேல் நோக்கிச் சுழற்றும் சுபாவம் இருந்தது... இதில் அதெல்லாம் ஒன்றுமில்லை.

ஸ்ரீமதி ஸரஸ்வதி பாயின் நடிப்புத் திறமை முந்தைய டாக்கிகளிலேயே வெளியாயிற்று. ஆனால் வேஷப் பொருத்தம் இதிலே அதிகமாதலால் நடிப்புத் திறமையும் அதிகமாய்ச் சோபிக்கிறது. இந்த டாக்கியில் பி.எஸ்.ஸரஸ்வதிபாயின் நடிப்பு, தமிழ் டாக்கி உலகத்தில் ஒரு ‘ரிகார்டு’ என்று சொல்லலாம், ஸ்திரீ லோலனாகிய அரசனின் ஆத்திரங்கொண்ட பட்டமகிஷியின் மனோபாவத்தைப் பரிபூரணமாய் அவர் உணர்ந்து அதை மிகத் திறமையாகத் தமது நடிப்பின் மூலம் நமக்கும் உணர்த்துகிறார்.

ஸ்ரீமான் எம்.ஆர்.கிருஷ்ணமூர்த்தி தமது பழைய கீர்த்தியை இதில், நிலைநாட்டிக் கொண்டிருக்கிறார். அவருடைய சங்கீதம் “பாமா விஜய”த்தில் போல் அவ்வளவு சோபிக்காவிட்டாலும், பொதுவாக நன்றாயிருக்கிறது. நடிப்பின் தரம் முன்போலவே இருக்கிறது.

ஸ்ரீமான் சாமண்ணாவின் மட்டரகமான ஹாஸ்யங்கள் கூட இந்த டாக்கியில் பொருத்தமாயமைந்திருக்கின்றன. ஸ்ரீ கிருஷ்ணனுடைய கதையில், இந்தக் கிழட்டு வாலிபர் கிருஷ்ணனுடைய விளையாட்டுத் தோழனாக வருவதும், அப்போது செய்யும் வேடிக்கைகளும் சகிக்க முடியாதவையாயிருந்தன. ஆனால் ரத்னாவளியில் இவருக்குத் தகுந்த ஒரு பாத்திரம் இருக்கிறபடியால் நன்றாய்ச் சோ பிக்கிறது. பிறவி அசடு ஒருவனை நாடகாசிரியன் சிருஷ்டித்திருக்கிறான். ஸ்ரீமான் சாமண்ணா அந்த வேஷத்துக்காகவே பிறந்து வந்தவர்போல் நடிக்கிறார்.

ஆகவே, பொதுவாய் எல்லா அம்சங்களிலும் இந்த டாக்கி சிறந்து விளங்குகிறது என்று சொல்லலாம். ஆனால்... பட்டணத்துச் சாக்கடை.

இவ்வளவு அழகான மாளிகையைக் கட்டியவர்கள் மெனக்கட்டுப் பட்டணத்துச் சாக்கடையை அங்கே கொண்டு விட்டிருக்கிறார்கள் என்பதை நினைக்கும்போது ஆச்சரியமும் வருத்தமும் உண்டாகின்றன.

தாஸி ஒருத்தி, வருகிறாள். அவளுக்கு ஆள் சேர்க்கும் முறை, அவளுடைய படுக்கையறை, அங்கே வருகிறவர்கள், அவர்களுக்குள் சண்டை, வேலைக்காரன் மீது அவளுடைய மோகம், அவளுடைய அரை நிர்வாண நாட்டியம் முதலிய பயங்கரங்கள் எல்லாம் ஒன்றன் பின் ஒன்றாய் வருகின்றன.

இந்த ஆபாஸங்களுக்கும் "ரத்னாவளி" கதைக்கும் எவ்வித சம்பந்தமுமில்லை. ஸம்ஸ்கிருத நாடகத்திலாவது, ராவ்பகதூர் சம்பந்த முதலியாரின் தமிழ் நாடகத்திலாவது இவையொன்றும் இல்லை. பின், எதற்காகச் சேர்த்திருக்கிறார்கள்?

ஹாஸ்யஸம் வேண்டுமென்றா? ராணி, ஸாகரிகையை மறைத்துவைக்கச் செய்யும் உபாயங்களிலும், ராஜாவின் திண்டாட்டங்களிலும் வேண்டிய அளவு ஹாஸ்ய ரஸமிருக்கிறது. ராணி, ஸாகரிகையை ஓர் அறையில் போட்டு மூடிக் காவல் வைக்கிறாள். ராஜாவின் சிநேகிதன் வந்து அவளை விடுவித்து விட்டு அவ்வறையில் அந்த அசடைப் போட்டு மூடுகிறான். ராணி, ராஜாவை அழைத்து வந்து அறையைத் திறந்து காட்டுகையில், அசடு வெளியே வருகிறது. விலாவெலும்பு ஒடியும்படி சிரிப்பதற்கு இங்கே இடமிருக்கிறது.

சிருங்காரம் வேண்டுமென்றா? ரத்னாவளி நாடகம் முழுவதும் சிருங்கார ரஸந்தான். உண்மையில், இந்த நாடகத்தில் சிருங்காரம், ஹாஸ்யம் ஆகிய இரண்டு ரஸங்களைத் தவிர வேறு ரஸமில்லை.

பின்னர், மேற்கூறிய ஆபாஸங்கள் ஏன்? "ஜனங்களுக்குப் பிடிக்கும்" என்பதுதான் காரணமாயிருக்கவேண்டும். இது பெரிய தவறு என்பதை முன்னுரையில் விவரித்திருக்கிறேன்.

இந்தப் படத்தைப்பற்றிய மதிப்புரையைவிட முன்னுரை பெரிதாய் அமைந்திருக்கிறது. அதற்குக் காரணம் உண்டு. இந்தப் படத்தினால் ஒரு பெரிய அபாயம் நேரலாம் என்ற என்னுடைய பயந்தான் அந்தக் காரணம். "ரத்னாவளி" யை ஏற்கனவே கூட்டங் கூட்டமாய் ஜனங்கள் சென்று பார்க்கிறார்கள். தமிழ் நாடெங்கும் இன்னும் எத்தனையோ பேர் பார்ப்பார்கள். ஆகவே, பண வசூல் நன்றாயிருக்கும். படம் "வெற்றிகரம்" என்று முடிவு கட்டுவார்கள். இதைப் பார்க்கும் மற்ற டாக்கி முதலாளிகளும், புதிதாய் டாக்கி தொழிலுக்கு வருபவர்களும் "எவ்வளவுக்கெவ்வளவு ஆபாசங்களைப் புகுத்துகிறோமோ அவ்வளவுக்கு லாபம் அதிகம்" என்று நினைக்கக் கூடும்! அப்படி நினைத்தல் பெருந்தவறாகுமென்று எடுத்துக்காட்டுவதே என் நோக்கம்.

ஓர் உதாரணத்துடன் முடிக்கலாம்: இந்த மாதக் கடைசியில் சென்னை நகருக்கு வெளியூர்களிலிருந்து எத்தனையோ பேர் வருவார்கள், அவர்கள் எல்லாரும் அப்போது இங்கே நடக்கும் சங்கீத விழாக்களுக்காகவும், மற்றுமுள்ள வேடிக்கை விநோதங்களுக்காகவுமே வருகிறார்கள். ஆனால் அவர்கள் கூவம் நதியின் சுவாசனையையும் அநுபவிக்க வேண்டித்தான் இருக்கும்! இதனால், கூவம் நதியின் நாற்றத்தை அனுபவிக்கத்தான் வெளியூர் ஜனங்கள் சென்னைப் பட்டணத்துக்கு வருகிறார்கள் என்று சொல்ல முடியுமா?

"ரத்னாவளி" வெற்றி பெறுமானால், அதற்குக் காரணம் அதிலுள்ள ரஸமான கதையமைப்பு, நல்ல சங்கீதம், நல்ல நடிப்பு ஆகியவைதான். தாஸி வீட்டுச்சாக்கடை நாற்றம் இல்லாமலிருந்தால், அது இன்னும் அதிக வெற்றிகரமாயிருந்திருக்கும் என்றே சொல்வேன்.

ஸம்ஸார நௌகா

இந்தப் பெயர் பெற்ற கன்னட நாடகத்தை மைஸர் கலா ஸேவ மண்டலியார் சென்னையில் சௌந் தர்ய மஹாலில் தினசரி நடத்தி வருகிறார்கள், சமூக சம்பந்தமான உயர் தர நாடகம் எப்படி இருக்க வேண்டும் என்று தெரிந்துகொள்ள வேண்டுமா னால் இந்த நாடகத்தைப் பார்த்தால் தெரியவரும், கன்னட பாஷை தெரியா விட்டாலும், விளம்பரத்திலிருந்து கதைப் போக்கைக் கொஞ்சம் தெரிந்துகொண்டுவிட்டால் நாடகத்தில் முக்கிய ரஸங்களை அறிந்து அநுபவிக்கலாம். இதைப் பற்றிச் சற்றுவிரிவான விமர்சனம் பின்னர் வெளியாகும்.

கிருஷ்ண லீலா

மேலே ஸ்ரீ கிருஷ்ண லீலா என்னும் தெலுங்கு டாக்கியைப் பற்றிக் குறிப்பிட்டிருக்கிறேன். அது சென்னையிலுள்ள வேல் பிக்சர்ஸ் என்னும் ஸ்டுடியோவில் எடுக்கப்பட்டது. ஒலிப்பதிவு, படத் தெளிவு எல்லாம் முதல் தரமாயிருக்கின்றன. பம்பாயிலும் கல்கத்தாவிலும் எடுத்து வரும் டாக்கிகளுக்கு எவ்விதத்திலும் குறையவில்லை. கூடிய சீக்கிரம் தமிழ் டாக்கி முதலாளிகள் வட நாட் டுக்குப் போகவேண்டிய அவசியம் இல்லாமல் போகுமென்று எதிர்பார்க்கிறேன்.

இரவுத் தோற்றத்தைக் காண்பிக்கக் கூடிய வசதிகள் இன்னும் மேற்படி ஸ்டுடியோவில் ஏற்படவில்லை என்று தோன்றுகிறது. ஸ்ரீ வஸுதேவர் குழந்தை கிருஷ்ணனைக் கருமேகங்கள் சூழ்ந்து

இருண்டிருந்த இரவில் கோகுலத்திற்குத் தூக்கிச் செல்வதாகக் கதை. இந்த சம்பவம் பகலில் நடப்பது போலவே காட்டப்படுகிறது,

பொதுவாக, இது எவ்வித அசந்தர்ப்பமும் இல்லாத சிறந்த படம். பாட்டு, நடிப்பு எல்லாம் சுமாராக நன்றாயிருக்கின்றன. ஜாலக் காட்சிகள் சில மிகத் திறமையுடன் எடுத்திருக்கிறார்கள். சகடாஸுரன் வதமும் காளியமர்த்தனமும் இந்த முறையில் மிகவும் உயர்ந்த காட்சிகள். புராணக் கதைகளில் பிரியமுள்ளவர்களுக்கு. இந்த டாக்கி பெரிதும் திருப்தியளிக்கும் என்பதில் சந்தேகம் இல்லை,

பொதுவாக நாடகங்கள், டாக்கிகள், காலட்சேபங்கள் எல்லாவற்றையும் பின்வரும் நான்கு பிரிவுகளாக வகுக்கலாம் :

(1) ரஸிகர்களுக்கு இன்பமளிப்பவை;
(2) பாமரர்களுக்கு இன்பமளிப்பவை ;
(3) ரஸிகர்களுக்கும் பாமரர்களுக்கும் இன்பமளிப்பவை;
(4) ரஸிகர்களுக்காவது பாமரர்களுக்காவது இன்ப மளிக்காதவை.

பிரம்மஸ்ரீ சிதம்பர பாகவதரின் காலட்சேபம் மூன்றாவது பிரிவைச் சேர்ந்தது. ரஸிகத்தன்மையில் தலைசிறந்த கல்விமான்களும் அதை அனுபவிக்கலாம். கல்வியறிவில்லாத சாதாரண ஜனங்களுக்கும் அது ருசியாயிருக்கும்.

“ கிருஷ்ண பரமாத்மாவை சிசு பாலன் திட்டத் தொடங்கினான். பகவானுக்கு முன்னால் வெற்றிலைத் தாம்பாளமும் பாக்குக் கூடையும் இருந்தன. சிசுபாலன் வைய வைய; பகவான் ஒவ்வொரு பாக்காகப் போட்டு வசவுகளை எண்ணிக்கொண்டே வந்தார். நூறுவசவுகள் ஆனதும், ‘அடே! உனக்குத் தானேடா முதல் தாம்பூலம் கொடுக்க வேண்டுமென்கிறாய்? இந்தா, எடுத்துக்கொள்!’ என்று எதிரிலிருந்த வெற்றிலைத் தட்டை எடுத்து வீசி எறிந்தார். அதுவே சக்கராயுதமாகிக் கரகரவென்று சுழன்று சென்று சிசுபாலனை சம்ஹரித்தது” என்று அவர் கூறும்போது, ரஸிகர்கள் நாவைச் சப்புக் கொட்டிக்கொண்டு அதனுடைய நயத்தை அநுபவிக்கிறார்கள்.

அடுத்தாற்போல், அவர் உணவு வகைகளை அடுக்கும் பாட்டுப் பாடி வருகையில், “கொழுக்கட்டை” என்பதையும், “பொரிச்ச குழம்பு” என்பதையும் பாவத்துடன் (!) சுடறும்போது சர்வ ஜனங்களும் சிரிக்கிறார்கள். இவ்வாறு உயர்தர நகைச்சுவையும், சாதாரண விகடமும் அவர் கதையில் காணலாமாயினும், ஆபாச அருவருப்பு ரஸங்களை மட்டும் காணவே முடியாது.

அவர் கதை சொல்லும் முறையில் குறைகள் கண்டு பிடிப்பதாயிருந்தால், இரண்டு குறைகள் சொல்லலாம்.

ஒன்று தான், முதலில் நான் குறிப்பிட்டிருக்கிறபடி, “வாயு புத்திரனாகப்பட்டவனான பீமசேனனென்று சொல்லப்படுகிறவனாய் இருந்து கொண்டிருக்கப்பட்டவனானவன்” என்றெல்லாம் பேசுவது. ஆனால் இதை ஒரு பெரிய குறை என்று சொல்வதற்கில்லை. நம்மில் அநேகர் கூடத்தான் பேசுவதில் பல வேடிக்கை முறைகளைக் கையாளுகிறோம்.

ஒருமுறை ரயில்வே ஸ்டேஷனில், நண்பர் ஒருவரை ரயிலேற்றிவிட்டு வெளியே வந்தேன். அதே காரியத்துக்காக வந்த மற்றொரு பிரமுகரும் (ரிடயர் ஆன ஜட்ஜ்) வெளியே வந்தார். அப்போது எதிரில் அவருக்குத் தெரிந்த மனிதன் ஒருவன் வந்தான். அவனைப் பார்த்ததும்,

“ஏண்டா! இதை அவன் கொடுத்தாச்சா?” என்றார். பிறகு திருத்திக்கொண்டு,

“ இல்லேடா! இவன்கிட்ட அதைக் கொடுத்தாச்சா?'' என்றார். மறுபடியும்,

“அதுதாண்டா ! அவனை இதுகிட்ட கொடுத்தாச்சா?” என்றார். எதை யாரிடம் கொடுத்தாச்சா என்று மட்டும் அவர் சொல்லவேயில்லை.

இவரைப்போலவே, சமயத்தில் வார்த்தைகள் அகப்படாத காரணத்தினாலும், பழக்கத்தின் தோஷத்தினாலும், “அதை இது பண்ணியாச்சா?” என்றும், “இதுக்கு அதைப் பண்ணிவிட்டால் என்ன?” என்றும் நம்மில் சிலர் பேசுகிறோம். அப்படியிருக்கும் போது, இதுக்காக அவரை இது சொல்றதாக எனக்கு இது இல்லை! (அதாவது “அகப்பட்ட” “இருந்து கொண்டிருக்கப்பட்ட” ஆகியவைகளுக்காகப் பாகவதரைக் குறை சொல்வதாக எனக்கு உத்தேசமில்லை .)

இன்னும் ஒரு சிறு குறை என்னவென்றால், கதையின் நடுவில் இங்கிலீஷ் வார்த்தைகளை அபரிதமாய்க் கலப்பதே யாகும். சமயமறிந்து ஒவ்வொரு இங்கிலீஷ் வார்த்தையை நடுவில் கலப்பதில் ரஸம் உண்டு என்று நான் ஒப்புக்கொள்கிறேன். ஆனால் “*Woman's Franchise* க்காக *Fight* பண்ணின *First Lady* துரோபதிதான்” என்றெல்லாம் மணிப்பிரவாளமாக வரும் வாக்கியங்கள், காலட்சேபத்தின் நடுவில் காதில் கடூரமாய்த்தான் விழுகின்றன.

தற்கால அரசியல், சமூகப் பிரச்னைகளைக் கதையின் நடுவில் புகுத்துவதில், பாகவதர் கைதேர்ந்த புள்ளியாவர். வெகு பொருத்தமாகவும், பளிச்சென்று மனதில் பதியும்படியாகவும் அத்தகைய விஷயங்களைக் கொண்டு வருவார். உதாரணமாக,

அன்றைய தினம், பாகவதர் "க்ஷத்திரியர்கள் எல்லாம் வில்லை வளைத்துக் குறியை எய்ய முடியாமல் தோற்றுவிட்டனர். பஞ்ச பாண்டவர்கள் பிராமணர் வேஷத்தில் பிராமணர் மத்தியில் உட்கார்ந்திருந்தனர். அவர்கள் எழுந்து 'இதிலே க்ஷத்திரியர்களுக்கு மட்டுந்தான் இடம் உண்டா? பிராமணர்களுக்கும் சான்ஸ் கிடைக்குமா?' என்று கேட்டபோது, இந்நாளில் பிராமணர்களின் உத்தியோகத் திண்டாட்டத்தை அறிந்திருக்கும் யார்தான் சிரிக்காமலிருக்க முடியும்? அதே மாதிரி, சகுனி தன்னுடைய வாழ்க்கைத் தத்துவத்தை எடுத்துக் கூறும் சந்தர்ப்பத்தில், "உலகத்திலே பணக்காரன் ஏழையை வருத்துகிறான்; பலசாலி பலஹீனனை விரட்டுகிறான்; அஸ்திர பலமுள்ளவன் அஸ்திரமில்லாதவன் மீது பாய்கிறான்; இதாலி அபிஸீனியாவை முழுங்கிவிடுகிறேன் என்கிறது!" என்று பாகவதர் கூறியது வெகு ரஸமாயும், பொருத்தமாயும் அமைந்திருந்தது.

இன்னும் ஒரு வார்த்தை. பாகவதரைப் பற்றிச் சித்திரத்துடன் இன்னொரு கட்டுரை வெளியாகுமென்று நான் கூறி அதிக காலம் ஆயிற்று. இத்தனை தாமதம் ஏனென்றால், பாகவதரைப் போன்ற பெரிய மனிதர் படத்தைப் போடுவதற்கு ஆனந்தவிகடனுடைய 'ஸைஸ்' அவ்வளவு பொருத்தமில்லாமலிருந்ததுதான். ஆனாலும் இதற்காக விகடனுடைய ஸைஸைப் பெரிதாக்குவது சாத்தியமில்லையென்று தெரிந்துவிடவே, பாகவதருடைய மன்னிப்பை எதிர்பார்த்து, ஏதோ இருக்கிற இடத்தில் படத்தைப் போட்டு விடுவது என்று தீர்மானிக்கப்பட்டது,

பாகவதருடைய வெவ்வேறு தோற்றங்களில் இன்னும் சில படங்கள் அடுத்த இதழ்களில் வெளியாகலாம்.

- ஆனந்த விகடன், *08.12.1935*

27
ஸர்வம் சங்கீத மயம்

சப்த ஸ்பரிச ரூப ரஸ கந்தங்களில் முதலாவது சப்தந்தான். ஆதியில், நாதப்பிரம்மம் இருந்தது. நாதப்பிரம்மம் என்றால் பிரணவம்; அதாவது ஓம்... ஓங்காரத்தில் எல்லாம் அடக்கம். அதாவது, நீங்கள், நான், சென்னைப் பட்டணம், அபிஸீனியா சகலமும், அபிஸீனியாவில் ஆகாயவிமானத்திலிருந்து போடும் குண்டுகளும் ஓம் ஓம் என்று முழக்குகின்றன.

சப்தமயமான இந்தப் பிரபஞ்சத்தில் அந்தச் சப்தத்தைக் கட்டுக்குள் படுத்தும் வித்தைக்கு சங்கீதம் என்று பெயர். சப்தத்தைக் கட்டுப்படுத்துகிறதென்றால், பிரபஞ்சத்தையே கட்டுப்படுத்துவதாகும். ஆகவே சங்கீதத்துக்குள் சகலமும் அடக்கம் என்று ஏன் சொல்லக்கூடாது?

ஸரிகமபதநிஸ என்னும் ஸப்த ஸ்வரங்களில் ஒவ்வொரு ஸ்வரத்திலும் ஒவ்வொரு லோகம் அடங்கியிருக்கிறது. ஆகவே, ஒவ்வொரு சங்கீத வித்வானும் ஒரு கச்சேரி செய்து முடிப்பதற்குள் ஏழு லோகங்களையும் எவ்வளவு தடவை உருட்டிப் புரட்டித் துவம்ஸம் செய்கிறார்கள் என்று கணக்கிட்டால், நமக்கு இந்த ஏழு லோகங்களிலும் இருக்க வேண்டாமென்றே தோன்றிவிடும். அப்படியிருக்க, இப்போது சென்னை நகரில் நடக்கும் இவ்வளவு சங்கீதக் கச்சேரிகளிலும் எவ்வளவு தடவை ஸப்த லோகங்களும் உருளுகின்றன, புரளுகின்றன என்பதை எண்ணிப்பார்த்தால், என்ன தோன்றும்?

நாலு வகுப்புகள்

மகாகனம் சீனிவாச சாஸ்திரியார் சங்கீத வித்வத் சபையைத் திறந்து வைக்கும் காலையில் ஒரு பேச்சுக் கச்சேரி நடத்தினார்.. அதில் அவர் பல அரிய விஷயங்களை எடுத்துக் கூறினார்.

உதாரணமாக, சங்கீத வித்வான்கள் உளறிக் கொட்டக் கூடாது, பாட்டுப் பாட வேண்டும் என்றார். அதாவது வார்த்தைகளைத் தெளிவாக உச்சரித்து உணர்ச்சியுடன் பாட வேண்டும் என்றார். இன்னும் சங்கீதக் கச்சேரிக்கு வருபவர்களில் "மூன்றாம் வகுப்பு"ப் பிரயாணிகளின் சௌக்கியங்களைக் கொஞ்சம் கவனிக்க வேண்டும் என்று விண்ணப்பித்துக் கொண்டார்.

சாஸ்திரியாரின் கோரிக்கையை மனப்பூர்வமாக ஆதரிக்கிறேன். ஆனால் "மூன்றாம் வகுப்புப் பிரயாணிகள்' என்று அவர் குறிப்பிடுபவர்களை நான் மூன்றாம் வகுப்புப் பிரயாணிகளாக ஒப்புக்கொள்ளவில்லை. என்னுடைய பிரிவினை வருமாறு :

முதல் வகுப்பு

சங்கீத பண்டிதர்கள் (அல்லது கிரிடிக்கள்) இந்த வகுப்பினர். இவர்களுக்கு, சாஸ்திர சம்பிரதாயங்களிலிருந்து சங்கீதம் அணுவளவும் பிறழாமலிருக்கிறதா என்பதுதான் கவலை, குரலினிமை, மனோதர்மம், அர்த்தபாவம் இவைகளைப் பொருட்படுத்தமாட்டார்கள். எங்கேயாவது அரைக்கால் ஸ்வரம் குறைகிறதா என்று பார்த்துக்கொண்டேயிருப்பார்கள், 'பார்! பார்! அந்த நிஷாதத்தைப் பார்; இந்தக் காந்தாரத்தைப் பார்" என்று சொல்லிக்கொண்டேயிருப்பார்கள். ஒரு சங்கதி அதிகமாகவோ, ஒரு சங்கதி குறைவாகவோ போட்டாலும் இவர்களுக்கு மூக்குக்குமேல் கோபம் வந்துவிடும்; சொல்லிக்கொள்ளாமல், எழுந்துகூடப் போய்விடுவார்கள்.

இரண்டாம் வகுப்பு

இவர்கள் பெரும்பாலும் பெரிய மனிதர்கள். காதுக்கு இனிமை ஒன்றையே கவனிப்பவர்கள், ஸ்வரம், பல்லவி, எழவு, காடாத்து ஒன்றும் இவர்களுக்கு வேண்டாம், மிருதங்கம், கஞ்சிரா முதலிய தோல்வாத்தியங்களைக் கண்டாலும் இவர்களுக்கு எரிச்சல், கேட்டாலோ சொல்ல வேண்டியதில்லை. "கோணல்மாணல் இல்லாமல் நேரே நெடுகப் பாட்டைச் சொன்னால் கேட்டுவிட்டுப் போக மாட்டோமா?" என்பார்கள். இவர்களைத்தான் "மூன்றாம் வகுப்புப் பிரயாணிகள்" என்று சாஸ்திரியார் குறிப்பிட்டார். "இவர்களைக் கொஞ்சம் கவனித்துக் கொள்ளுங்கள். துக்கடாக்களை முதலில் பாடிவிட்டு பல்லவி, கில்லவி எல்லாவற்றையும் கடைசியில் வைத்துக் கொள்ளுங்கள்" என்றார். சாஸ்திரியாரையும் அவருடைய சிநேகிதர்களையும் அப்படி மூன்றாம் வகுப்புக்குத் தள்ளிவிட எனக்கு இஷ்டமில்லை. பெரிய மனிதர்களாகிய அவர்கள் இரண்டாம் வகுப்பிலேயே இருக்கட்டும்.

மூன்றாம் வகுப்பு

ரயிலில் மூன்றாம் வகுப்புப் பிரயாணிகள்தான் தொகையில் அதிகம்; அவர்கள்தான் அதிகப் பணமும் கொடுப்பவர்கள், சங்கீதத்திலும் அப்படித்தான்.

இந்த மூன்றாம் வகுப்புப் பிரயாணிகளைத்தான் நான் "ரஸிகர்கள்" என்று சொல்கிறேன். இவர்களுக்கு சங்கீத ஞானம் உண்டு; சங்கீதம கேட்டுக் கேட்டுப் பண்பட்ட ('புண்பட்ட' அல்ல) செவிகளையுடையவர்கள். ஆனால் பண்டிதர்களைப் போல் தப்பு எங்கே விழப்போகிறது என்று பார்த்துக்கொண்டிருக்க மாட்டார்கள். இவர்களுக்குப் பாடகரின் குரல் இனிமையாயிருக்க வேண்டும்; ஆனால் அது மட்டும் போதாது, சங்கீதமும் உயர்தரமாயிருக்கவேண்டும். ராகங்களை மனோதர்மத்துடனும் ராகபாவந் தோன்றவும் பாட வேண்டும். கீர்த்தனங்களை அதற்குரிய காலங்களில் வேண்டிய அளவு சங்கதிகளுடன் அக்ஷர சுத்தத்துடன் பாட வேண்டும். தெரிந்த பாஷையில் உணர்ச்சியுடன் அர்த்த பாவந்தோன்றப் பாடினால் 'அதி விசேஷம்' என்று கொண்டாடுவார்கள். ஸ்வரங்கள், பல்லவிகள், மிருதங்க, கஞ்சிரா ஆவர்த்தங்கள் எல்லாம் அளவுக்குட்பட்டிருந்தால் இவர்கள் அநுபவித்துச் சந்தோஷப்படுவார்கள். அதிகமாய்ப் போனால் வெறுப்படைவார்கள்.

இண்டர் வகுப்பு

இப்படி ஒரு நாலாவது வகுப்பும் சங்கீத உலகில் உண்டு. இவர்களுக்கு சங்கீத யுத்தங்களின்தான் ரஸம் அதிகம். மிருதங்கமும் கஞ்சிராவும் சேர்ந்து எவ்வளவு அதிக சத்தம் கிளப்புகிறதோ அவ்வளவுக்கு ஆனந்தமடைவார்கள். ஸ்வரம் பாடுகையில் பாடகரும், மிருதங்க கஞ்சிரா வித்வான்களும் சேர்ந்து கடைசியில் 'சடபுடா கடபுடா' என்று நெரிக்கிறார்களே, அப்போது இவர்களுக்கு ஆவேசமே வந்துவிடும். தாங்களும் கைகொட்ட ஆரம்பித்துவிடுவார்கள். பத்துப்பேர் சேர்ந்து நூறு பேருக்கு வேண்டிய சத்தம் போடுவார்கள். வித்வான்கள் பலர் இவர்களுடைய சத்தத்தைக் கேட்டு ஏமாந்து போவதுண்டு.

மேற்கண்ட நாலு வகுப்பாரையும் சங்கீத வித்வான்கள் ஓரளவு திருப்திப்படுத்த வேண்டியதுதான். ஆனால் புகழும் பணமும் நீடித்த செல்வாக்கும் பெற விரும்பும் சங்கீத வித்வான் மூன்றாம் வகுப்புப் பிரயாணிகளையே அதிகமாய்க் கவனித்துக் கொள்வார். ஏனென்றால், அவர்கள் தான் இக்காலத்து சங்கீத சபைகளில் அதிகத்

தொகையினர் சங்கீதக் கச்சேரிகளுக்கு வரும் பெண்மணிகளில் மிகப் பெரும்பாலோர் இந்த வகுப்பினரே.

வித்வத் சபையின் தொண்டு

பத்து வருஷத்துக்கு முன்னால் நிலைமை இவ்வாறில்லை. அந்நாளில் முதல் இரண்டாவது வகுப்புப் பிரயாணிகளும் இண்டர் கிளாஸ் பிரயாணிகளும்தான் அதிகமாயிருந்தனர். இந்தப் பத்து வருஷத்தில் சங்கீதத்தின் ரஸபாவங்களையறிந்து அநுபவிக்கக் கூடிய ரஸிகர் கூட்டம் மிகுதியாய்ப் பெருகியிருக்கிறது. இந்த நல்ல விளைவுக்கு, சங்கீத வித்வத் சபை (மியூஸிக் அகாடமி) யாரின் தொண்டு பெரிதும் காரணமாகுமென்று நான் கருதுகிறேன். .

கவி சுப்பிரமணிய பாரதியார் பதினைந்து வருஷங்களுக்கு முன்னால் எழுதினர்:

"இப்போது உலக முழுவதிலுமே ராஜாக்களையும் பிரபுக் களையும் நம்பி வித்தை பழகும் காலம் போய்விட்டது, பொது ஜனங்களை நம்ப வேண்டும். இனிமேல் கலைகளுக்கெல்லாம் போஷணையும் ஆதரவும் பொது ஜனங்களிடமிருந்து கிடைக்கும். அவர்களுக்கு உண்மையான அபிருசி உண்டாக்கிக் கொடுப்பது வித்வான்களுடைய கடமை, பிறகு, நல்ல போஷணை கிடைக்கும். ஒரு பிரபு மாதம் ரூபாய் 100 கொடுப்பான். ஊர் சேர்ந்தால் தலைக்குக் கால் ரூபாயாக வசூல் பண்ணி மாதம் 1000 ரூபாய் கொடுக்கும். ஊரையே எஜமானாகக் கொள்ள வேண்டும்.

ஊர்தான் ராஜா. இந்த ராஜாவுக்கு ஆரம்பத்திலே கொஞ்சம் ஞானம் அளித்துப் பழக்கங் கொடுத்தால், வித்தைகளுக்கு எவ்விதமான குறைவும் ஏற்படாது."

கவியின் வாக்கு, மியூஸிக் அகாடமியின் தொண்டின் மூலமாக ஓரளவு இப்போது நிறைவேறியிருப்பதைக் காண்கிறோம். அகாடமி பந்தலில் தினந்தோறும் மாலையில் கூடிவரும். சபையோரின் அமைதியையும் முக பாவத்தையும் கவனிக்கும் எவருக்கும் இது தெரியாமல் போகாது.

ஒரு விசித்திரம்

சங்கீத வித்வான்களின் புகழ், விஷயமறிந்து அநுபவிக்கும் ரஸிகர் கூட்டத்தையே பொறுத்திருக்கிறது: ஆகவே, மியூஸிக் அகாடமியின் தொண்டினால் அதிகமான நன்மையை அடைந்தவர்கள் கச்சேரிகள் செய்யும் சங்கீத வித்வான்களே யாவார்கள். முன் எந்தக் காலத்திலும்விட இந்நாளில் சங்கீதக் கச்சேரிகள் அதிகம் நடப்பதையும், அதிக ஜனங்கள் பணங்கொடுத்து வந்து

கேட்பதையும் கண்கூடாகக் காண்கிறோம். இவ்வளவுக்கும் காரணமான மியூஸிக் அகாடமி விஷயத்தில், நமது கச்சேரி வித்வான்கள் சிலர் பராமுகமாயிருப்பது ஒரு விசித்திரமல்லவா? வித்வான்களில் ஸ்ரீமான்கள் அரியக்குடி ராமாநுஜய்யங்கார், சௌடய்யா, தக்ஷிணாமூர்த்தி மூவரும் அகாடமியைப் பகிஷ்காரமே செய்து வருகிறார்கள். கச்சேரி செய்ய வருகிறவர்களிலும் சிலர் வேண்டா வெறுப்பாய் வந்து தொலைக்கிறார்கள். இந்த விசித்திரமான நிலைமைக்குக் காரணம் என்னவாயிருக்கலாம்?

'வித்வான்கள் மியூஸிக் அகாடமியின் மூலம் தங்களுக்கு ஏற்பட்டுவரும் நன்மையை உணரவில்லை, அல்லது அவர்கள் அதை உணரும்படி அகாடமி எடுத்துக் காட்டவில்லை என்பது ஒரு காரணமா யிருக்கக் கூடும்... இதைவிட முக்கியமான காரணம் ஒன்று உண்டு என்றும் தெரிகிறது...

முன்னால், சங்கீத பண்டிதர்கள் என்னும் முதல் வகுப்புப் பிரயாணிகளைப் பற்றிக் கூறினேனல்லவா? இவர்களுக்கு சங்கீத சாஸ்திரத்தைப் பற்றிச் சகலமும் தெரியும். எந்தெந்த சாகத்தில் எந்தெந்த நிஷாதம், எந்தெந்த காந்தாரம் பிடிக்க வேண்டும்; அதை எந்தெந்த வித்வான்கள் எப்பெப்போது தப்பாய்ப் பிடித்தார்கள் என்றெல்லாம் ஓர்ணயமாய்ச் சொல்வார்கள். ஆனால் இவர்கள் பாடுகிறோமென்று வாயைத் திறந்தால் மட்டும் கர்ண கடூரமாயிருக்கும்; அநேகமாய் அந்த வழிக்கே போக மாட்டார்கள்.

இவர்களில் சிலருக்கு நாவில் விஷம். தங்களுடைய உயர் ஞானத்தைக் காட்டிக்கொள்வதற்காக மற்றவர்களுக்கு ஒன்றும் தெரியாது என்று சொன்னால்தான் திருப்தி. அதிலும், இவர்களில் சிலர் லௌகிக அக் தஸ்து வாய்ந்த உத்தியோகஸ்தர்களாயிருப்பதால், நாக்கில் நரம்பின்றித் துடுக்காய்ப் பேசுவார்கள்.

இந்த சங்கீத "பண்டிதர்"களின் துடுக்குத்தான், வித்வான்கள் மியூஸிக் அகாடமியின் மேல் அவ்வளவாகக் காதல் கொள்ளாததற்குக் காரணம் என்பது ஓர் அபிப்பிராயம்.

அதிர்ஷ்டவசமாக, இந்த நிலைமை சமீபத்தில் மாறிவிட்டது என்று மகிழ்ச்சியுடன் தெரிவித்துக்கொள்கிறேன். கச்சேரி செய்யும் வித்வான்களுக்கு உரிய மரியாதையை அளிக்கவும், அநுதாபத்துடன் அவர்களுடைய சௌகரியங்களைக் கவனிக்கவும் இப்போதுள்ள நிர்வாகிகள் சித்தமாயிருக்கிறார்கள். "பண்டிதர்"களின் அதிகாரம் முன்போல் இப்போது செல்லவில்லை, எனவே, கூடிய சீக்கிரம் இப்போது 'ஊடல்' கொண்டிருக்கும் சில வித்வான்களும் மியூஸிக் அகாடமியில் கலந்துகொள்வார்களென்று நம்பிக்கை

உண்டாகிறது. அத்துடன், ராகலக்ஷணங்கள் முதலியவைகளை நிர்ணயிப்பதற்காக நடக்கும் விவாதங்களிலும் அவர்கள் கலந்துகொண்டு, தீர்மானங்களை அமுலுக்குக் கொண்டுவருவதிலும் ஒத்துழைத்தால்தான் அகாடமியின் நோக்கம் நிறைவேறியதாகும். அத்தகைய ஒத்துழைப்புக்கு இருசாராரும் முயற்சி செய்ய வேண்டும்.

ஒரு பெருமுயற்சி

மியூஸிக் அகாடமியின் உயர்நோக்கங்கள் நிறைவேறுவதற்கு இன்னொரு வழியில் ஒரு யோசனை ஏற்பட்டிருக்கிறது. அது,

நமது மாகாணத்திலுள்ள சங்கீத சபைகளையெல்லாம் மியூஸிக் அகாடமியுடன் பிணைக்க வேண்டுமென்பது. இந்த யோசனைக்குக் காரணமானபுருஷர் "ஹிந்து" பத்திரிகை ஆசிரியரான ஸ்ரீமான் கே. சீனிவாசன் அவர்கள். சங்கீதத்தில் இவருக்கு அதிக 'கிறுக்கு' உண்டு என்பது பலர் அறிந்த விஷயம். பொதுவிஷயங்கள்  ஒன்றிலும் சாதாரணமாய்த் தலையிடாதவரான ஸ்ரீமான் சீனிவாசன், சங்கீத முன்னேற்றத்தில் சிரத்தை காட்டவும் அதற்கு வேண்டிய முயற்சி எடுக்கவும் முன் வந்திருப்பது அதிர்ஷ்டவசந்தான்.

மியூஸிக் அகாடமியின் ஆதரவின் கீழ் தமிழ்நாட்டிலுள்ள சங்கீத சபைகளின் பிரதிநிதிகள் சேர்ந்த ஒரு ஸ்தாபனம் ஏற்படுமானால், அதைப் போல் சங்கீத உலகத்துக்கு நன்மை தரக்கூடியது வேறொன்றுமில்லை. சபைகள், வித்வான்கள், சங்கீதப்பிரியர்கள் ஆகிய மூன்று சாராருக்கும் அதனால் எவ்வளவோ நன்மை உண்டு. உதாரணமாக ஒன்று சொல்கிறேன். சென்னையில் சில சமயம் ஒரேநாளில் மூன்று சபைகளில் மூன்று பெரிய வித்வான்களின் கச்சேரிகள் நடக்கின்றன. அப்புறம் மூன்று வாரம் கச்சேரியே இருப்பதில்லை. ஒரு மத்திய ஸ்தாபனம் இருந்தால் இம்மாதிரி நடக்காமல் மூன்று வாரத்திலும் மூன்று கச்சேரிகள் நடக்கும்படிச் செய்யலாம்.

இன்னும், சங்கீதக்கலை சம்பந்தமான சீர்திருத்தங்கள் எல்லாவற்றையும் நிறைவேற்றிவைக்க அத்தகைய ஸ்தாபனம் மிகவும் உபயோகமாயிருக்கும்.

இது ஒரு பெரிய முயற்சி என்பதிலும், நடத்துவதற்குப் பிரயாசை அதிகம் எடுக்கவேண்டுமென்பதிலும் சந்தேகமில்லை.

விதை போட்டாய்விட்டது, மியூஸிக் அகாடமியார், மேற்கூறிய ஸ்தாபனம் ஏற்படுத்துவதற்கு வேண்டியபடி விதிகளை அமைத்து விட்டார்கள். முயற்சி பலித்தால், எவ்வளவோ நன்றாயிருக்கும்.

காரைக்குடி சகோதரர்கள்

"ஆரம்பத்தில் கூறியபடி சென்னை முழுவதும் ஒரே சங்கீத மயமாயிருக்கிறது. சங்கீத விழா முழுதும் ஆன பிறகுதான், கச்சேரிகளின் தராதரத்தைப் பற்றி எழுத வேண்டும். ஆனால் இரண்டொரு முக்கிய அம்சங்களைப் பற்றி மட்டும் இங்கே குறிப்பிடுகிறேன்.

மியூஸிக் அகாடமியில் இம்முறை காரைக்குடி சகோதரர்களின் வீணைக் கச்சேரி ஏற்படுத்தியதினால் அகாடமியின் பெருமை ஒரு முழம் உயர்ந்திருக்கிறதென்று சொல்லலாம்.

சங்கீத வித்வத் கோஷ்டியில் காரைக்குடி சகோதரர்களுக்கு எப்போதும் சிறந்த கௌரவம் உண்டு, ஆனாலும் கொஞ்ச காலமாக அவர்களுடைய கச்சேரிகளை மட்டும் சென்னையில் கேட்க முடியாமலிருந்தது. இதற்குக் காரணம் என்ன தெரியுமா? சங்கீதச் சுவை தேசத்தில் அதிகமாய்ப் பரவிவிட்டது தான்!

நமது சங்கீதக் கருவிகளுக்குள்ளே மிகச் சிறந்தது வீணை; அந்த வாத்தியத்தில் கைதேர்ந்தவர்கள் காரைக்குடி சகோதரர்கள். அப்படியிருக்க, சங்கீதச் சுவை பரவியதினால் அவர்களுடைய வீணைக் கச்சேரி அபூர்வமாயிற்று என்பது வேடிக்கையாயிருக்கிறதல்லவா? எந்த நன்மையிலும் ஒரு சிறு தீமையும் உண்டு. சங்கீதச் சுவை பரவப்பரவ, சங்கீதக் கச்சேரிகளில் கூட்டம் அதிகம். வீணை வாத்தியத்திலோ சப்தம் குறைவு. எல்லாருக்கும் சேட்பதில்லை. கேட்காத வாத்தியம் எவ்வளவு நன்றாயிருந்தால்தான் என்ன பிரயோஜனம்?

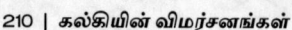

இதை முன்னிட்டு மியூஸிக் அகாடமி பந்தலில் அன்று 'ஒலிபெருக்கி' வைத்திருந்தார்கள். அதனால் வீணைகளின் நாதம் பந்தலின் கோடி வரையில் நன்றாய்க் கேட்டது. சிறந்த மேளக்கட்டுடன் கூடிய அந்த அபூர்வமான நாதப் பொழிவின் இன்பத்தில் எல்லாரும் மெய் மறந்திருந்தார்கள். அதே தினத்தில் வேறு பிரபல கச்சேரிகள் நடந்தபோதிலும் அகாடமி பந்தலில் அவ்வளவு கூட்டம் சேர்ந்ததிலிருந்து, உயர்தர சங்கீதத்திற்கும் சென்னையில் மதிப்புண்டு என்று ஏற்பட்டது.

ஜோதி பாண்டியன்

இந்த வருஷத்து சங்கீத விழாவில் முக்கியமான அம்சங்களில் ஒன்று, ஶ்ரீமான் ஜோதி பாண்டியனின் 'ஆர்கெஸ்ட்ரா' கச்சேரியாகும். ஶ்ரீமான் பாண்டியன் கர்நாடக சங்கீதத்துக்குச் செய்துவரும் தொண்டைப் பற்றி ஏற்கனவே விரிவாக எழுதியிருக்கிறேன்.

அதன் முக்கிய அம்சம் வருமாறு: கர்நாடக சங்கீதத்தில் சாதாரணமாய் ஸ்வரங்கள் ஒன்றன்பின் ஒன்றாகவே வரும் ; அடுத்தடுத்து வெகு துரிதமாக வருமே தவிர ஏக காலத்தில் இரண்டு ஸ்வரங்கள் சந்தியாது. பலர் சேர்ந்து பாடும்போதும், பல வாத்தியங்கள் சேர்த்து வாசிக்கும்போதும் கூடக் குறிப்பிட்ட ஒரு நேரத்தில் ஒரு ஸ்வரந்தான் தொனிக்கும். ஆனால் மேனாட்டு சங்கீதத்தில் ஒரே சமயத்தில் பொருத்தமான வெவ்வேறு ஸ்வரங்கள் சப்திப்பதுண்டு. முந்தைய முறைக்கு *Melody* என்றும், பின்னதற்கு *Harmony* என்றும் சொல்வார்கள், நாம் அவைகளை "தனி ஸ்வர கீதம்'' என்றும் "இணை ஸ்வர கீதம்'' என்றும் சொல்லலாம்.

ஶ்ரீமான் பாண்டியன் கர்நாடக சங்கீதத்தில் இணை ஸ்வர முறையைச் சேர்க்க முயன்றிருக்கிறார். இந்த முயற்சியில் அவர் எவ்வளவு தூரம் வெற்றியடைந்திருக்கிறார் என்பதைக் காட்டுவதற்கு அவருக்கு ஒரு சந்தர்ப்பம் மியூஸிக் அகாடமியார் அளித்தது மிகவும் பாராட்டத்தக்கது.

அன்று ஸ்ரீமான் பாண்டியனும் அவருடைய கோஷ்டியும் நடத்திய கச்சேரியை ஓர் "இசை விருந்து" என்று சொல்லலாம். அதில் சங்கீதப் புலமை வெளிப்படவில்லை; சங்கீதப் புலமையைக் காட்டுவது அவருடைய நோக்கமுமன்று. ஆனால் கர்நாடக (சங்கீதத்தில் இணை ஸ்வர முறைக்கும் இடம் உண்டு என்பதை ஒருவாறு நிரூபித்து விட்டார். வாய்ப்பாட்டுடன் அநேக வாத்தியங்களும் சேர்ந்திருந்தன. இணை ஸ்வரங்களைச் சேர்த்திருந்த இடங்கள் எல்லாம் காதுக்கு, மிகவும் இனிமையாயிருந்தன.

காங்கிரஸ் மேடை

பொதுவாக, ஆத்ம ஸ்துதி செய்துகொள்ளுதல் விரும்பத்தக்கதன்று என்றாலும், சில சமயம் அது நியாயமாகவும் உசிதமாகவும் இருக்கிறது... காங்கிரஸ் சங்கீத மேடையைப்பற்றி... ஸ்ரீமான்கள் ஸத்தியமூர்த்தியும், ஈ. கிருஷ்ணையரும் அடித்துக்கொள்ளும் பெருமையெல்லாம் துளிக்கூட மிகையாகாது. "காங்கிரஸ் மேடையில் ஏறினாலே பாட்டு நன்றாய் வரும்; கச்சேரி நன்றாயிருக்கும்" என்கிறார் ஸ்ரீமான் ஸத்தியமூர்த்தி, "இந்தக் காங்கிரஸ் மேடையில் ஏறினால் கச்சேரி சோபிக்காமல் எப்படிப் போகும்?'' என்கிறார் கிருஷ்ணையர், இவை எவ்வளவு தூரம் வாஸ்தவத்தில் நிறைவேறின என்று, பின்னால் கவனிக்கலாம்,

ஆனால் அவர்கள் கூறுவது பொதுவாக உண்மை என்பதில் சந்தேகமில்லை. காங்கிரஸ் மேடையில் ஏறிவிட்டாலே ஒரு புதிய உற்சாகம் ஏற்படுகிறது; அதனால் கச்சேரியும் நன்றாய் அமைகிறது. அதிலும், காங்கிரஸ் பந்தலில் அமைத்திருக்கும் அந்த மேடை இருக்கிறதே, அதைப் பார்க்கப் பதினாயிரம், கண்கள் வேண்டும்; இரண்டு கண் நிச்சயமாய்ப் போதாது. கொட்டகையின் அமைப்பு, மேடையின் அமைப்பு, மேடையில் திரைகளின் அமைப்பு எல்லாம் அழகுணர்ச்சிக்குப் பொருத்தமாயும் கச்சேரி சோபிப்பதற்கு அனுசரணையாயும் ஏற்பட்டிருக்கின்றன. அந்த மேடையில் ஏறிக் கச்சேரி செய்யக் கொடுத்து வைத்தவர்கள் பாக்கியசாலிகள் தான்.

- ஆனந்த விகடன், *05.01.1936*

28

சங்கீத சாகரம்

பதினைந்து நாட்களுக்கு மேலாக சங்கீத சாகரத்தில் திக்கு முக்காடித் திணறி விட்டு இப்போதுதான் கரையேறினேன்.

இன்று காலை எழுந்ததும் கையில் சுந்தரப் புத்தகத்துடன் ஓர் ஆஷாட பூதி வந்தார். அவர் புத்தகத்தைப் பிரித்து ஏதோ சொல்லத் தொடங்கினார்.

"நல்ல தொழில் இல்லையா?வேறு நல்ல தொழில் இல்லையா ?'' என்று நான் பாட ஆரம்பித்தேன். உடனே அவர் விட்டார் சவாரி. அவரை அப்படி ஓட அடித்தது பாட்டின் சாஹித்யமா, அல்லது என் குரலின் இனிமையா, அல்லது உணர்ச்சி ததும்ப பாவத்துடன் அதை நான் பாடியதா என்பது இன்னும் எனக்குப் பிடிபடவில்லை.

ஆனால் ஒன்று நிச்சயம், இப்போது என்னுடைய சாரீரத்தைப் பற்றி நான் அதிகமாகப் பெருமை இடித்துக்கொள்ளும் நிலைமையில் இல்லை, பேசும்போதே குறைந்தது 300, 400 ஸ்வரங்கள் ஏக காலத்தில் வெளியாகின்றன. பாடினால் எவ்வளவு ஸ்வரங்கள் வெளியாகுமென்று சொல்ல வேண்டுமா? தொண்டை அவ்வளவு இரும்பாய்க் கட்டிப்போயிருக்கிறது..

காங்கிரஸ் காட்சிச் சாலையில் ஒரு சிநேகிதர், "ஏன் உங்களுக்குத் தொண்டை கட்டியிருக்கிறது?'' என்று கேட்டார். "பாட்டுக் கேட்டுக் கேட்டுத் தொண்டை கட்டி விட்டது'' என்றேன். அவர் ஏனோ அதை நம்ப வில்லை. ஒரு மாதிரி என்னைப் பார்த்தார். என்ன சமாசாரம்?" என்று கேட்டேன். "அதெப்படி பாட்டுக் கேட்டால் தொண்டை கட்டும்? காது அல்லவா கட்ட வேண்டும்?' என்றார். "என் காதின் சமாசாரம் உங்களுக்கு என்ன தெரியும்? அது ரொம்பக் குட்டைக் காது ; கட்டாது" என்றதும், அவர் வேறொரு சிநேகிதரைக் கூப்பிட்டுக்கொண்டு போய் விட்டார்.

என் விஷயம் இப்படியிருக்க, சங்கீத வித்வான்களின் தொண்டையைப் பற்றியவரையில், பகவான் என்னுடைய பிரார்த்தனையை ஒருவாறு நிறைவேற்றினார் என்றே சொல்ல வேண்டும். ஆகையால், உலகத்துப் புஷ்பங்களிலுள்ள தேனை யெல்லாம் அவர் எடுத்துக் கொள்வதில் எனக்கு ஆட்சேபமில்லை.

அரியக்குடி

இவ்வருஷத்தில் எனக்கு எல்லாவற்றிலும் அதிகமான சந்தோஷம் அளித்தது காங்கிரஸ் விழாவில் அரியக்குடி ராமானுஜய்யங்கார் செய்த கச்சேரிதான். நானும் சென்ற

மூன்று வருஷ காலமாக, "அரியக்குடி ஒரு நல்ல கச்சேரி பண்ண மாட்டாரா, மனப்பூர்வமாகப் பாராட்டி எழுத நமக்கு ஒரு சந்தர்ப்பம் கொடுக்க மாட்டாரா?" என்று காத்துக் கொண்டிருந்தேன். அவருக்கும் அதில் இஷ்டந்தான் ; ஆனால் சாரீரம்தான் இடைஞ்சல் செய்துகொண்டிருந்தது. கடைசியாக, காங்கிரஸ் விழாவில் அவர் செய்த கச்சேரியில் என்னுடைய மனோதம் ஈடேறிற்று. அது காங்கிரஸ் மேடையின் பெருமை தானோ, அல்லது அவர் கதர் தரித்து வந்திருந்ததால்தானோ, தெரியவில்லை,

சங்கீதத்தில் சொற்ப ஞானமுள்ளவர்களுக்கும் சஞ்சரிக்கும் படியாகக் கச்சேரிகள் செய்து, அதன்மூலம் ரஸிகர்களின் எண்ணிக்கையை அதிகமாக்கிய பெருமை முதன்மையாக அரியக்குடி ராமானுஜய்யங்காருக்கே உரியது. சபையோருக்குச் சிறிதும் அலுப்புத் தோன்றாவண்ணம் அழகான சிறு சிறு கீர்த்தனங்களை அவர் அதிகமாய்ப் பாடுவார். கீர்த்தனம், ஆலாபனம், பல்லவி, ஸ்வரம், 'துக்கடா முதலியவைகள் அவருடைய கச்சேரிகளில் சரியான அளவுடையனவாயிருக்கும். சில வித்வான்கள் கீர்த்தனங்களை மட்டும் ஒரே மாதிரியாய்ப் பாடுவார்கள்; அய்யங்காரோ ராகங்களைக்கூட ஒரே மாதிரி சிட்டையுடன் ஒவ்வொரு கச்சேரியிலும் பாடுவார். ஓசையின்பமுள்ள பாட்டுக்களை அடிக்கடி கேட்பதில் சபையோருக்கு எவ்வளவு ருசியிருக்கிறதோ, அவ்வளவு சிட்டையான ராக வழிகளையும் ஒரேமாதிரி கேட்பதில் ருசி ஏற்படுகிறது.

இவ்வாறு கச்சேரியை ரஞ்சகமாக்கும் வித்தையை அறிந்திருப்பதுடன், அபார சங்கீத ஞானமும் வாய்ந்தவராயிருப்பதால் அவருக்கு சங்கீத உலகில் இணையற்ற கௌரவம் ஏற்பட்டிருக்கிறது.

ஆனால் சென்ற மூன்று வருஷமாகச் சாரீரம் இடைஞ்சல் செய்த காரணத்தினால் அவருடைய கச்சேரியின் முடிவில் அதிருப்தியே அதிமாயிருக்கும். "சாரீரம் மட்டும் ஒத்துக்கொண்டிருந்தால், கச்சேரி எப்படியிருந்திருக்கும்?" என்ற உணர்ச்சியுடன் சபையோர் எழுந்து போவார்கள்.

காங்கிரஸ் கச்சேரியில் அவர்களுடைய மனோரதம் பூரணமாய் நிறைவேறிற்று. நீண்ட கால ஆவல் நிறைவேறியபடியால், மகிழ்ச்சியும் மும்மடங்காக இருந்தது. காங்கிரஸ் விழாவில் இதுவரை நடந்திருக்கும் கச்சேரிகளுக்குள் அரியக்குடி கச்சேரிக்கே முதன்மை ஸ்தானம் கொடுக்க வேண்டும். மருங்காபுரி கோபால கிருஷ்ணையர் பிடிலும், ஸ்ரீமான் கோதண்டராமய்யரின் மிருதங்கமும் கச்சேரியை எவ்விதக் குறைவுமின்றிச் செய்து விட்டன.

அரியக்குடியின் மேல் எனக்கு வெகு காலமாக ஒரு குறையுண்டு. அது என்னவெனில் , சாஹித்ய ரஸம் மிகக் குறைவான சில 'தேசிய'ப்பாட்டு'களை அவர் அழகாகப் பாடி அவைகளுக்கு அந்தஸ்து அளித்துவிட்டார் என்பது. அவருடைய சங்கீத மேன்மை, உபயோகமற்ற சில பாட்டுக்களுக்கு இல்லாத மதிப்பை அளித்துவிட்டது. இவர் மட்டும் பாரதியின் பாட்டுக்களுக்கு நல்ல வர்ண மெட்டுகளை அமைத்துப் பாடினால் எவ்வளவு நன்றாயிருக்கும் என்று அடிக்கடி நினைத்திருக்கிறேன். எனவே, காங்கிரஸ் மேடையில்,

"வந்தே மாதரம் ஜயஜய
வந்தே மாதரம்"

என்ற கீதத்தை இவர் தொடங்கியதும் இணையற்ற மகிழ்ச்சி உண்டாயிற்று. செம்மங்குடி "என்று தணியும்" பாடுவதுபோல், இவரும் மேற்படி கீதத்தின் அடிகளை வெவ்வேறு ராகங்களில் அமைத்து அற்புதமாய்ப் பாடினார். ஆனாலும் "என்று தணியும்" பாட்டில் வரும் அதே ராகங்கள் சிலவற்றை இதில் சேர்க்காமல், எல்லாம் புதிய ராகங்களாகவே சேர்த்திருக்கலாமென்று மட்டும் தோன்றியது.

முசிரி

ஸ்ரீமான் அய்யங்கார் விஷயத்தில் மூன்று வருஷத்துக்குச் சொன்னதை முசிறி விஷயத்தில் ஒருவருஷத்துக்கு வைத்துக் கொள்ளலாம். அவருடைய முதல் தரக் கச்சேரி கேட்டு ஒரு வருஷத்துக்கு மேலாயிற்று. மறுபடியும், காங்கிரஸ்

மேடையின் பெருமைதானோ என்னமோ, 193334ம் வருஷக் கச்சேரிகளைப் போல் அன்று அவருடைய கச்சேரி அமைந்திருந்தது.

கீர்த்தனங்களை அக்ஷரத் தெளிவுட னும், பாவபூர்ணமாகவும் பாடுவதில் முசிரிக்கு இணையாகச் சொல்லக்கூடியவர்கள் இன்னும் தமிழ்நாட்டில் ஏற்படவில்லை. வசூலைப் பொறுத்தவரையில் சங்கீத வித்வான்களுக்குள்ளே அவர் முதன்மையாயிருப்பதின் இரகசியம் இதுதான். சாரீசம் மட்டும் ஒத்துக்கொண்டால், முதல் வகுப்புப் பிரயாணிகள் முதல் இண்டர் கிளாஸ் பேர்வழிகள் வரையில் நாலு வகுப்பாரையும் திருப்தி செய்யக்கூடியவர் அவர். காங்கிரஸ் மேடையில் அவருடைய கச்சேரி அத்தகைய பெருமை வாய்ந்திருந்தது.

முசிரி கச்சேரி என்றால், பக்க வாத்தியக்காரர்களுக்கும் 'குஷி' அதிகம். ஏனென்றால், உயர்ந்த சுருதி வைத்துக்கொண்டு பாடுவார். பாடகர் ஒன்றரைக் கட்டை , சுருதியில் பாடினால், பக்க வாத்தியக்காரர்கள் என்னதான் தலைகீழாக நின்று வாசித்தாலும் ரஸிக்காதல்லவா? மூன்று கட் டைக்குமேல் சுருதியிருந்தால்தான் பக்கவாத்தியங்கள் சோபிக்கும். அன்று பாப்பா வேங்கட்ராமையர் பிடிலும், தஞ்சாவூர் வைத்திநாதய்யர் மிருதங்கமும் முதல் தரமாயிருந்ததற்குக் கேட்பானேன் ?

உருசிகண்ட பூனையைப்போல், மியூஸிக் அகாடமியில் நடந்த அவருடைய கச்சேரிக்கும் (வேறு அலுவல்களை ஒதுக்கிவைத்து விட்டுச்) சென்றேன். அதற்கு முக்கியக் காரணம், அவர் கொடுத்திருந்த புரோகிராம் அவ்வளவு சிறப்பாயிருந்ததாகும். விதவிதமான ராக தாளங்களில், மிக அழகான கீர்த்தனங்களைக் குறிப்பிட்டிருந்தார். அவர் அடிக்கடி பாடி நமக்குச் சலித்துப்போன கீர்த்தனம் ஒன்றையும் சேர்க்கவில்லை.

ஆனால், காங்கிரஸ் மேடையில் திருஷ்டி விழுந்துவிட்டது போலிருக்கிறது; தொண்டை கட்டிவிட்டது. ஒவ்வொரு அழகான கீர்த்தனத்தையும் அவர் பாடி வரும் போதெல்லாம், “அடடா! தொண்டை கட்டாமலிருந்தால், இந்தக் கீர்த்தனம் எவ்வளவு நன்றாயிருந்திருக்கும்?” என்று குறைப்படும்படியிருந்தது.

முசிரியிடம் இன்னொரு விசேஷம் எல்லாருக்கும் தெரிந்ததே. அவர் தொண்டை எவ்வளவுதான் கட்டியிருந்தாலும் எல்லாம் பல்லவி வரையில் தான்; அதற்குப் பிறகு அது சொன்னபடி

கேட்டே தீரும். அப்புறம் அவர் பாடும் ஐந்தாறு பாட்டுக்களைக் கேட்டுவிட்டுச் சபையோர் எல்லா மனக்குறையும் தீர்ந்து வீட்டுக்குச் செல்வார்கள். அந்த வரையில் அன்றும் கச்சேரி திருப்திகரமாகவே முடிவு பெற்றது.

செம்பை

செம்பை வைத்தியநாதய்யரின் கச்சேரி யதாபூர்வம். ஏற்றத் தாழ்வு, விசேஷம், வித்தியாசம் ஒன்றும் கிடையாது.

சாரீர சம்பத்துதான் இவரிடம் முக்கிய அம்சம், அந்தச் சாரீர சம்பத்தையும், உயர்ந்த வித்வத்தையும் வைத்துக்கொண்டு, கச்சேரி எவ்வளவோ நன்றாய்ச் செய்யலாம். அதற்கு அவர் இஷ்டப்படுவதில்லை.

ஐந்தாறு உருப்படிகள், ராகம், பல்லவி, பக்கவாத்தியங்களின் யுத்தம் இவைகளுடன் கச்சேரி முடிந்துவிடும்.

ஸாஹித்யம் என்பது இவருக்கு ஒரு "கோட்ஸ்டாண்டு" தான். சங்கீதமும் சாஹித்யமும் உடலும் உயிரும் போல் கலந்திருக்க வேண்டுமென்று நினைப்பவர்களுக்கு இவர் கச்சேரி திருப்தியளியாது.

இவ்வளவெல்லாம் இருந்தாலும் "சாரீரத்தின் இனிமையாலும், தாளக் கட்டின் மேன்மையாலும் இவருடைய கச்சேரி கேட்கும்படியாக இருக்கும். ஸ்ரீமான் சௌடய்யாவின் பிடிலில் சில சமயம் அவுட் வாணத்தில் நட்சத்திரங்கள் உதிர்வது போன்ற சப்த விசித்திரங்களைக் கேட்கிறோமல்லவா? அதே விதமான சப்த விசித்திரங்கள் இவருடைய கண்டத்திலிருந்தும் வெளியாகும். அம்மாதிரி சந்தர்ப்பங்களில், பக்க வாத்தியக்காரர்களும் ஒத்து வாசித்தால், நம்மை ஒரு குலுக்குக் குலுக்கித்தான் போடும்.

இவருடைய மியூஸிக் அகாடமி கச்சேரியில், இந்த அம்சங்கள் எல்லாம் பொருந்தியிருந்தன.

செம்மங்குடி

பூர்வ ஜன்மத்தில் ஸ்வாமிக்குத் தேன் அபிஷேகம் செய்தவர்கள் இந்த ஜன்மத்தில் இனிய சாரீரம் பெறுகிறார்கள் என்று சொல்லப்படுகிறது அல்லவா? செம்பை வைத்தியநாதய்யர் ஸ்வாமிக்குத் தேனாபிஷேகம் செய்திருக்கலாம்; ஆனால் செம்மங்குடி சீனிவாசய்யர் தேவலோகத்திலிருந்து அமிருதத்தையே

கொண்டுவந்து அபிஷேகம் செய்திருப்பாரென்று தோன் றுகிறது.

மியூஸிக் அகாடமி பந்தலில், செம்மங்குடி சீனிவாசய்யரின் கச்சேரியை கேட்டவர்களுக்குள், இந்த 'மியூஸிக் ஸீஸ'னில் மிகச் சிறந்த கச்சேரி எது என்பதைப்பற்றி எவ்வித அபிப்பிராய பேதமும் இராது. அன்று பாப்பா வேங்கட்ராமையர் பிடில்; பாலக்காட்டு மணி மிருதம்கம். காயக சிகாமணி கடைசியில் வர்தனோபுசாரம் கூறும்போது "மணியின் கைகளிலிருந்து அமிர்தத் துளிகள் பொழிகின்றன" என்று கூறினார். இது கச்சேரி முழுவதிற்குமே பொருந்தும். கச்சேரி ஆரம்பத்திலிருந்து முடிவு வரையில் அமிர்தவர்ஷம் பொழிந்துகொண்டிருந்தது என்றே சொல்லலாம்.

தற்சமயம் ராகங்களை மனோ தர்மத்துடன் பாடுவதில் செம்மங்குடி சீனிவாசய்யர் தமக்குத் தாமே நிகராக விளங்குகிறார். இன்று அவர் பாடுகிற அதே ராகத்தை மறுநாள் பாடினால், அதில் சில புதிய சுவைகளைக் காண்கிறோம். அதிகமாய் விஸ்தாரம் செய்வதற்கு இடமில்லாத சாமா முதலிய சின்ன ராகங்களைக்கூட ஒவ்வொரு தடவையும் புதுமையாகத் தோன்றும்படி செய்யும் வித்தை அவரிடம் இருக்கிறது. உயர்ந்த மனோதர்மத்துக்கு அறிகுறி இதுவேயாகும்.

அவர் கீர்த்தனைகள் பாடும்போது அடிக்கடி ராகத்தின் சுவையில் மெய்மறந்துவிடுவதால், ஸாஹித்யம் இரண்டாந்தர அம்சமாகவே போய்விடுகிறது. இந்தக் குறை ஆரம்பத்தில் இவரிடம் அதிகமாயிருந்தது. இப்போது பெரு முயற்சி செய்து அடிக்கடி சாஹித்யமும் சங்கீதத்தின் முக்கியாம்சம் என்பதை நினைவூட்டிக் கொள்கிறார். சாதாரணயாய் இப்போதெல்லாம் தமிழ்க் கீர்த்தனங்கள் பாடும்போது, சங்கீதத்தின் பூரண அம்சமும் பொருந்தியிருப்பதைக் காண்கிறோம்.

ஒவ்வொரு கச்சேரியிலும் புதிதாக ஏதேனும் இரண்டொரு உருப்படிகள் இவர் கற்றுக்கொண்டு வந்து பாடுவதும் குறிப்பிடத் தக்க விஷயம். இந்தத் தடவை ஸ்ரீரஞ்சனி ராகத்தில் "சித்த மிரங்க வில்லையோ" என்ற கீர்த்தனமும், "முன்னை இலங்கை" என்று தொடங்கும் பாரதி பாட்டும் புதிதாகக் கேட்டேன். இரண்டும் வெகு அழகாயிருந்தன.

பக்க வாத்தியங்களில் மணியின் மிருதங்கத்தைப்பற்றி ஒன்றும் சொல்ல வேண்டியதில்லை. பாப்பா வேங்கட்ராமய்யர் இந்த மியூஸிக் ஸீஸனில் ரொம்ப நல்ல பெயர் வாங்கினார் என்று மட்டும் குறிப்பிட வேண்டும்.

"அவர் சில இடங்களில் வாசிக்கும்போது, பிடில் கோவிந்தசாமிப் பிள்ளையின் பிடிகள் எனக்கு ஞாபகம் வந்து கண்ணில் நீர் ததும்பிற்று" என்றார் பாகவதர். ஆனால் என்னைப் போன்ற பலருக்கு, பிடில் கோவிந்தசாமிப் பிள்ளையின் ஞாபகம் வராமலேகூட, வாசிப்பின் இன்பத்தினாலேயே கண்ணில் நீர் ததும்பியது.

இன்னும் ஒரு விஷயத்தைக் குறிப்பிட வேண்டும். செம்மங்குடியின் சங்கீதத்தைப்பற்றி காயகசிகாமணி பரவசமாய்ப் பேசுகையில், அவருடைய குருவாகிய மகராஜபுரம் விசுவநாதய்யரைப் பற்றியும் குறிப்பிட்டார். அப்போது எல்லாருடைய உள்ளத்திலும் உணர்ச்சி ததும்பிற்று. மகாராஜபுரம் விசுவநாதய்யரின் நக்ஷத்திரம் இப்போது சிறிது மங்கியிருந்த போதிலும், அவருடைய வித்தை செம்மங்குடி சீனிவாசய்யரின் மூலம் மும்மடங்கு பிரகாசிக்கிறதென்றே, சொல்ல வேண்டும்.

முடி கொண்டான்

சென்ற வருஷம் அகாடமியில், முடி கொண்டான் வேங்கட்ராமய்யரின் கச்சேரிக்குக் கொஞ்சம் அதிகமாய் எதிர்பார்த்துச் சென்றேன்; ஏமாற்றமுண்டாயிற்று. இவ்வருஷம் அதிகம் எதிர்பார்க்காமல் சென்றேன்; ரொம்பவும் திருப்தி ஏற்பட்டது.

அகாடமியில் முடி கொண்டான் கச்சேரி கடைசி நாள் (ஜனவரி 3உ) வைத்திருந்தார்கள்; ஆனால் கச்சேரி முதல் தரமாக அமைந்தது.

ஆரம்பத்தில் தாமே இயற்றிய கரகரப்பிரியா வர்ணத்தைத் தொடங்குவதற்கு முன் ராக ஆலாபனத்தைச் சிறிது வளர்த்தியபோது "ஏது, போன வருஷக் கதைதானோ?" என்று பயப்பட்டேன். அடுத்தபடி பியாகடையில் "நீ பாத பங்கஜ" என்ற கீர்த்தனம் பாடியதும் பயம் நீங்கிற்று, வஸந்தாவில் நடனமாடினார்" என்னும் கீர்த்தனமும், கேதார கௌளத்தில் "வேணுகான'' என்னும் கீர்த்தனமும் வெகு அபூர்வமா யமைந்து, சபையோரின் கரகோஷத்துக்குப் பாத்திரமாயின.

"தந்தாலும் தரட்டும்" என்னும் சாமாராக கீர்த்தனமும் நன்றாயிருந்தது. ஆனால் பல்லவி ரொம்பவும் கீழ் ஸ்தாயியில் அமைந்திருக்கிறபடியால் அகாடமியின் பந்தலுக்கு அவ்வளவாக எடுக்கவில்லை.

சங்கீதத்தின் மூன்று அம்சங்கள் ராக, பாவ, தாளம் என்பன. இவற்றில் சாதாரணமாய் தாளம் மற்ற இரண்டிலும் மறைந்து பின் நிற்பதுதான் உசிதம். ஆனாலும் சில சமயம் தாளத்தின் சுவையைக் காட்டுவதற்காகவே அமைந்த பாட்டுக்களைப் பாடுவதும் உசிதமேயாகும். ராகம் பல்லவிக்குப் பிறகு, முடி கொண்டான் வேங்கட்ராமய்யர் சங்கீர்ண ஜாதி திரிபுடை தாளத்தில் பாடிய "சரவண ஜாதா நமோ நம" என்னும் திருப்புகழும், கஜஜம்பை தாளத்தில் பாடிய இன்னொரு திருப்புகழும் தாளச் சுவையை வெகு நன்றாய் எடுத்துக் காட்டின.

பாரதியார் பாட்டுக்களை அதிகமாய்ப் பாடிவரும் சங்கீத வித்வான் களில் ஸ்ரீமான் வேங்கட்ராமையரும் ஒருவர் என்பதைக் குறிப்பிட வேண்டும்.

சித்தூர்

இவ்வருஷத்து சங்கீத விழாவில் ஒரு முக்கிய சம்பவம், சித்தூர் சுப்பிரமண்யப் பிள்ளை சங்கீத உலகில் முன்னணிக்கு வந்திருப்பதாகும். இதுவரையில் அவருக்கு ஏன் அந்த ஸ்தானம் அளிக்கப்படவில்லையென்பது எனக்கு ஆச்சரியமாகவே இருக்கிறது.

மியூஸிக் அகாடமியில் அவருடைய சங்கீதத்தின் முற்பகுதியும், காங்கிரஸ் மேடையில் பிற்பகுதியும் கேட்டேன். உயர்தர சங்கீதத்துக்குரிய முக்கிய அம்சங்கள் அநேகம் அவரிடம் இருக்கின்றன. கன சாரீரமான போதிலும் சுருதியுடன் சேர்ந்து ஓசையின்பம் பொருந்தியிருக்கிறது. லயமோ சொல்ல வேண்டிய

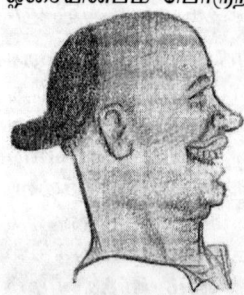

தில்லை; ஒவ்வொரு தடவை அவர் தொடையில் ஓங்கி அடிக்கும் போதும் தாளதேவதை "இருக்கிறேன், இருக்கிறேன்" என்று கதறுவதுபோல் தோன்றுகிறது. கீர்த்தனம் பாடும்போது ஒவ்வோர் அக்ஷரத்தையும் சுத்தமாய் மணிமணியாய் உச்சரிக்கிறார். பதச் சேர்க்கை கொஞ்சம் முன் பின்னாக இருந்தாலும், ஸாஹித்யப் பிழை கிடையாது. மென்று முழுங்காமல், முணு முணுக்காமல், வார்த்தைகளைக் கண்டு பயப்படாமல், ஸ்ரீமான் ஸத்தியமூர்த்தி கூறியதுபோல் 'கண்டோக்த'மாய்ப் பாடுகிறார்.

இவ்வளவு வித்தைத் திறமையுள்ளவருக்கு அளவு உணர்ச்சி இல்லையென்பது மட்டுந்தான் ஒரு குறை. அவரிஷ்டப்படி விட்டால் ஆறு மணி நேரம் கச்சேரி செய்வாரென்று தோன்றுகிறது.

ஒவ்வொரு கீர்த்தனத்துக்கு முன்பும் ராக ஆலாபனம்; ஒவ்வொரு கீர்த்தனத்திலும் ஸ்வரம்; சில சமயம் கச்சேரியின் நடுவில் வந்து கேட்டால் அவர் கீர்த்தனம் பாடினாலும் பல்லவி பாடுவதாகவே எண்ணி ஏமாற்றமடைவோம்.

காங்கிரஸ் மேடையில் ஸ்ரீமான் ராஜமாணிக்கம் பிள்ளை பிடிலுடனும் பழனி முத்தையாப் பிள்ளை மிருதங்கத்துடனும் அவர் செய்த கச்சேரி முதல் தரமாயிருந்தது. ஆனால் புரோ கிராமில் போட்ட கீர்த்தனங்களைப் பாடி முடிப்பதற்குள் கச்சேரிக்குரிய காலம் முடிந்துவிட்டது. ராகத்தை ஐந்து நிமிஷத்திலும் பல்லவியை மூன்று நிமிஷத்திலும் முடிக்க வேண்டிவந்தது. இதனால் ஏற்பட்ட அதிருப்தியை "மாமயில் ஏறிய" என்னும் அழகான பாட்டின் மூலம் அவர் நிவர்த்தித்துக் கச்சேரியை இனிது முடித்தார்.

இளம் பாடகர்கள்

அகாடமி, காங்கிரஸ் காட்சி இரண்டிலும், இளம் பாடகர்கள் பலர் இம்முறை கச்சேரி செய்தனர். அவர்களில் எல்லாம் மிகச் சிறந்த பெயர் வாங்கியவர் ஸ்ரீமதி டி.கே, பட்டம்மாள்.

சென்ற மாதத்தில் முதன்முதலாக ஜகந்நாத பக்த சபையில் இவருடைய கச்சேரி கேட்டேன். "இவ்வளவு நன்றாகப் பாடுகிறாரே; இதுவரை நாம் கேட்டதில்லையே'' என்று வியப்பு உண்டாயிற்று. முன்னணி வித்வான்களைப்போல் சவுக்க காலத்தில் பெரிய பெரிய தீக்ஷிகர் கீர்த்தனங்களை யெல்லாம் அழுத்தமாகவும் பிடிப்புடனும் பாடுகிறார். வித்வத்துடன் குரல் இனிமையும் சேர்ந்திருக்கிறது. அதனால் கச்சேரி செய்யும்போது விகாரப்படுத்திக் கொள் ளாமல் புன்னகை தவழும் முகத்துடன் பாடுதல் சாத்தியமாயிருக்கிறது.

காங்கிரஸ் சங்கீத விழா திறப்பின் போதும் கோகலே ஹாலில் நடந்த போட்டி மகாநாட்டின் திறப்பின் போதும் இவர் பாடினார். தவிர, அகாடமி பந்தலிலும், காங்கிரஸ் பந்தலிலும் கச்சேரி செய்தார். வருங்காலத்தில் இவருடைய பெயர் பெரிதும் பிரசித்தியடையுமென்று எதிர்பார்க்கிறேன்.

"அப்பா"

ஸ்ரீமதி பட்டம்மாளின் கச்சேரி நடக்கும்போது கொஞ்சம் சுற்றுமுற்றும் பார்த்தீர்களானால், ஒருவர் பாட்டைக் கவனியாது

சபையோரின் முகங்களையே பார்த்து, அவர்கள் எப்படி ரஸிக்கிறார்கள் என்பதையே கவனித்துக் கொண்டிருப்பதைக் காண்பீர்கள். அவர்தான் ஸ்ரீமதி பட்டம்மாளின் அப்பா என்று தெரிந்துகொள்ளுங்கள். அவர் உங்களைப் பார்க்கும்போது கொஞ்சம் பலமாகவே தலையை ஆட்டி வையுங்கள்!

அடுத்தபடியாக என் ஞாபகத்திற்கு வருகிறவர் வேலூர் ஸ்ரீமான் கே. ஆர். குமாரஸ்வாமி என்பவர். இந்த இளம் வித்வானின் பாட்டைக் கேட்கும்போது, காலஞ்சென்ற புஷ்பவனத்தின் ஞாபகம் சில இடங்களில் வருவதாக ஸ்ரீ முத்தையா பாகவதர் கூறினார். சாரீரத்தில் அவ்வளவு சுகபாவம் இருக்கிறது. அதிகப் பிரசங்கம் இல்லாமல் 'கச்சித'மாகப் பாடுகிறார். நாளடைவில் முன்னுக்கு வரக்கூடியவர்களில் இவரும் ஒருவர் என்பதில் சந்தேகமில்லை.

பக்க வாத்தியக்காரர்களில் இளம் கோஷ்டியைச் சேர்ந்த இருவருடைய பெயர் என் ஞாபகத்தில் பதிந்திருக்கிறது. ஒருவர் கும்பகோணம் ஜய ராமய்யர். திருவீழிமழலை சுவாமிநாதப் பிள்ளையின் புல்லாங்குழல் கச்சேரிக்கு இவர் வாசித்தார். புல்லாங் குழல் தூரத்திலிருந்து கேட்டாலே நன்றாயிருக்குமென்று தூரத்தில் உட்கார்ந்திருந்தேன். பிடிலும் நன்றாய்க் கேட்டது. அவ்வளவு நல்ல நாதம்... வாசிக்கும் பாணியும் நன்றாயிருக்கிறது. அடிக்கடி சபையோரின் கரகோஷத்திற்கு உரியவரானவர்களில் இவர் ஒருவர் கூடிய சீக்கிரம் இப்போது முன்னணியில் நிற்கும் பிடில் வித்வான்களை இவர் பிடித்துவிடுவாரென்று எதிர்பார்க்கிறேன்.

ராமனாதபுரம் ஈசுவரன் என்று ஒரு சிறு பையன் மிருதங்கம் வாசிக்கக் கிளம்பியிருக்கிறான். இந்த சங்கீத விழாவில் அவன் இரண்டு மூன்று இளம் வித்வான்களுக்கு மிருதங்கம் வாசித்தான். முன்னுக்கு வரவேண்டிய புள்ளிகளில் இச்சிறுவனும் ஒருவன் என்று தோன்றியது. அதிகப் பிரசங்கமில்லாமல், பக்கவாத்தியமாக ஒத்து வாசிக்கும் மிருதங்கத்தை விரும்புகிறவர்கள் இந்தப் பிள்ளையை ஞாபகம் வைத்துக்கொள்ள வேண்டும்.

- ஆனந்த விகடன், *12.01.1936*

29
நாட்டியப் பிரேமை

தமிழ்நாட்டில் கொஞ்ச நாளாகவே பரதநாட்டியப் பிரேமை வளர்ந்து வந்தது. சென்ற தீபாவளிக்குப் பிறகு அது ஒரு பைத்தியமாகவே முற்றிவிட்டதாகக் காண்கிறது. பரதநாட்டியம்'' என்றதும், "சிவ சிவா" என்று காதைப் பொத்திக் கொண்ட காலம் போய், இப்போது "ப" என்ற சத்தம் கேட்டதும், "பரத நாட்டியம் எங்கே?'' என்று கேட்கும் காலம் வந்திருக்கிறது.

சென்னையில் சென்ற ஸங்கீத ஸீஸனில், அதிகமான டிக்கட் வசூல் பரதநாட்டியக் கச்சேரிகளுக்குத்தான். மியூஸிக் அகாடமியில் ஒரு நாள் பரத நாட்டியத்துக்கு ஆயிரம் ரூபாய் வசூல். காங்கிரஸ் பந்தலில் ஆயிரத்தைந்நூறு ரூபாய். நாட்டியக் கலைஞர்களுக்கு இரண்டாந்தடவை, மூன்றாந் தடவை கச்சேரிகள்.

வெளியூர்களிலும், சென்ற சில மாத காலமாகப் பரத நாட்டியத்துக்கு வெகு கிராக்கி; ஏராளமான கச்சேரிகள், டிக்கட் வசூல்.

காங்கிரஸ் சங்கீத மேடையில் மொத்தம் ஏழு பரதநாட்டியக் கச்சேரிகள் நடந்தன.

கடைசியாக, காரைக்குடியில், மாகாண மகாநாடு நடக்கும் போது, பரதநாட்டியம் வைக்கலாமாவென்று ஒரு யோசனை ஏற்பட்டது!

இதெல்லாம் நல்லதுக்கா, கெடுதலுக்கா? இதனாலெல்லாம் நமது தேசிய இயக்கத்தின் வேகம் குறைவுபடுமா, படாதா? சுதந்திரமிழந்த அடிமைகளுக்குப் பாட்டு என்ன, கூத்து என்ன, பாழாய்ப் போனதென்ன? இப்படிப்பட்ட சந்தேகங்கள் தேச பக்தர்களின் உள்ளத்தில் தோன்றுவது இயல்பேயாகும்.

முதன்முதலில், "தமிழ் மாகாண மகாநாட்டில் பரத நாட்டியம்" என்ற செய்தியைப் படித்தபோது எனக்குத் தூக்கி வாரிப்போட்டது. காங்கிரஸ் பந்தலில் நடந்த கச்சேரிகளுக்கு ஒரு பொருத்தமிருக்கிறது. முதலாவது, அவை காங்கிரஸ் கண் காட்சியையொட்டி நடந்தன; காங்கிரஸ் பொன்விழாக் கொண்டாட்டமும் கண்காட்சியுடன் சேர்ந்துகொண்டது. தீவிர தேசத் தொண்டில் ஈடுபட்டிருந்த மகாசபை கொஞ்சம் ஆடல்பாடல்களில் சிரமபரிகாரம் செய்துகொள்வது பொருத்தமேயாகும். ஆனால் இதையே நெடுக வளர்த்திக்கொண்டு போவதா? மாகாண மகாநாட்டில் பரதநாட்டியமா? அப்புறம் ஜில்லா மகாநாடுகளிலும், தாலூகா மகாநாடுகளிலும் கூடப் பரதநாட்டியம் வைப்பார்களா?

மாகாண மகாநாட்டில் பரதநாட்டியம் நடக்குமென்று நான் நம்பவில்லை. வரவேற்பு சபையார் இது சம்பந்தமாக நிறைவேற்றிய தீர்மா னத்தின் போக்கிலிருந்தே, அது நடந்தேறாது என்று விசதமாக விளங்கிற்று. ஆயினும் அந்த யோசனைக்குக் காரணமாயிருந்த மனோபாவம் நமது நன்மைக்குகந்ததா? "பிள்ளையார் பிடிக்கக் குரங்காய் முடிந்த கதை"யாக வல்லவா முடியும் போலிருக்கிறது?

இவ்வாற, நான் கவலைப்பட்டுக் கொண்டிருக்கையில், பளிச்சென்று பாரதியாரின் இரண்டு அடிகள் ஞாபகம் வந்தன:

"பாட்டும் செய்யுளும் கோத்திடு வீரே!
பரதநாட்டியக் கூத்திடுவீரே!''

அப்பா! கவலைவிட்டது! தேசபக்தி வெறிகொண்ட பாரதியார் நமது நாடு மேன்மையடையப் பாடிய பாட்டில், "பரதநாட்டியக் கூத்திடுங்கள்!" என்று சொல்லியிருக்கிறார். நாட்டியப் பைத்தியம் தேசிய இயக்கத்தின் வேகத்தைக் குறைக்கும் என்று பாரதியார் கருதவில்லை. அதற்கு மாறாக, ஆடிக்கொண்டும் பாடிக்கொண்டும் சுதந்திரம் அடைவதில் அவருக்குப் பூரண நம்பிக்கையிருந்தது.

"ஆடுவோமே பள்ளுப்பாடுவோமே
ஆனந்த சுதந்திரம் அடைந்துவிட் டோமென்று"

" ஒத்தியல் வதோர் பாட்டுங்குழல் (களும்
ஊர் வியக்கக் களித்து நின்றாடு வோம்"

என்றும், இன்னும் பல இடங்களில் பல மாதிரியாகவும், "ஆடுங்கள் ; பாடுங்கள்; ஆனந்த சுதந்திரம் அடையுங்கள்" என்று ஆக்ஞாபித்திருக்கிறார். நமது கவியின் மனோரதந்தான் இப்போது நிறைவேறுகிறதோ, என்னமோ, யார் கண்டார்?

★ ★ ★

ஆடல் பாடல்கள் சிறந்த கலைகள் என்பதை யாரும் மறுக்கமாட்டார்கள். இந்தக் கலைகளின் மேன்மையே ஒரு தேசத்தின் நாகரிக மேன்மைக்கு அளவுகோலாகும், ஆனால் எப்படிப்பட்ட உயர்ந்த பொருளையும் நன்மைக்கும் உபயோகிக்கலாம்; தீமைக்கும் உபயோகிக்கலாம்.

ஆடல் பாடல்களைச் சிற்றின்ப சுகாநுபவங்களுக் குரியனவாகக் கொள்ளும் ஜாதி நிச்சயமாய் நாசமடையும் என்பதற்கு எள்ளளவும் சந்தேகமில்லை. ரோமாபுரி சாம்ராஜ்யம் உந்நத நிலையடைந்த பிறகு, அந்நாட்டு மக்கள் ஆடல் பாடல்களைச் சுகானுபவங்களுக்குரியனவாகக் கொண்டு வீழ்ச்சியடைந்தார்கள். அத்தகைய விளைவுக்கு, நமது தேசத்து ராஜாக்களும் நவாப்புகளும் சமீப காலத்து உதாரணங்களாயிருக்கின்றனர்.

ஆனால், ஆடல் பாடல்களை நல்ல முறையில் வளர்த்துத் தேச முன்னேற்றத்துக்குப் பயன்படுமாறும் செய்தல் கூடும். சுதந்திர தாகமும், தேசிய உணர்ச்சியும் பொங்கி வரும் தேசங்களிலெல்லாம், இலக்கியம், கவிதை, சங்கீதம், நாட்டியம் முதலிய கலைகளுக்கும் புத்துயிர் உண்டாகி அவை புதிய ஒளிபெற்று விளங்குவதைக் காண்கிறோம்.

தமிழ்நாட்டில் இப்போது வளர்ந்திருக்கும் கலையபிமானம் அத்தகைய நல்ல முறைப்பட்டதே என்று நான் கருதுகிறேன். பாரதியாரின் தீர்க்க தரிசன மொழிகள் எனக்கு இந்த நம்பிக்கையை உறுதிப்படுத்தின. தற்சமயம் தமிழ்நாட்டில் தேசிய உணர்ச்சி கலைகளை வளர்ப்பதற்கும், கலை வளர்ச்சி தேசிய உணர்ச்சியைப் பெருக்குவதற்கும் ஒன்றுக்கொன்று துணையாயிருந்து வருகிறது.

"எல்லாம் சரிதான் ; ஆனால் இந்த ஆடல் பாடல் விஷயங்களில் காங்கிரஸ் ஸ்தாபனம் எவ்வளவு தூரம் நேர்முகமாகச் சம்பந்தப்படலாம்?" என்று கேட்கலாம். இதைப்பற்றி அபிப்பிராய பேதத்துக்கு நிரம்ப இடமுண்டு .

"தமிழர்களிடம் தோன்றியிருக்கும் கலைப் பிரேமையை தேசீயத்துக்கு அதுகுணமாகத் திருப்பும் நோக்கத் துடன், அதற்குரிய அளவுக்குக் காங்கிரஸ் ஆடல் பாடல் கலைகளில் சம்பந்தப் படலாம்" என்பது என் அபிப்பிராயம்.

தேசீய இயக்கத்தின் வேகந்தான் தமிழ்நாட்டுக் கலைகளுக்குப் புத்துயிர் அளித்திருக்கிறது; அதைத் தேசீய இயக்கத்துக்கே பயன்படுமாறு செய்துகொள்ள வேண்டியது தேச பக்தர்களின் கடமை.

கலைகளின் மூலம் தேசபக்தியைப் பெரிதும் வளர்க்கலாம் என்பதைப் பற்றி யாதொரு சந்தேகமும் இராது.

சென்ற மூன்று வருஷத்தில் தமிழ்நாட்டில் மற்ற யாரையும் விட அதிகமான தேசத்தொண்டு செய்த ஒரு தனி நபரைப் பொறுக்க வேண்டுமானால், ஸ்ரீமதி கோதைநாயகி அம்மாள் பெயர்தான் முதன்மையாக வரும். சங்கீத ஞானத்துடன் அவர் பாடும் தேசீய கீதங்கள்தான் அதற்குக் காரணம் என்று சொல்ல வேண்டியதில்லை.

தேசத் தொண்டர் ஒருவர், மூன்று மணி நேரம் பிரசங்கம் செய்வதினால் ஏற்படும் பலனைக் காட்டிலும், பிரபல சங்கீத வித்வான் ஒருவர் கதரணிந்து தமது சங்கீதக் கச்சேரியின் கடைசியில் ஒரு தேசீய கீதம் பாடுவதினால் அதிக பலன் ஏற்படுகிறது.

பரதநாட்டியக் கலையில் சிறந்த ஒரு பெண், பாரதியாரின் தேசீய கீதம் ஒன்றுக்கு அபிநயம் பிடித்துக்காட்டினால், அதனால் எவ்வளவு பலன் ஏற்படக் கூடுமென்பதை இப்போது அளந்து சொல்வதே இயலாத காரியம்.

காங்கிரஸ்வாதிகள் விரும்பினாலும் விரும்பாவிட்டாலும், சங்கீதப் பைத்தியமும் பரதநாட்டியப் பிரேமையும் நாட்டில் வளர்ந்துதான் வருகின்றன. அவற்றைத் தேசீய இயக்கத்துக்கு அநுகூலமாகப் பயன்படுத்திக்கொள்ளாவிடில், நஷ்டம் யாருக்கு என்று சொல்ல வேண்டுமா?

நாட்டிய நாடகம்

காங்கிரஸ் பந்தலில் ஊத்துக்காடு பாகவத கோஷ்டியாரின் நாட்டிய நாடகம் இரண்டு இரவு நடக்கும் என்று முதலில் அறிவித்திருந்தார்கள் : ஆனால் ஓரிரவுதான் நடந்தது. இரண்டாம் இரவு வேறு ஒரு கச்சேரி வைத்துவிட்டார்கள். இதிலிருந்து மேற்படி நாட்டிய நாடகம் "அவ்வளவு சுகமில்லை" என்ற அபிப்பிராயம் சபையோருக்கோ, நிர்வாகிகளுக்கோ ஏற்பட்டிருக்க வேண்டும் என்று தெரிகிறது.

ஆனால் என்னுடைய அபிப்பிராயம், "அவர்களுடைய கலை நிகரற்ற மேன்மை பொருந்தியது" என்பது.

பின்னர், "அவ்வளவு சுகமில்லை" என்ற அபிப்பிராயம் ஏற்பட்டதற்குக் காரணம் என்ன?

கலை எவ்வளவு சிறந்ததாயிருந்தாலும் அதைச் சோபிக்கச் செய்யத் தெரிந்திருக்க வேண்டும். ஊத்துக்காடு பாகவதர்களுக்கு அந்த வித்தை தெரியவில்லை.

9½ மணிக்கு ஆரம்பமாக வேண்டியது பத்தேகால் மணிக்கு ஆரம்பமாயிற்று. அப்போதும் நாடகம் ஆரம்பமாகவில்லை. ஐந்தாறு பாகவதர்கள் திரைக்கு முன்னால் வந்து நின்று "ஜய ஜானகி ரமணா'' என்று பஜனைப் பாட்டுப் பாடத் தொடங்கினார்கள், அரைமணி நேரம் இது நடந்தது. பாட்டு நன்றாய்க் கேட்கவில்லை; கேட்டதும் நன்றாயில்லை. உயர்தர சங்கீதம் கேட்ட சென்னை ரஸிகர்களுக்குக் கர்ணகடூரமாயிருந்தது.

ஆகவே, நாடகம் ஆரம்பிப்பதற்கு முன்பே, சபையியினருக்குப் போதும் போதுமென்றாகிவிட்டது. அப்புறமும் எதை விடுவது, எதை நடத்துவது என்று தெரியாமல் வளர்த்திக்கொண்டே போனார்கள்.

நாடகம் வெகு நன்றாயிருந்தது. ஆனால் அதை நன்கு அநுபவிக்க முடியாமல் இடையிடையே அபஸ்வரமான பாட்டுக்கள் வந்து கெடுத்துக்கொண்டேயிருந்தன.

முள்ளும் இலையும் அடர்ந்து கடினமாயிருக்கும் புதரின் நடுவில் புகுந்து அங்குள்ள புஷ்பத்தைப் பறித்து அநுபவிப்பதற்கு வேண்டிய பொறுமையை சென்னை ரஸிகர்களிடம் எதிர்பார்க்க முடியாது. அவர்களுக்கு அவ்வளவு அவகாசமும் இல்லை.

ஊத்துக்காடு கோஷ்டி

புதரின் நடுவில் இருந்த புஷ்பம் என்னவோ, வெகு அற்புதமாயிருந்தது. "பிரஹ்லாத நாடகம் நடத்தினார்கள். ஒவ்வொரு பாத்திரமும் நாட்டியமாடிக்கொண்டே நடித்தார்கள். அதாவது, நாட்டியம், அபிநயம், நாடகம் என்னும் மூன்று கலைகளும் வெகு அழகாகச் சேர்ந்திருந்தன. ஒவ்வொரு பாத்திரமும் எந்தெந்தச் சமயத்தில் எந்தெந்த மனோபாவத்தைக் காட்ட வேண்டுமோ அதற்கேற்ப நாட்டியமும், அபிநயமும் அமைந்திருந்தன.

இரணியன் கையில் கத்தியுடன் நாட்டியமாடிக்கொண்டு வரும்போது கம்பீரம் என்னும் சுபாவமே உருக்கொண்டு நாட்டியமாடி வருவதுபோல் தோன்றுகிறது. அப்புறம் அவன் சௌரிய தேவதையாக மாறுகிறான். பிறகு சுக்ராச்சாரியை அவன் வணங்கும்போது பக்தி சிரத்தையே உருவெடுத்து வந்ததோ என்று தோன்றுகிறது. ஹரியைப் பற்றிப் பேச்சு எழுந்ததும், "இதோ கோபாசுரன் வந்துவிட்டான்" என்று நிச்சயம் கொள்கிறோம்.

லீலாவதி வேஷம் போட்டவர் சிறிது பயத்துடனும் தயக்கத்துடனும் நடித்தார். அவர் இந்தக் கலையைப் புதிதாகக் கற்றுக்கொண்டவர் என்று தெரிகிறது.

ஆயினும் லீலாவதி இரணியனுக்குப் புத்திமதி கூறுவதற்காக நாட்டியமாடிக்கொண்டு வரும்போது "அன்ன நடை" என்பதின் பொருளை நன்கு உணர்கிறோம். "பெண்மைக்குணம் என்பது ஓர் உருக்கொண்டால் இப்படித்தான் இருக்கும்" என்ற உணர்ச்சி பெறுகிறோம்.

பிரஹ்லாதன் வேஷம் வெகு நன்றாய்ப் பொருந்தியிருந்தது. ஆனால் அவனைப் பாடச் சொன்னது பெரியதொரு தவறு. "பிரஹ்லாதன் இப்படிப் பாடியிருந்தால் இரணியன் அவனைச் செய்ததெல்லாம் தகும் !" என்றே கருதத் தொடங்குகிறோம்.

குறத்தியும் குறவனுமாக வந்து நடித்தவர்கள், ஹாஸ்ய நடிப்பில் கை தேர்ந்தவர்கள் என்பதில் சந்தேகமில்லை.

நாடகத்தில் இடையிடையே கொஞ்சம் பேச்சுக்கள் வருகின்றன. அவையெல்லாம் தெலுங்கு பாஷையில் பேசப்படுகின்றன! இதைவிட அபத்தம் வேறு இருக்கமுடியாது. அந்தக் தெலுங்குப் பேச்சுகளை வெகு சுலபமாய்த் தமிழ்ப்படுத்திச் சொல்லி யிருக்கலாம். தமிழ்நாட்டின் நடுமத்தியில் தஞ்சை ஜில்லா கிராமங்களி லுள்ள பிராமணர்கள் எதற்காகத் தெலுங்கிலே நாடகம் நடத்த வேண்டுமென்பது பரமசிவனுக்குத்தான் வெளிச்சம்.

இந்தக் குறைகள் எல்லாம் நிவர்த்தி செய்யப்பட்டால், வருங்காலத்தில் இந்த அரிய நாட்டிய நாடகக் கலை சிறப்படைய இடமுண்டு.

ஊத்துக்காடு பாகவதர்கள் கட்டுப்பாட்டுக்கு உட்படுகிறவர்களாயிருந்து, உதயசங்கர் கோஷ்டிக்கு இருப்பதுபோல் அவர்களுக்கு ஒரு மானேஜர் ஏற்பட்டால், ஐரோப்பாவையும் அமெரிக்காவையும் அவர்கள் ஒரு கலக்குக் கலக்கிவிட்டு வந்து விடலாம்.

நன்றி கூறல்

இவ்வருஷத்து சங்கீத விழாவை இத்துடன் முடித்து விடலாமென்று நினைக்கிறேன். ஆனால் முடிப்பதற்கு முன், பிரசங்கிகள் சொல்வதுபோல், ஒரு சந்தோஷமான கடமையை நிறைவேற்ற வேண்டியிருக்கிறது. அதாவது, சங்கீத விழாக்களின் காரிய தரிசிகளுக்கு விகடன் நேயர்களின் சார்பாக நன்றி கூறுவதாகும்.

மியூஸிக் அகாடமியின் காரியதரிசிகளான ஸ்ரீமான்கள் டி.எல். வேங்கடராமையர், ஏ. தாமோதர முதலியார் இவர்களும், காங்கிரஸ் சங்கீத விழாவின் காரியதரிசிகளான ஸ்ரீமான்கள் ஈ. கிருஷ்ணையர், ஜி.கே. சேஷகிரி இவர்களும் பட்ட சிரமம் வர்ணிக்கத் தரமன்று. முக்கியமாக, ஒவ்வொரு நாளும், ஒவ்வொரு கச்சேரியின் கடைசியிலும், கச்சேரி செய்த ஒவ்வொருவருக்கும் தனித்தனியாக வந்தனோபசாரம் இவர்கள் சொல்ல வேண்டியிருந்தது. முதல் இரண்டொரு நாள் ஏதோ சொல்லிவிட்டார்கள். அப்புறம் அவர்கள் வந்தனோபசாரம் கூற வரும்போதெல்லாம், "என்ன சொல்வது?" அன்று அவர்கள் தவித்த தவிப்பு முகத்தில் வெளியாகி எல்லாருக்கும் இரக்கம் உண்டுபண்ணியது. கலைத்தொண்டு செய்பவர்களுக்குக் கலைமகளின் சந்நிதியில் இடமுண்டானால், இவர்களுக்குத்தான் அங்கே முதன்மை ஸ்தானங்கள் அளிக்கப்படும் என்பதில் சந்தேகமில்லை.

மாய வித்தை

சங்கீத வித்வான்களும், நடனப் பெண்களும் காங்கிரஸ் சங்கீத மேடையிலிருந்து நம்மைப் பரவசமாக்கினர். காங்கிரஸ் மண்டபத்தினுள் அதே சமயத்தில் ப்ரொபஸர் திருவேதியால் யோகாசனம், தேகப் பயிற்சி முறைகளும், மற்றும் சிலரால் இந்திர ஜால மகேந்திர ஜால வித்தைகளும் காண்பிக்கப்பட்டு, கண்காட்சி சாலைக்கு வந்தோர் அனைவரையும் பிரமிக்கச் செய்தன. ஒரு நாள் மாலை ப்ரொபஸர் சின்னா என்ற மந்திரவாதி சில அபூர்வ ஜால வேடிக்கைகளைக் காண்பித்துச் சபையோரை மிகவும் களிப்பித்தார். இவர் செய்த ஜாலம் அனைத்தும் கைவித்தைதான் என்று அவரே கூறினாலும் நாம் அதை நம்ப முடியவில்லை.

மனிதனால் செய்யக்கூடுமென்றால், அந்த மனிதன் ஒரு அசாதாரண மனிதன்தான் !

மற்ற மந்திரவாதிகளைப்போல 'கடுவன் பூனை' மாதிரி யிராமல், புரொபஸர் சின்னா சபையிலிருந்த ஒரு மார்வாடி உள்பட பல சந்தேகப் பிராணிகளையும் அநுசரித்துக் கொண்டு சாதுர்ய வார்த்தைகளால் எல்லோரையும் குலுங்கக் குலுங்க நகைக்க வைத்தார். கையில் பற்பல எழுத்துக்கள் கொண்ட ஒரு காகிதக் கட்டைக் கொண்டு, மேடையின் மீது நின்று விரித்த அட்டைக் கையை நோக்கி அறையவும், "*Swraj*'' (சுயராஜ்யம்) என்ற ஐந்து ஆங்கில எழுத்துக்கள் கையில் நின்று துலங்கின.தேசீயக் கொடியையும் இன்னும் பல தேசக் கொடிகளையும் ஒரு பெட்டியில் வைத்து "எந்தக் கொடி வருங்காலத்தில் வானளாவப் பறக்கப் போகிறது ?" என்றார். சபையோரின் பெருத்த கரகோஷத்தினிடையே நமது பாரதமாதாவின் கொடி விர்ரென்று எழுந்து அந்தரமளாவப் பறந்தது. இம்மாதிரி கைவிரல் நுனியில் சுயராஜ்யம் கொண்டு வரவும், பிறதேசக் கொடிகளை அமுக்கி நமது கொடியை ஓங்கிப் பறக்க விடவும் காங்கிரஸ் காரர்களுக்கு இவர் போன்றவர் உதவியும் வேண்டியதுதான்! கடைசியில் இவர் செய்த "அயிட்டம்" பெயர் போன ஹௌடினி செய்துவந்த ஜாலங்களுள் ஒன்றாகும். கை கால்களைக் கட்டி ஒருவரை ஒரு பெட்டியில் போட்டுப் பூட்டிய பிறகு, ஒரு நொடியில் 'ப்ரொபஸர்' பெட்டிக்குள் கட்டுப்பட்டிருக்கவும், பெட்டியுள் புதைப்பட்டவர் மந்திரவாதி நின்ற இடத்தில் நிற்கவும் கண்டோம்! இந்த மாதிரி ஜால வித்தையுடன், ஹாஸ்யமும், காலப் போக்கை அநுசரித்த 'அயிட்டம்'களும் கலக்கப்படுவதால்தான் இவர் அநேக இடங்களில் காட்சி நடத்த அழைக்கப்படுகிறார் !

- ஆனந்த விகடன், *19.01.1936*

30
திருநெல்வேலி

"நேற்று நான் கச்சேரி செய்தேனே, அதில் எந்தப் பாகம் ரொம்ப நன்றாயிருந்தது?" என்று சங்கீத வித்வான் தம்முடைய நண்பரைக் கேட்டார்.

"நீங்கள் கச்சேரியை நிறுத்தியதும் ஓர் அமைதி ஏற்பட்டதல்லவா? அப்போது பிரம்மானந்தமாயிருந்தது" என்றார் நண்பர்.

பழைய விகடம்.

இத்தகைய பிரம்மானந்தத்தை, சென்னையில் நடைபெறும் வருஷாந்திர சங்கீத உத்ஸவத்திற்குப் பிறகு, சங்கீத பணிகர்கள் அநுபவிப்பார்கள். 'விகடன்' நேயர்களும் கொஞ்சம் அத்தகைய ஆனந்தத்தை அடையட்டுமேயென்று அவர்களுக்கு நான் ஓய்வு கொடுத்திருந்தேன். அந்த ஓய்வை இப்போது கலைக்க வேண்டியதாயிருக்கிறது.

வருஷாந்திர சங்கீத உற்சவத்திற்குப் பிறகு, எனக்கும் சங்கீதத்தை விட்டு எவ்வளவு தொலைவாகப் போகலாமோ அவ்வளவு தொலைவு போக வேண்டுமென்று தோன்றிற்று. ஆகவே தெற்கு நோக்கிப் பிரயாணம் செய்து, கடைசியில் திருநெல்வேலியை அடைந்தேன். அங்கிருந்தபோது ஒரு நாள் மாலை கோவிலுக்குப் போனோம். திருநெல்வேலி கோவில் புராதனமானது ; அபூர்வமான சிற்ப வேலைப்பாடுகள் பொருந்தியது; அதை ஜீரணம் செய்ய தவறு, ஜீரணோத்தாரணம் செய்யபுண்ணியவான்கள் யாரும் இன்னும் அங்கு வந்து சேரவில்லை. ஆகவே, பழைய தமிழ் நாகரிகத்தின் சிறந்த சின்னங்களில் ஒன்றாக அக்கோவில் இன்னும் விளங்குகிறது.

★ ★ ★

கோபுர வாசலைத் தாண்டிக் கொஞ்ச தூரம் சென்றதும் உள்ள மண்டபத் தூண்களில் சில பெரிய சிலைகள் காணப்படுகின்றன. அவை எல்லாம், நாட்டியக்கலையின் வெவ்வேறு அம்சங்களைக் காட்டும் தோற்றங்களைக் கொண்டவை. வீரம், கருணை, ரௌத்திரம் முதலிய பலவித ரஸங்களும் அந்நாட்டியங்களில் வெளியாகின்றன. உயிருள்ளனபோல் தோன்றும் அச்சிலைகளின் முகங்கள், அந்தந்த ரஸத்துக்குரிய பாவங்களைப் பூரணமாய்க் காட்டுகின்றன.

இவை போன்று பெரியவையும், சின்னவையுமான சிலைகள் கோவிலெங்கும் காணப்படுகின்றன. இவற்றைப் பார்த்தபோது ஒரு காலத்தில் நமது தமிழ்நாடு முழுதும் ஒரு பெரிய "ஆடரங்க"மாக இருந்திருக்க வேண்டுமென்று தோன்றியது.

இந்தச் சிற்ப அற்புதங்களையெல்லாம் பார்த்துக்கொண்டு கோயிலைச் சுற்றி வந்தோம். இடையில், துணி உடுத்துவதற்கு ஓர் அரிய சிக்கன முறை இருக்கிறதென்பதையும் கவனித்துக் கொண்டோம். அறுபத்து மூன்று நாயன்மார்களுக்கும் சேர்த்து ஒரே துணியை உடுத்தியிருந்தார்கள்! "இந்த முறையை நாமெல்லாம் இரும்பைக் கொள்ளத் தொடங்கினால், லங்காஷயர் வாயில் மண் தான்" என்று நினைத்தேன். இப்படிப் பார்த்துக்கொண்டு சென்ற போது ஓரிடத்தில் திடீரென்று என்னைத் தூக்கி வாரிப் போட்டது. எங்கிருந்தோ சங்கீதம் வந்துகொண்டிருந்தது. ஹார்மோனியம், ஜாலர் இவற்றின் சப்தத்துக்கிடையே பாட்டின் ஓசையும் கலந்து வந்தது.

"உங்களுக்குச் சங்கீதத்தில் பிரியமாயிற்றே! கொஞ்சம் கேட்டுவிட்டுப் போகலாமே?" என்றார் நண்பர்.

நான் அவருக்கு அந்தப் பழைய கதையைச் சொன்னேன். சேலம் ஜில்லாவைச் சேர்ந்த மாப்பிள்ளை, தஞ்சாவூர் மாமனார் வீட்டுக்குப் போனான். சேலம் ஜில்லாவில் "ராகிக் களி" சாப்பிட்டுச் சாப்பிட்டு அலுத்துப் போயிருந்த பிள்ளையாண்டான், மாமனார் வீட்டில் அரிசிச் சாதம் சாப்பிடலாமென்று ஆசையுடனிருந்தான். ஆனால், மாமனார் வீட்டிலோ, மாப்பிள்ளைக்கு ராகிக்களி பிடிக்குமேயென்று எண்ணி, ஆளை அனுப்பி ஊரெல்லாம் தேடச்செய்து, கொஞ்சம் கேழ்வரகு தருவித்துக் களிசெய்து வைத்திருந்தார்கள். பையன், அரிசிச் சாதத்தை எண்ணி நாவில் ஜலம் ஊறிய வண்ணம் இலையில் உட்கார்ந்தான். ராகிக் களியைக் கொண்டுவந்து பரிமாறியதும் அவனுடைய உற்சாகம் தாங்கவில்லை. எழுந்திருந்து இலையை மூன்று முறை சுற்றி வந்து கன்னத்தில் போட்டுக்கொண்டான். "ஸ்வாமி! களியாண்டவனே! உன்னைச் சேலத்தில் விட்டுவிட்டு வந்தேனே? நான் வருவதற்கு முன்னால், என்னை ஆட்கொள்ள

நீ இங்கு எப்படி வந்து சேர்ந்தாய்?" என்று கதறி விழுந்து நமஸ்கரித்தான்.

இந்தக் கதையைக் கேட்ட நண்பர், "அப்படியொன்றும் நீங்கள் கன்னத்தில் போட்டுக்கொள்ளும்படியிராது" என்றார். அதற்குள் சங்கீதம் நடந்துகொண்டிருந்த இடத்தை நெருங்கி விட்டோம். அங்கே தோன்றிய காட்சியைப் பார்த்ததும், நண்பர் கூறியது உண்மையென்று தெரிந்தது.

★ ★ ★

சலவைக்கல் தள வரிசை போட்ட ஓர் அழகிய மண்டபத்தில், முப்பது நாற்பது பெண் குழந்தைகள் இரண்டு வரிசையாக உட்கார்ந்திருந்தார்கள். அவ்வளவு பேரும் கையில் ஜாலரா வைத்திருந்தனர். "கலீர் கலீர்" என்று அவ்வளவு ஜாலராக்களும் ஏக காலத்தில் சப்தித்தன. குழந்தைகள் தேவாரம் பாடிக் கொண்டிருந்தார்கள். எதிரில் உபாத்தியாயர் ஆர்மோனியப் பெட்டி சகிதமாய் உட்கார்ந்திருந்தார்.

குழந்தைகளின் அந்தத் தேவார கானத்தைக் கேட்டுக் கொண்டிருந்தபோது, ஒரு கோவில் மண்டபத்தை இதைவிடச் சிறந்த வழியில் உபயோகப்படுத்த முடியாதென்று எனக்குத் தோன்றிற்று. இந்தத் தேவார வகுப்புக்காக ஏதாவது பணம் செலவானால், கோவில் பணத்தை இதைவிட நல்ல வழியிலும் செலவிட முடியாதென்று சொல்லலாம்.

சில குழந்தைகளுக்கு மிகவும் இனிமையான சாரீரம். அவற்றின் குரலில் மற்றக் குழந்தைகளின் குரல் அடங்கிப் போயிருந்தபடியால், அபஸ்வரமென்பது அணுவளவும் வெளியாகவில்லை. இதைவிட அதிசயிக்கத்தக்கது தாளக் கட்டு தான். முப்பது குழந்தைகளின் ஜாலராக்களும் இம்மியளவு வித்தியாசமின்றி ஏக காலத்தில் சப்தித்தன. இயந்திரங்கள் தாளம் போட்டால்கூட, அவ்வளவு கணக்காய்ப் போட முடியாது.

இவ்வளவு நல்ல இசைப் பொழிவில், அருவருக்கத்தக்க அம்சம் ஒன்றும் இருந்தது. அதுதான் ஹார்மோனியம். குழந்தைகளின் இனிய குரலுடன் ஹார்மோனியத்தின் பயங்கர சப்தத்தைக் கலப்பது சகிக்கக் கூடியதாயில்லை. பிடில் அல்லது கோட் வாத்தியத்தைப் பக்க வாத்தியமாக உபயோகித்தால் மிகவும் நன்றாயிருக்கும்.

தென்னாட்டிலுள்ள ஒவ்வொரு கோவிலிலும், பெண் குழந்தைகளுக்குத் தேவார வகுப்பு ஒன்று நடக்கும் காலத்தை ஆவலுடன் எதிர்பார்க்கிறேன்.

★ ★ ★

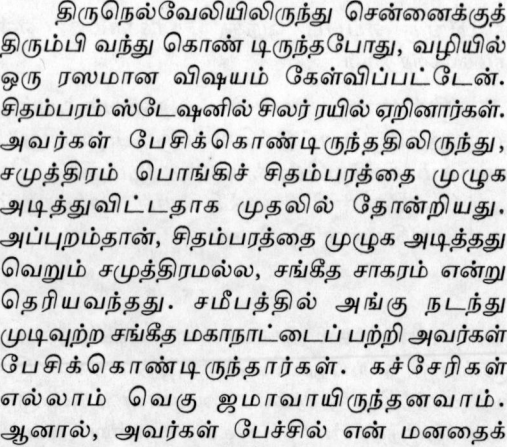

திருநெல்வேலியிலிருந்து சென்னைக்குத் திரும்பி வந்து கொண்டிருந்தபோது, வழியில் ஒரு ரஸமான விஷயம் கேள்விப்பட்டேன். சிதம்பரம் ஸ்டேஷனில் சிலர் ரயில் ஏறினார்கள். அவர்கள் பேசிக்கொண்டிருந்ததிலிருந்து, சமுத்திரம் பொங்கிச் சிதம்பரத்தை முழுக அடித்துவிட்டதாக முதலில் தோன்றியது. அப்புறம்தான், சிதம்பரத்தை முழுக அடித்தது வெறும் சமுத்திரமல்ல, சங்கீத சாகரம் என்று தெரியவந்தது. சமீபத்தில் அங்கு நடந்து முடிவுற்ற சங்கீத மகாநாட்டைப் பற்றி அவர்கள் பேசிக்கொண்டிருந்தார்கள். கச்சேரிகள் எல்லாம் வெகு ஜமாவாயிருந்தனவாம். ஆனால், அவர்கள் பேச்சில் என் மனதைக் கவர்ந்தது சங்கீத மகாநாட்டின் கடைசி நாள் நடவடிக்கையைப் பற்றியதுதான். அன்று ஒருவருக்கும் ஒன்றும் அர்த்தமாகாத விஷயங்களைப்பற்றி, ஏதேதோ பேசிக்கொண்டிருந்தார்களாம். ஒரு சங்கீத பண்டிதர், சங்கீதத்தின் இலட்சணம், இலட்சியம் இவற்றைப் பற்றி விளக்கத் தொடங்கி, "பாஷைக்கு இலக்கணம் இருக்கிறதல்லவா? அதுபோல் சங்கீதத்துக்கும் இலக்கணம் உண்டு. பாஷை இலக்கணத்தில், எழுவாய் பயனிலை உள்ளது போல், சங்கீத இலக்கணத்திலும் எழுவாய் பயனிலை உண்டு" என்று இம்மாதிரி பேசிக்கொண்டு போனாராம். அப்பொழுது ஆஜானுபாகுவான ஒருவர் எழுந்திருந்தார். அவர் மேலிருந்து புனுகு ஜவ்வாது வாசனை காதவழிக்கு எட்டும்படியாக கம்மென்று வீசிற்று. அவர் கூறினார்: "சென்ற நாலைந்து நாளாக நாம் பேசிக் கொண்டிருக்கிறோம். என்ன பேசுகிறோம், எதற்காகப் பேசுகிறோம் என்பது தெரியாமலே பேசிக்கொண்டிருக்கிறோம். இதுவரையில் உருப்படியாக ஒரு முடிவும் செய்யவில்லை. இந்த மகாநாடு கூடி நாம் செய்யும் காரியம் சிறிதும் பயனிலை; ஆகையால் எழுவாய்!" என்று கூறிவிட்டு எழுந்தே போய்விட்டாராம். இப்படியாக மகாநாடு இனிது நிறைவேறியது என்று அவர்கள் பேசிக்கொண்டிருந்ததிலிருந்து அறிந்தேன்.

மேற்கண்டபடி மகா நாட்டை முடித்து வைத்த ஆசாமியின் வர்ணனைகளிலிருந்து, அவர் காயகசிகாமணி முத்தையா பாகவதராய்த்தானிருக்க வேண்டுமென்று ஊகித்தேன். மேலும், நமது சங்கீத வித்வத் மண்டலத்தில் அத்தகைய சிலேடைகளைப் போடக்கூடியவரும் அவர்தான். ஒரு சமயம் சென்னையில் உள்ள திருநெல்வேலிக்காரர்கள் சங்கத்தில் ஒரு விருந்துபசாரம் நடத்தினார்கள். அங்கே ஸ்ரீமான் எஸ்.வி.சாரி என்னும் நண்பர்

வந்தவர்களை வரவேற்று உபசரித்துக் கொண்டிருந்தார். அப்போது பாகவதர் ஒரு சமயம் அவரைப் பார்த்தார். மிஸ்டர் எஸ்.வி.சாரி! எஸ்! விசார்!" என்று ஒரு சிலேடையை வீசி எறிந்தார். இவ்வாறு எடுத்ததற்கெல்லாம் சிலேடைபோடக் கூடியவராதலால் தான், பாகவதராயிருக்க வேண்டுமென்று ஊகிக்கிறேன். ஊகம் தவறாயிருந்தால் பாகவதரிடம் மன்னிப்புக் கேட்க வேண்டியதுதான். அவரிடம் எனக்கு எப்போதும் கொஞ்சம் பயம் உண்டு; கையில் வைத்திருக்கும் பெரிய தடியினால் விசாரித்து விடப் போகிறாரேயென்று!

★ ★ ★

நாளது மார்ச்சு மீ 1௨ யன்று கோகலே மண்டபத்தில் மியூஸிக் அகாடமியின் ஆதரவில் ஸ்ரீ முத்தையா பாகவதரின் காலட்சேபம் நடந்தது. சரித்திரம் "வள்ளி கலியாணம்."

கதை, முழுத் தமிழ்க் கதை ; பாட்டுக்களும் பெரும்பாலும் தமிழ்ப் பாட்டுக்கள் ; பாகவதரோ பச்சைத் திருநெல்வேலித் தமிழர். எனவே, கதையில் தமிழ் மணம் பரிமளித்தது என்று சொல்ல வேண்டியதில்லை.

இப்போது பாகவதருக்கு வயதாகித் தளர்ச்சி ஏற்பட்டு விட்டபடியால் முன்போல் அவ்வளவு உற்சாகமாகக் கதை செய்ய முடிவதில்லையென்பது தெரிந்த வஷயமே. ஆனாலும், தெம்மாங்கு, சிந்து முதலிய நாட்டுப் பாட்டுக்களைப் பாடும் போது மட்டும் பாகவதருக்கு எப்படியோ உற்சாகம் பிறந்து விடுகிறது. அவற்றைப் பற்றி ஆடையிடையே பிரசங்கமும் பொழிகிறார். "இந்த அழகான பாட்டுக்களை எல்லோரும் பாடலாம்; எல்லோரும் கேட்டு அநுபவிக்கலாம். "எந்த ராகத்திலே இது ஜன்யம்; எந்த ஸ்வரங்கள் வர்ஜம்' என்றெல்லாம் கேட்பாரில்லை. இப்படிப்பட்ட தமிழ்ச் சுவையும் இசைச் சுவையும் ததும்புகிற நாட்டுப் பட்டுகளை இக்காலத்தில் எல்லோரும் அலட்சியம் செய்கிறார்களே?" என்று பாகவதர் பரிதவித்தார். இது உண்மையில் பரிதாபமான விஷயர் தான். ஒரு பக்கத்தில் கீர்த் தனங்களும், மற்றொரு பக்கத்தில் கீழ்த்தர ஹிந்துஸ்தானி மெட்டுகளில் அமைந்த தமிழ்க் கொலைப் பாட்டுகளும் நெருக்கி நெருக்கி, நமது தமிழகத்தின் பழந்தனமான சிந்துகள் முதலியவை

"இப்படி இதைப் புடிச்சுண்டிருப்பேன்; அப்புறம் இதிலே உட்கார்ந்தும் விடுவேன்......"

மறைந்துவருகின்றன. சில வருஷங்களுக்கு முன்புகூடக் கச்சேரிகளின் கடைசியில் காவடிச் சிந்து பாடி வந்தார்கள். இப்போது யாரும் பாடுவதேயில்லை. இக்கால நிலைமைக்கேற்ப, அநுசிதமாகத் தோன்றும் சிலசில வார்த்தைகளை மாற்றியோ நீக்கியோ விட்டால், காவடிச் சிந்துகளைப்போல் தமிழின்பமும் இசையின்பமும் பயக்கக் கூடியவை இல்லையென்று சொல்லலாம்.

இக்காலத்து வித்வான்களுக்குள் அளவில்லாத நாட்டுப் பாட்டுகள், சிந்துக்கள் முதலியவை அறிந்திருப்பவர் காயக சிகாமணி முத்தையா பாகவதர்தான். அவரைத் தமிழ்நாடு

சரிவரப் பயன்படுத்திக்கொள்ளாமல் மைசூருக்குத் தத்தம் செய்திருக்கிறதே என்பதை நினைக்கும்போது மிகவும் வருத்தமாயிருக்கிறது. சென்னை யுனிவர்சிடி உண்மையான தமிழ் யுனிவர்சிடியாயிருந்தால், பாகவதருக்குத் தக்க மாதச் சம்பளம் கொடுத்து அமர்த்தி, தமிழ்நாடெங்கும் சென்று தமிழர்களின் நாட்டுப் பாட்டுக்களைக் குறித்துச் சொற்பொழிவு நடத்த ஏற்பாடு செய்யும். (மாதம் 500, 1000, 1500 சம்பளம் வாங்கும் நூறு புரொபஸர்கள், பேராசிரியர்கள், ஆராய்ச்சி நிபுணர்கள் செய்யக்கூடியதைக் காட்டிலும் பாகவதர் ஒருவராலேயே கல்வித் துறையில் அதிக தொண்டு செய்யக்கூடும்.) சென்னை யுனிவர்ஸிடி அவ்வளவு யுக்தமான காரியம் செய்யாவிட்டாலும், வருஷம் ஒரு தடவை சென்னையிலாவது சில உபந்நியாசங்கள் அவரைக்கொண்டு செய்விக்கலாம். ஆனால் அவர்கள் இதைக் கூடச் செய்வார்களென்று நான் எதிர்பார்க்கவில்லை. அதெல்லாம், அவர்களுடைய சம்பிரதாயத்துக்கு விரோதம்.

யுனிவர்ஸிடி சம்பிரதாயம் இன்னதென்று தெரியுமல்லவா? அடிக்கடி அவர்கள் உபந்நியாசங்கள் ஏற்படுத்தத்தான் செய்கிறார்கள். ஆனால் உபந்நியாசகர்கள் எவ்வளவுதான் மேதாவிகளாயிருந்தாலும், வெறும் பெஞ்சுகளுக்கு முன்னால் பேச முடியாதே! இதற்காக, ஆள் திரட்டியாக வேண்டும். இரண்டு மூன்று வரிசை பெஞ்சுகளாவது நிரம்ப வேண்டும். இதற்காக, யுனிவர்ஸிடியின் ஆதிக்கத்திற்குட்பட்ட காரியாலயங்களுக்கெல்லாம் சுற்றுத்தரவு போடுவார்கள். அந்தந்தக் காரியாலயங்களிலுள்ள குமாஸ்தாக்கள், சேவகர்கள் முதலிய சிப்பந்திகள் எல்லாம் ஆபீஸ் விட்டதும் உபந்நியாசம் கேட்கப் போக வேண்டியது. பாவம் ! இவர்கள் வயிற்றுப் பிழைப்பை நினைத்து, பிரசங்க மண்டபத்திற்குப் போய்த் தொலைவார்கள், தலைவிதியை நொந்து கொண்டு "சொல்வதையெல்லாம் சொல்லித்

தொலை" என்ற பாவத்துடன் உட்கார்ந்திருப்பார்கள். பிரசங்கம் முடிந்ததும் விட்டது சனியன்!" என்று எழுந்து போவார்கள்.

பாகவதரின் உபந்நியாசங்கள் அடிக்கடி ஏற்படுத்தினால், இந்த சம்பிரதாயம் கெட்டுப் போய்விடுமே? மாணாக்கர்களும் பொது ஜனங்களும் ஏராளமாகப் பிரசங்கம் கேட்க வந்து விடுவார்களே? பிறகு பிரசங்க மண்டபத்தைக்கூட இடித்துப் புதிதாகக் கட்டும்படியல்லவா நேரிடும்?

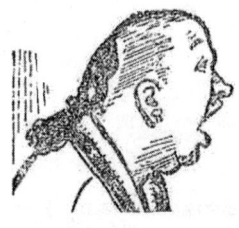

★ ★ ★

மியூஸிக் அகாடமியின் காரியங்கள் இவ்வருஷம் மிகவும் திருப்திகரமாக நடைபெறுமென்பதற்கு அறிகுறிகள் காணப்படுகின்றன அடுத்த ஏப்ரல்மீ 5வ மியூஸிக் அகாடமியின் ஆதரவில் ஸ்ரீமான்கள் அரியக்குடி ராமாநுஜய்யங்கார், தக்ஷிணாமூர்த்திப் பிள்ளை, ராஜமாணிக்கம் பின்னை இவர்களுடைய கச்சேரி நடைபெறப் போகிறது. "இதில் என்ன அவ்வளவு பிரமாத அதிசயம்?'' என்று சிலருக்குத் தோன்றக்கூடும். அவர்களுக்கு 5136 இதழில் இந்தப் பத்தியில் எழுதப் பெற்றிருந்ததை ஞாபகப்படுத்த விரும்புகிறேன். தமிழ் நாட்டுப் பிரபல வித்வான்களில் ஸ்ரீமான்கள் இராமாநுஜ அய்யங்கார், தக்ஷிணா மூர்த்திப் பிள்ளை, சௌடய்யா இம்மூவரும் மியூஸிக் அகாடமிக்கு வருவதில்லையென்பதைக் குறிப்பிட்டு, அதன் காரணங்களையும், ஆராய்ந்துவிட்டுப் பின்வருமாறு எழுதினேன் : "அதிர்ஷ்டவசமாக, இந்த நிலைமை சமீபத்தில் மாறிவிட்டது என்று மகிழ்ச்சியுடன் தெரிவித்துக்கொள்கிறேன். கச்சேரி செய்யும் வித்வான்களுக்கு உரிய மரியாதையை அளிக்கவும், அநுதாபத்துடன் அவர்களுடைய சௌகரியங்களைக் கவனிக்கவும் இப்போதுள்ள நிர்வாகிகள் சித்தமாயிருக்கிறார்கள். 'சங்கீத பண்டிதர்'களின் அதிகாரம் முன்போல் இப்போது செல்லவில்லை. எனவே, கூடிய சீக்கிரம் இப்போது 'ஊடல்' கொண்டிருக்கும் சில வித்வான்களும் மியூஸிக் அகாடமியில் கலந்துகொள்வார்களென்று நம்பிக்கை உண்டாகிறது."

என்னுடைய நம்பிக்கை "கூடிய சீக்கிரம்" நிறைவேறப் போவதை நினைத்து மிகவும் சந்தோஷமுண்டா கிறது. வித்வான்கள் ரயில், கியில் தவறவிடாமல் குறிப்பிட்ட தேதியில் வந்து சேர்ந்து கச்சேரியைச் சிறப்பாக நடத்துவார்களென்று எதிர்பார்க்கிறேன்.

- ஆனந்த விகடன், *08.03.1936*

31
சிலேடை

சென்ற கட்டுரையில், காயக சிகாமணி முத்தையா பாகவதரின் சிலேடை சக்தியைப் பற்றிச் சொன்னேன். அவரைப் போல் அவ்வளவு வாக்கு விலாசம் இல்லாவிட்டாலும், ரஸிகத் தன்மையும் சாதுர்யமும் உள்ளவர்கள் வேறு சிலர் நமது சங்கீத வித்வான்களில் இருக்கிறார்கள்.

சென்ற வருஷத்துத் தீபாவளி மலரில் முசிரி சுப்பிரமணிய அய்யர் அவர்கள் எழுதிய சங்கீத ஹாஸ்யக் கதைகளைப் படித்திருப்பீர்கள். "முசிரிக்கு இவ்வளவு அழகாய் எழுதக்கூடத் தெரிந்திருக்கிறதே!'' என்று அநேகர் வியப்புடன் கூறியது எனக்குத் தெரியும். ஆனால் அவர் அக்கதைகளை வாய்மொழியாகச் சொல்லும்போது கேட்க வேண்டும்.

சில விஷயங்களை நன்றாய் எழுதலாம்; வேறு சில விஷயங்களின் ரஸத்தை எழுத்தில் கொண்டுவர முடியாது; பேச்சிலேதான் கொண்டுவர முடியும். முசிறி அவர்கள் மேற்படி கதைகளை நேரில் சொல்லக் கேட்டால், படித்தபோது அநுபவித்ததைவிடக் குறைந்தது பத்து மடங்கு அதிக சந்தோஷமடைவோம்.

செம்மங்குடி சிலேடை

செம்மங்குடி சீனிவாசய்யரும் அப்படியொன்றும் இலேசானவரில்லையென்பதை ஒரு சந்தர்ப்பத்தில் அறிந்தேன். ஒரு கச்சேரி நடந்துகொண்டிருந்தது. அவருடைய 'காபி, ரைட்' ராகமான கரகரப்ரியா ஆலாபானம் செய்து, 'பக்கல நிலபடி' கீர்த்தனமும் , பாடி விட்டார். இதற்குப் பிறகு கொஞ்சநேரம் கழித்து பாப்பா வேங்கட்ராமையர் கச்சேரிக்கு வந்தார். "கொஞ்சம் கரகரப்ரியா பாட வேண்டும்" என்றார்.

"ஒரு தரம் பாடியாகி விட்டதே", என்றார் செம்மங்குடி, "நான் கேட்க வேண்டாமா?" என்றார். பாப்பா. அவ்வளவு பிரபல பிடில் வித்வான் கேட்கும் போது எப்படி மறுப்பது? மறுபடியும் கரகரப்ரியா ஒரு பிர்கா அடித்துவிட்டு, 'ராமா நீ எட' கீர்த்தனம் பாடினார்.

ராகம், பல்லவி எல்லாம் முடிந்த பிறகு பாடகர் வழக்கம் போல் 'துக்கடா'க்கள் பாடி வந்தார். ஒன்றைவிட ஒன்று அழகாக வந்து கொண்டிருந்தன. இடையில் ஒரு கணம் நிறுத்திய சமயத்தில், பாப்பா வேங்கட்ராமையர் குறுக்கிட்டு, "ஏதோ பாரதி பாட்டாமே! ரொம்ப நன்றாய்ப் பாடுவீர்களாமே ! எனக்குத் தெரியாது '' என்று நீட்டினார்.

பாப்பா வேங்கட்ராமையர் பேரில் எனக்கு மிகுந்த மதிப்புண்டு. அவர் வித்தையில் எவ்வளவு தேர்ந்தவரோ, அவ்வளவு உலகத்திலே முன்னுக்கு வர அவசியமாயிருக்கும் படாடோப வித்தை தெரியாதவர். இதை மனதில் வைத்துக்கொண்டு நான் ஒரு வார்த்தை போட்டு வைத்தேன். "உங் களுக்குத் தெரியாதது ரொம்ப இருக்கும் போலிருக்கே" என்றேன்.

தற்செயலாக அந்தக் கச்சேரியில் நான் பாடகருக்கு மிகவும் அருகாமையில் இருக்கும்படி நேர்ந்து போயிற்று. ஆகவே நான் சொன்னது பாடகர் காதிலும் விழுந்தது. அவர் என்பக்கம் குனிந்து,

"பாப்பாதானே?"

என்று சற்று மெதுவான குரலில் கூறினார். மேடைக்குப் பக்கத்திலிருந்தவர்கள் எல்லாரும் 'கலீர்' என்று சிரித்தார்கள்; பாப்பாவும் சிரித்தார். ஆனால் எனக்கோ தூக்கி வாரிப் போட்டது. "இவ்வளவு கெட்டிக்காரரா இவர்? எவ்வளவு உயர்தரமான சிலேடையை அநாயாசமாய்த் தூக்கி எறிந்துவிட்டார் ?" என்று வியப்புக் கடலில் ஆழ்ந்தேன்.

பிடில் ராஜமாணிக்கம் பிள்ளையைப் பற்றி என்ன நினைக்கிறீர்கள்? நெற்றியில் பாதி அளவு சவ்வாதுப் பொட்டு வைத்துக்கொண்டு, ஏதோ கர்நாடக மனிதர்போல் தோன்றுகிறாரல்லவா? அவ்வளவுக்கு அழுத்தமான ஆசாமி. மற்றவர்கள் சளசளவென்று பத்து நிமிஷம் பேசுவதை ஒரே வாக்கியத்தில் சொல்லிவிடுவார். ஒரு தடவை ஏதோ சம்பாஷணைக்கிடையில், சமீபத்தில் பிளேட்டில் வெளியாகியிருந்த ராஜ வாழ்த்துப் பாட்டைப் பற்றிப் பிரஸ்தாபம் வந்தது. அந்தப் பாட்டில் எங்கள் அழகி மேரி ராணி" என்று ஓரிடத்தில் வருகிறது. "இங்கே 'அழகி' என்பது கொஞ்சம் விரஸமாகத் தோன்றுகிறது'' என்று நான் சொன்னேன்.

"ஆமாம்; நம் தாயாரின் குணாதிசயத்தைப் பற்றிப் பேசும்போது 'எங்கம்மா ரொம்ப அழகி' என்று சொல்வோமா?" என்றார் ஸ்ரீமான் ராஜமாணிக்கம் பிள்ளை.

என்னுடைய ஆட்சேபம் சரியா, இல்லையாயென்பது ஒருபுறமிருக்க, என் கருத்தை உடனே ,அவ்வளவு சரியாயுணர்ந்து அதை ஓர்; உதாரணத்தினால் அவர் விளக்கியது ஆச்சரியமாயிருந்தது.

அரியக்குடி சிலேடை

இதெல்லாம் பழைய கதை; பூர்வ பீடிகை. விஷயத்துக்கு இப்போதுதான் வருகிறோம். சென்ற வாரத்தில், அரியக்குடி ராமாநுஜய்யங்கார் அவர்களும் ஒரு கைகாரப் பேர்வழிதான் என்பதைத் தெரிந்துகொண்டேன். அவருக்கு இவ்வளவு சமயோசித சாதூர்யம் உண்டென்று இதற்குமுன் எனக்குத் தெரியாது. (நான் 'பாப்பா' இல்லாவிட்டாலும், எனக்குத் தெரியாத பல விஷயங்களும் இருக்கத்தான் செய்கின்றன.)

சென்னையில் ஸ்ரீ வேங்கடேச பக்த சபை என்று புதிதாக ஒரு சங்கீத சபை ஏற்பட்டு நடந்துவருகிறது. பெரிய வித்வான்களைக் கொண்டு தர்மக் கச்சேரிகள் நடத்தி, அவைகளில் வரும் பணத்தைக் கொண்டு புதிதாய்க் கிளம்பும் இளம் வித்வான்களை ஆதரித்து முன்னுக்குக் கொண்டுவருவதுதான் இச்சபையின் நோக்கம் என்று அறிகிறேன். இது அருமையான நோக்கந்தான் என்று சொல்ல வேண்டியதில்லை. இந்த சபை வெற்றிகரமாய் நடந்து நோக்கமும் நிறைவேறினால் நன்மையடையப் போகிறவர்கள் நாம்தான்.

சென்ற சனிக்கிழமை மேற்படி சபையின் ஆகாவில், ஒய். எம். சி.ஏ. மண்டபத்தில் ஸ்ரீமதி *D. K.* பட்டம்மாளின் கச்சேரி நடந்தது, இக்கச்சேரிக்கு அரியக்குடி ராமாநுஜய்யங்கார் வந்திருந்தார். சமீபத்தில் அய்யங்கார் ஒரு மோட்டார் விபத்துக்குள்ளாக நேர்ந்ததும் அதிர்ஷ்டவசத்தினால் அதிக காயம் படாமல் தப்பியதும் நேயர்களுக்குத் தெரிந்திருக்கும். மேற்படி விபத்துக்குப் பின் அரியக்குடி அவர்களைத் திடகாத்திரராகவும் பூரண ஆரோக்யத்துடனும் இங்கே பார்க்க நேர்ந்தது குறித்து மிகவும் மகிழ்ச்சியடைந்தேன். கச்சேரியின் முடிவில் ஸ்ரீமான் அய்யங்கார் மேற்படி சபையின் நோக்கங்களை சிலாகித்தும், ஸ்ரீமதி பட்டம்மாளின் பாட்டை வெகுவாகப் பாராட்டியும் பேசினார். அப்போது போட்டார் ஒரு சிலேடையை :

"ஸ்ரீமதி பட்டம்மாள் வெறும் பட்டம்மாள் அல்ல ; பாடு பட்ட அம்மாள். சங்கீதத்தில் மிகவும் பாடுபட்டிருக்கிறார். அதனால்தான் பாட்டும் இவ்வளவு அழகாயிருக்கிறது'' என் றார். சபையோர் சிரித்து மகிழ்ந்தார்கள்.

என் பக்கத்திலிருந்த சிநேகிதர் இன்னும் ஒரு படி முன் சென்றார்: "ஸ்ரீமதி பட்டம்மாளின் பெயரை இங்கிலீஷில் '*Pattammal*' என்று எழுதி 'பாட்டம்மாள்' என்று வாசித்து, 'பாட்டுக்குரிய அம்மாள்' என்று பொருள் சொல்லலாமல்லவா?" என்றார் !

பகவானே! பகவானே ! பெற்றோர்கள் பெண்களுக்குப் பெயரிடும்போது கொஞ்சம் ஜாக்கிரதையுடன் சிலேடைக்கு இடமில்லாத பெயராகப் பார்த்து வைப்பார்களாக, அதிலும் சங்கீதப் பயிற்சி அளிக்கும் உத்தேசமிருந்தால் ரொம்ப ஜாக்கிரதையாயிருக்க வேண்டும்.

அய்யங்காரின் சாதுர்யத்தைக் குறித்து எல்லாரையும்போல் நானும் சந்தோஷப்பட்டேன். ஆனால் அவரது சிலேடையின் பொருத்தத்தைப் பற்றி மட்டும் எனக்குக் கொஞ்சம் சந்தேகந்தான்... ஸ்ரீமதி பட்டம்மாளின் சங்கீதம், பாடுபட்டு வந்த சங்கீதமாக எனக்குத் தோன்றவில்லை. பாடுபட்டு வந்த சங்கீதமாயிருந்தால், அதனுடைய முகலட்சணமே வேறு விதமாயிருக்கும் ; அப்போதுதான் நமது சித்திரக்காரருக்குக் கொண்டாட்டம். ஸ்ரீமதி பட்டம்மாளின் சங்கீதத்தில் அத்தகைய லட்சணங்களை நான் காணவில்லை. உழைப்பின் பலனைக் காட்டிலும், இயற்கைத் தேவியின் அருள் விலாசமே அவருடைய சங்கீதத்தில் அதிகமென்று எனக்குத் தோன்றுகிறது.

மேற்படி கச்சேரியைப் பற்றி விமரிசனம் செய்யும் உத்தேசம் எனக்குக் கிடை யாது. சங்கீத ரத்னாகரம் அவர்கள் மேற்படி கச்சேரியை அவ்வளவு புகழக்கேட்ட பிறகு, அக்கச்சேரியின் விமரிசனத்துக்கு வேண்டிய பராபட்சமற்ற மனோநிலை எனக்கு இருக்கிறதா என்பதே சிறிது சந்தேகந்தான். ஒரே ஸ்தோத்திரத்தில் இறங்கினாலும் இறங்கிவிடுவேன். ஆகையால் இன்னொரு சமயம் பார்த்துக்கொள்ளலாம்.

வெள்ளி ஜூபிலி

மயிலாப்பூர் சங்கீத சபையில் இவ்வருஷம் வெள்ளி ஜூபிலி கொண்டாடப் போகிறார்களாம். மேற்படி சபை ஆரம்பித்து இப்போது 25 வருஷம் பூர்த்தியாகிறது. இடையில் இந்த சபைக்கு இரத்த சோகை ஏற்பட்டுக் கொஞ்ச காலம் அதிகமாய்க் காரியம் செய்யாமலிருந்தது. சில நாளாகப் புத்துயிர் ஏற்பட்டிருக்கிறது.

சமீபத்தில் இரண்டொரு கச்சேரிகள் இந்தச் சபையின் கட்டிடத்தில் கேட்டேன். 'நல்ல மேலக்கட்டு இருப்பதால் கச்சேரிகள் நிறக்கின்றன. இம்மாதிரி நாதக்கட்டுள்ள இடங்கள் பெற்றிருக்கும் சங்கீத சபைகள் சென்னையில் சிலதான் உண்டு. நாதக்கட்டிருந்தால், உட்காருவதற்கு இடம் வசதியாயிராது. பாகவதர் முகத்தை மறைக்கும் தூண்கள் முதலிய தொல்லைகள். (பாகவதர் முகம் தெரியாவிடில், சங்கீதத்தில் பாதி ரஸம் குறைந்துவிடும் என்று சொல்ல வேண்டியதில்லையல்லவா? உண்மையில் அதற்காகத் தானே டிக்கட் வாங்கிக்கொண்டு கச்சேரிகளுக்குப் போகிறோம்? இல்லாவிடில், கிராமபோனிலும் ரேடியோவிலும் எல்லா வித்வான்களின் பாட்டுகளையும் கேட்டுவிட்டுப் பேசாமலிருக்க மாட்டோமா?)

"......அதன் முக லட்சணமே வேறு விதம்"

இடவசதியிருந்தாலோ, நாதக்கட்டு இராது. சங்கீதத்தைவிட எதிரொலியின் சப்தம் அதிகமாய்க் கேட்கும். நாதக்கட்டு, இடவசதி இரண்டுமில்லாத சபைகள்தான் சென்னையில் அதிகம்.

ஆகவே, மயிலாப்பூர் சங்கீத சபை, வெள்ளி விழாவிற்குப் பிறகு புத்துயிர் பெற்று ஜீவசக்தி ததும்பிக் கொண்டு நடைபெற வேண்டுமெனப் பிரார்த்திக்கிறேன். படாடோபம் அதிகம் இல்லாவிட்டாலும் சிறிது காற்றாட உட்கார்ந்து நல்ல சங்கீதம் கேட்கக் கூடிய ஓரிடம் சென்னையில் இருந்தால் நல்லதுதானே?

நாட்டியம்

"ஆடல் பாடல்" உலகத்தில் இந்த வருஷத்திய பெரிய விசேஷம் என்று சொல்லக்கூடிய சம்பவம் சென்ற ஞாயிற்றுக் கிழமை மாலை அடையாற்றில் நடைபெற்றது. தியஸாபிகல் ஸொஸைடி தலைவரான டாக்டர் அருண்டேலின் மனைவியார் ஸ்ரீமதி ருக்மணி தேவி, கௌரவமும் சரிகைத் தலைப்பாகைகளும் நிறைந்த ஒரு பெரிய சபையின் முன்னால் பரதநாட்டியம் ஆடினார். வெள்ளைக்காரர் கள், கறுப்பு மனிதர்கள், பெரிய ஜட்ஜுகள், சின்ன வக்கீல் குமாஸ்தாக்கள், படே உத்தியோகஸ்தர்கள், சோட்டா தேசியவாதிகள், தலை நரைத்த கிழவர்கள், பால்மணம் மாறாத குழந்தைகள் இவ்வளவு பேரும் அந்தச் சபையில் கூடியிருந்தார்கள். சென்னை நகரைப் பொறுத்தவரையில், பரதநாட்டியக் கலை

திடீரென்று மிக்க கௌரவமும், கண்யமும், மதிப்பும், மரியாதையும் பொருந்தியதாகிவிட்டதென்பதில் சந்தேகமே கிடையாது.

ஆடரங்கம்

அடையாற்றைச் சேர்ந்தவர்களின் அழகு உணர்ச்சியும், ரகத் தன்மையும் பிரசித்தி பெற்றவை. அங்கே அமைத்திருந்த அழகிய நடன மேடையைப் பார்த்தபோது,

"ஆடாம்பை நீடாங் கூடுநின்று பாடலால்"

என்னும், கம்பன் பாட்டின் அடி எனக்கு நினைவு வந்தது.

ஸ்ரீமதி ருக்மணி தேவி மேடையில் வந்து நின்றதும், இது தேவலோக நாட்டிய அரங்கம்தானோ என்று ஒரு கணம் பிரமை உண்டாயிற்று.

சாதாரண பரதநாட்டியக் கச்சேரிகளில் நட்டுவர்கள் நாட்டியக்காரிகளின் பின்புறம் நின்று மகா கோரணியான சேஷ்டைகளையெல்லாம் காட்டிக்கொண்டிருப்பது வழக்கம். அநேகருக்கு, நாட்டியக்காரியின் அபிநயங்களைவிட நட்டுவர்களின் சேஷ்டைகளே அதிக ரஸமாயிருக்கும். இங்கு அப்படியின்றி, நட்டுவர்களும், பக்கப் பாட்டுக்காரர்களும் மேடையின் ஒரு பக்கத்தில் நாகரிகமாய் அமர்ந்திருந்தார்கள்.

பார்க்க வந்தவர்களுக்குத் திறந்த வெளியில் மரங்களினடியில் ஆசனங்கள் அரைவட்ட வடிவமாக அமைக்கப்பட்டிருந்தன. இவ்வளவு சௌகரியமாகவும், அழகுணர்ச்சிப் பொருந்தவும் அமைந்த இடங்களில்தான் நாட்டியம், சங்கீதம் முதலியவைகளை நன்றாய் அனுபவிக்க முடியும் என்பதில் சந்தேகமில்லை.

மேடையிலும் வெளியிலும் பல வர்ண விளக்குகளை அமைத்து, சில சமயம் பிரகாசத்தை அதிகப்படுத்தியும், சில சமயம் குறைத்தும், சில சமயம் வர்ண சோபைகள் அளித்தும் ரம்யத்தை அதிகப்படுத்தினார்கள்.

உருவத் தோற்றம்

ஒரு கலையில் தேர்ச்சி பெறுவதற்கு அதனிடம் அபிமானமும், அதில் பயிற்சி பெற ஆர்வமும் மட்டும் இருந்தால் போதாது. ஒவ்வொரு கலைக்கும் இன்றியமையாத சில அம்சங்கள்

ஆடல், பாடல், சினிமா | 243

இயற்கையில் அமைந்திருக்க வேண்டும். நடனக் கலைக்குரிய தேக அமைப்பு ருக்மணி தேவி பெற்றிருக்கிறார்.

அவருடைய உடையும், அலங்காரமும் மிகப் பொருத்தமாக அமைந்திருந்தன. தமிழர்களின் பழைய நாகரிகத்துக்குரிய உடையும் அலங்காரங்களுந்தான்; ஆனால் அவற்றில் புதுமையும் கலந்திருந்தது. கருத்த கூந்தலில் வெண்ணிற மல்லிகைப்பூ, காதில் ஜிமிக்கி, நெற்றியில் குங்குமம், கழுத்தில் ரத்தின ஹாரம், கால்களிலும், உள்ளங்கையிலும் செம்பஞ்சுக் குழம்பு ஆகிய எல்லாவற்றிலும் நமது பழைய நாகரிகம் புதுமை பெற்று விளங்கிற்று.

உடையும் அப்படித்தான் . நடனத்துக்கு வசதியானது; அதே சமயத்தில் பழந்தமிழ் நாகரிகத்தை நினைவூட்டுவது. ஆடாமல் நிற்கும்போது அசைப்பிலே பார்த்தால், புராதனத் தமிழ்ச் சிற்பி ஒருவன் செய்த தேவ மாதின் சிலை உயிர்பெற்று வந்ததுபோல் தோன்றும்.

ஆட்டத் திறமை

பரதநாட்டியம் அபூர்வமான கலை; அதைக் கற்றுத் தேர்ச்சியடைவதென்பது எளிய காரியமன்று. குழந்தைப் பிராயத்திலிருந்தே அப்பியசித்தால்தான் சாதாரணமாய் அதை நன்கு பயில முடியும். ஸ்ரீமதி ருக்மணி தேவி, அந்தக் கலையைக் கற்க முயன்று இவ்வளவு தூரம் வெற்றியடைந்திருப்பது ஓர் அசாத்தியமான காரியம் என்றே சொல்ல வேண்டும்.

சாதாரணமாய், பரத நாட்டியக் கச்சேரிகளில் நாம் பார்த்துப் பழக்கமாகியிருக்கும் அளவுக்கு அவருடைய ஆட்டத்தில், நடன விஸ்தாரங்களையும் வேறுபாடுகளையும் காண்பதற்கில்லை. அங்கங்கே சிற்சில முக்கியமான அம்சங்களை மட்டும் ஆடிக் கொண்டு போகிறார். கலையின் நுட்பங்களில் மனதைச் செலுத்திக் கஷ்டப்பட விரும்பாத நமக்கு, இதுவே திருப்திகரமாயிருக்கிறது. ஒரு கணமும் அலுப்பு ஏற்படாமல் பார்த்து மகிழ்ந்து கொண்டிருக்கிறோம்.

நாட்டியம் பார்க்கும்போது ரஸிகர்களுக்குப் பரிபூரண ஆனந்தம் எப்போது ஏற்படுமென்றால், ஆடுகிறவரும் ஆனந்த மேலீட்டினால் ஆடுவதாகத் தோன்றும்போதுதான். பிரயத்தனப்பட்டு அவயவங்களைச் சிரமப்படுத்தி ஆடுவதாகத் தோன்றினால் அதைப் பார்ப்பதில் ரஸிகர்களுக்குச் சந்தோஷம் இராது.

ஸ்ரீமதி ருக்மணி தேவி சற்று சிரமப்பட்டு ஆடுகிறார் என்னும் சந்தேகம் சில சில சமயம் உண்டாயிற்று. இதற்குக் காரணம் ஊகிக்கக் கூடியதே. அன்னியர்கள் அடங்கிய பெரிய சபையின் முன், அவர் நாட்டியம் ஆடுவது இதுதான் முதல் தடவையாதலால், அது நன்றாய் முடிய வேண்டுமேயென்ற கவலையிருப்பது இயல்பேயாகும். கொஞ்சம் அநுபவம் ஏற்படும்போது, இந்தக் கவலை போய், அவருடைய ஆட்டத்தில் இயற்கை ஆனந்தம் பொங்குகிற தோற்றம் ஏற்படுமென்றே நம்புகிறேன்.

புரோகிராம்

அலாரிப்பு, ஜதிஸ்வரம், சப்தம், வர்ணம், இரண்டு பதங்கள், ஜாவளி, கர்ணாமிர்த சுலோகம் இப்படி புரோகிராம் கணக்காகத்தான் அமைத்திருந்தார்கள். கால அளவு சரிதான். பொறுக்கியெடுத்த பதங் கள் பொருள் வளத்திலும் சிறந்தவைதான். ஆனால் ராக வேறுபாடுகளின் அவசியம் கவனிக்கப்படவில்லை. காம்போதியும் யதுகுல காம்போதியும் திருப்பித் திருப்பி வந்தன. விருந்து சாப்பிடப் போன இடத்தில், தயிர்ப் பச்சடி, மோர்க்குழம்பு, தயிர்ப்பச்சடி, மோர்க் குழம்பு என்று மாற்றி மாற்றிப் பரிமாறிக் கொண்டிருந்தால் எப்படியிருக்கும்? தயிர்ப் பச்சடியும், மோர்க் குழம்பும் எவ்வளவுதான் நன்றாயிருந்தாலும், கொஞ்சம் ரஸமும் இருந்தால் தேவலை என்றுதான் நினைப்போம்.

கலை வளர்ச்சி

வீழ்ச்சியடைந்திருக்கும் இந்த அரிய பெரிய கலையை உத்தாரணம் செய்வது ஸ்ரீமதி ருக்மணி தேவியின் நோக்கம் என்று அறிகிறேன். இந்த நோக்கத்துக்காகவே தமிழ்நாட்டில் ஏற்கனவே சிலர் பெரு முயற்சி செய்து வருகிறார்கள். ஸ்ரீமதி ருக்மணி தேவி அந்த கோஷ்டியில் இப்போது சேர்ந்திருப்பது மிகவும் மகிழ்ச்சிகரமானது. மற்றவர்களைவிட அவரால் அதிகத் தொண்டு செய்யக்கூடுமென்பதில் சந்தேகமில்லை.

மேனாடுகளுக்கும் சென்று பரதநாட்டியத்தின் பெருமையை நிலைநாட்ட வேண்டுமென்பது ஸ்ரீமதி ருக்மணி தேவியின் மனோரதம் என்று தெரிகிறது. மேனாடுகளுக்கு நமது கலைச் செல்வத்தைக் கொண்டு போகிறவர்கள் கொஞ்சமாகக் கொண்டு போனா லும் அதைப் பிரகாசிக்கத் செய்யத் தெரிந்தவர்களா யிருக்க வேண்டும். ஸ்ரீமதி ருக்மணி தேவியிடம் இந்தச் சக்தி இருக்கிறது. அவர் மேனாடு சென்றால், அங்குள்ளவர்களையெல்லாம் பிரமிக்க அடித்து " இது மாதிரி கண்டதுமில்லை; கேட்டதுமில்லை" என்று புகழ் மாலை சூடிக்கொண்டு வரலாம்.

நாட்டிய சுயராஜ்யம்

நாட்டியம் ஆரம்பிப்பதற்கு முன்னால் டாக்டர் அருண்டேல் ஒரு சிறு முன்னுரை நிகழ்த்தினார். ஸ்ரீமதி ருக்மணி தேவியின் கலைஞானத்தைப் பற்றி அவர் தேவைக்கதிகமான அடக்கத்துடனேயே பேசினார். அது மிகவும் நன்றாயிருந்தது. ஆனால் கடைசியில், எல்லாரும் சுய ராஜ்யம், சுய ராஜ்யம் என்கிறீர்களே? வெறுங் கூச்சல் போடுவதினால் என்ன பிரயோஜனம்? பாரத நாட்டின் கலைகள் உத்தாரணம் ஆனால் அல்லவா சுய ராஜ்யம் வரும் ? இந்தியாவின் கலையின் மேன்மையை உலகமெல்லாம் என்று ஒப்புக்கொண்டு கரகோஷம் செய்கிறதோ அன்றுதான் சுய ராஜ்யம் அடைவோம்; அதுவரை நமக்கு சுய ராஜ்யம் கிட்டாது" என்று ஒரு பெரிய போடாகப் போட்டார்!

பதினைந்து வருஷத்துக்கு முன்னால் டாக்டர் அருண்டேல் "தேசீயக் கல்வி இல்லாவிட்டால் சுய ராஜ்யம் கிட்டாது!'' என்றார். பிறகு "ஒரு கான்ஸ்டிடியூஷன் தயாரிக்காவிட்டால் சுய ராஜ்யம் கிட்டாது" என்றார்.

இது மனித சுபாவந்தான். யாருக்கு எப்போது எந்த விஷயத்தில் சிரத்தை ஏற்படுகிறதோ, அதையே பெரிதாய்க் கருதுவது இயல்பு. இன்னும் ரொம்பப் பேர் இப்படி சுய ராஜ்யத்துக்கு வழி சொல்லக் கேட்டிருக்கிறோம்.

"சிரசாஸனம்''

" எருமைத்தயிர் ! எருமைத்தயிர்! எருமைத்தயிர் சாப்பிடுங்கள். இல்லாவிட்டால் உங்களுக்குச் சுய ராஜ்யம் கிட்டாது" என்கிறார் ஒருவர்.

"சிரசாஸனம்! சிரசாஸனம்! எல்லாரும் சிரசாஸனம் செய்யுங்கள் . சுய ராஜ்யம் காண்பீர்கள் " என்கிறார் இன்னொருவர்.

"எங்களுடைய பரிமள சுதேசி சோப்பை வாங்கி உபயோகியுங்கள் ;

அதுதான் சுயராஜ்யத்துக்கு நேர் வழி'' என்கிறார் இன்னொருவர்.

பரதநாட்டியம் உயர்ந்த கலைதான்; அதை வளர்த்தலும் அவசியம்தான். ஆனால் பரதநாட்டியப் பிரேமையானது, எது எவ்வளவு முக்கியம் என்னும் உணர்ச்சியை மறைத்துவிட இடங்கொடுத்தல் தவறாகும்.

"பரதநாட்டியமே மோட்சம்" என்று இந்தியர்கள் எல்லாரும் ஒப்புக்கொண்டு, "பரதநாட்டியத்தைவிடச் சிறந்த கலை வேறில்லை" என்று உலகமெல்லாம் ஒப்புக்கொண்டாலும் கூட நமக்கு சுயராஜ்யம் வராது. ஒவ்வொன்றுக்கும் அததற்குரிய இடத்தை அளித்தல்தான் முறை.

- ஆனந்த விகடன், 15.03.1936

32

கல்லும் நாயும்

"முள்ளு முனையில் மூன்று குளம் வெட்டினேன் ; இரண்டு குளம் பாழ்; ஒன்றில் தண்ணியேயில்லை" என்ற மங்கள மொழியை நாம் கேட்டிருக்கிறோம். சாதாரணமாய் , தமிழ் டாக்கிகள் விஷயத்தில் இவ்வாறுதான் நாம் கருதுகிறோம். மூன்று தமிழ் டாக்கிகள் பார்த்தோமானால், "இரண்டு முழு மோசம் ; ஒன்று நன்றாயில்லை" என்று தீர்மானிக்கிறோம்.

முழு, மோசமான படங்களைப்பற்றி நாம் அவ்வளவு கவலைப் படுவதில்லை; (சில சமயம் குதூகலங்கூட அடைகிறோம். "இவ்வளவு ஆபாசமாக ஒரு படத்தை எப்படித்தான் எடுத்தார்களோ" என்று வியப்புறுகிறோம். ஆனால் நன்றாயில்லை" என்று தீர்மானிக்கிற படத்தைப் பற்றித்தான் நமக்குக் கவலை உண்டாகிறது. உண்மையில், அவற்றில் சில சில அம்சங்கள் நன்றாயிருக்கின்றன; அந்த நன்றாயிருக்கிற அம்சங்கள் சோபிக்காத வண்ணம் மற்ற அம்சங்கள் கெடுத்துவருகின்றன. மொத்தத்தில் "நன்றாயில்லை" என்று முடிவுகட்ட வேண்டிவருகிறது. இதனால் தான் நமக்கு வருத்தமும் உண்டாகிறது.

"கல்லைக் கண்டால் நாயைக் காணோம் ; நாயைக் கண்டால் கல்லைக் காணோம்" என்று சொல்வதுண்டு. "கல்லையும் நாயையும் கண்டால், எடுத்து அடிப்பவர்களைக் காணோம்" என்று நாம் சேர்த்துக்கொள்ளலாம்.

தமிழ் டாக்கிகளில், முதலாவது, கதை அமைப்பு நன்றாயிருப்பதில்லை; ஒருவேளை கதை அமைப்பு நன்றாயிருந்து விட்டால் நடிகர்கள் சுகமில்லை ; நடிகர்களும் சுமாராயிருந்து விட்டாலோ, டைரக்ஷன் சுத்த மோசம் !

ஒரு நடிகரிடம் நல்ல சாமர்த்தியம் இருப்பதாக நமக்குத் தோன்றி, ஆனாலும் அவர் நடித்த படம் உருப்படாமல் போயிருப்பதைப் பார்க்கும்போதுதான் அதிகமான வருத்தம் உண்டாகிறது. காற்பந்து விளையாட்டு நடக்கும்போது, வேடிக்கை பார்ப்பவர்கள் சிலர் நெருக்கடியான சந்தர்ப்பங்களில் காலை உதைத்துக் கொள்கிறார்கள், அல்லவா? அதுபோலவே, நல்ல நடிகர் இருந்தும் நாசமாக்கப் பெற்ற டாக்கியைப் பார்க்கும் ரஸிகர்கள், ஐயோ ! படத்தை இப்படிக் கெடுத்திருக்கிறார்களே, நம் கையில் கொடுத்திருந்தால் இன்னும் நன்றாய்ச் செய்திருக்கலாமே !'' என்று எண்ணி ஏங்குகிறார்கள்.

ஸ்ரீமதி எஸ். டி. சுப்புலக்ஷ்மி

தமிழ்நாட்டில் ஆயிரக்கணக்கான ரஸிகர்களுக்கு இத்தகைய ஏக்கத்தை உண்டு பண்ணியிருப்பவர் ஸ்ரீமதி எஸ். டி. சுப்புலக்ஷ்மி. சிறந்த டாக்கி நட்சத்திரமாவதற்குரிய அநேக அம்சங்கள் அவரிடம் பொருந்தியிருக்கின்றன. அதிக பருமனோ அதிக மெலிவோ இல்லாத நிதான உருவம், முக வசீகரம், பரந்த கண்கள், குரு குருவென்ற பார்வை, துள்ளிச் செல்லும் நடை, உள்ளத்தில் தோன்றும் உணர்ச்சிகளை முகத்தில் காட்டும் சக்தி இவ்வளவு நல்ல அம்சங்களும் அவரிடம் இருக்கின்றன. நடை உடை பாவனைகளும், பேச்சும் அவரிடம் சுபாவமாயிருப்பதைக் காணலாம். (நடித்துத் தொலைக்க வேண்டுமே! பேசித் தொலைக்க வேண்டுமே!" என்று நடிப்பவராகவும் பேசுபவராகவும் தோன்றாது.

இவ்வளவு நல்ல அம்சங்கள் பொருந்தியுள்ள ஸ்ரீமதி எஸ். டி. சுப்புலக்ஷ்மி நடித்த படங்களில் "முதல்தரம்" என்று சொல்லக்கூடியது இதுவரையில் இல்லை. இது அவருடைய துரதிர்ஷ்டமா, அல்லது தமிழ்டாக்கிப் பிரியர்களின் துரதிர்ஷ்டமா என்று சீட்டுக் குலுக்கிப்போட்டுக் கண்டுபிடிக்க வேண்டியதுதான்.

அவர் நடித்த படங்களில் கடைசியாகச் சென்னையில் காட்டப்பெற்றது "நவீன சதாரம்". கீழ்த்தரமான தமிழ் டாக்கிகளிலும் இதனுடன் கீழ்த்தரத்தில் போட்டி போடக் கூடியது வெகு சிலவேயாகும். ஒலிப்பதிவும், படப்பதிவுங்கூட மோசமாயிருந்தன. கதையைப் படுத்தியிருந்தபாடோ கேட்க வேண்டியதில்லை.

அசந்தர்ப்ப சிகரமாய் விளங்கிய அநேக கட்டங்களில் ஒன்று வருமாறு:

"உன் பெயர் என்ன?'' என்று கதாநாயகி கேட்கப்படுகிறாள்.

"என் பெயர் நவீன சதாரம்" என்று பதில் வருகிறது.

பழைய "சதாரம்'' கதையை, புது முறையில் அமைத்து நவீன சதாரம்'' என்று டாக்கிக்குப் பெயர் வைக்கலாம். ஆனால் கதாநாயகியின் பெயரே நவீன சதாரம்', அதிலும் அவளே அதைச் சொல்லிக் கொள்கிறாள் என்றால், கதை அமைப்பின் இலட்சணமே தெரியாதவர்கள் இந்த டாக்கியின் கதையை அமைத்திருக்கிறார்கள் என்பது வெட்டவெளிச்சம்.

தமிழ் தெரியாத ஸ்ரீமதி இந்து பாலாவைக் கட்டி இழுத்து வந்து நுழைத்திருப்பது மற்றொரு அலங்கோலம்.

மொத்தத்தில் மேற்படி டாக்கியைப் பாதிக்குமேல் பார்க்க முடியாமல் வர வேண்டியதாயிற்று, எத்தனையோ மோசமான தமிழ் டாக்கிகளைப் பார்த்திருக்கிறோம். ஆனால் அவற்றில் ஏற்படாத வருத்தம் இதில் ஏற்பட்டதற்குக் காரணம், ஓர் உயர்தர நடிகை கிடைத்திருந்தும் படத்தை இப்படிக் கெடுத்திருக்கிறார்களே என்றுதான்.

இத்தகைய நிலைமைகளினால், தமிழ் டாக்கிகளைப் பற்றி எண்ணும்போது ஒரு பக்கம் உற்சாகக் குறைவு ஏற்பட்டாலும், மற்றொரு பக்கம் உற்சாகத்துக்கிடமான ஒரு விஷயமும் இருக்கத் தான் செய்கிறது. அது என்னவெனில், தமிழ் டாக்கி பார்க்கச் செல்லும் ஜனங்கள் நாளுக்கு நாள் ரஸிகத்தன்மையில் சிறந்து வருவதும், நல்லது இது, கெட்டது இது என்பதைப் பகுத்தறிவுடன் உணர்ந்து அதை வெளிப்படுத்தத் தொடங்கியிருப்பதுமாகும்.

திரையில் அசந்தர்ப்பக் காட்சி ஏதாவது வரும்போதெல்லாம், கொட்டகையில் அருவருப்புக்கறிகுறியான கோஷங்கள் ஏற்படுவதைக் கவனிக் கிறேன். டாக்கி முதலாளிகள் சிலர் இதையே "சந்தோஷ ஆரவாரம்" என்று தவறாகக் கொள்வார்களானால், நஷ்டம் அவர்களுடையதுதான். நல்ல படங்கள் தான் லாபகரமாகவுமிருக்கும் காலம் தமிழ்நாட்டில் வெகு சீக்கிரம் ஏற்படப் போகிறது.

சென்னையில் சென்ற 1935ம் வருஷத்தில் வெளியான டாக்கிகளைப் பற்றி சமீபத்தில் வோட் எடுத்தார்கள். இந்த வோட்டின் முடிவு மேலே நான் குறிப்பிட்ட நல்ல மாறுதலுக்கு ஒரு சிறந்த அறிகுறியாகும்.

தமிழ் டாக்கி நட்சத்திரங்களுக்குள் ஸ்ரீமதி எஸ்.டி. சுப்புலஷ்மிக்கு முதல் ஸ்தானமும், ஸ்ரீமதி எம்.எஸ்.விஜயாளுக்கு இரண்டாவது ஸ்தானமும் வோட் மூலம் கிடைத்திருக்கிறது. இது மிகவும் பொருத்தமான முடிவு என்பதில் சிறிதும் சந்தேகமில்லை.

ஆனால் இதில் முக்கியமாகக் கவனிக்க வேண்டியது வேறொன்றிருக்கிறது. நடிகைகளுக்குள் ஸ்ரீமதி சுப்புலக்ஷ்மிக்கு முதல் ஸ்தானம் கொடுத்த ரஸிகர்கள், அவர் நடித்த படங்களில் எதற்கும் ஒரு ஸ்தானமும் கொடுக்கவில்லை! தமிழ் டாக்கி பிரியர்கள் எவ்வளவு சரியாக மதிப்பிடுகிறார்கள் என்பதற்கு வேறு என்ன அத்தாட்சி வேண்டும்? ஒரு நடிகை திறமை வாய்ந்தவரா யிருப்பதால் அவருக்கு வோட்டுக் கொடுக்கிறார்கள்; உடனே, குருட்டுத்தனமாக அவர் நடித்த படத்துக்கும் வோட்டுக் கொடுப்பதில்லை. அதற்கு வேறு படத்தைத் தேர்ந்தெடுக்கிறார்கள்.

அப்படித் தமிழ் டாக்கிகளில் சிறந்ததென்று தேர்ந்தெடுத்த படம்தான் "மேனகா". இந்தப் படத்தைப் பற்றி "விகடனில் வெளியான விமரிசனம் நேயர்களுக்கு நினைவிலிருக்கலாம். அவ்விமரிசனத்தின் இறுதி வாக்கியம் பின்வருமாறு :

"மொத்தத்தில் எல்லா அம்சங்களும் சேர்ந்து இவ்வளவு நன்று றமைந்த தமிழ் டாக்கி இதுவரை வரவில்லையென்றே சொல்லலாம்."

ஸ்ரீமதி எம். எஸ். விஜயாள்

ஆகவே, வோட்டு முடிவு வெளியானதும் எப்போதும் போல் "விகடன்" அபிப்பிராயமும் பொது ஜனங்களின் அபிப்பிராயமும் ஒத்திருப்பது அறிந்து மகிழ்ச்சியடைந்தேன். இதைப்பற்றி விகடனில் பிரஸ்தாபிப்பது அவசியமென்றே நினைக்கவில்லை.

ஆனால், சில நண்பர்கள் கடிதம் எழுதி இந்த வோட்டைப்பற்றி விகடன் அபிப்பிராயத்தை வேண்டியபடியால் இப்போது எழுத வேண்டியதாயிற்று. அந்த நண்பர்களில் சிலர் ஒரு முக்கிய சந்தேகத்தையும் கிளப்பி விட்டிருக்கிறார்கள். "வட நாட்டின் பிரசித்த நடிகைகளான ஸ்ரீமதி ஸவிதா தேவி முதலியோரைக் காட்டிலும் ஸ்ரீமதிகள் சுப்புலக்ஷ்மிக்கும், விஜயாளுக்கும் அதிக வோட்டு வந்திருக்கிறதே, இந்த முடிவை எப்படி ஒப்புக் கொள்கிறது?" என்று கேட்டிருக்கிறார்கள்.

ஆடல், பாடல், சினிமா | 251

இது ஒரு கேள்விதான் ; சந்தேகமில்லை. ஆனால் இதே கேள்வியை நானும் போட்டுக்கொண்டு மனதிற்குள் திருப்திகரமாய்த் தீர்த்து வைத்திருப்பதால் இங்கே சுலபமாய்ப் பதில் சொல்லிவிடுகிறேன்.

மேற்படி முரண்பாட்டுக்குக் காரணம் வோட்டு முறையை ஏற்படுத்தியவர்களின் தவறுதான் ; தமிழ் டாக்கி பிரியர்களின் தவறு அதில் அணுவளவுமில்லை.

ஹிந்தி டாக்கிகள், தெலுங்கு டாக்கிகள், தமிழ் டாக்கிகள் எல்லாவற்றிற்கும் சேர்த்து வோட்டு எடுத்தார்கள். இது பெரிய தவறு என்று சொல்ல வேண்டியதில்லை. தமிழ் டாக்கி பார்ப்பவர்களில் வெகு சிலர்தான் தெலுங்கு டாக்கிகளும், ஹிந்தி டாக்கிகளும் பார்த்திருப்பார்கள். தெலுங்கு டாக்கிகளுக்கும் ஹிந்தி டாக்கிகளுக்கும் போகிறவர்கள் பெரும்பாலும் அந்தந்த பாஷைகளைத் தாய்மொழியாகக் கொண்டவர்களும், அரை குறையாகப் பாஷை தெரிந்து ஆராய்ச்சி விருப்பத்துடன் போகிறவர்களுந்தான்.

வோட்டுக் கொடுத்தவர்களில் பெரும்பாலோர் தமிழ் டாக்கிகள் மட்டும் பார்த்தவர்கள். எனவே, அவர்கள் தாங்கள் பார்த்திருக்கும் தமிழ் நடிகைகளில் சிறந்தவர்களுக்கு வோட்டுக் கொடுத்தார்கள். இது இயற்கையும் நியாயமுமாகும். வேறு விதமாயிருக்க முடியாது.

அடுத்த தடவை வோட்டு எடுக்கும்போது ஒவ்வொரு பாஷைக்கும் தனித்தனியே வோட்டு எடுப்பார்களென்று நம்புகிறேன்.

வீண் புரளி

"மேனகா" வைப் பற்றிப் பிரஸ்தா பம் வந்திருக்கிறபடியால், அதைப்பற்றிய ஒரு சின்ன பிரச்னைக்கும் பதில் சொல்லி விடுகிறேன். அந்தப் படத்தில் பிராமண சமூகத்தை ரொம்பவும் இழிவு செய்திருப்பதாக ஆங்காங்கு சில பிராமணர்கள் கருதிக் கோபித்துக்கொண்டதாகவும், ("வண்ணான் பாட்டு"க் கிளர்ச்சியைப் போல்) கும்பகோணத்தில் சிலர் இதைப் பற்றிக் கிளர்ச்சி கூடச் செய்ததாகவும் ஒரு வதந்தி உலாவியது. இதைப்பற்றியும் நேயர்கள் சிலர் அபிப்பிராயம் கேட்டிருக்கிறார் கள்.

இதோ என்னுடைய அபிப்பிராயம் : மேற்படி வதந்தியை நான் நம்பவேயில்லை. அது வேலையற்றவர் கள் சிலர் கட்டிவிட்ட கதை ; அல்லது எங்கேயோ அபூர்வமாயுள்ள பைத்தியக்காரர் சிலரின் வீண் புரளி. ஏன்? கீழ்ப்பாக்கத்திலுள்ள ஆஸ்பத்திரியை "மேனகா"வில்

படம் பிடித்துக் காட்டியிருப்பதால், அந்த ஆஸ்பத்திரி வாசிகள் பழிக்குப் பழி வாங்குவதற்காகச் செய்த சூழ்ச்சியாகவுமிருக்கலாம்!

பிராமணர்கள் மேல் இக்காலத்தில் எத்தனையோ குற்றங்கள் சொல்கிறார்கள். அவற்றின் உண்மை எப்படியிருந்தாலும், "பிராமணர்களுக்கு நகைச்சுவையே கிடையாது" என்று யாராவது சொன்னால், அதைமட்டும் நான் ஒப்புக்கொள்ள முடியாது. "விகடனில் தமிழ் மக்களின் வாழ்க்கையைப் பிரதிபலிக்கும் நோக்கத்துடன் பற்பல சமூகத்தாரின் நடை உடை பாவனைகளையும் பரிகசித்துக் கட்டுரைகளும், படங்களும் வெளியாகின்றன. அவற்றில் பிராமணர்களுடைய பங்கு கொஞ்சம் அதிகமென்றே சொல்லலாம். வைதிக பூதஞ்சிகளையும், கர்நாடக மடிசஞ்சிகளையும், உத்தியோகஸ்தர்களையும், தேசபக்தர்களையும், பட்டை நாமங்களையும், விபூதிப் பூச்சுகளையும் பரிகசித்து எவ்வளவோ விஷயங்கள் வெளியாகியிருக்கின்றன. ஆனால், அதற்காகக் கோபித்துக்கொண்டு பிராமணர் யாரும் சண்டைக்கு வந்தது கிடையாது.

இந்த அநுபவத்தைக் கொண்டுதான் மேற்படி வதந்தியை நான் நம்பவில்லையென்கிறேன். உண்மையில், அந்தப் படத்தில் அப்படி ஏதும் இல்லவும் இல்லை. "மேனகா"வை எழுதியவர் ஒரு பிராமணர். அவருக்கு 'இழிவுபடுத்தும் நோக்கம்' இருக்க முடியாது. கதையை சுவாரஸ்யமாய் எழுத வேண்டுமென்பதுதான் அவருடைய நோக்கம். கதையை சுவாரஸ்யமாய் எழுதுவதற்கு, சில பாத்திரங்களை உத்தமர்களாகவும் சில பாத்திரங்களைப் பொல்லாதவர்களாகவும் சிருஷ்டிப்பது கதாசிரியர்கள் சாதாரணமாய்க் கையாளும் முறை. அந்த முறையை ஸ்ரீமான் துரைசாமி அய்யங்காரும் பின்பற்றியிருக்கிறார். சாமாவைப் போன்ற அயோக்யனை அவர் சிருஷ்டித்திருந்தால், டிபுடி கலெக்டரைப் போன்ற பரம சாதுவையும் சிருஷ்டித்திருக்கிறார். பெருந்தேவியைப் போன்ற ராக்ஷஸியை சிருஷ்டித்துவிட்டு, டிபுடி கலெக்டரின் தாயாரையும் மனைவியையும் போற்றுதற்குரிய பெண் தெய்வங்களாக சிருஷ்டித்திருக்கிறார்.

பாத்திரங்களில் சிலர் அடிக்கடி "மொட்டைச்சி" "மொட்டைச்சி" என்கிறார்கள். அதைக் கேட்கும்போது எல்லாருக்கும் முக்கியமாக பிராமணர்களுக்கு அருவருப்பாய்த் தானிருக்கும். ஆனால் இந்த அருவருப்பினால் நன்மை விளையுமென்பதே என் நம்பிக்கை. சில பிராமணர் வீடுகளில் இந்த "மொட்டைச்சி" முதலிய வசை சப்தங்கள் அபரிமிதமாய் வருகிறதென்பது உண்மை. குழந்தைகள் மீதும், சில சமயம் பெரியவர்கள் மீதும்கூட, மேற்கண்ட வசைகளைப்

பொழிகிறார்கள். பெரியவர்களிடமிருந்து குழந்தைகளும் இந்த வசைகளைக் கற்றுக்கொண்டு பிரயோகிப்பதைக் கேட்கிறோம். இந்த அநாகரிகம், "மேனகா"வைப் பார்க்கும்போது ஏற்படும் கோபத்தினால் நிற்குமானால், அது நன்மையேயல்லவா ?

இன்னும் சில விரஸமான பகுதிகளும் இருக்கத்தான் செய்கின்றன. ஆனால் மற்ற தமிழ் டாக்கிகளில் நாம் பார்ப்பதைவிடக் குறைவுதான். கதைக்கு எவ்வித சம்பந்தமுமில்லாமல் ஆபாசங்களை வேண்டுமென்று கொண்டுவந்து புகுத்தவுமில்லை.

"மேனகா" வில் சங்கீதம் ஒன்று மட்டும் மோசம் என்று முன்னமே குறிப்பிட்டிருக்கிறேன். மற்ற அம்சங்களில் "மேனகா"வைவிடச் சிறந்த தமிழ் டாக்கி இனிமேல்தான் வர வேண்டும்.

பாதுகா பட்டாபிஷேகம்

சமையற்காரர்களில் இரண்டுவித கெட்டிக்காரர்கள் உண்டு. ஒருவித கெட்டிக்காரர்கள் எவ்வளவு நல்ல சாமான் வாங்கிக் கொடுத்தாலும் வாயில் வைக்கமுடியாதபடி சமைத்து, விருந்தினரை அரைப்பட்டினியாக எழுந்து போகச் செய்து, எஜமானுக்கு லாபம் பண்ணி வைப்பார்கள்.

வேறு சிலர், சாமான்கள் எவ்வளவு மட்டமாயிருந்தாலும் சுமாராய்ச் சமையல் செய்துவிடுவார்கள். அப்போது, "இந்தச் சமையற்காரன் கையில் மட்டும் நல்ல சாமானாக வாங்கிக் கொடுத்திருந்தால் எப்படிச் சமையல் செய்திருப்பான்?" என்று நாம் எண்ணுவது இயல்பு.

இந்த இரண்டாவது வகையைச் சேர்ந்தது, "பாதுகா பட்டாபிஷேகம்" என்னும் தமிழ் டாக்கி, ஒரு டாக்கி நன்றாயமைவதற்கு வேண்டிய முக்கியமான அம்சங்களில், வேஷத்திற்குப் பொருத்தமான நடிகர்கள் அமைவது மிகவும் முக்கியமானதாகும். இந்த அம்சம் மட்டும் இந்த டாக்கியில் அநேகமாக இல்லை யென்றே சொல்லிவிடலாம், "ஆதேகமாக" என்று சொல்வதற்குக் காரணமானவர் தச ரதர் வேஷம் தரித்தவர். இவர் ஒருவருக்குத்தான் சுமாராக வேஷம் பொருந்துகிறது. மற்றவர்களுக்கு எல்லாம் பொருந்தவேயில்லை. ஒரு சிலருடைய வேஷத்தையும், நடிப்பையும் பார்க்கும்போது மன்னிக்க வேண்டும் கிஷ்கிந்தாபுரியில் அந்நகர் வாசிகள் ராம நாடகம் போட்டு நடிக்கிறார்களோ என்று கூடத் தோன்றுகிறது.

மோசமான அம்சத்தை முதலில் சொல்லிவிட்டேன்.

ஏறக்குறைய மற்ற எல்லா அம்சங்களும் இதில் நன்றாயிருக்கின்றன.

ஒலிப்பதிவு முதல் தரமாயிருக்கிறது. படத் தெளிவும், இரண்டொரு இடங்களில் தவிர, திருப்திகரமாகவேயிருக்கிறது. ஒரு மாளிகைக்கு அஸ்திவாரம் எப்படியோ, அப்படி ஒரு டாக்கிக்கு இந்த இரண்டு அம்சங்களும் என்று சொல்ல வேண்டியதில்லை.

கதை, நமது புராண இதிகாசக் கதைகளுக்குள் ஒப்புயர்வற்றது. அயோத்யா காண்டத்தின் கதாநாயகனான பரதன், உலக மகா காவியங்களில் வரும் கதா பாத்திரங்களுக்குள்ளே நிகரின்றி விளங்குகிறான்.

தசரதர்

வீன் ஜோடிப்புகளும், காட்சி அமைப்புகளும் உயர்தர மென்றே சொல்ல வேண்டும். பரதன் வருகையைக் கேட்டு, குகன் படை திரட்டும் சமயத்திலும், இன்னும் இரண்டொரு இடங்களிலும் உயர்தர மேனாட்டு டாக்கிகளுக்குச் சமமாக விளங்குகிறது.

கதாபாத்திரங்களில் சிலர் நடித்திருக்கிறார்கள் ; சிலர் நடிக்க முயன்றிருக்கிறார்கள். நடிக்க முயற்சி செய்தவர்களில் லக்ஷ்மணன் முதலிய இரண்டொருவரின் நடிப்பு, கேலிக் கூத்தாய் முடிந்திருக்கிறது. அவர்களுடைய நோக்கம் என்னமோ நல்லதுதான் ; ஆனால் பலன் அவர்கள் எதிர்பார்த்ததற்கு மாறாக ஏற்பட்டிருக்கிறது.

வேஷம், நடிப்பு, பேச்சு, பாட்டு ஆகிய எதிலும் அப்பழுக்குச் சொல்ல முடியாமலிருப்பது தசரதர்தான், திவ்யமான சாரீரம்; மைக்ராபோனுக்கென்றே செய்யப்பட்ட குரல்போல் தோன்றுகிறது. பாடும்போதும், பேசும்போதும் ஒவ்வொரு வார்த்தையையும் ஸ்பஷ்டமாக உச்சரிக்கிறார். ரொம்பவும் முக்கியமானது, அவர் குரலைத் தாழ்த்தியும் உயர்த்தியும் சுபாவமாகப் பேசுவதுதான். தமிழ் டாக்கிகளில் இந்த ஓர் அம்சம் மிகவும் அருமையாகவே நாம் காண்கிறோம்.

ராமன் வேஷம் தரித்தவர் ஸ்ரீமான் எம். ஆர். கிருஷ்ணமூர்த்தி, எனவே, அவர் நன்றாய்ப் பாடுகிறார் என்று சொல்ல வேண்டியதில்லை. ஆனால் டாக்கியில் இவ்வளவு சங்கதிகளும், பிர்க்காக்களும் வேண்டியதில்லையென்றே சொல்ல வேண்டும். டாக்கியில் சங்கீதம் வந்தால், உணர்ச்சியை மிகுதிப்படுத்துவதே

அதன் நோக்கமாயிருக்க வேண்டும். கச்சேரி சங்கீதம் டாக்கியில் வரும்போது, உணர்ச்சியைக் கெடுக்கவே செய்கிறதென்னும் கொள்கை நாளுக்கு நாள் உறுதிப்பட்டே வருகிறது. ஸ்ரீமான் எம்.ஆர்.கிருஷ்ணமூர்த்தி நடிப்பிலும், முக பாவங்களிலும் அபிவிருத்தியடைந்திருக்கிறார்.

பரதன் வேஷம் தரித்தவர் எல்லாவற்றிலும் 'நடுத்தரமா'யிருக்கிறார். மற்ற நடிகர்களில் குறிப்பிடத் தக்கவராக யாருமில்லை.

பொதுவாக, சங்கீதம் நன்றாயிருக்கிறது. ஆனால் இவ்வளவு ஹிந்துஸ்தானி மெட்டுகளைக் கடன் வாங்குவது அவசியமா? அதிலும் "சண்டி தாஸ்" மெட்டுகளை எத்தனை தமிழ் டாக்கிகளில் தான் எத்தனைபேர்தான் வதை செய்வது என்று ஒரு வரம்பு கிடையாதா?

இந்த டாக்கியில் மிகவும் மேலான அம்சம் என்று நான் கருதுவதைப் பற்றி இப்போது கூறி முடிக்கிறேன். அதுதான், சம்பவங்கள் துரிதமாக நடந்து மேலே மேலே கதை சென்று கொண்டிருத்தல். நமது தமிழ் டாக்கிகளில் சாதாரணமாய் இந்த அம்சம் சுத்த சூன்யமாயிருக்கும். அரை மணி நேரம் கண்கொட்டாமல் பார்த்துக்கொண்டிருப்போம் ; திரையில் ஒன்றுமே நடந்திராது. ஒரு நந்தவனம் காட்டுவார்கள் ; ஒரு புருஷன் ஒரு பக்கத்திலிருந்து மெதுவாக நடந்து வருவான் ; ஒரு ஸ்திரீ இன்னொரு பக்கத்திலிருந்து அன்ன நடை அல்லது காக்கை நடை நடந்து வருவாள் ; இவர்கள் இருவரும் ஒவ்வொருவராக நடந்து வருவதற்குப் பத்து நிமிஷம்; அப்புறம் இவர்கள் ஒருவரையொருவர் பாராமல் நிற்பது ஐந்து நிமிஷம் ; பார்த்தபிறகு விழித்துக்கொண்டு நிற்பது மூன்று நிமிஷம் ; அப்புறம் உட்கார்ந்து மாறிமாறிப் பாடத் தொடங்கிவிட்டால் இருபது நிமிஷம் ; இவ்வளவுக்குப் பிறகு , "என் கண்ணே ! பெண்ணே..!" என்று தொடங்குவான். இந்த நேரத்திற்குள் வெள்ளைக்காரர்களுடைய டாக்கிகளில் எவ்வளவோ சம்பவங்கள் நடந்து முடிந்திருக்கும். ஒரு பூகம்பம், ஒரு ரயில் விபத்து, ஒரு புயல் காற்று, ஒரு கப்பல் உடைதல், மூன்று காதல் காட்சிகள் முந்நூறு முத்தங்கள், எழுநூறு மைல் மோட்டார் பிரயாணம் இவ்வளவும் ஆகிவிடும்.

டாக்கி பிடிப்பதின் 'டெக்னிக்' தெரியாதவர்கள் படம் பிடிப்பதனால்தான் நமது தமிழ் டாக்கிகளில் இவ்வளவு தாமதம் காண்கிறோம். சமீபத்தில் வெளியான ஒரு தமிழ் டாக்கியில் அரை மணி நேரம் ஒரே ஒரு சம்பவம் காட்டப்பெற்றது. "அப்பாடா, ஒழிந்தது!" என்று நினைத்துப் பெருமூச்சு விட்டேன். ஆனால் அது

உண்மையில் ஒழியவில்லை. மறுபடி அதே சம்பவத்தை, நடந்தது நடந்தபடி, ஒருவன் இன்னொருவனுக்குச் சொல்கிறான். அப்படி அவன் சொல்லிக்கொண்டிருக்கையில் பின்னால் மங்கலாக அதே சம்பவம் மறுபடி காட்டப்படுகிறது. இதற்கும் ஏறக்குறைய அரை மணி நேரம் ஆகிறது!

இத்தகைய தவறு எதுவும் இந்தப் பாதுகா பட்டாபிஷேகத்தில் காண முடியாது. கதைத் தொடர்ச்சி கெடாதபடி சம்பவங்கள்: மேலே மேலே துரிதமாய்ப் போய்க்கொண்டிருக்கின்றன. இந்த அம்சத்தில் "பாதுகா பட்டாபிஷேகம்" ஒரு வழிகாட்டி என்றே சொல்லலாம்.

- ஆனந்த விகடன், *22.03.1936*

33

பிரிவும் சந்திப்பும்

இன்று இந்தப் பத்தியில் இரண்டு துக்க சமாசாரங்களைப் பிரஸ்தாபிக்க வேண்டியிருக்கிறது. சென்ற வாரத்தில் சங்கீத உலகம் இரண்டு பெரிய நஷ்டங்களை அடைந்தது. காரைக்குடி சகோதரர்களில் மூத்தவரான பிரசித்தி பெற்ற வீணை வித்வான் ஸ்ரீமான் சுப்பராமய்யர் காலஞ் சென்றார். சங்கீத வித்வத் கோஷ்டியில் அவர் பல வருஷ காலம் இணையற்ற கௌரவ ஸ்தானம் வகித்து வந்தவர். சென்ற வருஷக் கடைசியில் மியூஸிக் அகாடமி பந்தலில் இவருடைய வீணைக் கச்சேரியைக் கேட் டுப் பரவசமான சங்கீதாபிமானிகளில் யாரும் "இதுதான் அவரிடம் கடைசியாகக் கேட்கும் கச்சேரி" என்று கனவிலும் கருதியிருக்க மாட்டார்கள். இன்னும் பலமுறை அவர் சென்னைக்கு வருவார், கச்சேரி செய்வார் என்றே எல்லாரும் எதிர்பார்த்தோம். அந்த ஆசை நிராசையாகிவிட்டது. அவருடைய இளைய சகோதரருக்கும் குடும்பத்தாருக்கும் "விகடன்" நேயர்கள் சார்பாக மனமார்ந்த அநுதாபத்தைத் தெரிவித்துக்கொள்கிறேன்.

சங்கீத உலகத்தில் வித்வான்கள் எவ்வளவு முக்கியமோ அவ்வளவு ரஸிகர்களும் முக்கியமானவர்களேயாவர். நல்ல ரஸிகர்கள் இல்லாவிட்டால் வித்வான்களுக்கும் உற்சாகமில்லை; சங்கீத முன்னேற்றமும் இல்லை. அத்தகைய சிறந்த ரஸிகர் ஒருவரைச் சென்ற வாரம் சங்கீத உலகம் இழந்துவிட்டது. அவர்தான் ராவ் பகதூர் சி.வி.கிருஷ்ணசாமி அய்யர். நீண்ட காலம் சர்க்கார் நியாய இலாகாவில் உத்தியோகம் பார்த்தவர். கடைசியாக, அவர் ரிடயர் ஆகும் சமயத்தில் ஜில்லா ஜட்ஜு பதவியில் இருந்தார். அப்போது, நாட்டில் சத்தியாக்கிரஹ இயக்கம் நடந்து கொண்டிருந்தது. சத்தியாக்கிரஹிகளின் வழக்குகள் சில அவரிடம் அப்பீல் விசாரணைக்கு வந்தன. அந்த வழக்குகளில் அவர் பிராஸிகியூஷன் தரப்பின் ஊழல்களை வெளிப்படுத்தி,

சத்தியாக்கிரஹிகளை விடுதலை செய்தார். அந்தக் காலத்தில் அவர் காட்டிய தைரியமும் சுதந்திர புத்தியும் அவருடைய பெயரை நாடெங்கும் பிரசித்திப்படுத்தின.

உத்தியோகத்தை விட்டு விலகிய பிறகு ராவ் பகதூர் சி.வி.கிருஷ்ணசாமி அய்யர் சங்கீதம் முதலிய கலைகளின் அபிவிருத்தியில் பெரிதும் கவனம் செலுத்தி வந்தார். மியூஸிக் அகாடமியின் உப அக்கிராசன பதவி அவர் வகித்தார். நமது சங்கீதத்தைப் பாவ பூரணமாக ஆக்க வேண்டுமென்பதிலும், தமிழுக்கு உரிய ஸ்தானம் அளிக்க வேண்டுமென்பதிலும் அவருக்கு மிகவும் சிரத்தை உண்டு. அதே விதமாக நாடகம், நாட்டியம், தமிழ் இலக்கியம் இவற்றின் முன்னேற்றத்திலும் அக்கரை கொண்டவர். அவர் காலஞ் செல்வதற்கு நாலு நாள் முன்பு அவரைப் பார்க்க நான் இன்னும் சில நண்பர்களுடன் சென்றிருந்தேன். அந்தத் துர்ப்பலமான நிலைமையிலும், நாங்கள் எவ்வளவோ சொல்லியும் கேட்காமல், அவர் எழுந்து உட்கார்ந்து, இலக்கியம், சங்கீதம், நாட்டியம் ஆகியவற்றைப் பற்றி உற்சாகமாகப் பேசினார்.

விகடனுடைய சிறந்த அபிமானிகளில் ராவ்பகதூர் சி.வி.கிருஷ்ணசாமி ஐயர் ஒருவர். அவரைப் பிரிந்து தவிக்கும் புதல்வர்களுக்கு ஆறுதல் சொல்வது என்னால் இயலாத காரியம்; ஏனெனில் எனக்கே யாராவது இப்போது ஆறுதல் சொல்ல வேண்டியது அவசியமாயிருக்கிறது.

நல்வரவு

ஏற்கெனவே இந்தப் பத்தியில் அறிவித்திருந்தது போல், இம்மாதம் 5உ மியூஸிக் அகாடமியில் அரியக்குடி இராமானுஜய்யங்கார் கச்சேரி நடந்தது. மணி நாலே முக்கால் ஆகியும் வித்வான்களை மேடையில் காணாமலிருக்கவே மறுபடியும் “ரயில், கியில் தப்பிவிட்டதோ?” என்ற சந்தேகம் ஏற்பட்டது. அப்புறம், ஸ்ரீமான் தக்ஷிணாமூர்த்திப்பிள்ளை ரிக்ஷா வண்டியில் வந்ததினால்தான் தாமதம் என்று தெரிந்து ஒருவாறு சபையோர் சமாதானமடைந்தனர்.

“பிரிந்தவர் கூடினால் பேசவும் வேண்டுமோ?” என்று கம்பர் சொன்னார். “பிரிந்தவர் கூடினால் பாடவும் வேண்டுமோ?” என்ற மனோபாவம்தான் அன்று சபையோருக்கு இருந்தது. மியூஸிக் அகாடமியிலிருந்து இதுகாறும் எக்காரணத்தினாலோ பிரிந்து நின்ற ஸ்ரீமான்கள் இராமானுஜய்யங்காரும், தக்ஷிணாமூர்த்திப் பிள்ளையும் மறுபடியும் வந்து சேர்ந்தார்கள் என்னும் விஷயமே எல்லாருக்கும்

பூரண திருப்தியளித்திருந்தது. அந்த சந்தோஷம் அய்யங்காருக்கும் இருக்க வேண்டும். ஆகையினால்தான் கச்சேரியும் அவ்வளவு நன்றாயமைந்தது. கல்யாணி, யதுகுல காம்போதி, காம்போதி இந்த மூன்று ராகமும் அன்று அய்யங்கார் பாடும்போது ஒரு புது மெருகு பெற்று விளங்கின என்றே சொல்லலாம்.

இந்த நல்ல முடிவு ஏற்பட்டதின் பொருட்டு, மியூஸிக் அகாடமியின் நிர்வாகிகளுக்கு வாழ்த்துக் கூறுகிறேன். பெரிய வித்வான்களுக்குள் ஸ்ரீமான் சௌடய்யா ஒருவர்தான் பாக்கியிருக்கிறார். அவரையும் சமாதானம் செய்து, சென்னையிலுள்ள இன்னும் சில பிரமுகர்களையும் சேர்த்துவிட்டார்களானால், மியூஸிக் அகாடமி அதற்கு நியாயமாக உரிய கௌரவத்தைப் பூரணமாக அடைந்து விளங்கும். அப்புறம், நான்கூட மெம்பராகச் சேர்ந்தாலும் சேர்ந்துவிடுவேன்!

கருட கர்வ பங்கம்

"கருட கர்வ பங்கம் பார்க்கப் போயிருந்தீர்களாமே; அதில் என்ன விசேஷம்?" என்று ஒரு சிநேகிதர் கேட்டார்.

"சத்தியபாமா பால் குளத்தில் குளிக்கிறாள்" என்றேன்.

"பாலில் குளிப்பது எதற்காக? மேலெல்லாம் பிசுக்கென்று ஒட்டிக்கொள்ளுமே?" என்றார் சிநேகிதர்.

"அது சத்தியபாமாவைக் கேட்டால்தான் தெரியும். ஒரு வேளை அதை முன்னிட்டுத்தான் துவாரகை இடையர்கள் நிறையத் தண்ணீர் கலந்திருக்க வேண்டும். பால் என்று பெயர்தான்; தண்ணீர் மாதிரிதான் இருந்தது."

"அது சத்தியபாமாவுக்குத் தெரியவில்லையா?"

"தெரியாமலென்ன? பால் ஏன் தண்ணீராயிருக்கிறதென்று சத்தியபாமா எரிந்துதான் விழுந்தாள். ஆனால் அந்த ஊர் இடையர்களுக்குப் பொய் சொல்ல யாரும் கற்றுக் கொடுக்க வேண்டியதில்லை. மாடுகளையே வரிசையாகக் காட்டி 'இந்த மாடுகளின் மடிகளிலிருந்துதான் பால் கறந்தோம்' என்று ஒரே புளுகாய்ப் புளுகினார்கள். என்ன கேட்டீர்? சீச்சீ! இல்லை. அவை பசு மாடுகள்தாம்; காளை மாடுகள் இல்லை."

"அப்புறம் என்ன விசேஷம்?"

அப்புறமா? கருடன் சமுத்திரக் கரையில் மீன் பிடிக்கிறான். அதிலும் மூக்கால் கொத்திப் பிடிக்கவில்லை; "தூண்டில் போட்டுப் பிடிக்கிறான்."

"இன்னும் ஏதாவது உண்டா?"

"ஆகா! உண்டு. ஸ்ரீகிருஷ்ணபரமாத்மா இரண்டு பெண்டாட்டிக்காரனுடைய திண்டாட்டங்களைப் பற்றி அழகாக ஒரு பாட்டுப் பாடுகிறார்!''

அந்த சிநேகிதர் இப்போது எழுந்திருந்தார்; கன்னத்தில் போட்டுக் கொண்டார். "மன்னிக்க வேண்டும்; கருட கர்வ பங்கத்தைப் பற்றி உங்களை நான் கேட்டது தப்பு. வாபீஸ் வாங்கிக் கொள்கிறேன்'' என்றார்.

"அப்படியானால், நீர் சாதாரண ஜனங்களில் சேர்ந்தவரல்ல போலிருக்கிறது; அசாதாரண மனிதர் அதாவது கிரிடிக் போலிருக்கிறது."

"ஏன் அப்படிச் சொல்கிறீர்கள்?''

"ஏனா? மேலே நான் சொன்னதெல்லாம் சாதாரண ஜனங்களை உத்தேசித்துச் சேர்க்கப்பட்டதாக அந்தப் படம் பிடித்தவருடைய மைத்துனருக்கு அம்மாஞ்சி எனக்குச் சொன்னார். அதெல்லாம் உமக்கு ரஸிக்காதபடியால், நீர் பெரிய கிரிடிக் என்று தோன்றுகிறது. உமக்கு ரஸமான விஷயமும் அதில் இல்லாமல் போகவில்லை. முக்கியமாக, அனுமார் இருக்கிறார். அவரைப் பார்த்த பின், ஆஞ்சநேயர் என்று ஒருவர் வாஸ்தவமாக இருந்திருக்கத்தான் வேண்டுமென்று எனக்குத் தோன்றியது. வெகு நன்றாய்ப் பாடுகிறார். ஒரு சமயம் ஹனுமாரும் நாரதரும் சங்கீதத்தில் போட்டியிட்டு அனுமார் ஜயித்ததாகக் கதை இருக்கிறதல்லவா? அதை நான் நம்பவேயில்லை. தாங்களாவது, பாடவாவது, நாசமாய்ப் போகவாவது என்று எண்ணினேன். இந்த அனுமாருடைய பாட்டைக் கேட்டபின், அந்தக் கதையில் எனக்கு நம்பிக்கை பிறந்தது. 'விகடன்' அரசியல் நிருபர்கூடத் திடீரென்று ஒருநாள் பாட ஆரம்பித்து விடுவாரோ யென்று பயம் ஏற்பட்டது" என்றேன்.

"அப்படியானால் இந்தப் படம் பார்க்கலாமென்றா சொல்கிறீர்கள்?" என்று வினாவினார்.

"பார்க்கலாம்; முக்கியமாகக் கேட்கலாம். செவிடர்களுக்குக் கூடக் காது கேட்கும்படிதான் பேசுகிறார்கள்; ஆபாசம் ஒன்றும் கிடையாது. குழந்தைகளுக்கும், குழந்தைகளைப் போன்ற பெரியவர்களுக்கும் படம் நன்றாயிருக்கும்'' என்று சொல்லி முடித்தேன்.

உங்களுக்கும் அதையேதான் சொல்கிறேன்.

- ஆனந்த விகடன், *12.04.1936*

34
டாக்கி உத்தாரணம்

தமிழ் டாக்கி முன்னேற்றத்தில் இன்னும் ஒரு படியைத் தாண்டிவிட்டோம் என்பதை நேயர்களுக்கு மகிழ்ச்சியுடன் தெரிவித்துக்கொள்கிறேன். இதுவரையில் அந்த முன்னேற்றத்தைக் குறித்துப் பத்திரிகைகளில் விமரிசனம் எழுதுவதுடன் இருந்தோம்; இப்போது பிரசங்கம் செய்யவும் ஆரம்பித்துவிட்டோம்! தமிழ் டாக்கிக்கு ஜே!

இன்னும் கூடிய சீக்கிரத்தில் தமிழ் டாக்கி உத்தாரண சங்கங்கள் சில ஸ்தாபனமாகும்; மகாநாடுகள், மகாநாட்டுத் தலைவர்களின் ஊர்வலங்கள் எல்லாம் நடைபெறும்; "தமிழ் டாக்கியை உத்தாரணம் செய்யவேண்டியதுதான்" என்று தீர்மானங்களும் நிறைவேற்றப்படும்; அத்தீர்மானங்கள், சம்பந்தப்பட்ட நபர்களுக்கு 'கம்யூனிகேட்' செய்யப்படும்.

பிறகு தமிழ் டாக்கி உத்தாரணத்தைப் பற்றிக் கவிராயர்கள் பாட்டு இட்டுக் கட்டுவார்கள்; அவற்றைச் சில கிராமபோன் குயில்கள் பிளேட் கொடுப்பார்கள்; அந்தப் பாட்டுக்களைப் புத்தகமாக அச்சடித்தும் விற்பார்கள். அதன் பிறகும் தமிழ் டாக்கி உத்தாரணமாகாவிட்டால், அதன் தலையெழுத்து அவ்வளவுதான்!

ஆனால் நல்ல வேளையாக அத்தகைய ரேழியில் தூக்கிப் போடும் நிலைமை இன்னும் ஏற்பட்டுவிடவில்லை; இரண்டாவது படிக்குத்தான் இப்போது வந்திருக்கிறோம்; சமீபத்திலேதான் பிரசங்கம் செய்யத் தொடங்கியிருக்கிறோம். ஆகவே, முதல் படியில் நாம் எவ்வளவு தூரம் சாதித்திருக்கிறோம் என்பதைச் சிறிது ஆராய்ந்து பார்த்தல் தகுமல்லவா? அதாவது பத்திரிகை விமரிசனங்களினால் தமிழ் டாக்கி உத்தாரணம் எவ்வளவு தூரம் ஏற்பட்டிருக்கிறது என்று.

* * *

ஆறு வருஷத்துக்கு முன்பு ஸ்ரீமதி டி.பி.ராஜலக்ஷ்மி நடித்த "காளிதாஸ்' என்னும் முதல் தமிழ் டாக்கி வெளியாயிற்று. அந்த முதல் தமிழ் டாக்கியின் முதல் தமிழ் விமரிசனம், "விகட"னில் "தமிழ்ப் பாட்டி" என்னும் தலைப்புடன் வெளியிடப்பெற்றது.

அதற்குப் பிறகு தமிழ்நாட்டில் தமிழ் டாக்கிகளைப் பற்றிய விமரிசனங்கள் கணக்கில்லாமல் வந்திருக்கின்றன. அரசியல் விஷயங்களுக்கு அடுத்தபடியாக, இந்த டாக்கி உத்தாரணம் சம்பந்தமாகத்தான் தமிழ்நாட்டில் அதிகமான மசி செலவழித்திருக்கிறதென்று சொல்லலாம். விமரிசனக்காரர்கள் வெவ்வேறு தமிழ் டாக்கிகளைப் பற்றி மாறுபட்ட அபிப்பிராயங்களை வெளியிட்டிருக்கிறார்கள். போர்க்கோலம் பூண்டு கிளம்பி, ஒருவரையொருவர் பேனாமுனையினால் தாக்கிக் கொண்டிருக்கிறார்கள். கோர்ட்டுக்கு இழுக்கப் பட்டு அபராதமும் செலுத்தியிருக்கிறார்கள். ஆனால் எல்லாரும் ஒரு விஷயத்தில் ஒன்றுபட்ட, ஏகமன தான அபிப்பிராயம் தெரிவித்திருக்கிறார்கள். அது, "தமிழ் டாக்கி சுத்த மோசம்" என்பதுதான்.

தமிழ் டாக்கியின் குறைகளை எடுத்துக்காட்டும் விஷயத்தில் செலவழிந்திருக்கும் மசியை 'ஸ்ரீராமஜயம்' எழுதுவதில் செலவழித்திருந்தால், ஒருவனுக்கு வைகுண்ட பதவியே கிடைத்திருக்கும். அவ்வளவு சிரமத்துக்கு பயன் ஏதாவது உண்டா? அல்லது 'நிஷ்காம கர்மம்' என்று வைத்துக்கொண்டு திருப்தியடைய வேண்டியதா?

★ ★ ★

ஒரு பலன் நிச்சயமாக ஏற்படவில்லை. அதாவது இவ்வளவு விமரிசனங்களும் சேர்ந்து குறைகளற்ற ஓர் உயர்தர தமிழ் டாக்கியை இன்னும் கொண்டுவரவில்லை. உதாரணமாக, "சண்டிதாஸ்" "தேவதாஸ்" என்னும் ஹிந்தி டாக்கிகளுடன் ஒப்பிடக்கூடிய அவைகளுக்கு சமீபத்திலாவது வரக் கூடிய ஒரு தமிழ் டாக்கியேனும் இன்னும் வெளியாகவில்லை.

ஆனால் வேருெரு பலன் ஏற்படத்தான் செய்திருக்கிறது. அது தான், ஜனங்களிடையே உண்டாகியிருக்கும் விழிப்பு!

நாம் இன்னும் சுயராஜ்யம் அடையவில்லையென்பது வாஸ்தவந்தான்; அதனால், தேசிய இயக்கங்களினால் பயனில்லையென்று தீர்மானிக்கிறோமா?

[......விழிப்பு ஏற்பட்டிருக்கிறது.] "சுயராஜ்யம் இன்னும் வராவிட்டாலும்

ஜனங்களிடையே விழிப்பு, எற்பட்டிருக்கிறது" என்று சொல்லித் திருப்தியடைகிறோமல்லவா? அதுபோல்தான் டாக்கி உத்தாரண விஷயத்திலும் ஜனங்களிடையே ஏற்பட்டிருக்கும் விழிப்பை எண்ணி விமரிசனக்காரர்கள் திருப்தியடைய இடமிருக்கிறது.

ஜனங்கள் எவ்வளவு தூரம் விழிப்படைந்திருக்கிறார்கள் என்றால், சில சமயம் விமரிசனக்காரர்களையே அவர் கள் முழிக்கச் செய்து விடுகிறார்கள்! நிலைமை அவ்வளவுக்கு வந்துவிட்டது.

★ ★ ★

முதலோ முதலில், திரையிலே ஆள்கள் வருவதும் போவதும் அவர்கள் பேசுவதும் பாடுவதுமே ஜனங்களுக்கு ஆச்சரியமாயிருந்தது, உண்மையில் அது ஓர் ஆச்சரியமான விஷயந்தானே?

பிறகு, திரையில் வருகிறவர்களின் முக லட்சணங்களையும், அவர்கள் பாடுவது, பேசுவதின் தராதரங்களையும் ஆராயத் தொடங்கினார்கள். பார்க்கும் காட்சிகளும், கேட்கும் விஷயங்களும் தெளிவாயிருக்கின்றனவா என்றும் கவனிக்கத் தொடங்கினார்கள். இவை சம்பந்தமான அபிப்பிராயங்களை உருப்படுத்துவதில் பத்திரிகை விமர்சனங்கள் உதவி செய்தன.

"என்னமோ நான் பார்த்தபோது நன்றாகத்தானிருந்தது; ஆனால் இந்தப் பத்திரிகையில் சொல்லியிருக்கும் குறைகளும் உண்மையாய்த்தான் தோன்றுகிறது" என்று சொன்னவர்கள் அக்காலத்தில் அநேகர் உண்டு.

கொஞ்ச நாளைக்கெல்லாம் இந்த நிலைமை மாறிற்று. "நான் அப்பவே நினைத்தேன் ; அது மாதிரியே இந்தப் பத்திரிகையிலும் போட்டிருக்கிறது'' என்று சொல்லிச் சந்தோஷப்பட்டார்கள்.

இன்னும் சில நாளைக்கெல்லாம் நிலைமையில் இன்னொரு மாறுதல் ஏற்பட்டது, ஜனங்கள் தங்களை நீதிபதிகளாக நியமித்துக் கொண்டு, "விமரிசனம் சரியாயிருக்கிறதா, இல்லையா?'' என்று பார்த்துத் தீர்ப்புக் கூறலானார்கள்!

கடைசியில், டாக்கியைப் பற்றியே அவர்கள் முடிவான தீர்ப்புக் கூறி, விமர்சனக்காரர்களுக்கு ஒரு வார்த்தை சொல்லவும் சந்தர்ப்பம் இல்லாமல் அடிக்கத் தொடங்கிவிட்டார்கள்! அக்கிரமம்!!

★ ★ ★

சமீபத்தில் இம்மாதிரி அநுபவம் ஒன்று எனக்கு ஏற்பட்டது. ராவ் பகதூர் சம்பந்த முதலியார் அவர்களின் "மனோஹரா'' என்னும் தமிழ்

டாக்கியைப் பார்க்க வேண்டுமென்று எனக்கு மிகுதியும் ஆவலிருந்தது. ஆனால் அந்தப் படம் சென்னைக்கு வந்த ஆரம்பத்தில் சில அசௌகரியங்களினால் பார்க்க முடியவில்லை. "எங்கே போகிறது? பார்த்துக்கொள்ளலாம்" என்றிருந்தேன். குறைந்தது இரண்டு மாதமாவது ஓடாமலா போகிறது என்று எண்ணினேன். திடீரென்று ஒரு நாள் அது ஓடவில்லை, படுத்துவிட்டது என்று அறிந்தபோது ஏமாற்றமும் வியப்பும் ஒருங்கே உண்டாயின.

ஜனங்கள் என்னை முந்திக்கொண்டு படத்தை 'க்ளோஸ்' பண்ணிவிட்டார்கள்!

இதை நான் எதிர்பார்க்கவேயில்லை. ஜனங்கள் மேல் ரொம்பக் கோபம்கூட வந்தது. "நாம் படத்தைப் பார்த்து 'நன்றாயில்லை' என்று சொன்ன பிறகு, இவர்கள் அதை 'க்ளோஸ்' பண்ணக் கூடாதா? அதற்கு முன் இவர்களாகவே 'க்ளோஸ்' பண்ணுவதற்கு என்ன அதிகாரம்?'' என்று யோசித்து, 'சரி, இந்த ஜனங்களை இனிமேல் நம்பக் கூடாது" என்று முடிவு செய்து விட்டேன்.

பாருங்கள்! பெயர், பட்டம், பூர்வீகம், விளம்பரம், விமரிசனம் ஒன்றையுமே இந்த ஜனங்கள் லட்சியம் செய்வதில்லையென்று ஏற்பட்டுவிட்டது. ராவ் பகதூர் சம்பந்த முதலியார் என்றால் இலேசானவரா? ஐம்பத்து மூன்று புத்தகங்களின் ஆசிரியர் அல்லவா? அவருடைய நாடகங்களுக்குள் சிறந்ததென்று கருதப்பட்டது "மனோஹரன்" அல்லவா? எவ்வளவு ஆயிரக்கணக்கான தடவை அந்த நாடகம் தமிழ்நாட்டு அரங்க மேடைகளில் நடிக்கப்பட்டிருக்கிறது? அத்தகைய நாடகம் டாக்கியில் வந்து, அதில் ராவ் பகதூர் சம்பந்த முதலியாரே வேஷமும் தரித்திருக்கும்போது, அந்த டாக்கியை இவ்வளவு சீக்கிரத்தில் முடிவு செய்து விடுவதென்றால், இந்த ஜனங்களை எப்படி நம்புவதென்று கேட்கிறேன்.

★ ★ ★

இப்படி ஜனங்கள் மேல் நான் குறைப்பட்டுக் கொண்டிருக்கையில், ஆச்சரியத்திலெல்லாம் ஆச்சரியம்! ராவ் பகதூர் முதலியார் தமிழ் டாக்கி உத்தாரணத்தைப் பற்றி ஒரு பிரசங்கம் செய்கிறார் என்ற செய்தியைப் பத்திரிகைகளில் படித்தேன். "அட சனீசுவர பகவானே! முதலியார் கூடவா பிரசங்கம் செய்கிறார்? செய்யட்டும்! ஆனால் தமிழ் டாக்கி உத்தாரணத்துக்கு அவர் சொல்லும் அபூர்வமான யோசனைகளையெல்லாம் 'மனோஹர'னில் ஏன் நிறைவேற்றி வைக்கவில்லை?'' என்று கேட்டேன். சனீசுவரன் பதில் சொல்லாதபடியால் என் மனம் சாந்தியை இழந்தது.

கடைசியாக, ஒரு விசேஷ நிருபரை ராவ் பகதூர் முதலியாரிடம் அனுப்பிப் பேட்டி கண்டு வரவாவது சொன்னால்தான் மனம் நிம்மதியடையும் என்று தீர்மானித்தேன். அந்த பேட்டியின் விவரம் மற்றோரிடத்தில் பிரசுரிக்கப்பட்டிருக்கிறது. "மனோஹரன் ஏன் வெற்றி பெறவில்லை?" என்பதற்குரிய காரணங்களை நமது 'தமிழ்நாட்டு இளம் ஷேக்ஸ்பியர்' (அப்படியென்றால் எனக்குத் தெரியவில்லைதான். ஆனாலும் விளம்பரங்கள் சொல்கிறபடியால் அவர் அதுவாகத்தான் இருக்க வேண்டும்.) வெற்றிகரமாக எடுத்துக் கூறியிருக்கிறார். அந்த ஆசிரிய நடிகர் சொல்வதைப் பார்த்தால் அவர் மேல் லவ லேசமும் தவறில்லையென்று ஏற்படுகிறது. இதை நான் நம்புகிறேன், இதே மாதிரியாக, அந்த டாக்கியில் சம்பந்தப்பட்ட ஒவ்வொருவரையும் பேட்டி கண்டாலும், அவரவர்களும் தங்கள் மேல் தவறில்லையென்பதைத் திருப்திகரமாக நிரூபிப்பார்கள் என்பதில் சந்தேகமில்லை. அவர்களையும் நாம் நம்பத்தான் வேண்டும்.

தவறு யார்மேல் இருந்தாலும் சரி, ஒருவர் மேலும் இல்லாமற் போனாலும் சரி, நாம் வேண்டுவதெல்லாம் நல்ல தமிழ் டாக்கிகள் வரவேண்டுமென்பதுதான். ஒரு நல்ல தமிழ் டாக்கியாவது வராதா என்று நாம் ஆவலாயிருக்கிறோம். இந்த ஆவல் நாம் கொண்டிருப்பதற்கு ஒரு முக்கியக் காரணம், நாளைக்கு ஜனங்கள், "உங்களுடைய விமரிசனங்களையும் பிரசங்கங்களையும் உடைப்பில் போடுங்கள். அவற்றினால் ஒரு நல்ல தமிழ் டாக்கியையாவது கொண்டுவர முடிந்ததா?" என்று கேட்பார்களே என்னும் கவலைதான்.

இவ்வளவு தூரம் என்னுடன் ஒத்துவந்த நேயர்கள் "இதெல்லாம் சரி; ஆனால் நல்ல தமிழ் டாக்கி ஒன்று கொண்டுவருவதற்கு வழிதான் என்ன?" என்று கேட்பார்கள். அதற்குப் பதில் தயாராய் வைத்திருக்கிறேன். நல்ல தமிழ் டாக்கி ஒன்று கொண்டு வருவதற்கு வழி, அதைக் கொண்டுவந்துவிடுவதுதான்.

- ஆனந்த விகடன், 31.05.1936

35

மிருதங்கம் தக்ஷிணாமூர்த்தி

ஸ்ரீமான் தக்ஷிணாமூர்த்திப் பிள்ளையின் மரணத்தினால் சங்கீத உலகம் முழுவதும் துக்கத்தில் ஆழ்ந்துதானிருக்கிறது; ஆனாலும் "விகடன்" காரியாலயத்தில் நாங்கள் அடைந்த துக்கத்தைச் சொல்லி சாத்தியமில்லை. மாலி இன்னும் கண்ணீர் பெருக்கிக்கொண்டேயிருக்கிறார். பிள்ளை அவர்களைப் போல் படம் எழுதுவதற்கு லாயக்கான ஒரு வித்வானை இனி எங்கே காணப் போகிறோம்? எத்தனைவித முக பாவங்கள்? எத்தனை வித அங்க சேஷ்டைகள்? அந்த அப்பளாக் குடுமியின் மகிமை தான் என்ன? கடைசி, கடைசியாக அந்த மொட்டைத் தலைதான் சாமான்யமாயிருந்ததா?

சங்கீதப் பிரியர்களுக்குத் தக்ஷிணாமூர்த்தியின் பெயரைக் கேட்டாலே ஓர் உற்சாகம் ; அவர் மேடை மீது வந்து உட்கார்ந்தால் குதூகலம் ; அவர் மிருதங்கத்தில் கை வைத்துவிட்டால் பாவசந்தான். அவரைப் போல், ஒரு சங்கீத சபைக்கு உற்சாகமளிக்கக் கூடியவர்கள். வேறு யார் இருக்கிறார்கள்?

கோகலே ஹாலில், "மணி மிருதங்கம் தக்ஷிணாமூர்த்தி கஞ்சிரா'' என்று போட்டுவிட்டால், பாடகர் யாராயிருந்தாலும் சரி, கூட்டம் வந்து நிறைந்துவிடுவதை நான் பார்த்திருக்கிறேன். பாடகர் அபூர்வமாய்ப் பாடுவார் ; சபையில் சில தலைகள் ஆடுமேயொழிய மற்றப்படி கப்சிப்பென்று இருக்கும். பிடில்காரர் அற்புதமாய் வாசிப்பார் ; அப்போதும் சபையில் ஒரு கிளர்ச்சியும் இராது. மணியும் தக்ஷிணாமூர்த்தியும் மாற்றி மாற்றி ஆவர்த்தனம் வாசிக்கத் தொடங்குவார்கள். உடனே பார்க்கலாம் சபையில் ஒரு மாறுதலை. ஏக காலத்தில் முந்நூறு ஜதைக் கைகள் தாளம் போட ஆரம்பிக்கும். போகப்போக உற்சாகத்தின் டிக்ரி அதிகமாகும். இரண்டு பேரும் சேர்ந்து வாசிக்கத் தொடங்க வேண்டியதுதான்;

சபையோரும் மெய்மறந்துவிடுவார்கள். தங்கள் தொடையா, பக்கத்திலுள்ளவர்கள் தொடையா என்பதைக்கூட மறந்து பளார் பளார் என்று வெளுக்கும் சமயம் அதுதான். முத்தாய்ப்பு வைத்து முடித்தார்களோ இல்லையோ, ஐந்து நிமிஷத்துக்கு சபையில் ஒரே கரகோஷ ஆரவாரம்.

இந்த உற்சாகத்திற்குக் காரணம் என்னவென்பதை ஒருவாறு நாம் ஊகிக்கலாம். முதல்முதலில் கண்டுபிடிக்கப்பட்ட சங்கீதக் கருவி மிருதங்கமாய்த்தானிருக்க வேண்டுமென்று நான் கருதுகிறேன். ஆதி காலத்தில், மனுஷ்யனுக்குச் சந்தோஷம் வந்தபோது கூத்தாடினான்; கூத்தாடுவதற்கு அனுசரணையாக மத்தளத்தை அமைத்துக்கொண்டான். அதனால் ஏற்படும் உற்சாகத்தைக் கண்ட பின், யுத்த வெறியை உண்டாக்குவதற்குப் பேரிகை முதலியவைகளையும் ஏற்படுத்திக்கொண்டான். தந்தி வாத்தியங்கள் எல்லாம் மனிதன் அறிவு பக்குவப்பட்ட பிற்காலத்திலேதான் தோன்றியிருக்க வேண்டும்.

இதனால்தான் நம்மில் அநேகருக்கு மத்தள முழக்கத்தில் அவ்வளவு உற்சாகம் உண்டாகிறது போலும். இன்னொரு காரணங்கூட இருக்கலாம். பாடகர் பாடும்போதும் பிடில்கார் வாசிக்கும்போதும் நாம் ஒன்றும் செய்வதற்கில்லை. அவர்களிடம் காதைக் கொடுத்துவிட்டுச் சும்மா இருக்க வேண்டியிருக்கிறது. ஆனால் மிருதங்கம், கஞ்சிரா வாசிக்கும்போதோ, நாமும் கச்சேரியில் கலந்துகொள்ளத் தோன்றுகிறது. அவர்களும் சத்தத்தைக் கிளப்புகிறார்கள்; நாமுந்தான் தாளம் போட்டுச் சத்தம் கிளப்புகிறோம். கடைசியில் அவர்கள் நிறுத்திய பிற்பாடும், நாம் கொஞ்ச நேரம் கை கொட்டி "ஜயித்தது நாம்தான்!" என்று எண்ணித் திருப்தி அடைகிறோம்.

கோகலே ஹாலில் இத்தகைய காட்சியை இனிமேல் நாம் காணப் போகிறோமா? எனக்குத் தோன்றவில்லை.

ஸ்ரீமான் தக்ஷிணாமூர்த்திப் பிள்ளை பழைய தலைமுறையைச் சேர்ந்த சங்கீத வித்வத் கோஷ்டியில் ஒருவர். பாலக்காடு அனந்தராம் பாகவதர், கோனேரி ராஜபுரம் வைத்திநாதய்யர், மதுரை புஷ்பவனம், திருக்கோடி காவல் கிருஷ்ணையர், காரைக்குடி சகோதரர்கள் முதலிய மகா வித்வான்களுக்கெல்லாம் மிருதங்கம் வாசித்தவர். ஆகவே, இந்தக் காலத்துக் கச்சேரிகளில் அவர் வாசிக்கும்போதெல்லாம், "இந்தக் கத்துக்குட்டி வித்வான்களுக்கு வாசிக்க வேண்டியிருக்கிறதே!" என்ற மனோபாவத்துடனேயே வாசிப்பதாகத் தோன்றும். சபையோரையும் அவர் துச்சமாக மதிப்பதாகவே காணப்படும். சில சமயம் உரத்த சத்தம் போட்டுக்

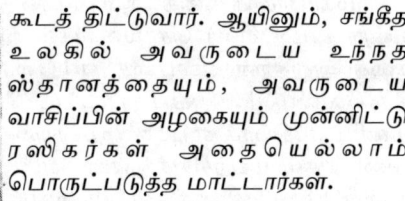

கூடத் திட்டுவார். ஆயினும், சங்கீத உலகில் அவருடைய உந்நத ஸ்தானத்தையும், அவருடைய வாசிப்பின் அழகையும் முன்னிட்டு ரஸிகர்கள் அதையெல்லாம் பொருட்படுத்த மாட்டார்கள்.

ஸ்ரீமான் தக்ஷிணாமூர்த்திப் பிள்ளை பரம ரஸிகத்தனம் வாய்ந்தவர் என்பதைச் சில நாளைக்கு முன்பு ஒரு சம்பவத்தினால் அறிந்தேன். கோகலே ஹாலில் செம்மங்குடி சீனிவாசய்யரின் கச்சேரி நடந்தது. பல்லவிக்குப் பிறகு துக்கடாக்கள் பாடுகையில், பாடகர் "ஆடும் சிதம்பரமே!" என்னும் கோபால கிருஷ்ண பாரதியின் பாட்டை வெகு உருக்கமாய்ப் பாடி முடித்தார். அப்போது ஸ்ரீ தக்ஷிணாமூர்த்திப் பிள்ளைக்கு அருகிலிருந்த ஒரு பிரமுகர் பிள்ளையைப் பார்த்து "ஓர் ஆவர்த்தம் வாசிக்கணும்!'' என்றார். உடனே பிள்ளைக்கு ஆவேசமே வந்துவிட்டது. ஸ்வாமி, வேண்டாம்! உங்களுக்கு நமஸ்காரம், வேண்டாம்! கெடுக்காதீர்கள், கெடுக்காதீர்கள்!" என்று அவர் கதறினார். அந்தப் பிரமுகர் திடுக்கிட்டு வாயடை த்துப் போய் விட்டார். அந்தப் பாட்டையும், அதன் பாவத்தையும் அவ்வளவு தூரம் பிள்ளை ரஸித்து அதில் உருகியிருந்தபடியால் அவருக்கு அவ்வளவு ஆத்திரம் வந்தது.

சென்னையில் ஸ்ரீமான் தக்ஷிணா மூர்த்திப் பிள்ளை கடைசி கடைசியாக வாசித்தது, மியூஸிக் அகாடமியின் ஆதரவில் நடந்த அரியக்குடி, ராமானுஜய்யங்காரின் கச்சேரியில்தான். அவர் புண்ணியாத்மாவானபடியால் தம் பேரில் யாருக்கும் வருத்தம் இருக்கக் கூடாது என்று கடைசியில் மியூஸிக் அகாடமிக்கு வந்து வாசித்து விட்டார் போலும்! ஸ்ரீமான் தக்ஷிணாமூர்த்திப் பிள்ளையின் தேகம் இவ்வுலகிலிருந்து மறைந்திருக்கலாம்; ஆனால் நம்முடைய உள்ளங்களிலிருந்து அவர் ஒரு நாளும் மறையமாட்டார். இனி எந்தப் பெரிய கச்சேரிக்குப் போனாலும் "தக்ஷிணாமூர்த்திப் பிள்ளை இல்லையே!'' என்ற ஞாபகம் வந்து கொண்டுதானிருக்கும்,

மகாபாரதம்

மொத்தத்தில் "மகாபாரதம்" மோசமில்லை என்றே எனக்குத் தோன்றுகிறது. ஒரு தமிழ் டாக்கியைப் பற்றி இப்படிச் சொல்லும் போது, கதையில் வரும் தகப்பனார் தன் பிள்ளைகளில் நல்லவனைக் குறிப்பிட்டானே, அதை நீங்கள் ஞாபகப்படுத்திக்கொள்ள வேண்டும். அதோ கூரைமேல் ஏறித் தீ வைக்கிறானல்லவா, அவன் தான் என் பிள்ளைகளில் நல்லவன்!'' என்பான் அந்தத் தகப்பன்.

மகாபாரதக் கதை அற்புதமானது. " உலகத்திலே ஒப்பற்றது'' என்று கூடச் சிலர் சொல்வார்கள். ஆனால் உலகத்திலே பெரிய கதை அதுதான் என்பதை எல்லோருமே ஒப்புக்கொண்டுதான் தீர வேண்டும். அப்படிப்பட்ட பேரிதிகாசத்தை இரண்டரை மணி டாக்கியாக எடுக்க முயன்றதை, யானையைப் பானைக்குள் அடைக்கும் முயற்சிக்குத்தான் ஒப்பிடக்கூடும். இரண்டும் முடியாத காரியமே, பானைக்குள் யானையின் வால் நுழையும் ; காது நுழையும் ; தும்பிக்கையில் ஒரு பகுதி நுழையும் ; அவ்வளவுதான்.

ஆகவே, இந்த டாக்கிக்கு, "சம்பூர்ண மகாபாரதம்" என்பதைக் காட்டிலும் மகாபாரதத் துண்டுதுணுக்குகள்" என்று போட்டிருந்தால் பொருத்தமாயிருக்கும்.

மகாபாரதம் நடத்துவதற்குப் பாத்திரங்கள் ஏராளமாய் வேண்டுமென்று சொல்ல வேண்டியதில்லை. ஆண் வேடங்கள் அநேகமாய்ப் பொருந்துகின்றன. துரியோதனன் வேஷம் பேஷாய்ப் பலித்திருக்கிறது. அவ்வளவு பெரிய மீசை மட்டும் வேண்டியதில்லை அந்த மீசை முகத்தில் பாதியை மறைத்து விடுவதால், முகபாவங்கள் தெரியாமலே போகின்றன, மொத்தத்தில், தெலுங்கு டாக்கியில் பிரசித்தி பெற்ற பெல்லாரி ராகவாச்சாரியார் துரியோதனனாக நடித்திருப்பதைக் காட்டிலும், அவ்ளவு பிரசித்தியில்லாத ஸ்ரீமான் எம். ஜி. நடராஜ பிள்ளை இந்தத் தமிழ் டாக்கியில் நன்றாய் நடித்திருக்கிறார் என்று சொல்லலாம்.

பாட்டும் நன்றாகப் பாடுகிறார். (ஆனால் "துரியோதனன் பாடினானா?" என்றெல்லாம் கேட்காதீர்கள்.) துரோபதையை அழைத்துவரச்சென்ற சேவகன் திரும்பி வந்து "அவள் வரமாட்டேனென்கிறாள்!" என்று சொன்னபோது, துரியோதனனுக்கு அசாத்டயமாய்க் கோபம் வந்துவிடுகிறது. அந்தச் சமயத்தில் அவன் பாடும் பாட்டு மட்டும் வெகு பாடுபடுகிறது. அவனுடைய

கடுங்கோபத்தைக் கண்டு, சுருதி ஸ்வரம் எல்லாங் கூடப் பறந்துவிட்டன வென்று தோன்றுகிறது. மற்ற இடங்களில் நன்றாய்ப் பாடியிருக்கிறார்.

தர்ம புத்திரர் வேஷம் போட்ட நாட்டு அண்ணாஜி ராவை அடுத்தபடி குறிப்பிட வேண்டும். அவர் பியாகடையில் (ராமஸ்வாமி சிவன் கீர்த்தனை ஒன்றின் மெட்டில்) சூரிய பகவானை ஸ்தோத்திரம் செய்யும் பாட்டு நன்றாயிருந்தது. நடிப்பிலும் அதிக குறைகளில்லை.

கிருஷ்ணன் வேஷம் ஒரு கண்றாவி. அவர் அர்ச்சுனனுக்குக் கீர்த்தனம் பாடி "பகவத் கீதை'' உபதேசிப்பது எதிர்பாராத ஹாஸ்யச் சுவையை அளிக்கிறது.

குந்தி தேவி சிறு பெண்ணாகத் தோன்றுகிறாள். தீரத்தனமே உருக்கொண்டிருந்த பாஞ்சாலியோ, சோகை பிடித்து : "டானிக்" சாப்பிட வேண்டிய நிலையிலுள்ள மெலிந்த இள நங்கையாய்க் காட்சி அளிக்கிறாள்.

இந்த டாக்கியில் மிகவும் முக்கியமான அம்சம், யுத்தக்களக் காட்சிகள்தான். "ரத கஜ துரக பதாதிகள்" அடங்கிய பழைய காலத்து சைன்யங்கள் இப்படித்தான் போரிட்டிருக்குமென்று நாம் நம்பும்படியிருக்கிறது. இந்தக் காட்சிகளை ஒரு ஹிந்தி டாக்கியிலிருந்து விலைக்கு வாங்கிச் சேர்த்திருக்கிறார்களாம். இப்படிப் பொருத்தமாக விலைக்கு வாங்கத் தோன்றிய வரையில் விசேஷந்தான்.

இந்த மகாபாரதப் போர்க் காட்சிகளை அப்படியே வைத்துக் கொண்டு, அந்தக் காட்சிகளுக்கிடையே, யுத்தத்தின்போது நடந்த ஒரு முக்கிய சம்பவத்தை மட்டும் படமாக எடுத்திருந்தால் வெகு நன்றாயிருந்திருக்கும். பீஷ்மர், கர்ணன், அபிமன்யு இம்மூவரில் ஒருவருடைய வாழ்க்கையை மட்டுமே படமெடுத்து, இந்த யுத்தக் காட்சிகளைச் சேர்த்திருக்கலாம். ஏன், இன்னும் எவ்வளவோ செய்திருக்கலாம். ஆனால் உங்களையும் என்னையும் யார் யோசனை கேட்கிறார்கள்? காட்டுகிற படத்தைப் பார்த்துவிட்டுப் பிடித்தால் பிடிக்கிறது" என்று சொல்லுங்கள் ; இல்லாவிட்டால் "இல்லை'' என்று சொல்லுங்கள். அவ்வளவுதான்.

- ஆனந்த விகடன், 07.06.1936

36

சந்தர்ப்பம்

ஒரு பிரசித்தி பெற்ற பாடகர், பொறுக்கி எடுத்த ரஸிகர்களின் முன்னிலையில், ஒருநாள் கச்சேரி செய்தார். சந்தர்ப்பமோ மிகவும் முக்கியமானது. ஆகவே அன்று கச்சேரி முதல் தரமாய் அமையுமென்று எதிர்பார்த்தேன். அதற்கு முற்றும் மாறாக, அது எந்தத் தரத்தையும் சேராததாய் அமைந்தது. கச்சேரியைவிட, அதன் முடிவில் நடந்த பிரசங்கங்களை சபையோர் அதிகமாய் ரஸித்தார்களென்றால், கச்சேரி எவ்வளவு மோசமாயிருக்க வேண்டுமென்று நேயர்களே தீர்மானிக்கலாம்!

பிறகு, நான் பாடகரைச் சந்தித்தபோது, "என்ன, இவ்வளவு சாமர்த்தியமாய், ஒரு தடவைகூட 'பேஷ்' போடச் சந்தர்ப்பம் அளிக்காமலே, முடித்து விட்டீர்கள்? ஒருவேளை மறந்து போய்ப் பாட்டை வீட்டில் வைத்துவிட்டு வந்து விட்டீர்களோ?" என்று கேட்டேன். .

"அதெல்லாம் ஒன்றுமில்லை. வந்து..." என்று நீட்டினார்.

" வந்து என்ன?"

"பாருங்கள், ரொம்ப எக்கச்சக்கமாய்ப் போய்விட்டது. நட்ட நடுவில் எனக்கு எதிர்த்தாற்போல் ஸ்திரீகளை உட்காரவைத்து விட்டார்கள் ! பாடவே ஓடவில்லை..." என்றார்.

என் மனமார்ந்த அனுதாபத்தை அவருக்குத் தெரிவித்தேன். புருஷர்களாகிய நம்முடைய தைரியம், பௌருஷம் எல்லாம் அவ்வளவுதான். சாதாரணமாய் ஒரு பெண் தெய்வத்தின் முன் நேருக்கு நேர் நின்றாலே நமக்குக் கைகால் நடுக்கம்

எடுத்துவிடுகிறது. அவர்கள் கூட்டமாகச் சேர்ந்துவிட்டால் 'ஓட்டம்' என்று நான் சொல்லத் தயாராயில்லை. துரிதமாகப் பின்னோக்கி முன்னேறுகிறோம். இதனால், ஸ்திரீகளைக் கண்டு நாம் பயப்படுவதாக அவர்கள் எண்ணி அகம்பாவங்கொள்ள வேண்டாம். அப்படியொன்றும் நமக்குப் பயம் கிடையாது. சில சமயம் தைரியமாக ஏறெடுத்து அவர்கள் முகங்களைப் பார்த்து விடுகிறோம்; பிறகு, "ஏன் அந்தக் காரியம் செய்தோம்?" என்று வருத்தமுண்டாகிறது. இன்னும் சில தடவை அப்படிச் செய்தோமானால், பெண் தெய்வங்களின் முக சௌந்தரியத்தைப் பற்றிக் கவிகளின் வர்ணனையைப் படித்துவிட்டு நாம் கட்டிக் கொண்டிருக்கும் மனக்கோட்டைகள் எல்லாம் தகர்ந்துவிடும் என்ற பீதி எற்படுகிறது. அப்படி நேர்வதில் நமக்கு இஷ்டமில்லையாதலால், எந்தப் பெண் தெய்வத்தின் முகத்தையும் நாம் கண்ணெடுத் துப் பார்ப்பதில்லை; அவர்களோடு பேசவேண்டி வந்தால்கூட, (உதாரணமாய் அவர்கள் ஏதாவது மாதர் சங்கத்தின் சந்தாவுக்காக நம்மிடம் வந்து, நாம் நாங்கள் மாதர் அல்ல" என்று வணக்கத்துடன் தெரிவித்துக் கொள்கிறோமே, அப்போதுகூட), வேறு பக்கம் பார்த்துக்கொண்டுதான் பேசுகிறோம்.

நம்முடைய விஷயம் இப்படியிருக்க, சென்னையில் உள்ள ஒரு தீர புருஷரைப்பற்றியாக்கும் நான் இன்று சொல்ல வந்தது. சாதாரணமாய், நூறு ஸ்திரீ ரத்னங்களுக்கு முன்னால், நேருக்கு நேர் நிற்பதற்குக்கூடத் துணிந்துள்ள மனிதர் இவர். நிற்பதோடில்லை; அவர்களுக்குப் பிரசங்கமும் செய்கிறார் ; போதாததற்குச் சங்கீதமும் கற்றுக் கொடுக்கிறார்... ஆமாம்; ஸ்ரீமான் பி. சாம்பமூர்த்தி, பி.ஏ.,பி.எல் அவர்கள்தான்.

"கருமமே கண்ணாயினார்" என்று சொல்லப்படுகிறார்களே, அந்த கோஷ்டியில் ஸ்ரீமான் சாம்பமூர்த்தி ஒருவர். சென்ற பத்து வருஷங்களில் நமது தேசத்தின் அரசியல் துறையிலும் சரி, சங்கீதத் துறையிலும் சரி, எத்தனையோ மாறுதல்கள் நிகழ்ந்துவிட்டன. எத்தனையோ பேர் வந்து, எத்தனையோ பேர் போய் விட்டார்கள். ஆனால் ஸ்ரீமான் சாம்பமூர்த்தி அவர்களின் கோடைகால சங்கீத பள்ளிக்கூடம் (ஸம்மர் ஸ்கூல் ஆப் மியூஸிக்) மட்டும் வருஷா வருஷம் மேள தாளங்களுடன் நடந்துவருகிறது.

இவ்வளவு பிடிவாதமாக நடத்தப்பட்டு வரும் ஸ்தாபனத்தில் ஏதாவது முக்கியமான நல்ல அம்சம் ஒன்று இருக்கத்தான் வேண்டுமென்ற சந்தேகம் எனக்கு ஏற்பட்டது. எனவே, இந்த வருஷம் அந்தப் பள்ளிக்கூடத்தைப் பார்த்துவிடுவது என்று தீர்மானித்திருந்தேன். அந்தத் தீர்மானத்தை நிறைவேற்றியபோது, மேற்படி ஸ்தாபனத்துக்கு ஜீவ சக்தி அளித்து வரும் விசேஷ அம்சம் என்னவென்று தெரியவந்தது.

நான் போன சமயம் நடந்துகொண்டிருந்த வகுப்பில் மொத்தம் 182 மாணாக்கர்கள் இருந்தார்கள். (அங்கிருந்தவர்களுடைய கண்களை எண்ணி இரண்டால் வகுத்ததில் இந்த எண்ணிக்கை வந்தது. பிறகு ஸ்ரீமான் சாம்பமூர்த்தியைக் கேட்டு அது சரிதானென்று தெரிந்துகொண்டேன்.) அவர்களில் 133 பேர் ஸ்திரீகள்; 49 பேர் புருஷர்கள். (ஸ்திரீகள் ஒரு பகுதியிலும், புருஷர்கள் ஒரு பகுதியிலும் தனித்தனியாக உட்கார்ந்திருந்தபடியால், இந்தக் கணக்குக் கண்டுபிடிப்பது சிரமமாக இல்லை, புருஷர்களை எண்ணிவிட்டு அந்த எண்ணிக்கையை மொத்த எண்ணிக்கையிலிருந்து கழித்ததில் ஸ்திரீகளின் எண்ணிக்கை கிடைத்தது.)

சிறு பெண்கள், சிறுவர்கள் முதல், தலை நரைத்த கிழவர்கள், வயது முதிர்ந்த கிழவிகள் வரையில் அங்கிருந்தார்கள். தமிழர்களும், தெலுங்கர்களும், கன்னடம் பேசுவோரும் கலந்திருந்தார்கள். அவர்கள் எல்லாருடைய முகங்களிலும் குதூகலம் தாண்டவமாடியது. சும்மா இருக்கும்போதே அவர்களில் சிலருக்குச் சிரிப்பு வந்தது. அவ்வளவு பேரும் பிறருடைய வலுக்கட்டாயத்துக்காகவன்றித் தங்களுடைய சொந்த விருப்பத்தின் பேரில் வந்தவர்களாதலால் ஒரே உற்சாகமாயிருந்தார்கள்.

அவர்களுக்கு ஸ்ரீமான் சாம்பமூர்த்தி, அன்று சங்கீதக் கருவிகளின் உற்பத்தி, வாலாறு, உபயோகம் இவற்றைப் பற்றிப் பிரசங்கம் செய்துகொண்டிருந்தார். அந்த மாதிரி பிரசங்கத்தை அதற்குமுன் நான் கேட்டதேயில்லை. "Mirdangam is a percussion instrument. மிருதங்கம் ஒரு தோல் கருவி மிருதங்கமு ஒக்க சரும வாத்தியமு. If you strike it on its sides, sound is produced. அதன் பக்கங்களில் அடித்தால் சப்தம் உண்டாகும். தானி பக்கமுலுனி கொட்டஸ்தே சப்தமுவத்ஸுனு..." என்பதுபோல, ஒவ்வொரு வாக்கியத்தையும் இங்கிலீஷில் சொல்லிவிட்டு அதைத் தமிழிலும் பிறகு தெலுங்கிலும் சொல்லி வந்தார். கன்னடமும், மலையாளமும் என்ன பாவம் செய்தனவோ, தெரியவில்லை.

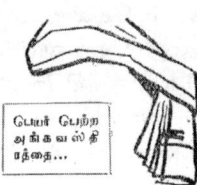

பெயர் பெற்ற அங்கவஸ்திரத்தை...

இடையில், ஒரு மாணாக்கர் எழுந்து, "ஸார்! குடுகுடுப்பாண்டி கொண்டுவந்து 'குடு குடு' என்று அடிக்கிறானே, அது சங்கீதக் கருவியா, இல்லையா?" என்று கேட்டார். ஸ்ரீமான் சாம்ப மூர்த்தி அதற்குப் பதில் சொல்வதற்காகத் தம்முடைய பெயர் பெற்ற அங்கவஸ்திரத்தை எடுத்து எடுத்துவிட்டுக்கொண்டு பட்ட கஷ்டத்தைப் பார்த்தபோது, எனக்கு அந்த மாணாக்கர் மேல் கடுங்கோபம் வந்தது. அவர் உச்சிக் குடுமிக்காரராயிருந்தபடியால் பிழைத்தார். கிராப்புத் தலையுடன் மட்டும் அந்த மாதிரி கேள்வி கேட்டிருந்தால், அவரைப் பீரங்கி வாயிலே வைத்துச் சுடச் சொல்லியிருப்பேன்; அப்படியும் அவருக்குப் புத்திவராவிட்டால், "போ! எலிமெண்டரி ஸ்கூல் வாத்தியராகப் போ!" என்று அனுப்பியிருப்பேன்.

இவ்வாறு சங்கீத சாஸ்திரத்தின் பற்பல அம்சங்களைப் பற்றியும் ஸ்ரீமான் சாம்பமூர்த்தி தம் மாணவர்களுக்குப் பிரசங்கம் செய்வதுடன், சங்கீதமே சொல்லிக்கொடுக்கவும் செய்கிறார். வீணை, பிடில், புல்லாங்குழல் முதலிய வாத்தியங்களும் சொல்லிக் கொடுக்கப்படுகின்றன. இவற்றுக்குத் தனித் தனியே வாத்தியார்கள் இருக்கிறார்கள். ஹிந்துஸ்தானி சங்கீதமும், ஸிதார், தபலா முதலிய வடநாட்டு வாத்தியங்களும் கற்றுக்கொள்ளவும் வசதிகள் இருக்கின்றன.

எல்லாவற்றிலும் முக்கியமானது, குழந்தைகளுக்கு சங்கீதம் சொல்லிக்கொடுக்கும் போதனா முறை இங்கே கற்பிக்கப்படுவது தான். டிரெயினிங் ஸ்கூல்களில் உள்ளதுபோல், பாட்டுக் கற்றுக்கொள்ள விரும்பும் சின்னக் குழந்தைகள் சிலர் சேர்க்கப்பட்டிருக்கின்றனர். பயிற்சி பெற வந்திருப்போரில் தினம் ஒருவர் இந்தக் குழந்தைகளுக்குச் சங்கீதம் கற்றுக்கொடுக்க வேண்டும். அதை மற்றவர்கள் கூட இருந்து கவனிக்கிறார்கள். அன்று சொல்லிக்கொடுத்தவர் செய்த தவறுகளை அவர்கள் பிறகு எடுத்துக் காட்டுகிறார்கள். ஸ்ரீமான் சாம்பமூர்த்தி தம்முடைய அபிப்பிராயத்தையும் சொல்லி முடிக்கின்றார். ஏற்கனவே சங்கீதத்தில் நல்ல பயிற்சியுள்ளவர்கள் பலர், இந்த போதனா முறைப் பயிற்சிக்காகவே இப்பள்ளிக்கூடத்தில் சேர்கிறார்கள்.

★ ★ ★

மூன்று வருஷத்துக்கு முன் ஒரு தடவை, இந்தப் பள்ளிக்கூடம் சம்பந்தமாக சங்கீத தேவதையின் பிரலாபத்தை நான் ரிபோர்ட் செய்திருக்கிறேன். அந்தத் தேவதையின் குறைகளை ஸ்ரீமான் சாம்பமூர்த்தியிடம் சொல்லிச் சமாதானம் கேட்கட்டுமா என்று நான் வினாவியபோது, தேவதை பயந்து போய் "வேண்டாம், வேண்டாம்! அவர் காதிலேயே போட வேண்டாம். அப்புறம் அவர் 'ஆறு வாரம் என்னத்திற்கு? ஆறு நாளிலேயே சங்கீதம் சொல்லித் தருகிறேன்' என்று ஆரம்பித்துவிடப் போகிறார்!'' என்று கதறியதையும் தெரிவித்திருக்கிறேன். அந்தத் தேவதைக்கு இன்னொரு படங்கூட இருந்திருக்கலாமென்று இப்போது தோன்றுகிறது.

ஸ்ரீமான் சாம்பமூர்த்தியை நான் சந்தித்தால் அவர் என்னைக் கூடத் தம் பள்ளிக்கூடத்தில் மாணாக்கராகச் சேர்த்துக்கொண்டு விடுவாரோ என்று அந்தத்தெய்வம் பயந்திருக்க வேண்டும். இப்போது என்ன கஷ்டப்பட்டாலும் ஒண்டி ஒளிந்தாவது சங்கீத தேவதை உயிர் வாழ்ந்திருக்கிறது. நானும் பாட்டுக் கற்றுக்கொள்ள ஆரம்பித்து விட்டால், அந்தத் தேவதையை அப்புறம் கடவுள்கூடக் காப்பாற்ற முடியாது போய்விடும்.

சங்கீத தேவதை மறுபடி என்னிடம் புகார் சொல்ல வரும் பட்சத்தில், அதற்குப் பதில் நான் தயாராய் வைத்திருக்கிறேன்: "அம்மா! உன்னுடைய கஷ்டமோ விடியாத கஷ்டம். உன்னைப் படைக்கும்போதே பிரம்மதேவன் உன் தலையில் அப்படி எழுதிவிட்டான். ஆதி காலத்திலிருந்து உன்னை எத்தனையோபேர் துன்புறுத்தி வந்திருக்கிறார்கள்; புஷ்பங்களால் அர்ச்சிக்கிறோம் என்று கூழாங்கற்களை எறிந்து காயப்படுத்தியிருக்கிறார்கள். கிராமபோன், டாக்கி, ரேடியோ சங்கீதங்களைக்கூட நீ சகித்துக்கொண்டு உயிருடன் வாழ்கிறாய். ஸ்ரீமான் சாம்பமூர்த்தியின் கோடைகால சங்கீதத்தை மட்டும் ஏன் ஆட்சேபிக்க வேண்டும்?" என்று கேட்டிருப்பேன்.

இன்னும், "ஓ தேவியே! தியாகத்தின் மகிமையைக் காந்தி மகானிடம் கேட்டுத் தெரிந்துகொள். நீ ஒருத்தி கஷ்டப்படுவதைப் பெரிதாய்க் கருதலாமா? நீ கொஞ்சம் கஷ்டப்படுவதால், இந்தத் தென்னாட்டில் நூற்றுக்கணக்கான பெண் தெய்வங்கள் வாழ்க்கையில் ஒரு புதிய உற்சாகமடைந்து, சந்தோஷமாக வாழ்கிறார்கள் என்பதைக் கவனிக்க வேண்டாமா..?" என்பதாக மேலும் மேலும் பிரசங்கம் செய்திருப்பேன்.

கோடை சங்கீத பள்ளிக்கூடத்தில் மிகவும் முக்கியமான நல்ல அம்சம் இதுதான். இந்தப் பள்ளிக்கூடத்தில் பயிற்சி

பெறும் ஸ்திரீ மாணாக்கர்களில் அநேகர் வாழ்க்கையில் சந்தோஷமிழந்தவர்கள்; பலவிதத் துயரங்களுக்கு ஆளானவர்கள். அவர்களுக்குச் சங்கீதம் வாழ்க்கையில் ஒரு புதிய உற்சாகத்தை அளிப்பதோடு மட்டுமல்ல; அவர்களில் பலருக்குக் கௌரவமுள்ள ஜீவனோபாயத்துக்குச் சாதனமும் ஆகிறது. "இந்தப் பள்ளிக்கூடத்தில் பயிற்சி பெற்றவர்களில் சுமார் இருநூறு ஸ்திரீகள் இப்போது பள்ளிக்கூடங்களில் சங்கீத உபாத்தியாயினிகளாயிருந்து கௌரவமான சுதந்திர வாழ்க்கை நடத்துகிறார்கள். இவர்களில் ஒருவர் சங்கீத உலகில் பிரபலமடைந்திருக்கிறார்; கச்சேரிகள் செய்து புகழ்பெற்று வருகிறர்" என்று ஸ்ரீமான் சாம்பமூர்த்தி அசாத்திய பெருமையுடன் சொல்லிக் கொண்டார் .

அவர் பெருமை கொள்வதற்கு உண்மையில் நியாயம் இருக்கிறது. அவரைப் போல் பத்தில் ஒரு பங்கு வேலை செய்திருப்பவர்கெல்லாம், கழுத்திலே தம்பட்டத்தைக் கட்டிக்கொண்டு அடிப்பதைப் பார்க்கிறோமல்லவா?

இத்தகைய வேலையில் ஸ்ரீமான் சாம்பமூர்த்திக்கு எத்தனையோ கஷ்டங்கள் ஏற்படுமென்பது எதிர்பார்க்கக்கூடியதுதான். வெவ்வேறு சாதி, வெவ்வேறு மதம் வெவ்வேறு வயது, வெவ்வேறு பாஷை, ஆண்கள், பெண்கள், இத்தனை வித்தியாசமுள்ள 182 பேரை ஒன்றரை மாதம் கட்டி மேய்ப்பது எளிய காரியமன்று. ஆனால் அதைவிடக் கஷ்டமானது அவர்களுக்கெல்லாம் தரவாரியாக ஸர்டிபிகேட் கொடுப்பதுதான்.

ஒரு தடவை, இது சம்பந்தமாக ஒரு பெண்மணியினால் கொஞ்சம் தடபுடலே நேர்ந்து விட்டதாம். சர்டிபிகேட் வழங்குவதற்கென்று நடந்த வைபவத்தில், ஒவ்வொரு மாணாக்கராக வந்து, அக்கிராசனரிடம் சர்டிபிகேட்டை வாங்கிக்கொண்டு போனார்கள். ஒரு பெண்மணிக்கு 'இரண்டாந்தர' சர்டி பிகேட்தான் கிடைத்ததாம். அதை வாங்கிப் பார்த்ததும் அவருக்குக் கடுங்கோபம் வந்துவிட்டது. "உன் சர்டிபிகேட்டும் ஆச்சு, நீயும் ஆச்சு !" என்று ஸ்ரீமான் சாம்பமூர்த்தியின் முகத்தை நோக்கி சடிபிகேட்டை எறிந்து விட்டுப் போய் விட்டாளாம்! நீங்களும் நானுமாயிருந்தால் அப்படிப்பட்ட சந்தர்ப்பத்தில் என்ன செய்திருப்போம்? உலகத்தை வெறுத்துத் தலையை மொட்டையடித்துக் கொண்டு

சந்நியாசிகளாய்ப் போயிருந்தாலும் போயிருப்போம். ஆனால் ஸ்ரீமான் சாம்பமூர்த்தி என்ன செய்தார்? பேசாமல் சர்டிபிகேட்டை எடுத்து வைத்துக்கொண்டிருந்து மறுநாள் தபாலில் அனுப்பிவிட்டார்!

இதையெல்லாம் உத்தேசிக்கும்போது, ஸ்ரீமான் சாம்பமூர்த்தியின் முயற்சியை ஓர் "அன்புப் பணி" என்றே சொல்லத் தகும். ஆனால் அந்தத் தலைப்பின் கீழ் இதை நான் வெளியிடாததற்கு ஒரு காரணமிருக்கிறது. "ஸ்ரீமான் சாம்பமூர்த்தியின் பள்ளிக்கூடத்தை எல்லாரும் ஆதரியுங்கள்" என்று வேண்டிக்கொண்டு நான் இதை முடிக்கப் போவதில்லை.

சமுத்திரத்தில் விழுந்தவன் தத்தளித்துக் கொண்டிருந்தபோது பேசாமலிருந்துவிட்டு, அவன் கரையேறிய பின், 'அடாடா! நான் ஒத்தாசை செய்யாமல் நீ கரையேறி விட்டாயே! மறுபடியும் கொஞ்சம் விழு; நான் ஒத்தாசை செய்கிறேன்" என்று சொன்னால் எப்படி யிருக்கும்? ஸ்ரீமான் சாம்பமூர்த்திக்கு இப்போது நாம் உதவி செய்வதாக முன்வருவதும் அப்படித்தான்.

இவ்வளவு விசேஷமாய் நடக்கும் ஒரு வேலையைப் பற்றி உங்களுக்குத் தெரிந்திருக்க வேண்டுமென்று இதை எழுதினேன். மற்றப்படி நம்முடைய மேலான ஆதரவு இல்லாமலே ஸ்ரீமான் சாம்பமூர்த்தியின் பள்ளிக்கூடம் திவ்யமாக நடந்து கொண்டுதானிருக்கும்.

- ஆனந்த விகடன், 14.06.1936

37

★பக்த குசேலர்★

தமிழ் நாடெங்கும் சுற்றுப் பிரயாணம் செய்துவிட்டுச் சாவகாசமாய் நல்ல வெயில் காலத்தில் சென்னைக்கு விஜயம் செய்திருக்கும் "பக்த குசேலர்" சென்னை நகரின் வீதிகளில் கண்ணீர் ஓடும்படி செய்திருக்கிறார். டாக்கியைப் பார்த்துவிட்டு வெளியில் வருகிறவர்களின் கண்கள் முக்கியமாக ஸ்திரீகளின் கண்கள் மிளகாய்ப் பழத்தைப்போல் சிவந்திருப்பதைக் காணலாம். எனக்குத் தெரிந்த ஒருவர் அந்த டாக்கி பார்த்த மூன்றேகால் மணி சோத்தில் 325 பட்டணம் படி கண்ணீர் வடித்தார். (ஞாபகத்திலிருந்து சொல்கிறேனாதலால், அரைப்படி, கால்படி வித்தியாசத்தை நேயர்கள் பொருட்படுத்த மாட்டார்களென்று நம்புகிறேன்.) டாக்கி முடிந்ததும், "எல்லாம் சரிதான்; இதெல்லாம் இந்தக் குசேலர் கதையெல்லாம் வாஸ்தவமாக நடந்ததா?" என்று அவர் கேட்டார். "வாஸ்தவமாக நடந்ததன்று; பொய்க் கதை" என்று சொன்னால், நிச்சயமாக அவர் இன்னொரு தடவை அழத் தொடங்கிவிடுவார் என்று நினைத்தேன். "கேவலம் நடக்காத ஒரு சம்பவத்துக்காகவா இவ்வளவு கண்ணீரைச் செலவழித்தோம்?" என்று அவருக்கு மிகவும் அவமானமாயிருக்கும். ஆகவே நான், "எனக்குக்கூட முன்னெல்லாம் சந்தேகமாய்த்தானிருந்தது. ஆனால் இந்த டாக்கி பார்த்த பிறகு, சந்தேகம் போய்விட்டது. குசேலர் என்று ஒருவர் உண்மையாக இருந்திருக்கத்தான் வேண்டும்" என்றேன்.

"அதெப்படி. அந்தத் தீர்மானத்துக்கு வந்தீர்கள்?"

"ஆமாம்; குசேலர் என்று ஒருவர் இருந்திராவிட்டால், அவர் மாதிரியே இந்தப் பாபநாசம் சிவன் எப்படி வேஷம்போட்டுக் கொண்டிருக்க முடியும்?" என்றேன்.

அந்த சிநேகிதர் திருப்தியடைந்தார். ஆனால் நேயர்களுக்குத் திருப்தி ஏற்படவில்லை. என்னுடைய தர்க்க முறையில் ஏதோ குறையிருப்பதாக அவர்களுக்குத் தோன்றுகிறது; எனக்குக்கூட அப்படித்தான் தோன்றுகிறது. இப்படி நமக்குள் ஒற்றுமை ஏற்பட்டுவிட்டபடியால் மேலே போவோம்.

வேஷப் பொருத்தம்

பல மாதங்களுக்கு முன்பு, குசேலர் வேஷத்துக்குப் பாபநாசம் சிவன் அவர்களைப் பொறுக்கியிருக்கிறார்கள் என்று கேள்விப்பட்டதும், “பேஷ்! கடைசியாகத் தமிழ் டாக்கி உலகத்தில் வேஷத்துக்குப் பொருத்தமாக ஒரே ஒருவரைத் தேர்ந்தெடுத்து விட்டார்கள்!'' என்று நினைத்துப் பூரித்துப் போனேன். டாக்கியைப் பார்த்தபின் எனக்கு ஏற்படுகிற ஒரே சந்தேகம் என்னவென்றால், “குசேலர் வேஷம் போடுவதற்காகவே இந்தப் பாபநாசம் சிவன் பிறந்தாரா? அல்லது இந்தப் பாபநாசம் சிவன் தம்முடைய வேஷம் போடுவதற்காகவே அந்தக் குசேலர் பிறந்தாரா?” என்பதுதான்.

ஒரு டாக்கியின் பூரண வெற்றிக்கு இன்றியமையாத அம்சம், உண்மைத் தோற்றம். அதாவது, டாக்கியைப் பார்க்கையில், சம்பவங்கள் எல்லாம் உண்மையில் எதிரில் நடப்பதுபோலவே தோன்ற வேண்டும். இதற்கு, வேஷங்கள் சரியாகப் பலித்திருப்பது மிகவும் அவசியம். புராணக் கதைகளாயிருந்தால், அந்தந்தக் கதாபாத்திரங்களைப்பற்றி நமது மனோபாவத்தில் ஏற்கெனவே எந்தத் தோற்றம் இருக்கிறதோ, அதே தோற்றம் திரையிலும் வர வேண்டும்.

இந்த டாக்கியில் முக்கியமான கதாபாத்திரங்களுக்கெல்லாம் வேஷம் மிக நன்றாய்ப் பலித்திருக்கிறது. குசேலருக்கு அடுத்தபடியாக ஸ்ரீ கிருஷ்ண பரமாத்மா உண்மைத் தோற்றம் அளிக்கிறார். இதற்குமுன் எத்தனையோ கிருஷ்ணன்களையும், ராமன்களையும், வேலன்களையும், நடராஜர்களையும் டாக்கி திரையில் பார்த்திருக்கிறோம். அவர்களில் சிலரைப் பார்த்ததும் நமக்கு என்ன எண்ணம் உண்டாயிற்று? நேரே சேலம் பெரிய பாதிரியாரிடம் போய், “ஐயா ! நீர் எனக்கு இரண்டணா தர வேண்டாம்; நான் தருகிறேன் உமக்கு இரண்டணா. என்னைக் கிறிஸ்துவ மதத்தில் சேர்த்துக் கொள்ளும்” என்று சொல்வதற்குத் தோன்றிற்று. ஆனால் பக்த குசேலரில் வரும் கிருஷ்ணனைப் பார்த்த பிறகு, “ பாதகமில்லை, ஹிந்து மதத்தில் எத்தனை குறைகள் தானிருந்த போதிலும் இந்தக் கிருஷ்ணனை உத்தேசித்தாவது ஹிந்து மதத்தில் இருக்கலாம்” என்று தோன்றுகிறது.

குசேலர் மனைவி, ஸுசீலையின் வேஷமும் பொருத்தமா யிருக்கிறது. தமிழ்டாக்கி சம்பிரதாயத்தையொட்டி எங்கே அவளை இருபது வயது இளம்பெண்ணாய்க் கொண்டு வந்து நிறுத்திவிடுவார்களோ வென்று பயந்துகொண்டிருந்தேன். இருபத்தேழு குழந்தைகளின் தாயாருக்கு நாற்பது வயதாவது ஆகியிருக்க வேண்டுமல்லவா? அந்தப்படியே காட்டியிருக்கிறார்கள்.

எல்லாவற்றிலும் விசேஷமானது, கிருஷ்ணனையும் குசேலரையும்போல் முகத்தோற்றமுடைய இரண்டு குழந்தைகளைக் கண்டுபிடித்து அவர்களைப் பாலகிருஷ்ணனாகவும், பால குசேலராகவும் நடிக்கச் செய்திருப்பதுதான். பாலகிருஷ்ணன் வேஷம் போடும் சிறுமி, பிறகு குசேலரின் பெண்ணாகவும் வருகிறாள். அம்மாவின் மூஞ்சியை அப்படியே உரித்து வைத்திருக்கிறது பெண்ணுக்கு!

கதை விசேஷம்

நமது இதிகாச புராண உப கதைகளுக்குள் ஆறு சிறந்த கதைகளைப் பொறுக்கி எடுத்தால், அவற்றில் குசேலரைச் சேர்க்கத்தான் வேண்டும். நல்லவர்கள் கஷ்டப்படுவதும், பகவான் அருளால் அவர்களுடைய கஷ்டங்கள் தீர்வதும் மனித சமூகத்தின் ஹிருதயத்தை ஆதி நாளிலிருந்து கவர்ந்து வந்திருக்கும் கதையமைப்பாகும். இதற்கு முக்கியக் காரணம், நாமெல்லாம் நல்லவர்களாயிருப்பதும், நாம் கஷ்டப்படுவதும், கடவுளருளால் நம்முடைய கஷ்டங்கள் தீருமென்று நாம் எதிர்பார்ப்பதுந்தான். கஷ்டங்களிலும், தரித்திரத்தினால் கஷ்டப்படுவதுதான் நமது இருதயத்தில் உடனே பாய்ந்து தைக்கிறது. இந்த நிமிஷத்தில் பண முடை இல்லாதவர்கள் நம்மில் யார் இருக்கிறார்கள் ?

மனித ஹிருதயத்தின் இந்தச் சுபாவத்தைப் "பக்த குசேலர்" படம் எடுத்தவர்கள் நன்கு உணர்ந்து பூரணமாய்ப் பயன்படுத்தியிருக்கிறார்கள். குசேலர் வீட்டில் குழந்தைகள் சாப்பிட உட்கார்ந்திருக்கின்றன. இலைகளில் ஒவ்வொரு பிடி சாதம் வைத்திருக்கிறது. அச்சமயம் அதிதிகள் இருவர் வந்துசேர, குழந்தைகள் பசியுடன் சாப்பிடாமல் எழுந்திருக்கின்றன. எல்லா இலைகளிலுமிருந்த சாதத்தை இரண்டு இலைகளில் கொண்டுவந்து போடுகின்றன. எவ்வளவு நெஞ்சழுத்தக்காரனுக்கும் இந்த இடத்தில் கொஞ்சம் கண் கலங்காமல் இராது.

இந்தக் கதையில் ஸ்திரீகளுக்குப் பிரத்தியேகமான ஒரு ருசி இருக்கிறது. அவர்கள் எல்லாரும் அநேகமாக ஸுசீலையின் நிலைமையில்தான் இருக்கிறார்கள் ; அதாவது ஒன் றுந் தெரியாத

புருஷர்களைக் கட்டிக்கொண்டு மாரடிக்கிறார்கள்! யோசனை சொல்வதற்கும், 'காமா சோமா' என்று காரியத்தை ஒப்பேத்திக் கொண்டு போவதற்கும் ஸ்திரீகள் இல்லாவிட்டால் புருஷர்கள் குடித்தனம் பண்ணத் தெரியாமல் திண்டாடித் தெருவில் நிற்க வேண்டியதுதான். இப்படித் தங்களைப் போலவே ஒன்றும் தெரியாத புருஷனைக் கட்டிக்கொண்டு அவதிப்படும் குசேலர் மனைவியிடம் எல்லா ஸ்திரீகளுக்கும் உடனே அநுதாபம் உண்டாகிவிடுவது இயல்பல்லவா?

இயற்கை நடிப்பு

ஒரு நடிகர் எந்தக் கதாபாத்திரத்தின் வேஷம் தரிக்கிறாரோ, ஏறக்குறைய அந்தக் கதாபாத்திரமாகவே அந்தச் சமயத்துக்கு மாறிவிட வேண் டும், அந்தந்த சந்தர்ப்பத்துக்குரிய உணர்ச்சிகளைத் தானே ஸ்வாநுபவமாக உணர்ந்து நடிக்க வேண்டும். அப்போது தான் அவர்களுடைய நடிப்பு இயற்கையாகத் தோன்றி ரஸிகர்களுடைய மனதில் நம்பிக்கையை உண்டாக்குகிறது. கதாநாயகி அழுதால் நாமும் அழுகிறோம்; கதாநாயகன் சிரித்தால் நாமும் சிரிக்கிறோம். அவர்களுக்குக் கோபம் வந்தால் நமக்கும் தாபம் ஏற்பட்டு, ஒரு ஸோடா சாப்பிடுகிறோம்.

மேற்படி நடிப்புத் தத்துவத்தை உணர்ந்து நடிப்பவர்கள் பக்த குசேலர் டாக்கியில் மூன்று பேர் இருக்கிறார்கள். உலக விவகாரம் ஒன்றும் தெரியாமல், தாமரை இலைத் தண்ணீர்போல் வாழ்க்கையில் ஒட்டியும் ஒட்டாமலும் இருக்கும் வைராக்ய சுபாவத்தைப் பாபநாசம் சிவன் வெகு நன்றாய்க் காட்டி யிருக்கிறார். ஸ்ரீ கிருஷ்ண பகவானிடம் அவருக்கிருக்கும் பக்தியுடன் கலந்த சிநேக பாவத்தையும் அற்புதமாய் வெளிப்படுத்தியிருக்கிறார். அவருடைய நடிப்பில் மிகையுமில்லை ; குறைவுமில்லை. வெகு கணக்காயிருக்கிறது. அவருடைய பேச்சும் தொனியும் இயற்கையாகவும் தெளிவாகவும் பாவபூர்வமாயும் இருக்கின்றன.

குசேலரின் பெண்ணாக நடிக்கும் (பால) ஸரஸ்வதி சில இடங்களில் நடிப்புக்கலையின் சிகரத்தை அடைந்திருக்கிறாள். அடுத்த வீட்டுப் பையன் பட்சணங் கொடுப்பதாகச் சொல்லித் தங்களைக் கண்ணை மூடிக்கொள்ளச் செய்து வாயில் மண்ணைப் போட்ட விவரத்தை அவள் சொல்லும்போது, "நாங்க கேக்கவே இல்லை" என்று கூறுமிடத்தில் நமக்கு மயிர்க் கூச்சல் எடுக்கிறது. இன்னும் இரண்டு மூன்று இடங்களிலும் அந்தப் பொல்லாத பெண் நம் மனதை உருக்கிவிடுகிறாள். அவள் ஸ்வாமிக்கு நைவேத்யம் செய்த அப்பளங்களை எல்லாக் குழந்தைகளுக்கும் பகிர்ந்து கொடுத்துவிட்டு, கடைசியில் இரண்டு துண்டைத் தலைக்கு மேல்

தூக்கி, "இது அப்பாவுக்கு ; இது அம்மாவுக்கு" என்று சொல்லும் போது, அவளைப்போல் ஒரு குழந்தையிருந்தால் நாம்கூடக் குசேலராய்ப் போய் விடலாமென்று நினைக்கிறோம்.

ஸுசீலையாகவும், ஸ்ரீ கிருஷ்ணனாகவும் வரும் ஸ்ரீமதி எஸ்.டி.சுப்புலஷ்மி, தமிழ் டாக்கி உலகில் ஒரு 'ரிகார்டு' ஏற்படுத்தியிருக்கிறார்.

ஸுசீலை இடுப்பில் ஒரு குழந்தையுடன் வீட்டுக்காரியம் செய்யும்போது இடையில் தொட்டிலை ஓர் ஆட்டம் ஆட்டுகிறாளே, அந்தக் கணத்தில் நாம் பார்ப்பது டாக்கி

என்பதையேமறந்துவிடுகிறோம். பிறகு ஸுசீலையின் சுக துக்கங்களெல்லாம் நம்முடைய சுக துக்கங்களாகவே மாறிவிடுகின்றன.

ஸ்ரீமதி சுப்புலக்ஷ்மியின் சிரிப்பு, எப்போதும் எதற்கும் சிரித்துக்கொண்டிருக்கும் அசட்டுச் சிரிப்பு அல்லது பைத்தியச் சிரிப்பு ரகத்தைச் சேர்ந்ததல்ல, நகையை வேண்டும்போது அணிந்து வேண்டாதபோது கழட்டி வைப்பதுபோல, அவரும் புன்னகையை வேண்டும்போது அணிந்து வேண்டாதபோது தள்ளிவிடுகிறார். சந்தர்ப்பங்களுக்கேற்ற எல்லாவித பாவங்களையும் முகத்தில் கொண்டுவரும் ஆற்றலை ஸ்ரீமதி எஸ். டி. யிடம் காண்கிறோம்.

சங்கீதம்

இந்த டாக்கி நன்றாயிருப்பதற்குரிய முக்கிய அம்சங்களில் சங்கீதம் ஒன்றல்ல; இது ஒரு சாதாரண அம்சந்தான்.

ஸ்ரீமதி சுப்புலக்ஷ்மிக்குக் கீர்த்தனங்கள் கொடுத்திராமல், சாதாரண வர்ணமெட்டுகளே கொடுத்திருந்தால் நன்றாயிருந்திருக்கும்,

பாபநாசம் சிவன் முதலில் பாடிய இரண்டொரு பாட்டுக்கள் ஏமாற்றத்தை அளித்தன. ஆனால் பின்னால், போகப்போக, அவரிடம் நாம் எதிர் பார்க்கும் உன்னதத்தை அடைகிறார்.

சிவனுடைய சாரீரம் இனிமையானதல்ல; ஆனால் அதிலுள்ள நடுக்கம் அதற்கு ஒரு கம்பீரத்தை அளிக்கிறது. உருக்கமான கட்டங்கள் வரும்போது, அந்த நடுக்கம் உணர்ச்சியைப் பன்மடங்கு பெருக்கிக் காட்டுகிறது.

துவாரகையில் ஸ்ரீகிருஷ்ண பரமாத்மாவின் லீலைகளைச் சித்திரிக்கும் படங்களைப் பார்த்துக்கொண்டே குசேலர் ராகமாலிகையில் அந்த லீலைகளை வர்ணித்துப் பாடுகிறார். அப்போது அந்தச் சித்திரங்கள் உயிர் பெற்று அந்தந்த லீலைகள் உண்மையாக நடப்பதுபோல் காட்டியிருக்கிறார்கள். அந்தக் கட்டத்தில் குசேலரின் உணர்ச்சி ததும்பும் சங்கீதந்தான் அந்தச் சித்திரங்களுக்கு உயிர் அளித்தனவோவென்று நாம் பிரமிக்கின்றோம்.

இந்த டாக்கியில் நாமாவளி பாடப்படும் இடங்களெல்லாம் மிகவும் நன்றாயிருக்கின்றன ; பொதுவாக ஸாஹித்யம் உயர் தரமாயிருக்கிறது.

நடனம்

சாதாரணமாய்த் தமிழ் டாக்கிகளில் நடனம் என்றால், யாராவது ஆங்கிலோ இந்திய ஸ்திரீயோ, ஸ்திரீகளோ வந்து இடுப்பை வளைத்து வளைத்து ஆபாஸமாய்க் கூத்தாடுவதுதான். "பக்த குசேல''ரில் உண்மையான நடனக் கலை தெரிந்தவரின் உயர்தர இந்திய நடனத்தையே வைத்திருக்கிறார்கள். கிட்டத்தட்ட 'கதகளி'யைப் போலிருக்கும் மிஸ் அஸூரியின் நேபாள தேசத்து நடனம் மிகவும் நன்றாயிருக்கிறது.

ஆனால் நடனம் வைக்கப்படும் சந்தர்ப்பந்தான் பொருத்தமாயில்லை. வேண்டுமென்று, இந்த நடனம் வைப்பதற்காகவே பலராமரைக் கொண்டுவந்து இந்த டாக்கியில் திணித்திருப்பது போல் தோன்றுகி றது, உணர்ச்சியற்ற நாடகமேடைப் பேச்சையும் அவரிடம் காண்கிறோம்...பலராமர் மேல் நமக்கு இப்போது வந்திருக்கும் கோபத்தை வீணாக்காமல் இன்னும் ஒருவரையும் கோபித்துக்கொண்டுவிடலாம். அந்தக் காமி சத்தியபாமா ஏன் அப்படிப் பேசும்போதெல்லாம் வேறு பக்கம் பார்த்துக் கொள்கிறாள்? அவள் தான் பேசுகிறாளா? அல்லது வக்காலத்துக் கொடுத்து வேறு யாரையாவது பேசச் சொல்கிறாளா?

எல்லாம் தெரியும் : ஆனால் -

இந்த டாக்கியில் சம்பந்தப்பட்டவர்களுக்கு, ஒரு டாக்கியை நல்லதாகச் செய்வதற்கு வேண்டிய எல்லா விஷயங்களும் தெரிந்திருக்கின்றன ; ஆனால் எவ்விடத்தில் நிறுத்துவது என்பது மட்டுந்தான் தெரியவில்லை. ("உமக்கும் விமரிசனத்தை நிறுத்த வேண்டிய இடம் தெரியவில்லை" என்று அவர்கள் சொல்கிறார்கள். அவர்கள் சொல்லட்டும் ; ஆனால் அது என் காதில் விழுந்தால்தானே!)

பாலகிருஷ்ணன் பேசும்போது அவ்வளவு ஒரே நீட்டாக நீட்ட வேண்டியதில்லை.

ஸ்ரீ கிருஷ்ணபரமாத்மா தலையை அவ்வளவு ஆட்டம் ஆட்ட வேண்டியதில்லை; பகவானுக்குக் கழுத்துச் சுளுக்கிக் கொள்ளப்போகிறதேயென்று ஒவ்வொரு கணமும் பார்ப்பவர்களுக்குக் கவலையாயிருக்கிறது.

குசேலருடைய பற்கள் கொஞ்சம் நீளமாகவே இருந்தாலும், அந்தச் சேவகன் அப்படி அதை எடுத்துக்காட்ட வேண்டியதில்லை.

இரண்டு பெண்டாட்டிக்காரனின் கஷ்டங்களை அவ்வளவு வளர்த்த வேண்டியதில்லை. எத்தனையோ தமிழ் டாக்கிகளில் அடிபட்டுப் போன விகடம் இது, குசேலரைப் பார்த்து ஸ்ரீ கிருஷ்ணன்

குறும்பான புன்னகையுடன், "அண்ணா ! உன் யோக க்ஷேமங்கள் ஒன்றும் சொல்லவில்லையே. உனக்கு மனைவி ஒருத்தியா, இரண்டு பேரா?" என்று கேட்கிறார். இந்த இடம் மிகவும் நன்றாயிருக்கிறது. அத்துடன் விட்டிருக்கலாம்...

படம் பொதுவாக மிகவும் நன்றாயிருப்பதை முன்னிட்டு, நானும் இத்துடன் விட்டுவிடுகிறேன்.

இப்பொழுது நல்ல படமாயிருக்கும் இதே "பக்த குசேலர் "படத்தை, வெகு சுலபத்தில் உயர்தரப் படம் ஆக்கிவிடலாம். ஆறணா செலவில் அப்படிச் செய்யலாம். ஆறணாக கொடுத்து ஒரு நல்ல கத்திரிக்கோல் வாங்கிக்கொள்ள வேண்டும்.

மொத்தம் இந்த டாக்கி 19,000 அடி நீளமுள்ளதாம். இதில் 3000 அடியை மட்டும் வெட்டிவிட்டால், குறைபாடு எதுவுமற்ற உயர்தர டாக்கியாகிவிடும். படமும் இரண்டரை மணிக்குள் முடியும். "ஓ! அது கூடவே கூடாது. ஜனங்கள் மூன்றேகால் மணி டாக்கிதான் வேண்டுமென்று கேட்கிறார்கள்!'' என்று படமெடுத்தவர்கள் சொல்கிறார்கள். ஓ ஜனங்களே! நீங்கள் சுத்த மோசம்! நீங்கள் மட்டும் இல்லாமற் போனால் தமிழ் டாக்கிகள் எவ்வளவு நல்லது நல்லதாயெல்லாம் வந்துகொண்டிருக்கும்?

நட்சத்திரப் படம்

இந்தக் கட்டுரையின் தலைப்பில் ★பக்த குசேலர்★ என்பதற்கு இருபுறத்திலும் இரண்டு நட்சத்திரங்கள் இருப்பதைக் கவனித்திருப்பீர்கள். மேனாட்டில் உயர்தரமான படங்களுக்குத்

தரவாரியாக நட்சத்திரங்கள் கொடுப்பதுண்டு, மூன்று நட்சத்திரப் படம், நாலு நட்சத்திரப் படம், ஐந்து நட்சத்திரப் படம் என்றெல்லாம் சொல்லுவார்கள். இந்த முறையை நாமும் அநுசரிக்க வேண்டுமென்று எனக்கு வெகுநாளாக எண்ணம். ஆனால் இதுவரையில் அதற்குச் சௌகரியம் ஏற்படவில்லை. ஏனென்றால், கால் நட்சத்திரம் அரைக்கால் நட்சத்திரம் எல்லாம் கொடுப்பதற்கு அச்சாபீஸில் வசதி கிடையாது. தமிழ் டாக்கிகளில் "சீதா கல்யாணம்'' "பாமா விஜயம்" "மேனகா" இந்த மூன்றுக்கும் ஒவ்வொரு முழு நட்சத்திரம் கொடுத்திருக்கலாம். இப்போது தான் இரண்டு நட்சத்திரம் பெறக்கூடிய ஒரு படம் வெளிவந் திருக்கிறது. இனி வரும் ஸ்ரீமதி எஸ்.டி.சுப்புலக்ஷ்மியின் படங்கள் மூன்று, நாலு, ஐந்து என்று அதிக நட்சத்திரங்கள் பெறக்கூடியனவாக வருமென எதிர்பார்க்கிறேன்.

திருவனந்தபுரம் சகோதரிகள்

தமிழ்நாட்டில் ஸ்திரீகளுக்கு வைக்கக் கூடிய பெயர்கள் மிகவும் கொஞ்சம் என்று தோன்றுகிறது. டாக்கி சுப்புலக்ஷ்மியைப் பற்றி இத்தனை நேரம் கவனித்தோம். சங்கீத உலகில் ஒரு சுப்புலக்ஷ்மி பெயர் பெற்று விளங்குகிறார். கதாகாலட்சேபத்தில் இன்னொரு சுப்புலக்ஷ்மி ஈடுபட்டு, நமக்கெல்லாம் தெரியாமலேயே பிரசித்தியடைந்திருக்கிறார்.

சென்ற வாரம் மாம்பலம் தியாகராஜ பக்த சபையில் ஸ்ரீமதி சுப்புலக்ஷ்மி பாகவதர், "பீஷ்ம துவிதீயப் பிரதிக்ஞை" என்னும் காலட்சேபம் நடத்தினார். நமக்கு அந்தப் பெயர் வாயில் நுழைவதே கஷ்டமாயிருக்கிறது. கதையும் அதுபோலவே கொஞ்சம் சிக்கலானதுதான். மகாபாரத யுத்தத்தின் ஒன்பதாம் நாளிரவு பீஷ்மர் துரியோதனனிடம், "நாளை அஸ்தமனத்துக்குள் பாண்டவர்களைக் கொன்றுவிடுகிறேன் ; இல்லாவிடில் ஆயுதங்களைக் கீழே போட்டுவிடுகிறேன்'' என்று சபதம் கூறுகிறார். அதன் விளைவான மறுநாள் சம்பவங்கள்தான் கதையின் முக்கியாம்சம். இதைச் சொல்லுகையில் பீஷ்மரின் பழைய சரித்திரம் முழுவதையும் சொல்லியேயாக வேண்டும். தற்கால நாவல்களில்போல, பின்னால் கதையை ஆரம்பித்துப் பழைய சம்பவங்களை இடையிடையே பொருத்தமாயமைத்துச் சொல்வதற்குத் திறமை அதிகம் வேண்டும். இந்தத் திறமை ஸ்ரீமதி சுப்புலக்ஷ்மி பாகவதரிடம் இருக்கிறது. ஸ்பஷ்டமாக வார்த்தைகளை உச்சரித்துத் தெளிவாகக் கதை சொல்கிறார். லேடி பாகவதர்கள் அநேகரிடம் நாம் பார்த்திருக்கும் விகாரமான நீட்டல் இவரிடம் இல்லை. அந்தந்த சந்தர்ப்பத்திற்குரிய உணர்ச்சிகளையும் நன்கு வெளிப்படுத்துகிறார்.

ஸ்ரீமதி சுப்புலக்ஷ்மியின் சாரீரம், கணீரென்று ஒலிக்கும் வெண்கல சாரீரம். காலட்சேப சங்கீதத்துக்கு மிகவும் எடுத்தது. பின்பாட்டுப் பாடும் அவருடைய சகோதரிகள் இருவரும், பாகவதருடன் ஒத்து அழகாய்ப் பாடுகிறார்கள். எல்லாம் சேர்த்து இவர்களுடைய காலட்சேபத்தைப் பெரிதும் விரும்பத்தக்கதாகச் செய்கின்றன.

இந்தச் சகோதரிகள் தாயார் வழியில் காலஞ் சென்ற நீலகண்ட சிவனுடைய பரம்பரையாம். நீலகண்ட. சிவன் என்றால், சங்கீத உலகத்தில் அழுகிற குழந்தைகூடப் பாடத் தொடங்கும் ; "கன்று குரலைக் கேட்டுக் கனிந்து வரும் பசுபோல்" "அம்மாவை வரும்படிக் கூவி அழைக்கும். என்றைக்கு சிவ கிருபை" "நவசித்தி பெற்றாலும்" என்னும், சங்கீத ரஸிகர்களின் உள்ளங்களைக் கொள்ளைகொண்ட சாஹித்யங்களைச் செய்தவர் நீலகண்ட சிவன்தான். அத்தகைய மகானின் பரம்பரையில் வந்த இந்தக் குழந்தைகள் வாக்கு வன்மையிலும், சங்கீதத்திலும் சிறந்து விளங்குவது தமிழர்கள் மிகவும் மகிழ்ச்சியடைவதற்குரிய விஷயம்.

- ஆனந்த விகடன், 21.06.1936

38
சங்கீத ஸதஸ்

புண்யாத்மாக்கள் இப்பூவுலகை விட்டு நீங்கிய பின் போய்ச் சேருமிடம் ஒன்று இருக்குமல்லவா? அங்கே இவ்வருஷத்தில் பெரிய சங்கீத ஸதஸ் கூடப் போகிறதென்பது நிச்சயம். வீணை வித்வான்களில் தலைசிறந்தவரை யமன் முதலில் கொண்டுபோனான். பிறகு மிருதங்க வித்வான்களில் இணையற்றவரை அழைத்துச்சென்றான். வித்வான்கள் எவ்வளவு கெட்டிக்காரர்களாய்த் தானிருந்தாலும், கிரிடிக் இல்லாமற் போனால் சபை சோபிக்காது என்பதை யமன் அறிந்திருப்பதாய்த் தோன்றுகிறது. தென்னிந்தியாவில் சங்கீத கிரிடிக்குகளில் முதன்மை ஸ்தானம் வகித்து வந்த ஸ்ரீமான் சி.ஆர்.சீனிவாசய்யங்காரை இப்போது அழைத்துச் சென்றுவிட்டான். தமிழ்நாட்டு சங்கீதப் பிரியர்கள் ஸ்ரீமான் அய்யங்காருக்கு அளித்திருந்த "சங்கீத விமரிசனாசார்யார்" என்னும் பட்டத்தை யமனும் அங்கீகரித்திருக்க வேண்டும்.

உலகத்தில் இறக்காமலிருப்பதற்கு ஒரே வழிதான் இருக்கிறது; அது பிறக்காமலிருப்பதே. பிறந்தவர்கள் எல்லாரும் ஒருநாள் இல்லாவிட்டால் ஒருநாள் இவ்வுலகத்தைவிட்டுச் செல்ல வேண்டியது தான். (இதை ஏற்கனவே நீங்கள் ஒருவேளை கேள்விப்பட்டிருக்கலாமென்றாலும், என்னிடமிருந்து தெரிந்துகொள்வதில் ஒருவிதத் திருப்தி ஏற்படுமென்று நம்புகிறேன்.)

எத்தனையோ பேர் தான் தினந்தோறும் இவ்வுலகத்தை விட்டுச் செல்கிறார்கள். ஆனால் சிலர் போன உடனே மட்டும், நமக்கு இவ்வுலகம் வெறிச்சென்று காணப்படுகிறது. அவர்கள் இருந்த இடம் எப்போதும் காலியாக இருக்குமென்றே தோன்றுகிறது. இத்தகைய சிலரில் ஸ்ரீமான் சி.ஆர்.சீனிவாசய்யங்கார் ஒருவர்.

தமிழர் வாழ்க்கையில் அவர் வகித்திருந்த ஸ்தானம் எப்போதும் காலியாகத்தானிருக்கும்.

அய்யங்கார் சிறப்பாக மூன்று துறைகளில் தொண்டு செய்து வந்தார். தொண்டின் பலன்களை நாம் அனுபவிக்கிறோம்; நம்முடைய சந்ததிகளும் அனுபவிக்கப் போகிறார்கள். அந்தத் துறைகள் வருமாறு : (1) இலக்கிய வளர்ச்சி; (2) பத்திரிகை வளர்ச்சி; (3) சங்கீத நாட்டியக் கலைகளின் முன்னேற்றம்.

(1) வடமொழியிலிருந்து அநேக காவியங்களை ஸ்ரீமான் சி.ஆர். சீனிவாசய்யங்கார் தமிழில் மொழிபெயர்த்து வெளியிட்டிருக்கிறார். இவற்றில் முக்கியமானது வால்மீகி ராமாயணம். மூல சுலோகங்களின் மொழிபெயர்ப்புடன், முக்கியமான இடங்களில் வெவ்வேறு வியாத்யான கர்த்தர்களின் விசேஷ அர்த் தங்களையும் மொழிபெயர்த்து வெளியிட்டிருக்கிறார். சமீப காலத்தில் தமிழ் மொழியை வளப்படுத்த அநேகர் தொண்டு செய்திருக்கிறார்கள். ஸ்ரீமான் சி. ஆர். எஸ். அவர்களின் தொண்டும் இந்தத் துறையில் அற்பமானதன்று.

(2) தமிழ்நாட்டுக்குப் பத்திரிகைத் தொழிலே புதியது; ஆகவே பத்திரிகைகளில் சங்கீத விமரிசனம் எழுதுதல் புதியது என்று சொல்ல வேண்டியதில்லை. ஸ்ரீமான் அய்யங்கார்தான் இந்தத் துறையில் வழிகாட்டியாக விளங்கினார். அவருடைய சங்கீதக் கட்டுரைகளும், விமரிசனங்களும், சங்கீத வித்வான்களைப் பற்றிய வரலாறுகள், குறிப்புகளும் தமிழ்ப் பத்திரிகை உலகில் ஒரு புது ருசியை ஏற்படுத்தின. இம்முறையில் தமிழ்ப் பத்திரிகை வளர்ச்சிக்கே அவர் அரிய தொண்டு புரிந்திருக்கிறார் என்று சொல்லலாம்.

(3) நம்முடைய சங்கீதத்திலுள்ள குறைபாடுகளைப் போக்கவும், அதை மேன்மையுடையதாகச் செய்ய வும் அய்யங்கார் இடைவிடாது பாடுபட்டு வந்தார். சங்கீதக் கலையில், இசையும் தாளமும் எவ்வளவு முக்கியமோ அவ்வளவு ஸாகித்யமும் முக்கியமென்பதை ஓயாமல் வற்புறுத்தி வந்தார். வித்வான்கள் கீர்த்தனங்களின் ஸாஹித்யத்தைப் பிழைபட உச்சரிக்கும்போதெல்லாம் அவர் பெரிதும் வேதனையடைவார்.

குறைகளை எடுத்துக்காட்டுவதுடன் அவர் நிற்கவில்லை. அவற்றை நீக்கவும் பாடுபட்டார். தியாகராஜ கீர்த்தனங்கள் அவருடைய பரம பக்திக்குப் பாத்திரமாயிருந்தன. அந்தக் கீர்த்தனங்களைச் சுத்தமாகப் பிரசுரிக்கவும், அவற்றின் அர்த்தத்தைத் தெளிவாக எடுத்துரைத்து அனைவருக்கும் விளங்கும்படி செய்பவும் அவர் வெகு பாடுபட்டார்.

அடியோடு மறைந்துபோக இருந்த பரதநாட்டியக் கலைக்குப் புத்துயிர் அளிப்பதற்கும் அவர் பெருமுயற்சி செய்ததுண்டு. சில மாதங்களுக்கு முன்பு ஒரு சமயம் அவருடன் நான் பேசிக் கொண்டிருக்க நேர்ந்தது. சென்ற இரண்டு வருஷத்திற்குள் பரத நாட்டியத்துக்கு ஒரு புது 'மவுஸ்' தமிழ்நாட்டில் ஏற்பட்டிருப்பது குறித்து அவர் மிகவும் சந்தோஷப்பட்டார். ஐந்தாறு வருஷத்துக்கு முந்தித் தமக்கு ஏற்பட்ட ஓர் அநுபவத்தையும் கூறினார். அவருடைய பிரயத்தனத்தின் பேரில் அப்போது மயிலாப்பூர் சபை ஒன்றில் பரத நாட்டியக் கச்சேரி ஏற்படுத்தினார்களாம். கச்சேரிக்கு வந்திருந்தவர்களே மிகவும் சொற்பம். அவர்களிலும் சிலர், கச்சேரி ஆரம்பமாகிச் சிறிது நேரம் ஆனதும் எழுந்திருந்து, "சீ! இது என்ன வெட்கக் கேடு! ஒரு பொம்மனாட்டி தம்தம் என்று குதிப்பது; அதை ஆண்பிள்ளைகள் உட்கார்ந்து வேடிக்கை பார்ப்பதா? டிக்கெட் பணத்தை வாபஸ் கொடுங்கள்" என்று சண்டைபிடிக்கத் தொடங்கி விட்டார்களாம்! "அப்போது அப்படி இருந்தது ; இப்போது என்னடாவென்றால், பரதநாட்டியம் என்று விளம்பரம் செய்ததும் சபையில் இடங்கொள்ளாமல் கூட்டம் வந்து சேர்ந்து விடுகிறது!" என்று வியப்புடனும் மகிழ்ச்சியுடனும் அய்யங்கார் கூறினார்.

அய்யங்காரின் கிராமபோன் பிளேட் விமரிசனங்களின் போக்கு பிற்காலத்தில் பெரிதும் மாறுதலடைந்திருந்ததை நேயர்கள் பலர் கவனித்திருக்கலாம். அபிப்பிராயங்கள் தெரிவிக்கும் விஷயத்தில் அவர் மிகவும் கண்டிப்பாகிவிட்டார் என்பதற்கு ஒரே ஒரு உதாரணம் குறிப்பிடுகிறேன். சென்ற வருஷம் வெளியான ஒரு தமிழ் டாக்கியில் "சங்கீதம் சுகமில்லை" என்ற அபிப்பிராயம் விகடனில் வெளியாகியிருந்தது. இதற்கு மாறாக, அந்த டாக்கியில் "சங்கீதம்

உயர்தரமாயிருந்தது" என்ற சர்டிபிகேட்டை அய்யங்காரிடம் வாங்கி விடுவதற்காகச் சில பெரிய கைகள் முயற்சி செய்தார்களாம். அய்யங்கார் மேற்படி படத்தைப் பார்த்துவிட்டு அபிப்பிராயம் எழுதிக்கொடுத்தார். அதைப் படித்ததும் "சரிதான்; இது 'ஆனந்தவிகடன்' விமரிசனத்தைக் காட்டிலும் மோசமாயிருக்கிறதே !'' என்று சொல்லி, அதைப் பிரசுரிக்காமலே விட்டு விட்டார்களாம். இந்த விவரம் அய்யங்கார் அவர்களே எனக்குத் தெரிவித்ததாகும்.

பெரியவர்களுடைய உண்மைப் பெருமையை அவர்களுடைய சிஷ்யர்கள் அவர்களிடம் வைத்திருக்கும் மதிப்பைக்கொண்டு நிர்ணயிக்கலாம். ஸி. ஆர். சீனிவாசய்யங்கார் அவர்களின் சிஷ்யர்கள் அநேகர். அவர்கள் அவரிடம் வைத்திருந்த பயபக்தி விசுவாசமோ அளவற்றது. அவருடைய சிஷ்யர்களில் ஒருவரான ஸ்ரீமதி அலமேலு ஜயராமய்யர் பத்திரிகைகளுக்கு எழுதியிருக்கும் கடிதத்தில் அவருடைய ஞாபகார்த்தமாக ஆரம்பிக்கப்படும் இந்த நற்காரியத்துக்கும் தாம் ஐந்நூறு ரூபாய் கொடுப்பதாக முன் வந்திருக்கிறார். ஒரு பானை சோற்றுக்கு ஒரு சோறே பதமல்லவா?

ஸ்ரீமதி அலமேலு ஜயராமய்யரைப் போல் இன்னும் பலர் முன் வருவார்களென்பதில் எனக்குச் சந்தேகமில்லை. அய்யங்காரின் ஞாபகத்தை நிலைநாட்டவும் தக்க முயற்சி செய்வார்கள். ஆனால், அவருக்குரிய சிறந்த ஞாபகார்த்தமாக எனக்குத் தோன்றும் காரியம் இதுதான். கச்சேரிகளிலோ, ஆத்மார்த்தமாகவோ பாடுகிற தமிழர்கள் எல்லாரும், தாங்கள் பாடுகிற பாட்டுகளின் சாஹித்யத்தை நன்குணர்ந்து, பிழையில்லாமலும், வார்த்தைகள் சிதையாமலும் பாட வேண்டும். இதைவிட அவருடைய ஆத்மாவுக்குத் திருப்தியளிக்கக்கூடிய காரியம் வேறொன்றுமில்லை .

- ஆனந்த விகடன், 05.07.1936

39

சார்லியின் கடைசிப் படம்

சார்லியின் நிஜ ஸ்வரூபம்

சென்னையில் இப்போது காட்டப்படும் "மாடர்ன் டைம்ஸ்" சார்லி சாப்ளினின் கடைசிப் படம் என்று விளம்பரம் செய்யப்பட்டிருக்கிறது. இது உண்மையா அல்லது நமது தமிழ்நாட்டில் "இதுவே கடைசி நாடகம்'' என்று விளம்பரம் செய்துவிட்டு, பிறகு, "பொதுஜனங்கள் பிடிவாதமாகத் தூக்குப் போட்டுக் கொண்டு தூங்கிப்போய் விடுவோம் என்று அலறியபடியால் இன்னும் மூன்றே நாள் நாடகம் நடத்தப்படும்" என்று தெரிவிக்கிறார்களே, அது மாதிரிதானா என்பது எனக்குத் தெரியாது.

ஆனால் அது உண்மையாயிருக்கும் பட்சத்தில், அதாவது சார்லி சாப்ளின் இனிமேல் படம் எடுக்கப் போவதில்லை என்பது நிஜமாயிருக்கும் பட்சத்தில், அதற்குக் காரணம் என்ன என்பது எனக்குத் தெரியும். அந்தக் காரணம் "இதைவிட நல்ல படமாக இனிமேல் நம்மால் எடுக்க முடியாது. ஆகையால் இத்துடன் நிறுத்திவிட்டு நமது புகழை நிலைநாட்டிக் கொள்வோம்" என்பதுதான்.

வால்மீகி முனிவர் இராமாயணத்தைச் செய்த பிறகு, "புரூருவச் சக்கரவர்த்தியின் கதையை எழுதுகிறேன்" என்று ஆரம்பித்தால் நாம் சிரிக்கமாட்டோமா? அது மாதிரியே "மாடர்ன் டைம்ஸ்"க்குப் பிறகு, சார்லி சாப்ளின் வேறெந்தப் படத்தைக்கொண்டு வந்தாலும் சப்பென்று இருக்குமென்றே பயப்படுகிறேன்.

கதை : தற்காலத்தில் அமெரிக்கத் தொழிலாளிகளின் வாழ்க்கையைச் சித்திரிக்கிறது. கதாநாயகன் ஒரு தொழிலாளி

(சார்லி). கதாநாயகி வேலையிழந்த ஓர் ஏழைத் தொழிலாளியின் பெண். கதாநாயகன் ஆலையில், மரை (நட்) முடுக்கும் வேலையையே இடைவிடாமல் செய்து செய்து பிரமை பிடித்தவனாகிறான். அவன் மனோ சிகிச்சை ஆஸ்பத்திரியில் தள்ளப்படுவது, அங்கிருந்து விடுதலையாவது, பசித்திருந்த தன்னுடைய தங்கைகளுக்காக ரொட்டி திருடிய ஏழைத் தொழிலாளிப் பெண்ணைத் தப்பித்துவிடுவது, சிறைக்கு அனுப்பப்படுவது, அங்கிருந்து விடுதலை, மறுபடி தொழிலாளிப் பெண்ணைச் சந்தித்தல், இருவரும் தனிக்குடித்தனம் செய்தல், வேலை தேடுதல், வேலை பெறுதல், அதனால் விளையும் சங்கடங்கள், ஆலையில் வேலை நிறுத்தம், மறுபடியும் பசிக்கொடுமை இப்படியாகக் கதை சென்று, கடைசியில், இருவருக்கும் நல்ல உத்தியோகம் கிடைத்திருந்த சமயத்தில், அதிகாரிகள் கதாநாயகியைக் கைது செய்ய வருகிறார்கள். சார்லி அவளைத் தப்பித்துவிட்டு இருவரும் தேசாந்திரம் கிளம்புவதுடன் கதை முடிகிறது.

கதை இலட்சியம் : தற்கால இயந்திர நாகரிகத்தினால் விளையும் அநீதிகளையும் கொடு மைகளையும் எடுத்துக் காட்டுவது இந்தக் கதையில் ஊடுருவி நிற்கும் இலட்சியம். லண்டனில் மகாத்மாவைச் சார்லி சாப்ளின் பார்த்துப் பேசியதும், அதன் பிறகு அமெரிக்கா சென்றவுடன் இந்தப் படத்தை ஆரம்பித்த தும் பகிரங்க இரகசியங்கள். அந்தச் சந்திப்பு எவ்வளவு தூரம் இந்தப் படத்துக்குக் காரணமாயிற்று என்று நாம் சொல்வதற்கில்லை. ஆனால் இயந்திர நாகரிகத்தைப் பற்றி மகாத்மாவின் கொள்கைகளை இந்தப் படம் அற்புதமான முறையில் பிரசாரம் செய்கிறதென்பதில் சந்தேகமில்லை...

நவ நாகரிகத்தின் இன்னும் பல அம்சங்களையும் இந்தப் படத்தில் சார்லி பரிகசித்திருக்கிறார். இரண்டு உதாரணங்கள் :

1. கதாநாயகன் ஒரு துணிக் கடைக் காவலனாக அமர்ந்திருக்கும் போது, ஒரு நாளிரவு ஒரு துணிக் குவியலுக்கு அடியில் படுத்துத் தூங்கிவிடுகிறான். மறுநாள் காலையில் கடை திறந்ததும், சில சீமாட்டிகள் துணி வாங்க வருகிறார்கள். அவர்களில் ஒருத்தி, துணிக்குவியலைப் புரட்டியபோது துடை மட்டும் தெரிந்தது. சார்லி அணிந்திருந்த கால் சட்டைத் துணியைக் காட்டி, "அந்தத் துணி வேண்டும்'' என்கிறாள் ! (அது, மிகவும் பழமையான அழுக்கடைந்த கால்சட்டை என்று சொல்ல வேண்டியதில்லை.)

2. சார்லி வேலைக்கமர்ந்த ஹோட்டல்காரனிடம், "அவனுக்குப் பாடத் தெரியும்" என்று கதாநாயகி சொல்லி வைத்து விடுகிறாள். சார்லி, விழுந்து விழுந்து ஒரு பாட்டை நெட்டுருப்

பண்ணுகிறான். ஆனாலும் வார்த்தைகள் மறந்துவிடுகின்றன. கடைசியில், கைச் சட்டை விளிம்பின் பட்டியில் வார்த்தைகளை, எழுதிக்கொடுக்கிறாள். பாட வேண்டிய சமயத்தில் பட்டி எங்கேயோ விழுந்து மறைந்துவிடுகிறது. சார்லி, வேறு வழியின்றி, வார்த்தைகளே இல்லாமல், உளறலாகப் பாடுகிறான். அவன் பாடுவது வார்த்தைகள்போல் தொனிக்கின்றன. ஆனால் ஒரு. வார்த்தைகூட உண்மையில் இல்லை. ஆயினும் சபையோர் ஆரவாரத்துடன் கரகோஷம் செய்து 'ஒன்ஸ்மோர்' போடுகிறார்கள்!

டெக்னிக் : ஒளி, ஒலி, காட்சி அமைப்பு, சம்பவங்களின் துரிதப் போக்கு முதலியவற்றில், நாம் எதிர்பார்க்கக் கூடியது போலவே மிக மேன்மை பெற்று விளங்குகிறது.

முதல் முதலில், டாக்கி ஆரம்பித்ததும், ஓர் ஆட்டு மந்தை அவசரமாய்ப் போவதைப் பார்க்கிறோம். அந்த ஆட்டு மந்தை அப்படியே தொழிலாளிகளாக மாறுகிறது. அத்தொழிலாளிகள் ஓர் ஆலைக்குள் ஓட்ட ஓட்டமாக விரைந்து செல்கிறார்கள். வாழ்நாள்

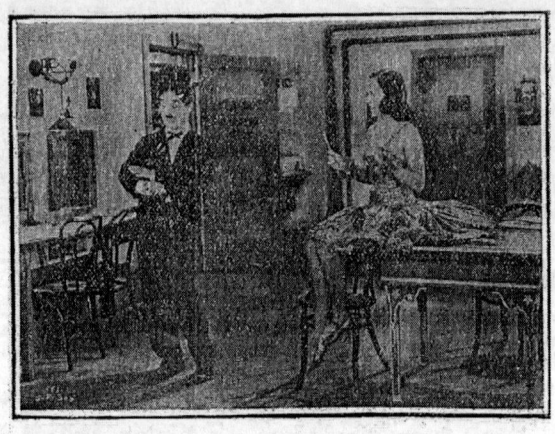

முழுதும் நினைத்து நினைத்து ரஸிப்பதற்கு இந்த ஒரு காட்சியே போதும்.

சிரிப்பும், கண்ணீரும் : சார்லி சாப்ளின் பிரசித்த ஹாஸ்ய நடிகர். ஆனால் அவருடைய ஹாஸ்யத்துக்கும், மற்றவர்களின் ஹாஸ்யத்துக்கும் பெரிய வித்தியாசம் உண்டு. எட்டி காண்டர் முதலியவர்களின் நடிப்பைப் பார்க்கும்போது நாம் உலகத்தையே மறந்து குதூகலமாய் வயிறு வலிக்கும்படி சிரிக்கிறோம். ஆனால் சார்லி சாப்ளின் நடிப்பில் நாம் சிரிக்கும்போதெல்லாம், "ஐயோ! சிரிக்கிறோமே!" என்று நமக்கே அவமானமாயிருக்கிறது. நம்மை ஒருபுறம் சிரிக்கப் பண்ணிக்கொண்டே, இன்னொருபுறம் கண்ணீர்

விடச் செய்யும் ஹாஸ்ய நடிப்பைச் சார்லி ஒருவரிடம்தான் காண்கிறோம். அந்தத் திறமை இந்தப் படத்தில் உச்ச நிலையை அடைந்திருக்கிறது.

இவ்வளவு தூரம் இந்தப் படத்தைப் பற்றி எழுதுவதே அதிகமென்று நினைக்கிறேன். கலை மிகவும் உன்னதத்தை அடையும்போது, அது கேவலம் விமரிசனங்களுக்கெல்லாம் அப்பாற்பட்டதாகிறது. “கண்டவர் விண்டிலர்: விண்டவர் கண் டிலர் ” என்னும் கடவுள் நிலையை அது அடைகின்றது. “மாடர்ன் டைம்ஸ்” ஏறக்குறைய அந்நிலையை அடைந்த படம் என்று சொல்லலாம்.

இந்தப் படத்தைப் பார்க்கிறவர்கள் கொடுத்து வைத்தவர்கள்; பார்த்து ரஸிக்கிறவர்கள் மகா பாக்கியசாலிகள்.

- ஆனந்த விகடன், 19.07.1936

40
விமர்சனம்

நேயர்கள் சிலருடைய கேள்விகளுக்கு இன்று பதில் சொல்லலாமா, சொல்லாமலிருக்கலாமா என்று தீவிரமாக யோசித்ததில், "பதில் சொல்லவும் சொல்லலாம்; சொல்லாமலுமிருக்கலாம்" என்ற முடிவு ஏற்பட்டது. ஆகவே, கோர்ட்டுகளில் சொல்வதுபோல், 'சந்தேகத்தின் நன்மையைக் குற்றவாளிக்கு அளித்துப் பதில் சொல்வதென்று தீர்மானித்தேன்.

கேள்வி (1) : "விகடனில் வரும் டாக்கி விமரிசனங்களைப் பற்றி வேறு சில பத்திரிகைகளில் விமரிசனங்கள் வருகின்றனவே? அவற்றைப் பற்றி நீங்கள் ஏன் ஒன்றும் எழுதுவதில்லை ?

பதில்: முதலாவது காரணம், 'விகடன்' விமரிசனங்களைப் பற்றி வேறு பத்திரிகைகளில் வரும் விமரிசனங்களை நான் படிப்பதில்லை.

இரண்டாவது காரணம், ஷி. நூறாவது காரணம், ஷி.

கேள்வி (2) : வேறு பத்திரிகைகளில் வரும் டாக்கி விமரிசனங்களைப் பற்றி இதுவரையில் நீங்கள் ஒரு தடவையாவது குறிப்பிட்டதில்லை. ஆனால் மற்றவர்கள் சிலர் 'விகடன்' விமரிசனங்களைப் பற்றி அடிக்கடி எழுதுவது ஏன்?

பதில் : 'விகட'னுக்குத் தன்னுடைய அபிப்பிராயங்களில் உறுதி உண்டு. அவை சரியான அபிப்பிராயங்கள், நேயர்கள் அங்கீகரிக்கக் கூடியவை என்ற நம்பிக்கை உண்டு. ஆகையால் தன்னுடைய அபிப்பிராயத்தை எழுதுவதுடன் 'விகடன்' திருப்தியடைகிறான். அந்த உறுதியும் நம்பிக்கையும் இல்லாதவர்கள், 'விகடன்' என்ன சொல்கிறான் என்று பார்த்து, விமரிசனத்துக்கு விமரிசனம் எழுதித் திருப்தியடைகிறார்கள் போலிருக்கிறது.

கேள்வி (3) : 'விகட'னுடைய விமரிசனங்களுக்கு விமரிசனம் எழுதுவதில் அவர்களுடைய நோக்கம்தான் என்ன? அதனால் என்ன பிரயோஜனத்தை அவர்கள் எதிர்பார்க்கிறார்கள்?

பதில் : இம்மாதிரி கேள்விகளுக்கு ஊகமாய்த்தான் பதில் சொல்ல முடியும்.

அவர்களுடைய அபிப்பிராயங்களில் அவர்களுக்கே நம்பிக்கையில்லையாதலால், ஜனங்கள் அதைப் பொருட்படுத்தவில்லையென்பதை அநுபவத்தில் கண்டிருக்க வேண்டும். ஆகையால் விகடன் விமரிசனங்களைத் தாக்கி எழுதினால், "'விகட'னைப் பற்றி என்ன எழுதியிருக்கிறது?" என்று பார்ப்பதற்காகவாவது ஜனங்கள் பத்திரிகை வாங்குவார்கள் என்ற நோக்கமாயிருக்கலாம். இம்மாதிரி 'விகட'னால் சில சகோதரப் பத்திரிகைகள் நன்மையடைவதில் நமக்குச் சந்தோஷந்தான்.

கேள்வி (4): 'விகடன்' விமரிசனங்களைப் பற்றி எழுதுகிறவர்கள் ஏன் கேவலமான துர்ப்பாஷையை உபயோகப் படுத்துகிறார்கள் ?

பதில்: அப்படியா சமாசாரம் ? ஒருவேளை அவர்களுக்கு நல்ல பாஷையில் பயிற்சி இல்லாமலிருக்கலாம்; துர்ப்பாஷைதான் தெரிந்திருக்கக் கூடும்.

கேள்வி (5): பத்திரிகைக்காரர்களின் துர்ப்பாஷையைத் தடுப்பதற்கு வழி ஒன்றும் இல்லையா?

பதில்: துர்ப்பாஷை எழுதுகிறவர்களுக்குத் தண்டனையும் தடையும் அந்தத் துர்ப்பாஷையிலேயே இருக்கின்றன. அச்சு இயந்திரம் உயிரற்றதாதலால் எதை வேண்டுமானாலும் அச்சிட்டு விடும். ஆனால் ஜனங்கள் எதை வேண்டுமானாலும் வாசிக்க மாட்டார்கள். தமிழ் மக்கள் கௌரவமானவர்கள் ; கௌரவமான பாஷையையே அவர்கள் விரும்புவார்கள். வசை மொழியைக் கையாண்ட எந்தத் தமிழ்ப் பத்திரிகையும் இதுவரையில் நீடித்து உருப்பட்டது கிடையாது ; இனியும் உருப்படப் போவதில்லை.

கேள்வி (6): சங்கீதம், டாக்கி, நாட்டியம் முதலிய கலைகளைப் பற்றி உங்களுடைய அபிப்பிராயங்களுக்கு நேர் விரோதமான அபிப்பிராயங்கள் வேறு சில பத்திரிகைகளில் வெளியாகின்றன. அந்த மாறுபட்ட அபிப்பிராயங்களின் தவறை எடுத்துக்காட்டி நீங்கள் ஏன் எழுதுவதில்லை ?

பதில்: இரண்டாவது கேள்விக்குப் பதிலிலேயே இதற்குப் பதிலும் ஒருவாறு அடங்கியிருக்கிறது.

சென்ற ஐந்து வருஷ காலமாக விகடனில் "ஆடல் பாடல்" விமரிசனங்கள் வெளியாகி வருகின்றன. இது விஷயத்தில் 'விகடன்' கடைப்பிடித்து வரும் கொள்கை, தனக்குச் சரியென்று தோன்றும் அபிப்பிரா யத்தைச் சொல்லிவிட்டுத் திருப்தியடைவது தான். மற்றவர்களுடைய அபிப்பிராயங்கள் மாறுபட்டிருக்கும் பட்சத்தில், எது சரியென்று தீர்மானிப்பது வாசகர்களுடைய பொறுப்பு. அநேக தடவைகளில், "விகடனில் விமரிசனங்கள் வருவதற்கு முன்னாலேயே பிற பத்திரிகைகளில் விமரிசனங்கள் வந்துவிடுகின்றன. அவற்றைக் கண்டிக்கவோ, மறுக்கவோ 'விகடன்' முற்படுவதில்லை. நம்முடைய அபிப்பிராயத்தை அதற்குரிய காரணங்களுடன் எடுத்துக் கூறுவது தான் நமது கடமை.

கலையின் பற்பல அம்சங்களைப் பற்றியும் நேர்மையான முறையில் விவாதம் நடத்தலாம். ஆனால் அதற்குரிய பக்குவ நிலைமையை இன்னும் தமிழ்ப் பத்திரிகை உலகம் அடைய வில்லை. விஷயங்கள் வேறு, மனிதர்கள் வேறு என்பதை இன்னும் நாம் உணரவில்லை. மனிதர்களைத் தாக்காமல் விஷயங்களைப் பற்றி விவாதிக்கும் திறமையை அடையவில்லை. வசை மொழியைக் கொள்ளாமல் அபிப்பிராயங்களைக் கண்டிக்கும். சக்தியைப் பெறவில்லை.

இந்நிலைமையில் அவரவர்களுடைய அபிப்பிராயங்களை அவரவர்கள் சொல்லிவிட்டுப் பேசாமலிருப்பதே பத்திரிகைத் தொழிலின் மேன்மைக்கும் உகந்ததாகும். இதைத்தான் 'விகடன்' எப்போதும் கடைப்பிடித்து வந்திருக்கிறான். சகோதரப் பத்திரிகைகளைப் பற்றிச் சந்தர்ப்பம் நேரும்போது. நன்மொழியே கூறி வந்திருக்கிறான். மற்றவர்கள் இந்தப் பத்திரிகை தர்மத்தை அநுசரிக்கவில்லையென்றால், அது அவர்களுடைய பாடு.

கதையில் பொய்த் தாயார் குழந்தையை இரண்டாய் வெட்டிப் பங்கிடச் சம்மதித்தாள்; ஆனால் உண்மைத் தாயாரோ, பிள்ளை பிழைத்திருந்தால் போதும் என்று கதறினாள்.

கேள்வி (7) : கலைகளைப் பற்றி அபிப்பிராய பேதம் ஏன் ஏற்படுகிறது மாறுபட்ட விமரிசனங்கள் ஏன் வெளியாகின்றன? ஒருவருக்கு நன்றாயிருக்கும் சங்கீதமோ, டாக்கியோ இன்னொருவருக்கு மோசமாய்த் தோன்றுவது ஏன்?

பதில்: இது ஒரு பெரிய கேள்வி, ஒரு தனிக் கட்டுரையில்தான் இதற்குப் பதில் சொல்ல முடியும். இன்னொரு சமயம் பார்க்கலாம்.

- ஆனந்த விகடன், *09.08.1936*

41

கலையும் ஒழுக்கமும்

தற்போது தமிழ்நாட்டில் தோன்றியிருக்கும் அநேக ஸினிமா பத்திரிகைகளில் “ஸினிமா ரஸிகன்” என்பதும் ஒன்று, இதன் ஆசிரியர் ஸ்ரீமான் பி.ஆர்.நாராயணன், பி.ஏ. என்பவர். பத்திரிகை நல்ல தாளில் அழகாக அச்சிடப்பட்டுப் படங்களுடன் வெளியாகிறது.

இந்தப் பத்திரிகாசிரியர், “ஸினிமாவில் குடும்ப ஸ்திரீகள் ஈடுபடலாமா?” என்பதாக ஒரு பிரச்னையைக் கிளப்பியிருக்கிறார். “ஈடுபடலாம்; ஈடுபட வேண்டும்; ஈடுபட்டால்தான் மோட்சம்'' என்பது இவருடைய கொள்கை. யாருக்கும், தாம் எந்தக் காரியத்தில் தலையிட்டிருக்கிறார்களோ, அதுதான் உலகத்திலே மிக முக்கியமான பிரச்னை என்று தோன்றுவது இயல்பேயல்லவா? ஸ்பெயினில் நடக்கும் கலகத்தையும், எகிப்து பிரிட்டன் உடன்படிக்கையையும், திருச்சி நகர சபை விபத்தையும், ராஜாஜியின் ராஜீனாமாவையும்விட, ஸ்ரீமான் பி.ஆர். நாராயணனுக்குக் “குடும்ப ஸ்திரீகள்” ஸினிமாவில் ஈடுபடும் விஷயந்தான் பிராணன் போகும் பிரச்னையாய்த் தோன்றுகிறது.

அவர் சமீபத்தில் ஒருநாள் என்னைச் சந்தித்தபோது, “நீங்கள் ஏன் ‘குடும்ப ஸ்திரீகள் ஸினிமாவில் ஈடுபடும்’ விஷயத்தைப் பற்றி ஒன்றுமே எழுதவில்லை? எல்லாரும் எதிர்பார்க்கிறார்களே?” என்றார்.

“எல்லாரும் எதிர்பார்க்க வேண்டாம்; நீங்கள் ஒருவர் எதிர் பார்த்தால் அதுவே எனக்குப் போதும். விஷயம் என்னவென்றால், உங்களுக்குப் போட்டியாக நான் ஒரு கிளர்ச்சி ஆரம்பிக்கலாமென்று எண்ணிக்கொண்டிருக்கிறேன் ” என்றேன்.

அவர் உடனே மிகுந்த பரபரப்புக் கொண்டு கையிலிருந்த காப்பியைக் கடகடவென்று குடித்து விட்டு, “அது என்ன?” என்று கேட்டார்.

‘குடும்ப ஸ்திரீகளே! ஸினிமாவில் ஈடுபடுங்கள்!’ என்று நீங்கள் கிளர்ச்சி செய்கிறீர்கள். ‘ ஸினிமா ஸ்திரீகளே! குடும்பத்தில் ஈடுபடுங் கள்!’ என்று நான் கிளர்ச்சி தொடங்க உத்தேசம்’ என்றேன். “அதையாவது பத்திரிகையில் எழுதிவிடுங்கள்” என்றார், அந்த விடாக்கண்டர்.

இதோ எழுதிவிட்டேன் : ஆகை யால், ஓ ஸினிமா ஸ்திரீகளே! உடனே எழுந்திருங்கள். குடும்பங்களில் ஈடுபடுங்கள். ஒரு மாமியாரை யும், மூன்று நாத்தனார்களையும் தேடிக்கொண்டு மறு காரியம் பாருங்கள்.

★ ★ ★

“குடும்ப ஸ்திரீகள் ஸினிமாவில் ஈடுபடலாமா?” என்னும் பிரச்னையில் உள்ள கோளாறு இதுதான் என்று எனக்குத் தோன்றுகிறது. அப்படி ஒரு பிரிவினை செய்யவே நான் இஷ்டப்படவில்லை. நமது நாட்டில் எல்லாரும் குடும்ப ஸ்திரீகளாக வேண்டுமென்பதுதான் நம்முடைய விருப்பம்.

“குடும்ப ஸ்திரீகள் ஸினிமாவில் சேரக் கூடாது” என்று தக்க காரணங்களின் மேல் ஏற்படும் பட்சத்தில், ஒரு ஸ்திரீயுமே ஸினிமாவில் சேரக்கூடாது என்றுதான் நான் சொல்வேன்.

“இப்போது ஸ்டூடியோக்களின் நிலைமை ஒழுக்கத்துக்கு உகந்ததாயில்லை; ஸ்டூடியோ முதலாளிகள் ஒருமாதிரியானவர்கள்; அங்குள்ள உத்தியோகஸ்தர்களும் அப்படித்தான்; ஆகையால் ஒழுக்கக் கேட்டுக்கு ஏதுவாகிறது” என்று சொல்லும் பட்சத்தில், இத்தகைய நிலைமையின்கீழ் எந்த ஸ்திரீயும் ஸினிமாவில் ஈடுபடுவதை நான் விரும்பவில்லை.

கொள்கையளவிலே பார்த்தால், குடும்ப ஸ்திரீகள் ஸினிமாவில் நடிப்பதற்கு எவ்விதத் தடையும் நான் சொல்ல முடியாது. “ஸ்திரீகள் இந்த வரையில்தான் போகலாம் ; இதற்கு மேல் போகக் கூடாது” என்று வரையறை ஏற்படுத்த நமக்கு என்ன பாத்தியதை இருக்கிறது?

“சாத்திரங்கள் பல பல கற்பராம்
சவுரியங்கள் பல பல செய்வராம்
மூத்த பொய்மைகள் யாவு மழிப்ப ராம்
மூடக் கட்டுக்கள் யாவுந் தகர்ப்ப ராம்''

என்று புது யுகத்துப் பெண்களைப் பற்றிப் பாரதியார் பாடினார். அது எல்லாத் துறைகளிலும் இப்போது உண்மையாகி வருவதைக் காண்கிறோம். சென்ற முப்பது வருஷ காலத்தில் நம் கண் முன்னே இந்த விஷயத்தில் பெரிய மாறுதல் ஏற்பட்டிருக்கிறது.

ஸ்திரீகள், ஆண்பிள்ளைகளுடன் உட்கார்ந்து கலாசாலைகளில் படிக்கிறார்கள் . ஆபீஸ்களில் உத்தியோகம் பார்க்கிறார்கள்.

நகர சபைகளிலும், ஜில்லா போர்டுகளிலும் அமர்கிறார்கள். பொது மேடைகளில் ஏறிப் பிரசங்கம் செய்கிறார்கள். முப்பது வருஷத்துக்கு முன்னால் இதெல்லாம் சொப்பனத்திலே கூடக் கண்டிருக்க முடியாது.

பழைய காலத்தில், ஸ்திரீகள் வாழ்க்கையில் எந்தத் துறையிலும் ஈடுபடாதிருந்தபோது, சங்கீதம், நாட்டியம் முதலிய கலைகளை வளர்க்கும் பொறுப்பு தேவதாசிகள் என்னும் தனி வகுப்பாரிடம் இருந்தது; அப்படிப் பிரித்து வைப்பதற்கு அவசியமும் இருந்தது. இப்போது அந்த அவசியம் கிடையாது.

ஒரு பக்கத்தில் ஸ்திரீகள் எல்லா வாழ்க்கைத் துறைகளிலும் ஆண்களுடன் 'சரிநிகர் சமான'மாக முன்னுக்கு வர வேண்டுமென்கிறோம். மற்றொரு புறத்தில் தேவதாசித் தொழிலை ஒழித்துவிட வேண்டுமென்கிறோம் ; அந்தக் குலத்தினரும் அதில் பெரிதும் சிரத்தை கொண்டிருக்கிறார்கள்.

சமூகத்தின் மனப்பான்மையில் ஏற்பட்டிருக்கும் இந்த மாறுதல் காரணமாக, கலைகளை ஒரு தனி வகுப்பாரிடம் குடும்பத்தில் ஈடுபடாத வகுப்பாரிடம் ஒப்படைக்க வேண்டிய அவசியம் இல்லாமல் போய்விட்டது.

மற்றக் கலைகளுக்குச் சொன்னதுதான், ஸினிமாவுக்கும். ஆனால், இதிலிருந்து "குடும்ப ஸ்திரீகளே! ஸினிமாவில் சேருங்கள்!" என்னும் பிரசாரம் அவசியம் என்று நான் கருதவில்லை. ஸினிமாவில் நடிப்பதற்குத் தகுந்தவர்கள் நமது குடும்ப ஸ்திரீகளில் லட்சத்தில் ஒருவர் இருப்பார்களா என்பது சந்தேகம்: அப்படி யாராவது இருந்து, அவர்களுக்கு ஸினிமாவில் நடிக்க ஆசையும் இருந்து, அவர்களுக்கு வேண்டியவர்களும் சம்மதித்தால், நான் அதை ஆட்சேபிக்கமாட்டேன் ; ஆனால் தீவிரமான எச்சரிக்கை ஒன்று மட்டும் கொடுப்பேன் :

"சகோதரியே! ஜாக்கிரதை! பணத்தாசை கொண்டு அவசர அவசரமாய் கண்டிராக்டில் கையெழுத்துப் போட்டுவிட்டுப் பின்னால் கண்ணீர்விட்டு அழுதவர்கள் அநேகர் உண்டு. எந்த கம்பெனிக்காரர்கள் உன்னை நடிக்க அழைக்கிறார்கள், அவர்களுடைய யோக்யதை என்ன, எந்த ஸ்டூடியோவில் படம் எடுக்கிறார்கள், என்ன கதை, டைரக்டர் யார், உடன் நடிப்பவர்கள் யார், அவர்கள் மரியாதையுள்ளவர்களா என்னும் விவரங்களையெல்லாம் தெரிந்துகொண்டு, எல்லாம் திருப்திகரமாயிருந்தால், ஒப்பந்தத்தில் கையெழுத்துப் போடு; கொஞ்சமாவது சந்தேகமிருந்தால், வேண்டாம்."

★ ★ ★

பொதுவாகப் பார்க்கும்போது, தற்சமயம் தமிழ்நாட்டில் கலை அபிமானம் அதிகம் பரவியிருக்கிறதென்றும், கலைகள் புத்துயிர் பெற்று வளர்ச்சியடைந்து வருகின்றனவென்றும் சொல்லலாம். இந்தக் கலை வளர்ச்சியினால் ஒழுக்கத்திற்கு நன்மை விளைந்திருக்கிறதா, தீமை விளைந்திருக்கிறதா? மொத்தத்தில் நன்மை விளைந்திருக்கிறதென்றே நான் கருதுகிறேன்.

ஸ்ரீமதி பால ஸரஸ்வதியின் கலியாணம் இதற்கு ஒரு நிதரிசனமாகும். கோகலே மண்டபத்தில், தேவதாவி வகுப்பைச் சேர்ந்தவர்களைக் கச்சேரி செய்ய அனுமதிப்பதில்லையென்று விதி ஏற்படுத்தியிருக்கிறார்கள். ஸ்ரீமதி பாலஸரஸ்வதிக்குக் கலியாணம் ஆனபிறகு, அவர் அங்கு பரதநாட்டியக் கச்சேரி நடத்த அனுமதிக்கப்படுகிறார்.

அவர் இந்தக் கௌரவமான நிலைமையை அடைந்ததற்குக் காரணம் தற்காலத்தில் தமிழ்நாட்டில் பரவியிருக்கும் கலையபிமானந்தான் என்பதில் சந்தேகமில்லை.

டாக்கிகளைத் தான் எடுத்துக்கொள்ளலாமே? ஏற்கெனவே ஜீவனத்துக்காகத் துன்மார்க்கத்தைத் தொழிலாகக் கொண்டிருந்த ஸ்திரீகள் பலர், டாக்கியில் நடித்துப் பணமும் புகழும் அடைந்தபிறகு கௌரவமான வாழ்க்கை நடத்துகிறார்கள். இப்படிப் பார்க்கும்போது, தமிழ் டாக்கிகள் கூடச் சன்மார்க்கத்துக்கு ஓரளவு துணை செய்திருக்கின்றன என்று சொல்லலாம். ,

ஒன்று நிச்சயம். பகவானால் சிருஷ்டிக்கப்பட்ட எந்த ஸ்திரீயும், கொடிய வறுமைத் துன்பத்துக்கு ஆளானாலன்றி, துன்மார்க்கத்தை ஜீவனோபாயமாகக் கொள்ளச் சம்மதிக்க மாட்டாள். கௌரவமான தொழில் ஏதேனும் கிடைத்தால் உடனே துன்மார்க்கத்தைவிடச் சம்மதியாதவர்கள் ஒருவருமே இருக்கமாட்டார்கள்.

தமிழ்நாட்டில் இப்போது ஏற்பட்டிருக்கும் கலையபிமானம், அநேக ஏழை ஸ்திரீகளை துன்மார்க்க வாழ்விலிருந்து கரையேற்றி, சமூக வாழ்க்கையைத் தூய்மைப் படுத்துவதற்கு ஒரு சாதனமாகலாம் என்று எனக்குத் தோன்றுகிறது.

ஜே மீராபாய்!

கிராமபோனைப் பரிகாசம் செய்யாதவர்கள் இக்காலத்தில் யாருமில்லை. ஆனாலும் அதை ஒழித்துவிட வேண்டுமென்று சொல்ல யாரும் முன் வருவது கிடையாது. எவ்வளவுதான் அதனால் தொல்லைகள் நேர்ந்தாலும், எவ்வளவுதான் நாம் வேண்டாத போதெல்லாம் வேண்டாத பாட்டெல்லாம் பாடி அது தமது காதைத் தொளைத்தாலும், கையில் பணம் கிடைக்கும் போது நாமும் ஒரு கிராமபோன் வாங்கித் தொலைக்கத்தான் ஆசைப்படுகிறோம்.

பொதுவாக, அடுத்த வீட்டுக் கிராம போன்களின் மீதுதான் நமக்குக் கோபமே தவிர, நம் வீட்டில் ஒரு கிராமபோன் இருந்துவிட்டுப் போவதில் ஆட்சேபம் கிடையாது. அடுத்த வீட்டுக்காரர்களைப் போல் கொம் உபயோகமற்ற பிளேட்டுகளையெல்லாம் வைத்து உபத்திரவிப்போமா? நல்ல, பேஷான பிளேட்டுகள்தானே வைப்போம்?

சமீபத்தில், "நம்முடைய வீட்டிலும் ஒரு கிராமபோன் இருந்து விட்டுப் போகட்டும்'' என்று நான் எண்ணுவதற்குக் காரணமாயிருந்தது "மீராபாய்" நாடக ஸெட். சென்ற வாரத்தில் ஐந்து நாடக ஸெட்டுகளை நான் பொறுமையுடன் கேட்டேன். அவற்றைக் கேட்க, ரொம்ப ரொம்பப் பொறுமை தேவையாயிருந்தது. அவைகளில், ஆறு பிளேட்டுகள் அடங்கிய "மீராபாய்" ஸெட் *(N. 8387 8392)* ஒன்றுதான் தேறிற்று, தேறியது மட்டுமல்ல; மற்ற நான்கு ஸெட்டுகளையும்விட இது எவ்வளவோ உயரத்தில் இருந்தது.

கதை : பக்தி ரஸம் ததும்புவது. மீராபாய், ஒரு ராஜபுத்ர சிற்றரசனின் மனைவி. ஸ்ரீ கிருஷ்ண பரமாத்மாவிடம் அளவிலாத பக்தி பூண்டு ஆடிப்பாடி பூஜித்து வந்தவள். அவளுடைய மகிமையைக் கேள்வியுற்ற அக்பர் சக்கரவர்த்தி, மாறுவேடத்துடன் வந்து, அவளுடைய பக்தி பரவசத்தைப் பார்த்து மகிழ்ந்து, ஒரு நவரத்ன மாலையை அவள் பூஜித்த கிருஷ்ண விக்ரகத்துக்கு அளித்துப் போனார். இதை அறிந்த மீராபாயின் கணவன், அவள்மேல் சந்தேகங்கொண்டு, சிறையிலிட்டுத் துன்புறுத்தினான். பிறகு நாட்டைவிட்டு வெளியேற்றினான். அக்பர் இதையறிந்து மிக்க துயரமடைந்து ராணாவுக்கு உண்மையை விளக்கி ஓலை அனுப்பினார். பிறகு, இவ்விருவரும் காட்டில் சந்தித்து, மீரா பாயைத் தேடிக்கொண்டு போகிறார் கள். துவாரகையின் வீதிகளில் பஜனை செய்துகொண்டிருந்த மீராபாயைக் காண்கிறார்கள். அவள் கணவன் அவளிடம் மன்னிப்புக் கோரித் திரும்ப அழைக்கிறான். மீராபாய், தான் பகவானுக்கே உரிமைப்பட்டவள் என்று கூறி, கண்ணனைக் கூவியழைத்து, ஜோதியில் கலந்துவிடுகிறாள். "ஜே மீராபாய்!" என்ற கோஷத்துடன் கதை முடிகிறது.

இந்த அரிய கதையின் பக்தி ரஸம் குன்றாமலும், எவ்வித ஆபாஸத்தையும் புகுத்தாமலும் எடுத்திருக்கிறார்கள். அக்பர் எழுதிய கடிதத்தில் "நீ மீராபாயை அழைத்துக்கொள்ளாவிட்டால் படையுடன் போருக்கு வருவேன்" என்று குறிப்பிட்டிருப்பது மட்டும் அசந்தர்ப்பம். மனைவியிடம் புருஷனுக்குள்ள சந்தேகத்தைப் போக்க விரும்புகிறவர் இந்தப் பயமுறுத்தும் முறையைக் கையாளமாட்டார்.

சங்கீதம்: பொதுவாக உயர் தரமாயிருக்கிறது. மீராபாயாக நடித்திருப்பவரின் குரலில் இனிமையும் உருக்கமும் கலந்திருக்கின்றன. முதலில் ஆரம்பிக்கும் நாமாவளியே நம் உள்ளத்தை இளகச் செய்துவிடுகிறது. பின் அவர் பாடும் பாட்டுகள் எல்லாமே நன்றாயிருக்கின்றன. கடைசியில் அவர் பாடும் "மேரே திரிதா கோபால்" என்னும் மீராபாய் கீதம் பக்திமான்களுக்குப் பரவசமளிக்கக் கூடியது என்றே சொல்லலாம். மீரா பாயின் கணவனும், அக்பர் சக்கரவர்த்தியும்கூட நன்றாய்ப் பாடுகிறார்கள். மீராபாயின் கணவனும் அவன் சகோதரியும் தர்க்கம் செய்யும்போது பாடும் பாட்டுகள் மட்டும் கொஞ்சம் மட்டரகமாயிருக்கின்றன.

இந்தக் கதைக்குப் பெரும்பாலும் ஹிந்துஸ்தானி மெட்டுகளில் பாட்டுக்கள் அமைத்திருப்பது பொருத்தமேயாகும். காதுக்கு அலுப்பு உண்டாகாதபடி மெட்டுகளை மாற்றி மாற்றி அமைத்திருப்பதையும் பாராட்ட வேண்டும்,

சம்பாஷணை தெளிவாகவும், பாவ பூரணமாகவும் எல்லோருமே பேசுகிறார்கள். பேச்சைக் கொண்டு மட்டும் பார்த்தால், இதில் மீராபாயாக நடித்திருப்பவர் மிகச் சிறந்த நடிகையாகக் கூடும். சில இடங்களில் அவர் நம் கண்ணில் ஜலம் வரப் பண்ணி விடுகிறார். மீராபாயின் கணவராக நடிப்பவரும் இதில் பின் வாங்கவில்லை, "மீரா! மீரா!" என்று அவர் கதறும் இடத்தில் நமக்கு மயிர்க்கூச்சு, உண்டாகிறது. ஆண் நடிகர்கள் (ராணாவும் அக்பரும்) பேசும் சமயங்களில், குரலில் வித்தியாசம் இல்லாமையால், தனித் தனி இருவர் பேசுகிறார்கள் என்பதை உணர்வது சிறிது சிரமமாயிருக்கிறது. ஆணும் பெண்ணும் பேசும்போது இந்தக் குறை தோன்றுவதில்லை.

"மீராபாய்" ஒரு சிறந்த நாடக ஸெட் வீடுகளில் வாங்கி வைத்துப் பெரியோர்களும் குழந்தைகளும் கேட்டு அனுபவிக்கத் தகுந்தது என்பதில் சந்தேகமில்லை.

- ஆனந்த விகடன், *23 .08.1936*

42
அபிப்பிராய பேதம் - 1

சங்கீதக் கச்சேரிகளில் அடிக்கடி நான் பார்த்திருக்கும் ஓர் இளைஞர் என்னை ஒருநாள் சந்தித்தார். பரம சாதுவைப்போல் பேசிக்கொண்டிருந்தார். 'திடும்'மென்று ஒரு பெரிய பாறாங்கல்லைத் தூக்கி என் தலையில் போட்டார்.

“ஆமாம்; நீங்கள் செம்மங்குடி சீனிவாசய்யர் கச்சேரியை இவ்வளவு தூரம் அநுபவிக்கிறீர்களே; அப்படிப்பட்டவர் முசிறி பாட்டும் நன்றாயிருக்கிறதென்று எப்படிச் சொல்கிறீர்கள்?'' என்றார்.

அவர் இந்த மட்டோடு விட்டாரே என்று சந்தோஷப்பட்டேன். இந்த சங்கீத ரஸிகரைப் போன்ற சாப்பாட்டு ரஸிகர்கள் சிலர் உண்டு, அவர்கள் பக்கத்தில் உட்கார்ந்து சாப்பிடும் துரதிர்ஷ்டம் உங்களுக்கு நேர்வதாக வைத்துக்கொள்வோம். அவர்களுக்கு முருங்கைக்காய் பிடிக்காது, உங்களுக்குப்பிடிக்கும் என்றும் வைத்துக்கொள்வோம். நீங்கள் முருங்கைக் காய் சாப்பிடுவதை அவர்கள் பார்த்துவிட்டு என்ன சொல்வார்கள், தெரியுமா? “ஐயைய! முருங்கைக் காயா சாப்பிடுகிறீர்கள் ? முருங்கைக் காய்! முருங்கைக் காயைப் போய் மனுஷன் சாப்பிடுவானா?'' என்பார்கள்.

இப்படி ஒன்றும் ஆரம்பிக்காமல் விட்டதற்காக அந்த சிநேகிதருக்கு நன்றி கூறி ஏதோ சமாதானமும் சொல்லியனுப்பினேன். அப்போதே கர்வங் கட்டிக் கொண்டேன் இந்த 'அபிப்பிராய பேத'த்தைக் கொன்றுபோட்டுவிடுவதென்று! இதோ, தொடர்ச்சியான சில கட்டுரைகளின் மூலம், அதை நிதானமாகக் கொல்லத் தொடங்குகிறேன்.

★ ★ ★

கலைகளின் விஷயத்தில் அபிப்பிராய பேதம் ஏன் ஏற்படுகிறது?

இந்தக் கேள்விக்குப் பதில் சொல்லும் விஷயத்திலும் அபிப்பிராய பேதம் ஏற்படக்கூடும். எனக்குத் தெரிந்த வரையில், எல்லா காரணங்களையும் ஒவ்வொன்றாய்ச் சொல்லிவிடுகிறேன். கடைசியில் வேண்டுமானால் 'ஓட்' எடுத்து முடிவு செய்யலாம்.

அபிப்பிராய பேதம் ஏற்படுவதற்கு இயற்கையான காரணங்களும் இருக்கின்றன; செயற்கைக் காரணங்களும் இருக்கின்றன. இயற்கையான காரணங்களுக்கு இடங்கொடுத்துத்தான் ஆக வேண்டும். செயற்கைக் காரணங்களை ஒழிப்பதற்கு முயல வேண்டும். ஏன் ஒழிக்க வேண்டும் என்று கேட்டால், சாதத்தில் கல் கிடந்தால் ஏன் பொறுக்கி எறிகிறோம்? அதுபோலத்தான். செயற்கையாக ஏற்படும் அபிப்பிராய பேத காரணங்களை விலக்கினால்தான், கலைகளின் இன்பத்தை நாம் நன்கு அநுபவிக்க முடியும்.

அபிப்பிராய பேதத்துக்குரிய முதலாவது இயற்கைக் காரணம், மனிதர்களுடைய இயற்கைதான். ரொம்பவும் தெளிவாக விளங்கிவிட்டதல்லவா ? விஷயத்தை இவ்வளவு தெளிவாக விட்டுவிட்டால், எழுதுகிற எனக்காவது வாசிக்கிறவர்களுக்காவது கௌரவமாயிராதாகையால், சிறிது குழப்பிப் பார்க்கலாம்.

"லோகோ பின்ன ருசி" என்று தேவ பாஷையாகிற ஸம்ஸ்கிருதத்திலே சொல்லியிருக்கிறார்கள். தேவ பாஷையில் பொய் சொல்லமாட்டார்கள் என்பது உங்களுக்குத் தெரிந்திருக்கலாம். ஏனென்றால், தேவ பாஷையில், உள்ளது உள்ளபடி சொல்வதற்கே பல் உடைபடும் ; தாடைகள் நோவு எடுக்கும்; அப்படியிருக்க அந்த பாஷையில் பொய் கற்பனை செய்து சொல்வது எவ்வளவு கஷ்டம்? ஆகவே, தமிழில் 100 வார்த்தைக்கு 50 பொய் வீதம் சொல்லக் கூடுமென்று வைத்துக்கொண்டால், ஸம்ஸ்கிருதத்தில் கேவலம் ஒரு வார்த்தைக்கு ஒரு பொய்க்குமேல் சொல்ல முடியாது என்பதை நாம் அறிய வேண்டும். இதை அறிந்தால்தான், காளிதாஸன் என்ன, பவபூதி என்ன, பட்டபாணன் என்ன, இவர்கள் எல்லாம் எவ்வளவு மகத்தான சிரமம் எடுத்து அவர்களுடைய மகா காவியங்களை இயற்றியிருக்க வேண்டும் என்பதை அறியக்கூடும். நிற்க.

"லோகோ பின்ன ருசி" எனும் வாக்கியத்தில், உலகில் மனிதர்கள் அநேக வித ருசி உடையவர் என்பது நமக்கு தெரிவிக்கப்பட்டிருக்கிறது. இந்த அதிசயம் ஒன்றும் கிடையாது. உண்மையில், அதிசயம் என்னவென்றால், ...களில் வித்தியாசம் இவ்வளவு குறைவாயிருக்கிறதே என்பதுதான்.

இதோ ஒரு குஞ்சாலாடு என் கையில் இருக்கிறது. அது எனக்குப் பிடிக்கிறது; உங்களுக்குப் பிடிக்கிறது; உங்களுடைய பாட்டிக்குப் பிடித்திருக்கிறது ; அவருடைய பேரனுக்கும் பிடிக்கிறது. ஐயோ! கையிலிருந்த குஞ்சாலாட்டைக் காணோமே? ஓ! அது அடுத்த வீட்டுக் கிட்டுவுக்கும் பிடிக்கிறது என்று தெரிகிறது; நான் கொஞ்சம் பராக்குப் பார்த்தபோது பயல் கொண்டுபோய் விட்டான்! இதிலிருந்து தெரிவது என்ன? நம்மில் அநேகம் பேருக்குக் குஞ்சாலாடு விஷயத்தில் ருசி ஒன்றாயிருக்கிறதென்பது தான். இதிலுள்ள ஆச்சரியம் என்னவென்பது தெரிகிறதா?

நேயரே! தயவுசெய்து ஒரு முகம் பார்க்கும் கண்ணாடியைக் கையில் எடுத்துக்கொள்ளும். உமது முகத்தை அதில் பாரும். எப்படியிருக்கிறது? கேட்பானேன், அழகு சொட்டத்தான் சொட்டுகிறது. போகட்டும்; இப்பொழுது உமக்குத் தெரிந்தவர்களுடைய முகங்களையெல்லாம் ஞாபகப்படுத்திக்கொள்ளும். வீதியில் போகிறவர் வருகிறவர் எல்லாருடைய முகங்களையும் கவனித்துப் பாரும். இரண்டு முகங்கள் ஒன்றுபோல் இருக்கின்றனவா?

இந்த உலகத்தில் இந்த நிமிஷத்தில் 160 கோடி ஜனங்கள் இருக்கிறார்கள். அவர்களில் எந்த இரண்டு பேருக்காவது ஒரே மாதிரி முகங்கள் உண்டா? கிடையவே கிடையாது. இரட்டைப் பிள்ளைகளாய்ப் பிறந்தவர்களுக்குக்கூட ஏதாவது கொஞ்சம் வித்தியாசம் இருக்கத்தான் செய்கிறது.

இது மட்டுமல்ல. இந்த உலகம் தோன்றின காலத்திலிருந்து எத்தனையோ கோடானு கோடி ஜனங்கள் பிறந்து வளர்ந்திருக்கிறார்கள். அவ்வளவு கோடானு கோடி பேரிலும் எந்த இருவருக்கும் ஒரே விதமான முகம் இருந்தது கிடையாது. இது எப்படி உனக்குத் தெரியுமென்றால், சொல்லக் கேள்விதான், நேரில் பார்த்தது கிடையாது என்பதை ஒப்புக்கொண்டுவிடுகிறேன். சென்றவாரத்தில் ஒரு சிறந்த கலா ரஸிகர் இந்த மகத்தான ஆச்சரியத்தை எனக்கு எடுத்துக் கூறினார் ; அவர் அது விஷயத்தைப் பார்த்துத் தெரிந்துகொண்டுதான் சொல்லியிருக்க வேண்டும்.

இது இப்படியிருக்கிறதல்லவா? அதாவது நம்மில் ஒருவர் முகத்தைப் போல் இன்னொருவர் முகம் இல்லாமலிருக்கிறதல்லவா? அதாவது இந்த ஒரு சாண் முகத்தின் அமைப்பில் கோடி கோடி கோடானு கோடி வித்தியாசங்கள் இருக்கின்றன அல்லவா?

ஆனால் மனுஷ்யர்களுடைய ருசியில் இவ்வளவு வித்தியாசங்கள் இருக்கின்றனவா என்று பாருங்கள். கிடையவே கிடையாது.

எத்தனையோ விஷயங்களில் ஆயிரக் கணக்கானவர்களின் ருசி ஒரே விதமாயிருக்கிறது.

“ அழுகையென்றால், எல்லாரும் அழுவது ஓர் அழுகையா? பொம்மலாட்டத்தில் புதுக்கோட்டை சாமிநாதக் குருக்கள் முகாரி ராகத்தில் அழ வேண்டும், கேட்க வேண்டும்” என்று எங்கள் இவர் தாத்தா அந்த நாளில் சொல்வதுண்டு. இதே அபிப்பிராயம் இன்னும் எத்தனையோ ஆயிரம் பேருக்கு இருந்ததென்பதை நான் அறிவேன்.

அதே மாதிரி இந்நாளிலும் அநேகம் பேருடைய ருசி ஒரே விதமாயிருப்பதைக் காண்கிறோம். ஆகையினால்தான் ஒரு சில சங்கீத வித்வான்களுடைய பாட்டுக் கச்சேரிகளுக்குத் திரும்பத் திரும்ப ஜனங்கள் வந்து கூடுகிறார்கள். குறிப்பிட்ட ஒரு நடிகர் மேடையில் தோன்றுகிறாரென்றால், ஜனங்கள் அடிதடி செய்துகொண்டு கொட்டகையில் பிரவேசிக்கிறார்கள்.

இப்படியாக, முக வேற்றுமையைக் காட்டிலும் நமக்குள் மன வேற்றுமை குறைவாயிருப்பதைக் காண்கிறோம். இன்னும் உள்ளே சென்று பார்த்தோமானால், ஆத்மாவில் வேற்றுமையே கிடையாதென்பதை அறிவோம். பரமாத்மா ஒருவரே; அவரிடமிருந்து சிதறிய துளிகளே ஜீவாத்மாக்களாதலால், அந்த ஜீவாத்மாக்களிடம் வேற்றுமையே கிடையாது. ஒவ்வொரு ஜீவாதமாவுக்கும் தனித்தனி மனம், புத்தி, சித்தம், தேகம் எல்லாம் உண்டு. ஆத்மாவுக்குச் சமீபத்திலுள்ள மனம் புத்தி ஆகியவைகளில் வேற்றுமை குறைவாயிருப்பதையும், ஆத்மாவிலிருந்து தூரத்திலுள்ள தேகங்களில் வேற்றுமை அதிகமாகயிருப்பதையும் காண்கிறோம்; கண்டு ஆச்சரியக் கடலில் மூழ்குகிறோம்.

இந்த ஆத்ம தத்வ விசாரணை இத்துடன் முடிவடைகிறது. நேயர்களிடையில் உயிர்ச்சேதம் ஒன்றும் நேரிடவில்லையே? பிழைத்தேன். மேலே அபிப்பிராய பேதத்துக்குப் போகலாம்.

கலைகளின் விஷயத்தில் அபிப்பிராய பேதம் ஏற்படுவதில் ஆச்சரியம் ஒன்றும் கிடையாது, அபிப்பிராய பேதம் இவ்வளவு குறைவாயிருப்பதுதான் வியப்புக்குரியது என்று முடிவு செய்தோம். இப்போது சங்கீத விஷயத்தில் அபிப்பிராயபேதம் எதனால் ஏற்படுகிறதென்று கவனிக்கலாம்.

★ ★ ★

சங்கீதத்தில் மூன்று பிரதான அம்சங்கள் இருக்கின்றன. (1) காதுக்கு இன்பமளிப்பது; (2) மூளைக்கு மகிழ்ச்சி தருவது; (3) இருதயத்துக்கு ஆனந்தம் ஊட்டுவது.

இந்த மூன்றில், ஒவ்வொருவருக்கு ஒவ்வொரு அம்சம் முக்கியமாகத் தோன்றலாம். அவரவர்கள் விரும்பும் அம்சம் எந்த வித்வானிடம் அதிகம் காணப்படுகிறதோ, அவருடைய பாட்டுத்தான் ஓசத்தி என்று அவர்கள் துணியைப் போட்டுத் தாண்டத் தயாராயிருப்பார்கள்.

என் வரையில், மேற்கூறிய மூன்று அம்சங்களும் பொருந்தியிருக்கும் சங்கீதத்தைத்தான் பரிபூரண சங்கீதமென்று சொல்லுவேன். ஆனால் அவ்வாறு மூன்றும் பொருந்தியிருக்கும் சங்கீதம் இக்காலத்தில் மிகவும் அரிதாகவேயிருக்கிறது. ஆகையால், மூன்றில் இரண்டு அம்சங்கள் இருந்தாலும் சந்தோஷமாய் அநுபவிக்கத் தயாராயிருப்பேன். அதுகூட வேண்டாம் ; மூன்றிலும் ஓரம்சமாவது பூரணமாக இருந்தாலும் எனக்குப் போதும், அதற்கும் குறையும் சங்கீதம் கேட்கும்போதுதான் எனக்கு அமிர் தாஞ்சனத்தைத் தேடுதல் அவசியமாகிறது.

★ ★ ★

செவிக்கு இன்பமளிப்பது, சாரீர சம்பத்தைப் பொறுத்தது. சாரீரம் நாமாகத் தேடிப் பெறக் கூடியதன்று. இறைவன் அருளால் பெற வேண்டியது.

தமிழ்நாட்டில் கச்சேரி செய்கிறவர்களுக்குள் வெகு சிலருக்குத்தான் இனிமையான சாரீரம் உண்டு. அவர் கள் பாக்கியசாலிகள். ஆனால் சாரீரத்தின் குறையைக் கூட ஓரளவு சாமர்த்தியத்தினால் ஈடுசெய்துகொள்ளக் கூடும். ஒரு கெட்டிக்கார வித்வானுக்கு ஒருநாள் தொண்டை கம்மியிருந்தது. அவர் ஒரு கச்சேரி முழுவதும் மேல் ஸ்தாயியை எட்டிப் பாராமலே பாடிப் பூர்த்தி செய்துவிட்டார். கச்சேரி நன்றாயுமிருந்தது. இம்மாதிரி தம் சாரீரத்தின் இயல்பையுணர்ந்து அடக்கியும் சுருதியுடன் சேர்ந்தும் பாடுவதால், சாரீரத்தில் சுக பாவத்தை விருத்தி செய்துகொள்ளலாம். இதைத் 'தளுக்'காய்ப் பாடுவது என்று சிலர் சொல்வார்கள். நமக்கு, அவர்கள் தளுக்காய்ப் பாடினாலென்ன, குலுக்காய்ப் பாடினால் என்ன? கச்சேரி நன்றாயிருந்தால் சரி.

பிறகு, மூளைக்கு மகிழ்ச்சி தரும் அம்சம். வித்வானுடைய வித்தைத் திறமையினாலும், கற்பனா சக்தியினா லும் இந்த அம்சம் சோபிக்கிறது. பாடகர்பாடகிகள் பலர் தங்கள் குருவினிடம் அப்யாஸம் செய்த அளவுக்கு மேல் ஒரு படிகூடத் தாண்டா தவர்களாயிருக்கிறார்கள். அவர்களுடைய கச்சேரிகள் எல்லாம் ஒரு நாள் கேட்பது போலவே இன்னொரு நாள் இருக்கும்.

நாலு கச்சேரி கேட்டு விட்டால், அப்புறம் கேட்க வேண்டியதேயில்லை. வேறு சிலரோ, தங்களுடைய மனோ தர்மத்துக்கு இடங்கொடுத்து ஸ்வரங்களின் விதவிதமான சேர்க்கையினால் ஜால வித்தை செய்கிறார்கள். இவர்களுடைய பாட்டிலேதான் மூளைக்கு மகிழ்ச்சி ஏற்படுகிறது. ஆனால், சங்கீதத்தின் இந்த அம்சத்தை அறிந்து அநுபவிக்கக் கூடியவர்கள் சிறுபான்மையோர்தான். இவர்கள் அநேகமாய்ப் பண்டித மனப்பான்மை கொண்டவர்கள். இவர்களுடைய முகங்களைப் பார்த்தாலே சண்டைக்காரர்கள் என்று தெரியவரும். பாடகர்கள், வக்கிரமான ஸ்வரங்களையோ, தாளங் களையோ கையாளும்போது இவர்களுடைய உற்சாகம் உச்ச நிலையையடையும். சாரீர சுகமோ, ஸாஹித்யத்தின் தெளிவோ இவர்களுக்கு அவசியமில்லை. வித்தைத் திறமையுள்ள பாட்டுத்தான் பாட்டு ; மற்றதை மனுஷன் கேட்பானா..?

சங்கீத உலகில், மேற்கூறிய இரு அம்சங்களின் அவசியத்தை எல்லாரும் உணர்ந்திருக்கிறார்கள். சிலருக்கு அவை சித்தியாகின்றன, சிலருக்குச் சித்தியாவதில்லை. என்றாலும், அவற்றின் அவசியத்தை உணராதவர்கள் கிடையாது. ஆனால், மூன்றாவது அம்சமாகிய இருதய பாவத்தின் அவசியத்தையே முக்காலே மூன்று வீசம் பேர் உணரவில்லை; வெகு சிலர்தான் தெரிந்துகொண்டிருக்கிறார்கள்.

இருதயத்துக்கு ஆனந்தமளிக்கக் கூடிய சங்கீதத்தில், ஸாஹித்யம் மிக முக்கியத்தை அடைகின்றது. பாடுகிறவர் ஸாஹித்யத்தின் பொருள் நயத்தில் ஆழ்ந்துவிடுகிறார். ஒவ்வொரு வார்த்தையின் அர்த்த பாவத்துக்கு ஏற்ப இசையை அமைக்கிறார். பாட்டுக் கேட்பவர்களையும் தம்முடன் அவர் அந்த இருதய உலகத்திற்குள் அழைத்துச் சென்றுவிடுகிறார். அவர்கள் அச்சமயத்திற்கு ராகம், தாளம், ஸ்வரம் எல்லாவற்றையும் மறந்து ஸாஹித்யத்தின் விஷயத்திலேயே மனதைச் செலுத்தி மெய் மறந்துவிடுகிறார்கள். பாட்டில், பகவானை உருக்கமாக வேண்டினால் இவர்கள் கண்ணீர் விடுகிறார்கள்; பகவானைக் கோபித்துக்கொண்டால் இவர்களுக்கும் கோபம் வந்து கண்கள் சிவக்கின்றன; பகவானைப் பரிகாசம் செய்தால் இவர்களும் உதட்டைப் பிதுக்குகிறார்கள்.

இம்மாதிரி மெய்மறக்கச் செய்யும் இருதய பாவம் பொருந்திய சங்கீதத்தைத்தான் நான் பரிபூரண சங்கீதம் என்று ஒப்புக்கொள்வேன். ஆகையினால்தான் இந்த அம்சத்தின் அவசியத்தை உணர்ந்து

கையாளுகிற இரண்டொரு சங்கீத வித்வான்களின் பாட்டைக் கேட்கும்போது எனக்கு அடங்கா மகிழ்ச்சி ஏற்படுகிறது.

மணி கச்சேரி ஸெட்

"மணி கச்சேரி ஸெட்" என்றால், தமிழ்ப் பண்டிதர்களின் நடையில், மணியின் கச்சேரி ஸெட் என்று விரியும். மணியான கச்சேரி ஸெட் என்றும் விரித்துக் கூறலாம்.

ஜனங்களின் மனோபாவத்தையும், அதில் அவ்வப்போது ஏற்படும் மாறுதல்களையும் நம்மைவிடக் கிராமபோன் கம்பெனிக்காரர்கள் நன்கு அறிந்திருக்கிறார்கள். அதற்கேற்ப அவர்கள் புதிது புதிதாய் ஏதாவது செய்துகொண்டிருக்கிறார்கள்.

நாடக ஸெட்டுகள் கிளம்பி, வீட்டுக்கு வீடு பார்வதி கல்யாணமும், வள்ளி திருமணமும், கோவலனும், அல்லி அர்ஜுனாவுமாய் அமர்க்களப்பட்டதா? அத்துடன் நில்லாமல் இப்போது "கச்சேரி ஸெட்" கொண்டு வந்திருக்கிறார்கள்.

"கச்சேரியென்றால், நாலரை மணியும் ஐந்து மணியும் ஆகிறது; யார் கேட்டுக்கொண்டிருப்பது?" என்று ஒரு புகார் எழுந்தது. "இவ்வளவுதானே? நாலு மணிக் கச்சேரி கேட்பது கஷ்டம் என்றுதானே சொன்னீர்கள்? இதோ அரை மணியில் முடியும் கச்சேரி தருகிறோம். வீட்டில் 'விச்ராந்தியாய்' உட்கார்ந்த படி கேட்கலாம். ஆறு பிளேட் அடங்கிய ஸெட் விலை ரூ.13□ என்றார்கள்.

இப்படியாக வெளியாகியிருக்கும் கச்சேரி ஸெட்டுகளில், மதுரை ஸ்ரீமான் மணி அய்யரின் கச்சேரி ஸெட்டை என்னுடைய இசைத் தட்டு ஜாபிதாவில் சேர்த்திருக்கிறேன். இதற்குக் காரணம், விளம்பரங்களில் காண்பதுபோல், மணி அய்யர் காலஞ்சென்ற புஷ்பவனத்தின் சகோதரர் பிள்ளை என்பதன்று; பிளேட்டுகள் நன்றாயிருக்கின்றன என்பதுதான்.

மேலே குறிப்பிட்ட மூன்று அம்சங்களில், மதுரை மணியின் சங்கீதத்தில் சிறந்து விளங்குவது இரண்டாவது அம்சம். அவருடைய

பாட்டு சங்கீதாபிமானிகளுடைய மூளைக்கு நல்விருந்தாகும். அவர் பழைய தலைமுறையைச் சேர்ந்த மகா வித்வான்களின் மத்தியில் இருந்திருக்க வேண்டியவர். மனோ தர்மத்துடன் ஸ்வரங்களைப் புதிய புதிய கற்பனைகளுடன் விதவிதமாகச் சேர்த்துப் பொழியும் திறமை அவரளவு உடையவர்கள் இன்று வெகு சிலரே இருக்கிறார்கள். இந்தத் திறமையைக் கூடியவரையில் வெளிப்படுத்த வேண்டுமென்பதுதான் அவருடைய நோக்கமாயிருக்கிறது. அதற்குத் தகுந்தாற்போல் அவர் பாட்டுக்களைத் தேர்ந்தெடுக்கிறார். மேற்படி கச்சேரி ஸெட்டில் அடங்கிய பாட்டுக்களின் ஜாபிதாவைப் பாருங்கள் :

நம்பர்	பாட்டு	ராகம்
G. E. 632	ஸ்ரீ ரகுகுல	ஹம்ஸத்வனி
	அநுராகமுலேனி	ஸரஸ்வதி
G. E. 633	விடஜால துரா	ஜதரஞ்சனி
	மருகேலரா	ஜயந்த ஸ்ரீ
G. E. 634	ராக ஆலாபனம் தாளம்	கல்யாணி
G. E. 635	பல்லவி ஸ்வரம்	”
G. E. 636	எத்தனை விதங்கள் தான்	ராகமாலிகை
G. E. 637	ஏமி ஸேயுது	பரஸ்
	மாதர் பிறை	தேவ காந்தாரி
	நிறைமதிமுக	ஹம்ஸத்வனி

எல்லாக் கீர்த்தனங்களும், ‘துக்கடா’க்களுங்கூட அபூர்வ ராகங்களிலேயே அமைந்தனவாயிருப்பதைக் காண்கிறோம். பிரதான ராகத்தையும், ராகமாலிகையில் வரும் ராகங்களையும் மட்டும் எல்லாருக்கும் தெரிந்த ராகங்களாக , எடுத்துக்கொண்டு விட்டார் ; அந்த ராகங்களிடம் ஏதோ பெரிய மனது பண்ணியே அப்படி அவர் எடுத்திருக்க வேண்டும்.

இந்தக் கச்சேரி ஸெட்டில் நடு நாயகமாக விளங்குவது, கல்யாணி ஆலாபனமும், தானமும் அடங்கிய பிளேட் கல்யாணி ராகத்தினுடைய பூரண சௌந்தரியத்தையும் பிழிந்து சாராம்சத்தை யெடுத்து மணி அய்யர் இந்த பிளேட்டில் கொடுத்திருக்கிறார். இந்த ஒன்றுக்காக மட்டுமே இந்த ஸெட் ரஸிகர்களின் வீட்டில் இருப்பதற்கு யோக்யமாகக் கூடியது, ஆனால் ஆறு பிளேட்டுகளிலும் ஓரிடத்தில்கூட அப்பழுக்குச் சொல்வதற்கு இடமில்லாத ஸ்வர சுத்தமான உயர்தர சங்கீதத்தையே கேட்கிறோம்.

தமிழ்க் கீர்த்தனம் ஒன்றையாவது சேர்த்திருக்கலாமே என்று எனக்கு முதலில் தோன்றியது. ஆனால் கம்பெனிக்காரர்கள் இந்த ஸெட்டைப் பற்றி வெளியிட்டிருக்கும் பிரசுரத்தைப் பார்த்ததும் அந்த எண்ணம் மாறிவிட்டது, ராகமாலிகையில் பாடியிருக்கும் தாயுமானவர் பாடலின் முதல் வரியை,

"எத்தினை விதங்க தான்
கற்கினுங் கேட்கினுங் மென்"

என்று அச்சிட்டிருக்கிறார்கள். தமிழன்பர்களின் சார்பாக நான் கிராமபோன் கம்பெனிக்காரர்களிடம், மன்றாடிக் கேட்டுக் கொள்வதென்ன வென்றால், "வேண்டாம்! உங்களுக்குப் புண்ணியமாய்ப் போகட்டும். எங்கள் தமிழை மன்னித்து விட்டுவிடுங்கள், அந்தப் பொல்லாத ஆந்திரர்களின் தெலுங்கு பாவையே கொல்லுங்கள்" என்றுதான்.

- ஆனந்த விகடன், 06.09.1936

43

அபிப்பிராய பேதம் - 2

"'லோகோ பின்னருசி' என்னும் அழகான வாக்கியத்தை எடுத்துக் கையாண்டிருந்தீர்களே, ரகுவம்சத்திலிருந்து..." என்பதாகச் சென்ற இதழ் 'ஆடல் பாட'லைப் படித்த ஒரு நண்பர் ஆரம்பித்தார்.

"ஆமாம் ; ரகுவம்சம் எவ்வளவு அழகான காவியம்?" என்றேன்.

"காளிதாஸன், என்ன, சாமான்யமான கவியா?" என்றார் நண்பர்.

"நன்றாயிருக்கிறதே? காளிதாஸன் மகா கவியல்லவா? காளிதாஸனைப் போல் வேறு யார் அந்த இடத்தில் அந்த வாக்கியத்தை அவ்வளவு பொருத்தமாய்ப் போட்டிருக்க முடியும்?"

"வாஸ்தவந்தான். இந்துமதியின் சுயம்வரத்தைப் பற்றிய கட்டம் ரொம்ப ருசியானதல்லவா?"

"கேட்பானேன்? இந்துமதியின் சுயம்வரத்தைக் காளிதாஸன் வெகு அழகாக வர்ணிக்கிறான் இல்லையா?"

"அற்புதமாய்ச் சொல்கிறான் : 'அத்தனை ராஜாக்கள் வந்திருந்தார்களே ? அவர்கள் எல்லாரும் மேன்மை பொருந்தியவர்கள்தானே? அப்படியிருக்க இந்துமதி ஏன் அஜ மகாராஜனைத் தேர்ந்தெடுத்தாள்? இதற்கு வேறு காரணம் சொல்ல முடியாது; 'லோகோ பின்னருசி' என்று முடித்திருக்கிறான். எவ்வளவு அழகாயிருக்கிறது !"

"ஆமாம். காளிதாஸனுடைய கவிதா சக்தியைப் பற்றிக் கேட்பானேன்? அவனுடைய சாகுந்தலத்தில் இம்மாதிரி எவ்வளவு அழகான இடங்கள் இருக்கின்றன!"

இவ்வாறு, அந்த சிநேகிதருடைய வாயிலிருந்து விஷயத்தைக் கிரஹித்துக்கொண்டு, அதே சமயத்தில் ஸம்ஸ்கிருத இலக்கியத்தில் எனக்குள்ள சாங்கோபாங்கமான ஞானத்தைப் பற்றி அவரைத் திகைப்படையச் செய்து அனுப்பினேன்.

★ ★ ★

அத்தனை மன்னர்களுக்குள் இந்துமதி அஜ மகாராஜனை ஏன் வரித்தாள் என்பதற்குக் காரணம் சொல்ல முடியாது என்று காளிதாஸன் சொன்னானல்லவா? கலைகள் விஷயத்திலும் இது ஓரளவு பொருந்தும். சங்கீதத்தில் உள்ள முக்கியமான மூன்று அம்சங்களைச் சென்ற இதழில் குறிப்பிட்டிருந்தேன். அதில் செவிக்கின்பம் என்னும் அம்சத்தை மட்டும் எடுத்துக் கொள்ளலாம். செவிக்கின்பத்துக்கு முக்கிய ஆதாரமாயிருப்பது சாரீரம். "எது நல்ல சாரீரம்?" என்பதைப் பற்றி ஒரே விதமான அபிப்பிராயம் எல்லா ருக்கும் இருக்கும் என்று நினைக்கிறீர் களா? கிடையவே கிடையாது.

நல்ல சாரீரம் என்றால் கீச்சுக்குரல்தான் என்பது சிலருடைய அபிப்பிராயம். எனக்கோ, கீச்சுக்குரல் பிடிப்பதேயில்லை. கீச்சுக்குரல் உள்ளவர்கள் மேல் ஸ்தாயிக்குச் சென்று பாடும்போது என்னுடைய காதுகளை வண்டுகள் தொளைப்பது போன்ற உணர்ச்சி உண்டாகிறது. சற்று நேரத்துக்கெல்லாம் தலை வேதனை ஏற்படுகிறது.

நான் கேட்டிருக்கும் சாரீரங்களுக்குள் மிகச் சிறந்தது எது என்று கேட்டால், ஸைகாலுடைய சாரீரம்தான் என்று சொல்வேன். அதிலும் அவர் கீழ் ஸ்தாயியில் பாடும்போது எனக்குப் பரவசம் உண்டாகிறது. தமிழ்நாட்டில், ஸைகாலுடைய சாரீரத்துடன் ஒருவாறு ஒப்பிடக்கூடிய, சுகபாவமுள்ள சாரீரம் செம்மங்குடி சீனிவாசய்யருடையதுதான் என்று நான் கருதுகிறேன் அதாவது, தொண்டைகட்டாமல் நல்ல நிலைமையிலிருக்கும்போது. ஆனால் "செம்மங்குடி சீனுவிடம் சாரீரம்தான் மோசம், மூக்கால் பாடுகிறார்" என்று சொல்கிறவர்களும் இருக்கிறார்கள். இந்த அபிப்பிராய பேதத்துக்கு 'லோகோ பின்னருசி' என்பதைத் தவிர வேறு காரணம் சொல்வதற்கில்லை.

பிறகு, ராகங்களைப் பற்றிக்கூட இவ்வாறு இயற்கையான அபிப்பிராய பேதங்கள் ஏற்படுகின்றன. சிலருக்குக் காம்போதி, யதுகுல காம்போதி, கரகரப்ரியா, முகாரி, பியாகடை, செஞ்சுருட்டி போன்ற ராகங்கள்தான் பிடிக்கும். இந்த ராகங்களை இரண்டாந்தரப் பாடகர்கள் பாடினாலும் அவர்கள் உருகிவிடுவார்கள். வேறு சிலரோ

இந்த பாகங்களைக் கண்டாலே வெறுப்பார்கள். "சீ! வெறும் அழுகை!" என்பார்கள். அவர்கள் கல்யாணி, வராளி, அடாணா போன்ற ராகங்களிலேதான் உற்சாகங் கொள்வார்கள்.

இம்மாதிரியான அபிப்பிராயங்களை விவாதத்தினாலாவது வேறு எந்த முறையினாலாவது தீர்க்க முடியாது. இவ்வாறு இயற்கை நியதியால் ஏற்படும் அபிப்பிராய பேதங்களுக்கு இடங் கொடுப்பதும் அவசியமாகும். ஆனால் இந்த 'பின்ன ருசி' யானது நம்மைக் குறுகிய நோக்கமுள்ளவர்களாய்ச் செய்வதற்கு மட்டும் இடங் கொடுக்கக் கூடாது.

சில கலை அபிமானிகள் விஷயத்தில் வித்தியாச அபிப்பிராயமும் அது சம்பந்தமான விவாதமும் மிகவும் குறுகிய மனப்பான்மையை வளர்த்துவிடுவதைப் பார்க்கிறோம். ஒரு வித்வானுடைய சாரீரமோ, பாடும் பாணியோ அவர்களுக்குப் பிடித்துவிட்டால், "அது ஒன்றுதான் பாட்டு; மற்றதெல்லாம் பாட்டே யில்லை" என்று சொல்லத் தொடங்குகிறார்கள். வர வரப் பிறருடைய பாட்டைக் கேளாமலே "மோசமாய்த்தானிருக்கும்" என்று தீர்மானித்து விடுகிறார்கள்.

இத்தகைய குறுகிய மனப்பான்மை கலைகளின் வளர்ச்சிக்குப் பெரிதும் பாதகமானது என்று சொல்ல வேண்டியதில்லை. இந்த மனப்பான்மை வளர்ந்தால், புதிதாகக் கிளம்பும் இளம் பாடகர்கள் முன்னுக்கு வருவதற்கு இடமில்லாமல் போகும்.

சங்கீதக் கலை மேன்மையடைய வேண்டும் என்னும் சிரத்தையுள்ளவர்கள், விசால மனப்பான்மையுடன் எல்லாருடைய சங்கீதத்தையும் கேட்டு நல்ல அம்சங்களை அநுபவிக்கவும், புதிதாய்ப் புறப்படும் இளம் வித்வான்களின் பாட்டைக் கேட்டு அவர்களுக்கு ஊக்கமளிக்கவும் சித்தமாயிருக்க வேண்டும்.

சென்ற வருஷம் வரையில் அத்தகைய புதிய பாடகர்களின் பாட்டுகளைக் கேட்கும் சந்தர்ப்பத்தை எழும்பூர் ஜகந்நாத பக்த சபையார் நமக்கு அளித்து வந்தார்கள். இவ்வருஷத்தில் ஸ்ரீ வேங்கடேச பக்த சபையார் அத்தகைய சந்தர்ப்பத்தை ஏற்படுத்தித் தருவதுபற்றி அவர்களுக்கு நன்றி செலுத்துகிறேன்.

வேங்கடேச பக்த சபை

மேற்படி சபையின் ஆதரவில் ஒய்.எம்.சி.ஏ. மண்டபத்தில் இதுவரையில் மூன்று கச்சேரிகள் நடந்திருக்கின்றன. இளம் வித்வான்களைப் பிரபலப்படுத்துவதற்காக இந்தச் சபையார் ஒரு சிறந்த முறையைக் கையாளுகிறார்கள். அது என்னவென்றால்,

இளம் பாடகர்களுக்குப் பிரபல பக்க வாத்தியக்காரர்களைப் போடுவது; பிரபல பாடகர்களுக்கு அவ்வளவு பிரசித்தியில்லாத பக்க வாத்தியக்காரர்களை ஏற்படுத்துவது. உத்தேச நோக்கம் நிறைவேறுவதற்கு இது பேஷான முறையல்லவா?

முதல் இரண்டு கச்சேரிகளிலும் விளம்பரப்படுத்தப்பட்ட பிரபல பக்கவாத்தியக்காரர்களில் பாலக்காட்டு மணி மட்டுந்தான் வந்திருந்தார்; பிடில் வித்வான்கள் ஆஜராகவில்லை. அதனால் என்ன மோசம்? சங்கீதாபிமானிகளின் கவனத்தைக் கவர வேண்டுமென்பதுதானே முக்கிய நோக்கம்? நோட்டிஸில் பெயரைப் போட்டவுடனேயே இந்த நோக்கம் ஓரளவு நிறைவேறி விடுகிறதல்லவா?

இரண்டாவது கச்சேரியில், கோபு என்று சொல்லப்படும் மருத்துவக் குடி இராஜகோபாலய்யர் என்பவர் பாடினார். இவர் சங்கீத அபிமானிகளால் கவனிக்கப்பட வேண்டிய புள்ளிகளில் ஒருவர் என்று தெரிய வந்தது. சரக்கு இவரிடம் அபாரமாயிருக்கிறதென்பதில் சந்தேகமில்லை. ஆனால் அந்தச் சரக்கு முழுவதையும் வெளிப்படுத்துவதற்குத் தொண்டையின் பூரண ஒத்தாசையும் கிடைக்கவில்லையென்று தோன்றியது. என்னை விட, நமது சித்திரக்காரர் 'மாலி'க்குக் 'கோபு'வின்மேல் அசாத்திய அபிமானம் ஏற்பட்டது. "சித்திரம் போடுவதற்கு இவரைவிடத் தகுந்தவர் எனக்கு எங்கே கிடைக்கப் போகிறார்?" என்று அவர் கதறிவிட்டார். தலையைச் சாய்த்துப் போட்டு, நெற்றியில் பொட்டை இட்டு, அந்த மூக்குக் கண்ணாடியையும் மாட்டினாரோ இல்லையோ, இதோ, 'கோபு' பிரத்யட்சமாய்

வந்துவிட்டார். மூக்கு, வாய் போடுவதற்கு அவசியமே ஏற்படவில்லை.

இந்தச் சித்திரத்தில் அடங்கிய உயர் திறமையை அநுபவிப்பதற்காகவாவது நீங்கள் அடுத்த தடவை 'கோபு'வின் கச்சேரி நடக்கும்போது போய்க் கேளுங்கள் ; பார்க்கவும் செய்யுங்கள்.

மூன்றாவது. கச்சேரியில், முசிறி சுப்பிரமண்ய ஐயர் பாடினார். சாரீரம் வெகு நன்றாய் ஒத்துக்கொண்டிருந்தது. அன்று அவர் பாடிய சில புதிய பாட்டுக்கள், முக்கியமாக, "மாயேத்வம் யாஹி" என்று

ஆரம்பமாகும் கீர்த்தனம், செவிக்கும் இருதயத்துக்கும் ஒருங்கே விருந்தாயமைந்தன.

அன்று அவருக்குப் பக்கவாத்தியங்களாக ஒரு பிடில், ஒரு மிருதங்கம், ஒரு கஞ்சிரா, ஒரு கடம், ஒரு மோர்சிங் இவ்வளவையும் ஏற்படுத்தியிருந்தார்கள். இவ்வளவு பக்க வாத்தியங்களிலும் சபையோரின் செவிகளையும் கண்களையும் ஒருங்கே கவர்ந்தது கட வாத்தியந்தான். கொத்தங்குடி சீனி வாசய்யருக்குத்தான் அந்த கட வாத்தியத்தில் எவ்வளவு பற்றிருக்க வேண்டும்! இல்லாவிட்டால் அவ்வளவு உற்சாகம் வருமா? பிறகு விசாரித்ததில், சீனிவாசய்யர் மொத்தம் நாற்பது பானைகள் விதவிதமான சுருதிகளில் சேர்த்து நம்பர் போட்டு வைத்திருக்கிறாரென்று தெரிந்தது. இந்தப் பானைகளுக்காக அவர் ரூபாய் முந்நூறு செலவு செய்திருக்கிறாராம். இதையெல்லாம் கவனிக்கும்போது 'கட வாத்திய புனருத்தாரணத்துக்காக ஒரு பெரிய இயக்கம் ஆரம்பிக்க வேண்டியதுதான்' என்று தோன்றுகிறது.

இதுபோன்று, செவிக்கும் கண்களுக்கும் விருந்தாகக்கூடிய அநேக கச்சேரிகளை ஸ்ரீ வேங்கடேச பக்த சபை ஏற்படுத்திக் கொடுக்குமென்று ஆசையுடன் நம்பிக்கொண்டிருக்கிறேன்.

- ஆனந்த விகடன், 13.09.1936

44
அபிப்பிராய பேதம் - 3

ஸ்ரீமதி ஸுப்பம்மாள் அல்லது ஸ்ரீமான் ஸுப்பராமய்யர் அல்லது ஸ்ரீமான் ஸுந்தர மூர்த்திப் பிள்ளை பாட்டுப் பாடுகிறார்.

அந்தப் பாட்டை இரண்டுபேர் கேட்கிறார்கள். அவர்களிடம் "பாட்டு எப்படியிருந்தது?" என்று நாம் கேட்கிறோம். ஒருவர் "ஆகா! பாட்டு ஸுஸ்வரமாய் நன்றாயிருந்தது" என்று பதில் சொல்கிறார். இன்னொருவர், "சிவசிவா! ஸுஸ்வரமா யிருந்ததா? ஸுஸ்வரத்தில் முதல் எழுத்து ஸு; பாடகர் பெயரிலும் முதல் எழுத்து ஸு; மற்றப்படி ஸுஸ்வரத்துக்கும் இந்தப் பாட்டுக்கும் ஸ்நானப் பிராப்திகூடக் கிடையாது" என்று சொல்கிறார்.

இவ்வளவு ஒன்றுக்கொன்று நேர் மாறான அபிப்பிராயங்களை சங்கீத உலகில் கேட்டிருக்கிறோம். இந்த இரண்டு பேரும் உண்மையாகவும், மனப்பூர்வமாகவுமே மேற்படி மாறுபட்ட அபிப்பிராயங்களை வெளியிடுகிறார்கள். (சொந்த விருப்பு வெறுப்புகளினாலோ வேறு காரணங்களினாலோ கூறப்படும் கோணல் அபிப்பிராயங்களை இங்கே நாம் கவனிக்கவில்லை. அவைகளைப் பின்னால் பார்க்கப் போகிறோம்.) இந்த மாறு பாட்டுக்குக் காரணம் என்ன?

அந்த இரண்டு பேரில் ஒருவருடைய காது நல்ல பாட்டைக் கேட்டுக் கேட்டுப் பண்பட்டிருக்க வேண்டும்; மற்றவர் நல்ல பாட்டை இந்த ஜன்மத்தில் கேட்டிருக்க மாட்டார். ஏன், போன ஜன்மத்தில்கூட ஒருவேளை கேட்டிருக்க மாட்டார். ஏனெனில், அதிகமாய் சங்கீதம் கேட்டிராதவர்களில்கூட அநேகரிடம் 'ஸுஸ்வரம் எது? அபஸ்வரம் எது?' என்று உணரும் சக்தி இருக்கிறது. இதற்கு, இவர்கள் பூர்வ ஜன்மத்தில் நல்ல சங்கீதம் யதேஷ்டமாய்க் கேட்டிருக்க வேண்டும் என்பதைத் தவிர வேறு என்ன காரணம் சொல்ல முடியும்?

ஆகவே, கலைகளில் அபிப்பிராய பேதம் ஏற்படுவதற்கு மனிதர்களுக்கு இயற்கையாக உள்ள 'பின்னருசி' யைத் தவிர, அந்தக் கலைகளை அநுபவிப்பதற்கு அவர்கள் பெற்றிருக்கும் பயிற்சியில் வித்தியாசமும் ஒரு முக்கிய காரணமாகும்.

கிராமாந்திரங்களில் உள்ள நமது ஹரிஜன சகோதரர்கள் 'பறை' என்ற வாத்தியத்தை மாரியம்மன் திருவிழா முதலியவற்றில் வாசிக்கிறார்கள். இராத்திரி முழுமையும் 'டங்கு டக்கு டங்கு டக்கு' என்று கொட்டிக்கொண்டேயிருக்கிறார்கள். எத்தனையோ ஜனங்கள் இந்த வாத்தியத்தைக் கேட்டு ஆனந்திக்கிறார்கள்! ஆனால் நமக்கோ 'பறைக் கொட்டு' எங்கேயாவது கொட்டத் தொடங்கினால், அது கொட்டுமிடத்திலிருந்து காத தூரம் ஓடிவிடலாமென்று தோன்றுகிறது.

' பறைக் கொட்'டை அநுபவிப்பவர்களுக்கும், தனம்மாளின் வீணைக் கச்சேரியை அனுபவிப்பவர்களுக்கும் இடையில் எத்தனையோ படித்தரங்கள் இருக்கின்றன. ஆகவே அவ்வளவுவித அபிப்பிராய பேதங்களுக்கும் இடமுண்டல்லவா?

ஆனால் அந்த அபிப்பிராயங்களில் எதைச் சரியென்று நாம் எடுத்துக்கொள்வது? நல்ல சங்கீதத்தைக் கேட்டுக் கேட்டுப் பண்பட்ட காதுகளையுடைய ரஸிகர்களின் அபிப்பிராயத்தைத்தான் சரியான அபிப்பிராயம் என்று நாம் கொள்ள வேண்டும்.

மேற்சொன்னவாறு நல்ல சங்கீதத்தைக் கேட்டுப் பண்பட்ட காதுகளையுடையவர்களுக்குள்ளும், சில சமயம் அபிப்பிராய வேற்றுமை ஏற்பட இடமுண்டு, அந்த வேற்றுமை சிலருடைய பண்டித மனப்பான்மையிலிருந்து ஏற்படுவது. இந்தப் பண்டிதர்கள் அல்லது 'கிரிடிக்கு'களின் போக்கு எல்லாத் துறைகளிலும் ஒரே மாதிரிதான். உயர்ந்த கலையில் மெய்மறந்து ஈடுபட அவர்களால் முடியாது. எங்கேயாவது குற்றம் அகப்படாதா என்று பார்த்துக்கொண்டேயிருப்பார்கள். நாலு மணி நேரம் ஒரு சங்கீத வித்வான் அமிர்த வர்ஷமாய்ப் பொழிந்திருக்கலாம். ஆனால் அவர் ஓரிடத்தில் பிடித்த அந்தர காந்தாரமானது சாதாரண காந்தாரத்தைப் போல் கொஞ்சம் தொனித்ததாகச் சற்றுச் சந்தேகிக்கத் துளி இடமிருந்தது என்பதைத்தான் நமது சங்கீத பண்டிதர் உருப் போட்டுக் கொண்டிருப்பார்.

இப்படிப்பட்ட சந்தேகம் ஏற்படுவ தற்குக் கூட இடமில்லாமற் போனால், "ஆஹிரி ராகத்தில் அந்தக் கீர்த்தனம் பாடினாரே, அதில் அநுபல்லவியில் இன்னும் இரண்டு சங்கதிகள் அதிகமாய்ப் போட்டிருக்க வேண்டும்" என்பார் சங்கீத பண்டிதர்.

இந்தப் பண்டிதர்களின் அபிப்பிராயத்தைப் பொறுத்த வரையில் நமக்கு ஒரு திருப்தி என்னவென்றால், அநேகமாக ஒரு பண்டிதரைப் போல் இன்னொருவர் அபிப்பிராயம் சொல்லமாட்டார் என்பதுதான். ஒருவர் 'குறை' என்று எடுத்துக்காட்டு வதையே இன்னொருவர் 'சிறப்பு' என்று கூறுவார் ! ஒருவர் 'தவறு' என்பதை இன்னொருவர் ' சரி' என்பார்.

ஆகவே பண்டிதர்களின் சண்டையைப் பண்டிதர்களே தீர்த்துக்கொள்ளட்டும் என்று விட்டுவிட்டு மேலே செல்வோம்.

ஆனால் அபிப்பிராயம் சொல்லும் விஷயத்தில் பண்டிதர்களல்லாத ரஸிகர்கள் செய்யக்கூடிய ஒரு தவறும் இருக்கிறது. அது, ஒரே ஒரு கச்சேரியைக்கொண்டு ஒரு பாடகரை மதிப்பிடுவது. ஒரு வித்வானுடைய ஒரே கச்சேரியைக் கேட்டுவிட்டு அவருடைய திறமையை மதிப்பிடக் கூடாது. அதுபோலவே, ஒரு வித்வானுடைய ஒன்பது நல்ல கச்சேரிகள் கேட்டுவிட்டு, பத்தாவது கொஞ்சம் சுமாராயிருந்தால், ''ஓ! இவர் சுத்த மோசமாய்ப் போய்விட்டார். அடுத்த வருஷத்திற்குள் இவர் பெயர், ஊர், விலாசம் எல்லாம் மறந்துபோய்விடும். இவர் இருந்த இடத்தில் புல் முளைத்து விடும்'' என்று தீர்மானிப்பதும் தவறேயாகும்.

கலைகளுக்குள் சங்கீதம் ஒருவகை யில் மிகவும் அபூர்வமானது என்று சொல்லலாம். கவிதை, காவியம், சித்திரம், சிற்பம் இவைகளையெல்லாம் இயற்றிய பின் சரி பார்க்கலாம்; சீர் திருத்தலாம். நன்றாயில்லாவிட்டால் அழித்துவிட்டு வேறு எழுதலாம். ஆனால் சங்கீதம் அப்படியல்ல. ஒரு தடவை பாடிவிட்டால் பாடியதுதான்; அதை அழிக்க முடியாது.

வித்வான் துரித காலத்தில் பாடும்போது ஒரு கணத்தில் எத்தனையோ ஸ்வரங்கள் தோன்றி மறைகின்றன. ஏழு ஸ்வரங்களை வைத்துக்கொண்டு ஏழாயிரம் விதமாக அவைகளைச் சேர்த்து இந்த அபூர்வமான கலை அமைக்கப்படுகிறது. இந்தக் கலையைத் திறமையாகப் பயின்று வித்வத்தையடைவது எவ்வளவோ கடினம். அப்படிப்பட்ட வித்தையை ஒரே கச்சேரியைக் கொண்டு மதிப்பிடுவது பெரிய தவறும் அநீதியுமாகும்.

உதாரணமாக, அன்று ஓய். எம். சி. ஏ. கட்டிடத்தில் மாயவரம் கிருஷ்ணையர் பாடினார். அந்தக் கச்சேரியைக் கொண்டு அவரை மதிப்பிடுவதாயிருந்தால், பெரிய அநீதியாகுமே தவிர வேறில்லை. மாயவரம் கிருஷ்ணையர் நல்ல கன சாரீரம் உடையவர். மகாராஜபுரம் விசுவநாத அய்யருடைய பாணியை வெகு நன்றாகப் பின்பற்றியிருக்கிறார் கை யசைத்தல், தலையையாட்டல் முதல்

எல்லாவற்றிலும். மேலும் சாஹித்யங்களைத் தெளிவாகவும் அழுத்தமாகவும் உச்சரிக்கிறார். ஆனால் அன்று அவருக்கு எவ்வளவோ இடைஞ்சல்கள்; எனவே கச்சேரி சுமாராய்த்தானிருந்தது.

குறிப்பிட்ட கச்சேரி நன்றாயமைவது, அனேக சந்தர்ப்பங்களைப் பொறுத்திருக்கிறது. பாடகரின் சாரீரம் நன்றாயிருக்க வேண்டும் ; மனம் உற்சாகமாயிருக்க வேண்டும் ; உற்சாகமளிக்கும் சபையாயிருக்க வேண்டும்; பக்கவாத்தியங்கள் சரியாய்ச் சேர வேண்டும்.

ஆகவே, ஒரு வித்வானை மதிப்பிடும்போது, மேற்படி அம்சங்கள் எல்லாம் பொருந்திய முதல் தரக் கச்சேரியைக் கொண்டுதான் மதிட்பிட வேண்டும். உதாரணமாக, செம்மங்குடி சீனிவாசய்யரின் வித்வத்தை மதிப்பிடுவதாயிருந்தால், ரஸிக ரஞ்சனி சபையில் அவர் செய்த கச்சேரியை வைத்துக் கொண்டு மதிப்பிடுவதுதான் முறையாகும்.

மகத்தான கச்சேரி

இம்மாதம் 13௳ மயிலாப்பூர் ரஸிக ரஞ்சனி சபையில் செம்மங்குடி சீனிவாசய்யர் செய்த பாட்டுக் கச்சேரியை வழக்கமான முறையில் நன்றாயிருந்தது" "பேஷாயிருந்தது" என்றெல்லாம் சொன்னால் போதாது, "ஒண்ணாம் நம்பர்" "முதல் தரம்" என்பதுகூடப் போதாது. அதை "மகத்தான கச்சேரி" என்று சொன்னால்தான், ஒருமாதிரி தலையிலிருந்து பாரம் இறங்குவதுபோல் தோன்றுகிறது.

அந்த நாளில் மகா வைத்திநாதய்யர் என்ன, பட்டணம் சுப்பிரமணிய அய்யர் என்ன, பெரிய வைத்தி என்ன, சின்ன வைத்தி என்ன, இப்படிப்பட்டவர்களெல்லாம் மகத்தான கச்சேரிகள் செய்தார்கள் என்பதாகக் கேள்விப்பட்டிருக்கிறோம். அந்தக் காலத்தில் நாம் பிறக்காத காரணத்தினால் அவற்றைக் கேட்க முடியவில்லை. "அப்படி இருந்திருக்குமோ?" "இப்படி இருந்திருக்குமோ?'' என்று வெறும் கற்பனை மட்டும் செய்து வந்திருக்கிறோம். குளம், ஏரி முதலியவைகளைப் பார்த்து, "சமுத்திரம் இப்படித்தான் இருக்குமோ?'' என்று யோசனை செய்துவந்தவன், உண்மையிலேயே அலை மோதும் சமுத்திரத்தைப் பார்த்தவுடன், ஒருவரும் சொல்லாவிட்டாலும், "ஓ! இதுதான் சமுத்திரம்!" என்று தெரிந்துகொள்வதுபோல், அன்று சபையோர் "சங்கீத சாகரம் என்பது இதுதான்'' என்று உணர்ந்து கொண்டனர்.

முதலில் பழைய சம்பிரதாயப்படி "வாதாபிக"ஆரம்பித்தார், அதிலேயே கச்சேரி களை கட்டிவிட்டது. பின்னர் உசேனி, ஸ்ரீரஞ்சனி, லலிதா, ஸஹானா, ஆரபி முதலிய ராகங்களில் ஆலாபனமும், கீர்த்தனமும் ஒன்றன் பின் ஒன்றாக அலையோதிக் கொண்டு வந்தன.

கீர்த்தனங்களில் ஸஹானாவில் பாடிய ஸதாசிவப் பிரம்மேந்திரரின் கீர்த்தனத்தை முக்கியமாகக் குறிப்பிட வேண்டும். இந்தக் கீர்த்தனம் கூடிய விரைவில் "மானஸ ஸஞ்சாரே"யின் ஸ்தானத்தைக் கைப்பற்றும் என்று எதிர்பார்க்கிறேன், "மானஸ ஸஞ்சரரே'' கிருதியை ரொம்பவும் உபத்திரவப்படுத்தி அது அகால மூப்பை அடைந்திருக்கிறது. கொஞ்ச நாள் அதற்கு ஓய்வு கொடுத்தால் நன்றாயிருக்கும். பாடகர்கள் ஓய்வு கொடுக்கத் தயாராயிருக்கிறார்கள். ஆனால் ரஸிகர்களில் சிலர் இன்னும் அதற்கு தயாராகவில்லை. இந்த ஸஹானா கிருதியின் மூலம் அந்தப் பலன் ஏற்படலாமென்று நம்புகிறேன்.

ராக ஆலாபனத்தில், ஆரபியைக் குறிப்பிட வேண்டும். அது சபையினரை ஒரு குலுக்குக் குலுக்கிப் போட்டது. பின்னர், பிரதான ராகமான சங்கராபரண ஆலாபனமோ எல்லாரையும் ஸ்தம்பிக்கச் செய்துவிட்டது. அதைத் தொடர்ந்து பல்லவியில், பஞ்சரத்ன ராகங்களுக்கு ஸ்வரம் பாடியபோது, சபையில் அநேகருக்கு மூச்சு இருக்கிறதா, இல்லையா என்று சந்தேகப்படும்படி ஆயிற்று.

நமது சங்கீத வித்வான்கள் வருஷத்துக்கு ஒரு தடவை இவ்வளவு நல்ல கச்சேரி ஒன்று செய்தால், அதுவே அவர்களுடைய புகழை நிரந்தரமாய் நிலைநாட்டப் போதுமானது என்று சொல்வேன்.

- ஆனந்த விகடன், 27.09.1936

45

கிட்டப்பா பிளேட்டு

இல்லை, நேயர்களே! "கிட்டப்பா பிளேட்டு நன்றா யிருக்கிறது" என்று நான் சொல்ல வரவில்லை. அப்படி நான் சொன்னால், "கிட்டப்பா பிளேட்டு நன்றாயிருக்கிறது என்று நீ யார் சொல்வதற்கு?" என்பதாகத் தமிழ்நாட்டில் லட்சம் பேர் சண்டைக்கு வருவார்கள். ஆகையால் நான் சொல்லவில்லை. பின் என்ன வென்றால், 'கிட்டப்பா பிளேட்டு நன்றாய்த்தானிருக்கிறது என்று நீங்கள் சொல்வதை நான் ஒப்புக்கொள்கிறேன். அவ்வளவுதான்!

★ ★ ★

சாதாரணமாக, வயதானவர்களைப் பார்த்து நாம் அசூயைப் படுவதில்லை. தங்களுடைய பால்யத்தில் நடந்தவைகளைப் பற்றி அவர்கள் பெருமையடித்துக் கொள்ளும்போதெல்லாம் நாம் மனதிற்குள் சிரிக்கிறோம். குப்புத் தாத்தா சொல்கிறார்: "இந்த நாளிலும் பிள்ளைகள் இருக்கிறீர்களே, பெண்டாட்டி என்றதும் பல்லை இளித்துக் கன்னத்தில் போட்டுக்கொண்டு! அந்த நாளில் நாங்கள் அப்படி இருக்க மாட்டோம்; துளிக் கூடப் பயப்படவே மாட்டோம். வேணுமானால் கேளுங்கள்: எனக்கும் என் சம்சாரத்துக்கும் ஒரே நாளில் ஒரே முகூர்த்தத்தில் ஒரே பந்தலில் கல்யாணம் நடந்தது! அன்று சாயங்காலம் நலங்கு வைத்தார்கள். மாப்பிள்ளை! உம் பெண்டாட்டியைக் குட்டினால் தான் இன்று உம்மை விடுவோம்' என்று பக்கத்திலிருந்த குட்டிகள் சொல்லிக்கொண்டிருந்தார்கள். நானும் பொறுத்துப் பொறுத்துப் பார்த்தேன். கடைசியில் பொறுக்க முடியாமல் ரோஸம் வந்துவிட்டது. ஒங்கி ஒரு குட்டுக் குட்டினேன், பக்கத்திலிருந்த தோழிப் பெண் தலையில்..!"

இப்படியெல்லாம் குப்புத்தாத்தா தமது பால்ய லீலைகளைப் பற்றிப் பேசும்போது நமக்கு வெட்கமா யிருக்கிறது! "ஐயோ! கிழவருக்குப் பல்லுப்போய் விட்டது ; இன்னும் சபலம் மட்டும் போகவில்லையே!" என்று பரிதாபப்படுகிறோம்.

ஆனால் கிழவர்கள் ஒரே ஒரு விஷயத்தைப் பற்றிப் பெருமை பேசும்போது மட்டும் நமக்குப் பொறாமையாயிருக்கிறது.

''கும்பகோணத்தில் ஒரு தனிகர் வீட்டில் கல்யாணம் நடந்தது. முதல் நாள் சரப சாஸ்திரிகள் புல்லாங்குழல்; இரண்டாம் நாள் மகா வைத்தியநாதய்யர் கச்சேரி, திருக்கோடி காவல் கிருஷ்ணய்யர் பிடில்; மூன்றாம் நாள் தஞ்சாவூர் கிருஷ்ண பாகவதர் கதை. ஆகா! அமிர்தவர்ஷமாய்ப் பொழிந்தார்கள். இந்தக் காலத்திலும் பாடுகிறார்களே, பாட்டு..!" என்று இம்மாதிரி அந்த ஜாம்பவான்கள் பேசும்போது, அவர்களுடைய மண்டையை உடைத்துவிடலாமாவென்று நமக்கு ஆத்திரம் வருகிறது.

அம்மாதிரி சந்தர்ப்பங்களில் எனக்கு, "இந்தப் போனகிராப் பொட்டி ஐம்பது வருஷத்துக்கு முன்னால் கிளம்பியிருக்கக் கூடாதா? அந்த மகா வித்வான்களுடைய சங்கீதத்தை பிளேட்டிலாவது கேட்டு ஆனந்திக்கலாமே?" என்று தோன்றுவதுண்டு.

நமக்கெல்லாம் கிடைக்காத அந்த அதிர்ஷ்டம், நம்முடைய பின் தலைமுறையைச் சேர்ந்தவர்களுக்கு உண்டு என்பதை நினைக்கும்போது அந்தப் பின் தலைமுறையினர் மீதும் எனக்குப் பொறாமை ஏற்படுகிறது. "யாரோ கிட்டப்பாவாமே! தேவ கானமாய்ப் பொழிவானாமே? அது எப்படித்தான் இருந்திருக்குமோ?" என்று பிற்காலத்தவர்கள் ஏங்க வேண்டியதில்லை. திவ்யமாய்ப் பிளேட்டில் கேட்டுவிடலாம் அந்த தேவ கானத்தை!

ஸ்ரீமான் எஸ்.ஜி.கிட்டப்பாவின் அபூர்வ சங்கீதத்தை இன்றைய தினம் நாம் பிளேட்டில் கேட்கக் கூடியதாயிருப்பதை நினைக்கும்போதுதான், கிராமபோன் கருவியும் உபயோகமானதே என்பதை நாம் நன்குணர்கிறோம். தாமஸ் ஆல்வா எடிஸனை வாயார, மனமார வாழ்த்தவும் ஆசை உண்டாகிறது.

★ ★ ★

கிட்டப்பாவின் ஜீவிய தசையில் அவரிடம் அபார பிரேமை கொண் டிருந்தவர்கள் எத்தனையோ பேர். அவர்களில் என்னுடைய

சிநேகிதர் ஒருவர் உண்டு. கிட்டப்பா காலஞ் சென்றதும் அவர் ஒரு சபதம் செய்தார் "கிட்டப்பா நாடகத்தைப் பார்த்த கண்ணால் இனிமேல் வேறு நாடகம் எதுவும் பார்ப்பதில்லை'' என்று. அப்புறம் இந்த சபதத்தைக் கொஞ்சம் தளர்த்தி, "நாடகத் தொழிலாளிகளால் நடத்தப்படும் தமிழ் நாடகம் எதற்கும் போவதில்லை"யென்று தீர்மானித்து அதை நிறைவேற்றி வருகிறார்.

அவருக்கு நான் சொன்னது : (காசிக்குப் போகிறவர்கள் ஏதாவது ஒரு கறியை விட்டுவிட வேண்டுமென்பதற்காகக் 'கொத்தவரங்காய்' 'பூவரசங்காய்' ' எட்டிக்காய்' இப்படி ஏதாவது ஒன்றை விட்டுவிடுகிறார்களே, அம்மாதிரியல்லவா இருக்கிறது, உங்கள் காரியம்? தமிழ் நாடகம் பார்க்காததினால் நீங்கள் அடையப் போகும் நஷ்டம் ஒன்றும் பிரமாதமில்லையே! உண்மையில், கிட்டப்பாவினிடம் உங்களுக்குள்ள அபிமானத்தைக் காட்ட வேண்டுமானால், சங்கீதக் கச்சேரி கேட்பதையல்லவா நிறுத்த வேண்டும்?" என்றேன்.

நான் சொன்னது போன்ற விரதம் கொள்ள அவருக்குத் தோன்றாததின் காரணம் என்னவென்று சுலபமாய் ஊகிக்கலாம். பெரும்பாலான ஜனங்களின் மனதில் "கிட்டப்பா ஒரு நாடகக்காரர்" என்ற ஞாபகந்தான் மேலோங்கியிருந்தது. ஸ்ரீமான் கிட்டப்பா சங்கீதத் துறையிலேயே முழுதும் ஈடுபட்டிருந்தாரானால், அவர் காலஞ்சென்றபோது, எத்தனையோ பேர் கிட்டப்பாவின் சங்கீதத்தைக் கேட்டகாதால் இன்னொருவரின் சங்கீதத்தைக் கேட்பதில்லை" என்று விரதம் எடுத்துக்கொண்டிருக்கக்கூடும். அப்படி நேராமலிருந்தது நமது சங்கீத சபைகளின் அதிர்ஷ்டம் என்றே சொல்ல வேண்டும்.

★ ★ ★

கிட்டப்பாவின் சாரீர மேன்மையைப் பற்றிச் சொல்ல வேண்டியதில்லை. மேல் ஸ்தாயியில் அநாயாஸமாக சஞ்சரிக்கும் சக்தியுடையது; பனிக் காலத்தில் காலை வேளையில் பவளமல்லிகைச் செடியிலிருந்து பனித்துளிகளும் புஷ்பங்களும் கலகலவென்று உதிர்வதுபோல் சங்கதிகளை உதிர்க்கும் இயல்பு வாய்ந்தது; கேட்போர் செவியையும் உள்ளத்தையும் ஒருங்கே பரவசப்படுத்தும் மோஹன சக்தி பொருந்தியது. அந்த சாரீரம் இசைத் தட்டுக்கு எடுத்ததாயும் அமைந்தது இன்னும் விசேஷமாகும்.

கிட்டப்பா சிட்சைப் பட்டவரல்ல; அதாவது குருவினிடம் முறையாகப் பாடம் படித்து சங்கீதம் பயின்றவரல்ல. பூர்வ ஜன்ம சுகிர்தத்தினால் இசைவாணியின் அருள் விலாஸத்தினால் சங்கீதம் தானே தேடிவந்து அவரை அடைந்தது. ஆகவே

சாதாரண வித்வான்கள் போகத் துணியாத இடங்களுக்கெல்லாம் அவர் அநாயாஸமாகப் போவார். வித்வான்கள் பிரமித்து நிற்பார்கள்; "அம்மம்மா! இது நம்மாலாகாது!" என்பார்கள். "இது சம்பிரதாயத்துக்கு விரோதம்; அது யாரும் போகாத புது வழி; இங்கே எல்லை கடந்து போய்விட்டார்" என்றெல்லாம் பண்டிதர்கள் முணுமுணுக்கவும் செய்வார்கள். ஆனால் இலக்கியத் துறையில் வாகவிகள் செய்யும் 'பிழை'களே பிற்காலத்தில் 'இலக்கண'மாகி விடுகின்றன. சங்கீதத்திலும், எத்தனையோ, விவாதத்துக்கிடமான பிரச்னைகளைப் பெரியோர்களின் 'பிரயோக'ங்களைக் கொண்டுதானே முடிவு கட்டுகிறார்கள்? ஸ்ரீமான் கிட்டப்பா சங்கீதத் துறையிலேயே தனித்து ஈடுபட்டிருந்தால் அவருடைய பிரயோகங்களே பிற்காலத்தில் எடுத்துக் காட்டுகளாக ஆகியிருக்கும். இப்போது அவருடைய துணிச்சலைக் கண்டு மூக்கில் விரல் வைத்து ஆச்சரியப்படுவதுடன் நிற்கிறோம்.

இதையெல்லாம்விட முக்கியமாக, ஸ்ரீமான் கிட்டப்பா சங்கீதத்தின் ஜீவன் எது என்பதை இயற்கையறிவால் உணர்ந்தவர் என்பதைக் குறிப்பிடவேண்டும். அவர் பாட்டிலெல்லாம், ஸாஹித்யத்தின் வார்த்தைகளுடன் இசை கலந்திருப்பதைக் காணலாம். உதாரணமாக,

"கோடையிலே இளைப்பாற்றிக் கொள்ளும் வகை கிடைத்த குளிர் தருவே"

என்ற அருட்பாவை அவர் இசைத் தட்டில் பாடியிருப்பதைக் கேளுங்கள். பாவின் சொற்களும் இசையும் எப்படி ஒன்றுடன் ஒன்று கலந்து வருகின்றன? சொற்களை அப்படியே அந்தரத்தில் தொங்கவிட்டுவிட்டு, ராக விஸ்தாரத்தில் புகுந்துவிடுகிறாரா, பாருங்கள்! கிடையாது. அங்கங்கே முக்கியமான சொற்களில் நின்று இசையமுதத்தைக் கலந்து பொழிகிறார். "கனியே !" "பூங்காற்றே!'' "மணவாளா!" முதலிய சொற்களில், சொல்லின்பமும், பொருளின்பமும், இசையின்பமும் ரஸபாவத்துடன் கலந்து பெருகுகின்றன.

(சங்கீதத்தின் இந்த முக்கியாம்சத்தை நன்கு தெரிந்துகொள்வதற்கு, இந்த அம்சம் சிறிதேனும் இல்லாத இன்னொரு இசைத்தட்டை உதாரணமாக எடுத்துக்கொள்ளலாம். ஒரு பெரிய வித்வான்சாரீர சம்பத்தில் இணையற்றவர் கொடுத்திருக்கும் "ஒருமையொடு" என்ற பிளேட்டைக் கேளுங்கள். ஒரே மூச்சில் மளமளவென்று வார்த்தைகளைக் கொட்டி 'டும்' என்று நிறுத்திவிட்டு , ராக விஸ்தாரத்தில் புகுந்துவிடுகிறார். "பொய்மை பேசாதிருக்க வேண்டும்" என்பதில், "பொய்..." என்று நிறுத்தி

ஒரு பிர்கா அடிக்கிறார். இன்னும், (பொய்மை பேசாதிருக்க வேண்டும்," "மருவு பெண்ணாசையை மறக்க வேண்டும்" என்ற வாக்கியங்களில், இசையின் பாவம், "ஐயோ ! பொய் பேசாமல் இருக்க வேண்டியிருக்கிறதே!" " அடாடா ! மருவு பெண்ணாசையை அநியாயமாய் மறக்க வேண்டியிருக்கிறதே!" என்று துயரப்படுவதுபோலிருக்கிறது.)

விருத்தங்கள் பாடும்போது, சொற்களையும் பாகத்தையும் இசைத்துப் பாடினால், பாலில் சர்க்கரையைக் கலந்து சாப்பிடும் ருசி ஏற்படுகிறது. வார்த்தைகளை மடமடவென்று ஒப்பித்துவிட்டு, ராக விஸ்தாரத்திற்குப் போதல், சர்க்கரையை முதலில் தின்றுவிட்டு. அப்புறம் பால் குடிப்பது போல்தான். இன்னும் பார்க்கப் போனால், முதலில் சர்க்கரையைத் தின்றுவிட்டு அப்புறம் சர்க்கரை போடாத காப்பி குடிப்பதுபோல் என்றும் சொல்லலாம்!

* * *

ஸ்ரீமான் கிட்டப்பாவின் இசைத்தட்டுகளில், முக்கியமாக, ஸாஹித்யம் நன்றாயில்லாத காரணத்தினால் சிலவற்றைத் தள்ள வேண்டியதாயிற்று. பச்சை சிருங்காரப் பாட்டுகளையும், கொச்சை நாடகப் பாட்டுகளையும், சங்கீதம் நன்றாயிருந்த போதிலும் நான் எடுக்கவில்லை. சிலவற்றை, சாரீரத்தில் சுகபாவம் குறைந்திருந்த காரணத்தினால் நீக்க வேண்டியிருந்தது. இதற்கு, ஒலிப்பதிவில் குறைபாடு காரணமா யிருக்கக்கூடும். இத்தகைய காரணங்களினால் விலக்கியவை நீங்கலாக, பாக்கிப் பன்னிரண்டு பிளேட்டுகள் தேர்ந்தெடுத்தேன். அவை பின்வருமாறு:

LBE. 14. கீதார்த்தமு
LBE. 16. ஆண்டவன் தரிசனமே
LBE. 22. கிளிக் கண்ணி
LBE. 28: ஜீவசிந்தாமணியே
LBE. 31. சரவணபவா
LBE. 34. கோபிகள் கொஞ்சும் ரமணா
LBE. 42. ராகஸுதாரஸ
LBE. 46. கோடையிலே
LBE. 58 ஸோபில்லு ஸப்தஸ்வர
LBE. 62. பெரியோர் இருக்குமிடம்
LBE. 72. காண்டீபன் மைத்துனா
LBE. 73. நாளைப் போகாமல்

மேற்படி இசைத் தட்டுகளில் பெரும்பாலானவற்றில் பின்புறம் வேறு பாட்டுக்களும் இருக்கின்றன. அவையும் அநேகமாக நல்ல பாட்டுக்களேயாகும்.

பட்டம்மா பாட்டு

இந்த 1936ம் வருஷத்தில் சங்கீத வானத்தில் ஒளி வீசும் புதிய நட்சத்திரம் ஸ்ரீமதி D. K. பட்டம்மாள். சென்னையில் இவ்வருஷம் அடிக்கடி ஏதேனும் ஒரு சபையில் இவருடைய கச்சேரி நடந்து கொண்டிருந்தது. சமீபத்தில் மயிலாப்பூர் சங்கீத சபையிலும், கோகலே ஹாலிலும் இவர் செய்த கச்சேரிகள், இவ்வருஷ ஆரம்பத்தில் நமக்கு இவரைப் பற்றி ஏற்பட்ட நம்பிக்கையை மெய்ப்படுத்தின.

தென்னிந்தியாவில் ரஸிகத்தன்மை சரியான நிலைமையில் தான் இருக்கிறது ஒருவரிடம் நல்ல வித்வத் மட்டும் இருந்தால், எத்தனை இடையூறுகள் இருந்தாலும் கட்டாயம் அவர் மேன்மையடைந்தே தீர்வார் என்பதற்குச் செம்மங்குடி சீனிவாசய்யர் ஒரு சிறந்த உதாரணமாவார். மூன்று வருஷத்துக்கு முன்னால், சென்னையில் நடந்த இரண்டு பெரிய சங்கீத உற்சவங்களில் ஒன்றுக்கும் அவரைக் கூப்பிடவில்லை. இப்போது அவரை யார் முதலில் கச்சேரி வைப்பது என்று போட்டியா யிருக்கிறது. பொதுவாக, நமது சங்கீத உலகில், ரஸிகர்களுடைய செல்வாக்குத்தான் மேலோங்கி நிற்கிறது என்பதற்குச் செம்மங்குடி சிறந்த உதாரணம் என்றால், சிறு அளவில், ஸ்ரீமதி பட்டம்மாளும் அதற்கு உதாரணமாகிறார்.

காங்கிரஸ் தலைவர் ஸ்ரீமான் எஸ்.சத்தியமூர்த்தி அவர்களுக்கு சங்கீதத்தில் ரொம்பக் 'கிறுக்கு' உண்டென்பது நேயர்கள் அறிந்ததே. சட்ட சபையில் பக்கத்து ஆசனத்தில் படுத்திருந்தவரைப் பார்த்து "ஏன் பள்ளி கொண்டீர், ஐயா!'' என்று அவர் பாடத் தொடங்கியதாகக் கேள்வி. சங்கீதம் சம்பந்தமாகச் சில திட்டமான அபிப்பிராயங்கள் அவருக்கு உண்டு; அவற்றை அப்பட்டமாகப் போட்டு அவர் உடைத்தும் விடுவார்.

சென்ற வருஷக் கடைசியில் காங்கிரஸ் மண்டபத்தில் நடந்த சங்கீத விழாவின்போது ஒரு நாள் அவர் "ஸ்திரீகள்தான் பாட வேண்டும்; புருஷர்கள் பாடக் கூடாது; புருஷர்கள் பாட்டு சொல்லித்தான் கொடுக்கலாம்'' என்றார். அதற்கு, ஸம்ஸ்கிருத சுலோகத்திலிருந்து ஆதாரமும் எடுத்துக் காட்டினார். ஸ்திரீ சாரீரத்தில்தான் இனிமை உண்டென்பது அவர் கருத்து.

இது ஒரு கட்சி. இதற்கு மாறான கட்சிக்காரர்களும் இருக்கிறார்கள். இவர்கள் "சிவ சிவா! ஸ்திரீகள் பாடுவதும் பாட்டா ? வழவழ குழகுழவென்று இழுத்தால் பாட்டாகிவிடுமா? தாளம் பேதாளந்தான்! தாளக் கட்டு இல்லாத பாட்டு என்ன பாட்டு?'' என்பார்கள்.

இந்த இரண்டு கட்சிக்காரர்களும் ஸ்ரீமதி பட்டம்மாள் பாட்டில் திருப்தியடைய இடமுண்டு. நலங்கிலும் ஊஞ்சலிலும் தவிர ஸ்திரீகள் பாட்டு என்று வாய் திறக்கக் கூடாது என்று சொல்பவர்கள்கூட, ஸ்ரீமதி பட்டம்மாள் பாடலாம் என்று ஒப்புக்கொள்வார்கள்.

★ ★ ★

உயர்தர சங்கீதத்தில் செவிக்கு இன்பமும், மூளைக்கு உற்சாகமும், இருதயத்துக்கு உணர்ச்சியும் அளிக்கும் அம்சங்கள் இருக்க வேண்டுமென்று பார்த்தோம். இந்த மூன்று முக்கிய அம்சங்களுக்கும் அஸ்திவாரம் ஸ்ரீமதி பட்டம்மாளின் பாட்டில் அமைந்திருக்கிறது.

சாரீரம் : இவருடைய சாரீரத்தில் இனிமையும் கம்பீரமும் கலந்திருப்பதைக் காண்கிறோம். ஸ்திரீகளுக்குள் இத்தகைய சாரீரம் அமைவது மிகவும் துர்லபம்.

ஏது இனிமையான சாரீரம் என்பதைப் பற்றிக்கூட அபிப்பிராய பேதத்துக்கு இடமுண்டு என்று சொல்லியிருக்கிறேன். சிலருக்குக் கீச்சுக்குரல்தான் இனிமையான குரலாகத் தோன்றும் ; வேறு சிலரோ கீச்சுக் குரலைக் கேட்டாலே காதைப் பொத்திக் கொள்வார்கள். இரட்டைநாத சாரீரத்தில்தான் சிலர் பூரண சுகபாவத்தைக் காண்பார்கள்; வேறு சிலர் அதையே "மூக்கால் பாடுவது" என்பார்கள். அபிப்பிராய பேதத்துக்கு இடமில்லாமல் எல்லாரும் ஒப்புக்கொள்ளக்கூடிய சாரீரம் சிலருக்குத்தான் உண்டு.

ஸ்திரீகளுக்குள் இன்னும் இது அருமை. உதாரணமாக, ஸ்ரீமதி பால சரஸ்வதியின் தாயார் ஸ்ரீமதி ஜயம்மாள் அத்தகைய மேலான சாரீரத்தைப் பெற்றிருக்கிறார்.

அதுபோலவே, அபிப்பிராய பேதத்துக்கு இடமின்றி எல்லாரும் ஒப்புக்கொள்ளக்கூடிய சாரீரம் ஸ்ரீமதி பட்டம்மாளுடையது. கீச்சுக் குரல் இல்லாமல் சுகபாவம் உள்ளது. துரித காலத்தில் பிர்காக்கள் போடுவதற்கும், சவுக்க காலத்தில் நின்று பாடுவதற்கும் ஏற்றதாய் அமைந்தது. பெரிய சபைகளில் கடைசி வரையில் கேட்கும்படியான கம்பீரமும் பொருந்தியது.

வித்தை: சுருதி, லயம் இரண்டிலும் அணுவளவு குறை சொல்வதற்கு இடமில்லாமலிருப்பது மட்டுமல்ல ; ஸ்வரங்களைக் கையாளுவதிலும், தாள வித்தையிலும் இவரிடம் சில அபூர்வ வேலைப்பாடுகளைக் காண்கிறோம்.

இவர் ஸ்வர ஜதிகள் பாடும்போது, ஸ்ரீமான் ராஜரத்தினத்தைப் போல், இனிமை குன்றாமல் வக்கிரமாக ஸ்வரங்களைச் சேர்க்கும் சக்தி வெளியாகிறது. நாலு களைச் சவுக்கப் பல்லவி மூன்றாவது அட்சரத்தில் எடுத்து, அதை மூன்று காலங்களிலும் பாடுகிறார். சதுச்ர நடையிலிருந்து திச்ர நடைக்கும் திச்ர நடையிலிருந்து சதுச்ர நடைக்கும் மாறுகிறார். இது மிகவும் அபூர்வமான திறமை; காலஞ்சென்ற நாயனாபிள்ளை அவர்களினால் சமீப காலத்தில் திறமையுடன் கையாளப்பட்டு அவருக்கு அழியாத புகழைத் தந்தது. உண்மையில் ஸ்ரீமதி பட்டம்மாள், தாள வித்தையைப் பொறுத்தவரையில் நாயனா பிள்ளையைப் பின்பற்றுகிறார் என்று சொல்லலாம்.

ஸ்ரீமதி பட்டம்மாளின் மற்றொரு விசேஷ திறமையையும் காண்கிறோம். உயர்தர வித்வான்களை அப்படியே பின்பற்றிப் பாடும் சக்தி அவரிடம் இருக்கிறது. ஸ்ரீமான்கள் நாயனா பிள்ளை, அரியக்குடி இராமானுஜ அய்யங்கார், முசிறி சுப்பிரமணிய ஐயர், செம்மங்குடி சீனிவாச அய்யர், இவர்களிடம் நாம் ரொம்பவும் அநுபவித்திருக்கும் பாட்டுக்கள் சிலவற்றை இவர் போட்டோ பிடித்ததுபோல் பாடுகிறார். சுய ஞானம் இல்லாமல் வெறும் 'இமிடேஷன்' செய்வதாக மட்டுமிருந்தால், நமக்குச் சிரிப்புத்தான் உண்டாகும். அப்படியின்றி இவர் அந்தச் சரக்குகளையெல்லாம் தம்முடையதாகவே ஆக்கிக்கொண்டு அநுபவத்துடன் பாடுகிற படியால், நமக்கு வியப்பும் உவகையும் உண்டாகின்றன. ஒவ்வொரு வித்வானிடத் தும் உள்ள நல்ல அம்சங்களை யெல்லாம் ஏற்க வேண்டுமென்னும் ஆர்வத்துக்கும் முயற்சிக்கும் அந்த போட்டோ பாட்டுக்கள் அறிகுறியாகின்றன. மேற்கண்ட வித்வான்களுடைய பாணிகளெல்லாம் ஒன்றுடன் ஒன்று மாறுபட்டு நிற்பவை. அப்படி மாறுபட்ட வழிகளையெல்லாம் கற்றுக்கொண்டு, பாடி வெற்றியடைவது ஓர் அதிசயமான திறமை யென்பதில் சந்தேகமில்லை.

ஹிருதய பாவம் : பிரசித்த வித்வான்களில்கூட இரண்டொருவரிடந்தான் நாம் கண்டிருக்கும் இந்த அம்சத்தை இந்த யுவதியிடம் எதிர்பார்க்க முடியாது. ஆனால் இந்த அம்சமும் வருங்காலத்தில் இவருடைய பாட்டில் நன்கு பிரகாசிக்கும் என்று நம்புவதற்கு இடமிருக்கிறது. ஸாஹித்யத்தில் கவனம் செலுத்தி

அக்ஷரங்களைச் சுத்தமாக உச்சரித்துப் பாடுகிறார். அவற்றின் பொருளையும் உணர்ந்து சொற்களை இசையுடன் கலந்து பாடத் தொடங்கும்போது உயர்தர சங்கீதத்தில் நாம் எதிர்பார்க்கும் எல்லா அம்சங்களும், இவருடைய பாட்டில் பொருந்தி விளங்குவதைக் காண்போம்.

★ ★ ★

இளம் வயதிலேயே சங்கீத வித்தையில் பிரசித்தியடைபவர்களின் அபிவிருத்திக்கு ஒரு பெரிய தடை ஏற்படுவதுண்டு. அவர்களுக்கு அடிக்கடி கச்சேரிகள் கிடைக்கின்றன; பக்கத்திலுள்ளவர்கள் அசாத்தியமாய்ப் புகழ்கிறார்கள். ஆகவே மற்ற சிறந்த வித்வான்களின் பாட்டுக்களைக் கேட்பதற்கு சந்தர்ப்பமும், ஊக்கமும் அவர்களுக்கு இல்லாமல் போய்விடுகின்றன. ஆகவே, ஓரிடத்திற்கு வந்ததும் அதற்குமேல் அபிவிருத்தியடையாமலே நின்றுவிடுகிறார்கள். ஸ்ரீமதி பட்டம்மாள் விஷயத்தில் அப்படி ஏற்படக்கூடாதென்பது நம்முடைய கோரிக்கை, இதுவரையில் அத்தகைய தடை ஏற்பட்டிருப்பதாகத் தெரியவில்லை. சென்ற ஒரு வருஷ காலத்தில் இவருடைய கச்சேரிகளில் சிறந்த அபிவிருத்தியைக் காண்கிறோம். "முன்னு ராவணா" "சிவே பாஹிமாம்'' "மானஸ குரு குஹ'' "அக்ஷயலிங்க லிபோ " முதலிய கீர்த்தனங்கள் வரவர மெருகு பெற்று வருகின்றன. கல்யாணி, தோடி, கரகரப்ரியா, ஜகன் மோஹினி, மலய மாருதம் முதலிய ராகங்களின் ஆலாபனமும் நாளுக்கு நாள் சிறப்படைந்து வருகிறது. புதிய கீர்த்தனங்களும் கற்றுப் பாடி வருகிறார். மேலே குறிப்பிட்ட இரண்டு கச்சேரிகளில் ஸ்ரீமான் கோடீசுவரய்யர் அவர்களின் "வாரணமுக" என்னும் ஹம்ஸத்வனி கீர்த் தனமும், "ஐயனே எனை ஆட்கொள் மெய்யனே" என்னும் காம்போதி கீர்த்தனமும் மிகவும் நன்றாய் சோபித்தன. இப்படியே அபிவிருத்தியடைந்து வந்தால், சங்கீத உலகத்தில் ஸ்ரீமதி பட்டம்மாள் தனிச் சிறப்பு வாய்ந்த பதவியை அடைவார் என்பதில் சந்தேகமில்லை.

- ஆனந்த விகடன், 04.10.1936

46

கச்சேரி

இரண்டு நாளைக்கு முன் சங்கீத சபைக் காரியதரிசி ஒருவரைச் சந்தித்தேன். அவர் என்னைப் பார்த்ததும், அதிவேகமாக வந்து, கைகளைப் பிடித்துக்கொண்டார். நேற்று ஞாயிற்றுக் கிழமைக் கச்சேரி எப்படியிருந்தது?" என்று கேட்டார்.

"ஞாயிற்றுக் கிழமை நான் ஊரில் இல்லை... ஒரு காங்கிரஸ் மகாநாட்டுக்காக..."

" அப்படியா? எங்கே ஊரில் இருந்துகொண்டே தான் வராமலிருந்து விட்டீர்களோ என்று நினைத்தேன். இருந்தபோதிலும் ஓர் அரை மணி நேரமாவது நீங்கள் வந்துவிட்டுப் போயிருக்கலாம்... எதற்கும் அதிர்ஷ்டம் வேண்டாமா?" என்றார்.

''கச்சேரி ரொம்ப நன்றாயிருந்ததாக்கும்?" என்று கேட்டேன்.

"கச்சேரியா? அந்த மாதிரி கச்சேரி மூன்று வருஷமாய் நடந்ததில்லை. 375 ரூபாய் 8 அணா வசூல். ஸீஸன் டிக்கட்டைத் தவிர... முதலிலே கொஞ்ச நேரம் வயிற்றிலே நெருப்பைக் கட்டிக் கொண்டுதானிருந்தேன். நாலேகால் மணி வரையில் 34 ரூபாய்க்குக்தான் டிக்கட் விற்றது. அப்புறம் பாருங்கள், திமுதிமு வென்று கூட்டம் வந்துவிட்டது. அரை மணியில் 320 ரூபாய் வசூல். இன்று கச்சேரியில் நஷ்டமில்லையென்று பெருமூச்சு விட்டோம்...''

"சந்தோஷம்; கச்சேரியும் நன்றாயிருந்ததாக்கும்.''

"கச்சேரியா? முதல் தரம். எங்கே மோசமாய்ப் போய்விடுமோ என்று திகிலாய்த்தானிருந்தது. இந்த ஜனங்களை நம்பக்கூடாது, ஸார்! திடீரென்று காலை வாரிவிட்டுவிடுவார்கள். இன்றைக்கு

ஒருவர் பாட்டு நன்றாயிருக்கு என்பார்கள். நாளைக்கு அவர் பாட்டே நன்றாயில்லை என்பார்கள். ஐயோ! இவர்களை நம்பி ஒரு காரியமும் செய்யக்கூடாது...”

“வாஸ்தவந்தான். இந்த ஜனங்களை நம்பவே கூடாது. ஆனால் கச்சேரி எப்படியிருந்தது?”

“கச்சேரி பேஷாயிருந்தது. நமது ஹைக்கோர்ட் ஜட்ஜ் அலமேலு மங்கா சமேத திருப்பதி வேங்கடேசுவர செட்டியார் வந்திருந்தார். அவருக்காக ஒரு ஸோபா காலியாக வைத்திருந்தேன். அதிலே, பாருங்கள், ஒரு மனுஷன் ஒரு பெண் பிள்ளையையும் அழைத்துக்கொண்டு வந்து சம்பிரமமாய் உட்கார்ந்துகொண்டு விட்டான். ஒரு நிமிஷம் தவியாய்த் தவித்துப் போய்விட்டேன்.

அந்த மனுஷனிடம் போய், ‘ஜட்ஜ் வருகிறார் ; கொஞ்சம் எழுந்திருங்கள்’ என்றால் அவன் ‘வேறு ஸீட் கொடுத்தால் எழுந்திருக்கிறேன்’ என்கிறான். ஓடிப்போய் இரண்டு நாற்காலியை நானே சுமந்துகொண்டுவந்து போட்டேன். ஆமாம், ஸார்! சங்கீத சபைக் காரியதரிசி என்றால் எல்லாந்தான் செய்ய வேண்டியிருக்கிறது. இந்தக் கஷ்டமெல்லாம் யாருக்குத் தெரிகிறது..?”

“கச்சேரி நன்றாயிருந்ததென்றீர்களே? என்னென்ன ராகம் பாடினார் ?”

“ஒரு ராகம் பாக்கி விடவில்லை. கனபாகா, மெல்லிசு ராகம் எல்லாம் பாடிவிட்டார்... இன்னொரு வயிற்றெரிச்சலைக் கேளுங்கள்! ஜட்ஜுக்காக ஒரு ரோஜாப்பூ ஹாரம் வாங்கிக்கொண்டு வைத்திருந்தேன், ஒண்ணேகால் ரூபாய் விலை. இந்தப் பூக்காரன்கள் தான் இப்போ ரொம்ப அக்கிரமம் பண்ணுகிறான்களா? ஜட்ஜாயிருக்காரே, நாளைக்கு சபைக்கு நூறு ரூபாய் வாங்கலாமே, போனால் தொலைந்து போகிறதென்று ஒரு ரோஜா ஹாரம் வாங்கிக்கொண்டு வந்திருந்தேன். அவர் தன் சம்சாரத்தையும் அழைத்துக்கொண்டு வரப் போகிறாரென்று நான் கண்டேனா? என்ன பண்ணுகிறது, சொல்லுங்கள். ‘ஓடுடா!’ என்று இன்னொரு ஹாரம் வாங்கிக்கொண்டு வர ஒண்ணேகால் ரூபாய் கொடுத்து ஆள் அனுப்பினேன்...”

“கச்சேரி பேஷாய்த்தான் இருந்திருக்க வேண்டும். ஹைகோர்ட் ஜட் ஜு எல்லாம் வந்திருந்தால் கேட்க வேண்டுமா..? பாடகர் முக்கியமாக, என்னென்ன கீர்த்தனம் பாடினார் ?”

“எல்லாக் கீர்த்தனங்களுந்தான் பாடினார். தியாகராஜ கீர்த்தனம், நடராஜா கீர்த்தனம், தீக்ஷிதர் கீர்த்தனம், கனபாடிகள் கீர்த்தனம், இராமாயண பதம், மகாபாரத பதம் எல்லாம் சக்கைப்

போடாக வெளுத்து வாங்கி விட்டார்... அப்புறம் பாருங்கள்; பூமாலையை யார் போடுகிறது என்ற கேள்வி வந்தது. நம்ம கூட்டாளி இருக்கிறாரே, தெரியுமோ இல்லையோ? நமூதுக்கு அவரையும் ஒரு காரியதரிசி என்று வைத்துக் கொண்டிருக்கிறோம். அவர் 'நான்தான் போடுவேன்' என்கிறார். இதுக்குள்ளே ஜட்ஜ் எழுந்திருந்து வெளியே வந்துவிட்டார். எனக்குக் கதிகலங்கிப் போய்விட்டது, தமக்கு அவசர வேலையிருக்கிறதென்றும், ஆனால் தம்முடைய சம்சாரம் கொஞ்ச நேரம் இருந்துவிட்டு வருவாளென் றும் சொன்னார். போன பிராணனில் எனக்குப் பாதி திரும்பி வந்தது, ரோஜா ஹாரத்துக்காகப் போனவனைத் திருப்பி அழைத்து வர இன்னொரு ஆளை விரட்டினோம்."

"பாடகருக்கு அன்று சாரீரம் ஒத்துக்கொண்டதா? சில சமயம் சிரமம் கொடுக்குமே?"

''ரொம்ப நன்றாய் ஒத்துக்கொண்டது, போங்கள், சாரீயம் ஜம்மென்று இருந்தது... நான் கேக்கறேன், ஸார், உங்களை, மனுஷ்யன் என்றிருந்தால் கொஞ்சம் நாஸுக்குத் தெரிய வேண்டுமா, வேண்டாமா? நம்ம கூட்டாளிக்கு அதுதான் தெரிகிறதில்லை. 'ஜட்ஜுதான் போய்விட்டாரே, அவர் சம்சாரத்துக்காவது ஹாரம் போடுகிறேன்' என்று பிடிவாதம் பிடித்தார். 'அது நன்னா யிராதப்பா; அவாள் நாகரிகமான மனுஷ்யாள், வித்யாசமாய் நினைத்துக்கொள்ள மாட்டார்கள் என்றாலும் சபையிலே காலிப் பசங்கள் நாலு பேர் கை தட்டுவார்கள்' என்று சொல்லி, அப்புறம் பரமேசுவரய்யர் பெண்ணை அழைத்துக்கொண்டுவந்து மாலையைப் போடச் சொன்னேன்."

"பாவம்! ரொம்ப சிரமப்பட்டிருக்கிறீர்கள், அதற்குத் தகுந்த படி..."

''நீங்கள் சொல்கிறீர்கள், ஸார் ! நான் சிரமப்படுகிறேனென்று; வேறே யாருக்கு, அது தெரிகிறது? கூட்டம் கலைந்து போகிற போது ஒருவன் என்ன சொல்லிக்கொண்டு போகிறான் தெரியுமா? 'இரண்டு ரூபாய் வாங்கிக்கொண்டு, இந்த ஒடிஞ்ச நாற்காலியில் உட்காரச் சொல்கிறார்களே; அந்த இரண்டு ரூபாய்க்குக் கடையில் ஒரு நல்ல புது நாற்காலியே வாங்கிக்கொண்டு போகலாம்' என்று சொல்கிறான். பேச்சு நன்றாயிருக்கிறதல்லவா? நஷ்டமில்லாமல், இந்தச் சபையை நடத்த நான் படுகிறபாடு யாருக்குத் தெரிகிறது? நேற்றுப் பாருங்கள். பாடகரைப் பத்து ரூபாய் குறைத்து வாங்கிக்கொள்ளச் சொன்னேன். முடியவே முடியாதென்று கண்டிப்பாய்ச் சொல்லி விட்டார். மனுஷ்யன் சுத்தக் கிராதகன். என்ன பண்ணுகிறது? அவர் கேட்டபடி கொடுக்காவிடில் அடுத்த

கச்சேரியை எட்டு மணிக்கே முடித்துவிட்டு எழுந்து விடுவார், அந்த மாதிரி இரண்டு தடவை செய்தால் அப்புறம் சபை அரோஹராதான்...''

★ ★ ★

மேற்படி சிநேகிதரிடம் பேசியதிலிருந்து உலகத்தில் சங்கீத சபைக் காரியதரிசிகளைப்போல் கஷ்டப்படுகிறவர்கள் வேறு யாருமில்லையென்ற நிச்சயம் எனக்கு ஏற்பட்டது, இவ்வளவு கஷ்டமும் இவர்கள் யாருக்காகப் படுகிறார்கள், யாருக்காகப் படுகிறார்களோ அவர்கள் ஏன் இவர்களிடம் நன்றி செலுத்துவதில்லை என்றெல்லாம் யோசித்து யோசித்துப் பார்த்தேன். ஒன்றும் விளங்கவில்லை. "பகவானே! எனக்கென்ன கதி அளித்தாலும் அளி... சங்கீத சபைக் காரியதரிசியாக மட்டும் என்னைப் பண்ண வேண்டாம் என்று வேண்டுதல் செய்துகொண்டேன்.

அய்யங்கார் பிளேட்

தென்னிந்தியாவிலுள்ள தற்கால வித்வான்களில் சிலர் இசைத் தட்டுகளின் மூலம் தங்கள் புகழைப் பெருக்கிக் கொண்டார்கள். வேறு சிலரோ, இசைத்தட்டுக் கொடுத்த பின்னர், தங்களுக்கு ஏற்கெனவே இருந்த பெயரையும் இழந்து விட்டார்கள். இன்னும் சிலருடைய கீர்த்தி இசைக்கட்டுகளினால் அதிகமும் ஆகவில்லை;

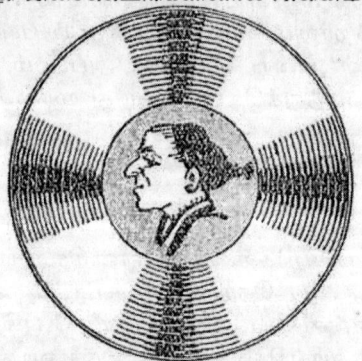

குறைவுபடவுமில்லை.

அரியக்குடி இராமாநுஜ அய்யங்கார் இவற்றுள் மூன்றாவது கோஷ்டியைச் சேர்ந்தவர். அவர் கிராமபோன் பிளேட் கொடுப்பதற்கு முன்னாலேயே சங்கீத உலகில் உந்தத ஸ்தானத்தை அடைந்துவிட்டார். அதற்கு மேல் உயர்வதற்கு இடமேயிருக்கவில்லை. ஏறக்குறைய பதினைந்து வருஷ காலமாக அவருடைய புகழ் மங்காமல் இருந்து வருகிறது. அந்தப்

புகழை அவருடைய இசைத்தட்டுகள் அதிகமாக்கவுமில்லை; குறைவுபடுத்தவுமில்லை. ஆனால் நிலைபெறுத்தியிருக்கின்றன.

அரசியல் வாழ்க்கையிலும், சமூக வாழ்க்கையிலும் சென்ற பதினைந்து வருஷத்தில் அநேக தலைவர்கள் வந்து போய்விட்டார்கள். ஆனால் சங்கீதத் தில் மட்டும் அய்யங்காருடைய தலைமை இன்னும் நீடித்திருப்பதின் இரகசியம் என்ன? பண்டிதர்கள், பாமரர்கள் எல்லாரையும் பஞ்சிப்பிக்கக்கூடிய சில அம்சங்கள் அய்யங்காரின் பாட்டில் அமைந்திருப்பதுதான்.

அய்யங்காருக்கு முந்திய காலத்தில் சங்கீதக் கச்சேரிகளுக்கு வந்து ரஸித்தவர்கள் பெரும்பாலும் அந்த வித்தையின் நுட்பங்களை அறிந்த சிலரேயாவர். மற்ற சாதாரண ஜனங்கள் சங்கீதம் அநுபவிப்பதற்கு நாடக மேடையை நாடி வந்தார்கள். சங்கீத நுட்பங்களை அறியாத சாதாரண ஜனங்களும் ரஸித்து அனுபவிக்கும்படியாகக் கச்சேரி பந்தாவை அமைத்தவர் அய்யங்கார் என்றே சொல்ல வேண்டும். சின்னச் சின்னக் கீர்த்தனங்களாக உருப்படிகள் அதிகமாகப் பாட ஆரம்பித்தவர் அவரே. கச்சேரியில், வித்தைத் திறமையே பிரதான அம்சமாகவுடைய பகுதிக்குக் காலத்தைக் குறைத்து, எல்லாரும் அனுபவிக்கக்கூடிய பகுதியை அவர் நீட்டி விட்டார். கச்சேரியின் கடைசியில், துக்கடாக்கள் அதிகமாய்ப் பாடினார், கீர்த்தனங்களையும் ராகங்களையும் ஒரே சிட்டையாகப் பாடிவந்தபடியால், கொஞ்சநஞ்சம் சங்கீத ஞானமுள்ளவர்கள் எல்லோரும் அவரைப் பின்பற்றிப் பாடத் தொடங்கினார்கள். ஏகலைவன் துரோணாச்சாரியிடம் சிஷ்யனாயிருந்தது போல், அவருடைய கச்சேரிகளைக் கேட்பதின் மூலமாகவே அவருக்கு ஆயிரக்கணக்கான சிஷ்யர்கள் ஏற்பட்டனர்.

சங்கீத வித்தையில் ஆழ்ந்த தேர்ச்சியில்லாதவர் யாராவது கச்சேரியில் இப்படிப்பட்ட புரட்சி செய்ய முயற்சித்திருந்தால் பண்டிதர்கள் சண்டைக்கு வந்திருப்பார்கள். “போச்சு! குடிமுழுகிப் போச்சு!” என்பார்கள். ஆனால் அய்யங்காரிடம் அவர்கள் ஜபம் ஒன்றும் சாயவில்லை.

தென்னாட்டில் நமது காலத்தில் உயர்ந்த சங்கீத ஞானம் விஸ்தாரமா கப் பரவுவதற்குக் காரண புருஷர் களா யிருந்தவர்களில் தலை சிறந்தவர் யார் என்று கேட்டால், (“அய்யங்கார்தான்” என்று திட்டமாகச் சொல்லலாம்.

ஆனால் கச்சேரிகளில் வெற்றிபெறுவதற்கு வேண்டிய அம்சங்கள் எல்லாம் ஒருவரிடம் இருந்தாலும், இசைத்தட்டுகளில் அவர் பாட்டு சோபிக்காமல் போகலாம். இசைத்தட்டில்

வெற்றி பெறுவதற்குச் சில தனி அம்சங்கள் இருக்க வேண்டும், முக்கியமானது சாரீரம். கச்சேரிகளில் வெகு நன்றாய்ச் சோபிக்கும் சாரீரம் சில சமயம் பிளேட்டில் சுகப்படுவதில்லை. அடுத்தபடியாக, உச்சரிப்பு. கச்சேரிகளில் பாடகர் சில சமயம் வார்த்தைகளை விழுங்கிவிட்டால் நாம் அதைப் பிரமாதப்படுத்துவதில்லை. பக்கவாத்தியங்களின் முழக்கம், குழந்தைகளின் அழுகைச் சத்தம் இவைகளுக்கிடையே அநேகமாய்ப் பாட்டின் வார்த்தைகள்தான் நம் காதில் விழுவதேயில்லையே?

சங்கீதக் கச்சேரியில் ஸ்வரங்கள் ஆகட்டும், வார்த்தைகள் ஆகட்டும் காதில் விழாத இடங்களில் எல்லாம், நம்முடைய மனோ பாவத்தினால் இட்டு நிரப்பிக்கொள்ள நாம் தயாராயிருக்கிறோம்.

ஆனால் இசைத்தட்டுகளில் அப்படியில்லை. எந்த பிளேட்டில் வார்த்தைகளும் ஸ்வரங்களும் சுத்தமாய்க் காதில் விழுந்து, அந்த பிளேட்டிலிருந்தே பாட்டைக் கற்றுக் கொள்ளும்படியிருக்கிறதோ அத்தகைய பிளேட்டுகளைத் தான் ஜனங்கள் விரும்பி வாங்குவார்கள்.

மேலும், சாரீரத்திலும் ஸாஹித்யத்திலும் உள்ள குறைபாடுகள் எல்லாம் கச்சேரியில் பாடும்போதைவிட பிளேட்டில் நன்றாக எடுத்துக்காட்டப்படுகின்றன. உதாரணமாக, அய்யங்காரிடம் எத்தனையோ தடவை,

"சிதம்பரம் என மனங்கனிந்திட''

என்னும் பாட்டைக் கேட்டிருக்கிறேன். அதில் விரஸம் ஒன்றும் புலப்பட்டதில்லை. பிளேட்டில் அதே பாட்டைப் பாடுகையில்,

"அடைக்கலமென்றடியேன் உனை நம்பி
அலறுவதும் செவி புகவிலையோ அடிமை"

என்னும் அநுபல்லவியில், "றடியேன்" என்று அய்யங்கார் இரண்டு தடவை சொல்லும்போது, கஷ்டமாய்த்தானிருக்கிறது,

இந்த இடத்தை ஒரு விதிவிலக்கு என்றே சொல்லலாம். பொதுவாக அய்யங்காரின் சங்கீதம் இந்த இசைத்தட்டு சோதனையில் வெற்றியடைந்திருக்கிறது. அவருடைய கச்சேரிகளில் நாம் அனுபவிக்கும் நல்ல அம்சங்களையெல்லாம் அவருடைய பிளேட்டுகளிலும் காண்கிறோம். உண்மையில், அய்யங்காருடைய உயர்தரக் கச்சேரி ஒன்றை ராகம் பல்லவி மட்டும் இல்லாமல் கேட்க விரும்பினோமானால், அவருடைய பிளேட் ஸெட் ஒன்று வாங்கிக்கொண்டால் போதும். தெலுங்கிலும், தமிழிலும் அவர் வழக்கமாகப் பாடும் சிறந்த கீர்த்தனங்களும், ஜாவளி, ஹிந்துஸ்தானி, துக்கடாக்களும் அவருடைய பிளேட்டுகளில் அடங்கியிருக்கின்றன.

பின் வரும் ஒன்பது பிளேட்டுகள், கிராமபோன் வைத்திருக்கும் சங்கீத ரஸிகர் ஒவ்வொருவரிடமும் இருக்க வேண்டுமென்று நான் தேர்ந்தெடுத்திருக்கின்றேன் :

A. 122	எடு நம்மினா		ஸாவேரி
	கமலாம்பாம் பஜரே		கல்யாணி
A. 120	பரிதான மிச்சிதே		பிலஹரி
A. 124	பரம பாவன ராம		பூரி கல்யாணி
A. 109	கார்த்திகேய காங்கேய		தோடி
A. 114	அலகலல்ல		மத்யமாவதி
	அனுபமகுணாம்புதி		அடாணா
A. 111	சிதம்பரம் என		கல்யாணி
	கடைக்கண் நோக்கி		தோடி
A. 107	ராட்டினமே காந்தி		காபி
A. 119	அவனன்றி ஓரணுவும்		ராகமாலிகை
A. 126	வைஷ்ணவோ ஜனதோ		ஸிந்துபைரவி

மேற்சொன்ன பிளேட்டுகளில் சில நன்றாயிருக்கின்றன; சில ரொம்ப நன்றாயிருக்கின்றன. "அசாத்தியமாய் நன்றாயிருக்கிறது" என்று சொல்லக்கூடிய அய்யங்காரின் பிளேட் இனிதான் வெளியாக வேண்டும்; கூடிய சீக்கிரம் வெளியாகுமென்று எதிர் பார்க்கிறேன்.

மேற்குறிப்பிட்ட இசைத்தட்டுகளில் ஒன்று மட்டும் அய்யங்காருடைய புகழ் என்றைக்கும் அழியாமல் இருக்கச் செய்யக் கூடியதாகும். அதுதான் "வைஷ்ணவ ஜனதோ" என்ற பாட்டு. மகாத்மா காந்தியின் மனதுக்கு உகந்த கீதம் என்பதாக, தேசத் தொண்டர்களால் தேசீய பஜனைகளில் அடிக்கடி அது பாடப்படுவதுண்டு, அநேகமாக அபஸ்வரக் களஞ்சியமாய்த் தானிருக்கும். அந்தக் கீதத்தை சங்கீத மேன்மை பொருந்தியதாகச் செய்து வெகு அழகாய்ப் பாடியிருக்கிறார் அய்யங்கார். முதலில் ஆலாபனமே மிக நன்றாயமைந்திருக்கிறது. பிறகு பல கண்ணிகள் அமைந்த அந்தப் பாட்டைக் கேட்பவர்களுக்குத் துளிக்கூட அலுப்புத் தோன்றா வண்ணம் விதவிதமான வேலைப்பாடுகளுடன் பாடியிருக்கிறார். மகாத்மாவுக்குப் பிரியமான பாட்டு, ஒருவருடைய சங்கீதக் காதுக்கும் பிரியமளிப்பது என்றால், வேறு என்ன வேண்டும்? ஆகவே, அய்யங்காருடைய இசைத்தட்டுகளுக்குள், "வைஷ்ணவ ஜனதோ"வுக்குத்தான், இப்போதைக்கு, நான் முதன்மை ஸ்தானம் அளித்திருக்கிறேன்.

- ஆனந்த விகடன், 18.10.1936

47
சங்கீத அவஸ்தை

சென்ற ஞாயிற்றுக் கிழமை சாயங்கால வேளை ஞாபகம் இருக்கிறதா? அந்த அழகான அந்திப் போதில் தடாகங்களில் தாமரைகள் குவிந்துகொண்டிருந்தன; ஓடை களில் நீலோத்பலங்கள் மலர்ந்து கொண்டிருந்தன ; மாந்தோப்புகளில் பூங்குயில்கள் நீலாம்புரி பாடிக்கொண்டிருந்தன. இவைகள் ஒன்றையும் பார்க்காமலும் கேட்காமலும் நான் பட்டணத்தில் ஒரு வீட்டின் வாசலில் உட்கார்ந்து சில சிநேகிதர்களுடன் பேசிக்கொண்டிருந்தேன். அப்போது அடுத்த வீட்டிலிருந்து ஏககாலத்தில் இரண்டு சப்தங்கள் கிளம்பி எங்கள் காதில் விழுந்தன. ஒன்று, ஒரு குழந்தை பிடில் பயிற்சி செய்யும் சப்தம்; இன்னொன்று, இன்னொரு குழந்தையின் அழுகைக் குரல், "இந்த இரண்டில் எது நன்றாயிருக்கிறது?" என்ற கேள்வியை சிநேகிதர் தூக்கிப் போட்டார். அதற்குப் பதில் சொல்வது இலேசான காரியமாயில்லை. ஏனெனில், அந்தப் பாட்டும் அழுகையும் ஒன்றை ஒன்று தூக்கி அடிப்பதாக இருந்தன. எங்கள் விவாதத்திலிருந்து, சாயங்கால வேளையில் வெளியில் கிளம்பிச் சென்று, இயற்கை இன்பக் காட்சிகளை அனுபவிக்காமல் வீட்டு வாசலில் உட் கார்ந்து அரட்டை அடிப்பது 'ரொம்பப் பிசகு' என்ற முடிவுதான் ஏற்பட்டது.

சமீபத்தில் பண்டித ஜவஹர்லால் "கிராமவாசத்தைப் பற்றி உயர்த் திப் பேசுவதெல்லாம் சுத்த மோசடி ; எனக்கு நகர வாசந்தான் பிடித்திருக்கிறது ; நகரத்திலேதான் நாகரிக வாழ்க்கைக்குரிய சாதனங்கள் இருக்கின்றன" என்று ஸ்பஷ்டமாகச் சொல்லியிருக்கிறாரல்லவா? கூடுமான வரையில்

ஜவஹர்லாலுடன் ஒத்துப்போவதுதான் பிழைக்கும் வழி என்று தெரிந்து கொண்டிருக்கிறேனாதலால் அவர் சொல்வதே சரி என்று ஒப்புக்கொள்கிறேன். ஆனால் ஒருவிதத்தில் மட்டும் நகர வாசத்தைவிடக் கிராம வாசம் உயர்ந்தது என்பது என் திடமான அபிப்பிராயம். கிராமாந்திரங்களில் சாயங்காலத்திலோ, காலை வேளையிலோ குழந்தைகள் சங்கீதம் கற்றுக்கொள்கிற சப்தம் கேட்பதில்லை ; பிடில் அல்லது ஹார்மோனியம் கற்றுக்கொள்கிற சப்தங்கூட வருவதில்லை.

இதிலிருந்து குழந்தைகளுக்குச் சங்கீதமே கற்றுக் கொடுக்கக் கூடாதென்று நான் சொல்வதாகப் பெற்றோர்கள் நினைக்கக் கூடாது. நமது சங்கீதத்தில் அவ்வளவு வெறுப்பு, ரேடியோ கச்சேரிகளை ஏற்படுத்துகிறவர்கள் எவ்வளவோ முயற்சி செய்தும், எனக்கு இன்னும் ஏற்படவில்லை. குழந்தைகளுக்குச் சங்கீதம் கற்றுக்கொடுக்க வேண்டியதுதான். ஆனால் இப்போது, சாதாரணமாய்க் கற்றுக்கொடுக்கும் முறை சரியல்ல. எடுத்தவுடன் எல்லாக் குழந்தைகளுக்கும் 'ஸரிகமபதநிஸ' ஆரம்பிக்கிறார் கள். சங்கீத வித்வான்களாகிக் கச் சேரி செய்யப் போகிறவர்களுக்கு என்ன பாட முறையோ, அதே பாட முறை எல்லாக் குழந்தைகளுக்கும் கையாளப்படுகிறது. நாலு வருஷம், ஐந்து வருஷம் ஏராளமான பணச் செலவும், கால விரயமும் ஆகிக் கற்றுக்கொண்ட சங்கீதம் அநேக பெண் கள் சுர விஷயத்தில் துளிக்கூடப் பயன்படுவதில்லை. அழகாயிருக்கும் முகம் அவலட்சணமாவதைத் தவிர வேறு பலன் கிடைப்பதில்லை. களை பொருந்திய லட்சணமான முகங்களையுடைய சில குழந்தைகள் சங்கீதம் கற்றுக்கொள்ளும் போது, அவர்களுடைய வாய் பயங்கரமாக விரிந்து, முகம் விகாரமாய்க் கோணி, தோற்றம் அகோரமாய் ஆவதைப் பார்க்கும்போதெல்லாம், ஔரங்கஜீப்பைப் போல் சங்கீதத்தை ஆழக் குழி தோண்டிப் புதைத்துவிடலாமென்று எனக்குத் தோன்றுவதுண்டு.

எல்லாக் குழந்தைகளுக்கும் பாட்டுக் கற்றுக்கொடுக்க வேண்டியதுதான். ஆனால், உண்மையில் கற்றுக்கொடுப்பது பாட்டாயிருக்க வேண்டும். 'ஸரிகமபதநிஸ' அழுகையைக் கற்றுக்கொடுத்து, அதுதான் பாட்டு என்று சொல்லக்கூடாது. கும்மிகள், சிந்துகள், கண்ணிகள், தோத்திரங்கள், எளிய கீர்த்தனங்கள் இவைகளைச் சொல்லிக்கொடுக்க வேண்டும். அதாவது எந்த அளவில் கற்றுக்கொண்டாலும் பிற்காலத்தில் உபயோகப்படும் பாட்டாயிருக்க வேண்டும்.

எல்லாக் குழந்தைகளுக்கும் இத்தகைய ஆரம்ப சங்கீதம் சொல்லிக்கொடுக்கலாம். ' தனித்தனியாகவும் ஒன்று சேர்ந்தும் பாடுவதற்குப் பயிற்சி அளிக்கலாம். இப்படி ஆரம்ப சங்கீதம் பயில்கிறவர்களில், சங்கீதப் பிரேமையும், சங்கீத நுட்பங்களில் மனம் செல்லும் இயற்கையும் யாராருக்கு இருப்பதாகத் தெரிகிறதோ, அப்படிப்பட்ட குழந்தைகளாகப் பொறுக்கி, 'ஸரிகமபதநிஸ' ஆரம்பிக்க வேண்டும். சங்கீதம் வருமா, வராதா என்று தெரியாமல், எல்லாக் குழந்தைகளுக்கும் 'பாட்டு வாத்தியார்' வைத்துப் பாடுபடுத்துவதினால், வீட்டுக்காரர்களுக்குப் பண நஷ்டம் ; குழந்தைகளுக்குக் காலமும் தேக சக்தியும் அழகும் நஷ்டம் ; அடுத்த வீட்டுக்காரர்களுக்குக் காது நஷ்டம், மன நிம்மதி நஷ்டம்.

அப்படி உயர்தர சங்கீத சாஸ்திரப் பயிற்சிக்குத் தகுதியுள்ளவர்கள் என்று பொறுக்கி எடுத்த குழந்தைகளுக்குக் கட்டாயம் நல்ல வாத்தியார்களைக் கொண்டு, சங்கீதம் கற்றுக்கொடுங்கள். ஒத்தாசைக்கு வேண்டுமானால், இக்காலத்தில் திவ்யமான புத்தகங்கள் வந்திருக்கின்றன. ஸ்ரீமான் பி. சாம்பமூர்த்தி அவர்கள் "கர்நாடக சங்கீத புத்தகம்" முதல், இரண்டு, மூன்று பாகங்கள் வெளியிட்டிருக்கிறார். தனித்தனியாகவும், ஒரே புத்தகமாகவும் *(The Indian Music Publishing House G:T. Madras என்ற விலாசத்தில்)* கிடைக்கும். இன்னும் பிரம்மஸ்ரீ நேமம் நடேச பாகவதர் அவர்களின் புதல்வர் ஸ்ரீமான் என்.சுந்தரமய்யர் "ஸங்கீத பால பாடம்" மூன்று பாகங்கள் வெளியிட்டிருக்கிறார். இவையும் தனித் தனியாகவும் ஒரே புத்தகமாகவும் *(The Musical Trading House, 15, Akbar Sahib Street, Triplicane, Madras என்ற விலாசத்தில்)* கிடைக்கும்.

'ஸரிகமபதநிஸ' குட்டையில் நீந்திக் கரையேறிய பிறகு, சங்கீத சாகரத்தில் நீந்திப் பழக விரும்புகிறவர்கள் ஸ்ரீமான் பி.சாம்பமூர்த்தியின் "கீர்த்தன சாகரம்" இரண்டு பாகங்களை வாங்கி ஒரு கை பார்க்கலாம். இவையும் முதலில் குறிப்பிட்ட விலாசத்தில் கிடைக்கும். "கீர்த்தன சாகரம் இரண்டு பாகங்களிலும் மொத்தம் 58 கீர்த்தனங்கள் ஸ்வரங்களுடனும், ராக லக்ஷண சங்கிரகத்துடனும், பிழை திருத்தத்துடனும் அச்சிடப்பட்டிருக்கின்றன. மிகவும் உபயோகமான புத்தகம் என்பதில் சந்தேகமில்லை உபயோகப்படுத்தக் கூடியவர்களுக்கு.

பக்த ராமதாஸ்

குழந்தைகளின் சங்கீதப் பயிற்சியில் ஒரு முக்கியமான அம்சம், அவர்கள் நல்ல சங்கீதத்தையே கேட்டுப் பழகும்படி செய்வது.

வருங்காலத்தில் அவர்கள் பெரிய சங்கீத விதுஷிகள் ஆகும் ஆசை கொண்டிருந்தாலும் சரி, அல்லது சாதாரணமாய் நவராத்திரிக் கொலுவில் ஸுஸ்வரமாக இரண்டு பாட்டு பாடத் தெரிந்தால் போதுமென்றிருந்தாலும் சரி, நல்ல சங்கீதத்தைக் கேட்டுக் காது பழக வேண்டியது மிகவும் அவசியம்.

இந்த விஷயத்தில் கிராமபோன் பெரும் உதவியாகவும் இருக்கக் கூடும்; பெரிய சத்துருவாகவும் இருக்கக் கூடும்! அபஸ்வரக் களஞ்சியமான கிராமபோன் பிளேட்டுகளையே கேட்டுக் குழந்தைகளுக்குப் பழக்கமாகிவிட்டால், அவர்களுக்கு நல்ல சங்கீதம் வராமற் போவதுமல்லாமல் நல்ல சங்கீதத்தை ரஸிக்கும் சக்திகூட இல்லாமற் போய்விடும். .

ஒரு நண்பர் மேற்படி விஷயத்தைக் குறிப்பிட்டு, அக்காரணத்தினால் இந்தப் பத்தியில் வரும் கிராமபோன் பிளேட் விமர்சனம் மிகவும் உபயோகமானதென்று தெரிவித்திருக்கிறார். மற்றும் பலரும் இசைத்தட்டுத் தேர்தலைத் தொடர்ந்து நடத்த வேண்டுமென்று கேட்டிருக்கிறார்கள்.

கிராமபோன் பிளேட்டுகளில் குழந்தைகளுக்கு மிகவும் பிடித்திருப்பவை நாடக ஸெட்டுகள் என்பதை அறிந்திருக்கிறேன். நமக்கெல்லாம் சாதாரணமாய்த் தோன்றும் நாடக ஸெட்டுகள் குழந்தைகளுக்குக் குதூகலமளிக்கின்றன. தனி சங்கீத பிளேட்டுகள், எவ்வளவு மேலான சங்கீதமாயிருந்தாலும், குழந்தைகளுக்கு அவ்வளவு திருப்தியளிப்பதில்லை. நாடக பிளேட்டுகளில் பாட்டு நின்று பேச்சு வந்தவுடன் குழந்தைகளின் முகத்தைப் பார்க்க வேண்டுமே? பாட்டு என்றால், அவர்களுடைய காதுடன் நின்று போகிறது. பேச்சு வந்தவுடன், அவர்களுக்குக் கொஞ்சம் விஷயம் புரிந்துவிடுவதால் உடனே ஞான ஒளி கண்ட யோகியைப்போல் அவர்கள் மகிழ்ச்சியடைகிறார்கள்.

ஆகவே, நாடக ஸெட்டுகள் மட்டும் நன்றாயமைந்து விட்டால், குழந்தைகளின் காதுக்கு மட்டுமன்றி, அறிவுக்கும் கூட அவை எவ்வளவோ நல்ல பயிற்சியளிக்கக்கூடும் என்பதில் சந்தேகமில்லை.

இப்படி நன்றாயமைந்த நாடக ஸெட்டுகளில் ஒன்று "ஸரஸ்வதி ஸ்டோர்ஸ்" வெளியிட்டிருக்கும் பக்த ராமதாஸ்" (C.A.1031 முதல் C. A. 1035 வரை) நாடகம். பக்தி ரஸம் ததும்பும் அந்த அழகான கதையின் சுவையைச் சிறிதுகூடக் கெடுக்காமல் வெகு நன்றாய் எடுத்திருக்கிறார்கள்.

சில இடங்களில் இந்த நாடக ஸெட் மிகவும் உருக்கமாயிருக்கிறது. "குழந்தை கஞ்சித் தொட்டியில் விழுந்து இறந்து விட்டது" என்று சொல்லும் இடத்திலும், ராமதாஸர் சிறையில் கஷ்டப்படும் இடத்திலும் கண்ணில் நீர் ததும்பிவிடுகிறது.

ஹாஸ்யம் என்ற பெயரால் இதில் ஆபாசம் எங்கும் கிடையாது. சில இடங்களில் உயர்தர நகைச்சுவையேயிருக்கிறது. கோர்ட் விசாரணையும், சிற்பியுடன் சம்பாஷணையும் நன்றாயமைந்திருக்கின்றன. ராமதாஸர் உயிரைவிட நினைத்துச் சிறைக் காவலர்களிடம் விஷம் கேட்டபோது அவர்கள் "உன்னுடைய கஷ்டத்தைப் பார்க்க எங்களுக்கே சகிக்கவில்லை; விஷம் தருகிறோம்; ஆனால் யாராவது வந்து நீ எப்படிச் செத்தாயென்று கேட்டால் நாங்கள் விஷம் கொடுத்ததாக மட்டும் சொல்லாதே!" என்கிறார்கள். இந்த மாதிரி குற்றமற்ற நகைச்சுவைதான் இந்த ஸெட்டில் காணப்படுகிறது.

"ரகுபதி ராகவ ராஜா ராம்
பதித பாவன சீதா ராம்"

அநேகமாக எல்லாப் பாத்திரங்களும் அவரவர்களுக்குத் தகுந்த குரலுடன் அழகாகவும் தெளிவாகவும் பேசுகிறார்கள். இராமருடைய குரல் மட்டும் மெலிந்த கீச்சுக் குரலாயிருக்கிறது. அதைக் கேட்கும்போது நமக்கு 'ஓர் எலி, இராமன் வேஷம் போட்டிருக்கிறதோ!' என்ற சந்தேகம் ஏற்படுகிறது.

பாட்டும் நன்றாகத்தானிருக்கிறது. ஆனால் பாட்டைவிடப் பேச்சுத்தான் இந்த நாடக ஸெட்டில் அதிகமாய் சோபிக்கிறதென்று சொல்ல வேண்டும்.

நாடகத்தில் பாட்டைப் பற்றிப் பேசும்போது, சமீபத்தில் ஒரு சிநேகிதர் சொன்ன சம்பவம் ஞாபகம் வருகிறது. வெள்ளைக்காரர் ஒருவர் தமிழ்நாட்டில் அரிச்சந்திர நாடகம் பார்த்தாராம். பக்கத்திலிருந்த சிநேகிதர் ஒருவர் அவருக்கு நாடகத்தில் நடப்பது எல்லாவற்றையும் அவ்வப்போது சொல்லி வந்தாராம். கடைசியில், நாடகத்தைப் பற்றி அபிப்பிராயம் கேட்டதற்கு அந்த வெள்ளைக்காரர் சொன்னார்: "எல்லாம் நன்றாய்த்தானிருந்தது.

ஆனால் லோஹிதாட்சனைக் கடித்ததே, அந்தப் பாம்பு மட்டும் ஏன் பாடவில்லையென்றுதான் தெரியவில்லை! எல்லாரும் பாடியது போல் அந்தப் பாம்பும் ஒரு பாட்டுப் பாடிவிட்டுக் கடித்திருந்தால் எவ்வளவு நன்றாயிருக்கும்?"

நமது தமிழ் நாடக மேடையில் சந்தர்ப்பா சந்தர்ப்பமின்றிப் பொருத்தமில்லாத பாட்டுகள் பாடப்படுவதை இதைவிடச் சிறந்த முறையில் பரிகாசம் செய்ய முடியாதல்லவா?

இந்தக் குறைபாடு, கிராமபோன் நாடக ஸெட்டுகளிலும் ஓரளவு இருக்கத்தான் செய்கிறது. ஆனால் மேடையில் நேரில் பாத்திரங்களைப் பார்க்கும்போது அசந்தர்ப்பமான இடங்களில் பாட்டுக்கள் விரஸமாயிருக்குமளவு, கிராமபோன் பிளேட்டுகளில் இருப்பதில்லை.

இந்த 'பக்த ராமதாஸ்" ஸெட்டைப் பொறுத்தவரையில், சம்பாஷணை அதிகமாகவும், பாட்டுக்கள் பொருத்தமான இடங்களிலும் அமைந் திருப்பது மிகவும் திருப்திகரமான விஷயம்.

- ஆனந்த விகடன், *15.11.1936*

48

சங்கீத அனுபவம்

"நேற்று நடந்த சங்கீத சங்கட சபைக் கச்சேரிக்கு நீங்கள் வரவில்லை போலிருக்கிறதே? வர முடியவில்லை யாக்கும்" என்று ஒரு சிநேகிதர் கேட்டார்.

"நேற்றுத்தானே? ஒரு முக்கியமான வேலை இருந்தது. ஆனால்..."

"கச்சேரி சுகப்படாது என்று தெரிந்துதான் வராதிருந்தீர்களோ என்று பார்த்தேன்."

"அப்படியா? கச்சேரி நன்றா யில்லையென்றா சொல்கிறீர்கள்?"

"ஆமாம்; சுத்த மோசம்! நான் பார்த்துவிட்டேன், ஸார்! அதெல்லாம் அமைகிற வேளையைப் பொறுத்திருக்கிறது."

"ரொம்ப வாஸ்தவம். ஆனால் நேற்றுக் கச்சேரிக்கு நானும் வந்துதானிருந்தேன். ஒரு முக்கியமான வேலை இருந்தபடியால் அதைப் பார்த்துவிட்டுக் கொஞ்சம் நேரம் கழித்து வந்தேன்."

"அப்படியா? சுற்றிச் சுற்றிப் பார்த்தேன். உங்களைக் காணவேயில்லையே?"

"நான் உங்களைப் பார்த்தேன். நீங்கள் பாட்டின் சுவாரஸ்யத்தில் மூழ்கியிருந்தீர்கள். பலமாகத் தலையாட்டினீர்கள். என்னைக் கவனிக்கவேயில்லை."

"ஆமாம்; சில இடங்களில் மட்டும் ரொம்ப நன்றாய்த்தானிருந்தது."

"மேலும், பக்கவாத்தியங்கள்..."

"அதுதான் சொல்கிறேன்; பாடகரைக் குறைசொல்லி என்ன பண்ணுகிறது? பக்கவாத்தியம் சரியாய் அமைந்தால்தானே? சுத்த மோசமாயிருந்தால்..."

“ஆமாம்; எல்லாம் பக்கவாத்தியங்களைத்தான் பொறுத்திருக்கிறது. ஆனால் நேற்று பிடில் அவ்வளவு மோசமில்லை அல்லவா ?”

“பிடில் தேவலைதான் ; சுமாராயிருந்தது.’’

“பைரவியில் பிடில் வித்வான் சில நகாசு வேலைகள் அபூர்வமாய்ச் செய்தார் அல்லவா? பைரவியிலா, அல்லது கரகரப்ரியாவிலா?”

“பைரவி, கரகரப்ரியா இரண்டும். அபூர்வமாய்த்தான் வாசித்தார்.”

“எனக்கென்னமோ, நேற்று மிருதங்கம் வழக்கத்தைவிட நன்றாய் இருந்ததாகத் தோன்றியது. அதிகப் பிரசங்கம் இல்லாமல், பாடகரோடு ஒத்து வாசிக்கவில்லையா?’’

“கச்சேரிக்கு அதுதானே வேண்டும்?அதிகப் பிரசங்கமே கிடையாது. மிருதங்கம் நேற்று ரொம்ப நன்றாய் இருந்தது.’’

“இருக்கட்டும் ; பாடகருக்குச் சாரீரம் மட்டும் நேற்று ஜம்மென்று இருந்தது, இல்லையா ? சில நாளைக்கு சுருதியோடேயே சேராதே?”

அந்த வரையில் நேற்று அதிர்ஷ்டந்தான். சாரீரத்தில் அப்பழுக்குச் சொல்வதற்கில்லை.”

“ஆரபி ராகமும், கீர்த்தனமும் எவ்வளவு ஜோராய்ப் பாடினார், பார்த்தீர்களா?”

“ஸார்! அதைத்தான் நான் சொல்ல வேணும் என்று நினைத்தேன், நீங்களே சொல்லிவிட்டீர்கள்.”

“பல்லவி வெளுத்து வாங்கிவிட்டார்.”

“ஆமாம் ; பல்லவி வெகு குஷியாய்த்தானிருந்தது.”

“கடைசியில் சில்லரை உருப்படிகள் முதல் தரமாயிருந்தன.”

“ஒன்றையொன்று தூக்கியடித்தன.”

“மொத்தத்தில் கச்சேரி ரொம்பத் நாமென்று தான் சொல்ல வேண்டும், இல்லையா?”

“ஆமாம், ஸார்! நேற்றுக் கச்சேரி மாதிரி அடைந்தால் போதாதா? நான் சொல்கிறேன், கேளுங்கள். கச்சேரி நன்றாயமைவது சபையில் வந்து உட்காருகிறவர்களைப் பொறுத்தது. நம்மைப்போல் நாலு ரஸிகர்கள் வந்து உட்கார்ந்துவிட்டால், கச்சேரி எப்படி மோசமாய்ப் போகும்?’’

இவ்வாறு, ரொம்ப மோசமாக ஆரம்பித்த கச்சேரி, முதல் தரமாய் முடிந்துவிட்டது! சங்கீத விஷயத்தில் அபிப்பிராய பேதத்தைப் பற்றி அந்த சிநேகிதருடன் வாதம் தொடுத்துச் சில விஷயங்களைத் தெளிவுபடுத்திக் கொள்ளலாமென்று பார்த்தேன். அதற்கு அவர் இடங்கொடுக்கவேயில்லை!

இந்த சிநேகிதரைப் போன்றவர்கள் ஒருவிதத்தில் மிகவும் பாக்கியசாலிகள், அவர்களுக்கு சங்கீத விஷயத்தில் அபிப்பிராயமே கிடையாது. முதலில் அபிப்பிராயம் இருந்தால்தானே, அபிப்பிராய பேதத்துக்கு இடமுண்டு?

ஒரே சங்கீதத்தை "ரொம்ப பேஷ்" என்று சொல்லி அநுபவிக்கவும், "சுத்த மோசம்" என்று சொல்லி அநுபவிக்கவும் அவர்கள் தயாராயிருப்பார்கள். இரண்டையும் அவர்கள் அநுபவிக்கக் கூடியதாயிருப்பது தான் பெரிய விசேஷம்! கொடுத்து வைத்தவர்கள்!

சங்கீதக் கட்சிகள்

முன் சில கட்டுரைகளில், சங்கீத விஷயத்தில் இயற்கையாக ஏற்படும் அபிப்பிராய பேதங்களைப் பற்றிக் கூறியிருக்கிறேன். மேலே, அபிப்பிராயமே இல்லாதவர்களைக் கவனித்தோம். ஆனால் இப்படி அபிப்பிராயம் இல்லாதவர்களில் சிலர் அபிப்பிராயங்களை ஏற்படுத்திக்கொண்டு அவைகளுக்காகச் சண்டை பிடிக்கத் தயாராயிருப்பார்கள். சங்கீத உலகில் முக்கால்வாசிக் கலகம் இவர்களால்தான் ஏற்படுகின்றன.

ஆஸ்கார் ஒயில்ட் என்னும் பிரசித்த ஆங்கில ஆசிரியர் ஒரு சீமாட்டியின் குணாதிசயங்களை வர்ணிக்கும்போது, "அவளுக்குச் சங்கீதத்தில் ரஸம் கிடையாது; ஆனால் சங்கீத வித்வான்களிடத்தில் வெகு பிரீதி" என்று சொல்கிறார். ஒரு விதத்தில் இந்த சீமாட்டியைப் போன்ற ரஸிகர்கள் நமது சங்கீத உலகில் அநேகர் இருக்கிறார்கள். அவர்களுக்கு எப்படியோ ஒரு சங்கீத வித்வானிடத்தில் அபிமானம் விழுந்துவிடுகிறது. அப்புறம் "அவர் பாடுவதுதான் பாட்டு; மற்றவர்கள் பாட்டெல்லாம் அழுகை" என்ற தீர்மானத்துக்கு வந்துவிடுகிறார்கள், இப்படியாக, சங்கீத உலகில் கட்சிகள் ஏற்படுகின்றன.

ஒவ்வொரு வித்வானுக்கும் ஒவ்வொரு கட்சி. அந்தந்தக் கட்சியைச் சேர்ந்தவர்கள் யாரென்பதை வெகு சுலபமாகக் கண்டுபிடிக்கலாம்.

ஒரு வித்வான் கச்சேரிக்கு வந்து உட்காருகிறார். சபையைப் பார்த்துப் புன்னகை செய்கிறார். உடனே சபையில் முப்பது முகங்கள் பதிலுக்குப் புன்னகை புரிகின்றன.

பிறகு, வித்வான் தம்பூராவை எடுத்துச் சுருதி கூட்டுகிறார். சபையில் முப்பது பேருடைய காதுகள் துடிக்கின்றன. வித்வான் தொண்டையைக் கனைத்துக்கொண்டு சாரீரத்தைச் சுருதியோடு சேர்க்கத் தொடங்குகிறார். உடனே முப்பது பேருடைய தலைகளும் ஆடத் தொடங்குகின்றன. “ஆஹா ஆஹா” என்று ஆர்ப்பரிக்கிறார்கள் பலர்.

இப்படியாக, ஒரு வித்வானிடம் அபிமானம் ஏற்பட்டுவிட்டால் அவர் தொண்டையைக் கனைப்பதுகூட அதி அற்புத சங்கீதமாகிவிடுகிறது. இதிலிருந்து மற்றவர்களுடைய சங்கீதத்தை அலட்சியம் செய்யவும் தோன்றுகிறது. இவ்வாறு அபிமானத்தினால் ஏற்படும் அபிப்பிராயங்களாலும், அபிப்பிராய பேதங்களாலும் கட்சிகள் ஏற்படுகின்றன.

தற்கால வித்வான்களைப் பொறுத்து இத்தகைய கட்சிகள் ஏற்படுவது மனித சுபாவத்துக்கு ஒத்தது என்று நாம் ஒப்புக் கொள்ளலாம். ஆனால் இந்தக் கட்சி மனப்பான்மையைப் பழைய காலத்து மகான்கள் விஷயத்திலும் கொண்டுவரும் போது ரஸிகர்களுடைய மனம் வருந்தத்தான் செய்யும். நமது அபிமானங்கள், அசூயைகள் ஆகியவற்றை நம்முடன் வைத்துக் கொண்டால் போதாதா ? காலஞ்சென்ற மகான்களையும் அவற்றில் சம்பந்தப்படுத்துவானேன்?

சங்கீத உலகில் தியாகராஜஸ்வாமி கட்சி, தீக்ஷிதர் கட்சி என்று இரண்டு கட்சிகள் உண்டென்பது நேயர்களில் அநேகருக்குத் தெரிந்திராது. தியாகராஜஸ்வாமி கட்சியைச் சேர்ந்தவர்கள், தீக்ஷிதர் உத்ஸவத்துக்கு வர மாட்டார்கள் ; தீக்ஷிதர் கட்சிக்காரர்கள் தியாகராஜ உத்ஸவத்துக்கு வர மாட்டார்கள்.

கொஞ்ச நாளைக்குமுன், ஒரு சங்கீதக் கச்சேரியில், பாடகர் ஒரு தீக்ஷிதர் கிருதியைப் பாடிவிட்டு, அடுத்தாற்போல் “மாமவ பட்டாபிராம” என்னும் இன்னொரு தீக்ஷிதர் கிருதியை ஆரம்பித்தார். அப்போது சபையில் ஒரு பிரமுகர் இன்னொரு பிரமுகரிடம் “பார்த்தீர்களா, ஸார்! என்னதான் தீக்ஷிதர் கிருதி பாடினாலும், தியாகராஜ கீர்த்தனம் எடுத்ததும் ஜம்மென்றுதான் இருக்கிறது!” என்றார். ராமனைப் பற்றிப் பாடியிருப்பதால் அது தியாகராஜ கீர்த்தனமாய்த்தான் இருக்க வேண்டுமென்பது அவருடைய தப்பபிப்பிராயம். “ஒரு பாட்டு நன்றாயிருந்தால், அது தீட்சிதர் கீர்த்தனமாயிருக்க முடியாது'' என்பது அவருடைய மற்றொரு தப்பபிப்பிராயம்.

இம்மாதிரி தப்பபிப்பிராயங்களினால் ஏற்படும் அபிப்பிராய பேதங் கள், ரஸிகர்களால் முயற்சி செய்து நீக்குவதற்குரியனவாகும்.

தீக்ஷிதர் திருநாள்

மேற்கூறிய பிரமுகர் சென்ற தீபாவளியன்று சங்கீத வித்வத் சபை ஆதரவில் நடந்த தீக்ஷிதர் திருநாள் கொண்டாட்டத்துக்கு வந்திருந்தால், அவருடைய தப்பபிப்பிராயம் நீங்கப் பெற்றிருப் பார். தீக்ஷிதர் கீர்த்தனங்களிலும், மேன்மையான அம்சங்கள் இருக்கின்றன என்பதை உணர்ந்திருப்பார்.

மேற்படி திருநாளில் ஸ்ரீமான் கே.பாலசுப்பிரமணிய ஐயர் பி.ஏ., பி.எல்., ஒரு பிரசங்கம் செய்தார். தீக்ஷிதர் எப்படித் திறந்த கண் திறந்தபடி இருக்கையில் தூங்காமல் தூங்கிப்போய் ஒரு கீர்த்தனத்தின் முதலடியில் முதலெழுத்தைப் பாடினாரென்றும், எப்படி ஒரு கோவில் பிராகாரம் முழுவதையும் தம்முடைய சொந்தக் கால்களைக் கொண்டே மூன்று தடவை பிரதட்சிணம் செய்தாரென்றும், இன்னும் இதுபோன்ற அற்புதங்களை யெல்லாம் கேட்கத் தயாராகச் சென்ற நான் முற்றிலும் ஏமாந்து போனேன். ஸ்ரீமான் பாலசுப்பிரமணிய அய்யர், கேவலம் தீக்ஷிதர் கீர்த்தனங்களில் உள்ள அழகுகளை மட்டும் வெகு அழகாக எடுத்துக்காட்டிக்கொண்டே போனார். பகவானுடைய நாமங்களை அடுக்கடுக்காய்ச் சொல்லி மீதமாகும் இடங்களில் தீக்ஷிதர் ஆங்காங்கு கொஞ்சம் கவிதையையும் வைத்திருக்கிறார் என்று நிரூபணம் செய்தார்.

நல்லவேளையாக அன்று சங்கீத வித்வான்கள் யாரும் வந்திருக்கவில்லை. இந்த மாதிரி தொந்தரவுகளில் அவர்கள் தலையிட்டுக்கொள்வதே கிடையாது. ஏற்கெனவே, அவர்கள், "தீக்ஷிதர் கீர்த்தனங்களில் ராக பாவம் அதிகமாயிருக்கிறது; ஆகையால் பாடுவது கஷ்டமாயிருக்கிறது" என்று புகார் சொல்கிறார் கள். அர்த்தம் வேறு தெரிந்துபோய்விட்டால் அப்புறம் தீக்ஷிதர் கிருதி பாடுவதையே விட்டுவிடக்கூடுமல்லவா?

ஆனால், பொதுவாக இவ்வருஷத்தில் தீக்ஷிதர் நட்சத்திரம் உச்சத்தில் இருந்தது என்றே சொல்லலாம். வித்வான்கள் முன்னைக் காட்டிலும் அதிகமாகவே தீக்ஷிதர் கீர்த்தனங்கள் பாடினார்கள். குழந்தைகளுக்குக் கூடத் தீக்ஷிதர் கீர்த்தனங்கள் கற்றுக் கொடுக்கப்படுகின்றன. இனிமேல் கலியாணத்துக்குப் பெண் பார்க்கப் போகிறவர்கள், பெண்ணுக்குப் பாடத்தெரியுமா? பொட்டி வாசிக்கத் தெரியுமா?" என்று கேட்பதோடு "தீக்ஷிதர் கீர்த்தனம் தெரியுமா?" என்றுகூடக் கேட்பார்களென்று தோன்றுகிறது.

சமீபத்தில் வெளியூர் சிநேகிதர் ஒருவர், நல்ல கிராமபோன் பிளேட்டுகள் பத்து பொறுக்கித் தரும்படி என்னைக் கேட்டிருந்தார்.

"அவற்றில் இரண்டு பிளேட்டாவது தீக்ஷிதர் கீர்த்தனமாயிருக்க வேண்டும்" என்று! அவர் நிபந்தனை போட்டார்!

இந்த தீக்ஷிதர் வருஷத்தில் அவருடைய கீர்த்தனங்கள் அடங்கிய புத்தகம் ஒன்றும் வெளியாகியிருப்பது பெரிய விசேஷமாகும். இதை வெளியிட்டிருப்பவர் திருவீழிமிழலை நாகஸ்வர வித்வான் ஸ்ரீமான் தி.சா.நடராஜ சுந்தரம் பிள்ளை அவர்கள். இந்தப் புத்தகம் ஏழெட்டு மாதத்துக்கு முன்னாலேயே என் கையில் வந்தது. அதன் அட்டையைப் பார்த்தேன். பச்சை வர்ண அட்டை. நான் இதற்குமுன் படித்த சங்கீத புத்தகங்கள் நீல அட்டை போட்டவையாதலால், "இந்தப் பச்சை அட்டைப் புஸ்தகம் நமக்கு எங்கே புரியப்போகிறது?" என்று பேசாமல் வைத்துவிட்டேன். இப்போது ஸ்ரீமான் கே. பாலசுப்பிரமணிய ஐயரின் பிரசங்கத்தைக் கேட்ட பிறகு, புத்தகத்தைப் பிரித்துப் பார்க்கலாமென்று தோன்றிற்று. பார்த்தால், திவ்யமான புஸ்தகம். பெரும்பாலும் தமிழ் எழுத்துத்தான். ஸம்ஸ்கிருத உச்சரிப்புக்கு அவசியமான சில கிரந்த எழுத்துக்கள் மட்டுந்தான் சேர்க்கப்பட்டிருக்கின்றன. மொத்தம் ஐம்பது தீட்சிதர் கீர்த்தனங்களை ஸ்வரப்படுத்தி, ராக தாள கமக அடையாளங்களுடன் இந்நூலில் பிள்ளை வெளியிட்டிருக்கிறார். புத்தகத்தைப் பார்க்கும்போதே இதை வெளியிட அவர் எவ்வளவு சிரமம் எடுத்திருக்க வேண்டுமென்பது நன்றாய்த் தெரிகிறது.

புத்தகத்தின் பெயர்: தீட்சித கீர்த்தனப் பிரகாசிகை' விலை ரூ. 2.

உயர்தரசங்கீதப் பயிற்சி செய்யும் அவாஉள்ளவர்களுக்கெல்லாம். இந்தப் புத்தகம் மிகவும் உபயோகமா யிருக்குமென்பதில் சந்தேகமில்லை.

குமாரி சூடாமணி

முந்திய இதழ் ஒன்றில், குழந்தைகளுக்கு சங்கீதப் பயிற்சி அளிப்பதைப்பற்றி எழுதியிருந்தேன். சங்கீதத்தில் இயற்கையான ஆசை குழந்தைக்கு இருக்கிறதா, செலவழிக்கும் பணத்துக்கும் காலத்துக்கும் உண்மையான பயன் ஏற்படுமா என்று தெரிந்துகொண்டு, அதற்கு மேல் உயர்தர சங்கீதப் பயிற்சி அளிக்க வேண்டுமென்று குறிப்பிட்டிருந்தேன்.

குமாரி சூடாமணியைப் போன்ற குழந்தைகளுக்கு அவசியம் சங்கீதம் சொல்லிவைக்க வேண்டியதுதான்.

தீக்ஷிதர் திருநாளில் குமாரி சூடாமணி சில தீக்ஷிதர் கீர்த்தனங்களைப் பாடினாள். பிறகு ஸ்ரீ வேங்கடேச பக்த சபையில் ஒரு சங்கீதக் கச்சேரி செய்தாள். இந்தக் கச்சேரி புரோகிராமில், ஸ்ரீ தியாகய்யர், தீக்ஷிதர், சாமா சாஸ்திரிகள், பூச்சி அய்யங்கார், அருணாசலக் கவி, பாபநாசம் சிவன் முதலிய ஸாஹித்யகர்த்தர்கள் பாரபட்சமின்றிக் கௌரவிக்கப்பட்டிருந்தனர்.

"கர்ணாமிர்தமாயிருந்தது" என்று சிலருடைய சங்கீதத்தைத்தான் உண்மையாகச் சொல்லலாம். அப்படிச் சொல்லக் கூடியவற்றில், குமாரி சூடாமணியின் சங்கீதமும் சேர்ந்தது.

அவ்வளவு இனிமையான குரல் பூர்வ ஜன்ம சுகிர்தத்தினால்தான் கிடைக்க வேண்டும். இனிமையுடன் கம்பீரமும் கலந்தது. இப்படிப்பட்ட சாரீரத்துடன் ஒரு சிறு குழந்தை பாடும்போது, அதில் வித்தைத் திறமையோ வேறு உயர்ந்த அம்சங்களோ இருக்கின்றனவா என்று யோசிக்கவே நமக்குத் தோன்றுவதில்லை. சுருதி சுத்தமாக, தாளம் தவறாமல், சர்வசாதாரணமாய்ப் பாடினாலும் போதும், எவ்வளவு நேரம் வேண்டுமானாலும் கேட்டுக் கொண்டிருக்கலாமென்று தோன்றுகிறது,

சங்கீத உலகில் மிகவும் உன்னதமான ஸ்தானத்தை அடைவதற்குரிய அம்சங்கள் குமாரி சூடாமணியிடம் காணப்படுகின்றன. பகவான் அருளால் அதற்கு வேண்டிய வசதிகள் மட்டும் கிடைக்க வேண்டும்.

- ஆனந்த விகடன், 29.11.1936

49

உதவிக் கச்சேரி

பொதுக் காரியங்களுக்குப் பணம் சம்பாதிப்பதற்கு நம் நாட்டில் ஒரு சுலபமான வழி கண்டுபிடித்திருக்கிறார்கள். அதுதான் "உதவி சங்கீதக் கச்சேரிகள்" அல்லது "உதவி நாடகங்கள்" நடத்துவது! இந்த வழியில் யாருக்கும் கைப்பொறுப்பு இல்லாமல் பணம் சேர்ந்துவிடுவதாக ஐதீகம். பீதாம்பாய்யன் ஜால வித்தையில் வருவதுபோல், பணம் எங்கிருந்தோ வந்து குதித்துவிடுவதாக அபிப்பிராயம்.

இம்மாதிரி கச்சேரிகளுக்குப் பணம் எங்கிருந்து கிடைக்கிறது? கச்சேரி கேட்க வருபவர்கள் டிக்கட் வாங்குவதில் கிடைக்கிறது. சரி, டிக்கட் வாங்குகிறவர்கள் கச்சேரி கேட்டுவிடுகிறபடியால், அவர்களுக்கு நஷ்டம் ஒன்றும் கிடையாது.

சங்கீத வித்வான்களுக்குத்தான் ஏதாவது நஷ்டமுண்டா? அதுவும் இல்லை. யாரோ ஒரு பணக்கார ரஸிகர், நாதஸ்வரக் கச்சேரிக்கு ஏற்பாடு செய்திருந்தாராம். அவர் வீட்டுக் கச்சேரிக்கு முதல் நாள், இன்னொரு வீட்டுக் கலியாணத்தில் அதே நாதஸ்வரக்காரன் வாத்தியம் வாசித்துக்கொண்டிருந்தான். அதைப் பார்த்ததும் அந்தத் தனிகருக்குக் கோபம் வந்துவிட்டது. "இதென்ன இப்படி வாசித்துத் தள்ளி விடுகிறானே? நாளைக்கு நம் வீட்டில் வாசிப்பதற்கு அந்தக் குழாயில் பாக்கி என்ன இருக்கும்?" என்று கோபித்துக் கொண்டு, அந்த நாதஸ்வரக்காரனை வேண்டாமென்று சொல்லி, வேறொருவனை ஏற்படுத்திக்கொண்டாராம். ஆனால், இந்த ரஸிகருடைய பயம் அர்த்தமற்றதல்லவா? வாத்தியம் வாசிப்பதினால் அதிலுள்ள நாதம் குறைந்துபோய்விடாது. பாடகர்கள் ஒருநாள் பாடுவதினால், அவர்களுடைய பாட்டுச் சரக்கும் குறைந்துபோய்விடுவதற்கில்லை. "பாடப் பாட ராகம்"

என்பதல்லவா பழமொழி? ஆகவே, வித்வான்களுக்கும் நஷ்டம் ஒன்றுமில்லை. ஆனால் பணம் மட்டும் சேர்ந்துவிடுகிறது! பொதுக் காரியங்களுக்குப் பணம் சேர்ப்பதற்கு இது ஒரு பேஷான யுக்தியல்லவா?

★ ★ ★

ரொம்ப சரி ஆனால் இதே யுக்தியை மற்றும் சில தொழிலாளிகள் விஷயத்தில் நாம் ஏன் கையாளுவதில்லை? வக்கீல்கள் ஒரு நாள் ஏதோ ஒரு தர்ம கைங்கரியத்தின் உதவிக்காகக் கோர்ட்டில் வாதாடலாமல்லவா? அவருக்கு ஒன்றும் அதில் நஷ்டமில்லை; ஒருநாள் தர்மத்துக்குப் பேசினால் அவருடைய கை விரல்களில் இருக்கும் லா பாயிண்டுகள் குறைந்துபோய் விடுமா? கட்சிக்காரன் எப்படியும் பணங் கொடுக்கிறவனாதலால் அவனுக்கும் நஷ்டமில்லை. அதே மாதிரி டாக்டர்கள் பொதுக் காரியங்களின் உதவிக்காக 'பெனி பிட் ஆபரேஷன்'கள் நடத்தலாம். அப்படி அவர்கள் ஒப்புக்கொண்டால் கச்சேரிகளுக்கு டிக்கட் விற்பதுபோல், நாம் அன்று முயற்சி செய்து, ஊரிலே சிரங்கு, பிளவை உள்ளவர்களையெல்லாம் கொண்டுவந்து சேர்க்கலாம். ஒன்றுமில்லாவிட்டால் 'அபெண்டிஸிடி'ஸுக்காவது ஆபரே ஷன் செய்துகொள்ளச் சொல்லிச் சிநேகிதர்களை வற்புறுத்தலாம்... ஏனோ, இதெல்லாம் ஒன்றும் நடைபெறுவதில்லை. ஆனால் சங்கீத வித்வான்களை மட்டும் வெகு சுலபமாய் "உதவிக் கச்சேரி"கள் கொடுக்கும்படி கேட்டுவிடுகிறோம். அவர்களும் மிகப் பெருந்தன்மையுடன் ஒப்புக்கொண்டுவிடுகிறார்கள்.

அதிலும் சங்கீத வித்வான்களுக்கு எல்லாரும் வேண்டியவர்களா? ஆகையால் கைப்பொறுப்பு இல்லாமல் தர்ம கைங்கரியம் செய்ய விரும்புகிறவர்களெல்லாரும் தங்கள் தங்களுக்குத் தெரிந்த வித்வான்களைப் பிடிக்கிறார்கள். ஐந்தாம் ஜார்ஜ் மன்னரின் ஞாபகச் சின்ன நிதிக்காக இன்னமும் உதவிக் கச்சேரிகள் நடக்கின்றன. "எங்கள் ஊரில் சோம்பேறி மடம் கட்டுகிறோம். அதற்கு ஒரு கச்சேரி கொடுக்க வேணும்," எங்கள் ஊரில் தெறிபட்ட கழுதைகளுக்கென்று ஒரு அநாதாலயம் ஏற்படுத்துகிறோம். அதற்கு ஒரு கச்சேரி செய்ய வேணும்" என்றெல்லாம் கேட்கிறார்கள். "சங்கீத உலகம் பாழ்த்துப் போய் விட்டது; என்னை ஒருவரும் கச்சேரிக்குக் கூப்பிடுவதில்லை; ஆகையால் சங்கீத உத்தாரணத்துக்காக ஒரு சபை ஆரம்பிக்கிறேன்" என்று ஒருவர் கிளப்புகிறார். அவரும் இந்தப் பிரபல சங்கீத வித்வான்களைத்தான் உதவிக் கச்சேரிக்குப் பிடிக்கிறார், சொந்தக் குடும்ப உதவிக்குக் கச்சேரி செய்ய வேணுமென்று கேட்பவர்களும் உண்டு. "மாப்பிள்ளை, பெண்ணை அழைத்துக்கொண்டு

போகமாட்டேனென்கிறான். ஆயிரம் ரூபாய் கொடுத்தால்தான் சாந்திக் கலியாணம் நடத்துவேன் என்கிறான். அதற்காக ஒரு உதவிக் கச்சேரி கொடுங்கள்" என்றுகூடக் கேட்பவர்கள் இருக்கிறார்கள் :

★ ★ ★

இப்படியெல்லாம் இருக்கும்போது, காங்கிரஸ்காரர்கள் இந்தச் சங்கீத வித்வான்களைச் சும்மா விடுவார்களா ? வல்லபாய் நிதி வசூலுக்காக உதவிக் கச்சேரிகள் ஏற்படுத்த வேணுமென்று தீர்மானித்தார்கள். அதற்கு அவர்கள் தேர்ந்தெடுத்த காலம் அவ்வளவு பொருத்தமானதல்ல; டிஸம்பர் மாதம் 23உ பிறந்தால் சென்னையில் ஒரே சங்கீத உற்சவம். இதற்கு முந்திய இரண்டு வாரங்களில் உதவிக் கச்சேரிகள் நடத்தினால், பண வசூல் கம்மியாய்த்தானிருக்குமென்பது தெரிந்ததுதான். ஆனாலும்...

ஏழ்மைப்பட்ட ஒருவர் தம்முடைய பெண்களின் கலியாணச் செலவுக்காக ஒரு உதவிக் கச்சேரி செய்ய வேண்டுமென்று தமக்குப் பழக்கமான ஒரு சங்கீத வித்வானைக் கேட்டார். அவரும் சம்மதித்தார். அனால் "கொஞ்சம் பிற்பாடு வைத் துக்கொள்ளலாம். இப்போதுதான் இந்த ஊரில் பெரிய கச்சேரிகள் நடந்திருக்கின்றன... உடனே உதவிக் கச்சேரி வைத்தால் பணம் சேராது" என்றார். அதற்கு அந்தப் பெண்களின் தகப்பனார், "அதனால் என்ன மோசம்? நாம் என்ன கொடுத்தா வைத்திருக்கிறோம்? வந்த வரையில் போதுமே?" என்றாராம்.

ஏறக்குறைய இதே மனோபாவத்துடனேதான், வல்லபாய் நிதிக்காக இம்மாதத்தில் பல சங்கீதக் கச்சேரிகள் ஏற்படுத்தப்பட்டன. நமது சங்கீத வித்வான்கள் இந்த உதவிக்காகச் சேரிகளின் விஷயத்தில் காட்டிய மனோபாவம், அவர்களைப் பற்றி எனக்கிருந்த மதிப்பைப் பன்மடங்கு ஆக்கிற்று. "உதவிக் கச்சேரி நடத்தித் தந்தால் மிகவும் நன்றியுள்ளவர் களா யிருப்போம்" என்று காங்கிரஸ் கமிட்டியார் செம்மங்குடி சீனிவாசய்யருக்கு எழுதினார்கள். அவர் எழுதிய பதிலில், "வல்லபாய் நிதிக்கு நானும் பயன்படுவதற்கு ஒரு சந்தர்ப்பம் அளித்ததற்காக மிகவும் நன்றியுள்ளவனாயிருக்கிறேன்" என்று குறிப்பிட்டிருந்தார். ஏறக்குறைய எல்லா வித்வான்களும் இதே மனோபாவத்துடன் தான் கச்சேரி செய்ய முன் வந்தார்கள்.

★ ★ ★

முதல் கச்சேரி செம்மங்குடி சீனிவாசய்யர் தான். ஸ்ரீமான்கள் ராஜ மாணிக்கம் பிள்ளையும், தஞ்சாவூர் வைத்திய நாதய்யரும் பக்க வாத்தியங்கள். "கச்சேரி நன்றா யிருந்தது" என்று நான் சொல்லவேண்டியதில்லை. அந்தக் காங்கிரஸ் கொட்டகையைக்

கேட்டால், அது கூடச் சொல்லும். பல்லவிக்குப் பிறகு, செம்மங்குடி பாரதி கீதங்களாகவே பொழிந்து விட்டார். ஒவ்வொரு தடவை சென்னைக்கு வரும் போதும் அவர் ஒரு புது பாரதி கீதம் கொண்டுவருகிறார். இந்தத் தடவை புதிதாய்ப் பாடியது "தீராத விளையாட்டுப் பிள்ளை" என்னும் பாட்டு. கவிநயமும், இசை நயமும் 100க்கு 100 வீதம் பொருந்தி யிருப்பதுடன், ஹாஸ்யச் சுவையையும் அளிக்கும் இந்தப் பாட்டை, கிறிஸ்துமஸ் கச்சேரிகளின் போது கேட்டு அநுபவிக்கத் தவறா தீர்கள்.

★ ★ ★

அடுத்தது, 14வ ஸ்ரீ வல்லபாயின் விஜயத்தன்று முசிரி சுப்பிரமணிய அய்யர் நடத்திய கச்சேரி. இந்த உதவிக் கச்சேரிகளுக்குப் பூர்வாங்க ஏற்பாடுகள் செய்ததெல்லாம் முசிரி தான். பக்க வாத்தியக்காரர்களுக்கு எழுதி ஒத்துக்கொள்ளச் செய்ததெல்லாம் அவர்தான். ஆனாலும் அவருடைய கச்சேரி நடக்காமற் போய் விடுமோ என்ற சந்தேகம் வந்துவிட்டது. ஏனென்றால், கச்சேரிக்குச் சில நாளைக்கு முன், அவர் திடீரென்று' பிடில் வித்வானாய் மாறிவிட்டார்! ஏதோ சில விஷக்கடியினால் தேகத்தில் அரிப்பு உபத்திரவம் ஏற்பட்டு விட்டது. சுரம், தலைவலி, கால் வலியா யிருந்தாலும் பாடிவிடலாம். 104 டிக்ரி சுரத்திலேயே கூட அவர் பாட்டுக் கச்சேரி செய்ததுண்டாம். ஆனால், இது வேறு விஷயமாயிற்றே? பாடிக்கொண்டேயிருக்கும் போது, முதுகிலே அரிப்பு வந்துவிட்டால் என்ன செய்கிறது? தாளம் போடுவதா, சொரிந்து கொள்வதா?

உபத்திரவம் நீங்குவதற்காக முசிரி உப்பில்லாப் பத்தியம் இருந்தார். இதனால் தேகம் மெலிந்துவிட்டது. 13வ புதுக்கோட்டையில் பணம் வரவேண்டிய கச்சேரியை ரத்து செய்துவிட்டார். ஆனால், காங்கிரஸுக்குக் கொடுத்த வாக்குத் தவறாமல் 14வ. கச்சேரி செய்தார். "உயிரைக் கையிலேயே பிடித்துக்கொண்டு பாடினார்" என்றால், அன்றைக்குப் பொருந்தும். வேறு யாராயிருந்தாலும் அத்தகைய நிலைமையில் பாட மறுத்திருப்பார்கள். தேக சிரமத்தை நினைப்பதோடுகூட, பெயர் கெட்டுவிடுமே என்றும் பயப்படுவார்கள்.

இதையெல்லாம் பாராட்டாமல், முசிறி சுப்பிரமண்ய ஐயரைத் தவிர வேறு யாரும் அன்று கச்சேரி செய்திருக்க மாட்டார்கள்.

"கச்சேரி எப்படி இருந்தது?" என்றா கேட்கிறீர்கள்? அவர் பாடிய "மாயே" என்னும் கீர்த்தனம் ஒன்றே போதும் என்றுதான் சொல்வேன். இந்தக் கீர்த்தனத்தைக் கேட்கக் கேட்க அதனுடைய

அழகு அதிகமாகிறது. ராகத்தின் பெயர் "தரங்கிணி"யாம். (தரங்கம் = அலை) எவ்வளவு பொருத்தமான பெயர்? முசிறியும் அவருடைய சிஷ்யரும் சேர்ந்து இந்தக் கீர்த்தனத்தைப் பாட , மணியின் மிருதங்கமும் சேர்ந்துவிட்டால், இளங்காற்று வீசி இளம் அலைகள் அடித்துக்கொண்டிருக்கும் நதியில் தோணியில் உட்கார்ந்து அசைந்து மிதந்து போவது போன்ற பரவச உணர்ச்சி ஏற்படுகிறது.

அன்று முசிறியின் தேக பலவீனத்தினால் கச்சேரியில் ஏற்பட்ட குறையை, ஸ்ரீமான்கள் சௌடையாவும், பாலக்காட்டு மணியும் சேர்ந்து இட்டு நிரப்பினார்கள். எனக்குப் பின்னாலிருந்த ஒருவர் "ஐயோ! இந்த மணி மிருதங்கமா வாசிக்கிறான்? மிருதங்கத்திலே பாட்டல்லவா பாடுகிறான்? ஐயோ! ஐயோ!'' என்று அலறிக் கொண்டிருந்தார்.

அடுத்தபடி, 16வயன்று ஸ்ரீமான் டி.என்.ராஜரத்தினம் பிள்ளையின் நாதஸ்வரக் கச்சேரி நடந்தது. ஸ்ரீமான் ராஜரத்தினம் பிள்ளையைப் பற்றி முன்னம் பல முறை எழுதியிருக்கிறேன். இன்னும் எழுதுவதற்குச் சந்தர்ப்பங்கள் எவ்வளவோ கிடைக்கும்.

ஆகையால் இங்கே அதிகம் விவரிக்காமல் விடுகிறேன். சாதாரணமாய், ஸ்ரீமான் கிருஷ்ண ஐயா அவர்களுடன் சங்கீத விஷயங்களில் எனக்கு அபிப்பிராய பேதங்கள் ஏற்படுவதுண்டு. ஆனால் அன்று அவர் ஸ்ரீமான் ராஜரத்தினத்துக்குச் சூட்டிய புகழ் மாலையை அப்படியே நான் ஒப்புக்கொள்ளும்படியிருந்தது. நாகஸ்வர சங்கீதம் இவ்வளவு தூரம் உந்நதத்தை அடைய முடியுமென்பதற்கு ஸ்ரீமான் ராஜாத்தினம் ஓர் எல்லை ஏற்படுத்தி வருகிறார் அதற்கு மேல் யாரும் போக முடியாதபடி. அவர் நீண்ட நாள் தேக நலத்துடன் வாழ்ந்து, அந்த எல்லையை மிகவும் உயரத்திலே ஏற்படுத்திவிட வேண்டுமென்பதுதான் நம்முடைய பிரார்த்தனை.

★ ★ ★

கடைசியாக, திருவெண்காடு சுப்பிரமணியப் பிள்ளை 20வ இரவு நடத்திய நாகஸ்வரக் கச்சேரியைப் பற்றிக் குறிப்பிட வேண்டும். நாகஸ்வர சங்கீதத்துக்கு ஸ்ரீமான் ராஜரத்தினம், 'திறமை'யில் எல்லை ஏற்படுத்தி வருகிறார் என்றால், திருவெண்காட்டு மணி அதற்கு 'இனிமை'யில் எல்லை கோலி வருகிறார் என்று சொல்லலாம். இராஜரத்தினத்தின் வாசிப்பில் உள்ள பிகுஸுகு, விருவிருப்பு, வக்கிர ஸ்வரப் பிடிப்பு முதலியவை மணியின் வாசிப்பில் இல்லை. ஆனால் இசையின் இன்பமும், செவிக்குக் 'குளுமை'யும் இதிலே அதிகம், ஸ்ரீமான் ராஜரத்தினம், சங்கீத ரஸிகர்களின் மூளைக்கு வேலை கொடுத்து, "ஆஹா! இப்படியும் உண்டா !" என்று பிரமிக்கச் செய்கிறார். திருவெண்காட்டு மணியின் இசை இன்பமோ, ரஸிகர்களின் காதின் வழியாகப் புகுந்து இருதயத்தையே வசீகரித்துவிடுகிறது. உசேனி ராகத்தில் "ராமா நின்னே" என்னும் கீர்த்தனத்தை அவர் அன்று வாசித்தபோது, என் கண்களில் ததும்பிய கண்ணீரை ஆன மட்டும் அடக்கிப் பார்த்தேன்; முடியவில்லை. இப்படி வாத்திய வாசிப்பிலேகூட இருதயத்தை உருக்கிவிடும் சக்தி ஏற்படுவது மிகவும் அபூர்வமென்பதில் சந்தேகமில்லை. மணியின் கச்சேரி அன்று மாலை 830க்கு ஆரம்பித்து, இரவு 12மணி வரை நடந்தது. அன்று தற்செயலாய் அங்கு வந்த ஸ்ரீமான் சக்ரவர்த்தி ராஜ கோபாலாச்சாரியார் கச்சேரி முடியும் வரையில் உட்கார்ந்து கேட்டு அநுபவித்துக் கொண்டிருந்தார். "இதில் என்ன அதிசயம் ?'' என்று நீங்கள் கேட்கலாம். அதிசயம் இருக்கிறது. ஆசாரியார் அவர்களுக்கு நம்மில் சிலரைப் போல் "சங்கீதப் பைத்தியம்" கிடையாது. "இத்தனை ஜனங்கள் இவ்வளவு பொறுமையாய் உட்கார்ந்து நாலு மணி நேரம் கேட்டுக் கொண்டிருக்கிறீர்களே; இதிலே என்னதான் அவ்வளவு கவர்ச்சி இருக்கிறது ?" என்று அவர் ஆச்சரியப்படுவதுண்டு.

ஸ்ரீ சுப்பிரமணியப் பிள்ளையின் கச்சேரியை அவர் அவ்வளவு நேரம் இருந்து அநுபவித்தது, பிள்ளையின் வாசிப்புக்குப் பெருஞ் சிறப்பு அளிப்பதாகும் என்பதில் சந்தேகமில்லை.

திருவெண்காட்டு சுப்பிரமணியம், தங்கப் பல் ஒன்று கட்டிக் கொண்டிருக்கிறார். குணத்திலும் அவர் தங்கந்தான் என்று தெரிய வந்தது. சங்கீதத்தைப் பற்றிப் பேசுமிடத்தில் குணத்தைப்

பற்றி என்ன வந்தது என்றால், இது 'உதவிக் கச்சேரி' யானதால், அதைப்பற்றியும் சொல்ல வேண்டியிருக்கிறது. 'போக வர' ரயில் சார்ஜு தருவதாகக் காங்கிரஸ் கமிட்டியார் சொல்லியிருந்தார்கள். கச்சேரி முடிந்த பிறகு, "நீங்கள் வந்துதான் ஆயிற்றே; போவதற்கு மட்டும் ரயில் சார்ஜ் தருகிறோம். போய் வாருங்கள்" என்றார்கள். "அப்படியே" என்று ஸ்ரீமான் சுப்பிரமணியம் கொடுத்ததை வாங்கிக் கொண்டு போய்ச் சேர்ந்தார். அதுவுமன்றி, "காங்கிரஸுக்காக இன்னொரு கச்சேரி நான் கட்டாயம் செய்யத்தான் செய்வேன்" என்று பிடிவாதமாய்ச் சொல்லியிருக்கிறார்! காங்கிரஸ்காரர்கள் இவருடைய பிடிவாதத்துக்கு இடங் கொடுத்தார்களானால், நீங்களும் ஒரே பிடிவாதமாக, "எவ்வளவு அசௌகரியமான நேரத்தில் அவருடைய கச்சேரி வைத்தாலும் நாங்கள் கேட்கத்தான் கேட்போம்" என்று சொல்லிவிடுங்கள்.

★ ★ ★

படேல் நிதிக்காக அரியக்குடி இராமாநுஜய்யங்கார் ஜனவரி மாதம் 3உ கச்சேரி செய்ய ஒப்புக்கொண்டிருப்பதாக அறிகிறேன். இது, ஐயங்காரின் ரஸிக ரஞ்சனி சபைக் கச்சேரியை எனக்கு நினைவூட்டுகிறது, (சென்ற வருஷத்தில் மிகச் சிறந்த சங்கீதக் கச்சேரிகளை ரஸிக ரஞ்சனி சபையில்தான் கேட்க முடிந்தது என்பதைக் குறிப்பிட வேண்டும்.) அய்யங்காரின் பாட்டு அன்று சபையில் அலை மோதிக்கொண்டு பரவிற்று. சென்ற இரண்டு மூன்று வருஷங்களில் இவ்வளவு உயர்ந்த கச்சேரி அவர் செய்ததில்லையென் பது என்னுடைய அபிப்பிராயம் மட்டுமன்று; சென்னை ரஸிகர்கள் அநேகருடைய அபிப்பிராயமாகும். அய்யங்காரின் சாரீரம் அன்று வெகு நன்றாய் அமைந்து, அவர் மேல் ஸ்தாயியில் அபூர்வ சஞ்சாரங்கள் எல்லாம் செய்வதற்கு இடங்கொடுத்தது என்பது மட்டுமல்ல; கச்சேரி நன்றாய் அமைய வேண்டுமென்பதில் அய்யங்காருடைய சிரத்தையும் அன்று தெளிவாக வெளியாயிற்று.

'சிரத்தை' என்றதும், இன்னொரு விஷயம் எனக்கு ஞாபகம் வருகிறது. சென்னையில் பொதுவாகச் சென்ற வருஷத்தை விட இவ்வருஷம் சங்கீதப் பிரேமை குறைவாகக் காணப்பட்டது என்பதைக் குறிப்பிட வேண்டும். சங்கீத ரஸிகர்களிடம் கொஞ்சம் அலுப்பு அதிகமாகியிருந்தது. இதற்கு முக்கியமாய் இரண்டு காரணங்கள் சொல்லலாம். முதலாவது, சங்கீத சபைகள் ஒன்றோடொன்று போட்டியிட்டு, அடிக்கடி கச்சேரிகள் வைப் பது, ஒரே நாளில் பல முக்கிய கச்சேரிகள் ஏற்படுத்துவது முதலியன. அடுத்த காரணம், சங்கீத வித்வான்களின் சிரத்தைக் குறைவு

தான். "நாம் பாடியதையே பாடிக்கொண்டிருந்தால், கேட்பவர்கள் கேட்டதையே கேட்டுக் கொண்டிருப்பார்கள்" என்று அவர்கள் நினைப்பதாகக் காணப்பட்டது. ஒவ்வொரு வித்வானுக்கும் விசேஷ உருப்படியாக அமைந்த இரண்டொரு கீர்த்தனங்களின் விஷயத்தில் இது உண்மையாயிருக்கலாம். மற்றப்படி கச்சேரிகளிலும் கொஞ்சம் புதுமை இருந்தால்தான், ரஸிகர்களுடைய சங்க தாபிமானம் நிலைத்து நிற்கும்.

இக்கட்டுரை வெளியாகும்போது, சென்னையில் சங்கீத உற்சவங்கள் நடந்துகொண்டிருக்கும். காங்கிரஸ் மண்டபத்துக்கு எதிரில் உள்ள மியூஸிக் அகாடமி பந்தலிலும், பைன் ஆர்ட்ஸ் ஸொஸைட்டியின் ஆதரவில் கோகலே மண்டபத்திலும், சங்கீதக் கச்சேரிகள் அமர்க்களமாய் நடந்துகொண்டிருக்கும். நான் மேலே சொன்னதைக் கொஞ்சம் மனதில்வைத்து, சங்கீத வித்வான்கள் ரஸிகர்களின் சங்கீதப் பிரேமை நாளுக்கு நாள் வளரும் முறையில் பெரிதும் சிரத்தை காட்டிக் கச்சேரி செய்வார்களென்று எதிர்பார்க்கிறேன்.

- ஆனந்த விகடன், *27.12.1936*

50

ராகங்களின் குதூகலம்

அன்றொரு நாள் என் கனவில் வந்து தங்கள் குறைகளைச் சொல்லிவிட்டுப் போன ராகங்கள் மறுபடியும் இப்போது வந்தன. ஆனால் அவற்றின் முகபாவத்தில் வித்தியாசம் அதிகம் இருந்தது. எல்லாம் ஒரே குதூகலத்தில் ஆழ்ந்திருந்ததாகத் தோன்றிற்று. நாட்டை ஜாம்ஜாமென்று முன்னால் வந்து கொண்டிருந்தது. அதன் கழுத்தில் மாலைகள் காணப்பட்டன. அதன் ஒரு பக்கத்தில் ரீதி கௌளையும் மற்றொரு பக்கத்தில் பைரவியும், பின்னால், அஸாவேரியும் ராஜ நடை போட்டு நடந்து வந்தன. அவற்றினிடையே ஆனந்த பைரவியும் சேர்ந்துகொள்ள அடிக்கடி முயன்றது. ஆனால் பலிக்கவில்லை.

"சங்கீத வித்வத் சபைக்கு ஜே!" "அரியக்குடி ராமாநுஜய்யங்காருக்கு ஜே!" "கே.வி.கிருஷ்ணசாமி ஐயருக்கு ஜே" என்ற கோஷங்கள் சுருதி பிசகாமல், கீழ் ஷட்ஜமத்திலிருந்து மேல்பஞ்சமம் வரையில் பற்பல ஸ்வரங்களிலும் கலந்து ஒலித்தன. சுத்த மத்தியமும், பிரதி மத்தியமும், சாதாரண காந்தாரமும் அந்தர காந்தாரமும், சுத்த தைவதமும் சதுச்ருதி தைவதமும் இப்படி கலந்து ஒலி செய்ததை இதற்கு முன் நான் கேட்டதே கிடையாது. ஸ்ரீ ஏ.ஜே. பாண்டியனின் 'ஆர்செஸ்ட்ரா' வில் கூடக் கேட்டதில்லை.

நான் கையமர்த்தி, ராகங்களே! "ராகங்களே! என்ன, உற்சாகம் தாங்கவில்லை போலிருக்கிறதே!" என்று கேட்டேன்.

"ஆமாம், ஐயா, ஆமாம்! எங்களுக்கு உற்சாகம் தாங்கவில்லை தான்.

"பொழுது புலர்ந்தது யாம் செய்த தவத்தால்
புன்மை யிருட் கணம் போயின யாவும்"

என்று பூபாளம் பாடத்தொடங்கிவிட்டது.

நாட்டை ராகம் தன் மார்பைப் பார்த்துக்கொண்டு, “ஆமாம், எனக்கு இப்போது இருக்கிற உற்சாகத்தில் ஆரோகண, அவரோகணம்கூடத் தெரியவில்லை'' என்றது.

“ராகங்களே ! ராகங்களே ! நீங்கள் பேசினால் ரொம்ப இனிமையாகத்தான் இருக்கிறது. பேசாமலிருந்தால் அதைவிட இனிமையாயிருக்கும்” என்றேன். உடனே நிச்சப்தம் நிலவிற்று.

சங்கராபரணத்தை நோக்கி, “ஐயா, பெரியவரே, இந்த ராகங்கள் ஏன் இப்படிக் கூத்தாடி நிற்கின்றன? இவ்வளவு உற்சாகத்துக்குக் காரணம் என்ன, சொல்லும்” என்றேன்.

சங்கராபரணம் சொல்லிற்று : “அதை உங்களிடம் சொல்லத் தான் வந்தோம். முன்னே ஒரு தடவை வந்து எங்கள் குறையைச் சொல்லிக்கொண்டோமா? எங்களுடைய முறையீட்டுக்குச் செவி சாய்த்து, சங்கீத வித்வத் சபையார், அரியக்குடி ராமாநுஜய்யங்காரை சங்கீத மகாநாட்டின் அக்கிராசனராகத் தேர்ந்தெடுத்தார்களா? அதன் பலனாக, ராகங்களின் ஸ்வரூபங்கள் மத்தியானத்திலும் ராத்திரியிலும் ஒன்றாக இருக்கும்படியான நிலைமை இப்போது ஏற்பட்டிருந்தது. மத்தியானம் மகாநாட்டில், ராகங்களின் ஸ்வரூபத்தை எப்படித் தீர்மானித்தார்களோ, அதே மாதிரி ராத்திரியில் வித்வான்கள் பாடினார்கள். நாட்டை, ரீதிகௌளை, பைரவி ராகங்களைப் பற்றி இந்த வருஷம் மகாநாட்டில் சர்ச்சை செய்து, ஆரோகண அவரோகணங்களைத் தீர்மானித்தார்கள். அந்தத் தீர்மானங்களை அநுசரித்து ராத்திரியில் வித்வான்கள் பாடினார்கள். இதைவிட எங்களுக்குக் குதூகலம் அளிப்பதற்கு வேறு என்ன வேண்டும்?” என்றது.

★ ★ ★

வருஷந்தோறும் சென்னையில் கூடும் சங்கீத மகாநாட்டில் நடைபெறும் சங்கீத சர்ச்சைகளின் தோரணையை நேயர்கள் கொஞ்சம் தெரிந்துகொள்வது நலம் என்று நினைக்கிறேன்.

ரீதி கௌளை ராகத்தைப் பற்றிய விவாதம் ஆரம்பமாகிறது.

“ரீதி கௌளையின் ஆரோகணம் ஸகரிகமநித நிஸ என்று அனுஷ்டானத்தில் வந்திருக்கிறது...” என்று ஒருவர் ஆரம்பிக்கிறார்.

''தியாகப் பிரம்மத்தின் சிஷ்ய கோடிகளின் சார்பாக நான் அதை ஆட்சேபிக்கிறேன்'' என்கிறார் ஒருவர்.

“கிடையவே கிடையாது. நான் சாமா சாஸ்திரிகளின் பேரனுடைய மாப்பிள்ளைக்கு மாமனார். எங்கள் வம்சத்தில் ஸகரிக மநித நிஸா தான் வழங்கி வருகிறது.''

"ஐயோ! பாவிகளா! சங்கீதத்தைக் கொலை செய்கிறீர்களே !"

"நீ யாருங் காணும் இங்கே வந்து பேசுவதற்கு?"

"நானா? நான் யாரா? நான் யாரென்றா கேட்கிறீர்? ஓய் நீர் யாருங்கணும் கேட்கிறதற்கு?"

" நாக்கை அடக்கிப் பேசும். நான் சர்க்கார் உத்தியோகஸ்தன். மாதம் 3250 ரூபாய் சம்பளம் வாங்குகிறேன். தெரியுமா?"

"உம் உத்தியோகத்தைக் கொண்டு குப்பையில் போடும். சாக்ஷாத் தியாகய்யர்வாள் இருந்த வீட்டுக்கு அடுத்த வீட்டில் இருந்தவரின் கொள்ளுப் பேரனின் சிஷ்யன்கணும் நான்."

"என் வீட்டில் 536 பிடில்கள் வைத்திருக்கிறேன் கணும்."

"நான் 790 உடைந்த வீணைகள் வைத்திருக்கிறேன், தெரியுமா?"

" மகா வைத்திநாதய்யர் வீட்டின் கொல்லை வழியாக எங்கள் தாத்தா நடந்திருக்கிறார், தெரியுமா?"

"ஐயா! ஐயா ! சண்டை வேண்டாம். கொஞ்சம் இருங்கள். இந்த விஷயத்தில், தீக்ஷிதர்வாள்..."

"தீக்ஷிதர் இருக்கட்டுமய்யா! இந்த விஷயத்திலே சங்கீத ரத்னா கரம் என்ன சொல்கிறது, தெரியுமா!"

"உமக்குத் தெரியுமா?"

"தெரியாததைப் பற்றி எனையா பேசுகிறீர்?"

" உம்மை யாரையா கூப்பிட்டார்கள்?

"நீர் யாரையா கேட்பதற்கு "

"உட்காருகிறீரா, இல்லையா ?"

"நீர்சொல்லி நான் கேட்க வேண்டியதில்லை ; அக்கிராசனாதிபதி சொன்னால் நான் கேட்கிறேன்."

கடைசியாக, அக்கிராசனர், "நானுந்தான் சொல்கிறேன், தயவு செய்து உட்காருங்கள்" என்கிறார்.

"அக்கிராசனரே இப்படிப் பட்சபாதமாய் இருக்கிறபடியால், இந்த ஸதஸ்ஸில் பேசுகிறதில் பிரயோஜனமில்லை. ஆகையால் நான் உட்காருகிறேன்."

ஏறக்குறைய இந்த மாதிரி தோரணையில்தான் விவாதம் நடப்பது வழக்கம். வித்வத் சபையில் காரியவாதிகள் இரண்டு மூன்று

பேர் உண்டு . அவர்கள் விவாதம் ஆரம்பித்த முதலில் எல்லாம் பேசாமல் கம்மென்று இருப்பார்கள். எல்லாரும் ஒரு மூச்சுப் பேசிச் சண்டைபோட்டு ஓய்ந்த பிறகு, இவர்கள் விஷயத்தைத் தெளிவாக எடுத்துச்சொல்லி ஏதோ ஒரு முடிவைச் சொல்வார் கள். கடைசியில் , அதுதான் நிறைவேறும். ராகங்களுக்கு இவர்களாகப் பார்த்து வைத்தால் குடுமி; இல்லாவிட்டால் மொட்டைதான்,

ஆனால், இவர்களுடைய சாமர்த்தியமெல்லாம் மத்தியானம் சபையில் தீர்மானம் நிறைவேற்றுவதுடன் தீர்ந்துபோகும். இராத்திரியில், பாடகர்கள் தங்கள் இஷ்டம்போல்தான் பாடுவார்கள். பல சமயங்களில், மத்தியானம் நிபுணர்கள் நிறைவேற்றிய தீர்மானங்களுக்கும் ராத்திரியில் வித்வான்கள் பாடுவதற்கும் நேர்மாறாயிருக்கும்.

போன வருஷம் வரையில் இப்படி நடந்துகொண்டிருந்தது. இந்த வருஷத்தில் எப்படி என்றால், நல்லது, விவாதம் நடக்கும் தோரணை ஏறக்குறைய முன்மாதிரிதான் ! சண்டை சச்சரவுகளுக்கும், வாக்குவாதங்களுக்கும் குறைவில்லை. ஆனால், ஒரு பெரிய மாறுதலும் காணப்பட்டது, கச்சேரி செய்கிற வித்வான்களும் மகாநாட்டுக்கு வந்திருந்தபடியால், அவர்கள் நடு நடுவே, “எங்கே கொஞ்சம் பாடிக் காட்டுங்கள்!” என்று கேட்டார்கள். நிபுணர்கள், ஒன்று, “எனக்குப் பாடத் தெரியாது” என்று சொல்ல நேர்ந்தது. அல்லது, அபஸ்வர மயமாகப் பாடும்படி இருந்தது. சங்கீத வித்வான்களும், தாங்கள், பாடுகிற வழியை அநுசரித்துப் பாடிக் காட்டினார்கள், ஆகவே, கடைசியாக முடிவான தீர்மானங்கள் அனுஷ்டான சாத்தியமாகவும், வித்வான்களையும் கட்டுப்படுத்துவதாகவும் ஏற்பட்டன. இரவில், சங்கீதக் கச்சேரிகள் நடக்கும்போது, நாட்டை, ரீதி கௌளை முதலிய ராகங்கள் வந்தவுடன், மகா நாட்டின் தீர்மானப்படி வித்வான்கள் பாடுகிறார்களா என்று சபையோர் ஆவலுடன் கவனித்ததும், வித்வான்களும் அந்த இடத்தில் சற்று நின்று, தாங்கள் தீர்மானத்தை அநுசரிப்பதைச் சுட்டிக் காட்டி, அழுத்தமாகப் பாடியதும், இந்த வருஷ சங்கீத மகாநாட்டின் முக்கிய விசேஷங்கள் என்று சொல்லலாம். வித்வான்களின் சிரத்தை இந்த வருஷத்தில் வித்வத் சபைப் பந்தலில் நடந்த சங்கீதக் கச்சேரிகளில் இன்னொரு பெரிய விசேஷத்தை நான் கண்டேன். கச்சேரி செய்த ஒவ்வொரு வித்வானும் கச்சேரி பிறக்க வேண்டுமென்பதில் மிகவும் சிரத்தை கொண்டிருந்தது நன்றாய்த் தெரிந்தது. “ஏதோ , நாங்கள் பாடுகிறபடி பாடுவோம். இஷ்டமிருந்தால் கேளுங்கள், இல்லாவிட்டால் போங்கள்” என்ற தோரணை ஒருவரிடமாவது காணப்படவில்லை. இது மிகவும் சந்தோஷமான விஷயமாகும், சங்கீதக் கச்சேரிகளுக்கு

நாலு பேர் வழி காட்டிய பிறகு.........

ரேடியோவின் பலமான போட்டி ஏற்பட்டிருக்கும் இந்தக் காலத்தில், சங்கீத வித்வான்களும் அசிரத்தையாயிருந்தால், நாளடைவில் கச்சேரிகளின் மதிப்பே குறைந்துபோய்விடும். இதை நமது பாடகர்கள் உணர்ந்திருக்கிறார்கள் என்பது சங்கீத விழாக் கச்சேரிகளில் வெளியாயிற்று.

உண்மையில், மேற்சொன்ன காரணத்தினால்தான் இந்த வருஷத்துக் கச்சேரிகளைப் பற்றி நான் எழுதுவதே சாத்தியமாயிருக்கிறது. எல்லாம் பழைய மாதிரியே இருந்திருந்தால் நானும், "மேற்படி, மேற்படி'' என்று போட்டுவிட்டு வேறு விஷயங்களைக் கவனிக்கலாம்... வித்வான்களின் சிரத்தைதான், எனக்கும் அவர்களுடைய கச்சேரிகளைப்பற்றி எழுதுவதற்கு சிரத்தை உண்டாக்கியிருக்கிறது.

★ ★ ★

திறப்பு விழா அன்று, முதற்பாகமும் இரண்டாம் பாகமுமாகப் பாடிய ஸ்ரீமதி வஸந்த கோகிலம், கீர்த்தனங்களை மிகவும் கச்சிதமாகப் பாடினார். ரேடியோவில் அவருடைய பாட்டைக் கேட்டிருந்தவர்களுக்கு, நேரில் கேட்டபோது ஏமாற்றம் உண்டாகவில்லை. சாரீரம் ரேடியோவுக்குப் பொருந்தியிருப்பது போல், சபையிலும் எடுக்கக் கூடிய குரல் என்று தெரிந்தது.

அன்றைய தினமே ஸ்ரீமதி வஸுந்தரா, ஹிந்துஸ்தானி சங்கீதம் பாடினார். சாதாரணமாக, எவ்வளவு உயர்தர ஹிந்துஸ்தானி வித்வானாயிருந்த போதிலும், நம்மால் அரைமணி நேரத்துக்கு மேல்

மற்றவர்கள் பின்பற்றுவதற்கு என்ன?

சேர்ந்தாற்போல் ஹிந்துஸ்தானி சங்கீதம் கேட்க முடிவதில்லை. ஆனால், ஸ்ரீமதி வஸுந்தராவின் ஹிந்துஸ்தானி சங்கீதத்தை முக்கால் மணி வரையில் கேட்க முடிந்தது. அவருடைய குரலின் இனிமைக்கும் சங்கீதத் திறமைக்கும் இதுவே பெரிய அத்தாட்சியாகும். எந்த வடநாட்டு வித்வானாவது நமது கர்நாடக சங்கீதத்தில் இவ்வளவு திறமை காட்ட முடியுமா என்பதை நினைக்க நினைக்க, நம்முடைய தமிழ்நாட்டைப்பற்றி என்னுடைய பெருமை அதிகமாகிறது.

* * *

மறு நாள் 'டைகர்' வரதாச்சாரியாரின் கச்சேரி அமர்க்களமாய் நடந்தது. நல்ல வேளையாக உயிர்ச்சேதம் ஒன்றும் ஏற்படவில்லை!

சில வித்வான்கள் ராகம் பாடுவது கூடச் சிட்டையாய் நேற்றுக் கேட்டாற்போல் இன்றும், இன்று கேட்டாற்போல் நாளையும் இருக்கும். ஆனால் டைகர் பாடும் கீர்த்தனம் கூட இன்று கேட்டாற்போல் நாளை இருப்பதில்லை. அவருடைய சங்கீதம் அவ்வளவு மனோதர்மமும் கற்பனையும் நிறைந்தது. ஆனால் அதை நாம் பூரணமாய் அநுபவிக்க அவருடைய சாரீரம் இடங் கொடுப்பதில்லை.

"புலி பசித்தால் புல்லைத் தின்னுமா?" என்பது பழமொழி. இந்த சங்கீதப் புலியும் புல்லைத் தின்னாது. ஆனால் ஸ்வரங்களையும் ஸாஹித்யங்களையும் மட்டும் அவ்வப்போது விழுங்கிவிடும். போகட்டும், வயதான மனுஷர், சாப்பிட்டுவிட்டுப் போகட்டும்!

நமது பிரபல சங்கீத வித்வான்கள் நால்வர் இந்த வருஷத்து சங்கீத விழாவின்போது மூக்குக் கண்ணாடி அணிந்துகொண்டு வந்தது ஒரு புதுமையான காட்சியாயிருந்தது. அவர்களைப் பின்பற்றி, மற்றும் நமது நாட்டிலுள்ள பிரபல பாடகர்களும், பாகவதர்களும், பிடில் மிருதங்க வித்வான்களும், சங்கீத - நாட்டியக் கலைகளில் புகழ்பெற்ற நாரீமணிகளும் கூட அடுத்த வருஷத்து சங்கீத விழாவின்போது கண்ணில் கண்ணாடியுடன் விஜயம் செய்யும் காட்சியை நமது சித்திரக்காரர் கற்பனை செய்திருக்கிறார்.

டைகர் விழுங்கிய இடங்களையெல்லாம் இட்டு நிரப்பிச் செம்மங்குடி நாராயணசாமி அய்யரும், மதராஸ் வேணு நாயக்கரும் கச்சேரியை நிறக்கப் பண்ணினார்கள்.

அன்று ராத்திரி, மைசூர் அரண் மனை பாண்டு வாத்திய கோஷ்டியாரின் கர்நாடக சங்கீதக் கச்சேரி நடந்தது. கேட்டவர்களுக்கு அது வியப்பையும் மகிழ்ச்சியையும் ஒருங்கே அளித்தது. ஆள்களைப் பார்த்தால், நம் ஊர் ஜெயில் வார்டர்கள் மாதிரி இருக்கிறது! அவர்களுடைய சங்கீதமோ, பிரமாதமாயிருக்கிறது. கர்நாடக சங்கீதத்தைப் பல வாத்தியங்களின் மூலம் இவ்வளவு நன்றாகச் சோபிக்கச் செய்தறு பெரிய காரியந்தான்.

டைகர் தமிழ்ப் பாட்டு ஒன்று கூடப் பாடவில்லையேயென்று நான் கவலைப்படவில்லை. ஏனெனில், அவர் எந்த பாஷையில் பாடினாலும் ஒன்றாகத்தான் இருக்கும். அதாவது, ஒன்றுமே புரியாது. அவருடைய பாட்டில் ஸாஹித்யம் பிரதானமேயில்லை; ராகபாவந்தான் பிரதானம். ஆனால் ஸ்ரீ சித்தூர் சுப்பிரமணியம் பிள்ளையின் புரோகிராமில் தமிழ்க் கீர்த்தனங்கள் இன்னும் சில ஏன் சேர்க்கப்படவில்லை என்று நாம் வருத்தப்படத்தான் வேண்டியிருக்கிறது. ஏனெனில், ஸாஹித்யத்தைச் சுத்தமாக உச்சரிப்பதில் சித்தூர் இணையற்றவர், ஆகையால், அவர் தமிழ்ப் பாட்டுக்கள் பாடினால் கேட்பவர்கள் பொருளும் பாவமும் அறிந்து நன்றாய் அனுபவிக்கமுடியும். "ஒண்ணே ஒண்ணு கண்ணே கண்ணு" என்பதாக அவர், "அறிவுடையோர்" என்று ஆரம்பிக்கும் தமிழ்க் கீர்த்தனம் பாடியபோது, நமது தாபம் இன்னும் அதிகமாயிற்று.

சித்தூரின் குரல், ரொம்ப இனிமையான ரகத்தைச் சேர்ந்ததல்ல; ரவைகள் புரளும் சாரீரமுமல்ல ; அதில் கம்பீரந்தான் முக்கிய அம்சம். இத்தகைய குரலில், எல்லாருக்கும் தெரிந்த பாஷையில், உணர்ச்சியுடன் பாடினால், கேட்பவர்களின் மனதை அதிகமாகக் கவர முடியும்.

இதை நான் ஒரு நண்பரிடம் சொல்லிக்கொண்டிருந்தேன். " நீர் மட்டும் இப்படிப் பத்திரிகையில் எழுதும் ; சித்தூர் அடுத்த வருஷத்தில் இந்த ஒரு தமிழ்ப் பாட்டுக்கூடப் பாடமாட்டார்" என்றார். நான் துணிந்து எழுதிவிட்டேன். அப்புறம், "அறிவுடையோர் புகழ்ந் தேத்தும் தில்லை சபாபதி" இருக்கிறார் ! தமிழ்த்தாயும் இருக்கிறாள் !

கீரனூர் சகோதரர்களின் நாதஸ்வரக் கச்சேரி ரேடியோவில் கேட்டது போலவே, சபையிலும் நன்றாயிருந்தது. ஆனால், தவுல் வாத்தியம் மண்டையை உடைத்துவிட்டது. ரேடியோவில், தவுலை தூரத்தில் உட்கார்த்தி வைக்கிறார்கள் போலிருக்கிறது. அதனால், அவ்வளவு இடி முழக்கச் சப்தம் கேட்பதில்லை. சபையில் உட்கார்ந்து நாதஸ்வரம் கேட்பதற்குத் தவுல் ஒரு தொந்தரவுதான். ஊர்கோலத்தில் தவுல் வாசிப்பதுபோல் சபையில் வாசித்தால் கட்டி வராது.

கீரனூர் சகோதார்களின் கச்சேரியில் ராகமாலிகை மிகவும் அபூர்வமாயிருந்தது.

ராகங்களைத் தனித்தனியாக ஆலாபனம் செய்து கீர்த்தனம் பாடுவதில் ரஸாநுபவம் இருக்கிறது என்றால், ராகமாலிகையாகப் பாடுவதில் அதைவிடப் பன்மடங்கு விசேஷ ரஸாநுபவம் இருக்கிறது. நல்ல சக்தி ராகங்களாக மட்டும் கோவை செய்து பாடினால், அதன் மோகன சக்தியில் விழாதவர்கள் யாரும் இருக்க முடியாது... சாதாரண சாரீரமுள்ளவர்கள் பாடினால்கூட, ஒரு ராகத்திலிருந்து இன்னொரு ராகத்துக்கு மாறும்போது கேட்பவர்களின் தலை ஆடியே தீரும். வரவர, நமது வித்வான்கள் கச்சேரிகளில் ராகமாலிகை பாடுவது குறைந்து வருகிறது. எப்படியோ, முன் பகுதியிலெல்லாம் வளர்த்திக்கொண்டு வந்து, கடைசியில் ராகமாலிகைக்கு இடமில்லாமல் செய்து கொள்கிறார்கள்.

நாதஸ்வரக்காரர்களாவது ராகமாலிகை பாடுவதைக் கைவிடாமலிருப்பது சந்தோஷமான விஷயம்.

★ ★ ★

ஸ்ரீ முசிரி சுப்பிரமண்ய ஐயர், தாம் பழைய முசிறிதான் என்பதை நிரூபிப்பதென்று அன்று கங்கணங் கட்டிக்கொண்டு பாடினார் என்று தோன்றிற்று. அதில் அவருக்கு 100க்கு 80 பங்கு வெற்றி கிடைத்தது. முசிறி, டாக்கி சோதனைக்கு ஆளாகி வெளிவந்த பிறகு, நான் கேட்ட கச்சேரி எதுவும் இவ்வறுவு நன்றாக அமையவில்லை. கீர்த்தனங்களில், ஆஹிரி ராகத்தில் "ஆதயஸ்ரீ', கீர்த்தனமும், முகாரியில் "பாஹி மாம் ரத்னாசல" என்னும் தீக்ஷிதர் கீர்த்தனமும் அற்புதமாக அமைந் தன. இசைப் பெருக்கிலும், உணர்ச்சியிலும் அவை இணையற்று விளங்கின.

★ ★ ★

காம்போதி ராக ஆலாபனம், 'பிளான்' போட்டுக் கட்டிய கட்டிடம்போல், அழகாகவும், அஸ்திவாரம், சுவர், மேல் மாடி என்ற வரிசைக் கிரமமாகவும், நம் மனக்கண் முன்னால் பிரத்யட்சமாய்க் கட்டப்படுவதுபோல் தோன்றியது.

"கிருஷ்ணா முராரே கேசவ முராரே" என்ற நாமாவளியைப் பல்லவியாகப் பாடி, அதிலேகூட நமக்குத் தாளக் கணக்கில் ஞாபகம் போகாமல், உருக்கமுண்டாகும்படி செய்துவிட்டார்.

பல்லவிக்குப் பிறகு பாடும் பாட்டுக்களில் மட்டும் முசிறி பழையபடி இன்னும் வெற்றியடையவில்லை. "திருவடி சரணம்'' "என்றைக்கு சிவகிருபை" "தேயிலைத் தோட் டத்திலே" "இகபரம்" "நவ சித்தி" இவை போன்ற வேறு தமிழ்ப் பாட்டுக்கள் இன்னும் அவருக்குக் கிடைக்கவில்லையென்று தோன்றுகிறது. மேற்படி பாட்டுக்களை அவரிடம் கேட்ட ஞாபகம் நமக்கு இருக்கிறபடியால், அவர் இப்போது பாடும் தமிழ்ப் பாட்டுக்கள் சப்பென்று இருக்கின்றன.

★ ★ ★

இந்த வருஷத்து சங்கீத விழாவில் மிகவும் ஆவலுடன் எதிர்பார்க்கப்பட்ட கச்சேரி, ஸ்ரீமதி எம். எஸ். சுப்புலக்ஷ்மியின் கச்சேரிதான். சென்னையில் அவருடைய கச்சேரி நடந்து வெகு காலமாயிற்று. ஏற்கெனவே கச்சேரிகளில் அவருடைய மழலை சங்கீதத்தைக் கேட்டு மகிழ்ந்தவர்களும், புதிதாக டாக்கியில் கேட்டு இன்புற்றவர்களும், நேரில் அவருடைய பாட்டைக் கேட்பதற்கு இந்த சந்தர்ப்பத்தைப் பயன்படுத்திக் கொண்டார்கள்.

ஸ்ரீமதி சுப்புலக்ஷ்மியின் சங்கீதம் ஜனங்களின் மனதைக் கவர்வதற்கு இரண்டு முக்கியமான காரணங்கள் இருக்கின்றன. ஒன்று; அவருடைய இனிய சாரீரம்; மற்றொன்று, அந்த சாரீரத்தை நன்கு உபயோகப்படுத்த அவர் அறிந்திருப்பது. நல்ல சாரீரத்தின் முழு

மேன்மையும் சங்கீதத்தில் கார்வை கொடுத்துப் பாடுவதினால்தான் பிரகாசிக்கும் என்பதை அவர் உணர்ந்திருக்கிறார். பாடும்போது அடிக்கடி ஸ்வர ஸ்தானங்களில் கார்வை கொடுத்து நிற்கிறார். அவருடைய குரல் சுருதியுடன் சேர்ந்து நின்று ஒலிக்கும்போது, சபையோர் அதன் இனிமையைப் பூரணமாய் அநுபவிக்கிறார்கள்.

சங்கீதத்தில் குரல் இனிமைதான் முக்கியம் என்று நினைப்பவர்களுக்கு ஸ்ரீமதி சுப்புலக்ஷ்மியின் கச்சேரி பூரண திருப்தி அளிக்கும். வித்தைத் திறமைதான் பிரதானம் என்று நினைப்பவர்கள் திருப்தியடைய மாட்டார்கள். எதிர்பாராத தாள எடுப்புக்கள், அபூர்வ ஸ்வர விசித்திரங்கள் ஆகியவற்றை அவருடைய பாட்டில் காண முடியாது.

ஆனால், என்னைப் போல் சங்கீதத்தில் இருதய பாவந்தான் முக்கியம் என்று நினைப்பவர்களைப் பற்றி என்ன? கச்சேரியில் இந்த அம்சம் இல்லாமற் போகவில்லை. அன்றைய புரோகிராமில், திருவாய் மொழியும் பாரதி பாட்டுக்களும் என் கவனத்தை அதிகமாய்க் கவர்ந்திருந்தன. "பாயுமொளி'' என்று தொடங்கும் கண்ணன் பாட்டுக்கு மெட்டு அவ்வளவு சரியாக அமையவில்லை. திருவாய் மொழியில் ஸாஹித்யம் புரியவில்லை. ஆனால் கடைசியில் பாடிய "யாமறிந்த மொழிகளிலே" என்னும் விருத்தம் முதல் தரமாயிருந்தது. தமிழ் மொழியைப் பற்றி ஸ்ரீ பாரதியார் எவ்வளவு பெருமிதத்துடனும் கர்வத்துடனும் பாடினாரோ, அந்த பாவம் நன்கு வெளியாகும்படியாக ராகமாலிகையில் அமைத்து ஸ்ரீமதி சுப்புலக்ஷ்மி பாடினார்.

அன்றிரவு நடந்த ஸ்ரீ ஜி.என்.பாலசுப்ரமண்யத்தின் கச்சேரி முற்றிலும் வேறு விதத்தில் சிறப்படைந்திருந்தது. இவருடைய சாரீரம் ரவை சாரீரம். ஒரு கண நேரங்கூட ஓரிடத்தில் நில்லாமல் உருண்டுகொண்டே இருக்கும். சங்கதிகளைப் பொலபொல வென்று கொட்டிக்கொண்டேயிருப்பார்.

இக்காரணத்தினால் இவருடைய பாட்டு கேட்கும்போது நன்றாயிருக்கிறது. அப்புறம் எது நன்றாயிருந்தது என்று நினைத்துப் பார்த்தோமானால், ஒன்றுமே தெளிவாக ஞாபகத்திற்கு வருவதில்லை.

இந்தக் கச்சேரியைப் பொறுத்தவரையில், ராக ஆலாபனத்தில் இவர் காட்டிய மனோதர்மமும் கற்பனா சக்தியும் விசேஷமாக என் மனதில் பதிந்தன. காம்போதி ஆலாபனமும், அதே ராகத்தில் "இவனாரோ" என்ற கவிகுஞ்சர பாரதியின் கீர்த்தனமும் உயர் தரமாய் அமைந்தன. பைரவியில் "சிந்தயமா" என்ற

கீர்த்தனத்தை இவர் பாடக் கேட்டவர்கள், அதை தீக்ஷிதர் கீர்த்தனம் என்றே ஒப்புக்கொள்ள மாட்டார்கள். அவ்வளவு சங்கதிகளைப் பொழிந்து விருவிருப்புடன் பாடினார். எல்லாவற்றிலும் மேலாக இருந்தது, நடபைரவி ராக ஆலாபனம். இந்த மேள கர்த்தா ராகத்தை சாதாரணமாய் ஆலாபனத்துக்கு எடுத்துக்கொள்ளும் வழக்கமில்லை. இவர் துணிந்து எடுத்துக்கொண்டதோடு, அந்த ராகத்துக்கு ஒரு அழகான ஸ்வரூபத்தைக் கொடுத்து, இதை இவ்வளவு விஸ்தாரமாகவும் அழகாகவும் பாட இடமிருக்கிறதா என்று வியக்கும்படி செய்தார்.

இந்தக் கச்சேரி நன்றாயமைவதற்கு பிடில் ஜயராமய்யரும், மிருதங்கம் கணேசய்யரும் ரொம்பவும் ஒத்தாசை செய்தார்கள்.

- ஆனந்த விகடன், 08.01.1939

51

இரண்டு சிநேகிதர்கள்

இரண்டு சிநேகிதர்கள் பரதநாட்டியம் பார்க்கப் போனார்கள். அவர்களில் ஒருவருக்குப் பரதநாட்டியக் கலையின் நுட்பங்கள் எல்லாம் தெரியும். அவர் இன்னொருவரிடம் பரதநாட்டியத்தைப் பற்றி அபாரமாய்ச் சொல்லியிருந்தார்.

நாட்டியம் ஆரம்பமாயிற்று. நாட்டியக்காரி மேடைக்கு வந்து "தாதா தகதை!" என்னும் நட்டுவர்களின் முழக்கத்துக்கிடையே ஆட ஆரம்பித்தாள். சற்று நேரம் ஆயிற்று.

சிநேகிதர்களுக்குள் பின்வரும் சம்பாஷணை நடந்தது:

"ஏன், ஸார்? பரதநாட்டியம் நடக்கப் போகிறதென்று சொன்னீர்களே"

"ஆமாம்; இப்போது அலாரிப்பு நடக்கிறது."

"அலாரிப்பா?"

"ஆமாம், அலாரிப்புத்தான்."

"அடாடா? எதற்காக அலாரிப்பிக்க வேண்டும்? பரத நாட்டியம் ஆடக்கூடாதோ?"

"பரதநாட்டியத்திலே இந்த அலாரிப்பு ஒரு அம்சம்."

"ஓஹோ!"

சற்று நேரம் மௌனம். பிறகு, மறுபடியும், பரதநாட்டிய நிபுணரை அவருடைய சிநேகிதர் கேட்டார்:

"ஏன் ஸார்! இப்போது நடக்கிறது என்ன?"

"இதுதான் ஜதி ஸ்வரம்."

"ஜதிஸ் வரமா? அது என்னத்துக்கு? பரதநாட்டியம் பார்க்க வல்லவா நாம் வந்தோம்?"

"அட நாராயணா! இதுவும் பரதநாட்டியத்திலே ஒரு அம்சந்தான்."

"ஓஹோ ! அப்படியா ?"

இன்னும் சற்று நேரம் கழித்து :

"இது என்ன ?"

"இதற்குப் பெயர் பதவர்ணம்.''

"இதுவும் பரதநாட்டியத்திலே ஒரு அம்சமோ?"

"ஆமாம் !"

"என் ஸார்! இந்த எழவெடுத்த அம்சங்களையெல்லாம் நிறுத்திவிட்டு,

பரதநாட்டியத்தை முழுசாகக் கொஞ்சம் ஆடித் தொலைக்கக் கூடாதா?"

"ராம ராமா! முழுசா பரதநாட்டியம்னு ஒன்று கிடையாதப்பா! இதெல்லாம் சேர்ந்துதான் பரதநாட்டியம் என்கிறது.''

"இவ்வளவுதானா? அப்படின்னா நீரே பார்த்துட்டு வாரும்! முழு பரதநாட்டியமும் எங்கேயாவது நடந்தால், சொல்லும். இப்படிச் சில்லறை சில்லறையாகப் பார்க்க எனக்கு இஷ்டமில்லை'' என்று சொல்லிவிட்டு, அந்த மனுஷர் எழுந்தே போய்விட்டார்.

★ ★ ★

பரதநாட்டியம் ஆடுவோர்களில் இரண்டு விதமானவர்கள் இருக்கிறார்கள். சிலர் பரதநாட்டியம் ஆடினால், நாம் எல்லாருமே பார்த்து அநுபவிக்க முடிகிறது. மற்றும் சிலர் ஆடுவது, பரத நாட்டியக் கலையின் நுட்பங்களை நன்கு அறிந்த நிபுணர்களால் மட்டுந்தான் அநுபவிக்க முடிகிறது.

ஸ்ரீமதி பால சந்திராவின் பரதநாட்டியம் இரண்டாவது வகையைச் சேர்ந்தது. சங்கீத வித்வத் சபையின் கலை நிபுணர்கள் அவருடைய பரத நாட்டியத்தில் ஏதோ விசேஷத்தைக்கண்டுதான் கச்சேரி வைத்திருக்க வேண்டும். ஆனால், அதைப் பார்த்து அநுபவிப்பது எல்லாருக்கும் சுலபமான காரியமில்லை.

ஆகவே, கலைத் தெய்வத்தை நோக்கி நான் செய்யும் பிரார்த்தனையாவது:"நிபுணர்கள் மட்டு மில்லாமல் எல்லாரும் பார்த்து அநுபவிக்கக் கூடிய விதமாக பரதநாட்டியம் ஆடும் திறமையை ஸ்ரீமதி பால சந்திராவுக்கு அளிக்க வேண்டும்; அல்லது, எங்கள்

எல்லாரையுமே பரதநாட்டியத்தின் நுட்பங்கள் உணர்ந்த நிபுணர்கள் ஆக்கிவிட வேண்டும்.''

ஸ்ரீமதி பாலசந்திராவின் ஆட்டத்தில் ஒரே ஒரு அம்சம் நாம் எல்லாரும் பாராட்டக் கூடியதாயிருந்தது. அது, இந்தக் கலையைக் கற்பதில் அவருடைய அரிய முயற்சிதான். பரதநாட்டியம் என்பது இலேசான கலையா? அதைப் பயில்வதுதான் சுலபமான காரியமா? எவ்வளவு கஷ்டப்பட்டு அவர் அந்தக் கலையைப் பயின்றிருக்க வேண்டும்? எவ்வளவு விடாமுயற்சியைக் கடைப்பிடித்திருக்க வேண்டும்? இதை நினைக்கும்போது, அவரிடம் நமக்கு மரியாதையும், அநுதாபமும்கூட உண்டாகின்றன.

★ ★ ★

மறுநாள், பாலக்காடு ராம பாகவதரின் கச்சேரி. ஏற்கெனவே நான் கேட்ட ராம பாகவதர் கச்சேரிகளுக்கும், இன்றையக் கச்சேரிக்கும் ஏதோ வித்தியாசம் இருப்பதுபோல் தோன்றிற்று. வித்தியாசம் என்னவென்பது முதலில் பிடிபடவில்லை. சாரீரம் சுகமாய்த்தானிருக்கிறது. பாட்டுகளும், நல்ல பாட்டுகளாகப் பொறுக்கி எடுத்துத்தான் பாடுகிறார். "நேநெந்து" "மாருபல்க'' "நீல கண்டம்" யார் போய்ச் சொல்லுவார்'' எல்லாம் திவ்யமான பாட்டுக்கள். ஆனால், ஏதோ குறைவு மாதிரி பட்டுக் கொண்டிருந்தது. அப்புறம் சட்டென்று ஞாபகம் வந்தது. முன்னே நான் கேட்ட பாகவதரின் கச்சேரிகள், ஸ்ரீ சௌடய்யா பிடில், பாலக்காட்டு மணி மிருதங்கம் இவற்றுடன் கூடியவை. இந்தக் கச்சேரியில் அந்தப் பக்கவாத்தியங்கள் இல்லை. அதுதான் வித்தியாசம்.

சங்கீத வித்வான்களில் சிலருடைய கச்சேரிகள், தனியாகவே நின்று சோபிக்கக் கூடியவை. இன்னும் சிலருடைய கச்சேரிகள், குறிப்பிட்ட பக்கவாத்தியங்களுடன்தான் பிரகாசிக்கக் கூடியவை. ஸ்ரீராம பாகவதரின் கச்சேரிக்குத் தகுந்த பக்கவாத்தியங்களும் சேர்ந்தால் நன்றாயிருக்கும் என்று அன்றைய தினம் தெரியவந்தது.

ஸ்ரீ வேங்கடசாமி நாயுடு ரேடியோவில் தனிக் கச்சேரி செய்யும்போது பிரமாதமாயிருந்தது. பக்கவாத்தியம் வாசிக்கும் போது அவ்வளவு உற்சாகம் கொடுக்கவில்லை.

★ ★ ★

அன்று இரவு ஸ்ரீமதி லலிதாங்கியின் கச்சேரி. இந்த சங்கீத விதுஷியின் பாட்டு பழைய காலத்து வித்வான்களின் பரம்பரையைச் சேர்ந்தது என்பதை நாம் அறிவோம். இவருடைய குரலில் சக்தி குறைந்துவிட்டது என்று மட்டும் நமக்குக் குறை இருந்தது.

இப்போது இவர் தம்முடன் பாடுவதற்கு ஒரு சிஷ்யப் பெண்ணையும் சேர்த்துக்கொண்டு, அந்தக் குறையை நிவர்த்தி செய்திருக்கிறார். அன்றைய கச்சேரியில், புரந்தரதாஸ் கீர்த்தனை, அஷ்டபதி, ஹிந்துஸ்தானி இவை குறிப்பிடத் தக்கவையாயிருந்தன.

★ ★ ★

டிசம்பர் 30உ முதல் சேர்ந்தாற்போல் நாலு நாளும் வித்வத் சபையில் நடந்த கச்சேரிகளை, 'நட்சத்திரக் கச்சேரிகள்' என்றுதான் சொல்ல வேண்டும்.

செம்மங்குடி சீனிவாசய்யரின் சங்கீத பாணியில் கொஞ்ச நாளாக ஒரு மாறுதல் ஏற்பட்டு வந்ததை நான் மிகவும் மகிழ்ச்சியுடன் கவனித்துக்கொண்டுவந்தேன். அந்த மாறுதல், இந்த வருஷத்து சங்கீத சபைக் கச்சேரியில் பூரண ஸ்வரூபத்துடன் தோன்றி, கச்சேரியின் போக்கையே மாற்றிவிட்டது.

முன்னெல்லாம், செம்மங்குடியின் சங்கீதத்தில், பிர்காக்கள், சங்கதிகள், உலுக்கல் குலுக்கல்கள், 'நகாஸ்' வேலைகள் அதிகமாயிருக்கும். இந்த வாணவேடிக்கைகள் எல்லாம் சங்கீதத்தில் இரண்டாந்தரத்தைச் சேர்ந்தவை என்பதுதான் நம்முடைய அபிப்பிராயம். அவருடைய பாட்டில் நாம் அதிகமாக அநுபவித்தது இந்த அம்சங்களையல்ல. அவருடைய சாரீரத்தில் உள்ள அற்புத சுக பாவமும், ராக ஆலாபனத்தில் அவர் காட்டும் விசேஷ மனோதர்மமும் கற்பனைத் திறனும்தான் நம்மைப் பாவசப்படுத்தி வந்தன. "அடடா! இவ்வளவு சுகமான சாரீரம் உடையவர் இப்படி ஓட்டமாய் ஓடாமல் நின்று இழுத்து இசை பொருந்தப் பாடினால் எவ்வளவு நன்றாயிருக்கும்!" என்று நாம் அடிக்கடி எண்ணியதுண்டு.

நம்முடைய இந்த நீண்ட நாள் மனோரதத்தைச் செம்மங்குடி அவருடைய வித்வத் சபைக் கச்சேரியில் நிறைவேற்றி வைத்தார். அடாணாவில் "நீ இரங்காவிடில்", நீலாம்பரியில் "அம்பா நீலாயதாக்ஷி", ரீதி கௌளையில் "ஜனனி நினுவினா" ஆகிய கீர்த்தனங்களை அவர் பாடியபோது, சங்கீதக் கலையின் பூரண இரகசியத்தையும் இந்த வித்வான் அறிந்து கொண்டு விட்டார் என்று தான் எனக்குத் தோன்றிற்று. ஆனால், இவை எல்லாவற்றையும் தூக்கியடித்தது, "ஜயதுங்க தரங்கே கங்கே!" என்ற ஸ்ரீ ஸதா சிவ பிரம்மேந்திரரின் பாட்டு. சமீபத்தில் வட இந்தியாவுக்குப் போய் கங்கா ஸ்நாநம் செய்துவிட்டு வந்த தனால், கங்கா ஸ்தோத்திரமான இந்தப் பாட்டின் மேல் அவருடைய கவனம் போயிற்றோ என்னமோ, தெரியவில்லை. குந்தலவராளி ராகத்தில் அவர் இந்தப் பாட்டைப் பூரண இசை இன்பம் தோன்றும்படி பாடியபோது, உயர்ந்த

அலைகள் எறியும் கங்கா நதியில் படகில் பிரயாணம் செய்வது போலவே தோன்றியது. வழக்கமாக அவருடைய பாட்டுக்களில் காணப்படும் சங்கதிப் பெருக்கமும், குலுக்கலும் நடுக்கலும், இந்தப் பாட்டில் இல்லாதது குறைவாகவே தோன்றவில்லை. அவை இல்லாததனாலேயே பாட்டு சிறந்து விளங்கிற்று.

சங்கீதக் கலையின் இந்தச் சிறந்த அம்சம் செம்மங்குடியின் கச்சேரிகளில் நாளுக்கு நாள் அதிகமாகும் என்று எதிர்பார்ப்போம்.

★ ★ ★

ஸ்ரீ அரியக்குடி ராமாநுஜய்யங்கார் கச்சேரி மேடையில் வந்து உட்கார்ந்தபோது என்னுடைய நெஞ்சு டக்டக்கென்று அடித்துக்கொண்டது. ஏனென்றால், “அய்யங்காரை சங்கீத மகாநாட்டுக்கு அக்கிராசனராய்ப் போட்டாயிற்றல்லவா? இனிமேல் அவருடைய கச்சேரிகள் உருப்பட்டாற் போலத்தான்!” என்று ஒரு அபஸ்வரப் பேச்சு என் காதில் விழுந்திருந்தது. அய்யங்காரை மேற்படி பதவிக்குத் தேர்ந்தெடுக்கும் யோசனையை நாம்கூட ஆதரித்தோமேயென்ற எண்ணத்தினால் கவலை அதிகமாயிருந்தது. கச்சேரி ஆரம்பித்து அரை மணி நேரம் ஆனதும், அந்தக் கவலை அடியோடு நீங்கிற்று.

காபி ராகத்தில் இந்த “சௌக்யமனி” என்ற கீர்த்தனத்தை அய்யங்கார் பாடி முடித்தபோது, சபையோர்களுடைய செவிகளும் மனதும் சௌக்யமடைந்துவிட்டன. அப்புறம், ஸஹானா ஆலாபனம் செய்து “கிரிபை” என்னும் பழைய கீர்த்தனத்தை எடுத்ததும், “சங்கீத ஆனந்தம்” என்கிற பர்வத சிகரத்திற்கே நாம் போய்விட்டோம்.

சாதாரணமாய், கச்சேரிகளில் சங்கீத இன்பத்தை அநுபவியாமல், எந்த காந்தாரத்தில் ஏறுகிறார், எந்த நிஷாதத்தைப் பிடிக்கிறார், எந்த தைவதத்தில் இறங்குகிறார் என்பதையே கனித்துக்கொண்டிருப்பவர்கள்கூட, இந்த ஸஹானா கீர்த்தனம் அய்யங்கார் பாடும்போது தம்மை மறந்து ஆனந்தத்தில் லயித்துப் போனார்கள்.

பிறகு “அந்த ராம சௌந்தரிய”த்தில் மூழ்கி எழுந்து, அதன் பின்னர், இத்தகைய சங்கீதத்தைக் கேட்கக் கொடுத்து வைத்த நம்மைக் காட்டிலும் “ஸுகி எவரோ?’ என்று சந்தோஷப்பட்டுக் கொண்டிருக்கையில் அய்யங்கார் “இதைக் காட்டிலும் சுகம் உண்டு” என்று காட்டுவதற்காக, பைரவி ராகத்தில், கோவிந்த கடய பரமானந்தா” என்று ஆரம்பிக்கும் தரங்க கீர்த்தனத்தைப் பாடி நம்மை இசை அலையில் மூழ்கடித்தார்.

கீர்த்தனங்கள் எல்லாம் நன்றாய்த்தானிருந்தன. ஆனால், அய்யங்கார் அன்று பாடிய வராளி ராக ஆலாபனத்துக்கு அவை ஈடாகுமா என்பது சந்தேகந்தான்.

கச்சேரியில் சபையோரின் செவிகளைத் திருப்தி செய்யும் வித்தையை அய்யங்கார் எவ்வளவு தூரம் அறிந்திருக்கிறார் என்பதற்கு இன்னொரு சான்று கிடைத்தது. வராளி ஆலாபனமும், ஐந்து ராகத்தில் தகனமும், பல்லவியும் பாடி, கடைசியில் முடிக்கும்போது, அய்யங்கார் பியாக் ராகத்தில் ஒரு ஸ்வர வரிசையை எடுத்துவிட்டதும், சபையில் ஒரே 'ஹாஹா'காரமும் கரகோஷமும் உண்டாயின.

தமிழ்நாட்டு சங்கீத வித்வான்களில், புதிய புதிய கீர்த்தனங்களை ஒழுங்குபடுத்திக் கச்சேரியில் பாடிப் பிரபலப்படுத்திய பெருமை ஸ்ரீ அய்யங்காருக்குத்தான் விசேஷமாக உண்டு. இந்தத் திருப்பணியை அய்யங்கார் மேலும் மேலும் தொடர்ந்து செய்துகொண்டிருக்கப் போகிறார் என்று இந்தக் கச்சேரியில் வெளியாயிற்று.

மேற்சொன்ன இரண்டு கச்சேரிகளிலும் பிடில் வாசித்தவர் ஸ்ரீ ராஜமாணிக்கம் பிள்ளை என்று சொன்னால், கச்சேரிகளின் சிறப்பிற்கு அவருந்தான் காரணம் என்று சொல்லவே வேண்டியதில்லை, கும்பகோணம் கோதண்டராமய்யரும், தஞ்சாவூர் வைத்தியநாதய்யரும் மிருதங்கத்தில் சுக பாவத்தின் எல்லை இது என்பதைக் காட்டினார்கள்.

★ ★ ★

ஸ்ரீமதி பட்டம்மாளின் கச்சேரியில் ஒவ்வொரு பாகமும் தனித்தனி ஒவ்வொரு அம்சத்தில் விசேஷமாயிருந்தது. தியாகராஜ கீர்த்தனங்களில் சங்கதியும், விருவிருப்பும் அதிகமாயிருந்தன. தீக்ஷதர் கீர்த்தனங்கள் முக்கியமாக "காசி விசுவேசுவரா" என்னும் காம்போதி கீர்த்தனம் விச்ராந்தியலும் ராக பாவத்திலும் சிறந்து விளங்கின. பாபநாசம் சிவன் கீர்த்தனங்களில் இசையின்பமும் பொருளின் மேன்மையும் விசேஷமாய்க் காணப்பட்டன. ஆனால், கச்சேரியில் முக்கிய ஸ்தானத்தை வகித்து, வித்வத் ததும்பிக் கொண்டிருந்த பாகம், பல்லவிதான். தோடி ராகத்தில், "மாமாமும் குயிலும் நிழலும் உன்னைத் துதிக்க இது நல்ல சமயம்" என்னும் பல்லவியை நாலுகளைச் சவுக்கத்தில் எடுத்துக்கொண்டு, ஆவர்த்தத்தின் முதல் பகுதியை திச்ர நடையிலும், இரண்டாவது பகுதியைக் கண்ட நடையிலும் பாடினார். (திச்ர நடை என்றால் தாளத்தில் ஒவ்வொரு எண்ணிக்கையையும் மூன்று அட்சரமாகப் பிரித்துக்கொள்வது ; கண்ட நடையென்றால் ஐந்து அட்சரமாகப்

பிரித்துக்கொள்வது.) இம்மாதிரி இருவகை நடையிலேயே இரண்டாங்காலமும் மூன்றாங்காலமும் பாடி, நிரவல் ஸ்வரம் உள்படப் பாடி முடித்தார். இந்த திச்ர நடை, கண்ட நடை விஷயங்களெல்லாம் என் அருகிலிருந்த வித்வானைக் கேட்டுத் தெரிந்துகொண்டேன். அத்துடன், இப்படிப் பல்லவி பாடுவது இலேசில்லை என்றும், ரொம்பக் கஷ்டமான வித்தை என்றும் அவர் சொன்னார். ஆனால், தாள வித்தையின் நுட்பங்கள் எல்லாம் தெரியாதவர்கள்கூட, "இந்தப் பல்லவியில் ஏதோ பிரமாதமான விஷயம் இருக்கிறது' என்பதை மட்டும் பாடும் முறையிலிருந்தே தெரிந்துகொண்டு, பல்லவி முடிந்ததும் பிரமாதமாகக் கைதட்டித் தங்கள் சந்தோஷத்தைத் தெரிவித்துக்கொண்டார்கள்.

ஸ்ரீமதி பட்டம்மாள், பல்லவிக்குப் பிறகு பாடிய 'இதர வகைகள்', எப்போதும்போல் எல்லாரும் ரஸிக்கக் கூடியவையாயிருந்தன.

★ ★ ★

ஸ்ரீமதி பாலஸரஸ்வதியின் பரதநாட்டியம் முன்னைவிட இப்போது அபிவிருத்தியடைந்திருக்கிறது என்று நான் சொல்லத் தயாராயில்லை, முன்னே எந்த அம்சத்திலாவது குறைவாக இருந்திருந்தால் அல்லவா இப்போது அபிவிருத்தி என்று சொல்லலாம்?

கலைத் திறமை எப்போதும்போல் மேன்மையாக இருக்கிறது. ஆனால் சில்லறை அம்சங்களில் அபிவிருத்தி, பிற்போக்கு இரண்டையும் காண்கிறோம். நாட்டிய உடை, அலங்காரம் இவை முன்னைக்கிப்போது அபிவிருத்தியடைந்திருக்கின்றன. ஆனால் அபிநயத்தின்போது, தாயாருக்கும் பெண்ணுக்கும் ஒத்துழைப்பு குறைந்திருக்கிறது. பால ஸரஸ்வதியின் நாட்டியத்தில் விசேஷ அம்சம் அபிநயம். நாட்டியம் ஒருவேளை அவரைப்போல் மற்றவர்கள் ஆடிவிடலாம்... ஆனால், அபிநயத்தில் அவருக்கு அருகில் வரக்கூடியவர்களை இதுவரையில் நாம் பார்க்கவிக்லை. அவருடைய அபிநயத்தை விசேஷமாக எடுத்துக்காட்டிச் சோபிக்கச் செய்வது ஸ்ரீமதி ஜயம்மாளின் பாட்டு. முன்னெல்லாம் அவருடைய பாட் டுக்கும் இவருடைய அபிநயத்துக்கும் ரொம்பப் பொருத்தமா யிருக்கும். இப்போது சில சமயம் இர ண்டு பேருக்கும் ஒற்றுமைக் குறைவு (மேடையில்தான்) ஏற்பட்டுவிடுகிறது. சில சமயம் தாயார் திடீரென்று பாடாமல் நிறுத்திவிடுகிறார். இவர் பின்னால் திரும்பித் திரும்பிப் பார்க்கிறார். இதனால், முகத்தில் இரக்கக் குறி தோன்ற

வேண்டிய சமயத்தில் கோபக் குறி காணப்படுகிறது. ("வருகலாமோ ஐயா!'' என்ற பாட்டின்போது இப்படி ஆயிற்று.) இன்னும் சில சமயங்களில் ஒரே பாட்டில் ஒரு வரியைத் தாயாரும் அடுத்த வரியைப் பெண்ணுமாகப் பாடுகிறார்கள் !

ஸ்ரீமதி பால ஸரஸ்வதியின் நாட்டியம் மிகப் பிரபலமானதற்கு முக்கியக் காரணம் தமிழ்ப் பதங்கள் என்பதையும் அவர்கள் மறந்துவிடுவதாகக் காண்கிறது. புரோகிராமில் மூன்று தமிழ்ப் பாட்டுக்கள்தான் இருந்தன. தெலுங்குப் பாட்டுக்கள்தான் அதிகம். அப்புறம் யாரோ சிபார்சு பண்ணி இன்னும் இரண்டு தமிழ்ப் பாட்டுக்களைச் சேர்த்துக் கொண்டார்கள். .

போனால் போகட்டும்; தெலுங்குப் பதங்களையே வேணுமானாலும் பாடட்டும். ஆனால் அந்தப் பதங்களை அச்சிட்டு, அவற்றுக்கு அர்த்தமும் கொடுக்க வேண்டாம் என்று அகாடமி நிர்வாகிகளை நான் ரொம்பவும் கேட்டுக்கொள்கிறேன். தெலுங்குப் பதங்களுக்கு அர்த்தம் தெரியாமலிருந்தாலே விசேஷம். ஒரு சம்பவத்தைச் சொல்கிறேன்... அன்று அபிநயம் நடந்துகொண்டிருந்தபோது பெரிய மனிதர் ஒருவர் சபையில் வந்து உட்கார்ந்தார். சில நிமிஷ நேரம் அவர் சிவனேயென்று பார்த்துக்கொண்டிருந்தார்.. யாரோ அபார சிரத்தையுள்ளவர் ஒருவர் பாட்டுக்களும் அவற்றின் பொருளும் அச்சிட்ட விசேஷ வெளியீட்டை அவரிடம் கொண்டு கொடுத்தார். அப்போது அபிநயம் நடந்துகொண்டிருந்த பாட்டின் அர்த்தத்தை அவர் படித்தார். அருவருப்பினால் அவர் முகம் மாறுதல் அடைந்தது. இரண்டு நிமிஷத்துக்கெல்லாம் எழுந்து போய்விட்டார்.

அபிநயத்துக்குச் சாதாரணமாக உபயோகிக்கப்படும் பாட்டுக்களில் தமிழ்ப் பாட்டுக்கள் எல்லாம் பெரும்பாலும் பகவத் விஷயமாயும், தூய்மையுடையனவாயும் இருக்கின்றன. தெலுங்குப் பாட்டுக்கள் அநேகமாகப் பச்சை சிருங்காரமாயும், அஸிங்கமாயுங்கூட இருக்கின்றன. இந்தக் காரணத்தை முன்னிட்டாவது, தமிழ்ப் பாட்டுக்களை அபிநயத்துக்கு அதிகமாக உபயோகிப்பது நலம்.

அன்று கச்சேரியில், "தாயே யசோதையே!" என்னும் பாட்டும் அதனுடைய அபிநயமும் மிகவும் சிறந்து விளங்கின. பாக்கி நேரமெல்லாம் தாயாரும் பெண்ணும் தகராறு பண்ணிக் கொண்டிருந்தாலும் மோசமில்லை, கச்சேரிக்கு வந்ததற்கு இந்த ஒரு பாட்டும் அபிநயமுமே போதும் என்றுதான் தோன்றியது.

★ ★ ★

வித்வத் சபை நிர்வாகிகள் இந்தத் தடவை ஏற்படுத்தியிருந்த கச்சேரித் திட்டம் பூரண திருப்தி அளிப்பது என்று சொல்ல முடியாது. அநேக அம்சங்களில் குறை சொல்வதற்கு இடமிருந்தது. ஆனால், என் வரையில், கடைசி நாளன்று பிரம்மஸ்ரீ முத்தையா பாகவதரின் காலட்சேபத்தை வைத்திருந்தார்களே, அந்த ஒன்றை முன்னிட்டு மற்றக் குறைகளையெல்லாம் மறந்துவிடத் தயாராயிருக்கிறேன்.

ஸ்ரீ சத்தியமூர்த்தி, எந்த விஷயத்தைப் பற்றிப் பேசினாலும் அதை ரஸமாகவும் அழகுபடுத்தியும் பேசுவார் என்பதை நாம் அறிவோம். அவர் சொன்னார் : "மைசூர் மகாராஜா தமிழ் நாட்டுக்கு இரண்டு பெரிய கெடுதல்களைச் செய்திருக்கிறார். ஒன்று, காவேரிக்கு அணை போட்டுத் தடுத்துவிட்டார். இரண்டாவது, ஸ்ரீ முத்தையா பாகவதரைத் தமது சமஸ்தானத்தில் நிறுத்திக்கொண்டு விட்டார்!''

ஆனாலும், மைசூர் மகாராஜா அவ்வளவு மகா கிருபணர் அல்லவென்று தெரிகிறது! காவேரியிலும் கொஞ்சம் ஜலம் விடுகிறார். ஸ்ரீ முத்தையா பாகவதரையும் எப்போதாவது தமிழ் நாட்டுக்கு வருவதற்கு அனுமதிக்கிறார். அன்று, பாகவதர் செய்த காலட்சேபம் ''துர்வாஸ ஆகமனம்'' அல்லது "அட்சய பாத்திர மகிமை.'' இந்தக் கதை நான் ஏற்கெனவே கேட்டது. விகடனில்கூட எழுதி யிருக்கிறேன். ஆகவே, "என்னமோ நம்ம பாகவதராச்சே! காலட்சேபம் என்னும் அரிய கலைக்கு இப்போது கடைசி பிரதிநிதியாய் விளங்குபவராயிற்றே?'' என்று எண்ணி, முக்கால்வாசியும் பாகவதரைக் கௌரவப்படுத்தும் நோக்கத்துடன்தான் நான் போனேன்!

ஆனால், நடந்தது என்ன? காலட்சேபத்தைக் கேட்ட பிறகு, "இந்தப் பத்து நாள் சங்கீத விழாவில் இன்றுதான் உண்மையில் பயன்பட்ட தினம்" என்று முடிவு செய்ய வேண்டியதாயிற்று. பாகவதர் அன்று கதையின் நடுவில், சங்கீதத்தைப் பற்றிக் கொஞ்சம் பிரசங்கம் செய்தார். கீர்த்தனங்களில் சங்கதி போடுவதன் நோக்கம் என்னவென்பதை விளக்கினார். இதற்கு, ஸ்ரீ தியாகராஜ ஸ்வாமிகளின் "அலகலல்ல லாடககனி" "நேநெந்து வெதக துரா" என்னும் கீர்த்தனங்களை எடுத்துக்கொண்டு, அவற்றின் பொருளுக்கும், பாட்டின் சங்கதிகளுக்கும் உள்ள பொருத்தத்தை எடுத்துக்காட்டினார். அந்தப் பொருத்தத்தை நான் இங்கே எடுத்துக்காட்டுவது இயலாத காரியம். நேயர்களுக்குச் சந்தர்ப்பம் கிடைக்கும்போது பாகவதரிடமே கேட்டுத் தெரிந்து கொள்வதுதான் சரி.

தமிழ்ப் பாட்டைத் தவிர வேறெந்த பாஷையில் பாட்டுப் பாடினாலும் முகத்தைச் சுளுக்கிக்கொண்டு காதையும் பொத்திக் கொள்ளும் எனது நண்பர் ஒருவர் இருக்கிறார். அவர்கூட அன்று ஸ்ரீ பாகவதரின் கதையைக் கேட்ட பிறகு, இந்த மாதிரியாக விஷயங்களை எடுத்துச்சொன்னால் தெலுங்குக் கீர்த்தனங்களைக்கூடக் கேட்கலாம் என்ற தீர்மானத்துக்கு வந்திருக்கிறார்.

நமது நாட்டிலுள்ள சங்கீத வித்வான்களில், சங்கீதக் கலையின் ஆத்மாவைக் கண்டு அநுபூதி பெற்றவர் காயகசிகாமணி ஸ்ரீ முத்தையா பாகவதர். வீணை தனத்துக்குப் பிறகு, இவர் ஒருவர் தான் மிஞ்சி நிற்கிறார் என்றும் சொல்லலாம். பாகவதர் சேகரித்து வைத்திருக்கும் கலைச் செல்வங்களையெல்லாம் தமிழ் மக்கள் நன்கு பயன்படுத்திக்கொள்ளாவிட்டால், அதனால் அவருக்கு ஒன்றும் நஷ்டமில்லை ; நமக்குத்தான் பெரு நஷ்டம் ஏற்படும்.

- ஆனந்த விகடன், *15.01.1939.*

52
வித்வான்கள் ஜாக்கிரதை!

தமிழ்நாட்டிலுள்ள கர்நாடக சங்கீத வித்வான்கள் ரொம்பவும் ஜாக்கிரதையாயிருக்க வேண்டுமென்று கேட்டுக்கொள்கிறேன். அவர்கள் நாலாபுறமும் அபாயம் சூழ்ந்திருக்கிறது என்று எச்சரிக்கிறேன். அவர்களை, யாராவது, எந்த இடத்திற்காவது கூப்பிட்டால், "எதற்கு? என்னத்திற்கு?" என்று விசாரித்துக்கொண்டு புறப்பட வேண்டும். முக்கியமாக, சங்கீத சபைகளிடத்தில் அவர்கள் சர்வ ஜாக்கிரதையாயிருக்க வேண்டும். ஏனென்றால், சொல்கிறேன் :

சென்ற தடவை, மகாராஜபுரம் விசுவநாதய்யருக்கு நன்னிலம் சபையில் "சங்கீத பூபதி" பட்டம் அளித்ததைப் பற்றி எழுதிய பிறகு, அந்தமாதிரி பட்டமளிப்பு வைபவங்கள் இன்னும் இரண்டு நடந்திருக்கின்றன. திருநெல்வேலி ஜில்லாக்காரர்கள், அவர்களுடைய ஜில்லாவின் சிறந்த புராதன வித்வானாகிய ஸ்ரீ வேதாந்த பாகவதருக்கு "சங்கீத கேசரி" என்ற பட்டமளித்திருக்கிறார்கள் ('கேசரி' என்றால், ஹோட்டலில் விற்கும் பட்சணமல்ல இங்கே, காட்டில் திரியும் சிங்கத்தைக் குறிப்பிடுகிறது.) 'Let the Lion of Vedanta roar' (வேதாந்த சிங்கம் கர்ஜிக்கட்டும்) என்று ஸ்ரீ விவேகானந்த ஸ்வாமி ஒரு சமயம் சொல்லியிருக்கிறார். அவர், நமது வேதாந்த பாகவதருடைய பாட்டைக் கேட்டுவிட்டே ஒரு வேளை அப்படிச் சொல்லியிருக்கக் கூடுமென நினைக்கிறேன். எப்படியிருந்தாலும், பட்டம் பொருத்தமானது வித்வானுடைய யோக்யதைக்கும் தகுந்ததுதான்.

பிறகு, சென்னைப் பட்டணத்தில், குமர கோட்டம் கோவிலில் நடந்த உற்சவத்தின்போது, கீரனூர் சகோதரர்களுக்கு, "நாதஸ்வர பூஷணம் என்ற பட்டமளிக்கப்பட்டதாகத் தெரிகிறது. இதற்கு,

முன்னேற்பாடு எதுவும் நடக்கவில்லை. சகோதரர்களின் நாதஸ்வரக் கச்சேரியைக் கேட்டுக்கொண்டிருந்த சபையோர், கச்சேரியின் மேன்மையில் சொக்கிப் போய் அளவிலாத உற்சாகமடைந்து, "இதோ பட்டம்! எடுத்துச் சூட்டிக்கொண்டால்தான் ஆச்சு! இல்லாமற்போனால் விடமாட்டோம். சத்தியாக்கிரஹம் செய்வோம்; உண்ணாவிரதம் இருப்போம்; இல்லாவிடில் இரண்டு கல்லை எடுத்தாவது போடுவோம்!" என்று பயமுறுத்தவே, கீரனூர் சகோதரர்கள் திக்குமுக்காடிப் போய், பட்டத்தை மறுக்க முடியாமல் வாங்கிக் கொண்டு போய்ச் சேர்ந்தார்கள். அதே சபையில் தவுல் வித்வான் ஸ்ரீ மீனாக்ஷிசுந்தரம் பிள்ளை அவர்களுக்கு "அபிநவ நந்தீசர்" என்ற பட்டம் வழங்கப்பட்டதாம்.

சாதாரணமாய், ஒருவன் ஒரு பொருளை இன்னொருவனுக்குக் கொடுத்தால், கொடுக்கிறவனுக்கு அது நஷ்டம்; வாங்கிக் கொள்கிறவனுக்கு லாபம் ஆனால், சங்கீத பட்டங்கள் வழங்குவதில், கொடுக்கிறவர்களுக்கு நஷ்டமில்லை; வாங்கிக் கொள்கிறவர்களுக்கு லாபமும் இல்லை. என்றாலும், இரண்டு பேருக்கும் சந்தோஷம்! வாங்கிக்கொள்கிறவனைவிடக் கொடுக்கிறவனுக்கு இரண்டு மடங்கு சந்தோஷம்!! சில சமயம், கொடுக்கிறவர்களுக்கு லாபமும் உண்டு. பட்டமளிப்பு என்ற வியாஜத்தை வைத்துக்கொண்டு, வித்வானுக்கு வழக்கமாகக் கச்சேரிக்குக் கொடுக்கும் பணத்தைக் கொடுக்காமல் தப்பித்துக் கொள்ளலாமல்லவா?

ஆகையினால்தான், வித்வான்களை எச்சரிக்கிறேன். இந்த நாளில் எந்தப் புற்றில் எந்தப் பட்டம் இருக்குமோ, யார் கண்டது? இவர்கள் பாட்டுக்கு நமது சங்கீதத்தைக் கேட்கத்தான் கூப்பிட்டிருக்கிறார்கள் என்று நினைத்துக்கொண்டு போய்ப் பாட, சபையிலுள்ளவர்கள் திடீரென்று நினைத்துக்கொண்டு அவர்களுடைய தலையில் ஒரு பட்டத்தைக் கட்டி அனுப்பினாலும் அனுப்பிவிடலாமல்லவா!

நல்ல பிளேட்டுகள்

இசைத் தட்டுகளைப் பொறுத்தவரையில், இந்த 1939ம் வருஷம் நன்றாக ஆரம்பித்திருக்கிறது என்று சொல்லலாம். சில நல்ல பிளேட்டுகள் சமீபத்தில் வெளிவந்திருக்கின்றன. ஐந்து உயர்தர சங்கீத பிளேட்டுகள், இரண்டு திவ்யமான நாதஸ்வர பிளேட்டுகள், செவிக்கும் மனதுக்கு ரம்யமான ஒரு இன்னிசை பிளேட்டு, ஒரு நல்ல ஹாஸ்ய பிளேட்டு இரண்டு மாதத்தில் இவ்வளவு கிடைத்தால் போதாதா?

இந்த ஒன்பது பிளேட்டுகளை மூன்று கிராமபோன் கம்பெனிகளுஞ் சேர்ந்து நமக்கு அளித்திருக்கின்றன.

"ஹிஸ் மாஸ்டர்ஸ் வாய்ஸ்" கம்பெனியார் "ஸ்ரீ தியாகராஜா "டாக்கியில் பாடப்பட்ட கீர்த்தனங்களை நாலு பிளேட்டுகளில் கொண்டு வந்திருக்கிறார்கள்.

N. 8710	"அபராதமுல "	ரஸாளி
	"மனவ்யாள "	நளின காந்தி
N. 8711	"இலலோ ப்ராணதார்த்தி"	அடாணா
	" கலினருல"	குந்தலவராளி
N. 18508	"ஆதய ஸ்ரீ "	ஆஹிரி
	"நீ பக்தி பாக்ய"	ஜயமனோஹரி
N. 8712	"அம்ம ராவம்ம" கல்யாணி	
	"நித்ய ரூப" தர்பார்	

முதல் மூன்று பிளேட்டுகளிலும் பாடியவர் பெயர் இல்லை. ஆனாலும் பாடியது, டாக்கியில் ஸ்ரீ தியாகராஜராக நடித்த மாதிரி மங்கலம் நடேசய்யர்தான் என்று நினைக்கிறேன். இவர் பாடியிருக்கும் முதல் நான்கு பாட்டுக்களும். "நீ பக்தி பாக்ய ஸுதா"வும் மிக நன்றாயிருக்கின்றன. ஸாஹித்யத்தின் சிறப்பினாலும், பாடியிருக்கும் அழகினாலும் எவ்வளவு தடவை கேட்டாலும் அலுக்காதபடி, அமைந்திருக்கின்றன. ஆனால், "ஆதய ஸ்ரீ" கீர்த்தனம், டாக்கியில் கேட்டதுபோல் மனத்தை உருக்கவில்லை. ஆரம்பிக்கும்போது "ஆதி ஸ்ரீ..." என்ற இடத்தில் நிறுத்தி, ஒரு பிர்க்கா போட்டு, நம்மைப் போன்ற அரைகுறைப் பேர்வழிகள் "இது ஆஹிரி ராகந் தானா?" என்று திகைக்கும்படி செய்திருக்கிறார் : நாலாவது பிளேட்டிலுள்ள பாட்டுக்களை ஸ்ரீமதி சீதாவும், கோகிலம் என்னும் சிறுமியும் பாடியிருக்கிறார்கள். இந்தப் பாட்டுகளைக் கேட்டு முடிந்ததும், நம்மையறியாமல் நாம் பெருமூச்சுவிடுவோம். ரொம்பவும் சிரமப்பட்டு, பரீட்சையில் தவறிவிடக் கூடாதேயென்ற கவலையுடன் அவர்கள் பாடியிருப்பது போன்ற உணர்ச்சி நமக்கு உண்டாவதால், அவர்கள் பாடி முடித்ததும், "அப்பா! பிழைத்தார்கள்!" என்று சந்தோஷப்படுகிறோம்.

ஸ்ரீ தியாகராஜர்
(நடேசய்யர்)

ஸரஸ்வதி ஸ்டோர்ஸார் வெளியிட்டிருக்கும் இசைத் தட்டுகளில் மூன்று தட்டுகள், தனித்தனியே ஒவ்வொரு வகையில் சிறந்தவை.

A. 130 “ஸாமஜ வரதா” சுத்த சாவேரி
“நீ கேலனா'' தேவ மனோகரி

மேற்படி பாட்டுக்களின் தலைப்பைப் பார்த்ததும், பாடியவர் ஸ்ரீ ராமானுஜய்யங்கார்தான் என்பதை நேயர்கள் ஊகித்திருக்கலாம். இந்த இரண்டு கீர்த்தனங்களும் அய்யங்காரின் குருநாதராகிய ராமநாதபுரம் சீனிவாசய்யங்கார் இயற்றியவை. “ஸாமஜ வரதா” சமீபத்தில் ‘விகட’னில், அய்யங்கார் அவர்கள் ஸ்வரப்படுத்தியபடி வெளியாகியிருக்கின்றது. இன்னொன்று அடுத்த இதழில் வெளியாகிறது. ஆகவே, சங்கீதக் கலையில் ஸ்வரங்களின் மர்மங்களைத் தெரிந்துகொள்ள விரும்பும் நேயர்களுக்கு இந்தப் பிளேட்டு மிகவும் உபயோகமாயிருக்கும். அந்த மர்மங்களுக்குள் புகாமல் உயர்தர சங்கீதத்தைக் கேட்டு மட்டும் ஆனந்திக்க விரும்புகிறவர்களும் அப்படியே செய்யலாம். கீர்த்தனங்கள் இரண்டையும் ரொம்ப முடுக்காகவும், சங்கதிகளைச் சரமாரியாகப் பொழிந்தும் அய்யங்கார் பாடியிருக்கிறார்.

அடுத்தது, ஸ்ரீ ராஜரத்தினம் பிள்ளையின் நாதஸ்வரப் பிளேட்டு,

C. A. 1109 விம்மேந்திர மத்தியமம் ராக ஆலாபனை
” ”

ஸ்ரீ ராஜரத்தினம் பிள்ளையின் கைச் சரக்கு முழுவதும் இந்த பிளேட்டிலும் இருக்கிறது. நாதஸ்வர வாத்தியத்தின் பரிபூரண இனிமையையும் காட்டுகிறார்; அபூர்வ பிடிகளைப் பிடித்து, மேலும் கீழுமாக இழுத்து, நம்மைத் திக்குமுக்காடவும் செய்கிறார்.

மூன்றாவது, ஸ்ரீ டி. கே. ரஞ்சிதத்தின் ஹாஸ்ய பிளேட்டு

C. A. 1171 “காந்தி என்றொரு''
“வந்த வந்த''

இதில், முதல் பக்கம், கிராமிய நடையில் பேச்சும் பாட்டும் கலந்திருப்பது. முன்னொரு தடவை இதே ஆசாமி இதே நடையில் பாடியிருக்கும் “ட்ரியோ ட்ரியோ'' பாட்டைப்பற்றி எழுதியிருக்கிறேன். அதைக் காட்டிலும்கூட இது நன்றாயிருக்கிறதென்று சொல்லலாம். நாட்டில் நடக்கும் அரசியல் சம்பவங்களைப்பற்றி ஒரு பட்டிக்காட்டான் இன்னொரு பட்டிக்காட்டானைக் கேட்பதாக இது அமைந்திருக்கிறது. ஐயோ! ரொம்ப ரஸமாயிருக்கிறது, போங்கள். இதைக் கேட்ட செந்தமிழ்ப் புலவர்களுக்குக்கூட, இலக்கணத் தமிழின் மேல் வெறுப்புண்டாகி, கிராமவாசிகளின் நாக்கில் உலவும் உயிருள்ள தமிழ் நடையின் மேல் விருப்பம் உண்டாகிவிடும்.

இதன் இன்னொரு பக்கத்தில் உள்ள பாட்டு அவ்வளவு நன்றாயில்லை, ஆனால் கொடுக்கும் ரூபாய் முதல் பக்கம் ஒன்றுக்கே தாங்கும்.

கடைசியாக, கொலம்பியா கம்பெனியாரின் பிளேட்டுகளில் இரண்டைக் குறிப்பிட வேண்டும்.

ஒன்று, ஸ்ரீமதி பட்டம்மாள் பாடியது.

G. E. 848 "சிவகங்கா" புந்நாவராளி.
"வள்ளி கணவன்" கிளிக் கண்ணி

இந்தப் பாட்டுக்களை ஏற்கெனவே சங்கீத ரஸிகர்கள் எல்லாரும் கேட்டு அவற்றின் ஸாஹித்யச் சிறப்பையும், சங்கீத மேன்மையையும் அநுபவித்திருக்கிறார்கள். "சிவகங்கா"வில் காணும் புந்நாவராளியின் மோஹன சக்தியில் மயங்கியிருக்கிறார்கள். கிளிக் கண்ணியில், "முருகன் குறுநகை போதுமடி" என்னும் அடியைக் கேட்டவர்கள், அதை எளிதில் மறக்க முடியுமா? இந்தப் பாட்டுக்கள் இரண்டும் பிளேட்டில் மிக அழகாகப் பதிவாயிருக்கின்றன. வார்த்தைகள் தெளிவாகவும் சுத்தமாகவும் கணீரென்றும் கேட்பது இதன் தனிச் சிறப்பு என்று சொல்லலாம்.

கொலம்பியாவின் இன்னொரு பிளேட்டு, செம்பொன்னார் கோவில் கோவிந்தசாமி சகோதரர்களின் நாதஸ்வர வாசிப்பு அடங்கியது.

G. E. 849 ''ராகரத்ன மாலிக" ரீதிகௌளை.
" "

வாசித்திருப்பவர்கள், பிரசித்தி பெற்ற செம்பொன்னார் கோவில் ராமசாமியின் புதல்வர்கள். "புலிக்குப் பிறந்தது பூனையாய்ப் போகாது" என்பதற்கு இவர்கள் உதாரணமாயிருக்கிறார்கள். வாசிப்பு ஸுஸ்வரமாயும், இனிமையாயுமிருக்கிறது.

ஆனால், இந்த பிளேட்டில் முக்கியமாகக் குறிப்பிட வேண்டிய அம்சம் வேறொன்று உண்டு. அது, ஸ்ரீ மீனாக்ஷிசுந்தரம் பிள்ளையின் தவுல் வாசிப்புத்தான். "தவுல்" என்றாலே மண்டை வலி என்று நினைக்கும் என்னைக்கூட இந்தப் பிளேட்டில் உள்ள தவுல் வாசிப்பு மதிமயங்கச் செய்கிறது. பாலக்காட்டு மணியின் மிருதங்கத்தில் காணும் விருவிருப்பையும் சுகபாவத்தையும் இந்தத் தவுல் வாசிப்பில் காண்கிறோம். இந்த மாதிரி தவுல் வாத்தியத்தை வாசிக்கக்கூடிய ஒருவருக்கு "அபிநவ நந்தீசர்" என்று பட்டம் கொடுத்தது பொருத்தமில்லையென்று யார் சொல்ல முடியும்?

- ஆனந்த விகடன், *26.02.1939*

53

ரேடியோ கச்சேரி

"ரேடியோ கச்சேரி ஜாபிதா ஏன் இப்போது விகடனில் வெளியாவதில்லை?" என்று சில நேயர்கள் கேட்டிருக்கிறார்கள். இலங்கை முதலான தூர தேசங்களிலிருந்தெல்லாம் இம்மாதிரி கடிதம் வந்திருக்கிறது. இந்தக் கேள்விகள் எனக்கு மிகவும் மகிழ்ச்சியளித்தன. ஏதாவது ஒரு அம்சம் நிறுத்தப்படும்போது, "அதை ஏன் நிறுத்தினீர்கள்?" என்று கேட்டால்தானே, அந்த அம்சம் உபயோகப்பட்டது என்று தெரியவரும்? இல்லாமற் போனால், "பாடுகிறவரையில் பாடிவிட்டுப் போகிறபோது கதவைச் சாத்திக்கொண்டு போ!" என்று சொன்ன சங்கீதாவி ரஸிகன் கதையாகத்தானே இருக்கும்?

ஆகவே, நேயர்கள் கேட்ட வரையில் சந்தோஷந்தான். அதற்குப் பதிலும் சொல்லுகிறேன். ரேடியோ ஸ்தாபனத்தார், டில்லியிலிருந்து "Indian Listener" என்ற இங்கிலீஷ் பத்திரிகையையும், சென்னையிலிருந்து "வானொலி" என்ற தமிழ்ப் பத்திரிகையையும். வெளியிட்டு வருகிறார்கள் அல்லவா? அந்தப் பத்திரிகைகளில் ரேடியோ கச் சேரிகளின் அட்டவணையை விவரமாக வெளியிட்டு வருகிறார்கள், மேற்படி அட்டவணைகளை 'விகடன்'

'நாரதர்' போன்ற பத்திரிகைகளில் விவரமாகவோ, சுருக்கியோ வெளியிடுவதால், "Indian Listener" வானொலி பத்திரிகைகளுக்குப் பாதகம் உண்டாகும் என்று ரேடியோ ஸ்தாபனத்தார் கருதியதாகத் தெரிந்தது. விகடன் எப்போதும் தன்னுடைய சகோதரப் பத்திரிகைகளின் நன்மைக்குக் குறுக்கே நிற்க விரும்புவதில்லை. எல்லாப் பத்திரிகைகளும் செழித்து ஓங்க வேண்டுமென்பதுதான் விகடனுடைய மனமார்ந்த விருப்பம். உபகாரம் ஒன்றும் செய்ய

முடியாவிட்டாலும் அபகாரமாவது செய்யாமலிருக்கலாமல்லவா? ஆகையினால்தான், நமது "அசரீரி அட்டவணை" நிறுத்தப்பட்டது.

மேற்சொன்னது முக்கியமான காரணம் நாளுக்குநாள் கச்சேரிகளைப் பொறுக்குவது கஷ்டமாய்ப் போய்விட்டது என்பதையும் குறிப்பிட விரும்புகிறேன், ஜாபிதா என்று வெளியிட்டால், பத்துப் பன்னிரண்டாவது பொறுக்கிப்போட வேண்டுமல்லவா? ஜனவரி, பிப்ரவரி மாதங்களில் இதுகூடச் சாத்தியமா யிருந்திராது ஆகவே, ஜாபிதாவை நிறுத்தியதில் இந்தக் கஷ்டமும் எனக்கு இல்லாமற் போயிற்று.

பூ கைலாஸ்

இராவணனைப் பற்றி நீங்கள் என்ன நினைக்கிறீர்கள்? அவன் பெயரைச் சொன்னவுடனேயே, "ராட்சதப் பயல்! கிடக்கிறான்!" என்ற வெறுப்பும், "சீதையைத் தூக்கிக்கொண்டு போனனே?" என்ற கோபமும் உண்டாகின்றன அல்லவா? எனக்கும் வெகுகாலம் வரையில் இப்படித்தான் இருந்தது. ஆனால் சென்ற சனிக்கிழமை "பூ கைலாஸ்" என்ற நாடகம் பார்த்ததிலிருந்து, இராவணன் மேல் எனக்கிருந்த கோபமெல்லாம் மாறி அவன் பேரில் அபார அநுதாபம் உண்டாகி இருக்கிறது. பாவம்! பத்துத் தலை வைத்துக் கொண்டிருப்பதென்றால் ஏதோ சாமான்ய விஷயம் என்று நீங்கள் நினைத்திருக்கலாம். வைத்துக்கொண்டு பார்த்தால் அப்போது தெரியும். பத்துத் தலையுடன் ஓரிடத்திலிருந்து ஓரிடத்துக்குப் போவதென்றால் எவ்வளவு பிரயாசையென்று நினைக்கிறீர்கள்? தலைகளை அசைக்காமல் ஆட்டாமல் அல்லவா போக வேண்டியிருக்கிறது. திரும்பிப் பார்ப்பது என்றாலோ அதைவிடக் கஷ்டம். எல்லாத் தலைகளும் சேர்ந்தாற்போல் திரும்ப வேண்டும். எல்லாம் ஒருபுறமாகவே திரும்பிப் பார்க்க வேண்டும். பாதி தலை வலது பக்கமாகவும், பாதி தலை இடது பக்கமாகவும், திருப்ப முடியுமா? முடியவே முடியாது!

இன்னும், எங்கேயாவது இடஞ்சல் மடஞ்சலான இடங்களில் போகும்போது எவ்வளவு கஷ்டம் பாருங்கள்! ஒரு தலையை வைத்துக்கொண்டே நம்மில் சிலர் தூணிலும் சுவரிலும் மோதிக் கொள்கிறோம், பத்துத் தலை இருந்தால், இடிபடாமல் ஒரு வீட்டுக்குள் நுழைவதும் கஷ்டமாய்ப் போய்விடுமல்லவா?

"பூ கைலாஸ்" நாடகத்தில் நாங்கள் பார்த்த இராவணன் இந்தக் கஷ்டத்தை ரொம்பவும் உணர்ந்திருக்க வேண்டும். எனவே, அந்தக் கஷ்டத்தை நிவர்த்தித்துக்கொள்ள அவன் ஒரு சுலபமான வழி கண்டுபிடித்திருந்தான்.

ஒரு சமயம் நான் ஒரு மனுஷரின் பற்களைப் பார்த்து அதிசயப்பட்டுக் கொண்டிருந்தேன். "அடே! இந்த வயதில் இவர் இவ்வளவு நல்ல பற்களுடன் இருக்கிறாரே? ஒரு ஓட்டை, ஒரு உடைசல் இல்லாமல், அப்படியே மல்லிகை மொட்டு அடுக்கி வைத்ததுபோல் இருக்கிறகே!" என்று நான் வியந்துகொண்டே இருக்கையில், அவர் சட்டென்று வாய்க்குள் கையை விட்டார். அடுத்த விநாடி கையை வெளியில் எடுத்தார். அவருடைய வாய் காலியாயிருந்தது! கையில் இரண்டு பல் வரிசைகளும் இருந்தன!

கொஞ்ச நேரம் நான் மிரண்டு போயிருந்தேன். அப்புறம், அது பொய்ப் பல் என்று அறிந்து ஒருவாறு ஆறுதல் பெற்றேன்.

மேற்சொன்ன நாடக ராவணன் இந்த முறையைத்தான் தன் தலைகளின் விஷயத்தில் கையாண்டான். முதல் காட்சி முடிந்து உள்ளே போனவன், ஒன்பது தலைகளைக் கழற்றி வைத்துவிட்டு ஒரே தலையுடன் இரண்டாவது காட்சியில் ஆஜரானான்!

- ஆனந்த விகடன், *05.03.1939*

54

தமிழும் சங்கீதமும்

சென்ற பிப்ரவரி மாதம் 26உ ஞாயிற்றுக்கிழமை சென்னை கோகலே மண்டபத்தில் நடைபெற்ற விசேஷ சம்பவத்தைப் பற்றி நேயர்களில் பலர் தினசரிகளில் படித்திருப்பார்கள். நானும் பத்திரிகையில் படித்துத்தான் தெரிந்துகொண்டேன். அப்படித் தெரிந்துகொண்டதிலேயே மிகவும் மகிழ்ச்சி உண்டாயிற்று.

அந்த விசேஷ சம்பவம் என்னவென்பதை, தினசரிப் பத்திரிகை படிக்காதவர்களுக்காகச் சொல்கிறேன். அன்று, கோகலே மண்ட பத்தில் ஒரு சிறந்த தமிழ் சங்கீதக் கச்சேரி நடந்தது. சென்னையில், 'தமிழ் வளர்ச்சிக் கழகம்' என்று ஒரு கழகம் இருப்பதாகத் தெரிகிறது. இந்தக் கழகத்தார் மேற்படி கச்சேரியை ஏற்படுத்தினார்கள். தற்சமயம், தமிழைக் காப்பாற்றுவதென்று கங்கணம் கட்டிக்கொண்டு கிளம்பியிருக்கும் ஸர் ஏ.டி.பன்னீர்செல்வத்தின் சமுகத்தில் கச்சேரி நடந்தது. கச்சேரி செய்தவர், பிரசித்தி பெற்ற திருநெல்வேலி ஸ்ரீ சுந்தர ஓதுவர் மூர்த்தியின் சிஷ்யரும், "பட்டினத்தார்" டாக்கியில் பெயர் பெற்றவருமான ஸ்ரீ எம்.எம்.தண்டபாணி தேசிகர்.

ஸ்ரீ தேசிகர் நல்ல குரலும், சிறந்த சங்கீத ஞானமும் உள்ளவர் என்பதை நாம் அறிவோம். அவருடைய கச்சேரி நன்றாய்த்தானிருந்திருக்கும். ஆனால், இந்த வைபவத்தில் கச்சேரி எப்படி இருந்தது என்பது பிரதானமில்லை. கச்சேரி செய்தவர் ஆரம்பத்திலிருந்து கடைசி வரையில் தமிழ்ப் பாட்டுக்களையே பாடி சபையோரை ரஸிக்கச் செய்தார் என்பதே பிரதானமான விஷயம்.

நமது சங்கீத வித்வான்கள் கச்சேரிகளில் தமிழ்ப் பாட்டுக்களுக்கு அதிகமாக இடம் கொடுக்க வேண்டுமென்ற கிளர்ச்சி சில காலமாகத் தமிழ் நாட்டில் இருந்து வருகிறது. இந்தப் பத்தியிலும் அந்த அபிப்பிராயத்தை அடிக்கடி வெளியிட்டு வந்திருக்கிறோம். தமிழ் நாட்டிலுள்ள பெரும்பாலான சங்கீத ரஸிகர்களுக்குப் பிற மொழிகளிடம் துவேஷம் கிடையாது. வேறு பாஷைகளில் பாட்டே பாடக் கூடாது என்று அவர்கள் சொல்லவில்லை. ஸ்ரீ தியாகய்யர், தீக்ஷிதர் முதலானவர்கள் தமிழில் ஸாஹித்யம் செய்யாவிட்டாலும் அவர்களுடைய அற்புதமான கீர்த்தனங்கள் தமிழ்நாட்டின் கலைச் செல்வமே யாகும். ஆகையால், அவற்றை நாம் பகிஷ்கரித்துவிட முடியாது. ஆனால், கச்சேரிகளில் கொஞ்சம் தமிழுக்கும் இடங் கொடுக்க வேண்டுமென்றுதான் கேட்கிறோம். அப்போது தான் ஜனங்கள் சங்கீதத்தின் இருதய தத்துவத்தை உணர்ந்து அநுபவிக்க முடியும்; அப்போதுதான் தமிழ்நாட்டில் சங்கீதக் கலை மேலும் மேலும் வளர்வதற்கும் புதிய புதிய ஸாஹித்யங்கள் ஏற்படுவதற்கும் ஏது உண்டாகும் என்று சொல்கிறோம்.

மேற்படி கிளர்ச்சி இதுவரையில் போதுமான பலனை அளிக்கவில்லையென்பதை வருத்தத்துடன் நாம் ஒப்புக்கொள்ள வேண்டியிருக்கிறது. நமது பிரபல வித்வான்கள், தமிழ்ப் பாட்டு என்றால் இன்னும் கசந்து முழுங்கிக்கொண்டுதானிருக்கிறார்கள். ஒன்பது தெலுங்குக் கீர்த்தனங்களுக்குப் பிறகு, ஒரு தமிழ்ப் பாட்டுப் பாடிவிட்டு, “பார்த்தீர்களா? உங்களுக்காக நான் எவ்வளவு தயவு வைத்துத் தமிழில் பாடியிருக்கிறேன் ?” என்ற தோரணையில் நம்மைப் பார்க்கிறார்கள்.

இந்த நிலைமையில், ஸ்ரீ எம். எம். தண்டபாணி தேசிகர் ஒரு பரிபூரண தமிழ் சங்கீதக் கச்சேரி செய்ய முன் வந்தது பெரிதும் பாராட்டத் தக்கதேயாகும். இந்த தைரியத்துக்காகவே அவருக்கு “இசை அரசு” என்ற பட்டத்தை மேற்படி சபையில் அளித்தது பொருந்தும். ஆனால், பட்டம் பெற்றுக்கொண்ட தேசிகருக்கு ஒரு எச்சரிக்கை செய்ய விரும்புகிறேன். இந்தக் காலத்தில் அரசர்கள் பாடு ரொம்பவும் அவதியாயிருக்கிறது. இன்று பல சுதேச ராஜ்யங்களில் நடப்பதுபோல, “இசை அரசி”ன் கீழும் குடிகள் பொறுப்பாட்சி வேண்டுமென்று கிளர்ச்சி ஆரம்பித்தாலும் ஆரம்பிக்கலாம். அதன் பயனாக யாராவது ஒரு பெரியார் ஸர் பன்னீர் செல்வத்தைப் போன்றவர் பட்டினி கிடக்க நேர்ந்தாலும் நேரலாம். தேசிகர் இது விஷயத்தில் மட்டும் ஜாக்கிரதையாயிருக்க வேண்டும்.

மேற்படி வைபவத்தில் இன்னொரு முக்கிய விசேஷம் ஸர் பன்னீர் செல்வம் கச்சேரிக்கு விஜயம் செய்ததும், அதில் ஊக்கம் காட்டியதுமாகும். ஹிந்தி எதிர்ப்புக் கேலிக் கூத்தில் ஈடுபட்டிருக்கும் அந்தப் பிரமுகரை இம்மாதிரி ஒரு உபயோகமான காரியத்தில் தலையிடச் செய்த தமிழ் வளர்ச்சிக் கழகத்தைப் பாராட்டுகிறேன். (இந்தக் கழகமே ஒருவேளை ஹிந்தி எதிர்ப்பைச் சேர்ந்ததாயிருந்தாலும், அந்தப் பயனற்ற வேலைக்கிடையில் இந்த நல்ல முயற்சியிலும் ஈடுபட்டதன் பொருட்டுப் பாராட்ட வேண்டியதுதான்.) கச்சேரியின் முடிவில் ஸர் பன்னீர் செல்வம் ஒரு பிரசங்கம் செய்திருக்கிறார். அதில் அவர், தஞ்சாவூர் ஜில்லா மிராசுதார்கள் வீட்டில் அடிக்கடி கல்யாணங்களில் கச்சேரிகள் நடப்பதுண்டு என்றும், ஆனால் தமிழ்ப்பாட்டுக்களே பாட மாட்டார்களென்றும் வெறுப்புடன் கூறியிருக்கிறார். ஸர் பன்னீர் செல்வத்துக்கு, தஞ்சாவூர் ஜில்லாவிலுள்ள பெரிய மிராசுதார்களிடம் ரொம்பவும் சிநேகமும் செல்வாக்கும் உண்டென்று தெரிகிறது. அந்த சிநேகத்தையும் செல்வாக்கையும் அவர் உபயோகப்படுத்தி, தஞ்சாவூர் மிராசுதார் வீடுகளில் நடக்கும் கச்சேரிகளில் தமிழ்ப் பாட்டுக்கள் அதிகம் பாடப்படும்படி செய்தாரானால் நாம் அனைவரும் அவரிடம் மிகவும் நன்றியுள்ளவர்களாயிருப்போம்.

ஆனால் இது விஷயத்தில் அவருடைய உற்சாகம் அளவு மீறிப் போய்விடுமோ என்ற பயமும் நமக்குக் கொஞ்சம் இருக்கிறது! கீர்த்தனங்களும் பாட்டுக்களும் தமிழில் இருக்க வேண்டுமென்று அவர் வற்புறுத்துவதில் நமக்குப் பூரண சம்மதம். இதற்கு மேலே போய், "ராகங்களும் தமிழில் பாட வேண்டும்" என்று அவர் வற்புறுத்துவாரானால், அங்கேதான் நாம் ஆட்சேபிக்க வேண்டியதாயிருக்கும்!

"அப்படிச் செய்வாரா ஐயா?" என்று நேயர்கள் கேட்கலாம். அவர் பேசியதாக அவருடைய கட்சிப் பத்திரிகையில் வந்த விவரத்தைக் கீழே காணுங்கள் :

"தமிழ்நாட்டில் தமிழர் பணத்தைக் கொண்டு நடக்கும் கச்சேரியில் 6மணி நேரமும் ஒரு தமிழ்ப் பாடல்கூட இருக்காது. ஒரு பாட்டாவது ராகமாவது யாருக்கும் புரியாத வேறு மொழியில் பாடுவார்..!"

ஸ்ரீ தண்டபாணி தேசிகர் ராகத்தையும் எப்படித் தமிழில் பாடினாரோ நமக்குத் தெரியாது. அது முடியாத காரியம் என்று தான் நினைக்கிறேன். எங்கேயோ, ஏதோ தவறு இருக்க வேண்டும்.

எப்படியிருந்தாலும், ஸர் பன்னீர் செல்வத்தை நான் கேட்டுக் கொள்வது, "ஐயா! உங்கள் தமிழன்பை அளவுக்கு மீறி விடாதீர்கள். ராக ஆலாபனத்தின் விஷயத்திலாவது வித்வான்கள் பிழைத்துப் போகட்டும். ராகமும் தமிழில்தான் இருக்க வேண்டுமென்று மட்டும் வற்புறுத்தாதீர்கள்!" என்பதே.

நாட்டிய யாத்திரை

இந்தக் காலத்தில் பலர் பல துறைகளில் தேச சேவை செய்கிறார்கள். சிலர் பதவிக்குப் போட்டியிடுகிறார்கள்; சிலர் பதவிகளை ராஜீனாமா செய்கிறார்கள். சிலர் உண்ணாவிரதமிருந்து உயிரை விடுவோமென்கிறார்கள்; சிலர் அவர்களைச் சாப்பிடச் செய்ய அரும்பாடுபடுகிறார்கள்.

வேறு சிலரோ, நமது நாட்டின் புராதன அருங் கலைகளை உத்தாரணம் செய்வதின் மூலம் தேசத்துக்குத் தொண்டு செய்ய விரும்புகிறார்கள். கடைசியாகக் குறிப்பிட்டவர்களில் ஒருவர் ஸ்ரீமதி ருக்மணி அருண்டேல். அவர் சிறப்பாக நமது பரத நாட்டியக் கலையை வளர்ப்பதில் ஈடுபட்டிருக்கிறார் என்பதை நேயர்கள் அறிவார்கள் இன்னும், பரதநாட்டியத்தின் கலைச் சிறப்புக் குன்றாமல் அதைத் தற்கால நாகரிக வாழ்க்கைக்கு ஒத்தபடி

அமைப்பதற்கு அவர் பெருமுயற்சி செய்து வருவதும், அடையாற்றில் ஒரு பரதநாட்டியப் பள்ளிக்கூடம் ஏற்படுத்தியிருப்பதும் நேயர்கள் அறிந்த விஷயங்கள். அவர் சென்னையில் நடத்தியிருக்கும் பரதநாட்டியக் கச்சேரிகளைப் பற்றி இந்தப் பத்தியில் சில முறை விமரிசனங்கள் வந்திருக்கின்றன.

இம்மாதிரி, அவருடைய நாட்டியத்தைப் பற்றிய விமரிசனங்களை மட்டும் படித்து இதுகாறும் திருப்தியடைந்து வந்த வெளியூர் நேயர்கள் கூடிய சீக்கிரத்தில் அவருடைய நாட்டியத்தை நேரில் கண்டுகளிக்கும் சந்தர்ப்பத்தைப் பெறுவார்கள் என்பதை மகிழ்ச்சியுடன்

தெரிவித்துக்கொள்கிறேன். இந்த வாரத்தில் ஸ்ரீமதி ருக்மணி தேவி தமது கோஷ்டியுடன் தமிழ்நாட்டில் சுற்றுப் பிரயாணம் செய்யக் கிளம்புகிறார். சிதம்பரம், தஞ்சை , திருச்சி, மதுரை, திருநெல்வேலி, திருவனந்தபுரம் ஆகிய இடங்களுக்கு அவர் செல்வார். அநேகமாய் இந்த இடங்களில் எல்லாம் அவருடைய பரதநாட்டியச் கச்சேரி நடக்கும் என்று தெரிகிறது. அவருடைய மேற்பார்வையின் கீழ் பயிற்சி பெற்ற ராதா, லீலாவதி என்னும் சிறுமிகளும் அவருடன் சென்று, நாட்டியக் கச்சேரிகளிலும் பங்கு எடுத்துக்கொள்வார்கள்.

தமிழ்நாட்டில் கலை அபிமானம் கொண்டவர்களுக் கெல்லாம் இது ஒரு அரிய சந்தர்ப்பம் என்பதில் சந் தேகமில்லை. அவர்கள் இந்த சந்தர்ப்பத்தை நன்கு பயன்படுத்திக் கொள்வார்கள் என்றும் நம்புகிறேன்.

- ஆனந்த விகடன், *12.03.1939*

55

101

இந்த 101 என்கிற இலக்கத்தில் ஒரு விசேஷம் என்னவென்றால், முதலிலிருந்து படித்தாலும் 101 ஆக இருக்கிறது; கடைசியிலிருந்து படித்தாலும் 101 ஆக இருக்கிறது. அதோடு, இன்னொரு பெரிய விசேஷம் என்னவென்றால், சமீபத்தில் சென்னை நகரில் ஒரு நாடகத்தை 100 நாள் சேர்ந்தாற்போல் நடக்கி 101ஆம் நாள் வைர விழா கொண்டாடினார்கள்.

ஒரு பக்கத்தில் ஸினிமாக்களும் டாக்கிகளும் மற்றொரு பக்கத்தில் சட்டசபை நகரசபை நாடகங்களும் போட்டிபோடும் இந்தக் காலத்தில், ஒருநாடகத்தை ஒருநாள் வெற்றிகரமாக நடத்துவதே பிரயாசையான காரியம். அதை 101நாள் இடைவிடாமல் தொடர்ந்து நடத்துவது, அதற்குப் பிறகும் அந்த நாடகம் நடப்பது, ஜனங்களும் கூட்டமாய்ப் போய்ப் பார்ப்பது என்றால், "அடே! அந்த மாதிரி காரியத்தை நடத்திய அஸகாய சூரன் யார்?'' என்று நமக்குக் கேட்கத் தோன்றுவது இயற்கையே யாகும்:

அந்த அஸகாய சூரன் வேறு யாருமில்லை. மகா ராஜாதிராஜ ராஜ மார்த்தாண்ட பூபதியாகிய கம்ஸ மகாராஜாதான், சென்ற ஞாயிற்றுக் கிழமை சாக்ஷாத் கம்ஸ மகாராஜா ராயல் தியேட்டர் அரங்க

மேடையில் வந்து நின்று ஸர் அல்லாடி கிருஷ்ணசாமி ஐயர் அளித்த ஷீல்டை வாங்கிக் கொண்டபோது எனக்கு ஒரு நிமிஷம் கதிகலக்கமாய்த்தானிருந்தது.

நவாப் ராஜமாணிக்கம்

சற்று முன்னால் நாரதர் விஷயத்தில் சொன்னதுபோல், "மந்திரி! இந்த அல்லாடி கிருஷ்ணஸாமி ஐயர் ரொம்ப ரொம்ப ரொம்ப ஸாமர்த்தியஸாலி; இவர் எப்போதும் நம்ம ஸம்பத்திலேயே இருக்க வேணும். ஆகையால் இவரைக் கொண்டு போய் நம் ஸிறைக் கூடத்தில் அடைத்து வை!" என்று சொல்லி விட்டானானால், பாவம்! நமது காங்கிரஸ் சர்க்கார் இவ்வளவு நல்ல அட்வகேட் ஜெனரலை இழந்துவிடும்படியாக அல்லவா நேரிடும்?

இவ்வாறு கம்ஸ மகாராஜாவுக்கு ஸர் அல்லாடி கிருஷ்ணசாமி ஐயர் அளித்த ஷீல்டு அவர் தாமே கொடுத்தது அல்ல; வேறு சில சபைகளில் நடப்பதுபோல், கம்பெனிக்காரர்கள் தாங்களே பணம் போட்டுத் தயாரித்து அவர் மூலம் பெற்றுக் கொண்டது அல்ல. சென்னையில் 'ஸெக்ரடேரியட் பார்ட்டி' என்று வெகுகாலமாக உத்தியோகஸ்தர்களின் நாடகச் சபை ஒன்று இருக்கிறது. நாடகக் கலையை 'அமெச்சூர்' முறையில் வளர்ப்பதற்காக இந்தச் சபையார் எவ்வளவோ அரும்பாடு பட்டிருக்கிறார்கள், ராவ் பகதூர் சி.இராமானுஜாச்சாரியார் தம்முடைய உடல் பொருள் ஆவியில் முக்கால் பங்கை இராமகிருஷ்ணா ஹோமுக்கு அளித்துவிட்டு பாக்கிக் கால் பங்கை இந்த நாடகச் சபைக்குத் தத்தம் செய்திருக்கிறார். இப்படிப்பட்ட நாடக சபையார் மேற்படி ஷீல்டைத் தங்களுடைய சொந்தச் செலவில் செய்து ஸர் அல்லாடி கிருஷ்ணசாமி ஐயர் மூலம் தேவி பால விநோத சங்கீத சபைக்கு அளித்தார்கள். சாதாரணமாக, அமெச்சூர் நாடகக்காரர்களுக்கெல்லாம் தொழிலாளி நாடக சபைகளிடத்தில் அலட்சியந்தான் அதிகமாயிருக்கும். அதற்கு நேர்மாறாக, ஒரு அமெச்சூர் சபையார் தொழிலாளி நாடக சபைக்கு 'ஷீல்ட்' கொடுத்துக்

கிருஷ்ணனின் தோழன்

கௌரவிப்பதென்றால், அது சாதாரண சம்பவம் என்று சொல்ல முடியுமா? ஆகையினால்தான், பூஜை வேளையில் கரடியை விட்டு ஓட்டுவதுபோல, நாடகத்தின் நடு மத்தியில் நடந்த ரஸமில்லாத இங்கிலீஷ் பேச்சுகளைக் கேட்டுக்கொண்டு சபையோர் சிவனேயென்று உட்கார்ந்திருந்தார்கள்.

★ ★ ★

"ஸ்ரீ கிருஷ்ண லீலா' நாடகத்தைப் பற்றி முன்னமே எழுதியிருக்கிறேன். அப்போது எழுதிய அம்சங்களைத் தவிர, இப்போது குடை டான்ஸ், மயில் டான்ஸ் முதலியவை அதிகப்படியாகச் சேர்த்திருக்கிறார்கள். "முழு மணிப் பூணுக்குப் பூண் வேண்டா, யாரே அழகுக்கு அழகு செய்வார்?" என்பதைப் போல், இவையெல்லாம் அழகுக்கு அழகு செய்வதேயாகுமென்று நான் நினைக்கிறேன்.

எனவே, இந்த மாதிரி புதிதாகச் சேர்த்திருப்பவற்றைக் காட்டிலும், கம்ஸனுடைய குடிக் காட்சி முதலிய சில பகுதிகளைக் குறைத்திருப்பதையே நான் முக்கியமான அபிவிருத்தியாகக் கருதுகிறேன்.

கிருஷ்ணனுடைய கதை மிகமிகப் பழைய பழைய கதை, எத்தனையோ நாடகக் கம்பெனிகள் போட்டு அலுத்துச் சலித்துப்போனது. ஸினிமாக்களிலும் டாக்கிகளிலும் அடிபட்டது. அத்தகைய கதையை இவ்வளவு வெற்றிகரமாக நடத்துகிறார்கள்; இரண்டு தடவை மூன்று தடவை பார்த்தால்கூடச் சலிப்பதில்லை என்றால், நவாப் ராஜமாணிக்கம் அவர்களுக்கு இதைவிடப் பெருமையளிப்பது வேறொன்றும் கிடையாது. அவரால், நமது நாட்டின் நாடகக் கலை இன்னும் பெரிய சிறப்புக்களை அடையப் போகிறது என்று எதிர்பார்க்கலாம்.

- ஆனந்த விகடன், *19.03.1939*

56
லயம்

எண்ணங்களின் சக்தியைப் பற்றி எவ்வளவோ பெரியவர்கள் சொல்லியிருக்கிறார்கள். ஸ்வாமி விவேகானந்தர், "எண்ணத்தின் சக்தி மலையைக்கூட அசைத்துவிடும்" என்று கூறியிருக்கிறார். எண்ணத்தின் சக்தியானது, இப்போது, நம் ஊர் மியூஸிக் அகாடமியைக்கூட அசைத்திருப்பதாகத் தெரிந்து சங்கீத அபிமானிகள் சந்தோஷப்படுவார்கள் என்று நம்புகிறேன்.

மியூஸிக் அகாடமி வருஷம் ஒரு தடவை உற்சவம் நடத்தி, அந்த உற்சவத்தில் பெரிய கச்சேரி வித்வான்களைக் கொண்டு கச்சேரி நடத்திவிட்டால் மட்டும் போதாது, இது மட்டும் செய்தால் பண வசூலையே முக்கியமாகக் கருதும் சங்கீத சபைகளுக்கும் மியூஸிக் அகாடமிக்கும் வித்தியாசம் இல்லாமல் போய்விடும் என்றும், சங்கீதத் துறையில் புதிதுபுதிதாக வரும் இளைஞர்களுக்கும் வித்வத் இருந்தும் பிரபலமாகாதிருக்கும் வித்வான்களுக்கும் உதவி செய்ய வேண்டுமென்றும் நாம் அடிக்கடி சொல்லி வந்திருக்கிறோம் ; எண்ணியும் வந்திருக்கிறோம். அந்த எண்ணம் இந்த வருஷம் சபலமாகுமென்று தோன்றுகிறது. யோக்யதையுள்ள புது வித்வான்களைப் பிரபலப்படுத்தும் நோக்கத்துடன் மியூஸிக் அகாடமியின் ஆதரவில் போன மாதம் ஒரு கச்சேரியும் இந்த மாதத்தில் ஒரு கச்சேரியும் நடந்தது.

முதல் கச்சேரி செய்தவர் ஸ்ரீ எஸ். வி. பார்த்தசாரதி. "தமிழ் நாட்டில் ஆனந்த விகடன் போகாத வீடு இல்லை ; ஆகையால் எஸ்.வி.வி.யைத் தெரியாதவர்களும் கிடையாது ; அந்த எஸ்.வி.வி.யின் குமாரன் இன்று அழகாகக் கச்சேரி செய்த பிள்ளையாண்டன்" என்பதாக ஸ்ரீமதி அலமேலு ஜயராமய்யர்,

சிரஞ்சீவி பார்த்தசாரதியை சபையோருக்கு அறிமுகப்படுத்தி வைத்தார். சங்கீத கலாசாலையில் படித்து சங்கீத பூஷணம் பட்டம் பெற்றவராயிருந்தாலும், ஒருவர் சங்கீதக் கச்சேரி செய்யும் திறமை பெறக் கூடும் என்பதை ஸ்ரீ பார்த்தசாரதி நிரூபித்தார்.

ஸ்ரீ எஸ். வி. பார்த்தசாரதி

ஏன் இப்படிச் சொல்கிறேனென்றால், சாதாரணமாய் சங்கீத வித்தையானது பள்ளிக்கூடத்தில் படித்து வரக் கூடியதல்ல என்று ஒரு நம்பிக்கை இருந்து வருகிறது. கல்யாணத்துக்குச் சமையல் செய்யச் சமையற்காரன் வேண்டுமென்று வைத்துக்கொள்வோம், ஒருவரைக் குறித்து, "அவர் சமையல் பள்ளிக்கூடத்தில் படித்து பாஸ் செய்திருக்கிறார்" என்று சொன்னால், "நல்லது, சமைப்பதற்கு வேறு யாராவது இருந்தால் பாருங்கள்" என்றுதானே சொல்வோம்? அம்மாதிரியே, சங்கீதத் துறையிலும் ஒருவரைப் பற்றி, "அவர் சங்கீத பள்ளிக்கூடத்தில் படித்துப் பட்டம் பெற்றவர் " என் றால், "ரொம்ப சந்தோஷம் ; கச்சேரிக்கு வேறு யாராவது இருந்தால் சொல்லுங்கள்" என்பதுதான் சகஜமாயிருந்து வருகிறது. இந்தச் சம்பிரதாயத்தை ஸ்ரீ எஸ்.வி.பார்த்தசாரதி உடைத்தெறிந்திருக்கிறார். அவரைப்போல் நல்ல வித்தைத் திறமை வாய்ந்த சங்கீத பூஷணங்கள் இன்னும் பலர் இருக்க வேண்டும். அவர்களுக்கும் மியூஸிக் அகாடமி மூலமாகவோ, வேறு சங்கீத ஸ்தாபனங்கள் மூலமாகவோ கதிமோட்சம் பிறக்க வேண்டுமென்று விரும்புகிறேன்.

ஸ்ரீ பார்த்தசாரதியின் பாட்டு, கத்துக்குட்டி சங்கீதமாயில்லை. வெதறல் உதறல் இல்லாமல், கை தேர்ந்த பாடகரைப்போல், தன்னம்பிக்கையுடனும் உற்சாகத்துடனும் பாடினார். தெலுங்குக் கிருதிகள், தமிழ்ப் பாட்டுக்கள், ராகம் பல்லவி, ஸ்வரங்கள், துக்கடாக்கள் எல்லாம் எந்தெந்த அளவில் இருக்க வேண்டுமோ அந்தந்த அளவில் கச்சிதமாக அமைந்திருந் தன. 'ஆனந்த விகட'னில் ஸ்ரீ அய்யங்கார் அவர்கள் ஸ்வரப்படுத்தி வெளியிட்டிருக்கும் கீர்த்தனங்களில் " இந்த சௌக்யமானி'' "விநாய குனி" முதலிய கீர்த்தனங்களை அவர் பாடியபோது எல்லாரும் ரஸமாக அநுபவித்தார்கள். நானும் அப்படித்தான். இம்மாதிரி, விகடனில் வெளியான கிருதிகளை அடிக்கடி கச்சேரிகளில் பாடிக் கேட்டால், நமக்குக்கூடப் பாடத் தெரிந்துவிடலாமென்று தோன்றியது.

★ ★ ★

இந்த மாதத்தில் கான மந்திரத்தில் ஆலத்தூர் சகோதரர்கள் கச்சேரி செய்தார்கள். மியூஸிக் அகாடமியின் ஒரு டஸன் வைஸ் பிரஸிடெண்டுகளில் ஒருவரான ஸ்ரீ டி.எல்.வெங்கட்ராமய்யர் கச்சேரியின் முடிவில் வந்தனோபசாரம் கூறியபோது, "ஆலத்தூர் சகோதரர்களின் கச்சேரியைக் கேட்ட பிறகு, அவர்களை 'ஜூனியர்' வித்வான்கள் என்று சொல்வதற்கு இடமில்லை. சங்கீதத்தில் பெரிய கைகள் என்றே சொல்ல வேண்டும். ஆனாலும், அவர்கள் ஏன் இன்னும் அதிக பிரபலமடையவில்லையென்றால், "ஒரு வேளை நம்முடைய மியூஸிக் அகாடமியின் மூலமாக அவர்கள் பிரபலமடைந்தார்கள் என்ற கௌரவம் நமக்கு வருவதற்காகத்தான் போலிருக்கிறது" என்ற கருத்தை வெளியிட்டுப் பேசினார். இதை சபையோர் சிரக் கம்பமும் கரக் கம்பமும் செய்து ஆமோதித்தார்கள்.

நமது கர்நாடக சங்கீதத்துக்கும், வட நாட்டு சங்கீதத்துக்கும் ஒரு முக்கியமான வித்தியாசம் உண்டு. நமது சங்கீதத்தில் லயத்துக்குப் பிராதான்யம் அதிகம். வட நாட்டு சங்கீதத்தில், இசைக்கு ஒத்தாசையாகவே தாளம் அமைந் திருக்கிறது. பாட்டின் சிறப்பைத் தூக்கிக் காட்டும் ஒரே நோக்கத்துடன்தான் தபலாக்காரன் வாசிப்பான் ; வாசித்தாக வேண்டும்.

கர்நாடக சங்கீதத்திலோ, லயம் அப்படிப் பாட்டுக்கு ஒத்தாசையாக மட்டுமில்லாமல், பாட்டின் ஒரு முக்கிய அம்சமாகவே அமைந்திருக்கிறது. லய வித்தையில் அதிக ஆர்வமில்லாதவர்கள்கூட, பாட்டில் லயம் என்னும் அம்சம் பூஜ்யமாயிருந்தால், "இது தாளக் கட்டில்லாத பாட்டு'' என்று உடனே சொல்லிவிடுவார்கள்.

சாதாரணமாய் நமது சங்கீதக் கச்சேரிகள் மூன்று பகுதிகள் உடையனவாயிருக்கும். ராக ஆலாபனத்தில் இசை மட்டும் ஸ்வச்சமாய் நிற்கிறது. கீர்த்தனங்களில், இசையுடன் லயமும் கலந்து சோபிக்கிறது. இந்த இரண்டையும் தவிர, லய வித்தையின் பெருமையைக் காட்டுவதற்காக ஸ்வரமும் பல்லவியும் ஏற்பட்டிருக்கின்றன.

எந்தக் கச்சேரியில் இந்த மூன்று பகுதிகளும் அளவாகவும், ஒன்றையொன்று அடித்துவிடாமலும் அமைகின்றனவோ, அந்தக் கச்சேரிதான் பெரும்பாலான சங்கீத ரஸிகர்களுக்குத் திருப்தியளிக்கிறது.

எதற்காகச் சொல்ல வந்தேனென்றால், *(என்னுடைய கட்டுரைகளில் வித்வத் ததும்புவது அதிகமாக ஆக, இந்த மாதிரி அடிக்கடி கேட்டுக்கொள்வது அவசியமாகிறது.)*

எதற்காகச் சொல்ல வந்தேனென்றால், நம்முடைய ஆலத்தூர் , சகோதரர்களின் சங்கீதத்தில் லய வித்தையின் பூரண நயங்களையும் அநுபவிக்கலாமென்பதைக் குறிப்பிடுவதற்காகத்தான். அவர்களுடன் பழனி சுப்பிரமணியப் பிள்ளையின் மிருதங்கமும் சேர்ந்துவிட வேண்டும். தாளக்கட்டுள்ள சங்கீதம் இன்னதென்பதை நாம் நன்கறிந்து கொள்ளலாம்.

லயத்தில் அதிக கவனம் செலுத்திய காரணத்தினால் இசையை அவர்கள் அடியோடு பகிஷ்கரித்து விடவுமில்லை. முன்னொரு தடவை, இவர்கள் ராகம் பாடுவது அவ்வளவு போதாது என்று எழுதியிருந்ததாக ஞாபகம். கான மந்திரத்தில் இவர்கள் தோடி ராகம் ஆலாபனம் செய்து கேட்ட பிறகு அந்த அபிப்பிராயத்தை மாற்றிக்கொள்ள வேண்டியதாயிற்று.

அந்த ராகத்தைப் பெரிய அஸ்திவாரம் போட்டுக் கொண்டு ஆரம்பித்து மேலே மேலே மாட மாளிகைகளும் கூட கோபுரங்களும் கட்டிக்கொண்டு வந்தார்கள். ராக ஆலாபனம் செய்து முடித்ததும், தோடி ராகம் நம் கண் முன்னால் உருப் பெற்றுக் கனவில் சிருஷ்டிக்கப்பட்ட ஓர் அற்புத மாளிகையைப்போல் நின்றது.

இதிலிருந்து, ஆலத்தூர் சகோதரர்கள் மனது வைத்தால் கன ராகங்களை எடுத்து பேஷாக ஆலாபனம் செய்யக் கூடியவர்கள், ஆனால் சில சமயம் அவர்கள் அப்படி மனது வைப்பதில்லை என்று தெரிந்துகொண்டேன். ஒருவரும் பாடாத அபூர்வ ராகங்களைப் பாடித் தங்கள் திறமையைக் காட்டுவதிலுள்ள ஆர்வந்தான் அம்மாதிரி அவர்கள் மேல் நமக்குத் தப்பபிப்பிராயம் உண்டாக்கியிருக்க வேண்டும் என்று தோன்றியது.

ஆலத்தூர் சகோதரர்களின் சங்கீதத்தில் மிகவும் முக்கியமான அம்சம் ஸ்வரம் பாடுதல்தான். பல்லவி பாடும்போதும் சரி, கீர்த்தனங்கள் ஸ்வரம் பாடும்போதும் சரி, சகோதாரர்கள் இருவரும் மாற்றி மாற்றி ஒருவருக்கு மேல் இன்னொருவராக ஸ்வரங்களை விசித்திர விசித்திரமாக அடுக்கிப் பாடுவது பிரமாதமாய்த்தானிருக்கிறது. அவர்கள் அப்படிப் பாடும்போது, தாளத்துக்கு சர்வ விரோதிகளாயிருப்பவர்கள்கூடக் கையைத் தடவிக்கொண்டு எப்போது நிறுத்துவார்கள், நமது கைக்குக் கொஞ்சம் வேலை கொடுக்கலாம் என்று காத்திருக்க வேண்டியதாயிருக்கிறது. ஆனால் சில சமயங்களில், சகோதரர்களுடைய உற்சாகம் அளவு மீறிப் போகும்போது, ஸ்வரம் பாடுவதற்குப் பதிலாக அவர்கள் ஸ்வரம் போடுகிறர்கள்! பாட்டுப் பாடுவதும், தாளம் போடுவதுந்தான் முறையல்லவா? இவர்கள் பாட்டையே போட ஆரம்பித்து விடுகிறார்கள்! அதாவது, ஸ்வரங்களில் இசை

யென்கிற அம்சமே பூஜ்யமாகி ஸ்வச்சமான தாள அடியாகவே நின்றுவிடுகிறது. பூரி கல்யாணி கீர்த்தனத்தில் இவர்கள் ஸ்வரம் பாடும்போது இப்படியாயிற்று. இந்த மாதிரி சில சந்தர்ப்பங்களில் தான் நேர்கின்றனவாயினும், அவற்றையும் நீக்கிக்கொண்டால் மிகவும் நலமாயிருக்கும்.

ஆலத்தூர் சகோதரர்களின் கச்சேரியில் எனக்கு மிகவும் பிடித்த அம்சம், அவர்கள் ஜண்டையாகக் கீர்த்தனங்கள் பாடும் முறைதான். பெரியவருடைய கன சாரீரமும், சின்னவருடைய மெல்லிய இனிய குரலும் சேரும்போது காதுக்கு மிகவும் இனிமையாயிருக்கிறது. அன்று ஸ்ரீ ஜயராமய்யருடைய பிடிலும் சேர்ந்தபடியால், கீர்த்தனங்கள் இன்னிசைப் பொழிவாக இருந்தன. ஸ்ரீ பழனி சுப்பிரமண்யப் பிள்ளையின் மிருதங்கம், சகோதரர்களின் லயத் திறமையை நன்கு தூக்கிக் காட்டிற்று என்றால், ஸ்ரீ ஜயராமய்யரின் பிடில் அவர்களுடைய இசையின் இன்பத்தைப் பத்து மடங்கு பெருக்கிக்கொண்டு காட்டிற்று. சில இடங்களில், பாட்டில் இசை இன்பம் குறைவுபட்டபோது, பிடில் அதை இட்டு நிரப்பிற்று என்றும் சொல்லலாம்.

★ ★ ★

இந்த மாதிரியே இந்த வருஷத்தில் இன்னும் பல கச்சேரிகள், அபிவிருத்தியடைய வேண்டிய 'ஜூனியர்' வித்வான்களைக் கொண்டு நடைபெறுமென்று அறிகிறேன். மியூஸிக் அகாடமியின் இந்தப் புதிய திட்டத்துக்குக் காரணபுருஷர் யார் என்று ஆராய்ந்தபோது, மியூஸிக் அகாடமியின் இந்த வருஷத்துப் புதிய நிர்வாக சபையைக் கவனிக்க வேண்டியதாயிற்று. காரியதரிசிகளின் பெயரில்தான் ஒரு முக்கியமான மாறுதல் காணப்பட்டது. சென்ற வருஷத்தில் காரியதரிசியாயிருந்த ஸ்ரீ எல். கிருஷ்ணசாமி அய்யர் அவர்களுடன் ஸ்ரீ ஸி.கே.வேங்கட நரசிம்மன் என்பவரும் இவ் வருஷம் காரிய தரிசியாகத் தேர்ந்தெடுக்கப்பட்டிருக்கிறார். இந்தப் புதிய காரிய தரிசியின் உற்சாகந்தான் புதிய திட்டத்துக்கும் காரணம் என்பதை உடனே ஊகித் துக் கொண்டேன். ஸ்ரீ வேங்கட நரசிம்மன், காலஞ்சென்ற ஸ்ரீ சி.வி.கிருஷ்ணசாமி ஐயருடைய புதல்வர். சங்கீதத்தில் விருப்பு வெறுப்பு இல்லாத ரஸிகர். யாருடைய பாட்டா னாலும் அதிலுள்ள நல்ல அம்சத்தை அறிந்து அநுபவிக்கக் கூடியவர். அவருடைய உற்சாகம் நீடித்திருக்குமென்றும், அவருடைய உழைப்பின் பலனாக, மியூஸிக் அகாடமியின் வேலைகள் முன் எப்போதையும்விட ஊக்கமாகவும் சிறப்பாகவும் நடைபெறுமென்றும் எதிர்பார்க்கிறேன்.

- ஆனந்த விகடன், *23.04.1939*

57
யானை கத்திற்று!

ஒரு வருஷத்திற்கு முன்னால், சென்னை அசரீரி நிலையத்தைத் திறந்துவைத்தபோது நமது பிரதம மந்திரி ராஜாஜி ஒரு கேள்வி கேட்டார். "கழுதை கத்துவதில், மெட்ராஸ் கழுதையாயிருந்தால் என்ன? டில்லி கழுதையாயிருந்தாலென்ன?" என்றார். அவர் கேட்ட கேள்விக்குச் சரியாக ஒரு வருஷம் கழித்து, ரேடியோ நிலையத்தார் பதில் சொல்லிவிட்டார்கள். ஆனால், அவர்கள் கழுதைக்குப் பதிலாக யானையை எடுத்துக்கொண்டார்கள். "ஊரிலே, தேசத்திலே எத்தனையோ யானைகள் இருக்கலாம்; கத்தலாம்; ஆனால், இராமேசுவரத்து யானை கத்தினால் அது ஒசத்தி தான்!" என்று கூறி விட்டார்கள்.

சென்ற ஒருமாத காலமாகவே ரேடியோவைப் பற்றியும் யானையைப் பற்றியும் ஊரெல்லாம் பேச்சாயிருந்தது. சிலர், "சென்னை ரேடியோவில் யானை கத்தப் போகிறதாம்" என்றார்கள், வேறு சிலர், "யானை பாட்டுக் கச்சேரி செய்யப் போகிறது!" என்றும், "இல்லை, இல்லை! யானை நடனம் ஆடப்போகிறது!" என்றும் கூறி வந்தார்கள். சில அதிகப் பிரசங்கிகள், "அதெல்லாம் கிடையாது; ரேடியோ நிலையத்தில் யானை குட்டி போடப் போகிறது!" என்றும் சொல்லிக்கொண்டு அலைந்தார்கள்.

கடைசியாக விசாரித்ததில் உண்மை தெரிய வந்தது. ரேடியோ நிலையத்தார் தங்களுடைய பிறந்த நாளைக் கொண்டாடப் போகிறார்கள் என்றும், அதற்காக,

பாவம்! இப்படிப்பொறுக்கினால் கட்டுபடியாகுமா?

[ரேடியோ பொது ஸ்தாபனமாகையால், அதில் சங்கீதம் பலரசமாகவுந்தான் இருக்கும்; ரொம்பவும் 'கோட்டம்' பார்த்தால் சரிப்படுமா?]

தென்னிந்தியாவின் கலைச் செல்வங்களையெல்லாம் குறிப்பிடும் விசேஷ நிகழ்ச்சி

நடத்தப் போகிறார்கள் என்றும், அந்த நிகழ்ச்சியில் இராமேசுவரம் கோவில் யானையானது பக்தர்களை பகவானுடைய பூஜைக்கு அழைக்கும் குரல் கேட்குமென்றும் விவரம் கிடைத்தது.

ஆகவே, ஜூன்மீ 16உயை நான் ஆவலுடன் எதிர்பார்த்துக் கொண்டிருந்தேன். இன்னும், தமிழ்நாட்டின் கலை மேன்மையில் ஆர்வமுள்ள பலரும் காத்துக் கொண்டிருந்தார்கள். குறிப்பிட்ட நாள், குறிப்பிட்ட நேரம் வந்தது. ரேடியோவைச் சுற்றி உட்கார்ந்திருந்தவர்கள் மூச்சு விடவில்லை. சாலையில் போய்க் கொண்டிருந்த மோட்டார் வண்டிகளின் ஹாரன் சப்தம், லாரிகளின் கட பட சப்தம், அடுத்த வீட்டுக் குழந்தையின் அழுகைச் சப்தம் இவற்றைத் தவிர மற்றப்படி நிசப்தம் குடிகொண்டிருந்தது. அவ்வளவு ஆவலுடன் எல்லாரும் யானையின் குரலைக் கேட்கக் காத்துக்கொண்டிருந்தோம்.

கடைசியாக, நிகழ்ச்சி ஆரம்பமாயிற்று. இராமேசுவரத்துக் கோவிலின் ஆலாட்சமணி அடிக்கத் தொடங்கியது. இத்தனை பேர் நாங்கள் காத்துக் கொண்டிருக்கிறோம் என்பதை அது உணர்ந்து நன்றாகக் கணீர் என்று அடித்தது. நடுவில் ஒரு தடவை தொண்டையைக் கூடக் கனைத்துக்கொண்டது.

பிறகு, மதுரை க்ஷேத்திரத்துக்கு வந்தோம். "மீனாக்ஷி மேமுதம்" என்ற கீர்த்தனத்தின் பல்லவியில் பாதி கேட்டோம். அங்கிருந்து

நம்மைச் சிற்றன்னவாசலுக்கு அழைத்துச் சென்று, அங்குள்ள சிற்ப வேலைகளைக் காட்டினார்கள். போதும், நேரில் பார்க்க வேண்டிய அவசியமில்லையென்று தெரிந்துகொண் டோம். பிறகு, தஞ்சாவூர்க் கோவிலில் வருஷா வருஷம் நடைபெறும் "குறவஞ்சி'' நாடக நாட்டியத்தின் ஓசையைச் சிறிது கேட்டோம்; பக்கத்திலிருப்பவரின் சட்டைப் பையிலுள்ள பணத்தின் கலகல ஓசையைக் கேட்ட அளவு சந்தோஷம் உண்டாயிற்று, பிறகு, திருவையாற்றுக்குப் போய், ஸ்ரீ தியாகராஜ ஸ்வாமிகளின் பூஜை ஓசையைக் கேட்டு மகிழ்ந்தோம். நடுவிலே எங்கேயோ வேத பாராயணம் காதில் விழுந்தது. மலையாளத்துக் கதகளியும் கொஞ்சம் கேட்டது, இதனாலெல்லாம் நாம் கொஞ்சங்கூட பயப்படாமல் மேலே ராஜமகேந்திரவரம் வரையில் போனாம். அங்கே, நமது ஆந்திர சகோதர சகோதரிகளின் அசல் சங்கீதத்தைக் கொஞ்சம் கேட்டபோதுதான், நம்முடைய படுதோல்வியை நாம் ஒப்புக்கொள்ள வேண்டியதாயிற்று. ரேடியோவை இழுத்து மூடலாம் என்று எண்ணிய சமயம், நிகழ்ச்சியும் முடிந்தது.

ஆனால், அந்த நிகழ்ச்சியைப்பற்றிய விவாதம் என்னமோ முடியவில்லை. "எல்லாம் சரிதான் ; ஆனால் யானை எப்போது கத்தப் போகிறது?'' என்று ஒரு பிரகஸ்பதி கேட்டார். "நாசமாய்ப் போச்சு! அது அப்போதே கத்திவிட்டதே!" என்றார் இன்னொருவர். "ஆமாம் ; ஆமாம்" என்று எல்லாரும் ஆமோதித்தார்கள். "அப்போதே என்றால் எப்போது" என்று கேட்டார் மிஸ்டர் சந்தேகம். " ராஜமகேந்திரபுரத்தில் இரண்டு பேர் பாடினார்களே, அப்போது யானையின் குரலும் கலந்து வந்ததே, கேட்கவில்லையா?" என்றார் ஒருவர். "ராமேசுவரத்து யானை ராஜமகேந்திரபுரத்துக்கு எப்படிப் போகும்?" என்று மிஸ்டர் சந்தேகம் விடாப்பிடியாகக் கேட்டார். "அதெல்லாம் இல்லை; பிராமணர்கள் சாமவேதம் ஓதியபோது யானையும் சேர்ந்து ஓதிற்று'' என்றார் இன்னொருவர். "எல்லார் சொன்னதும் தப்பு; ஆலாட்சமணி அடிக்கும்போது நடுவில் கனைத்துக்கொண்டதே, அதுதான் உண்மையில் யானையின் குரல்" என்று ஒருவர் தீர்மானமாய்க் கூறினார்.

"அடாடா ! முன்னமே தெரியாமல் போச்சே!" என்று எல்லாரும் வருத்தப்பட்டார்கள்.

அவர்கள் அதிகமாக வருத்தப்படுவதற்குச் சாவகாசம் இருக்கவில்லை. ஏனெனில், உடனே, ஸ்ரீ ராமாநுஜய்யங்காரின் பாட்டுக் கச்சேரி ஆரம்பமாகிவிட்டது. ரேடியோவின் ஆண்டுவிழாவில் தமிழ்நாட்டின் முதன்மையான வித்வான் கச்சேரி செய்வது மிகவும் பொருத்தமானதேயல்லவா? ஆனால்,

அதற்கடுத்தபடி நடந்ததுதான் அவ்வளவு பொருத்தமாக இல்லை. பிறந்தநாளும் அதுவுமாய், வீட்டிற்குள் பிசாசு வரலாமா? வரக் கூடாது ; ஆனால் வந்துவிட்டது! ஐயோ! அப்போது ரேடியோ நிலையத்தார் பட்ட பாட்டைக் கேட்க வேண்டுமே? அவர்கள் ஒவ்வொருவருடைய இருதயமும் படீர் படீர் என்று அடித்துக்கொண்டதுகூட ரேடியோவில் கேட்டது. அவர்கள் போட்ட கூக்குரலோ, அப்பா ! பயங்கரம்!

இப்படி, ரேடியோக்காரர்களை அந்தப் பொல்லாத பிசாசு மிரட்டி விட்டதை நினைக்கும்போது, அதை நன்றாக வையலாம் என்று வருகிறது. ஆனால் என்ன பிரயோஜனம்? அதுவோ, இங்கிலீஷ் பிசாசு ! தமிழில் எவ்வளவு வைதால்தான் அதற்கு உறைக்கப் போகிறதா, என்ன?

இவ்வாறாக, ரேடியோ நிலையத்தில் யானை, இராமாநுஜய்யங்கார், பிசாசு எல்லாம் வந்துவிட்டுப் போன பிறகு, இராத்திரி பத்தரை மணிக்கு ஸ்ரீமதி எம். எஸ் சுப்புலக்ஷ்மி வந்து சேர்ந்தார். பிசாசின் குரலைக் கேட்டுவிட்டுத் தூங்கப் போனால், ராத்திரியில் பயமாயிருக்குமென்றுதான் அத்தனை நேரம் காத்துக்கொண்டிருந்தேன். "இகபா மெனும்" என்ற பாபநாசம் சிவனின் பழைய கீர்த்தனத்தை அவர் தமது இனிமையான குரலில் வெகு அழகாய்ப் பாடினார். அப்புறம், ஒரு ஹிந்துஸ்தானி பாடிவிட்டு ரேடியோவைப் பற்றிய ஒரு மங்கள சுலோகத்தைப் பாட ஆரம்பித்தார். ஆரம்பிக்கும்போது வெகு நன்றாயிருந்தது ; முடிக்கும்போதும் நன்றாய்த்தானிருந்திருக்க வேண்டும். ஆனால், எனக்குத் தெரியாது. காலையில் எழுந்தவுடன்தான், "அடாடா! ஸ்ரீமதி சுப்புலக்ஷ்மியின் ரேடியோ சுலோகத்தைக் கேட்டுச் கொண்டே தூங்கிப்போய்விட்டோமே?'' என்பது ஞாபகம் வந்தது.

ஒரு வருஷ வேலை

இவ்வாறு சென்னை ரேடியோவின் வருஷ பூர்த்திக் கொண்டாட்டம் தடபுடலாக நடந்தேறியது. சென்ற ஒரு வருஷத்தில் ரேடியோக்காரர்கள் வெகு நன்றாக வேலை செய்திருக்கிறார்கள்; கூடியவரையில் எல்லாரையும் திருப்தி செய்யும் முறையிலும் வேலை செய்திருக்கிறார்கள்.

அவர்களுக்கு ஆரம்பத்தில் அநேக இடையூறுகளும், எதிர்ப்புகளும் இருந்தன. விஷயங்களை நன்கு தெரிந்து கொள்ளாமல் சில வித்வான்கள் முரண்டிக் கொண்டிருந்தார்கள், பிராமணர் அல்லாதார் பிரச்னையைக் கூடக் கிளப்பினார்கள். அதற்கெல்லாம் ஸ்ரீ விக்டர் பரஞ்சோதியும் அவருடைய சகாக்களும்

பயப்படவில்லை. அவர்களுக்குப் பிசாசையும், தேசீயப் பாட்டையும் கண்டால்தான் பயம். வேறெதற்கும் அவர்கள் பயப்படுவதில்லை, அபஸ்வரங்களைக் கண்டால் கூடப் பயங்கிடையாது! இப்படித் தைரியமாக இருந்து, எப்படியோ ஒரு வருஷத்தைப் பூர்த்தி செய்து, நல்ல பெயரும் வாங்கி விட்டார்கள்.

ரேடியோ நிலையத்தார் செய்துவரும் வேலைகளை முக்கியமாக மூன்று பிரிவாகப் பிரிக்கலாம் : (1) சங்கீதம். (2) பிரசங்கம். (3) நாடகம்.

1. சென்ற வருஷத்தில் ரேடியோக்காரர்கள் அளித்த சங்கீதம் பிரதிநிதித்வம் வாய்ந்ததாயிருந்தது. அதாவது, ரொம்ப உயர்ந்த சங்கீதத்திலிருந்து ரொம்ப மட்டமான சங்கீதம் வரையில் கொடுத்தார்கள். இது இப்படி இருந்துதான் தீர வேண்டும் ; வேறு வழியில்லை. எல்லாம் உயர்ந்த சங்கீதமாகவே கொடுக்க முடியாது. அவ்வளவு வித்வான்கள் தமிழ்நாட்டில் இல்லை. மேலும், உயர்தர வித்வான்களையே பாடச் சொல்லிக்கொண்டிருந்தால், கீழே இருந்து ஆரம்பிக்கிறவர்கள் தங்கள் திறமையை வளர்த்துக்கொள்ள சந்தர்ப்பம் இல்லாமலே போய்விடும். ஆகவே சங்கீதம் பல விதமாகவும் இருக்க வேண்டியதுதான், இடையிடையே, வாரத்துக்கு ஒரு தடவையாவது உயர்ந்த சங்கீதம் ஏற்பாடு செய்தார்களானால், அதுவே சந்தோஷப்பட வேண்டிய விஷயம்.

2. ரேடியோவில் கேட்பதற்கு ரொம்பவும் சிரமமாயிருக்கும் பகுதி பிரசங்கம். முதலில், அது பிரசங்கமேயில்லை ; எழுதிப் படிப்பது எப்பேர்ப்பட்ட பிரசங்கியாயிருந்தாலும், சபைக்கு முன்னால் நின்றால்தான் உற்சாகமாகப் பேச முடியும். எதிரிலுள்ள சுவரையோ அல்லது புரோகிராம் டைரக்டரையோ மட்டும் பார்த்துக்கொண்டு பேசுவது என்றால், யாருக்கும் சிரமந்தான் இதிலும் எழுதியதைப் படிப்பதென்றால் கேட்க வேண்டியதில்லை, பிரசங்கத்துக்கு வருகிறவர்கள் எல்லாம் பெரும்பாலும், பரீட்சை எழுதும் மாணவனைப்போல்தான் சங்கடப்பட்டுக்கொண்டு வாசிக்கிறார்கள்,

எதிரில் இல்லாத சபைக்கு, ருசிகரமாகவும், உற்சாகமூட்டும் படியும் பேசுகிற ரேடியோ பிரசங்கிகள் தமிழ்நாட்டில் மேலும் மேலும் தோன்றவேண்டும்.

3. ரேடியோ நாடகம், ரேடியோ பிரசங்கத்தைப்போல் அவ்வளவு மோசமாயில்லை. ஏற்கெனவே தெரிந்த கதையாக இருந்தால் ரேடியோ நாடகத்தை ருசிகரமாகக் கூடச் செய்யலாம். சில ரேடியோ நாடகங்கள் நன்றாயிருந்திருக்கின்றன.

ரேடியோ பிரசங்கம், நாடகம் இவை விஷயமாக ஒரு சின்னப் புகார் ஏற்பட்டிருக்கிறது. 'மெட்ராஸ் மெயில்' பத்திரிகையில் அது வெளியாயிற்று. அவற்றில் 'பிராமணத் தமிழ்' அதிகமாயிருக்கிறதென்பது புகார்.

துரதிர்ஷ்டவசமாக, தமிழ்நாட்டில் இலக்கிய வளர்ச்சிக்கு இந்த ஒரு தடை இருந்துதான் வருகிறது. பேசும் தமிழ், சாதிக்கு சாதி வித்தியாசப்படுகிறது ; அம்மாதிரியே ஜில்லாவுக்கு ஜில்லா வித்தியாசப்படுகிறது. இந்த வித்தியாசங்களையெல்லாம் போக்கி, சகல தமிழர்களுக்கும் பொதுவான எளிய தமிழ் நடை ஒன்றைத் தமிழ்நாட்டில் வளர்க்கத்தான் வேண்டும். இந்த முயற்சியில் இறங்கி வெற்றி பெறுகிறவர்கள் தமிழ்நாட்டுக்கு ஒரு பெரிய உபகாரம் செய்தவர்களாவார்கள். ரேடியோ நிலையம் இந்தக் கைங்கரியத்தை ஏன் ஏற்றுக்கொள்ளக்கூடாது? ரேடியோ நாடகங்களில் கூடுமான வரையில் கொச்சைத் தமிழை நீக்கிவிட்டு, இலக்கண சுத்தமான எளிய தமிழ் நடையையே ஏன் கையாளக் கூடாது?

ஆமாம்; அப்படிச் செய்தால் முதலில் கொஞ்ச காலம் நாடகங்களில் ஜீவனே இல்லைபோல்தான் தோன்றும். நாளடைவில் அதுவே பழக்கத்துக்கு வந்துவிட்டால் சரியாய்ப் போய்விடும்.

அல்லது, இப்போதைக்கு சமூக சம்பந்தமான நாடகங்களை வழக்கம்போல் விட்டுவிட்டு, புராண நாடகங்களுக்காவது தூய்மையான எளிய தமிழ் நடையைக் கையாளலாம்.

புது வருஷ ஆரம்பம்

"கற்றது கைம்மண்ணளவு கல்லாதது உலகளவு'' என்றார் ஔவையார். இம்மாதிரி ரேடியோவைப்பற்றிச் சொல்லலாம். அதாவது ரேடியோவின் மூலம் செய்யக்கூடிய சேவை அளவு கடந்தது என்பதை எண்ணும்போது, செய்திருப்பது கொஞ்சம் என்று ஏற்படும். இன்னும் எவ்வளவோ உபயோகமான காரியங்களைச் செய்யலாம். இதை ரேடியோ அதிகாரிகளும் நன்கு உணர்ந்து, புதிது புதிதாக ஏதாவது செய்து வருகிறார்கள்.

புது வருஷத்தை ஒரு விசேஷ நிகழ்ச்சியுடன் ஆரம்பித்திருக்கிறார்கள். 18உ இரவு நடைபெற்ற " கீத கோவிந்த"

நாடகத்தைத் தான் குறிப்பிடுகிறேன். 'கீத கோவிந்தம்'' என்பது ஸம்ஸ்கிருதத்திலுள்ள ஒரு நாடக நூல். "அஷ்ட பதி'' என்று சாதாரணமாய் வழங்குகிறது. அதை இயற்றியவர் ஜயதேவர் என்ற மகாகவி. பாகவதத்தில் இலேசாகச் சொல்லியிருக்கும் ராதா மாதவர்களுடைய மகா பிரேமையை ஸ்ரீ ஜயதேவர் சிறந்த கவிதா ரஸத்துடன் வர்ணித்து இசைப் பாட்டில் அமைத்திருக்கிறார். பெரும்பாலான பாட்டுக்கள் ராதையும், அவளுடைய சகியும், கிருஷ்ணனும் சொல்வதாக அமைந்திருக்கின்றன.

தமிழிலேயே கவிதை நூல்களாயிருந்தால் அர்த்தம் தெரிந்து கொள்வது எளிதல்ல, ஸம்ஸ்கிருதத்தில் சங்கீதத்துக்குப் பொருந்த அமைத்த கவிதை என்றால் சொல்ல வேண்டியதில்லை. வியாக்கியானங்களின் துணையில்லாமல் பண்டிதர்கள்கூடத் தெளிவாக அர்த்தம் கண்டுபிடிப்பது கஷ்டம். ஆனால், ராதை கண்ணனிடம் கொண்டிருந்த பிரேமை எல்லாருக்கும் தெரிந்த விஷயமானபடியால், கொஞ்சம் முயற்சி எடுத்தால், பாட்டுக்களின் போக்கை ஒருவாறு தெரிந்துகொள்ளலாம்.

ஸ்ரீ ஜி. என். ப்ாலசுப்ரமஸ்யம்

ஸ்ரீமதி லலிதாங்கி

ஸ்ரீமதி D. K. பட்டம்மாள்

போட்டோ : கே. என். எஸ். சர்மா, [ஏ. ஐ. ஆர்.]

இப்படிப்பட்ட நாடகத்தை நடத்துவது, அதிலும் எல்லாரும் ரஸிக்கும்படியாக நடத்துவது எவ்வளவோ கஷ்டமான காரியந் தான். ஆனாலும், சென்னை ரேடியோக்காரர் கள் தைரியமாக இந்தக் காரியத்தை ஆரம்பித்து வெற்றியும் அடைந்திருக்கிறார்கள்.

சங்கீதத் துறையில் பெயர் பெற்ற ஸ்ரீமான் ஜி. என். பாலசுப்பிரமண்யம், ஸ்ரீமதி லலிதாங்கி, ஸ்ரீமதி D. K. பட்டம்மாள் ஆகியவர்கள் இந்த நாடகத்தில் நடித்தபடியால் அதிக விசேஷம் ஏற்பட்டது. இவர்களில் சகியாக நடித்த ஸ்ரீமதி லலிதாங்கிக்குத்தான் பாட்டுக்கள் அதிகம். சண்டை போட்டுக்கொள்கிறவர்களை விட சமாதானம் பண்ணி வைக்கிறவர்கள்தான் சில சமயம் அதிக சிரமப்பட வேண்டியிருக்கிறதல்லவா? ஹிட்லரும், முஸோலினியும் அவர்கள் பாட்டுக்கு ஊரிலேயே இருக்கிறார்கள்! சேம்பர்லின் குடையை எடுத்துக் கொண்டு அங்கும் இங்கும் என்ன ஓட்டம் ஓடுகிறார், பாருங்கள்!

இந்த மாதிரிதான் ராதையும் கிருஷ்ணனும் சண்டை போட்டுக் கொள்ளப்போக, சகி மாற்றி மாற்றிப் பாடிக்கொண்டிருக்க வேண்டியதாயிற்று. இதன் மூலம் ஸ்ரீமதி லலிதாங்கியின் அபார சங்கீத சாஹித்ய ஞானங்கள் வெளியாயின. ஸம்ஸ்கிருத வார்த்தைகளை வெகு சுத்தமாக உச்சரித்துப் பாடினார். அவருடைய பாட்டுக்களில் கல்யாணியிலும், மோகனத்திலும் பாடிய அஷ்டபதிகள் நன்றாயிருந்தன. கடைசியில், தாயும் பெண்ணுமாகக் கேதார கௌளத்தில் பாடிய "குருயது நந்தன'' ரொம்பவும் நன்றாயிருந்தது.

ஸ்ரீ ஜி. என். பாலசுப்பிரமண்யம் மத்யமாவதி ராகத்தில் பாடிய "மாமியம் சலிதா'' என்ற அஷ்டபதியை, அந்த மாதிரி அவர் ஒருவர் தான் பாடியிருக்க முடியும். சாதாரணமாய், பஜனைகளுக்கே லாயக்கென்று கருதப்பட்ட அஷ்டபதி கீர்த்தனத்தில், அவ்வளவு சங்கதிகளையும், ரவைகளையும் அவர் எப்படித்தான் சேர்த்துக் கொண்டார் என்று ஆச்சரியமா யிருந்தது. "க்ஷம்யதாம் க்ஷம்யதாம்" என்று அவர் இரங்கிப் பாடியபோது, இந்த மனுஷர் என்ன குற்றம் செய்திருந்தாலும் மன்னித்துவிடலாம் என்றே கருதினோம்.

ஸ்ரீமதி பட்டம்மாள் பாடிய பாட்டுக்களில், காதைவிட்டு இன்னும் அகலாமல் ஒலித்துக்கொண்டிருப்பது கமாஸ் ராகத்தில் "ரஜனி ஜனித குரு ஜாகர ராகா'' என்று ஆரம்பிக்கும் பாட்டு. இந்தப் பாட்டில், ராதை மாதவனிடம் கோபித்துக்கொண்டு "போ! போ!'' என்கிறாள். "யாஹி மாதவ ! யாஹி கேசவ!" என்று பாட்டின் ஒவ்வொரு அடியிலும் வருகிறது. ஆனால் "போ போ" என்று ராதை வாயினால் மட்டும் சொல்கிறாளே தவிர, இருதயம் "இரு இரு''

என்று கெஞ்சுகிறது. இந்த மனோநிலையானது, “யாஹி மாதவ! யாஹி கேசவ!'' என்று ராதை பாடும்போது ராக பாவத்தினால் வெகு நன்றாக வெளியாயிற்று.

இன்னும், இந்த நாடகத்தில் கலந்துகொண்ட ரேடியோ நிலைய வித்வான்களும் ஸுஸ்வரமாகப் பாடினார்கள். இப்படிப் பல குரல்கள் மாறி மாறி வந்தபடியாலும், பாட்டுகளும் வித விதமான ராகங்களில் அமைந்திருந்தபடியாலும் மொத்தத்தில் அலுப்பில்லாமல் கேட்கக்கூடியதாயிருந்தது.

இன்னொரு விசேஷம் என்னவென்றால், இந்த நாடகத்தின்போது ரேடியோக்காரர்கள் சில அபூர்வ வேலைகளை யெல்லாம் கையாண்டார்கள். அதாவது, யமுனா தீரத்தைப் பற்றிப் பாட்டில் வரும்போது, நதியில் பிரவாகம் போகும் ஓசை கேட்கும்படி செய்தார்கள். “தொக்கிரஹம்'' என்று வந்த போது, பறவைகளின் குரல்கள் கேட்கச் செய்தார்கள். ஆனால், இதெல்லாம், பாட்டுக் கேட்டவர்களில் முக்கால்வாசிப் பேருக்கு விளங்கியிராது. பாட்டின் பொருள் தெரிந்திருந்தாலல்லவா, அவற்றை ரஸிக்கமுடியும்? என்னமோ ‘ரேடியோ கோளாறு' என்றுகூட எண்ணியிருப்பார்கள். இதை உத்தேசிக்கும்போது, ஆகா! இந்த மாதிரி ஒரு நாடகம் தமிழில் மட்டும் நடத்தியிருந்தால்!” என்று நான் எண்ணமிடாமல் இருக்க முடியவில்லை. இன்னும் எவ்வளவோ அதிகம் பேர் நாடகம் முழுமையும் ரஸித்து அநுபவித்திருப்பார்கள் அல்லவா? ஏன், பாரதியாரின் கண்ணன் பாட்டுக்களையும், திவ்யப் பிரபந்தப் பாடல்களையும் வைத்துக்கொண்டு தமிழில் இப்படி ஒரு சங்கீத நாடகம் போய் நடத்தலாம். யார் முந்திக்கொள்ளப் போகிறார்கள்? சென்னையா? திருச்சியா?

திருச்சி அசரீரி

ஆம் ; ரேடியோவையும் தமிழையும் பற்றிப் பேசினால், உடனே திருச்சி ரேடியோ நிலையந்தான் ஞாபகம் வருகிறது. சென்ற ஒரு மாத காலமாகத் திருச்சி நிலையமும் நடந்துவருவதை நேயர்கள் அறிவார்கள். இந்த நிலையத்தின் புரோகிராம்களில் தமிழுக்கே முக்கியம் அளிக்கப்பட்டு வருவதைப் பார்க்க மிகவும் சந்தோஷமாயிருக்கிறது.

“பார்க்க'' என்று தவறுதலாகப் போடவில்லை. சரியாய்த்தான் போட்டிருக்கிறது. சென்னையிலுள்ள நமக்கு, திருச்சி ரேடியோ புரோகிராம்களைத் தற்சமயம் கேட்பதைக் காட்டிலும் பார்ப்பது தான் அதிக திருப்திகரமாயிருக்கிறது. பனி காலம் வந்தால், கேட்பதற்கும் நன்றாயிருக்கும் என்று சொல்கிறார்கள்.

இதற்காக நான் குறை சொல்லவில்லை. ஏனென்றால், கவர்னர் பிரபு நிலையத்தைத் திறந்து வைத்த முதல் நாளன்றே தெளிவாகச் சொல்லியிருக்கிறார், “இந்த ரேடியோ ஐம்பது மைல் விஸ்தீரணத்துக்குத்தான் நன்றாய்க் கேட்கும்” என்று.

எவ்வளவு உயர்ந்த சங்கீதமாயிருந்தாலும், கடபுடா சப்தத்துடன் கடந்து வந்தால் கேட்டு ரஸிக்க முடிவதில்லையல்லவா? ஆனாலும், தமிழ் ரேடியோ நிலையம் என்ற அபிமானத்தினால் நான் அடிக்கடி திருச்சியை முடுக்கிவிட்டுக்கொண்டுதான் வருகிறேன் பாட்டுக்கள் பெரும்பாலும் தமிழில் இருக்கிறபடியால், அவ்வளவு கரமுரா சப்தங்களுக்கிடையிலும் கேட்டு அநுபவிக்க முடிகிறது.

திருச்சி ரேடியோ, பிரசங்கங்களுக்குள்ளே குறிப்பிடத்தக்கதாயிருந்தது நமது விளம்பர மந்திரி கனம் எஸ்.ராமனாதனின் பிரசங்கம். திருச்சி நிலையம் ஆரம்பமான மறு நாளோ, அதற்கு மறு நாளோ இவர் பேசினார். ரேடியோக்காரர்களுக்கு ஒரு முக்கியமான எச்சரிக்கை செய்தார். “உங்களைச் சூழ்ந்து பெரிய அபாயங்கள் காத்திருக்கின்றன, ஜாக்கிரதை!” என்றார். “அந்த அபாயங்களில் எல்லாம் பெரிய அபாயம், பண்டிதக் கொடுந் தமிழின் அபாயம்! கொடுந் தமிழை மட்டும் உங்கள் அருகில் நெருங்கவிடாதீர்கள். விட்டால், வந்தது ஆபத்து உங்களுடைய நிலையம் ஜனங்களுக்கு உபயோகமே இல்லாமல் போய்விடும்” என்றார்.

“நாம் இழந்து வரும் கலைகள்'' என்னும் விஷயமாக ஸ்ரீ டி.கே.சிதம்பரநாத முதலியார் பிரசங்கத்தையும் கேட்டேன். அப்போது, நாம் இழந்துவரும் கலைகளைக் காப்பாற்றிக் கொடுக்க இந்தத் திருச்சி ரேடியோ நிலையத்தார் ரொம்பவும் உதவி செய்யப் போகிறார்கள் என்று நிச்சயம் எனக்கு உண்டாயிற்று.

இதெல்லாம் மிகவும் சந்தோஷமான விஷயந்தான். அதாவது திருச்சி நிலையம், தமிழ் நிலையமாக நடந்து வருவதையும், தமிழுக்கும், தமிழ்க் கலைகளுக்கும் ஆதரவு அளிப்பதையும் பெரிதும் பாராட்ட வேண்டும்.

ஆனால், திருச்சி நிலையத்தைச் சாக்காக வைத்துக்கொண்டு சென்னை ரேடியோவிலிருந்து மெதுவாகத் தமிழை அப்புறப்படுத்த முயற்சித்தார்களானால், அதை நாம் ஒரு நாளும் ஒப்புக்கொள்ள முடியாது. “ கூடவே கூடாது!'' என்று சண்டை போட வேண்டியதாயிருக்கும்!

மாகாணப் பிரிவினை விஷயம் இன்னும் விவாதத்தில்தான் இருந்து வருகிறது. ஆந்திர சகோதரர்களில் ரொம்பவும் பேராசைக்

காரர்கள் கூட, சென்னை நகரம் முழுவதையும் கேட்கவில்லை; பாதி வெட்டிக் கொடுக்கும்படிதான் கேட்கிறார்கள். அப்படியிருக்கும் போது, இந்த ரேடியோக்காரர்கள் நடுவில் தலையிட்டு, "திருச்சி தமிழ்நாட்டுக்கு, சென்னை ஆந்திராவுக்கு'' என்று சொல்வார்களானால், தமிழ் மக்கள் இந்த பாசப் பிரிவினையைக் கட்டாயம் எதிர்த்தே தீர வேண்டும்.

மேலும், திருச்சி நிலையத்தில் தமிழ்நாடு முழுவதற்கும் நன்றாக ஒலி பரப்பக்கூடிய வசதி கிடையாது; பாதித் தமிழ் நாட்டுக்குத்தான் அவர்களால் தொண்டு செய்ய முடியும், பாக்கி எல்லாரும் சென்னையைத் தான் இப்போதைக்கு நம்பியிருக்க வேண்டும்.

இலங்கை, பர்மா மலாய் முதலிய தூர தேசங்களில் எத்தனையோ லட்சக்கணக்காகத் தமிழர்கள் இருக்கிறார்கள். அவர்களுக்கெல்லாம் தற்சமயம் திருச்சி நிலையத்தினால் பிரயோஜனமே இல்லை.

ஆகவே, எந்தவிதத்தில் பார்த்தாலும், சென்னை ரேடியோவிலும் தமிழுக்கு முக்கிய இடம் கொடுத்தேயாக வேண்டும். இது விஷயத்தில் தமிழர்கள் கண்ணுங் கருத்துமாயிருப்பார்களென்று நம்புகிறேன்.

"நாடக கேசரி"

ரேடியோ யானையைப்பற்றி விஸ்தாரமாக எழுகிய பிறகு, நாடகச் சிங்கத்தைப் பற்றியும் சில வார்த்தைகள் சொல்லிவிடுவது நல்லது.

ஸ்ரீ ராஜமாணிக்கம் கம்பெனியார் சென்னை ராயல் தியேட்டரில் நடத்திவந்த உயர் தர நாடகங்களைப் பற்றி விகடனில் பல தடவைகளில் எழுதியிருக்கிறேன். ஒரு வருஷத்துக்கு மேல் அவர்கள் சென்னையில் தங்கி நாடகம் நடத்தினார்கள். "ஸ்ரீ கிருஷ்ண லீலா" போன்ற நாடகங்களைச் சேர்ந்தாற்போல் பல தினங்கள் நடத்திப் புகழ்பெற்றார்கள். இப்படிச் சென்னை வாசிகளின் அபிமானத்தையும் நன்மதிப்பையும் கூர்ந்துகொண்டு, வேலூருக்குப் போய் நாடகம் நடத்தி வருகிறார்கள்,

சென்னையைவிட்டுப் போகும்போது ஸ்ரீ ராஜ மாணிக்கத்துக்கு, "நாடக கேசரி'' என்ற பட்டம் நாடக அபிமானிகளால் அளிக்கப்பட்டது. பட்டங்கொடுப்பதும், பெற்றுக்கொள்வதும் உசிதமானது என்று வைத்துக்கொண்டால், ஸ்ரீ ராஜமாணிக்கம் இந்தப் பட்டத்துக்கு மிகவும் தகுதியானவர் என்பதில் சந்தேகமில்லை. இன்றைய தினம் தமிழ்நாட்டிலேயே அவர் சிறந்த நாடகத்

தலைவராய் விளங்குகிறார். கம்ஸனாகவும், நவாப்பாகவும் வரும்போது, சில சமயம் அவர் பேசுவது சிம்ம கர்ஜனை போலவே இருக்கிறது.

ஆகவே, பட்டத்துக்கு அவர் தகுந்தவர், பட்டமும் அவருக்குத் தகுந்ததுதான். ஆனால், இனிமேல் அவர் போகும் ஊர்களிலெல்லாம் நாடக அபிமானிகள் "நாங்களும் பட்டம் தருகிறோம்" என்று ஆரம்பிக்க மாட்டார்களென்று நம்புகிறேன், நல்ல வேளையாக, இதற்கு ஒரு பாதுகாப்பும் இருக்கிறது. சிங்கத்துக்கு மேற்பட்ட பிராணி எதுவும் உலகில் இல்லை அல்லவா?

- ஆனந்த விகடன், 25.06.1939

58

முன் ஜாக்கிரதை!

சென்னைப் பட்டணத்தில் சில நாளாக எந்த ஸினிமாவுக்கும் கூட்டம் அதிகம் சேர்வதில்லையென்று புகாராயிருக்கிறது.

இரண்டு வாரத்துக்கு முன்பு சென்னையில் நல்ல 'ஸெண்ட்டரில் உள்ள ஒரு டாக்கிக் கொட்டகைக்குப் போயிருந்தேன். படம், பேஷான படம்; பிரசித்தி பெற்றது. ஆனால் கூட்டம் மட்டும் ரொம்பக் கம்மியாயிருந்தது. அருகில் மேற்படி படத்தின் ஏஜெண்ட் இருந்தார். அவரிடம் "இவ்வளவு நல்ல படம், ஆனால் கூட்டம் மட்டும் இல்லையே, ஏன்?" என்று கேட்டேன். அவருடைய பதில் என்னைத் திடுக்கிடச் செய்தது.

"ஜனங்கள் யுத்த பயத்தினால் வெளிக் கிளம்ப பயப்படுகிறார்கள்; அதனால் தான் கூட்டம் வருவதில்லை'' என்று அவர் சொன்னார். ஸினிமா தொழிலில் சம்பந்தப்பட்ட பலர் ஆராய்ச்சி செய்து இந்த முடிவுக்கு வந்திருப்பதாகத் தெரிந்தது.

மேற்கண்ட காரணம் எவ்வளவு தூரம் உண்மையென்று எனக்குத் தெரியாது. ஆனால், இந்த வருஷத்து சங்கீத விழா சம்பந்தப்பட்டவரையில் அத்தகைய புகார் ஏற்படக் கூடாதென்று ராவ் பகதூர் கே.வி.கிருஷ்ணசாமி ஐயர் தீர்மானித்திருக்கிறார். அவருடைய நிர்வாகத் திறமையைப் பற்றி முன்னமே நாம் அறிந்திருக்கிறோம். சென்ற வாரத்தில், செனட் மண்டபத்தில் அவருடைய உருவப்படத்தைத் திறந்துவைத்தபோது, மகா கனம் சீனிவாச

சாஸ்திரி, வைஸ் சான்ஸலர் ரங்கநாதன், டாக்டர் லக்ஷ்மணசாமி முதலியார் ஆகியவர்கள் மேற்படியாரின் காரியத் திறமையைப் பற்றிப் புகழ்ந்து புகழ்ந்து பேசினார்கள். அவர் திறமைசாலி மட்டுமல்ல, ரொம்ப முன் யோசனைக்காரருங்கூட என்று இப்போது தெரிந்திருக்கிறது. இந்த வருஷம் சங்கீத விழாவுக்குப் பந்தல் போடுவதில்லை என்று அவர் தீர்மானித்ததில் தான் அவருடைய முன் யோசனை வெளியாகிறது ! எந்தச் சமயம் எந்த ஆகாச விமானம் வருமோ, என்ன விதமான துண்டுப் பிரசுரங்களைப் போடுமோ என்று எல்லாரும் பயந்து கொண்டிருக்கும் வேளையில், தென்னங்கீற்றுப் பந்தலை நம்பி ஜனங்கள் சங்கீதம் கேட்க வருவார்களா? வந்தாலும், ஆகாசத்தையே பார்த்துக்கொண்டிருக்க மாட்டார்களா? இதை யெல்லாம் முன் கூட்டியே நன்றாக யோசித்து, இவ்வருஷத்துச் சங்கீத விழாவக்குப் பந்தல் போடவேண்டாமென்று ஸ்ரீ கிருஷ்ணசாமி ஐயர் தீர்மானித்து விட்டார். பழைய புராதன பலம் பொருந்திய கட்டிடமான ஸெனட் மண்டபத்திலே நடத்திவிடுவதென்று தீர்மானித்து முடிவு செய்திருக்கிறார். ரொம்ப சந்தோஷம்.

மற்றொரு விஷயத்திலும் ராவ் பகதூர் கிருஷ்ணசாமி ஐயரின் முன் ஜாக்கிரதையைக் கண்டு நாம் சந்தோஷிக்கலாம். சென்ற வருஷமெல்லாம், சங்கீத விழாவில் இரவு 930 க்கு ஒரு கச்சேரி ஆரம்பமாகி 1130 க்கு முடிகிறது வழக்கம். இந்த வருஷம் ராத்திரிக் கச்சேரியே வேண்டாமென்று முடிவு செய்திருக்கிறார்கள். இங்கிலாந்தில் ராஜ வைத்தியர் என்ன சொல்லியிருக்கிறார்? "யுத்த காலத்தில் ராக் கண் முழிக்கக் கூடாது ; எல்லாரும் முன் ஜாமத்திலேயே தூங்கப் போய்விட வேண்டும்" என்று சொல்லியிருக்கிறார் அல்லவா? இப்படி இவர் சொல்லப் போகிறதை முன்னதாகவே எதிர்பார்த்து, ராவ் பகதூர் கிருஷ்ணசாமி ஐயர் ராக் கச்சேரிகளை ரத்து செய்துவிட்டது என்ன அதிசயம் பாருங்கள் !

இவ்வளவெல்லாம் முன் ஜாக்கிரதையுள்ளவர், மற்றப்படி சங்கீத விழா நடைமுறை சம்பந்தமாக எவ்வளவு திறமையான ஏற்பாடுகள் செய்திருப்பார் என்று சொல்ல வேண்டியதில்லை. ஸெனட் ஹவுஸ் கடற்கரையில் இருக்கிறதே, ஒரே இருட்டாயிருக்குமே, நகை நட்டுக்கள் போட்டுக்கொண்டு போகலாமா, வேண்டாமா என்று யாரும் தயங்க வேண்டாம். கடற்கரையைத் தட்டி போட்டு அடைத்துவிட்டு, ஜகஜ்ஜோதியாய் விளக்குப் போடப் போகிறார்கள். ஆதலின் வைரங்கள் மட்டும் நல்ல வைரங்களாயிருந்தால் பேஷாக ஜொலிக்கும் ; சந்தேகமில்லை. அத்துடன், போலீஸ் பந்தோபஸ்தும் வெகு கடுமையாயிருந்து, திருட்டுப் புரட்டுக்களை உஷார்ப்படுத்தப்

போகிறது. ஸெனட் ஹவுஸ் தூரத்தில் இருக்கிறதே என்றும் கவலைப்பட வேண்டாம். ஸ்பெஷல் பஸ்கள் விடப் போகிறார்கள். மண்டபம் பெரிய மண்டபமாயிற்றே, எதிரொலியினால் சங்கீதம் கெடுமோ என்று நினைக்க வேண்டாம். அதற்கு வேண்டிய ஏற்பாடுகளும் செய்திருக்கிறார்கள். மேலும், போன வருஷங்களைப் போல், டிராம் வண்டிகள், மோட்டார் ஹாரன்கள், பயர் என்ஜின்கள், அவுட் வாணங்கள் இவ்வளவும் சேர்ந்து இவ்வருஷம் சங்கீதத்தைக் கெடுக்காது என்பதைக் கவனிக்க வேண்டும். சமுத்திரத்தின் 'ஓ' என்ற ஓங்கார சுருதிக்கிணங்க நமது பிரபல சங்கீத வித்வான்கள் பிரம்மானந்தமாய்ப் பாடப் போகிறார்கள்.

இவ்வளவும் மியூஸிக் அகாடமி காரியதரிசி நமக்கு அனுப்பிய அறிக்கைகளிலிருந்து நாம் தெரிந்துகொள்ளும் விவரங்கள். கச்சேரிகளின் அட்டவணையும் அனுப்பியிருக்கிறார்கள்.

சங்கீத விழா டிசம்பர் மீ 21உ ஆரம்பமாகிறது. அன்று கொச்சி ராஜவம்சத்தைச் சேர்ந்த ராஜகுமாரி மங்கு தம்புரான் பாடப் போகிறார். 22உயிலிருந்து கச்சேரிகள் சரமாரியாகப் பொழியத் தொடங்கி 31உ முடிய நடக்கப் போகின்றன. சென்னை மாகாணத்தின் பிரபல பாடகர்கள் வாத்தியக்காரர்கள் வந்து கச்சேரி செய்கிறார்கள்! பரதநாட்டியமும் மலையாள நாட்டியமும் உண்டு. ஒரு விசேஷம் என்னவென்றால், இவ்வருஷத்துக் கச்சேரிகளில் யௌவனம் அதிகமாகத் ததும்பிக்கொண்டிருக்கிறது,

அதாவது, இளங்கோஷ்டிகளுக்கு அதிகமாக இடங்கொடுத்து, வயதானவர்களைக் கொஞ்சம் சிரம பரிகாரம் செய்து கொள்ளும்படி கேட்டுக்கொள்ளப் போகிறார்களாம். டைகரின் கச்சேரியும், காயசிகாமணியின் காலட்சேபமும் வருஷத்துக்கு ஒரு தடவையாவது கேட்க வேண்டுமென்று விரும்பும் கர்நாடகங்களுக்கு மேற்படி செய்தி கொஞ்சம் வருத்த மாய்த்தானிருக்கும். ஆனாலும் என்ன செய்வது? இந்தக் காலம், யுவர்களின் காலம் ! சங்கீத உலகம் மட்டும் இதற்குத் தப்பிக்க முடியுமா?

கடைசியாக, சொல்ல வேண்டிய முக்கிய விஷயம் ஒன்று இருக்கிறது. இந்த வருஷம் சங்கீத விழாவின் தலைவர் யார் தெரியுமோ? ஸ்ரீ முசிறி சுப்பிரமண்ய அய்யர். சென்ற வருஷம் அரியக்குடி ராமானுஜய்யங்கார் தலைமை வகித்ததனால், சங்கீத மகாநாட்டுக்கு

போட்டோ - ம

ஏற்பட்ட விசேஷ கௌரவத்தைப் பார்த்த பிறகு, இந்த வருஷம் இன்னொரு சங்கீத வித்வானைத் தலைவராகத் தேர்ந்தெடுத்ததில் ஆச்சரியம் ஒன்றுமில்லை. முசிரி சுப்பிரமண்ய ஐயர் பாட்டில் மட்டும் வித்வான் அல்ல; பேச்சிலும் எழுத்திலும் கூட வித்வான். அவருடைய ரேடியோ பிரசங்கங்கள் எவ்வளவு ரஸமாயிருக்கின்றனவென்பதை நேயர்கள் கேட்டு அநுபவித்திருப்பார்கள். அவருடைய நகைச்சுவைக் கட்டுரைகளை விகடன் தீபாவளி மலர்களில் படித்து இன்புற்றிருப்பார்கள். ஆகவே, இந்த வருஷம் சங்கீத மகாநாட்டின் நடவடிக்கைகள் எல்லா விதத்திலும் வெகு ருசிகரமாயிருக்குமென்றே எதிர்பார்க்கிறேன்.

- ஆனந்த விகடன், 12.11.1939

'கல்கி'யின்
சினிமா விமர்சனங்கள்
(மறுபதிப்பில் கிட்டியவை)

1
காளிதாஸ்

பூர்வ ஜென்மத்தில் என்ன பாவஞ்செய்தேனோ தெரியவில்லை கொஞ்சநாளாய் அடிக்கடி சென்னைப்பட்டணம் போக வேண்டி வருகிறது. இந்தத் தடவை சென்னைக்குச் சென்றபோது நகரமெல்லாம் ஒரே அல்லோகல்லோலமாயிருந்தது. இடைவிடாத மழை, சாக்கடைத்தேக்கம், கும்பி நாற்றம், மோட்டார் சேறு, தீபாவளி பண்டிகை, காலணா பத்திரிகை முதலியவைகளோடல்லாமல் புதிதாக தமிழ் டாக்கி வந்திருப்பதும் இதற்கு ஒரு முக்கிய காரணம் என்று அறிந்தேன்.

ஸ்ரீமதி டி.பி. ராஜலட்சுமி

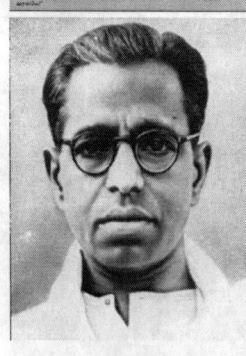

ஸ்ரீமதி டி.பி. ராஜலட்சுமி அம்மாளை இதுவரையில் நாடக மேடையில் பார்த்திருக்கிறீர்கள். இப்போது டாக்கியில் வந்து பாருங்கள் என்று எங்கே பார்த்தாலும் விளம்பரங்கள் காணப்பட்டன. உண்மையென்ன வென்றால் நாடக மேடையிலாகட்டும் நடன சாலையிலாகட்டும் அந்த அம்மாளை அதற்கு முன் நான் பார்த்தது கிடையாது. (சொல்ல வெட்கமாக இருக்கிறது அவர்கள் பெயரைக் கேள்விப்பட்டது கூட இல்லை. இதனால் அந்த அம்மாளுக்கு ஒருவிதக் குறைவுமில்லை என்பதை அறிவேன்.

மகாத்மா காந்தி சார்லி சாப்ளின் என்பவரைப் பற்றித் தாம் கேள்விப்பட்டதே கிடையாது என்றார். இதனால் காந்திக்கு குறைவே தவிர சாப்ளினுக்குக் குறைவுண்டா ஆகையால் வெட்கப்பட வேண்டியது நான்தான்)

இதுவரையிலும் பார்க்க வில்லை. இப்போதாவது பார்த்துவிடலாம் என்று தீர்மானித்தேன். ஒரு நண்பரையும் அழைத்துக்கொண்டு போனேன். பார்த்தேன். கண்ணில் ஜலம் வரும்வரை பார்த்தேன். திரையில் விழுந்த சலன ஒளி வைர நகைகளின் ஜொலிப்பு, தூய வெள்ளைப் பற்களின் பளபளப்பு ஆகியவற்றினால் கண் கூசும் வரையில் பார்த்து பிரம்மித்து நின்றேன்.

ஓகோகோ மறந்துபோனேனே. டாக்கி என்றாலே வெளியூர் நேயர்கள் பலருக்குத் தெரியாமல் இருக்கலாம். டாக்கி என்பது ஆங்கில வார்த்தை. டாக் என்றால் பேச்சு, பேச்சு சினிமா படக்காட்சிகளுக்கு 'டாக்கி' என்று சொல்கிறார்கள். தமிழ் டாக்கி என்று கலப்பு மொழி பேசுவதற்கு என்னுடைய தமிழ் அபிமானம் கொடுக்கவில்லை. எனவே தமிழ்ப்பேச்சி என்று பெயர் கொடுக்கலாமென்று முதலில் தீர்மானித்தேன். ஆனால் நான் பார்த்த பேச்சி உண்மையில் பாட்டியாயிருந்தது. அதாவது தமிழ்ப் பேச்சு அதில் கிடையாது. விசாரித்தால் அது தெலுங்கு பாஷை என்று அறிந்தேன். முதலிலும் நடுவிலும் கடைசியிலும் சில தமிழ்ப் பாட்டுக்கள் பாடப்பெற்றன. ஆகையால் நான் பார்த்து கேட்டு அனுபவித்த காலட்சேபத்திற்கு தமிழ்ப்பாட்டி என்று பெயர் கொடுப்பதே பொருத்தமென்று தீர்மானித்தேன். உங்களுக்கு இஷ்டமில்லாவிடில் தெலுங்கு பேத்தி என்று வைத்துக் கொள்ளுங்கள்.

முன்னுரை என்ற பெயரில் பெரிய கொட்டை எழுத்தில் தமிழ்ப்பாட்டி ஆரம்பமாயிற்று. தமிழ்க்காதல் கொண்ட என் நண்பரின் நெஞ்சில் அந்த நகரம் ஈட்டியால் குத்துவது போலிருந்தது. ஐயையோ எத்தனையோ அவசரச் சட்டங்கள் போடுகிறார்களே தமிழ்க் கொலையைத் தடுப்பதற்கு ஒரு சட்டம் போட்டால் எவ்வளவு நன்றாயிருக்கும் என்றார். அத்தகைய சட்டம் பிறந்தால், தமிழ்நாட்டில் உள்ள எத்தனை பத்திரிகையாசிரியர்கள், பாடகர்கள் முதலியோருக்குப் பிழைப்புப் போய்விடுமென்று எண்ணியபோது

பெரிய காபரா அடைந்தேன். அது போகட்டும் இது என்ன முன்னுரை எதற்கு முன்னுரை பார்ப்போம் என்றேன். அந்த விஷயம் இந்த நிமிஷம்வரை எங்களுக்கு விளங்கவில்லை.

பிறகு ஸ்ரீமதி ராஜலட்சுமி அம்மாள் மேடைக்கு வந்து அதாவது திரையில் வந்து பாடத் தொடங்கினார்கள். அம்மாளின் பற்களைப் பற்றி முன்னம் புகழ்ந்து சொல்லியிருக்கிறேன். ஆனால் அவர்களுடைய தொண்டையைப் பற்றி அப்படிச் சொல்வதற்கில்லை. கூடிய சீக்கிரம் அவர்கள் நல்ல டாக்டராய்ப் பார்த்துத் தொண்டையை ஆபரேஷன் செய்து குரலைச் சரிப்படுத்திக் கொள்ள வேண்டுமென்று தோன்றிற்று, ஆனால் பக்கத்திலிருந்த நண்பர் இல்லை, இல்லை அவர் குரல் வெகு நன்றாகயிருக்கும். டாக்கி இயந்திரத்தின் தப்பு என்றார். இயந்திரத்தின் மீது எப்போது பழி விழுந்ததோ அதற்கு மேல் ஒன்றும் பேசுவதற்கில்லை. இயந்திரத்துக்கு ஆபரேசன் செய்யமுடியாதல்லவா?

ஸ்ரீமதி ஐந்தாறு தடவை மறைந்து மறைந்து புதிய புதிய உடைகளுடன் வந்து பாடினார். அதில் தேசியப் பாட்டு ஒன்று 'கைராட்டினமே காந்திகை பாணம்' என்று ஆரம்பிப்பது. இந்தப் பாட்டைப் பாடியபோது சபையோர் ஆனந்த பரவசமாகிவிட்டார்களென்று சொல்லலாம். அதிலும் அம்மாள் பாடிக்கொண்டே இராட்டை சுற்றுவதுபோல் வெறுங் கையைச் சுற்றிக் காட்டியபோது சபையோரின் சந்தோஷ ஆரவாரத்தைச் சொல்ல முடியாது. இராட்டை சுற்றுவது இவ்வளவு சுலபமா என்று எல்லாரும் ஆச்சரியப்பட்டுப் போனார்கள்.

கதராடையின் பெருமையை அம்மாள் உதாரண ரூபமாகவும் விளக்கியது வியக்கத்தக்கதாயிருந்தது. சுமார் இருபது முறை அம்மாள் வெவ்வேறு விதவிதமான வர்ணமுள்ள பட்டு சரிகை உடைகளை அணிந்து வந்தார். தேசியப்பாட்டு பாடும்போது மட்டும் வெள்ளைச் சேலை தரிந்திருந்தார். பார்த்தீர்களா இது கதர் என்றார் நண்பர். கதர் என்பதாக பாவனை என்றார் பக்கத்தில் இருந்தவர். சுயராஜ்யக் கட்சித் தலைவர்கள் டாக்கியில் நடிக்கப் போகலாம் என்று எனக்குத் தோன்றிற்று. பிரசங்கத்துக்கு வரும்போது மட்டும் கதர் அணிந்து வருவோருக்கு இப்போது தேசிய மேடையில் இடமில்லாமல் போய்விட்டதல்லவா அவர்கள் ஏன் டாக்கி திரைக்குப் போகக் கூடாது?

ஆமாம் டாக்கியில் அதுதான் விசேசம். அங்கே நடிகர்தான் சர்வதிகாரி. சபையோர் பல்லை இளித்துக் கொண்டு உட்கார்ந்திருக்க

வேண்டியதுதான். நாடக மேடையில் வரும் நடிகரின் பாட்டோ, கூத்தோ சபையோருக்குப் பிடியாவிட்டால் 'உள்ளே போ உள்ளே போ' என்று மரியாதையாக எடுத்துச் சொல்லலாம் டாக்கியில் இந்த ஜம்பமெல்லாம் பலியாது. ஒரு பாட்டுப்பாட ஆரம்பித்துவிட்டால், அதை நடுவில் நிறுத்த உங்கள் முப்பாட்டன் வந்தாலும் முடியாது. நீங்கள் வேண்டுமானால் காதைப் பொத்திக்கொள்ளலாம்.

ஒன்ஸ்மோர் விசயமும் இப்படித்தான். நீங்கள் என்னத்தான் கரடியாய்க் கத்தினாலும் உபயோகமில்லை. உதாரணமாக ஸ்ரீமதி ராஜலட்சுமி அம்மாள் அன்ன நடைப்போட்டு அற்புத நடனம் செய்தபோது ஒன்ஸ்மோர் சத்தம் என்னையறியாமல் அடி வயிற்றிலிருந்து தொண்டை வரை வந்து விட்டது. நல்ல வேளையாக அவ்விடத்திலேயே இறுக்கிப் பிடித்து அமுக்கிவிட்டேன். எனக்குப் பின்னால் யாரோ ஒருவர் அசல் பட்டிக்காட்டு பேர்வழி உட்கார்ந்திருந்தார். அவர் "ஆஹா எங்கள் ஊரில் பெண்கள் வரட்டி தட்டுவதற்காக சாணம் மிதிப்பார்கள். எவ்வளவோ நன்றாக இருக்கும். அதை விட அல்லவா இது அழகாயிருக்கிறது" என்றார். அவருடைய ரசிகத்தன்மை பட்டணங்களில் வசிக்கும் படித்த மனிதர்கள் பலருக்கு இல்லையே என்று எண்ணிப் பரிதவித்தேன்.

பாட்டு, தேசியப்பாட்டு, அன்பிற்கினியப் பாட்டு, (இதற்கு என்ன அர்த்தமென்று சொல்வோருக்குக் காலணா பத்திரிகை ஒன்று இனாம்) நடனம் முதலியவை முடிந்த பிறகு, நாடகம் ஆரம்பமாயிற்று. கல்வியில் நமக்கு மிஞ்சியர் இல்லை என்று கர்வம் கொண்டிருந்த ஒரு ராஜ கன்னிகைக்கு, நுனிமரத்திலிருந்து அடிமரத்தை வெட்டும் ஓர் இடைப் பையனைக் கல்யாணம் செய்து வைக்கிறார்கள். மகா பண்டிதன் என்றெண்ணிக் கல்யாணம் செய்து கொண்ட கணவன் உண்மையில் மகா மூட சிகாமணியென்பதைப் படுக்கை அறையில் மணமகள் காண்கிறாள். பிறகு காளிமாதவைத் தோத்திரம் செய்கிறாள். மாதாவின் அருளால் உண்மையிலேயே அம்மடையன் மகா வித்வானாகிவிடுகிறான்.

இடைப்பையன் நுனிக் கிளையில் உட்கார்ந்து அடிக் கிளையை வெட்டும் காட்சி நன்றாயிருந்தது. ஆனால் வெட்டிய கிளை கீழே விழும் காட்சியைக் காட்டாமல் ஏமாற்றிவிட்டார்கள்.

வெள்ளைக்காரனுடைய சினிமாவாயிருந்தால் இப்படிச் செய்வார்களா? ஐந்து மைல் உயரத்திலிருந்து ஆகாயவிமானம் எரிந்து விழும் காட்சியைக் கூட அல்லவா காட்டுகிறார்கள். இதுதான் போகட்டுமென்றால் இடைப்பையன் வெட்டிய கிளை ஒரு பெரிய மண்டப தூண் அளவு பெரிதாயிருந்தது. பையன் தரையிலும் கிளை அவன் மேலும் கிடக்கும் அடுத்த காட்சியில் அந்தக் கிளை சுண்டுவிரல் பருமனாய் மாறிவிட்டது.

ஸ்ரீமன் கங்காளராவ் எம்.ஏ. அவர்கள் இடைப்பையன் வேஷத்திற்குத் தகுதியுள்ளவராகவே தோன்றினார். அவருடைய முகமானது சாஷாத் மூட சிகாமணித் தோற்றமளித்தது. காளிமாதா பிரசந்நமாகி இடைப்பையன் நாவில் பிரணவ மந்திரத்தை எழுதிய பிறகு அவன் மகா பண்டிதனாகிவிடுகிறானல்லவா. பண்டிதனானதும் முகத்தோற்றம் மாறுதலடைய வேண்டுமே அது தானில்லை. அதே அசட்டுச் சிரிப்பு அதே.

கடைசியாக நடந்த குறத்தி நடனத்தைப் பற்றி ஒரு வார்த்தை. அடுத்த தடவை குறவன் குறத்தி நடனம் செய்ய நேர்ந்தால் அசல் குறவன் ஒருவனையே சுலபமாய் அமர்த்திக்கொள்ளலாமென்று தெரிவித்துக்கொள்கிறேன். டாக்கியில் குறவனாய் வந்தவன் உண்மையில் குறவனாகவே காணப்படவில்லை. பாவம் சோற்றுக்கில்லாத குறவர்களுக்கு ஒரு நாளும் அவ்வளவு பெரிய தொந்தி தொப்பை இராது சாதாரணமாய் பட்டணங்களில் பிராமணார்த்தம் சாப்பிடும் சாஸ்திரிகளுக்கும் மிட்டாய் கடை வைத்திருக்கும் சேட்டுகளுக்கும் லேவாதேவி செய்யும் செட்டியார்களுக்கும்தான் அவ்வளவு பெரிய தொந்தி இருக்கும். குறவர்கள் ஒல்லியாகவும் கட்டமைந்த சரீரமுடையவர்களாயும் இருப்பார்கள். இதைக் கவனிக்கும்படி கேட்டுக்கொண்டு இந்த அரும் பெரும் மதிப்புரையை முடிக்கிறேன்.

- ஆனந்த விகடன், 16.11.1931

2
மேனகா

*1935*ஆம் வருஷசத்தில் தமிழ் டாக்கி எவ்வளவு தூரம் கீழ்நோக்கிப் போக முடியுமோ அவ்வளவும் போய்விட்டது. வருஷக் கடைசியில் அது சற்று முன்னேற்றம் காட்டியிருப்பது மிகவும் மகிழ்ச்சிக்குரியதாகும். அடுத்த 1936ஆம் வருஷத்தில் தமிழ் டாக்கி மேலும் மேலும் அபிவிருத்தியடைக் கூடுமென்பதற்கு 'மேனாகா' ஒரு சுபசூசகம் என்று சொல்லலாம்.

இவ்வருஷத்தில் ஏற்கனவே இரண்டு சமூகக் கதை டாக்கிகள் வெளியாயின. அவைகளைப் பார்த்ததும், "ஐயோ! வேண்டாம்! சமூகக் கதை டாக்கிகள் வேண்டாம். பழைய புராணக் கதைகளே பாதகமில்லை" என்று கதற வேண்டிய வர்களானோம். அதற்கு மாறாக, 'மேனகா'வைப் பார்த்ததும், "தமிழ் டாக்கிகளுக்கு விமோசனம் உண்டு. சமூகக் கதை டாக்கிகளும் நன்றாய்க் கொண்டுவரலாம்" என்ற நம்பிக்கை ஏற்படுகிறது.

சிறந்த கதை

வடுவூர் கே. துரைசாமி அய்யங்கார் அவர்கள் ஆரம்பத்தில் எழுதிய ஐந்தாறு நாவல்களுடன் நிறுத்திக்கொண்டிருந்தால், தமிழ் வசன இலக்கியத்தைச் சிருஷ்டித்தவர்களுக்குள்ளே ஒரு சிறந்த ஸ்தானத்தைப் பெற்றிருப்பார். அவர் கடைசியாக எழுதிய ஐந்தாறு நாவல்களை எழுதாமலாவது இருந்திருக்கலாம். தமிழ்த் தாய்க்கு அத்தகைய அதிர்ஷ்டம் இல்லை.

ஸ்ரீமான் அய்யங்காரின் சிறந்த நாவல்களுக்குள்ளே தலைசிறந்தது

'மேனகா'தான். "புத்தகத்தைக் கையில் எடுத்தால் முடிக்காமல் கீழே வைக்க மனம் வராது" என்று சொல்கிறார்களே, அந்த ரகத்தை உண்மையிலேயே சேர்ந்த கதை. "மேலே என்ன வருகிறது?" என்று மூச்சுப்போகும் பரபரப்புடன் கவனிக்கக் கூடிய கதா சந்தர்ப்பங்கள் நிறைந்தது.

கதையில் ஒரே ஓர் இடத்தில்தான் நமக்கு நம்பிக்கை உண்டாவது சிரமமாயிருக்கிறது. மேனகா ஆஸ்பத்திரி நர்ஸ் வேஷத்தில் இருக்கும்போது அவளை, சிகிச்சையிலிருந்த கணவன் வராகசாமி மட்டுமன்றி, புத்தித் தெளிவுடனிருந்த அவளுடைய நாத்தனார்மார் இருவரும்கூடக் கண்டுபிடிக்க முடியவில்லை யென்பது அவ்வளவு ஒப்புக்கொள்ளத் தக்கதாயில்லை. (கதையில் படித்தபோது ஒருவாறு கற்பனை செய்துகொண்டு நம்பிவிட்டோம். ஆனால் டாக்கி திரையில் பார்க்கும்போது அந்த நம்பிக்கை உண்டாகவில்லை.)

மற்றப்படி, புத்தகத்தில் கதை எவ்வளவு ருசியுடன் மேலே மேலே போகிறதோ அவ்வளவு ருசியுடன் டாக்கி கதையும் போகிறது. கதா சந்தர்ப்பங்களையெல்லாம் மிக நன்றாய்ப் பயன்படுத்திக் கொண்டிருக்கிறார்கள்.

சில நல்ல கட்டங்கள்

கலெக்டர் துரை "டீ நன்றாயில்லை" என்று திட்டுவதற்காகப் பட்லரைக் கூப்பிடுகிறார். அப்போது தாசில்தார் ராயர் வருகிறார். அவர் மூஞ்சியில் துரை டீயைக் கொட்டுகிறார்! பிறகு பார்த்துவிட்டு, "அடடா! நீரா? உட்காரும்!" என்கிறார். "தாங்யூ சார்!" என்று சொல்கிறார் தாசில்தார்.

தாசில் ராயர், டிபுடி கலெக்டர் சாம்பசிவ அய்யங்கார் மீது கோள் சொல்லிக்கொண்டிருக்கும்போதே, டிபுடி கலெக்டரின் சேவகன் வந்து அவருடைய 'லீவு விண்ணப்பம்' கொடுக்கிறான். துரை கோபித்துக்கொண்டு அதைக் கிழித்தெறிகிறார். சேவகன் தாசில்தாரை, "துரை என்ன சொல்கிறார்?" என்று கேட்கிறான். "கிடக்கிறானடா! முட்டாள் பயல்! நான் பார்த்துக்கொள்கிறேன்" என்று தமிழில் தைரியமாய்ச் சொல்கிறார் தாசில்தார் ராயர்.

பிறகு, தாசில்தார் எழுந்துபோகும்போது, துரையின் சப்ராஸியுடன் முட்டிக்கொள்ள, டீ பாத்திரங்கள் விழுந்து உடைகின்றன. சப்ராஸிக்கு ஐந்து ரூபாய் கொடுக்கிறார் தாசில்தார். "அதிருக்கட்டும்! துரைக்கு நம்ம பாஷை தெரியாதுன்னுதானே நீர் அவரை முட்டாள் பயல் என்று திட்டினீர்! நான் சொல்லிவிட்டால் என்ன செய்வீர்?" என்று சேவகன் கேட்டதும், தாசில்தார் அவனுக்கு இன்னொரு நோட் கொடுக்கிறார். அதை வாங்கிக்கொண்டதும், சப்ராஸி, காலில் ஏதோ குத்திக் காயம் பட்டு, அதனால் டீ தட்டு கீழே விழுந்ததுபோல் நடிப்பது அற்புதமாயிருக்கிறது.

இம்மாதிரியே ரஸமான கதா சந்தர்ப்பங்கள் பல வருகின்றன. தாஸியின் ஆட்கள் சாமாவைச் சாக்கில் கட்டி ரயில் தண்டவாளத்தில் போட்டுவிட்டுப் போவது ஒன்று. ரயில் அதிவேகமாய் வருகிறது; சாக்கிற்குள் இருப்பவர் நெளிந்து துடிக்கிறார். லெவல் கிராஸிங் கேட்டிலுள்ள காவல்காரர் இருவர் ஓடி வந்து சாக்கை உருட்டி விடுகிறார்கள். சாக்கை அவிழ்த்ததும் சாமாவின் தலை வெளிப்படுகிறது. முழுதும் வெளிவராமல். "அப்பா! ஒரு வஸ்திரம் கொடேன் " என்கிறார் சாமாவய்யர். ரயில் வரும் சமயம் இன்னும் கொஞ்சம் பரபரப்பு ஏற்படும்படி காட்டியிருக்கலாமென்றாலும், பொதுவாக இந்த இடம் நன்றாயிருக்கிறது.

கதையில் இரண்டு இடத்தில் விளக்குமாறு வருகிறது. சாம்பசிவய்யங்கார் பெருந்தேவியை அடிக்க ஓடுகிறார். பெருந்தேவி விளக்குமாற்றை எடுத்துக்கொள்கிறாள். இடையில் குறுக்கிடும் சாமாவுக்கு விளக்குமாற்று அடி விழுகிறது. "என்னை ஏண்டி அடிக்கிறாய்?" என்று சாமா கேட்கிறான். கதைப்போக்கிலிருந்து சாமாவுக்கு, "இதுவும் வேண்டும் , இன்னமும் வேண்டும்" என்ற எண்ணம் நாம் கொண்டிருப்பதால் இந்த இடத்தை அநுபவிக்கிறோம்.

இன்னொரு சமயம், பெருந்தேவி விளக்குமாற்றுக் கையுடன் சாமாவிடம் வருகிறாள். "என்னடீ இது?" என்கிறான் சாமா. இல்லேடா! பெருக்கிண்டிருந்தேன் என்று சொல்லிவிட்டு, விளக்குமாற்றைத் தூர எறிகிறாள்.

இந்த இரண்டு சந்தர்ப்பங்களிலிருந்தும் விளக்குமாற்றைக் கூட ரஸமாக டாக்கியில் கொண்டு வரக்கூடுமென்று அறிகிறோம்.

ஹாஸ்ய ரஸம்

ஹாஸ்ய ரஸம் இரண்டொரு இடத்தில் மட்டுமே ஆபாச ரஸத்துக்கு இறங்குகிறது. பொதுவாக உயர்தர ஹாஸ்யமே அதிகம்.

ஹாஸ்ய ரஸத்தில் தலை சிறந்து விளங்குவது பைத்திய ஆஸ்பத்திரி காட்சியாகும். அநேக ரகமான பைத்தியங்களில் நாடகப் பைத்தியமும் ஒரு வகையல்லவா? ஒரு பைத்தியம் தன்னுடைய பட்டமகிஷியை அழைத்துவரச் சொல்லி, "சிங்காரி ஓய்யாரி" என்று பாடுகிறது. இந்தப்பைத்தியங்களிடையே டிபுடி கலெக்டரைத் தேடிவரும் சேவகன் அகப்பட்டுக்கொள்வதும், அவனைச் சுற்றிப் பைத்தியங்கள் ஆடிப்பாடுவதும் வெகு நன்றாயிருக்கின்றன.

சங்கீதம்

இந்த டாக்கி வெற்றியடைந்தால் ஒரு விஷயம் நிச்சயமாகும். அதாவது, தமிழ் டாக்கி வெற்றியடைவதற்கு அநேகர் நினைப்பது போல் சங்கீதம் அவசியமில்லையென்பது.

பாட்டுக்கள் கொஞ்சந்தான்; அவையும் ரொம்பக் கீழ்த்தரம். இந்தக் கொஞ்சம் பாட்டுக்களும் இல்லாமலிருந்தால் எவ்வித நஷ்டமும் ஏற்பட்டிராது.

முக்கிய கதாபாத்திரங்கள் பாடுவதெல்லாம் மோசந்தான்; பாடும் சந்தர்ப்பங்களும் அநேகமாய்ப் பொருத்தமில்லை. பொருத்தமான நல்ல பாட்டுக்கள் தனியாயிருக்கும்போது பாடுவது நன்றாயிருக்கிறது. தாஸி வீணை வாசித்துக்கொண்டு பாடுவதும், அதற்குப் பிறகு சாமாவும் தாஸியும் மாற்றி மாற்றிப் பாடுவதும் ஸ்வரமாய் நன்றாயிருக்கின்றன. பைத்தியக்காரர்களின் பாட்டு ஏ 1 ரகம். டாக்கிக்கு இவ்வளவு பாட்டே போதுமானது. கச்சேரிகளில் பாடப்படும் வித்வத் ததும்புகிற உயர்தர சங்கீதம் முற்றும் அநாவசியம்.

சம்பாஷணை

இதுவரையில் வெளியாகியிருக்கும் தமிழ் டாக்கிகளுக்குள், உயர்தர சம்பாஷணை ரஸத்தை இந்த 'மேனகா' வில் தான் காண்கிறோம்.

"சேலத்துக்கு என்னையும் அழைத்துப் போங்கள்" என்று மேனகா கோருகிறாள்.

“நீ ஸ்திரீயாயிற்றே? உன்னை அங்கே அழைத்துக்கொண்டு போனால் எங்கே தங்குவது?” என்று வராகசாமி கேட்கிறான்.

“ஒரு ஸ்திரீக்குத் தங்க இடம் கொடுக்காத அந்தச் சேலம் வாசிகள் எப்படிப்பட்ட மனிதர்கள்?” என்று மேனகா கேட்கிறாள்.

வீணை வாசித்துக்கொண்டு பாடிய தாசியைப் பார்த்து, சாமா, “உன்னைப் பார்த்தால் சாக்ஷாத் ஸரஸ்வதியைப் போலவே இருக்கிறது” என்கிறான்.

“உங்கள் தயவு இருந்தால் இன்னும் சற்று நேரத்தில் லக்ஷ்மியாகக்கூட ஆகிவிடுவேன்?” என்கிறாள் தாஸி.

இம்மாதிரி பல சந்தர்ப்பங்களில் சாதுர்யமான சம்பாஷணையைக் கேட்கிறோம்.

அநேகமாக எல்லாரும் இயற்கையாகப் பேசுவது போலவே பேசுகிறார்கள். சிற்சில இடங்களில் விதிவிலக்கு ஏற்படுகிறது. வராகசாமி “என் மேனகாவைக் கொண்டார்றேன்” என்று கூவிக்கொண்டு கிளம்புவது ஓரிடம் ஆனால் மொத்தத்தில் சம்பாஷணைக்கு 100க்கு 90 மார்க்குக் கொடுக்கலாம்.

நடிகர்களும் நடிப்பும்

கதாநாயகர்கள் முதல் சேவகர்கள் வரையில் ஏறக்குறைய எல்லாருடைய நடிப்பும் ஒரே அளவில் உயர்தரமாயிருப்பது மிகவும் திருப்திகரமான அம்சம். குறிப்பிட்டுச் சொல்ல வேண்டுமானால், சாமாவாகவும் கோமளமாகவும் நடித்தவர்களைக் குறிப்பிட வேண்டும். மற்றொரு விதத்தில் பெருந்தேவியின் நடிப்பு சிறந்து விளங்குகிறது. அந்த வேஷம் பூண்டவர் ஆண்பிள்ளையாதலால், அவ்வளவு இயற்கையாக நடித்தது வியக்கத்தக்கது.

சில தவறுகள்

பாத்திரங்களின் குண விசேஷங்களைக் காட்டுவதில் இரண்டு தவறுகள் இருக்கின்றன. டிபுடி கலெக்டருடைய வேலைக்காரனை எப்போதும் , எஜமான விசுவாசமும், நன்கறியவும், சிரத்தையும் உள்ளனவாய்க் காட்டியிருக்க வேண்டும். முதலில் அவனை ஒரு கோமாளியாகக் காட்டியிருப்பது தவறு.

இதன் பயனாக, பின்னால் அவனும் அவன் மனைவியும் மகளும் மிகவும் சோகமுள்ள ஒரு கட்டத்தை நடிக்கும்போது சபையில் சிரிப்பு உண்டாகிறது.

வராகசாமியைப் படிப்பில் மட்டும் கெட்டிக்காரனாகவும், உலக விவகாரம் தெரியாதவனாகவும், சகோதரிகளால் அடக்கி ஆளப்படுபவனாகவும், முதலில் காட்டியிருக்க வேண்டும். வராகசாமியின் இந்தக் குண விசேஷம் நன்றாய் வெளியாகவில்லை.

டிபுடி கலெக்டரின் வீட்டில் திருடர்கள் புகுந்து அவருடைய மனைவியை அடிக்கும் இடத்தில் மிகவும் விரஸம் ஏற்படுகிறது. அங்கே அவ்வளவு வளர்த்தாமல் விட்டிருக்கலாம்.

நைனா முகம்மது போர்த்திப் படுத்துக்கொண்டிருந்த தன் மனைவியை மேனகா என்று நினைத்துக்கொண்டு பேசுமிடத்திலும் அதிகமாக வளர்த்தப்படுகிறது.

மேனகா கத்தியை வைத்துக்கொண்டு பாடுவது இவ்வளவு நல்ல படத்தில் மன்னிக்க முடியாத அசந்தர்ப்பம்.

வராகசாமி மேனகாவை அறிந்ததும், டிபுடி கலெக்டரின் தாயார் அவர்களை ஆசீர்வதிக்கும் இடத்தில் டாக்கியை முடித்திருக்கலாம். அதற்குப் பிறகு வருவதெல்லாம் நமது பொறுமையைப் பரிசோதிப்பதற்கென்றே தோன்றுகிறது.

முடிவுரை

"இன்னொரு தடவை பார்க்க வேண்டும்" என்று ஆசை உண்டாகக்கூடிய தமிழ் டாக்கி எதுவும் இதற்கு முன் நான் பார்த்ததில்லை என்று சொல்லியிருக்கிறேன். ஆனால் 'மேனகா'வை இன்னொரு தடவை பார்க்கலாமென்று விருப்பமுண்டாகிறது. தனித்தனியே வெவ்வேறு அம்சங்களும் சேர்ந்து இவ்வளவு நன்றாயமைந்த தமிழ் டாக்கி இதுவரை வரவில்லை யென்றே சொல்லலாம்.

- ஆனந்த விகடன், 22.12.1935

3
இரு சகோதரர்கள்

நல்ல கிராமபோன் பிளேட்டைக் கேட்டதில், சந்தோஷ மிருந்தாலும் ஆச்சரியம் ஒன்றும் கிடையாது. ஏற்கெனவே, எத்தனையோ நல்ல கிராமபோன் பிளேட்டுகள் வந்திருக்கின்றன; இனியும் வரப்போகின்றன. ஆனால் நல்ல தமிழ் டாக்கியைப் பார்த்தால், சந்தோஷத்துடன் ஆச்சரியமுந்தான் உண்டாகிறது.

பார்க்காதவர்களுக்கு நம்பிக்கைகூட உண்டாகாது. "தமிழ் டாக்கியா நன்றாயிருக்கிறது? நிஜமாய், தமிழ் டாக்கியா? போங்கள், ஐயா! போங்கள்! பொய் சொன்னாலும் பொருந்தச் சொல்லுங்கள்" என்பீர்கள். இந்த டாக்கி, 100க்கு 100 பங்கு ஆடல் பாடல்கள் ததும்பும் டாக்கி அல்ல என்பதை முதலிலேயே சொல்லி விடுகிறேன். உண்மையில், இதில் ஆட்டமே கிடையாது; திண்டாட்டந்தான் இருக்கிறது. அதாவது வேலையில்லாத திண்டாட்டத்தைக் குறிப்பிடுகின்றேன். "ஆஹா! வேலையில்லாத் திண்டாட்டமே! உன் கொடுமைதான் என்ன?" என்று கதாநாயகன் ஓரிடத்தில் புலம்புகிறார். இருக்கலாம்; ஆனாலும் அந்த வேலையில்லாத திண்டாட்டம் இப்போது ஒரு நல்ல தமிழ் டாக்கியைக் கொண்டுவந்துவிட்டது என்பதை நாம் மறக்கக் கூடாது.

"நல்ல தமிழ் டாக்கி" என்று நான் எவ்வளவு தடவை பொதுப்படையாய்ச் சொன்னாலும் நீங்கள் நம்ப மாட்டீர்கள். ஆகையால், ஏன், எப்படி, என்னமாய் என்பதாக அக்கு வேறு ஆணி வேறாய்ப் பிரித்துக் காட்டுகின்றேன்.

கதை

சர்வ சாமான்யமானது. சம்வங்கள் எல்லாம் வாழ்க்கையில் எதிர்பார்க்கக் கூடியன. மர்மமா, மூடு மந்திரமா, திகைக்கத் தக்க சம்பவங்களா,

ஒன்றுமில்லை. இவ்வளவு சாதாரண கதையை வைத்துக்கொண்டு இவ்வளவு போஷான டாக்கியைத் தயாரித்தவர்கள் மிகவும் திறமைசாலிகள். சம்பாஷணை இயற்கையாகப் பேசி இயற்கையாக நடந்துகொள்ளும் மனிதர்களையும், ஸ்திரீகளையும் இந்த டாக்கியில் பார்க்கிறோம். இந்த அம்சத்தில், இதற்குமுன் வெளியான எல்லாத் தமிழ் டாக்கியையும்விட இது சிறந்து நிற்கிறது. சம்பாஷணையில் சாதுர்யமும், குற்றமற்ற நகைச்சுவையும் அநேக இடங்களில் வருகின்றன. இரண்டொரு சந்தர்ப்பங்களில் மட்டும் நடிகர்கள் திடீரென்று இலக்கண பண்டிதர்களாகி விடுகிறார்கள். விட்ட குறை தொட்ட குறை காரணமாயிருக்கலாம்.

நடிப்பும் நடிகர்களும்

நடிப்புத் திறமை சில இடங்களில் இங்கிலீஷ் டாக்கிகளின் அளவுக்கு உயர்ந்துவிடுகிறது.

கதாநாயகனாக நடிக்கும் ஸ்ரீமான் கே.பி. கேசவனைப் பற்றி ஒரேஒரு குறைதான் சொல்ல இருக்கிறது. ஆனால் அதற்குப் பொறுப்பாளி அவரல்ல; அவரைப் படைத்த பிரம்மாதான். "அடாடா! இவ்வளவு நடிப்புத் திறமை இருக்கிறதே இவரிடம்...? மனிதர் இன்னும் கொஞ்சம் உயரமாயிருக்கக் கூடாதா? இன்னும் கொஞ்சம் ஒல்லியாய்த்தான் இருக்கக் கூடாதா? இல்லை; பல்லாவது இன்னும் கொஞ்சம் சின்னதாயிருக்கக் கூடாதா? அப்படியெல்லாம் இருந்துவிட்டால், இவர் உயர்ந்த மேல்நாட்டு நட்சத்திரங்களுக்குச் சமமாய் ஜொலிப்பாரே!" என்று பரிதாபப்படுகிறோம்.

அடுத்தப்படி, தமையனாக நடிக்கும் பெருமாளும், அவன் மைத்துனனாக நடிக்கும் பாலையாவும் ரொம்பத் திறமையுடனும் இயற்கையாகவும் நடிக்கிறார்கள். போலீஸ் இன்ஸ்பெக்டர், கார்ப்பொரேஷன் உத்தியோகஸ்தர் இவர்களும் பாதகமில்லை.

ஸ்திரீ நடிகர்களுக்குள், அந்தப் பல்லுப்போன பாட்டிக்குத்தான் முதல்பரிசு கொடுக்க வேண்டும். பசுபதியிடம் கோள் சொல்லும்போது, ஓரிடத்தில் அவன் தடுத்துக் கேட்கையில், "உம் பெண்டாட்டி!" என்று அழுத்தந்திருத்தமாய்ச் சொல்கிறாளே, அது ஒன்றே போதும். அடுத்தப்படி, வேலைக்காரியும் இரு சகோதரர்களின் மனைவியரும் இயற்கையாகவும் திறமையுடனும் நடிக்கிறார்கள்.

பாட்டு

நடிப்பு எவ்வளவுக்கு மேல் தரமாயிருக்கிறதோ, அவ்வளவுக்குப் பாட்டு மோசம். இதுவும் ஒரு நன்மைக்குத்தான் என்று நினைக்கிறேன். "பாட்டு வேண்டும்" "பாட்டு வேண்டும்" என்று கேட்கும் ஜனங்களை, "பாட்டு வேண்டாம்... வேண்டாம்!" என்று கதற அடிப்பதற்கு ஒரு யுக்தி அல்லவா?

பொம்மை விற்கும் பாட்டும், கஞ்சா சாமி பாடுகிற "மாலை தென்றல் வரும் மாங்குயில் கூவும் தொனி பார்!" என்ற பாட்டும் மிக நன்றாயிருக்கின்றன. கதாநாயகனின் ரேடியோ பாட்டு, சாதாரணமாய் நாம் ரேடியோவில் கேட்கும் பாட்டை நன்றாய் ஞாபகப்படுத்துகிறது. பாக்கிப் பாட்டுகளை எடுத்துவிடும்படி நான் சொல்லவில்லை; ஏனென்றால், நான் சொன்னால் அவர்கள் கேட்க மாட்டார்கள்.

மேலும், நல்ல நடிப்புத் திறமையுடன் நல்ல பாட்டும் இருந்துவிட்டால், படம் எதனால் வெற்றியடைந்தது என்பது தெரியாமல் போய்விடும். நடிப்புத் திறமையை நமது ஜனங்கள் பாராட்டுகிறார்கள் என்பதற்கு, இதைப் போன்ற டாக்கிகள் வெற்றியடைவதுதான் சிறந்த நிரூபணமாகும்.

சில நல்ல காட்சிகள்

கதாநாயகன் நாடக ஒத்திகை நடத்துவதும், கஞ்சா சாமிகள் குஷாலாகப் பாடிக்கொண்டிருக்கையில் பசுபதி அங்கு வர, அவனை அவர்கள் பலவிதமாகப் பார்க்கும் காட்சியும், வேலையில்லாதவர்கள் நடத்தும் மீட்டிங்கும் உயர்தர நகைச் சுவையுடன் வெகு நன்றாயமைந்திருக்கின்றன. இன்னொரு தடவை பார்க்க வேண்டுமென்று தூண்டக்கூடிய காட்சிகள் இவை.

ரொம்ப உயர்ந்த கட்டம்

கதாநாயகன், தன் மனைவி ஓடிவிட்டாள் என்ற தந்திச் செய்தியின் காரணமாக, வெறி பிடித்தவன் போல் நடிக்கும் இடம், மிகவும் உயர்தர மேனாட்டு நடிகர்களின் உணர்ச்சி பொருந்திய நடிப்பை நமக்கு ஞாபகப்படுத்துகிறது.

ரொம்ப மோசமான கட்டங்கள்

1. கதாநாயகன், தந்தியின் உண்மையை அறிய வேண்டுமென்ற எண்ணமில்லாமல், குழந்தைகளையும் நினையாமல், தூக்குப் போட்டுக்கொள்ளப் போகிறான். பெரிய தடிக் கயிற்றைத்தான் மாட்டிக்கொண்டு தொங்குகிறான். அந்தத் தடிக்கயிறு, அந்த விநாடியில், இடி விழுந்தோ என்னமோ அறுந்துவிடுகிறது! "கதைக்குக் காலில்லை" என்று எண்ணித்தான் இங்கே நாம் திருப்தியடைய வேண்டும்.

2. அந்த உத்தம வேலைக்காரி, ஒட்டுக் கேட்டு, பசுபதியின் மனைவியை ஜமீன்தார் கொண்டுபோய்விட்டான் என்று தெரிந்து கொள்கிறாள். உடனே, அந்த முரட்டுப் பெண் தெய்வம் ஆண் பிள்ளைகளையெல்லாம் கதறப் பதற அடிக்கும் அந்த தீர ஸ்திரீ என்ன செய்கிறாள்? ஜமீன்தார் வீட்டுக்கு ஓடுகிறாளோ? அல்லது அண்டை அயல் வீடுகளுக்காவது சென்று கூச்சல் போட்டு ரகளை பண்ணுகிறாளா? இது ஒன்றுமில்லை. சவுக்க காலத்தில் நிதானமாய் ஒரு பாட்டுப் பாடுகிறாள். பிறகு, சிவனே என்று படுத்துக்கொண்டு தூங்கிப்போய்விடுகிறாள்!

3. மனைவி ஓடிப்போன செய்தி கேட்டு வெறிகொண்ட கதாநாயகன், தூக்குப் போட்டுக்கொள்ளத் துணிந்தவன், வீட்டுக்குத் திரும்பி வந்ததும், "சிவ சிவா" என்று திண்ணையில் உட்கார்ந்திருக்கிறான். கோர்ட்டிலிருந்து திரும்பிவந்த தன் மனைவியைப் பார்த்ததும், எவ்வித உணர்ச்சியும் காட்டாமல் "சாந்தாவா? ஹா!" என்று சொல்லிவிட்டு வேறு வேலையைப் பார்க்கிறான்!

முடிவுரை

இந்த டாக்கியில் ஆபாசம் என்பது லவலேசமும் கிடையாது. பத்தாயிரம், இருபதினாயிரம் கொடுத்த நக்ஷத்திரங்கள் இல்லை. உயர்ந்த சங்கீதம் இல்லை. மலை பிளப்பது, ஆகாயம் வெடிப்பது, சமுத்திரம் நெருப்பாய் எரிவது முதலிய பிரமிக்கத்தக்க காட்சிகளும் இல்லை. ஆகவே இந்த டாக்கி வெற்றி பெற்றதென்றால், டைரக்டருடைய சாமர்த்தியமும், நடிகர்களின் நடிப்புத் திறமை, பேச்சுத் திறமையுந்தான் அதற்குக் காரணங்களாகும். எனவே, வருங்காலத்தில் தமிழ்நாட்டின் கலைவளர்ச்சியைப் பற்றி நாம் நம்பிக்கைகொள்வதற்கு இடமுண்டு.

- ஆனந்த விகடன், 17.01.1937

4
முசிரி துகாராம்

முசிரி சுப்பிரமண்ய ஐயர் நம்மை மறுபடியும் ஏமாற்றி விட்டார்!

சென்ற சில காலமாகவே அவர் நம்மை ஏமாற்றுவது சகஜமாயிருந்து வருகிறது. உடம்பு சரியில்லையென்றும், தொண்டை சரியில்லையென்றும் சொல்லிக் கச்சேரிக்கு வராமல் ஏமாற்றி வருகிறார். சென்றமாதக் கடைசியில்கூட மயிலாப்பூர் ரஸிக ரஞ்சனி சபைக்கு இம்மாதிரி ஒரு ஏமாற்றத்தை அளித்தார்.

"இந்த இலட்சணத்தில் டாக்கி என்ன வேண்டிக் கிடக்கிறது? அது மட்டும் வெளியாகட்டும்; வெளுத்து வாங்கிவிடலாம்" என்று நான் கர்வங் கட்டிக்கொண்டிருந்தேன். முசிறி டாக்கியில் சேர்ந்தார் என்ற பிரஸ்தாபம் காதில் விழுந்தது முதலே, எனக்கு இம்மாதிரி ஆசை கொஞ்சம் இருந்தது. "சங்கீத வித்வானாய் இலட்சணமாய்ப் பேசாமல் பாடிக்கொண்டிருக்கக் கூடாதா? டாக்கியில்சேர்ந்து ஏன் பெயரைக் கெடுத்துக் கொள்கிறார்!" என்ற நினைவு ஒரு புறம். "வெறுமனே இவரைப் பாராட்டிப் பாராட்டிச் சலித்து விட்டது; ஒரேயடியாய்த் தீர்த்துக் கட்டுவதற்கு ஒரு சந்தர்ப்பம் வரட்டும்" என்னும் ஆவல் ஒரு பக்கம்.

டாக்கி எடுக்க ஆரம்பித்த பின், அதற்கு நேரிட்டு வந்த இடையூறுகளைப் பற்றி வெளியாகி வந்த வதந்திகள் அந்த ஆசையை அதிகப்படுத்தி வந்தன. "சரிதான்; கடைசியில், சரியாக மாட்டிக்கொள்ளப் போகிறார்" என்று

எண்ணியிருந்தேன். அந்த எண்ணம் பலிப்பதற்கின்றி என்னை மனுஷ்யர் அடியோடு ஏமாற்றிவிட்டாரே! ஒரு நல்ல முதல் தர டாக்கியை எப்படியோ கொண்டுவந்துவிட்டாரே!

இந்தப் படத்தை "முசிரி துகாராம்" என்று சொல்வது முற்றிலும் பொருந்தும். ஆரம்பம் முதல் முடிவு வரையில் முசிறிதான் பிரதானமாக விளங்குகிறார். படத்தின் சிறப்புக்கெல்லாம் இவர்தான் காரணம் என்று சொல்லுவதே அநாவசியம். அந்த டாக்கிக்கு டைரக்டர் யார் என்னும் விவரம், முதலில் காட்டும் பெயர் அட்டவணையில் காணப்படவில்லை . (ஐந்தாறு டைரக்டர்களின் கைமாறியதாகக் கேள்விப்பட்டோம்.) ஆனால், முசிரியைப் பற்றிய வரையில் அவரே டைரக்டராகவும் இருந்திருக்கிறார் என்று ஊகிக்க இடமிருக்கிறது.

முதலில், வேஷப் பொருத்தத்தைச் சொல்லுங்கள்! முசிரி டாக்கிக்காக மீசை வளர்த்துக் கொள்கிறார் என்று கேள்விப்பட்டபோது நமக்கெல்லாம் பரிகாசமாயிருந்தது. மீசையுடன் சென்னையில் சபை முன்னால் வருவதற்கு வெட்கப்பட்டுக் கொண்டுதான் அப்போதெல்லாம் கச்சேரிகளுக்கு மட்டம் போட்டுவிட்டார் என்றும் சொன்னார்கள். ஆனாலும், அதிலிருந்தே டாக்கி வெற்றி பெருவதில் அவர் எவ்வளவு சிரத்தையுடன் இருக்கிறார் என்று

ஒருவாறு தெரிந்தது. இப்போது, திரையில் பார்த்தால், "ஆகா! என்ன பொருத்தம்! என்ன வேஷப் பொருத்தம்! என்ன மீசைப் பொருத்தம்!" என்று ஆச்சரியப்பட வேண்டியவர்களாகிறோம். மீசை ஒன்றுமட்டும் பொய் மீசையாயிருந்திருக்கும் பட்சத்தில், படமே ஒரு கேலிக்கூத்துப்போல் நமக்குத் தோன்றியிருக்கக்கூடும். முசிரி அதற்கு இடம் வைக்கவில்லை.

மீசை தான் இஷ்டப்பட்டால் வளர்த்துக்கொள்ளலாம்; அது அவரவர்கள் கையில் உள்ள விஷயம். ஆனால், நடிப்புக் கலையை இஷ்டப்பட்டால் வளர்த்துக்கொண்டுவிட முடியுமா? இந்த பாகவதர் கச்சேரி வித்வான் இவ்வளவு இயற்கையாகவும் அழகாகவும் நடிக்க எங்கே கற்றுக் கொண்டார்? எப்போது கற்றுக் கொண்டார்? ஆச்சரியமாகவல்லவா இருக்கிறது?

இறைவனுடைய பக்தி பரவசத்தில் சதா ஈடுபட்ட ஒரு பரம பக்தரிடம் நாம் எதிர்பார்க்கும் சாந்தம், கருணை, சகிப்புத்தன்மை முதலிய உயர் குணங்களெல்லாம் இவரிடம் பூரணமாய்ப் பொலிந்திருப்பதைக் காண்கிறோம். குடும்ப வாழ்க்கையில் தாமரை இலைத் தண்ணீரைப் போல் பட்டும் படாமலும் ஈடுபட்டிருப்பதை வெகு தெளிவாகத் தம் நடை உடை பாவனைகளினால் உணர்த்துகிறார். இதனால் எப்போதும் ஒரே நிதானமாய், நிர்விகல்ப சமாதியிலேயே இருந்துவிடவில்லை. பரபரப்புக் காட்ட வேண்டிய இடங்களில், உணர்ச்சி பொங்கும்படி நடிக்க வேண்டிய இடங்களில், அவ்வாறே நடிக்கிறார். ஆனால் இதெல்லாம் நடிப்பு என்று நம்புவதுதான் நமக்குக் கஷ்டமாயிருக்கிறது. படத்தின் ஆரம்பத்தில், "ஜீஜா! ஏன் குழந்தையை அடிக்கிறாய்?" என்று அவர் கூறும்போதே, அந்தக் குரலின் கனிவு நம்மை உருக்கிக் கண்ணில் ஜலம் வருவித்துவிடுகிறது. இப்படி அநேக கட்டங்கள் இருக்கின்றன.

நடிப்புத் திறமை நாம் முசிரியிடம் எதிர்பாராதது ஆனால், சங்கீத மேன்மையோ எதிர்பார்த்தது. அது எப்படியிருக்கிறது? எதிர்பார்த்ததற்கு அதிகமுமில்லை, குறைவுமில்லை என்றுதான் சொல்ல வேண்டும்.

முதன்முதலில் இந்த டாக்கியைப் பற்றிப் பிரஸ்தாபம் ஏற்பட்டபோது ஒருவர் வந்து 'ஸ்ரீ தியாகராஜா'வில் மதனி வேஷத்தில் வந்த சீதாதான் துகாராமின் மனைவியாக வரப் போகிறாளாம். பாவம்! முசிரியை அழவைத்துவிடுவாள்! என்று பரிதாபப்பட்டார். இதைக் கேட்ட இன்னொருவர், "ரொம்ப நன்றாயிருக்கிறது! முசிரியை இன்னொருவர் அழப் பண்ணுவானேன்? அவரேதான் அழுது

விடுவாரே!" என்றார். மூன்றாவது மனுஷர் ஒருவர், "ஏற்கனவேயே அழுவார் என்றால், இப்போது கேட்க வேண்டியதில்லை. டாக்கியெல்லாம் கண்ணீராய்த்தானிருக்கும்!" என்று முத்தாய்ப்பு வைத்தார்.

இது உண்மைதான்; துகாராமில் முசிரி அசாத்தியமாகத்தான் அழுதிருக்கிறார். ஆனால், அந்த அழுகையெல்லாம் சுத்தமான கர்நாடக ராகங்களில் அழகாக அமைந்தது. ஒரு தடவை இரண்டு தடவை மூன்று தடவை கேட்க வேண்டுமென்று தூண்டக் கூடியதாயிருக்கிறது.

வாழ்க்கையில் கஷ்டத்தை வெறுக்கும் மனிதர்கள் கலைகளில் மட்டும் சோக ரஸத்தை அநுபவிப்பதில் ஏன் இவ்வளவு இன்பமடைகிறார்கள் என்பது சிருஷ்டி ரகசியங்களில் ஒன்று. அதைப் பற்றிச் சர்ச்சை செய்ய இடம் இதுவல்ல. நவரஸங்களில் எல்லாவற்றையும்விட அதிகமாக ஜனங்கள் ரஸிப்பது சோகரஸம் என்பதில் மட்டும் சந்தேகம் கிடையாது. சோக ரஸம் இல்லாத எந்த உயர்ந்த இதிகாசமாவது நாடகமாவது காவியமாவது உலகத்தில் உண்டா என்று சொல்லுங்கள்.

சோக ரஸத்தைப் பரிபூரணமாய் அநுபவிப்பதற்குச் சங்கீதத்தைப் போன்ற சிறந்த சாதனம் வேறில்லையென்பதும் நிச்சயம். சிற்சில ராகங்களை வெறுமனை பாடினாலே நம் உள்ளம் குழைகின்றது; ஊனும் உருகுகின்றது. சோகபாவமுள்ள சாஹித்யமும் சேர்ந்துவிட்டாலோ கேட்க வேண்டியதில்லை. அதுவும், ஒரு நல்ல கதையில் நல்ல கட்டத்தில் வருவதாயிருந்தால் சொல்ல வேண்டுமா?

பாபநாசம் சிவனின் சாஹித்யமும், முசிரியின் சங்கீதமும் சேர்ந்து இந்த டாக்கியைச் சிறந்த சங்கீத மேன்மையுடையதாகச் செய்திருக்கின்றன. மனோகரமான பிலஹரி ராகத்தில் "ஜய விட்டல ஜய விட்டல" என்று பாடி முசிரி டாக்கியை ஆரம்பித்து வைக்கிறார். இந்தப் பாட்டில் முசிரியின் சாரீரம் கொஞ்சம் இரைச்சலாகத் தொனிப்பதைக் கேட்கிறோம். ஆனால், அடுத்த பாட்டிலேயே இது சரியாகி விடுகிறது. ஹம்ஸநாதத்தில், "நீயே பராமுகமாயின்" பாடும்போது, ஒரு தூக்குத் தூக்கி விடுகிறார். பின்னால், நாத நாமக்கிரியையில், "சர்வலோக சரண்ய" பாடும்போது, முசிரியின் சங்கீதமும் சாரீரமும் உச்ச நிலையையடைகின்றன.

பாட்டுக்கள் கனராகத்திலும், அபூர்வ ராகத்திலும், பழைய கர்நாடக ராகத்திலும், நவீன கர்நாடக ராகத்திலும் மாறி மாறி அமைந்திருக்கின்றன.

“தேவகி ஸ்ரீ வசு
தேவ குமானே!”

என்னும் பாட்டைத் துகாராம் பாடி முடித்ததும், “இந்த ஒரு பாட்டுப் போதுமே” என்று நான் வாய்விட்டுச் சொன்னேன். ஆனால், என் குரலின் சப்தம் இவ்வளவு பெரியதா என்று சந்தேகம் தோன்றியது. அப்புறம் விசாரித்தால், ஏக காலத்தில், என் அருகில் இருந்தவர்கள் ஐந்தாறு பேரும் அப்படியே சொன்னார்கள் என்று தெரிந்தது. வாய்விட்டுச் சொல்லாத இன்னும் இரண்டு மூன்று பேரும் “நாங்களும் அப்படித்தான் நினைத்தோம்” என்கிறார்கள்.

மேற்படி பாட்டு குந்தலவராளியில் அமைந்தது. சாதாரணமாய், இந்த ராகத்திலுள்ள பாட்டுக்கள் இங்கிலீஷ் நோட்டுக்கள் போல் தொனிக்கும். ஸ்வரங்களைத் தனித்தனியாகப் பிரித்து உதிர்த்து விடலாம்போல் இருக்கும். அத்தகைய ராகத்தில் இவ்வளவு கமகமும் குழைவும் கொடுத்து இவ்வளவு உருக்கத்தை ஊட்டிப் பாடியிருப்பது முசிரி ஒருவருக்குத்தான் சாத்தியம் என்று சொல்லலாம்.

பாட்டுக்கள் எல்லாம் நன்றாய்த்தானிருக்கின்றன. ஆனால் முசிரி ஏற்கனவே பிளேட்டுகளில் கொடுத்துப் பிரபலமான மூன்று மெட்டுக்களை இதில் சேர்க்காமலிருந்தால் ஒன்றும் முழுகிப் போயிராது. அந்தப் பாட்டுக்களை அப்படியே புகுத்த முடியுமாயிருந்தாலும் பாதகமில்லை. அதே மெட்டுக்களில் அதே மனுஷர் வேறு ஸாஹித்யத்தைப் பாடுவது எனக்கு என்னமோ அவ்வளவு ரஸிக்கவில்லை. மற்றவர்களுக்குப் பிடித்திருந்தால் சரி.

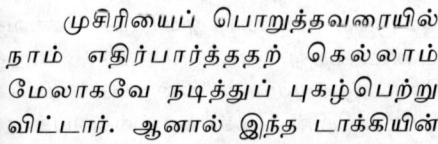

★ ★ ★

முசிரியைப் பொறுத்தவரையில் நாம் எதிர்பார்த்ததற் கெல்லாம் மேலாகவே நடித்துப் புகழ்பெற்று விட்டார். ஆனால் இந்த டாக்கியின் மற்ற அம்சங்கள் எப்படி இருக்கின்றன?

சில நாடகங்களில் டாக்கிகளிலும் ஒருவர், இருவர் உயர்தரமாய் நடிப்பார்கள். மற்றவர்களின் வேஷமும் நடிப்பும் படு மோசமாகயிருக்கும். இந்தத் துகாராமில் அப்படியில்லை. இதில் நடிக்கும் எல்லா நடிகர்களுக்கும்

வேஷம் பொருந்தியிருக்கிறது; எல்லாரும் உயர்தரமாக நடிக்கிறார்கள்.

குழந்தை பால ஸ்ரஸ்வதி, பிறவிலேயே நடிகையாய்ப் பிறந்தவள்போல் நடிக்கிறாள். அவளுடைய முகத்தில் தோன்றும் விதவிதமான பாவங்களைப் பார்த்துக்கொண்டிருப்பதே ஒரு ஆனந்தமாயிருக்கிறது. அவளுடைய நடிப்பு 'பக்த குசேலா'விலும், 'பால யோகினி'யிலும்போல், இதில் அவ்வளவு சிறப்படையவில்லை என்பது உண்மைதான். இதற்குக் காரணம் என்னவென்று நாம் சுலபமாய் ஊகிக்கலாம். குழந்தைகளின் நடிப்பைப் பிரகாசிக்கச் செய்வது டைரக்டரின் திறமை. இதுதான், டைரக்டர் இன்னார் என்றே தெரியாத படமாயிற்றே!

துகாராமின் பெண், ஸாவுகாரிடம் போய்ப் பணம் கடன் கேட்கும்போது, அவர் பணம் கொடுக்காவிட்டால் தானும் தன் தம்பியும் செத்துப்போக வேண்டியதுதான் என்று சொல்லி, "ஐயா! எங்களுக்குச் செத்துப்போகவே தெரியாதே?" என்று ஏதேதோ சொல்கிறாள். அதைச் சொல்லிக் கொடுத்தவர்கள் அப்படிப் பேசுவதை ஹாஸ்ய ரஸம் என்று எண்ணினார்களா, சோக ரஸம் என்று எண்ணினார்களா என்பது தெரியவில்லை. நமக்கு அதில் தெரியவருவது விரஸம் ஒன்றுதான்.

துகாராமின் மனைவியாக நடித்திருக்கும் ஸ்ரீமதி ஸீதாவின் புகழ் இந்தப் படத்தினால் வளரும் என்பதில் சந்தேகமில்லை. இவருடைய நடிப்பிலே அப்பழுக்குச் சொல்ல முடியாது. (பேச்சில் மட்டும் சில சமயம் இலக்கணத்திலிருந்து திடீரென்று கொச்சைக்கும் கொச்சையிலிருந்து திடீரென்று இலக்கணத்துக்கும் நழுவுகிறார்) சோகம், கோபம், உற்சாகம், சந்தோஷம், அருவருப்பு, ஏளனம், அதிசயம் முதலிய பாவங்கள் இவர் முகத்தில் அற்புதமாய்ப் பிரதிபலிக்கின்றன. துகாராமிடம் விடைபெற்றுப் போகும்போது அவருக்கு நமஸ்கரித்துவிட்டுச் செல்வது நமக்கு மயிர்க் கூச்சல் உண்டாகிறது. துகாராம் "சரி" என்றதும், "என்ன சரி? நான் திண்டாடுவது சரியா?" என்று கேட்கும்போது, நமக்கு ஒரே உற்சாகம். மும்பாஜியின் மேல் உலக்கையைத் தூக்கிப்போடும்போது நம் கையில் ஏதாவது இருந்தாலும், அவன் மேல் வீசி எறிந்திருப்போம்.

மும்பாஜியும் பாபாஜியும் நன்றாய் நடித்து நன்றாய்ப் பாடுகிறார்கள். இந்தப் படத்தில் பாடுகிறவர்கள் எல்லாரும் நன்றாகவே பாடுகிறார்கள். கபட சாமியார் மும்பாஜிக்கு வேஷம் ரொம்பப் பொருத்தமாயிருக்கிறது. நடிப்பு முதல் தரம்; முழிப்பு அபாரம்.

வம்பாஜியாக நடிக்கும் ஸ்ரீ சாரங்கபாணியோ ஐயோ! இராத்திரி கண்ணை மூடினால் அவருடைய கோணல் மூஞ்சியும் பிதுக்கிய உதடுமே கண்முன் வந்து நிற்கின்றன. அவருடைய உச்சிக் குடுமி திடீரென்று எழுந்திருந்து நிற்பதும், மறுபடி கீழே வருவதும் குழந்தைகள் மறக்க முடியாத சம்பவம். ஹாஸ்ய நடிப்பு என்று சொல்லிச் சிலர் என்னென்ன ஆபாசமெல்லாம் செய்கிறார்கள்? துளிக்கூட ரஸாபாஸமின்றி, மிகைப்படுத்தாமல் நடித்து, முக பாவங்களினாலேய சிரிப்பு உண்டாக்கும் இதுவல்லவா ஹாஸ்ய நடிப்பு?

ஸாவுகாராக நடிக்கும் முருகேசன், துகாராம் மனைவியிடம் இரண்டாந் தடவை கை நீட்டிப் பணம் வாங்கியவுடனே, ஒரு பக்கம் உடம்பு இழுத்து உதடு கோணுவதாக நடிப்பது ஒரு அற்புதம்.

சிங்காரியாகவும், நடன சிங்காரியாகவும் நடிக்கும் பெண் கள்ளங்கபடமற்ற இளம் முகத் தோற்றத்துடன் விளங்குகிறாள். இந்தப் பெண் துகாராமை மயக்கப் போவதும், அவர்களுக்குள் நடக்கும் சங்கீத தர்க்கமும் அதன் முடிவில் சிங்காரி சிஷ்யையாக மாறுவதும் ஒரு உயர்ந்த கட்டம்.

★ ★ ★

கடைசியாக இந்தப் படத்திலுள்ள பின்னணி சங்கீதத்தைப் பற்றிக் குறிப்பிட வேண்டும். நடிகர்களின் சங்கீதம் உயர்தரமாயிருப்பது போலவே பின்னணி சங்கீதமும் அமைந்திருக்கிறது. பெரும்பாலும் இனிய கோட் வாத்திய சங்கீதத்தைக் கேட்கிறோம். சந்தர்ப்பத்துக்குத் தகுந்தாற்போல் ராகங்களை அமைத்திருப்பது மிகவும் அழகாயிருக்கிறது. துகாராம் தூங்கி எழுந்திருக்கும் போது பூபாளம். மும்பாஜியின் காதல் காட்சியின்போது காபி ராகத்தில் சிருங்கார ரஸஜாவளி. கிருஷ்ணன் வரும்போதெல்லாம் பின்னணியில் புல்லாங்குழல், பின்னணி சங்கீதத்தில் இவ்வளவு கவனம் செலுத்தி அமைத்த தமிழ் டாக்கி மிகவும் அபூர்வம் என்றே சொல்லலாம்.

தமிழ் துகாராமைப் பார்க்கும்போது, பிரபாத் கம்பெனியாரின் 'மராத்தி துகாராம்' நமக்கு ஞாபகம் வராமல் போகாது. இரண்டையும் ஒப்பிட்டுப் பார்க்காமலும் இருக்க முடியாது. என்னுடைய அபிப்பிராயத்தில், முன்பகுதி முழுதும் மராத்தி துகாராமைவிடத் தமிழ் துகாராம் சிறந்து விளங்குகிறது. கதைப் போக்கு, நடிப்பு , சங்கீதம் எல்லாவற்றிலும்தான். மராத்தி துகாராமில், ஜீஜாபாயை

உண்மையிலேயே பொல்லாத துஷ்டையாகக் காட்டி யிருக்கிறது. தமிழ் துகாராமில், ஜீஜாபாயைப் பதி பக்தியில் சிறந்தவளாக வைத்து, குடும்பக் கஷ்டங்களின் காரணமாகவே அவரிடம் அடிக்கடி சண்டைபிடிப்பதாகக் காட்டியிருக்கிறது. இது கதையில் ஒரு அபிவிருத்தி என்றே நான் கருதுகிறேன். மராத்தி துகாராமில், முதல் பகுதியில் நமக்கு அலுப்பு உண்டாவதுபோல் இதில் உண்டாக வில்லை.

ஆனால், கடைசி இரண்டு காட்சிகளில் பிரபாத் துகாராம் 'பிரைஸ்' அடித்துக்கொண்டுபோய் விடுகிறார். சிவாஜியைப் பிடிக்க மொகலாய வீரர்கள் வரும் காட்சியில் மராத்தி துகாராமில் உள்ள பரபரப்பும் உணர்ச்சி வெள்ளமும், மயிர் சிலிர்க்கும் அற்புதமும் இதில் இல்லை. கடைசியில், கருடன் வந்து துகாராமை ஏற்றிக்கொண்டு போகும் காட்சியும் அதில் பிரமாதமாயிருக்கிறது. இங்கே ஒரு பழைய புராதன விமானம் வந்து ஏற்றிக் கொண்டு போகிறது. உண்மையில் அது வைகுண்ட லோகத்து விமானந்தானா? அல்லது ஏதாவது பாழடைந்த கோயிலிலிருந்து எடுத்து வர்ணம் பூசிக் கொண்டு வந்ததா?

வாஸ்தவந்தான்; ஆனால் உலகப் பிரசித்தி பெற்ற பிரபாத் கம்பெனி எங்கே? நேற்று ஆரம்பித்து எவ்வளவோ கஷ்டங்களுடன் நடக்கும் ஸென்ட்ரல் ஸ்டூடியோ எங்கே? பிரபாத்தின் டெக்னிக் மேன்மையை இங்கே நாம் எதிர்பார்க்க முடியுமா?

மொத்தத்தில், முசிரி துகாராம் தமிழ் டாக்கிகளுக்குள் ஒரு உன்னத பதவியை வகிக்கிறது என்றே நான் கருதுகிறேன். 'பக்த குசேல'ருக்கு அடுத்தபடியாக உயர்ந்த தமிழ் டாக்கி என்று இதைத்தான் சொல்ல வேண்டும். ஆகையினால்தான் இதற்கு இரண்டு நட்சத்திரம் அளித்திருக்கிறேன்.

ஆனந்த விகடன், *07.08.1938*

6
பக்த போதனா

சில நாளைக்கு முன்பு ஸர் அல்லாடி கிருஷ்ணசாமி ஐயரும், மற்றொரு பெரியாரும் பேசிக்கொண்டிருந்தபோது, நான் பக்கத்தில் இருக்க நேர்ந்தது. பணத்தையும் அதிகாரத்தையும் துச்சமாக நினைக்கும் வித்வத்தைப் பற்றிப் பேச்சு. அதற்கு ஒரு உதாரணம் சொல்ல வேண்டிய அவசியம் நேர்ந்ததும், ஸர் அல்லாடி, "போதனா இருக்கவில்லையோ? அந்த மாதிரி!" என்றார் பளிச்சென்று. எனக்கு உடனே ஆந்திரர்கள் அவர்களுடைய தாய் பாஷையிலும், தாய்பாஷை வித்வான்களிடத்திலும் எவ்வளவு பக்தி வைத்திருக்கிறார்கள் என்ற எண்ணம் தோன்றியது. இம்மாதிரி சந்தர்ப்பத்தில் நம்மில் எத்தனை பேருக்குக் கம்பரைக் குறிப்பிடத் தோன்றியிருக்கும்?

"மன்னவனும் நீயோ
வளநாடும் உன்னதோ
உன்னை யறிந்தோ தமிழை ஓதினேன்?"

என்று கூறிய தீரக் கவியின் ஞாபகந்தான் எத்தனை பேருக்கு வந்திருக்கும்? நிற்க.

"போதனா இருக்கவில்லையோ?" என்று ஸர் அல்லாடி ஒரு மாதத்துக்கு முன்பு சொல்லியிருந்தால், எனக்கு அது அர்த்தமே ஆகியிருக்காது. போதனா என்றால் மனிதனா, மாமா அல்லது வசவா என்றுகூடச் சொல்லியிருக்க முடியாது. சில நாளைக்கு முன்பு பாரகன் தியேட்டரில் 'பக்த போதனா' என்னும் தெலுங்கு டாக்கியைப் பார்த்திருந்தபடியால், விஷயம் இன்னதென்று புரிந்துகொள்ள முடிந்தது.

ஆடல், பாடல், சினிமா | 443

போதனா என்பவர் பரம பக்தர்; சிறந்த கவிஞர். இந்த இரண்டு அம்சங்களில் ஒன்று இருந்தாலே ஒரு மனுஷர் ஏழையாய்த் தானிருக்க முடியும். இரண்டும் சேர்ந்துவிட்டால் கேட்க வேண்டுமா?

போதனாவுக்கு ஸ்ரீமத் பாகவதத்தைத் தெலுங்கு பாஷையில் செய்ய வேண்டும் என்ற ஆசை உண்டாயிற்று. பகவானுடைய அருளினால் அது கை கூடிற்று. திவ்யமான தெலுங்கு பத்தியங்களில் பாகவதத்தை அருமையாகப் பாடி விட்டார்.

போதனாவுக்கு மைத்துனர் ஸ்ரீ நாத கவி என்று ஒருவர். அவர் சிங்கபூபாலன் என்னும் அரசனின் சமஸ்தானக் கவி. போதனாவின் தரித்திரம் நீங்குமே என்று ஸ்ரீநாத கவி எண்ணுகிறார். போதனாவுக்கு அவ்விதமே போதனை செய்கிறார். போதனா அதற்கு இணங்கவில்லை.

"ஏற்கனவே பகவானுக்கு அர்ப்பணம் செய்துவிட்டேன்" என்று காரணம் சொல்கிறார்! ஸ்ரீ நாத கவியின் பெண், போதனாவின் வீட்டில் வளர்ந்து வருகிறாள். அவளுக்கும் போதனாவின் புத்திரனுக்கும் காதல் வளர்ந்து வருகிறது. "ஏழைப் பிள்ளைக்குப் பெண்ணைக் கொடுக்க மாட்டேன்" என்று ஸ்ரீ நாத கவி தன் பெண்ணை அழைத்துப் போகிறார். போதனாவைச் சிங்க பூபால ராஜா குடும்பத்தோடு தேசப்பிரஷ்டம் செய்துவிடுகிறான். போதனா இந்தச் சோதனைகளுக்கெல்லாம் ஈடு கொடுக்கிறார். கடைசியில், பகவானுடைய அருளால் எல்லாம் சுபமாக முடிகிறது.

இந்தச் சரித்திரத்தை வாஹினி பிக்சர்ஸ்காரர்கள் மிகவும் உயர்தர டாக்கியாக எடுத்திருக்கிறார்கள். பாஷை தெரியாவிட்டாலும், கதைப் போக்கை நன்றாய்த் தெரிந்து கொள்ளும்படியிருக்கிறது. போதனாவாக நடிக்கும் ஸ்ரீ நாகையா தான் அடியிலிருந்து கடைசி வரையில் படத்தின் பெருமையையெல்லாம் கொள்ளையடிக்கிறார்! இதற்கு முன்னால் பல தெலுங்குப் படங்களிலும், ஒரு தமிழ்ப் படத்திலுங்கூட ஸ்ரீ நாகையாவைப் பார்த்திருக்கிறோம். அவருடைய நடிப்புத் திறமை இந்தப் படத்திலேதான் பரிபூரணமாய் விளங்குகிறது.

டைரக்டரின் திறமையையும் படம் முழுவதிலும் காண்கிறோம். முதலில் கொஞ்ச நேரம் கதை ரொம்ப மெதுவாக நடப்பதாய்த் தோன்றுகிறது. வர வர வேகமடைந்து நம்மை உணர்ச்சி வெள்ளத்தில் அடித்துக்கொண்டு போகிறது. உணர்ச்சி ததும்பும் உயர்தர நடிப்பைப் பல இடங்களில் காண்கிறோம்.

ஸ்ரீநாத கவி, தம்முடைய பெண்ணைப் போதனாவின் வீட்டிலிருந்து அழைத்துக்கொண்டு கிளம்புகிறார். அந்தப் பெண், போதனாவின் மகனிடம் சொல்லிக் கொள்ளப் போகிறாள். அவனுக்குப் பக்கத்தில் போய்ச் சற்று நேரம் சும்மா நிற்கிறாள். பையனோ திரும்பிப் பார்க்கவேயில்லை. பிறகு, ஏதோ வார்த்தை சொல்கிறாள். உடனே, பிள்ளையாண்டான் எழுந்திருந்து அவளைப் பார்க்காமலே விடுவிடுவென்று நடந்து போகிறான்! புண்பட்ட அவனுடைய காதல் உள்ளத்தை இதைக் காட்டிலும் அழகாகவும் உயர்தரமாகவும் காட்டியிருக்க முடியாது.

படம் பார்த்தபோது என் பக்கத்தில் ஒரு ஆந்திர கனவான் உட்கார்ந்திருந்தார். படத்தில் வந்த சம்பாஷணைகளை அவர் வெகுவாக ரஸித்துக்கொண்டு வந்தார். அவ்வளவு நன்றாய் நான் புரிந்துகொள்ளவில்லையென்று தெரிந்ததும், எனக்குச் சொல்ல ஆரம்பித்துவிட்டார். ஒரே ஒரு இடத்தில் அவர் சொல்லாமலே எனக்குக் கூட சம்பாஷணை தெளிவாகப் புரிந்தது. போதனாவைப் பார்த்து யாரோ, "ஆந்திர பாஷைக்கும், ஆந்திர ஜாதிக்கும் உம்மால் எவ்வளவு சிறப்பு ஏற்பட்டுவிட்டது?" என்று சொல்கிறார்கள். இந்தக் கட்டத்தில் என் அருகிலிருந்த ஆந்திரர் நாற்காலி கொள்ளாதபடி பூரித்துப் போய் விட்டார். அவருக்கு வந்த பெருமையில் எனக்கு மொழி பெயர்த்துச் சொல்லக் கூட மறந்து விட்டார்.

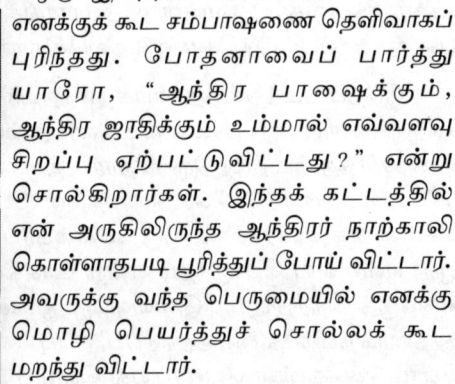

எனக்கோ, இந்தப் படத்தைப் பார்த்துக்கொண்டிருந்த போதெல்லாம் அடிக்கடி ஓர் எண்ணம் தோன்றிக்கொண்டிருந்தது. "ஆந்திரர்கள் தங்கள் பெரியார்களின் சரிதங்களை இவ்வளவு நன்றாய்ப் படம் எடுக்கிறார்களே? தமிழ் டாக்கிக்காரர்கள் மட்டும் தமிழ்ப் பெரியார்களின் புனித சரித்திரங்களை ஏன் இப்படிக் கொலை செய்கிறார்கள்?" என்னும் நினைவு மனதை உறுத்திக் கொண்டேயிருந்தது.

நந்தனார் பரம பக்தர்; அவருடைய சரித்திரம் பக்த போதனாவின் சரித்திரத்தைக் காட்டிலும் உணர்ச்சி மிகுந்தது; நாடகக் கட்டங்கள் நிறைந்தது.

சில மாதங்களுக்கு முன்பு 'நந்தனர்' தமிழ்ப்படம் ஒன்று வெளியாயிற்று. இந்தப் படத்தில் பரம பக்தனாகிய நந்தனைக் கள்ளுப் பானைக்குள்ளேயே போட்டு முழுக்கி எடுத்திருந்தார்கள்! படம் நெடுக, கள்ளின் மகிமையும் களியாட்டமுமாகவே இருந்தது. "உயரச் சிகரக் கும்பம் தெரியுதாம்!" என்று நந்தன் பக்தி பரவசமடையும் இடத்தில், யாராவது கோவிலையும் கோபுரத்தையும் நினைத்துக்கொண்டுவிட்டால் என்ன செய்கிறது என்று, தென்னை மரத்து உச்சியில் தொங்கும் கள்ளுப் பானையை ஞாபகப்படுத்தியிருந்தது! 'ஹாஸ்ய' கட்டங்களோ, கேட்க வேண்டியதில்லை. அரையில் கட்டியிருக்கும் வேஷ்டிக்குள் எலி புகுந்துகொண்ட ஹாஸ்யத்தை மிருகப் பிராயத்திலுள்ளவர்களே அநுபவிக்கக்கூடும். பார்ப்பனக் காரியஸ்தன் ஹரிஜனப் பெண்ணைப் பார்த்துப் பல்லை இளிக்கும் மகா மட்டமான காட்சி ஒன்று;

பிராம்மண ஜாதி, ஹரிஜன் ஜாதி இரண்டுக்கும் அவமானம் உண்டாக்குவது. இவ்வளவு ஆபாசங்களுக்கு மத்தியில் ஏழை நந்தன் அகப்பட்டுக்கொண்டு தவிக்கிறான்.

இந்தப் படத்தில் நந்தனாக நடித்தவர் ஸ்ரீ தண்டபாணி தேசிகர். கல்லுங் கனியுமாறு பாடக் கூடியவர். அவ்விதமே பாடியிருக்கிறார்; உணர்ச்சி ததும்ப நடித்திருக்கிறார். ஆனால், என்ன பிரயோஜனம்? ஸ்ரீ தண்டபாணி தேசிகர் கன்னத்தில் போட்டுக்கொள்வதுபோல் சென்னைச் சுவர்களில் ஒரு விளம்பரப் படம் ஒட்டியிருந்தது. இது எவ்வளவு பொருத்தம் என்று டாக்கியைப் பார்த்த பிறகுதான் எனக்குத் தெரிந்தது. "இவ்வளவு ஆபாசங்களுக்கிடையில் நான் நந்தனாக நடித்தேனே, அது தப்பு, தப்பு!" என்று தேசிகர் கன்னத்தில் போட்டுக்கொள்ள வேண்டியது ரொம்ப அவசியந்தான்.

நேயர்களில் பலர் தேசிகர் நடித்த நந்தனார் டாக்கியைப் பார்த்திருக்கலாம். சௌகரியப்பட்டவர்கள் வாஹினி போதனாவையும் பாருங்கள். பார்த்தால் பின்வரும் திட்டமான முடிவுகளுக்குத்தான் வருவீர்கள்:

1. ஒரு பக்தரின் சரித்திரத்தை எப்படிப் படம் எடுக்கக் கூடாதென்பதற்கு உதாரணமாயிருப்பது நந்தனார் தமிழ் டாக்கி.

2. ஒரு பக்தரின் சரித்திரத்தை எப்படிப் படம் பிடிக்க வேண்டும் என்பதற்கு உதாரணமாக அமைந்திருப்பது போதனா தெலுங்கு டாக்கி.

- ஆனந்த விகடன், *1942*

7
'வாழ்க்கை' - அபாரம்

சென்ற 1949ம் வருஷம் தமிழ்ப் படக் கலைக்கு மிகவும் அதிர்ஷடமான வருஷம் என்று சொல்ல வேண்டும். "தமிழ்நாடு மற்றும் பல துறைகளில் மேன்மையடைந்திருக்கும்போது ஸினிமா துறையில் மட்டும் முன்னேற்றமின்றிப் பின் சென்று வருகிறதே!" என்று நம்மில் பலர் கவலைப்பட்டுக்கொண்டிருந்தோம். அந்தக் கவலையை 1949 ம் வருஷம் ஏறக்குறைய தீர்த்துவிட்டது. பல நல்ல தமிழ் டாக்கிகள் சென்ற ஆண்டில் வெளியாகி நம்மை மகிழ்வித்திருக்கின்றன. சந்திரலேகா, நல்லதம்பி, வேலைக்காரி, அபூர்வ சகோதரர்கள் ஆகிய படங்கள் தமிழ் ஸினிமாக்களின் தரத்தையே உயர்த்தித் தமிழ்நாட்டுக்குப் பெருமை அளித்தன. கடைசியாக, அவை எல்லாவற்றையும் ஒருபடி மிஞ்சக்கூடியதாக, 'வாழ்க்கை' என்னும் தமிழ்ப்படம் வெளியாகித் தமிழ்நாட்டு ரஸிகர்களைக் குதூகலத்தில் ஆழ்த்தியிருக்கிறது.

இவ்வாறு 1949ம் ஆண்டில் அடைந்த மேன்மை நெடுகிலும் நீடித்திருக்குமென்று நம்புகிறோம்.

'வாழ்க்கை' ஸ்ரீ ஏ.வி. மெய்யப்பச் செட்டியார் அவர்களால் அவருடைய சொந்த ஏ.வி.எம். ஸ்டுடியோவில் எடுத்த படம். அவரே டைரக்ட் செய்த படம். இத்தகைய படம் மேலான படமாக அமைந்து வெற்றியும் அடைந்திருப்பதில் நாம் விசேஷத் திருப்தியடையக் காரணம் உண்டு.

ஸ்ரீ ஏ. வி. மெய்யப்பச் செட்டியார் ஸினிமா உலகில் பிரவேசித்ததிலிருந்து உயர்தரமான படங்கள் கொண்டுவருவதையே இலட்சியமாக வைத்துக் கொண்டிருக்கிறார். ‘சபாபதி’ என்னும் படத்தை நாம் மறக்கவே முடியாது. அதில் அத்தனை உயர்தர ஹாஸ்யமும், நடிப்புத் திறமையும் ததும்பியிருந்தன. பட்டணங்களில் வசித்த படித்த வகுப்பைச் சேர்ந்த ரஸிகர்கள் அப்படத்தைப் பெரிதும் அநுபவித்தார்கள். கொஞ்சங்கூட ஆபாசக் கலப்பில்லாத உயர்தரமான முழு ஹாஸ்யப் படத்தைக்கொண்டு வந்ததற்காக ஸ்ரீ மேனாவைப் பாராட்டினார்கள். ஆனால் ஆங்கிலம் படியாதவர்களும் கிராம வாசிகளும் அவ்வளவாக அந்தப் படத்தின் நகைச்சுவையை அறிந்து அனுபவிக்க முடியவில்லை . ஆகையால் படம் நல்ல படமா யிருந்தாலும் பணம் அதிகம் கிடைக்கவில்லை. எனவே, “உயர்தரமாய்ப் படம் கொண்டுவந்தால் மேனாவுக்கு நேர்ந்த கதிதான்” என்று பட முதலாளிகள் சொல்லும்படியாயிற்று.

ஆனால் மற்றவர்கள் இப்படிப் பேசினார்களே தவிர, ஸ்ரீ மெய்யப்பச் செட்டியார் தமது இலட்சியத்தைக் கைவிட்டு விடவில்லை. “படமும் உயர்தரமாயிருக்க வேண்டும்; பார்ப்பவர்களும் அதிகமாக வர வேண்டும்” என்ற இருவகை நோக்கத்துடன் மேலும் மேலும் முயற்சிகளைச் செய்து வந்தார். சில படங்களில் அந்த நோக்கங்கள் நிறைவேறவில்லை; சில படங்களில் ஒருவாறு நிறைவேறின. கடைசியாக, இந்த ‘வாழ்க்கை’ படத்திலே ஸ்ரீ ஏ.வி. மெய்யப்பச் செட்டியாரின் வாழ்க்கை நோக்கம் பரிபூரணமாக நிறைவேறியிருக்கிறது.

‘வாழ்க்கை’ மிக உயர்தரமான படம்; குற்றமற்ற நகைச்சுவை ததும்பும் படம்; கொஞ்சம்கூட ஆபாச கலப்பில்லாத, விரஸ மில்லாத, தூய்மையான படம்; விருவிருப்பான கதைப் போக்கு அமைந்த படம்; குதூகலமும் சோகமும் சகடக்கால்போல் மாறிமாறி வந்து உணர்ச்சி மயமாக உள்ள படம்; ஆடல் பாடல் நிறைந்த படம்; நடிப்புத் திறமையும் டைரக்ஷன் திறமையும் நன்கு வெளியாகும் படம்; உயர்ந்த இலட்சியங்களைக் கொண்ட, சிறந்த போதனைகள் வாய்ந்த படம்; இவ்வளவு நல்ல அம்சங்களோடு, சகல ஜனங்களையும் திருப்தி செய்யக் கூடிய கவர்ச்சிகரமான படமாகவும் ‘வாழ்க்கை’ அமைந்திருக்கிறது.

ஸ்ரீ ஏ.வி. மெய்யப்பர் படத்தொழிலில் தமது பழைய அனுபவங்களையெல்லாம் படிப்பினையாகக்கொண்டு, சேர்க்க வேண்டியவைகளையெல்லாம் சேர்த்து, தள்ள வேண்டியதை யெல்லாம் தள்ளி, ஒரு மோகனக் கதம்பப் படமாக ‘வாழ்க்கை’யைக் கொண்டுவந்து சிறப்பான வெற்றியும் அடைந்திருக்கிறார். அவருக்கு நம்முடைய மனப்பூர்வமான வாழ்த்துக்கள்.

பட்டணத்தில் பணக்காரக் குடும்பத்தில் பிறந்த ஒரு பெண்ணின் உல்லாச வாழ்க்கையும், கிராமத்தில் கடன்பட்ட ஏழைக்குடும்பத்தில் பிறந்த ஒரு பெண்ணின் துன்பமயமான வாழ்க்கையும் இந்தப் படத்தில் ஒன்றோடொன்று ஊடுருவிப் பின்னிக்கொண்டு செல்லுகின்றன.

கிராமத்தில் பிறந்து வளர்ந்த கள்ளங்கபடமற்ற சாதுப்பெண் மீனாக்ஷி. அவளை வஞ்சித்துக் கெடுப்பதற்கு ஒரு பட்டணத்து வாலிபன் வந்து சேருகிறான். பத்தாயிரம் ரூபாய் பணத்துடன் வந்து அவள் தந்தையின் கடனைத் தீர்த்து அவளையும் கலியாணம் செய்து கொள்வதாக அந்த வாலிபன் கூறிய வார்த்தையை நம்பி அவள் மோசம் போகிறாள். வயிற்றிலே குழந்தையுடன் தன்னைக்கெடுத்த மூர்த்தியைத் தேடிப் பட்டணத்துக்குப் போகிறாள். ஆஸ்பத்திரியில் பிரசவம் ஆகிறது. கஷ்டத்துக்குமேல் கஷ்டமாக அந்த ஏழைப் பெண் தலையில் சுமந்துகொண்டே போகிறாள்.

பட்டணத்தில் பிறந்து வளர்ந்த மோகனா என்னும் நாகரிகப் பெண் ஆடலும் பாடலும், நடனமும் நடிப்பும், நாவலும் படிப்புமாகச் சந்தோஷ வாழ்க்கை நடத்தி வருகிறாள். மீனாக்ஷியைக் கெடுத்த அதே மூர்த்தி இந்தப் பணக்காரப் பெண்ணைக் கலியாணம் செய்துகொள்ள முயற்சிக்கிறான். ஆனால் அந்தப் பெண்ணோ தன் உள்ளத்தை ‘அசோகன்’ என்னும் புனைபெயர் கொண்ட கதை ஆசிரியனுக்குப் பறிகொடுத்து விடுகிறாள். (கதை ஆசிரியர்கள்

பாடு யோகந்தான்! இப்படி ஒரு ஸினிமா படத்திலாவது அவர்களை அதிர்ஷ்டம் தேடிக்கொண்டு வந்திருக்கிறதல்லவா?)

ஆகையால் மூர்த்தியின் நோக்கம் நிறைவேறுகிற வழியாக இல்லை.

அசோகன் மோட்டார் ஓட்டிக்கொண்டுபோய் ஓரிடத்தில் நிறுத்தி யிருந்தபோது மீனாட்சி தன் குழந்தையை அந்த மோட்டாரின் பின்பக்கத்துப் பெட்டியில் வைத்துவிட்டுக் கடலில் விழப் போகிறாள்.

குழந்தையை அசோகன் பார்த்ததும் "மோட்டார் வண்டி பிள்ளைபெற ஆரம்பித்துவிட்டதா?" என்று ஆச்சரியப்படுகிறான்.

பிறகு நடக்கும் நிகழ்ச்சிகளை வெள்ளித் திரையில் பார்த்துத் தெரிந்து கொள்க. இதுவரையில் படம் பாராதவர்களுக்குத் தான் சொல்லுகிறோம்; படம் நல்லவிதமாகவும் சுபமாகவும் முடிகிறது என்பதை மட்டும் இங்கே குறிப்பிட்டு வைக்கிறோம்.

பட்டணத்துப் பெண்ணாக நடிக்கும் குமாரி வைஜயந்திமாலா ஸினிமா வானத்தில் திடீரென்று உதயமாகிச் சுடர்விட்டுப் பிரகாசிக்கும் நட்சத்திரமாக விளங்குகிறாள். அவள் நடித்திருப்பது இது முதல் படமாயிருந்தும் முதல்தரமாக நடித்துச் சிறந்த புகழுக்கு உரியவளாகியிருக்கிறாள். குமாரி வைஜயந்திமாலாவின் ஒயிலான சடையும் மயில்தோகை உடையும் உல்லாச நடிப்பும் சல்லாபப்

பேச்சும் அவள் கண்ணால் சிரிப்பதும் பண்பாடிக் குதிப்பதும் கிண்ணாரம் கொட்டிக் கொம்மாளம் அடிப்பதும் 'வாழ்க்கை'யை மிகக் கவர்ச்சிகரமான படமாக்கி, ஒரு தடவை பார்த்தவர்களை மறு தடவையும் பார்க்கும்படி தூண்டுகிற சாதனங்களாகின்றன. ஒரு படத்தில் கதாநாயகியாக நடிப்பதற்குரிய சகல அம்சங்களும் வைஜயந்திமாலாவிடம் பொருந்தியிருக்கின்றன. பேச்சில் சரளம் இருக்கிறது; குரலில் இனிமை இருக்கிறது; முகத்தில் களை இருக்கிறது; கண்ணில் ஒளி இருக்கிறது; நடிப்பில் இயற்கை இருக்கிறது.

இந்த நல்ல அம்சங்களையெல்லாம் நன்கு சோபிக்கும்படி செய்திருக்கும் ஸ்ரீ மேனாவின் டைரக்ஷன் திறமையை மீண்டும் பாராட்டத் தோன்றுகிறது.

கிராமத்துப் பெண் மீனாட்சியாக நடிக்கும் ஸ்ரீமதி திரௌபதி வாழ்க்கையின் கஷ்டங்களைப் பொறுக்க முடியாமல் கடலில் மூழ்குகிறாள். அவளுடைய சோக நடிப்பினால் நம்மையும் துயரக் கடலில் ஆழ்த்திவிடுகிறாள். அவளுடைய துயரம் ததும்பும் முகபாவமே நம் உள்ளத்தை உருக்கிவிடுகிறது. அவளுடைய கனிவு ததும்பும் வார்த்தைகள் நம் கண்ணில் கண்ணீரை வருவித்து விடுகின்றன. ஆனால் அவள் அழுகிறபோது 'கேவுதல்' சத்தம் அளவுக்கு அதிகமாயிருக்கிறது. அந்தச் சத்தம் குறைவாக இருந்திருந்தால் படம் பார்ப்பவர்களின் உள்ளங்கள் உடைந்தே போகும். பார்ப்பது ஸினிமா என்பதை அந்தக் 'கேவுதல்' சத்தம் சில இடங்களில் ஞாபகப்படுத்துகிறது.

ஸ்ரீ ராமச்சந்திரனின் ஹாஸ்ய நடிப்பு உயர்தரமான அமெரிக்க ஹாஸ்ய நடிகர்களின் நடிப்புக்கு இணையாக இருக்கிறது. தாம் சிரிக்காமல் மற்றவர்களைச் சிரிக்கச் செய்யும் சக்தியை அவர் பூரணமாக இந்தப் படத்தில் பிரயோகப்படுத்தியிருக்கிறார். குழந்தையின் அழுகையை நிறுத்த விளையாட்டுக் காட்டும் கட்டமும், தூங்கிக்கொண்டே தொட்டில் ஆட்டும் இடமும் அவருடைய ஹாஸ்ய நடிப்பின் சிகரங்கள்.

ஸ்ரீ சாரங்கபாணி அந்தக் காலத்திலே அவர் காலேஜிலே படித்துக்கொண்டிருந்தபோது என்ன நடந்தது என்பதைக் கடைசி வரையில் மர்மமாகவே வைத்திருந்த நம்மைத் திணற அடிக்கிறார். இதற்குத் தண்டனையாக அவரை இந்தக் காலத்திலே காலேஜில் படிப்பதற்கு அனுப்ப வேண்டும் என்று தோன்றுகிறது. அதிலும் அண்ணாமலை சர்வகலாசாலைக்கு அனுப்பி வைப்பது மிகவும் பொருத்தமாயிருக்கும்.

பொல்லாத மூர்த்தியாக நடித்திருக்கும் ஸ்ரீ ஸகஸ்ரநாமம் ரொம்ப

ரொம்பப் பொல்லாதவராக மிக நல்ல முறையில் நடித்திருக்கிறார். அபலைப் பெண் மினாக்ஷியின் அவதியைப் பார்க்கும்போது மூர்த்திக்கு ஒரு ஸகஸ்ரநாம அர்ச்சனை செய்ய வேண்டுமென்று தோன்றுகிறது. அவ்வளவு கல் நெஞ்சம் படைத்த வஞ்சகன் திடீரென்று ஒரு நிமிஷத்தில் மனம் மாறிவிடுவது மட்டும் கொஞ்சம் நம்பத் தகாததாகவே இருக்கிறது. அவனுடைய மனமாற்றமும் ஒரு ஏமாற்றமோ என்று எண்ணுகிறோம். போகட்டும் ; மீனாக்ஷியின் காலில் வந்து கடைசியில் சரணாகதி என்று விழுகிறானே, அதற்காக அவன் திடீரென்று மாறிய குற்றத்தையும் மன்னித்துவிடலாம்.

ஒளிப்பதிவு, ஒலிப்பதிவு காட்சி ஜோடனை ஆகியவற்றைக் குறித்துக் கேட்டால், ஒரு தடவை படம் பார்த்தவர்கள் அபிப்பிராயம் ஒன்றும் சொல்ல முடியாது. இவற்றிலெல்லாம் நம்முடைய கவனம் செல்வதேயில்லை. ஒன்றன்பின் ஒன்றாக மோதி அடித்துக் கொண்டு வரும் நிகழ்ச்சிகள் நம்முடைய கவனத்தை முழுதும் கவர்ந்துவிடுகின்றன. ஓரிடத்திலாவது கதை தடைப்பட்டு நிற்கவில்லை . படத்தில் வரும் பாட்டுக்களைப் பற்றிக் கேட்டால் கூட, ஒரே ஒரு பாட்டுத்தான் நம் நினைவுக்கு வருகிறது.

"உன் கண் உன்னை ஏமாற்றினால், டடடா டடடா டடாடடா!" இதுவும் கதாநாயகன் ஒரு தடவையும் கதாநாயகி ஒரு தடவையும் பாடியிருப்பதனால்தான் நம்முடைய ஞாபகத்தில் நிற்கிறது. கதை நிகழ்ச்சிகள் ஓடுகிற ஓட்டத்திலும் மேலே நடக்கப் போவதைப் பற்றி நமக்கு உண்டாகிற பரபரப்பிலும் ஆர்வத்திலும், பாட்டாவது, ராகமாவது ? அந்தப் பாட்டாளி மவன்" கல் உடைத்துக் கொண்டே சோகம் ததும்பப் பாடியிருக்கிறானே, அவன் பாடியிருப்பது என்ன என்பது கூட நம் நினைவில் நிற்கவில்லை .

படத்தின் விறுவிறுப்பு காரணமாக, நம்முடைய கண்கள், நம்முடைய செவிகள், நம்முடைய உள்ளம் எல்லாம் ஓரளவு ஏமாந்துபோய்விடுகின்றன! இரண்டாந்தடவை படத்தைப் பார்த்த பின்னர்தான் ஏமாற்றம் தெளிய வேண்டும்.

ஆனால் ஒரு விஷயத்தைப் பற்றிய வரையில் நம்முடைய கண்களும் காதுகளும் நம்முடைய உள்ளமும்கூட நம்மை ஏமாற்றவில்லை; உண்மையை உள்ளபடி அறிந்து நமக்கு ஐயமறத் தெரிவித்திருக்கின்றன. அந்த உண்மை தமிழ் ஸினிமாவுக்கு நல்ல காலம் பிறந்துவிட்டது என்பதுதான்! அதற்கு 'வாழ்க்கை'ப் படம் ஒரு தலைசிறந்த உதாரணமாய் அமைந்திருக்கிறது.

- கல்கி, ***1949***

8
‘வேலைக்காரி’ - காளியின் கருணை

“கடவுளைக் குறித்து உம்முடைய கருத்தை இன்னும் கொஞ்சம் விஸ்தரிக்க முடியுமா?” என்று சில நேயர்கள் கேட்டிருக்கிறார்கள். “நாஸ்திகப் பிரசாரத்தைப் பற்றி உமக்குக் கவலையில்லையா? ஹிந்து மதத்தைத் தூஷிப்பவர்களைக் குறித்து நடவடிக்கை எடுக்க வேண்டாமா?” என்று வேறு சில நேயர்கள் கேட்டிருக்கிறார்கள்.

நல்லது; கடவுளைப் பற்றி என்னுடைய கருத்தை விஸ்தரிப்பதில் எனக்கு ஆட்சேபம் இல்லை ; கடவுளுக்கும் ஆட்சேபம் இராது.

கடவுள் ஒருவர் உண்டு என்பதை நான் நம்புகிறேன். ஆனால் கடவுள் இல்லை என்று வாதிப்பவர்களிடத்தில் எனக்குக் கோபம் கிடை யாது.

கடவுள் உண்டு என்று சொல்லவும் பிரசாரம் செய்யவும் எனக்கு எப்படி உரிமை கோருகிறேனோ, அப்படியே கடவுள் இல்லையென்று வாதிக்கவும் பிரசாரம் செய்யவும் பிறருக்கு உரிமை கொடுக்க விரும்புகிறேன்.

இந்தியா தேசத்தில் எந்த நாளிலும் “கடவுள் இல்லை” என்ற கட்சியும் பிரசாரமும் இருந்து வந்திருக்கின்றது.

மேனாடுகளில் ஒரு காலத்தில் “கடவுள் இல்லை” என்று சொன்னவர்களையும் வேறு விதத்தில் தேவதூஷணை செய்தவர்களையும் நெருப்பிட்டுக் கொளுத்தி வந்தார்கள். வேறு வித சித்தரவதைகளும் செய்தார்கள்.

ஆனால் இந்தியாவில் அம்மாதிரி என்றைக்கும் கிடையாது. இராமாயண காலத்தில் இராமரிடமே ஒரு முனிவர் நாஸ்திக வாதம் செய்து அவரைத் திருப்பப் பார்த்தார். அவருடைய முயற்சி பலிக்கவில்லை. ஆனால் நாஸ்திகவாதம் செய்த ஜாபாலி முனிவரை யாரும் எதுவும் செய்துவிடவில்லை.

இங்கர்ஸால் என்னும் அமெரிக்க ஆசிரியர் “கடவுள் இல்லை” என்று நிரூபிப்பதற்காக எவ்வளவோ சிரமப்பட்டுப் பல புத்தகங்களை எழுதினார். அப்புத்தகங்களைப் பலரும் படித்தார்கள். ஆங்கிலம் படித்த இந்தியர்கள் உள்படத்தான். அதனால் உலகத்துக்கு ஒரு கெடுதலும் ஏற்பட்டுவிடவில்லை .

உண்மையான கடவுள் நம்பிக்கையானது நாஸ்திகப் பிரசாரங்களினால் அசைக்க முடியாததாயிருக்க வேண்டும்.

கடவுளுக்கு நாம் சப்பைக் கட்டுக் கட்ட வேண்டியதில்லை. “கடவுள் இல்லை” என்பதற்குரிய வாதங்கள் எல்லாவற்றையும் கேட்ட பிறகும் நிலைத்திருக்கும் கடவுள் நம்பிக்கைதான் உண்மையான ஆஸ்திகம். அறிவுக்குத் திரை போட்டு மறைத்துக் கடவுளை நம்பச் செய்வது உண்மை ஆஸ்திகம் அல்ல.

ஆகையால் இந்த நாளில் திராவிடக் கழகத்தாரும் மற்றவர்களும் செய்வதாகச் சொல்லப்படும் நாஸ்திகப் பிரசாரத்தைக் குறித்து நான் சிறிதும் கவலைப்படவில்லை .

நாஸ்திகப் பிரசாரம் ஒரு சில நாள் சிலரைத்தான் பாதிக்க முடியும் என்றும் மற்றப் பெரும்பாலான ஜனத்திரள்களை ஒன்றும் செய்ய முடியாது என்றும் நான் நம்புகிறேன். என்னுடைய கடவுள் நம்பிக்கைதான் அதற்கு ஆதாரமானது.

★ ★ ★

கடவுளை விட்டுவிட்டு ஹிந்து மதத்துக்கு வருவோம். ஹிந்துமதத் தெய்வங்களையும், ஹிந்துமதக் கோவில்களையும், ஹிந்துக் கோட்பாடுகளையும் ஆதிகாலத்திலிருந்து எத்தனையோ பேர் எதிர்த்திருக்கிறார்கள்; பிரசாரமும் செய்திருக்கிறார்கள்.

ஆனாலும் உலகத்திலேயே மிகப் பழைய மதமான ஹிந்து மதம் இன்னமும் ஜீவசக்தியுடன் விளங்கித்தான் வருகிறது.

புத்தபகவான் ஹிந்து மதத் தெய்வங்களையும் மற்றும் பல கோட்பாடுகளையும் ஒப்புக்கொள்ளவில்லை. ஒரு சமயத்தில் இந்தியா முழுவதும் பௌத்தராகிய அசோகரின் ஆட்சியில் இருந்தது. லட்சக் கணக்கான புத்த பிக்ஷுக்கள் இந்தியா தேசம் முழுவதும் பரவிப் பிரசாரம் செய்தார்கள்.

ஆயினும் ஹிந்துமதம் அழிந்துவிடவில்லை.

புத்தரை ஹிந்து மதம் ஓர் அவதாரமாக ஏற்றுக்கொண்டது. அவருடைய போதனைகளில் ஜீவகாருண்யத்தை ஏற்றுக்கொண்டு யாகங்களைக் கைவிட்டது. அதனால் ஹிந்து மதம் மறுபடியும் புத்துயிர் பெற்றுப் பரவிப் பெருகித் தழைத்தது.

கோயில்களை இடிப்பதையும் விக்கரகங்களை உடைப்பதையும் மத கைங்கரியமாகக் கொண்ட முஸ்லிம்கள் இந்தியாவுக்கு வந்தார்கள்; இந்தியாவின் பெரும் பகுதியை வென்றார்கள்; ஆண்டார்கள்.

ஆயினும் ஹிந்து மதம் பிழைத்திருக்கிறது.

ஆங்கிலேயர்களின் பீரங்கிக்குப் பின்னாலும் முன்னாலும் கிறிஸ்துவப் பாதிரிமார்கள் வந்தார்கள். காளியைப் பற்றியும், கிருஷ்ணனைப் பற்றியும் வரம்பில்லாமல் தாக்கிப் பிரசாரம் செய்தார்கள். "நரபலி கேட்கும் காளியையும் ஸ்திரீலோலனான கிருஷ்ணனையும் கடவுள் எனக் கும்பிடுகிறீர்களே!" என்று பரிகசித்தார்கள். நாற்சந்தியில் நின்று பிரசாரம் செய்தார்கள்.

ஆயினும் ஹிந்து மதம் பிழைத்துத்தான் இருக்கிறது. பௌத்தர்களாலும், முஸ்லிம்களாலும், கிருஸ்தவப் பாதிரிமார்களாலும் ஹிந்து மதம் அழிந்து போகவில்லை. திராவிடக் கழகத்தாரின் பிரசாரத்தினாலே தானா அழிந்துவிடப் போகிறது?.

★ ★ ★

ஹிந்து மதத்தில் இரண்டு பகுதிகள் உண்டு. ஒன்று, உலகத்தையும் ஜீவனையும் கடவுளையும் பற்றிய உண்மையைக் கூறும் தத்துவப் பகுதி. இதுதான் ஹிந்து மதத்தின் அடிப்படை; ஆணிவேர்; ஜீவநாடி; அழிக்க முடியாத சத்தியப் பொருள்.

இரண்டாவது, ஹிந்து மதத்தின் வெளிப்படையான கோட்பாடுகள், தெய்வ வழிபாட்டுக்குரிய முறைகள், ஆசாரங்கள், சம்பிரதாயங்கள், இவை ஹிந்து மதத்தின் முக்கிய அம்சங்கள் அல்ல. இவை அடிக்கடி மாறுபடுகிறவை. சிற்சில சமயம் இந்த வெளிக்கோட்பாடுகளில் அபரிமிதமான குருட்டு நம்பிக்கைகள் சேர்ந்துவிடுகின்றன.

ஹிந்து மதத்துக்கு எதிரான பிரசாரம் ஹிந்துக்களின் அறிவைத் தூண்டிவிட உதவுகிறது. ஹிந்து மதத்தில் நாளடைவில் சேர்ந்துவிட்ட குருட்டு நம்பிக்கைகளையும் அநாச்சாரங்களையும் போக்குவதற்கு முயற்சி தொடங்கத் தூண்டுகோலாகிறது.

புராணக் கதைகளையெல்லாம் வேதவாக்கு என்று நம்பிவிடாமல் அவை உட்பொருள் கொண்ட கதைகள் என்பதை ஆராய்ந்து உணர்வதற்கு ஏதுவாகிறது.

வெளிக் கோட்பாடுகளுக்கும் உண்மைச் சமயத்துக்கும் உள்ள வித்தியாசம் ஹிந்து மதப் பெரியோர்களுக்குத் தெரியாமலிருக்கவில்லை. சிலசமயம் ஜனங்களிடையே குருட்டு நம்பிக்கை அதிகமாய்ப் போன காலங்களில் நம் முன்னோர்கள் இடித்துக் காட்டி உண்மையைச் சொல்லியிருக்கிறார்கள்.

கல்லிலும் செம்பிலுமோ இருப்பான்
எங்கள் கண்ணுதலே?

என்று கூறிய பட்டினத்தடிகளைப் போல் இன்னும் பல மகான்களும் அடிக்கடி எடுத்துச் சொல்லியிருக்கிறார்கள்.

ஆகையால் ஹிந்து மதத்துக்கும் ஹிந்து கோயில்களுக்கும் ஹிந்து தெய்வங்களுக்கும் எதிராகச் செய்யப்படும் பிரசாரத்தைப் பற்றி நான் கவலைப்படத் தயாராயில்லை.

ஆனால் நாஸ்திகர்களோ, திராவிடக் கழகத்தாரோ, மற்றவர்களோ, பிரசாரத்தோடு நில்லாமல், பலாத்காரத்தைக் கையாளத் தொடங்கும்போது அது நாட்டுக்கும் சமூகத்துக்கும் எதிரான குற்றமாகிறது.

கோயிலுக்குப் போக வேண்டாம் என்று பிரசாரம் செய்யட்டும். அதற்குக் காரணங்களை எடுத்துச்சொல்லட்டும்; எழுதட்டும்.

ஆனால் கோயிலுக்குப் போகிறவர்கள் மீது கல்லைப் போடும்படி சொன்னாலும், கோயிலுக்குள்ளே வந்து பக்தர்கள் மனம் புண்படும்படி நடந்துகொண்டாலும் அங்கே சர்க்கார் தலையிட்டே ஆக வேண்டும்.

பூணூலையும் உச்சிக் குடுமியையும் நாமத்தையும் திருநீற்றையும் சந்தனப் பொட்டையும் பற்றிப் பேச்சிலும் எழுத்திலும் சக்கைப்போடு போடட்டும்.

ஆனால் வைதிக நம்பிக்கையுள்ள ஓர் ஏழைப் பிராமணரின் பூணூலை அறுக்கவோ, ஒரு பக்தரின் நாமத்தையும் விபூதியையும் அழிக்கவோ யாரேனும் முற்பட்டால் அதைப் பார்த்துக்கொண்டு சும்மா இருக்கும் சர்க்கார் சர்க்காரே அல்ல. அத்தகைய சர்க்காரை நடத்தும் மந்திரிகள் கல்லைக் கட்டிக்கொண்டு கடலில் விழுந்து விடலாம்.

★ ★ ★

கடவுளையும் ஹிந்து மதத்தையும் இத்துடன் விட்டுவிட்டு, திடுக்கிடாதீர்கள்! 'வேலைக்காரி' படத்துக்கு வரலாம்.

நாஸ்திகப் பிரசாரம் செய்கிற ஆட்சேபகரமான படம் என்று 'வேலைக்காரி'யைப் பற்றிப் புகார்கள் கூறப்பட்டன. இந்தப் புகார்கள் காரணமாகச் சென்னை சர்க்காரின் மந்திரிகள் இருவர் மேற்படி படத்தைப் பார்த்தார்கள். அவர்களுடன் நானும் அப்படத்தைப் பார்க்கும்படி நேர்ந்தது.

புகாரைப் பற்றி விவாதிப்பதற்கு முன்னால் படத்தைப் பற்றிப் பொதுவாகச் சில விஷயங்களைச் சொல்ல வேண்டும்.

'வேலைக்காரி' தமிழ்நாட்டில் வெளிவந்துள்ள மிகச் சிறந்த படங்களில் ஒன்று. அதனுடைய சிறப்புக்குக் காரணங்கள் பின் வரும் அம்சங்கள்;

கதையில் பொதுமக்களின் மனதைக் கவரும் கருத்துக்கள் பல இருக்கின்றன. ஏழைகள் பணக்காரர்களிடம் படும் கொடுமையைப் பற்றி விவரிக்கும் கதை. கொடுமைக்காளான ஏழை மனிதன் பணக்காரனைப் பழிவாங்குகிறான். உண்மைக் காதலுக்குச் சாதி வேற்றுமை இல்லையென்பது ஸ்தாபிக்கப்படுகிறது. பணக்காரனுடைய பிள்ளை ஏழை வேலைக்காரியைக் காதலித்து மணக்கிறான். முடிவில், பணக்காரர்களின் கர்வம் ஒடுங்கி ஏழைகளின் கை ஓங்குகிறது.

எனினும், 'நல்லதம்பி' கதையைப் போல் குற்றமற்ற கதை என்று இந்தக் கதையைச் சொல்ல முடியாது.

குருட்டுப் பணக்கார ஸ்திரீயின் மகன் பத்து வருஷம் கழித்துத் திரும்பி வந்து கொலை செய்யப்படுவதும், அவனுடைய பிரேதத்தைச் சாக்கிலே கட்டிக் கிணற்றிலே போட்டிருப்பதும், அந்தப் பிரேதத்தின் நிஜார் பையிலிருந்த டைரியைப் பார்த்துக் கதாநாயகன் கொலையுண்டவனைப் போல நடிப்பதும் அசம் பாவித நிகழ்ச்சிகள்.

ஒரு பணக்காரனைப் பழி வாங்குவதற்காக அவனுடைய மகளைக் கதாநாயகன் மணந்து கொண்டு கொடுமைப்படுத்துகிறான் என்பது அருவருப்பு உண்டாக்கும் நிகழ்ச்சி.

இந்தக் குறைகள் இருந்தாலும், நாடகத் திறமை காட்டி உணர்ச்சிமயமாக நடிக்க வேண்டிய கட்டங்கள் பல கதையில் இருப்பதால் வேலைக்காரி படம் சோபிக்கிறது.

ஸ்ரீ கே.ஆர். ராமசாமியும், ஸ்ரீ பாலையாவும் முதல் தர நடிப்புத் திறமையுடன் நடித்திருக்கிறார்கள். அவர்களுடைய பேச்சு ஒவ்வொன்றும் கணீர் கணீர் என்று வருகிறது. உறையிலிருந்து உருவி எடுத்த வாளைப்போல் ஜொலிக்கிறது. இருண்ட மேகத்தில் பளீரென்று வீசும் மின்னலைப் போல் மின்னுகிறது. நல்ல தமிழில் தெளிவாகவும் அந்தந்தக் கட்டத்துக்கு உரிய உணர்ச்சியுடனும் பேசியிருக்கிறார்கள்.

நல்ல 'டெக்னிக்' கைக் கையாண்டு படம் எடுத்திருக்கிறார்கள். படப்பிடிப்பும், ஒலிப்பதிவும் உயர்தரம். நடனக் காட்சிகளில் கண்ணுக்கினிய பின்னணிக் காட்சிகள் அமைந்திருக்கின்றன. ஸ்ரீ கே. ஆர். ராமசாமியின் உணர்ச்சிமிகுந்த நடிப்பின்போது முக பாவங்களைக் காட்டுவதற்கு நவீன உத்திகளைத் திறமையாகக் கையாண்டிருக்கிறார்கள்.

ஸ்திரீபுருஷ விவகாரம் சம்பந்தமான ஆபாசம் எதுவும் இந்தப் படத்தில் கிடையாது. செக்ஸ்அப்பீல் என்ற பெயரால் மனிதர்களை மிருகங்களாக்கும் சம்பவம் காட்சி எதுவும் இதில் கிடையாது.

ஆகவே விஷயத்தின் சிறப்பினாலும், நடிப்புத் திறமையினாலும், பேச்சு சாமர்த்தியத்தினாலும், டெக்னிக்கினாலும் படம் சிறந்து விளங்குகிறது.

* * *

இனி, 'வேலைக்காரி' படத்தில் ஆட்சேபகரமானது என்று சொல்லக்கூடிய பகுதியைக் கவனிக்கலாம்.

கதாநாயகன் காளி மாதாவிடம் பக்தி கொண்டிருந்தான். காளி கோயிலுக்குப் போய் வழிபட்டு வந்தான். அவனுடைய சிநேகிதன் மணி அதைக் குறித்து அவனைக் கேலி செய்து வந்தான்.

காளி பூசையினால் கதாநாயகனுடைய கஷ்டம் தீரவில்லை. அவனுடைய தந்தையின் தற்கொலைக்குக் காரண புருஷரான பணக்கார வேதாசல முதலியாருக்கு ஒரு ஜமீன் கிராமம் கிடைக்கிறது.

இதை அறிந்ததும் கதாநாயகனுடைய மனம் பதறுகிறது. காளி மாதாவிடம் வைத்த பக்தியும் நம்பிக்கையும் மறைந்துவிடுகின்றன. "உன்னை வழிபட்டு என்ன பயன்!" என்று அலறிவிட்டு, பூஜை சாமான்களில் சிலவற்றை உதைத்துத் தள்ளிவிட்டுக் கோயிலிருந்து வெளியேறுகிறான்.

இதை நாஸ்திகப் பிரசாரம் என்றும், ஹிந்து மதத்துக்கு விரோதமான பிரசாரம் என்றும் சொல்லக்கூடும்.

ஆனால் நாஸ்திகப் பிரசாரம் என்ற முறையில் இந்த முயற்சியை ஒரு பெரும் தோல்வி என்றே நான் கருதுகிறேன்.

கதாநாயகன் காளியைப் பார்த்துக் கேட்பதற்கெல்லாம் ஹிந்து மதம் அறிந்தவர்கள் அனைவருக்கும் பதில் தெரியும்.

"அரசன் அன்று கொல்லும், தெய்வம் நின்று கொல்லும்"

தெய்வம் கருணை புரிவதும் அப்படியே.

பக்தர்களைத்தான் பகவான் பலவிதத்திலும் சோதிப்பார் என்பது ஹிந்துக்கள் அனைவரும் அறிந்ததே. புராண இதிகாசங்களிலும் பக்த விஜயங்களிலும் உள்ள கதைகள் இதையே சொல்கின்றன.

இராமர் பதினாலு வருஷம் வனவாசம் போனார். பஞ்ச பாண்டவர்கள் எத்தனையோ கஷ்டப்பட்டார்கள் பிரஹலாதன் இரணியனிடம் பட்ட கஷ்டங்கள் கொஞ்சமா? அவ்வளவையும் கடவுள் பார்த்துக்கொண்டிருந்துவிட்டுக் கடைசி நேரத்திலேதான் காப்பாற்றுவதற்கு வந்தார்.

ஹிந்து மதம் மட்டும் அல்ல; கிருஸ்துவ மதமும் அவ்வாறே சொல்கிறது. "கொஞ்சம் உள்ளவர்களிடமிருந்து அந்தக் கொஞ்சமும் எடுத்துக்கொள்ளப்படும். அதிகமாக உள்ளவர்களுக்கு மேலும் கொடுக்கப்படும்" என்பது ஏசுநாதர் திருவாக்கு.

ஹிந்து மத சம்பந்தமான கதைகளில் கடைசியில் பக்தர்கள் வெற்றியடைவது வழக்கம். இந்த 'வேலைக்காரி'யிலும் அப்படித் தான் நடைபெறுகிறது.

காளி கோயிலிலிருந்து கதாநாயகன் காளியை வைது கொண்டே ஓடியபோது காளி அவன் சிற்றறிவை எண்ணிச் சிரித்திருக்க வேண்டும்! ஏனெனில் அதே சமயத்தில் காளி அவனுடைய

நன்மைக்காக என்ன அற்புதங்களெல்லாம் செய்து வைத்திருக்கிறாள் தெரியுமா?

ஒரு பணக்கார ஸ்திரீயின் மகன் பத்து வருஷம் சீமையிலிருந்துவிட்டுத் திரும்பி வந்தவன் கொலையுண்டு சாக்கில் கட்டப்பட்டுக் கிணற்றில் கிடக்கிறான். அவனுடைய தாயாரோ நம் கதாநாயகனுக்குச் சௌகரியமாக இரண்டு கண்ணும் குருடாயிருக்கிறாள்! எல்லாம் காளி மாதாவின் கருணைதான்!

குருட்டுத் தாயார் வெகு சுலபமாக வேஷதாரியைத் தன் மகன் என்று நம்பிவிடுகிறாள் யாரை ஏமாற்றினாலும் தாயாரை ஏமாற்ற முடியாது என்று சொல்லலாம். ஆயினும் காளி மாதாவின் கருணையினால் என்ன அதிசயந்தான் நடைபெறாது?

வேதாசல முதலியார் பிள்ளை கொலைக் குற்றத்திலிருந்து தப்பிக்கிறான். அவனை விடுவிப்பதற்கு வடநாட்டு வக்கீலாக வந்த கதாநாயகனை யாரும் கண்டுபிடிக்க முடியவில்லை. இத்தனைக்கும் அவன் தேயிலைத் தோட்டத்தில் வேலை செய்தவன். அவனை வக்கீலாக ஜட்ஜ் ஒப்புக்கொண்டதற்குக் காளியின் கருணையைத் தவிர வேறு என்ன காரணம் சொல்ல முடியும்?

கடைசியில், கதாநாயகன் தான் குருட்டு ஸ்திரீயின் புதல்வன் அல்லவென்று ஒப்புக் கொள்கிறானே? அப்போதாவது ஆள் மாறாட்டத்துக்காக அவனைக் கைது செய்கிறார்களா? குருட்டுப் பணக்காரியின் உண்மை மகனைக் கொன்றது யார் என்று கண்டுபிடிக்கப் பார்க்கிறார்களா? இல்லவே இல்லை! எல்லாம் காளி மாதாவின் கருணைதான்!

கடைசியில் கதை சுபமாகவே முடிகிறது. வேலைக்காரி தன் எஜமானரின் மகனையே மணந்துகொள்ளுகிறாள்; கதாநாயகனும் அவன் மனைவியும் சமரசமடைந்து விடுகிறார்கள். எல்லாம் காளியின் கருணைதான்!

காளி பக்தனைப் பரிசோதிக்கும்போது பரிசோதிக்கிறாள். இனிமேல் சோதனையைத் தாங்கமாட்டான் என்று ஏற்பட்டதும் கருணை புரிந்துவிடுகிறாள். உடனே நடவாத காரியமெல்லாம் நடந்துவிடுகிறது.

இந்தப் படத்தின் மூலம் நாஸ்திகப் பிரசாரம் வெற்றி பெறும் என்று எனக்குக் கொஞ்சம்கூட நம்பிக்கை ஏற்படவில்லை.

நம்முடைய ஹிந்து மதம் அத்தகைய தொட்டாற் சுருங்கி மதம் அல்ல. இதைக் காட்டிலும் ஆயிரம் மடங்கு அதிக வலிமையுள்ள எதிர்ப் பிரசாரத்தையெல்லாம் ஹிந்து மதம் வென்று இன்றுவரை நிலைத்திருக்கிறது.

ஜனநாயக இந்தியாவில் இத்தகைய அபிப்பிராய சுதந்திரமும் பிரசார சுதந்திரமும் கட்டாயம் அளிக்கப்பட வேண்டும்.

அப்படி அளிப்பதினால் கடவுளுக்காவது ஹிந்து மதத்துக்காவது இந்திய தேசத்துக்காவது ஒரு தீங்கும் நேரிட்டு விடாது.

உண்மையில் ஹிந்து மதத்துக்குத் தீங்கு விளைவிக்கக்கூடிய ஸினிமா படங்கள் எவை தெரியுமா? 'பக்திப்படங்கள்' என்றும் 'புராணப் படங்கள்' என்றும் பெயர் சூட்டிக்கொண்டு வரும் ஆபாசம் நிறைந்த படங்களேயாகும். இம்மாதிரி படங்கள் பலவற்றில் நம்முடைய தெய்வங்களை எவ்வளவு கேவலப்படுத்தி ஆபாசங்களுக்கு உட்படுத்தலாமோ அவ்வளவும் செய்வது வழக்கமாயிருந்து வருகிறது. சர்க்கார் தலையிட்டுத் தடுப்பதாயிருந்தால் அத்தகைய ஆபாச புராணப் படங்களையே தடை செய்ய வேண்டும்.

- கல்கி, *19.6.1949*

9

ஔவையார்

நீங்களும் நானும் எத்தனையோ நெடுங்காலமாக சினிமாக் கலையை உயர்த்துவது பற்றிச் சிந்தித்து வந்திருக்கிறோம். வெள்ளித் திரையானது மக்களின் ஒழுக்கத்தையும் பண்பாட்டையும் உயர்த்தி மகோன்னதம் அடையச் செய்வதற்கு ஓர் அற்புத சாதனம் ஆயிற்றே? இந்த சாதனைத்தைக் கொண்டு தமிழரின் மேம்பாட்டைச் சித்தரிக்க யாராவது முன் வரமாட்டார்களா? என்று ஆசைப்பட்டிருக்கிறோம்.

தமிழர் வாழ்வை அடிப்படையாகக்கொண்டு தமிழ்நாட்டையும் தமிழர்களையும் உயர்த்தக்கூடிய ஒரு படம் வெளிவராதா என்று ஏக்கம் அடைந்திருந்தோம். இது வெறும் பகற்கனவாகவே போய் விடுமோ என்று சில சமயம் நிராசை அடைந்திருந்தோம்.

தமிழ்நாட்டைப் பற்றிய வரையில் அந்தக் கனவு பழித்து விட்டது; நம்முடைய மனோரதம் நிறைவேறிவிட்டது. தமிழ் மூதாட்டியாகிய ஔவையாரும் ஜெமினி அதிபர் ஸ்ரீ எஸ்.எஸ். வாசனும் ஒத்துழைத்து, நம் காலத்திலேயே வெள்ளித் திரை பற்றிய நம் ஆசைக் கனவு நிறைவேறும்படி செய்திருக்கிறார்கள்.

ஔவை மூதாட்டியும் ஸ்ரீ எஸ். எஸ். வாசனும் என்னைக் கைலாசத்துக்கு மட்டுமே அழைத்துச் சென்றார்கள் என்று எண்ண வேண்டாம். 'பூலோக கைலாசம்' என்று நாம் பெருமிதத்துடன் சொல்லிக்கொள்ளக்கூடிய பழந்தமிழ் நாட்டுக்கும் அழைத்துச் சென்றார்கள். இந்த நாளில் நாம் கனவிலும் காண முடியாத காட்சிகளை எல்லாம் காணும்படி செய்தார்கள். கேட்பதற்கு உரிய இசைப்பாடல்களையும் இன்னமுத பொன்மொழிகளையும் கேட்கும்படிச் செய்தார்கள். தமிழர்களாக பிறந்து தமிழ்நாட்டில் வாழ்வோர் எல்லோரும் பெருமிதமற்றுத் தலைநிமிர்ந்து நிற்கும்படி செய்தார்கள்.

ஔவை மூதாட்டி சோழமன்னனுடைய சபைக்கு வருகையில் அவருக்கு அளிக்கப்படும் மகத்தான வரவேற்பு வைபவங்களை பார்க்கும் தமிழன் எவனுக்கும் உள்ளம் உற்சாகத்தினால் விம்மும்; உடல் ஆனந்தத்தினால் சிலிர்க்கும்; தோள்கள் பெருமிதத்தினால் பூரிக்கும். இந்தக் கோலாகலமான காட்சியையே திரும்பத் திரும்பப் பார்த்துக்கொண்டு வாழ்நாளைக் கழித்துவிடலாம் என்றே தோன்றும்.

அம்மம்மா! தமிழன்னைக்கு அளிக்கப்படும் அந்த வரவேற்பு காட்சிகளைப் பார்க்கும்போது பழந்தமிழ் நாட்டின் செல்வச் செழிப்புகளும் பண்பாட்டின் உயர்வுகளும் நம் உள்ளத்தில் நிரந்தரமாக பதிந்துவிடுகின்றன. அதுமட்டுமல்ல, இந்த நாளில் வாழும் தமிழர்கள் வாழ்க்கையில் எல்லா துறைகளிலும் எவ்வளவு உயர்வான சாதனைகளைச் செய்யக்கூடும் என்பதும் இடையிடையே நமக்கு நினைவு வருகிறது.

மேனாட்டில் ஸெஸில் பி டெமில், அலெக்ஸாண்டர் கோர்டா முதலிய படத் தயாரிப்பாளர் பழைய ரோம சாம்ராஜ்யத்தின் சரித்திர நிகழ்ச்சிகளை ஆதாரமாகக் கொண்ட படங்களை வெளியிட்டிருக்கிறார்கள். ரோம சாம்ராஜ்யத்தின் மகோன்னதத்தை நம் கண் முன்னால் பிரதட்சயமாகக் காட்டுவதற்குரிய மகத்தான காட்சிகளை வெள்ளித்திரையில் வெளியிட்டிருக்கிறார்கள். அவற்றைப் பார்த்து நம்மில் பலர் அதிசயத்தினால் திகைத்துத் திணறித் திண்டாடிப் போயிருக்கிறோம்.

சோழமன்னன் ஔவை மூதாட்டிக்கு அளித்த வரவேற்பு காட்சிகளின் மூலமாக எஸ்.எஸ். வாசன் ஸெஸில் பி டெமிலையும், அலெக்ஸாண்டர் கோர்டாவையும் புறமுதுகிடும்படிச் செய்திருக்கிறார். இதை எண்ணும் போதெல்லாம் நாம் பெருமிதம் கொள்ளாமலிருக்க முடியாது.

ஆனால் பழந்தமிழ் நாட்டின் மேன்மைகளை மட்டும்தான் ஔவையார் படம் சித்தரிக்கிறது என்று சொல்வதற்கில்லை. மனித சுபாவம் எப்போதும் ஏறக்குறைய ஒரே மாதிரியானது. சிறுமைக்குணங்கள் படைத்தவர்கள் அந்நாளிலும் இருந்திருக்கிறார்கள். மழையின்மையால் நாடு வறண்டு அந்த நாளிலும் வயல்கள் வெடித்துப் போயிருக்கின்றன. அந்த நிலைமையில் தான தர்மங்களைச் செய்து புகழ் பரப்பிய வள்ளலைக் கண்டு இன்னொரு சிற்றரசன் பொறாமை கொண்டு அவனுக்கு இன்னல் விளைவிக்கிறான். முல்லைக் கொடிக்குத் தேர் அளிக்கிறான், பறம்பு நாட்டுப் பாரி வள்ளல். அவன் புகழ் பெருகுவதைக் கண்டு சகிக்காமல் அவனை அடக்குவதற்கு மூவேந்தர்களும் தன் படைகளை அனுப்புகிறார்கள். போருக்கு வந்தவரிடம் அகிம்சை உபதேசம் செய்ய வந்த பாரியின் மீது அம்பைவிட்டு கொல்கிறான் சுத்த வீரன். உலகத்தில் இணையற்ற அறநூலை அருளிய திருவள்ளுவரை மதியாமல் புறக்கணித்த தமிழ்ப்புலவர் சிகாமணிகள் அந்த நாளிலும் இருந்திருக்கிறார்கள். புருடனை ஓட ஓட விரட்டிய பெண்மணியும் கூட இருந்திருக்கிறாள். கோரைக்காலாழ்வான் போன்ற லோபிகளும் இருந்திருக்கிறார்கள்.

ஆனால் இத்தகைய சிறுமைகள் பழந்தமிழ் நாட்டின் பெருமையை இன்னும் நன்றாக எடுத்துக்காட்டுவதற்கே உபயோகமாகின்றன. மனித சமூகத்திற்கு என்றென்றும் பயன்படக்கூடிய அருமையான மூதுரைகளை ஔவை மூதாட்டி இனிய இசைத் தமிழில் எடுத்துரைப்பதற்கும் பயன்படுகின்றன. தெய்வத் தமிழின் பெருமைகளையும் தெய்வ பக்தியின் சக்தியையும் நிலைநாட்டுவதற்கு ஔவையார் சில சமயம் அற்புதங்களை நிகழ்த்த வேண்டியதிருக்கிறது. பாண்டியனுடைய அரண்மனைக் கதவை இறுகச் சாத்தி குறுக்கும் நெடுக்கும் சங்கிலிகளால் பிணித்துப் பெரியதொரு பூட்டு போட்டு பூட்டி விடுகிறார். ஔவை மூதாட்டி ஒரு பாட்டுப் பாடியதும் பூட்டு உடைந்து சங்கிலிகள் அறுந்து கதவு திறந்துகொள்கிறது.

பாரி வள்ளலின் பெண்களையும் திருக்கோவிலூர் இளவரசனையும் மூன்று வேந்தர்களும் சேர்ந்து சிறைப்படுத்தி விடுகிறார்கள். ஔவையார் புத்திமதி சொல்லியும் அவர்கள் கேட்கவில்லை. பின்னர் அம்மூதாட்டி விநாயகப்பெருமானை பிரார்த்தனை செய்கிறார். விநாயகப்பெருமான் யானை உரு கொண்ட ஒரு பெரிய யானைப்படையை திரட்டி அனுப்புகிறார். யானைகள் கோட்டைக் கதவுகளையும் மதில் சுவர்களையும் மோதி உடைத்து தகர்த்து தரைமட்டமாக்குகின்றனர். அப்படியும்

திருமணத்தைத் தடுத்துவிடுவது எனத் தீர்மானித்துக்கொண்டு மூவேந்தர்கள் படையுடன் விரைந்து வருகிறார்கள். ஔவையார் தமது தவவலிமையினால் பூமியைப் பிளக்கும்படிச் செய்து அவர்களை அப்பால் நிறுத்தி விடுகிறாள்.

இப்படியும் சில அற்புதங்கள் ஔவையார் படத்தில் நிகழ்கின்றன. அவற்றைப் பார்க்கும்போது இவையெல்லாம் நடந்திருக்குமா? என்ற எண்ணமே நமக்குத் தோன்றுவதில்லை. திரள்திரளாக யானைகள் படையெடுத்து வந்து முட்டிமோதி கோட்டைச் சுவர்களை இடித்துத் தகர்த்து வீழ்த்துவதை நம் கண் முன்னால் காணும்போது நடந்திருக்குமா என்ற ஐயம் தோன்றுவதற்கு இடம் எங்கே? இவ்விதமே படத்தில் வரும் எல்லாக் காட்சிகளும் நிகழ்ச்சிகளும் அவ்வளவு தத்ரூபமாகவும் விறுவிறுப்புடனும் அமைந்திருக்கின்றன.

ஆனால் இந்தப் படத்தில் காட்டப்படும் அற்புதங்கள் எல்லாவற்றிலும் மிகப்பெரிய அற்புதம் என்னவென்று என்னைக் கேட்டால், ஸ்ரீ எஸ்.எஸ். வாசன் இம்மாதிரி ஒரு படத்தைத் தயாரிப்பதில் வெற்றி அடைந்திருப்பதுதான் என்று சொல்லுவேன்.

சந்திரலேகா என்னும் படம் திரையுலகில் ஒரு மகத்தான சாதனைதான். அந்தப் படம் இந்தியா தேசம் முழுவதிலும் காட்டப்பட்டு புகழ்பெற்றது. அந்தப் படம் எடுத்தவருக்குப் பணம் கொடுத்தது. அதைக் காட்டிலும் பன் மடங்கு அரசாங்கத்திற்கு அதிக பணம் கொடுத்தது. ஆயினும் ஒரு அற்புதம் என்று சொல்ல மாட்டேன். இளம் கதாநாயகி, இளம் காதலன் அவர்களுக்கு ஏற்பட்ட சோதனைகள், நிகழ்ச்சிகள் நிறைந்த தொடர்பான கதை. மனதை உருக்கும் சோகக் கட்டங்கள், கதையிலே பின்னிக்

கொண்டு வந்த ஜிப்ஸி நடனம், சர்க்கஸ் வித்தை, டிரம் டான்ஸ் இவையெல்லாம் சேர்ந்து சந்திரலேகா படம் மிகப்பெரிய வெற்றியாயிற்று.

ஔவையார் கதையிலோ அத்தகைய இயற்கையிலேயே கவர்ச்சி அமைந்த அம்சங்கள் இல்லை. ஔவையாரின் வரலாறு தமிழ்நாட்டில் எப்படி வழிவழியாக கர்ண பரம்பரையில் வந்திருக்கிறதோ, அதிலிருந்து அதிகம் மாறுபடாமல் இருக்க வேண்டும். உதாரணமாக ஔவையின் இளம்பருவ வாழ்க்கையில் ஒரு காதல் சம்பவத்தைப் புகுத்தியிருக்க முடியுமா? காதலர்கள் பல கஷ்டங்களுக்கு உள்ளான பிறகு காதலன் இறந்துபோனபடியால், ஔவை விரக்தி அடைந்து சந்நியாச வாழ்க்கையை மேற்கொண்டதாகக் கதைப்போக்கை மாற்றியிருக்க முடியுமா? அத்தகைய மாறுபாட்டைத் தமிழர்கள் ஒப்புக்கொள்ளமாட்டார்கள்.

ஔவையாரின் வரலாற்றில் மத்திய சம்பவம் என்பது ஒன்றும் கிடையாது. காதல் இல்லை; அதிலிருந்து உண்டாகும் மற்ற ரசங்களும் இல்லை . ஔவை வரலாற்றில் வரும் நிகழ்ச்சிகள் தனித்தனியாக நிற்பவை. கர்ண பரம்பரையாக வந்திருக்கும் அந்தத் தனித்தனி நிகழ்ச்சிகளில் அதிக மாறுதல்கள் செய்வதற்கும் இடமில்லை. இத்தகைய வரலாற்றுக் கதையை வைத்துக்கொண்டு இவ்வளவு கவர்ச்சிகரமான மகோன்னதனமான படத்தை எஸ்.எஸ்.வாசன் தயாரித்திருப்பது ஔவை நிகழ்த்திய அற்புதங்கள் எல்லாவற்றையும்விடப் பெரிய அற்புதமென்று சொல்லத் தோன்றுகிறது. படத்தைப் பார்க்கும்போது ஒரு திகில் மனதில் இருந்துகொண்டே இருக்கிறது. அது என்ன தெரியுமா?கண்ணைக் கொட்டினால் எந்த அருமையான காட்சி போய்விடுமோ என்ற திகில்தான்! அப்படி ஒன்றோடொன்று மோதிக்கொண்டு மேலே மேலே நிகழ்ச்சிகள் வந்துகொண்டிருக்கின்றன. அதே சமயத்தில் அவை ஒன்றை ஒன்று தழுவிக்கொண்டும் பின்னிக் கொண்டும் 'அடுத்தாற்போல் என்ன?' என்று அறியும் ஆவலை தூண்டிக்கொண்டும் வருகின்றன. ஆகவே, பட உலகில் இந்த ஔவையார் ஓர் அற்புதம்; மேனாட்டிலேகூட யாரும் சாதித்து அறியாத அற்புதம் என்று சொன்னால் அது மிகையாகாது.

ஒவ்வொரு நிகழ்ச்சியின் முடிவும் ஒரு போதனை; ஒவ்வொரு போதனையும் மனித குலத்தை ஒருபடி மேலே உயர்த்தும் சாதனை; இப்படியாக உயர்தரமாக அமைந்திருக்கும் இப்படத்திற்கு நெடுகிலும் ஜீவகளையை அளித்து வருபவர் ஸ்ரீமதி கே.பி. சுந்தராம்பாள் அவர்கள். 'ஔவையார்' என்னும் பாத்திரத்திற்கு மிகப்பொருத்தமானவர்கள். சொந்த வாழ்க்கையில் உன்னத

லட்சியங்கள் உள்ளவர். அந்த லட்சியங்களைக் கடைப்பிடிப்பதில் நெஞ்சுத்துணிவும் தீரமும் படைத்தவர். சொல்லாற்றல் பெற்றவர். தமிழ் மொழியை தெளிவுடனும் வன்மையுடனும் கையாண்டு கேட்பவர்கள் உள்ளத்தில் பசுமரத்தாணிபோல் பதிய செய்யக்கூடியவர். அவருடைய இசைத் திறனைப் பற்றி சொல்ல வேண்டியதில்லை எனவே ஸ்ரீமதி கே.பி. சுந்தராம்பாள் எல்லாவகையிலும் 'ஔவை பாத்திரத்திற்கேற்றவராக விளங்குகிறார். அவர் ஔவையாரின் புனர் அவதாரம்' என்று சொல்லக்கூடியவாறு நடித்திருக்கிறார் என்றால் அவர் பாடியிருப்பதெல்லாம் தென்னாட்டு இசைக்கலையான கர்நாடக சங்கீதமாக மிளிரும் என்று எதிர்பார்ப்பதில் தவறில்லை. அவ்வாறு எதிர்பார்த்து படம் பார்க்கப் போகிறவர்கள் பரிபூரணமான திருப்தி அடைவார்கள். ஔவையார் படத்தில் தமிழும் தமிழிசையும் தமிழர் பண்பாடும் ஒன்றை ஒன்று தழுவி நிற்கின்றன. மூன்று தங்கத் தம்பிகளைச் சித்திர வித்திர வேலைப்பாடுகளுடன் பின்னிவிட்ட சங்கிலித் தொடரைப்போல அவை திகழ்கின்றன.

ஔவையார் படத்தை ஸ்ரீவாசன் தயாரிக்கத் தொடங்கி ஆறு ஆண்டுகள் ஆகின்றன என்பது நேயர்கள் அறிந்த செய்தியே.

படத்தைப் பார்த்தால் 'ஆறு வருசமென்ன? பதினாறு வருசம் செலவு செய்திருந்தாலும் தகும்' என்று தோன்றும். இது ஔவையார் படத்திற்கு விமர்சனம் அல்ல. ஒரு தடவை பார்த்த உடனேயே மனதில் தோன்றிய எண்ணங்களை மேலே வெளியிட்டிருக்கிறேன். படத்தின் உயர்ந்த அம்சங்கள் பலவற்றையும் விவரித்து விமரிசனம் எழுதுவதாயிருந்தால், படத்தை பன்முறை பார்க்க வேண்டும். அதற்குள்ளே லட்சக்கணக்கான தமிழர்கள் படத்தை பார்த்துவிட்டிருப்பார்கள். அவர்கள் எல்லோருடைய சார்பாகவும் ஜெமினி ஸ்டூடியோ அதிபருக்கு முன்கூட்டியே நன்றி செலுத்துகிறேன். பன்னெடுங்காலமாக சொப்பனமாக இருந்த லட்சியத்தை நிறைவேற்றித் தமிழரையும் தமிழ்நாட்டையும் மேன்மைப்படுத்தும் இந்த அற்புத சிருஷ்டியை அளித்ததற்காக என் மகிழ்ச்சியை ஸ்ரீ எஸ்.எஸ். வாசன் அவர்களுக்குத் தெரிவித்துக்கொள்கிறேன்.

- கல்கி, 09.08.1953.

கல்கி எனும் கர்நாடகம்:
தமிழ் சினிமாவின் முதல் விமர்சகர்.
ஸ்வர்ணவேல்

"நாடகத்தில் பாட்டைப்பற்றிப் பேசும்போது, சமீபத்தில் ஒரு சிநேகிதர் சொன்ன சம்பவம் ஞாபகம் வருகிறது. வெள்ளைக்காரர் ஒருவர் தமிழ் நாட்டில் அரிச்சந்திர நாடகம் பார்த்தாராம். பக்கத்திலிருந்த சிநேகிதர் ஒருவர் அவருக்கு நாடகத்தில் நடப்பது எல்லாவற்றையும் அவ்வப்போது சொல்லி வந்தாராம். கடைசியில், நாடகத்தைப் பற்றி அபிப்பிராயம் கேட்டதற்கு அந்த வெள்ளைக்காரர் சொன்னார் : "எல்லாம் நன்றாய்த்தானிருந்தது. ஆனால் லோஹி தாட்சனைக் கடித்ததே, அந்தப்பாம்பு மட்டும் ஏன் பாடவில்லையென்று தான் தெரியவில்லை! எல்லாரும் பாடியது போல் அந்தப்பாம்பும் ஒரு பாட்டுப்பாடிவிட்டுக் கடித்திருந்தால் எவ்வளவு நன்றாயிருக்கும்?"

மேலே கல்கி குறிப்பிட்ட, நாடகத்தில் பாட்டின் மிகுதிக்கான விமர்சனம் சினிமாவுக்கும் பொருந்தும்.

"ராமன் வேஷம் தரித்தவர் ஸ்ரீமான் எம்.ஆர். கிருஷ்ணமூர்த்தி, எனவே, அவர் நன்றாய்ப் பாடுகிறார் என்று சொல்ல வேண்டியதில்லை. ஆனால் டாக்கியில் இவ்வளவு சங்கதிகளும், பிர்க்காக்களும் வேண்டியதில்லையென்று சொல்லவேண்டும். டாக்கியில் சங்கீதம் வந்தால், உணர்ச்சியை மிகுதிப்படுத்துவதே அதன் நோக்கமாயிருக்கவேண்டும். கச்சேரி சங்கீதம் டாக்கியில் வரும்போது, உணர்ச்சியைக் கெடுக்கவே செய்கிறதென்னும் கொள்கை நாளுக்கு நாள் உறுதிப்பட்டேவருகிறது."

இசைப்பிரியராகவும், குறிப்பாக தமிழிசையின் மேல் காதலுடையவராகவும் திகழ்ந்த கல்கியின் சினிமா விமர்சனங்களை

அவருடைய இசை விமர்சனங்களுடன் இணைத்தே வாசிப்பதின் இன்றியமையாமையை மேலே உள்ள வரிகள் உணர்த்துகின்றன.

"இந்த மகாபாரதப்போர்க் காட்சிகளை அப்படியே வைத்துக் கொண்டு, அந்தக் காட்சிகளுக்கிடையே, யுத்தத்தின்போது நடந்த ஒரு முக்கிய சம்பவத்தை மட்டும் படமாக எடுத்திருந்தால் வெகு நன்றாயிருந்திருக்கும். பீஷ்மர், கர்ணன், அபிமன்யு இம்மூவரில் ஒருவருடைய வாழ்க்கையை மட்டுமே படமெடுத்து, இந்த யுத்தக் காட்சிகளைச் சேர்த்திருக்கலாம். ஏன், இன்னும் எவ்வளவோ செய்திருக்கலாம். ஆனால் உங்களையும் என்னையும் யார் யோசனை கேட்கிறார்கள்? காட்டுகிற படத்தைப்பார்த்து விட்டுப் பிடித்தால் பிடிக்கிறது" என்று சொல்லுங்கள் ; இல்லாவிட்டால் "இல்லை" என்று சொல்லுங்கள். அவ்வளவு தான்."

பின்னர் பொன்னியின் செல்வனையும் சிவகாமியின் சபதத்தையும் எழுதும்போது நாவலுக்கான வெளியமைந்த போதிலும், காவிய தருணங்களின் நுண்ணிய சித்தரிப்பில், குறிப்பாக கதாபாத்திரங்களின் உணர்ச்சி மிகுந்த தருணங்களில், அவரிடமிருந்த தேர்ச்சிக்கு அவரது சினிமா விமர்சனம்சார்ந்த அனுபவத்தை முக்கிய காரணம் என்று கூறலாம்.

"ஒரு டாக்கியின் பூரண வெற்றிக்கு இன்றியமையாத அம்சம், உண்மைத் தோற்றம். அதாவது, டாக்கியைப் பார்க்கையில், சம்பவங்கள் எல்லாம் உண்மையில் எதிரில் நடப்பது போலவே தோன்றவேண்டும். இதற்கு, வேஷங்கள் சரியாகப்பலித்திருப்பது மிகவும் அவசியம்."

சினிமாவின் யதார்த்தம் மற்றும் யதார்த்த அழகியல் சார்ந்து பேசும்படம் வந்த அந்த காலகட்டத்தில், 1930களில், சிந்தித்த சீரிய விமர்கர்கள் மற்றும் ஆய்வாளர்களின் கரிசனம் கல்கி அவர்களுக்கும் இருந்தது. அதுவே சினிமா சார்ந்து அவரது ஏளனத்திற்கும் போற்றுதலுக்கும் காரணமாக அமைந்தது.

"அதற்குப் பிறகு தமிழ் நாட்டில் தமிழ் டாக்கிகளைப் பற்றிய விமரிசனங்கள் கணக்கில்லாமல் வந்திருக்கின்றன. அரசியல் விஷயங்களுக்கு அடுத்தபடியாக, இந்த டாக்கி உத்தாரணம் சம்பந்தமாகத்தான் தமிழ் நாட்டில் அதிகமான மசி செலவழிந்திருக்கிறதென்று சொல்லலாம். விமரிசனக்காரர்கள் வெவ்வேறு தமிழ் டாக்கிகளைப்பற்றி மாறுபட்ட அபிப்பிராயங்களை வெளியிட்டிருக்கிறார்கள். போர்க்கோலம்

பூண்டு கிளம்பி, ஒருவரையொருவர் பேனா முனையினால் தாக்கிக் கொண்டிருக்கிறார்கள். கோர்ட்டுக்கு இழுக்கப்பட்டு அபராதமும் செலுத்தியிருக்கிறார்கள். ஆனால் எல்லாரும் ஒரு விஷயத்தில் ஒன்றுபட்ட, ஏகமனதான அபிப்பிராயம் தெரிவித்திருக்கிறார்கள். அது, 'தமிழ் டாக்கி சுத்த மோசம்' என்பது தான்."

தமிழ் டாக்கியின் தரம் மற்றும் மேன்மையின்மேல் அக்கறை கொண்ட கல்கி கல்கத்தாவிலிருந்த வடக்கத்தியர்களின் கையிலிருந்து தமிழர்களுக்கும் தமிழ் நாட்டிற்கும் சினிமாத் தொழில் பெயறவேண்டும் என்று ஏங்குகிறார்:

"பிறகு கால்மணி நேரம், காட்டப்போகும் காட்சிக்கு யாரார் பொறுப்பாளிகள் என்பது தெரிவிக்கப்பட்டது. சினிமாக்கள், டாக்கிகள் இவைகளில் இது ஒரு நல்ல அம்சமாகும். பேர்வழிகள் ஒளித்து வைக்கப்படுவதில்லை. காட்சியின் இந்த இந்த அம்சத்துக்கு இன்ன இன்னார்தான் பொறுப்பாளி என்னும் உண்மையை முதலிலேயே கக்கி விடுகிறார்கள். படம் கல்கத்தாவில் எடுக்கப்பட்டது. படமெடுத்தவர் ஒரு வங்காளி. குத்தகைதார் ஒரு ஸேட். நடித்தவர்களும், நடத்திவைத்தவரும் மட்டும் தமிழர்கள். எல்லா அம்சங்களுக்கும் தமிழர்களே பொறுப்பாளிகளாய் ஏற்படும் தமிழ் டாக்கிகள் கூடிய சீக்கிரம் ஏற்படும் என்று எதிர்பார்ப்போம்."

கல்கி ஆனந்த விகடன் நவம்பர் 29, 1933 இதழில் "பிரஹ்லாதன் சரித்திரம்" என்ற படத்திற்கு எழுதிய இந்த விமர்சனம் அன்றைய தமிழ்/இந்திய சினிமாவின் வரலாற்று ஆவணமாகவும் உள்ளது. கல்கியின் விமர்சனங்களின் இந்த தொகுப்பிற்கான முக்கிய காரணங்களில் வரலாற்று ஆவணம் எனபது தலையாயது. இசை மற்றும் சினிமாவின் அழகியல் மற்றும் சமூகபண்பாட்டு/ரசனை வரலாற்றை அதன் ஆழம் குறையாமல் இவ்வளவு நகைச்சுவையுடன் யாராவது தந்திருப்பார்களா என்பது சந்தேகமே.

"தவறு யார்மேல் இருந்தாலும் சரி, ஒருவர் மேலும் இல்லாமற் போனாலும் சரி, நாம் வேண்டுதெல்லாம் நல்ல தமிழ் டாக்கிகள் வரவேண்டுமென்பது தான். ஒரு நல்ல தமிழ் டாக்கியாவது வராதா என்று நாம் ஆவலாயிருக்கிறோம். இந்த ஆவல் நாம் கொண்டிருப்பதற்கு ஒரு முக்கிய காரணம், நாளைக்கு ஜனங்கள், 'உங்களுடைய விமரிசனங்களையும் பிரசங்களையும் உடைப்பில் போடுங்கள். அவற்றினால் ஒரு நல்ல தமிழ் டாக்கியையாவது கொண்டுவர முடிந்ததா?' என்று கேட்பார்களே என்னும் கவலை தான்."

ஈடுபாடு மிகுந்த விமரிசகராக கல்கிக்கு இருந்த மனவுறுத்தல் அவருக்கு (தமிழ்)சினிமாவின் சாத்தியங்களில் இருந்த நம்பிக்கையைச் சொல்கிறது.

"மன்ஸூர் வேடத்தில் நடித்த பிரிதிவிராஜ் (கபூர்) ஒரு பாட்டுக்கூட பாடவில்லையென்றால் தமிழ் நாட்டிலுள்ள நமக்கு ஆச்சரியமாகத்தான் இருக்கும். இங்கே நாடகமேடைத் திருடர்களெல்லாம் காலில் கஜ்ஜை கட்டிக் கூத்தாடிக்கொண்டும், வாயில் எலெக்ட்ரிக் விளக்கைக் கௌவிக்கொண்டும், தில்லானா டப்பாக்கள் பாடிக்கொண்டும் வருவது வழக்கமாயற்றே. இந்த டாகூ மன்ஸூருக்கோ அதெல்லாம் வராது. சுருங்கச்சொன்னால், அவன் கேவலம் ஓர் அசல் கொள்ளைக்காரன் போலவே நடிக்கிறான். பரிதிவிராஜ், என்னுடைய அபிப்பிராயத்தில், டக்லஸ் பேர்பேங்க்ஸை விட இந்த வேஷத்தில் நன்றாய் நடிக்கிறான்."

சினிமாவைப்பற்றிய கல்கியின் அக்கறை அவருக்கு இந்திய/ உலக சினிமாவின் மேலிருந்த புரிதலாகவும் மற்றும் அன்றைய காலகட்டத்தில் தமிழ் நாட்டில் வெளியிடப்பட்ட படங்களின் ஆவணமாகவும் அவரது விமர்சனங்களில் விரிகிறது. போலவே தமிழ்மொழி மீதான கரிசனமும்:

"'உன பெயர் என்ன?' எனறு கதாநாயகி கேட்கப்படுகிறாள். என் பெயர் 'நவீன சதாரம்' எனறு பதில் வருகிறது.

பழைய சதாரம் கதையை, புது முறையில் அமைத்து 'நவீன சதாரம்' எனறு டாக்கிக்கு பெயர் வைக்கலாம். ஆனால் கதாநாயகியின் பெயரே "நவீன சதாரம்", அதிலும் அவளே அதைச் சொல்லிக் கொள்கிறாள் எனறால், கதை அமைப்பின் இலட்சணமே தெரியாவர்கள் இந்த டாக்கியின் கதையை அமைத்திருக்கிறார்கள் என்பது வெட்ட வெளிச்சம்."

அறிஞர் அண்ணாவை பெரிதும் மதித்த கல்கி அவரது எழுத்திலுதித்த வேலைக்காரியை வெகுவாக பாராட்டி அண்ணாவின் பாணியிலேயே அன்றைய படங்களைச் சாடுகிறார்:

"இன்னும் ஒரு சிறு குறை என்னவென்றால், கதையின் நடுவில் இங்கிலீஷ் வார்த்தைகளை அபரிதமாய்க் கலப்பதேயாகும். சமயமறிந்து ஒவ்வொரு இங்கிலீஷ் வார்த்தையை நடுவில் கலப்பதில் ரஸம் உண்டு என்று நான் ஒப்புக்கொள்கிறேன். ஆனால் '*Woman's Franchise*க்காக *Fight* பண்ணின *First Lady* துரோபதிதான்' என்றெல்லாம் மணிப்பிரவாளமாக வரும் வாக்கியங்கள், காலட்சேபத்தின் நடுவில் காதில் கடூரமாய்த்தான் விழுகின்றன.

கல்கி, பக்திப்படங்களையும் விட்டுவைக்கவில்லை:

"உண்மையில் ஹிந்து மதத்துக்குத் தீங்கு விளைவிக்கக் கூடிய ஸினிமாப் படங்கள் எவை தெரியுமா? 'பக்திப்படங்கள்' என்றும் 'புராணப் படங்கள்' என்றும் பெயர் சூட்டிக் கொண்டு வரும் ஆபாசம் நிறைந்த படங்களே யாகும். இம்மாதிரி படங்கள் பலவற்றில் நம்முடைய தெய்வங்களை எவ்வளவு கேலப்படுத்தி ஆபாசங்களுக்கு உட்படுத்தலாமோ அவ்வளவும் செய்வது வழக்கமாயிருந்து வருகிறது. சர்க்கார் தலையிட்டுத் தடுப்பதாயிருந்தால் அத்தகைய ஆபாச புரணாப் படங்களையே தடை செய்யவேண்டும்."

"மான் மாதிரி துள்ளி" ஆடக்கூடிய இந்திய சினிமாவில் டான்ஸிற்கு நிகரில்லாத வைஜயந்திமாலாவின் மேல் கல்கி தன் மனதைப் பறிகொடுத்தது இயல்பானதே. ஆயினும் அவரது ஆரம்பநாட்களிலேயே அவரைப் பற்றிய கல்கியின் கணிப்பு துல்லியமாக அமைந்திருக்கிறது:

"பட்டணத்துப் பெண்ணாக நடிக்கும் குமாரி வைஜயந்திமாலா ஸினிமா வானத்தில் திடீரென்று உதயமாகிச் சுடர் விட்டுப் பிரகாசிக்கும் நட்சத்திரமாக விளங்குகிறாள். அவள் நடித்திருப்பது இது முதல் படமாயிருந்தும் முதல்தரமாக நடித்துச் சிறந்த புகழுக்கு உரியவளாகியிருக்கிறாள். குமாரி வைஜயந்திமாலாவின்

ஒயிலான சடையும் மயில்தோகை உடையும் நடிப்பும் பேச்சும் அவள் கண்ணால் சிரிப்பதும் பண்பாடிக் குதிப்பதும் கிண்ணாரம் கொட்டி கொம்மாளம் அடிப்பதும் "வாழ்க்கை"யை மிகக் கவர்ச்சிகரமான படமாக்கி, ஒரு தடவை பார்த்தவர்களை மறு தடவையும் பார்க்கும்படி தூண்டுகிற சாதனங்களாகின்றன. ஒரு படத்தில் கதாநாயகியாக நடிப்பதற்குரிய சகல அம்சங்களும் வைஜயந்திமாலாவிடம் பொருந்தியிருக்கின்றன. பேச்சில் சரளம் இருக்கிறது; குரலில் இனிமை இருக்கிறது; முகத்தில் களை இருக்கிறது; கண்ணில் ஒளி இருக்கிறது; நடிப்பில் இயற்கை இருக்கிறது."

ஆயினும் ஆடலும் பாடலும் பொருந்தாத இடத்தில் கல்கியைவிட தீவிரமாக சினிமாவை விமரிசத்தவர்கள் மிக சொற்பமாகவே அன்று இருந்திருக்கக்கூடும். உதாரணத்திற்கு, தமிழின் முதல் டாக்கியாக கருதப்படுகிற காளிதாஸை அவர் காய்ச்சி கலாய்த்திருப்பதைப் பாருங்கள். அவருக்கேயுள்ள கூர்மையும் நகைச்சுவையுணர்வும் நக்கலும் மொழியும் இங்கிணைவதைக் காணலாம்:

" 'டாக்கி' என்று சொல்கிறார்கள். 'தமிழ் டாக்கி' என்று கலப்பு மொழி பேசுவதற்கு என்னுடைய தமிழ் அபிமானம் கைகொடுக்கவில்லை. எனவே 'தமிழ்ப்பேச்சி' என்று பெயர் கொடுக்கலாமென்று முதலில் தீர்மானித்தேன். ஆனால் நான் பார்த்த பேச்சி உண்மையில் பாட்டியாயிருந்தது. அதாவது தமிழ்ப் பேச்சு அதில் கிடையாது. விசாரித்தால் அது தெலுங்கு பாஷை என்று அறிந்தேன். முதலிலும் நடுவிலும் கடைசியிலும் சில தமிழ்ப்பாட்டுக்கள் பாடப்பெற்றன. ஆகையால் நான் பார்த்து கேட்டு அனுபவித்த காலட்சேபத்திற்கு தமிழ்ப்பாட்டி என்று பெயர்கொடுப்பதே பொருத்தமென்று தீர்மானித்தேன். உங்களுக்கு இஷ்டமில்லாவிடில் தெலுங்கு பேத்தி என்று வைத்துக் கொள்ளுங்கள்."

தமிழின் முதல் "டாக்கி/பேசும்" சினிமாவாக கருதப்படும் காளிதாஸைப்பற்றி கல்கி (ஆனந்த விகடன், நவம்பர் 16, 1931ல்) எழுதியிருக்கும் இந்த வரிகளிலிருந்து அவரது தனித்துவம் வெளிப்படுகிறது. நகைச்சுவையும் நக்கலும் கலந்த மொழியும் மற்றும் பாடல்களுக்கு ஊடாக தவிக்கும் மொழியையும் கதையாடலையும் பற்றிய சினிமா சார்ந்த அவரது கரிசனமும். போலவே, மொழிகளுக்கு ஊடாக தமிழைத்தேட வேண்டிய நிலையிலிருக்கும் அவரது ஆதங்கமும். அவரது சினிமா

விமர்சனங்கள் (கர்னாடக) இசை மற்றும் சினிமா மீதான அவரது ஈர்ப்பு மற்றும் புரிதலின் முரணியக்கத்திலிருந்து தோன்றியதாகக் கூறலாம். சினிமாவின் சாத்தியங்களின் மேலிருந்த அவரது அறிவார்ந்த ஏக்கத்தினால் அவை ஆழம் கொள்பவை. ஆகையால் அவரது இசைசார்ந்த சீரிய அலசல்களையும் அறிய அவரது இசை விமர்சனங்களை அன்றைய ஓவியர்களின் தனித்துவத்துடன் இத்தொகுப்பில் இணைத்திருக்கிறோம். அனறைய சினிமாவையும் இசையையும் பிரிக்க முடியாது. போலவே கல்கியையும் இசையையும்; அவரது ரசனையையும் கூர்மையும் நகைச்சுவையும் நிறைந்த விமர்சனைத்தையும்.

மிஸ். T. P. ராஜலெக்ஷ்மி

ஸ்ரீமதி டி.பி. ராஜலட்சுமி

"ஸ்ரீமதி டி.பி. ராஜலட்சுமி அம்மாளை இது வரையில் நாடக மேடையில் பார்த்திருக்கிறீர்கள். இப்போது டாக்கியில் வந்து பாருங்கள் என்று எங்கே பார்த்தாலும் விளம்பரங்கள் காணப்பட்டன," என்று தனது காளிதாஸ் விமர்சனத்தின் ஒரு பத்தியைத் தொடங்கும் கல்கி காளிதாஸ் தமிழ் சினிமாவாக கருதப்பட்டு அதை மக்கள் அவ்வாறு ஏற்கப்பட்டதற்கான முக்கிய காரணம் அதற்குமுன் தமிழ் நாடகமேடையில் டி.பி. ராஜலட்சுமிக்கு இருந்த புகழ் தான் என்பதற்கான தரவுகளை அளிக்கிறார். "பிறகு ஸ்ரீமதி ராஜலட்சுமி அம்மாள் மேடைக்கு வந்து அதாவது திரையில் வந்து பாடத்தொடங்கினார்கள். அம்மாளின் பற்களைப்பற்றி முன்னம் புகழ்ந்து சொல்லியிருக்கிறேன். ஆனால் அவர்களுடைய தொண்டையைப்பற்றி அப்படிச் சொல்வதற்கில்லை," என்று தன்னுடைய பாணியில் அன்றைய குரலுக்கும் ஒலிப்பதிவிற்குமான சொல்லாடலுக்குள் நம்மை இட்டுச்செல்கிறார். குரலில் குற்றமில்லை ஒலிப்பதிவுதான் சரியில்லை என்று கூறும் நண்பர்மூலமாக 1930களில் சினிமாவில் ஒலி வந்த பின் அதன் காண்பியல் சாத்தியங்கள் பின்னுக்குத் தள்ளப்பட்டு குரல் மையத்தை அடைந்து வீரியம் கொண்டது, அத்தகைய ஒலியின், குறிப்பாக வசனங்களின் ஆதிக்கம் இன்று வரை விமர்சிக்கப்படுவதை கல்கியின் விமர்சனம் அன்றே எதிர்பார்த்திருந்தது தெரியவருகிறது.

கல்கி (கர்நாடகம்)

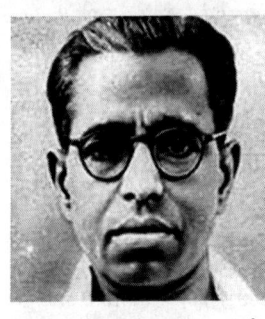

1933 முதல் 1939வரை பிரபல தமிழ் வார இதழான ஆனந்த விகடனில் 'கர்னாடகம்' என்கிற புனைப்பெயரில் புகழ்பெற்ற எழுத்தாளர் கல்கி எழுதிய பத்திகளை அலசுகிறது எனது இக்கட்டுரை. அதன் மூலம் தமிழ் சினிமா ஊமைப் படங்களிலிருந்து பேசும் படமாக மாறிய முக்கியமான பத்தாண்டு காலத்தில் ஒப்பற்றவராக விளங்கிய விமர்சகரின் படைப்புகளை ஆராய்வதே இதன் நோக்கம்.

கர்னாடகத்தின் 'ஆடல் பாடல்" என்ற தலைப்பிலான பத்தி அப்போது தென்னிந்தியாவிலும் சினிமாவிலும் அதிகமாகப் பயன்படுத்தப்பட்டு வந்த செவ்வியல் இசைவடிவமான கர்னாடக இசையை மையமாகக் கொண்டது. தொடக்க காலத் தமிழ் சினிமாவில், குறிப்பாக 1930, 1940களில், இடம் பெற்றிருந்த பாடல்கள் அதிகம் கர்னாடக இசை ராகங்கள் (அ) மெல்லிசை வார்ப்பில் அமைந்தவையாக இருந்தன. எனவே அப்போது உயர்ந்த நிலையிலிருந்த, கர்னாடக இசையில் பயிற்சி பெற்ற நாடக நடிகர்கள் மற்றும் பாடகர்களால் நிரம்பியிருந்த, 1930களின் தமிழ் சினிமாவை ஆராய்வதற்கான அரிதான வாய்ப்பாக கல்கியின் பத்திக் கட்டுரைகள் அமைகின்றன. 1930களில் விகடனில் மும்முரமாக விமர்சனத்தில் ஈடுபட்டிருந்த கல்கி பின்னர் 1940களின் ஆரம்பகாலகட்டத்தில் கல்கி பத்திரிக்கையின் ஆசிரியராக பொறுப்பேற்ற பின் சினிமா விமர்சனங்களைக் குறைத்துக்கொணடது புரிந்துக்கொள்ளக்கூடியதே. இத்தொகுப்பிலுள்ள 'அவ்வையார்' போன்ற படங்களுக்கு அவர் 1940களில் எழுதிய விமர்சனம் கல்கி பத்திரிக்கையிலிருந்து பெறப்பட்டதே,

இது தவிர ஆடல் அக்கால சினிமாவின் மற்றொரு முக்கிய பகுதியாக இருந்ததையே தான் எழுதி வந்த பத்திக்கு கல்கி தேர்ந்தெடுத்த தலைப்பின் முதல் பாதி குறிக்கிறது. சினிமாவைப் போலவே நடனத்துறையில் இருந்த பெண் கலைஞர்களும் மதிக்கப்படவில்லை. எனவே கல்கி ஒரு விமர்சகராக தான் ஆய்வுக்குட்படுத்திய நடனம் (முக்கியமாக பரதநாட்டியம்), சினிமா ஆகியவை பிற (உயர்) கலைகளைப் போல மரியாதையளிப்பதற்கான சாத்தியங்களை உள்ளடக்கியிருப்பதாக வாதிட்டார். இதற்காக

பிரபலங்கள்/நட்சத்திரங்களான ருக்மிணி தேவி அருண்டேல், பிருத்விராஜ் கபூர் போன்றோரை மேற்கோள் காட்டினார். இந்தக் கட்டுரையில் நான் கல்கியின் சினிமா குறித்த எழுத்துகள், குறிப்பாக 1930களில் அதன் மீது அவருக்கிருந்த குழப்பமான மனநிலை மீதுதான் முதன்மையான கவனம் செலுத்தியுள்ளேன்.

ஒருபுறம் சினிமாவில் கதை கூறும் முறை, நடிகர்கள், அவர்களது நடிப்பின் தரம், அளவுக்கு அதிகமான பாடல்கள், ஒலி சார்ந்த விளக்கங்கள் (*hermaneutics of sound*), திரைக்கதையின் தரம் ஆகியவை குறித்து அவர் பெருமளவில் எதிர்மறை விமர்சனப் பார்வையே கொண்டிருந்தார். மறுபுறம் ஒலி மற்றும் பிம்பச் சலனங்களின் வழியாக கதை சொல்வதற்கு சினிமா என்ற ஊடகம் ஏற்படுத்தித் தந்த வாய்ப்பும் ஒளிப்பதிவு, ஒலிப்பதிவு மற்றும் படத்தொகுப்பு ஆகிய தொழில்நுட்ப அம்சங்களும் அவரைப் பெரிதும் கவர்ந்திருந்தன. ஆனால் வாழ்க்கையை விமர்சனபூர்வமாகப் பார்க்கவைக்கும் சினிமாவின் வல்லமையே அவருக்கு முக்கியமாக இருந்தது: சினிமாவால் அளிக்கப்பட்ட தொழில்நுட்ப சாத்தியங்கள், அழகியல் திறனை வெளிப்படுத்தவும் சமகால வாழ்வு குறித்த வர்ணணைக்கு பயன்பட்டால் மட்டுமே அவரைக் கவர்ந்தன. எனவே சினிமாவின் நவீனத்தன்மை குறித்த கல்கியின் இரட்டை மனநிலை சார்லி சாப்ளின் மீதும் ‘சிட்டி ஆஃப் லைட்ஸ்’ (1931) உள்ளிட்ட சாப்ளினின் பிரபலமான படங்கள் மீதும் கல்கிக்கும் இருந்த அபிமானத்தின் எதிரொலி.

பாடல், ஆடல், நாடகம் ஆகியவை பிரபலமான கேளிக்கை வடிவங்களாகத் திகழ்ந்த 1930களில் தமிழ் சினிமா பரவலாக கவனம்பெறத் தொடங்கியிருந்தது. அந்தப் பத்தாண்டில்தான் தமிழ் சினிமாவில் ஒலி நுழைந்தது. திரைப்படங்களில் பாடல்களும் ஆடல்களும் நீக்கமற நிறைந்திருந்தன. இந்தக் காலக்கட்டத்தில் கல்கியின் விமர்சனங்களை மையமாகக் கொண்டு அதன் மூலம் தமிழ் சினிமாவுக்கான முன்னணி தமிழ் விமர்சகரின் எதிர்வினையை ஆராய்வதே இந்தக் கட்டுரையில் எனது நோக்கம்.

தமிழ் சினிமா அப்போதுதான் ஒலிப் படங்களுக்கு மாறியிருந்தது. 1930களின் இடைப்பகுதியில் தமிழ்ப் படங்களை தயாரிப்பதற்கான உள்கட்டமைப்பு வசதிகள் சென்னையிலேயே கிடைக்கத்

தொடங்கியிருந்தன. அந்தப் பத்தாண்டுகளின் பிற்பகுதியில் பல சினிமாத் தயாரிப்பு நிறுவனங்கள் வட இந்தியாவிலிருந்து சென்னைக்குப் புலம்பெயரத் தொடங்கியிருந்தன. இத்தகு வரலாற்று முக்கியத்துவம் வாய்ந்த காலக்கட்டத்தில் மிகப் பிரபலமான விமர்சகராகத் திகழ்ந்தவர் கல்கி. அவரது விமர்சனங்கள் குறித்த வாசிப்பு 1930களில் தமிழ் சினிமாவுக்கு இருந்த பரவலான வரவேற்பைப் புரிந்துகொள்ள உதவும் என்று நான் நம்புகிறேன்.

கல்கியின் பிரபலமான 'ஆடல் பாடல்' தொடர் அந்தக் காலத்தின் மிகப் பிரபலமான தமிழ் இதழான ஆனந்த விகடனில் 1930களின் தொடக்க காலத்திலிருந்து 1941வரை வெளியானது. 1941இல் அவர் ஆனந்த விகடனை விட்டு விலகி டி.சதாசிவம் வெளியிட்ட கல்கி இதழின் ஆசிரியராகிவிட்டார். அதோடு அவரது எழுத்துக்களின் பேசுபொருள் மாறிவிட்டது. எனவே அவர் ஆனந்த விகடனில் எழுதிய பத்திகள் தமிழ் சினிமாவில் பல பாய்ச்சல்கள் நிகழ்ந்த 1930களில் சென்னையில் அதற்கு இருந்த வரவேற்பை ஆராய்வதற்கான அரிய வாய்ப்பை வழங்குகின்றன.

கல்கியின் பத்திகள் மூலமாக 1930களில் சென்னையில் வெளியான திரைப்படங்களை கணக்கெடுப்பதும் எனது நோக்கமாகும். அதன் மூலம் 1930களில் சென்னையில் வெளியான மாற்று மொழிப் படங்கள் (குறிப்பாக ஆங்கிலம், இந்தி) அவை மக்களை எந்த அளவு கவர்ந்தன என்பதுபோன்ற தகவல்களும் நமக்குக் கிடைக்கும். ஏனென்றால் தமிழ் சினிமாவின் மீது அதன் தொடக்க ஆண்டுகளில் செல்வாக்கு செலுத்திய பல்வேறு காரணிகளை புரிந்துகொள்ள மாற்று மொழிப் படங்களைப் பற்றித் தெரிந்துகொள்வது அவசியமாகும்.

1930களின் தொடக்க காலம்:
தமிழ் சினிமாவும், பாடல்களும்.

தமிழ் சினிமாவில் வசனங்களின் ஆதிக்கம் குறித்த கல்கியின் விமர்சனம், இன்றுவரை தமிழ் சினிமா மீது அக்கறைகொண்ட விமர்சகர்களின் கருத்தை முன்கூட்டிக் குறிப்பதாக உள்ளது . எனவே 1930களின் தமிழ் சினிமா குறித்த கல்கியின் விமர்சனங்களும் கிண்டல்களும் ஆழ்ந்த அலசலக்குரியவை. ஏனென்றால் அவை சினிமாவை நன்கறிந்திருந்த ஒரு விமர்சகர் விஷயமறிந்த பார்வையாளரின் தரப்பிலிருந்து நடத்திய விவாதங்கள் மீது ஒளி பாய்ச்சுகின்றன. 1930களில், விரிவடைந்துகொண்டிருந்த பார்வையாளர்களின் தேவைகளை நிறைவேற்றும் வகையில்

தனக்கான வடிவத்தைத் தேடி பாடல்கள், ஆடல்கள், புராணக் கதைகள், நாட்டாரியல் நாடகங்களுக்கிடையே தமிழ் சினிமா பயணித்துக்கொண்டிருந்தது. கூருணர்வையும் மேலான எதிர்பார்ப்புகளையும் கொண்ட பர்வையாளர்களின் தேவைகளை நிறைவேற்றுவதற்கான முழுமையான கலைவடிவமாக சினிமாவால் அமைய முடியும் என்றும் அந்த வல்லமையை சினிமா எப்படி அடைவது என்று கல்கி யோசித்துக்கொண்டிருந்தார். ஆகையால், ஒரு திரைப்பட நேசராகவும் விமர்சகராகவும் தமிழ் திரைப்படங்களுக்கான கல்கியின் எதிர்வினைகள் நறுக்குத்தெறித்தார் போலவும் அதே நேரம் பெரும்பாலும் கசப்பை வெளிப்படுத்துவதாகவும் எப்போதாவது மகிழ்ச்சியை வெளிப்படுத்துவதாகவும் அமைந்திருந்தன

கிரௌன் திரையரங்கத்தில் திரையிடப்பட்ட "பிரகலாத சரித்திரம்" திரைப்படத்துக்கு நவம்பர் 1933இல் கல்கி விமர்சனம் எழுதினார் (3). திரையரங்க வாயிலில் குழுமியிருந்த கூட்டம் பற்றி துலக்கமாகக் குறிப்பிடுகிறார். ஸ்பீக்கர்களில் ஒலிக்கவிடப்பட்ட ஆபாசமான பாடல்களைக் குறிப்பிட்டு ஒரு தமிழ் புராணப் படத்தைப் பார்க்க வந்த பார்வையாளர்களை இப்படியா வரவேற்பது என்று கேட்கிறார். (கர்னாடகம், 1933பி, ப,23). மைசூர் அரண்மனையில் அதிகாரபூர்வ இசைக் கலைஞரான பி.எஸ். ராஜா ஐயங்கார் மாருதி (அனுமன்) மீதான இறை வணக்கப் பாடலை நேரில் தோன்றிப் பாடியதுடன் காட்சி தொடங்கியது. அடுத்த 15 நிமிடங்களுக்கு தயாரிப்பாளர், இயக்குநர், தொழில்நுட்பக் கலைஞர்கள், நடிகர்களின் பெயர்கள் அறிவிக்கப்படுகின்றன, இதை ஊமைப் படங்கள் மற்றும் பேசும் படங்களின் நல்ல அம்சமாக கல்கி குறிப்பிடுகிறார். சினிமாவைப் போன்ற கூட்டு முயற்சியில் பங்கேற்பு மற்றும் பணிக்கான பொறுப்பை ஒவ்வொரு தனிநபருக்கும் இந்தப் பெயர் அறிவிப்பு அளித்துவிடுவதாக அவர் கருதினார். பிரகலாதன் சரித்திரம் கல்கத்தாவைச் சேர்ந்த வங்காளி ஒருவரால் தயாரிக்கப்பட்டது. வெளியீட்டு உரிமை ஒரு சேட்டிடம் (மார்வாரி) இருந்தது. இயக்குநரும் நடிகர்களும் மட்டுமே தமிழர்கள். வருங்காலத்தில் தமிழ் பேசும்படங்களில் ஒட்டுமொத்த பணிகளிலும் தமிழர்களே ஈடுபடுவார்கள் என்ற நம்பிக்கையை கல்கி வெளிப்படுத்துகிறார் (மேலது, ப.24).

(பாகவத புராணத்தில் உள்ள) பிரகலாதன் கதை அனைவருக்கும் தெரியும் என்பதால் கல்கி தன்னுடைய விமர்சனத்தில் கதைச் சுருக்கத்தைத் தவிர்த்துவிட்டு பாடல், வசனம், ஒப்பனை, நடிப்பு

ஆகியவற்றில் கவனம் செலுத்துகிறார் (4). படத்தில் பாடல்கள் பாடப்பட்டதன் தரம் "சுமார்" என்றும் எல்லா நடிகர்களுக்கும்/பாடகர்களுக்கும் தொண்டை கட்டியிருப்பதாகத் தோன்றியதாகக் கூறுகிறார். இருந்தாலும் வில்லன் இரண்யன் (இரண்யகசிபு) உட்பட அனைவரும் இசை நேசர்களாகத் தெரிகிறார்கள் என்று கூறுகிறார். ஏனென்றால் ஒவ்வொருவரும் தாங்கள் பாடுவதற்கான தருணம் வரும்வரை பொறுமையாக, பாடுவதில் மெய்மறந்திருந்த மற்றவர்கள் பாடும்போது குறுக்கிடாமல் காத்திருந்தார்களாம். எடுத்துக்காட்டாக நாத்திகனும் திருமால் மீதான கோபத்துக்கும் தன் மகனின் திருமால் பக்தி மீதான எதிர்ப்புணர்வுக்கும் அறியப்பட்டவனான இரண்யன், அவனது மகன் ஹரியைப் (திருமால்) புகழ்ந்து பாடி முடிக்கும்வரை காத்திருந்துவிட்டு பிறகு கோபத்துடன் எதிர்வினையாற்றி மகனைக் கிழே தள்ளிவிடுகிறான். சிறந்த நகைச்சுவை உணர்வுக்காகவும் அறியப்பட்ட எழுத்தாளரான கல்கி, இருந்தாலும் நாராயணனால் (திருமாலின் பிரபலமான பெயர்களில் ஒன்று) பீடிக்கப்பட்டிருந்த பிரகலாதன் அந்தக் கடவுளின் பெயரை உச்சரிக்கும் முன்பாகவே அவன் மீது இரண்யன் பாய்ந்தது அந்தக் கதாபாத்திரத்தில் நடித்தவரின் பதற்றத்தை வெளிப்படுத்தியதாகக் கூறுகிறார். இரண்யன் தன் மகனைத் தாக்குவதற்கு மேலும் அரை நொடி காத்திருந்திருக்கலாம் என்றும் அவர் அவசர கதியில் எதிர்வினை ஆற்றியது அவர் பிரகலாதனின் வசனத்தை முன்கூட்டியே கணித்துவிட்டதுபோன்ற தோற்றத்தைக் கொடுத்ததால் அது இயந்திரத்தனமாக இருந்ததாகக் கூறுகிறார் கல்கி (கர்னாடகம், மேலது., ப. 25). இங்கு கல்கியின் அவதானிப்புகள் முக்கியமானவை. அவை தமிழ் சினிமாவில் கலையிலோ இசையிலோ எந்த ஆர்வமும் இல்லாத கதாபாத்திரங்கள் மீது பாடல்கள் திணிக்கப்படுவதையும் அவை எடுத்துக்கொள்ளும் நேரத்தையும் கேள்விக்குட்படுத்துகின்றன: நாடகீயமான தருணங்களில்கூட கதாபாத்திரங்கள் தங்களது எதிர்வினையை வெளிப்படுத்த பாடல் முடியும்வரை காத்திருக்க வேண்டுமா? இத்தகைய கேள்விகள் புராணக் கதைகளை முதன்மையாகப் பாடல்கள் வழியே சொல்ல வழிவகுத்த ஒலித் தொழில்நுட்பம், தமிழ் சினிமாவுக்கு உதவிய 1930களுக்கு எவ்வளவு பொருந்துமோ அதே அளவு சமகால தமிழ் (இந்திய) சினிமாவுக்கும் பொருந்தும். ஆனால் தமிழ் சினிமா வரலாற்றாசிரியர் தியோடர் பாஸ்கரன்,

சமகாலத் தமிழ்ப் படங்களில் கதைக்கும் பாடல்களுக்கும் இடையில் தொடர்பின்மை குறித்து நம் கவனத்தை ஈர்க்கிறார் (பாஸ்கரன், 2009, ப.85). தற்காலப் பாடல்கள் கதையுடன் எந்தத் தொடர்பும் இல்லாமல் "இடைச்செருகல்"போல் அமைந்திருப்பதாக பாஸ்கரன் வாதிடுகிறார். எனவே சமகாலப் பாடல்கள் கதையின் ஒரு பகுதியாக இருந்த தொடக்க கால தமிழ் சினிமா பாடல்களுக்கு நேரெதிரானவை என்கிறார். இருந்தாலும் கல்கியைப் போல் பாஸ்கரனும் கதைகூறலை வலுவிழக்கச் செய்யும் அளவுக்கு பாடல்களை இடம்பெறச்செய்யும் போக்கு குறித்து கவலை கொள்கிறார்.

1930களில் இடைப்பகுதி: தமிழ் சினிமாவும், கர்னாடக இசையும்.

பாடல்களுக்கு அளிக்கப்பட்ட முக்கியத்துவமும் பாடல்களின் தரமும் கல்கியின் பிரதான கவலையாக இருந்ததை மூன்று ஆண்டுகள் கழித்து 1936இல் 'பாதுகா பட்டாபிஷேகம்' என்ற திரைப்படத்துக்கு அவர் எழுதிய விமர்சனத்திலிருந்து தெரிந்துகொள்ள முடிகிறது (கர்னாடகம், 1936அ, பப.3032). இறைவன் ராமன், தன் தந்தை தசரதர் ராமனின் சிற்றன்னையான கைகேயிக்கு அளித்த வாக்கை நிறைவேற்றும் வகையில் 14 ஆண்டுகள் வனவாசத்துக்குப் பிறகு மீண்டும் அரியனை ஏறியதை அடிப்படையாகக் கொண்ட புராணப் படம் இது. இந்தப் படத்தில் தசரதராக நடித்தவரின் நடிப்பை கல்கி வெகுவாகப் பாராட்டுகிறார். அவரது பதிவு செய்யப்பட்ட குரல் மிகச் சிறப்பாக இருந்ததாகவும் அவரது வசன உச்சரிப்பும் பாடல்களும்கூட சிறப்பாக இருந்ததாகவும் கூறுகிறார். மேலும் அவரது குரலின் ஏற்ற இறக்கத்தையும் புகழும் கல்கி தமிழ் பேசும் படங்களில் அதை அரிதான பண்பாகக் குறிப்பிடுகிறார் (மேலது,. ப.31). அதே நேரம் கதாநாயகன் ராமனாக நடித்த எம்.ஆர். கிருஷ்ணமூர்த்தியை அவரது அளவுகடந்த தலையீட்டுக்காக விமர்சிக்கிறார். அந்த நடிகர் திறமை வாய்ந்த பாடகராக இருந்தாலும் அவரது மெருகூட்டல்கள் நீண்டுகொண்டே போவது கதைகூறலில் இருந்த நாடகீயமான தீவிரத்தன்மையைக் கெடுத்ததாகக் கூறுகிறார் (மேலது, ப.ப.3132). இதன் மூலம் கர்னாடக இசை திரைப்படங்களில் உணர்ச்சிகள் மேலெழும்புவதற்கு எதிரானது என்ற கல்கியின் கருத்து வலுவடைந்துகொண்டே இருந்ததாகத் தெரிகிறது (மேலது, ப.32). பாதுகா பட்டாபிஷேகம் விமர்சன்த்தின் இறுதிப் பத்தியில் கர்னாடக இசை சினிமா என்ற ஊடகத்துக்குப் பொருத்தமில்லாதது, ஏனென்றால் சினிமா நிகழ்வுகளை

திறமையாகக் கட்டமைப்பதையும் சீரான கதைகூறலையும் சார்ந்தது என்று கூறுவதன் மூலம் கர்னாடக இசைக்கு இருந்த மேட்டிமை அந்தஸ்தை மட்டுப்படுத்துகிறார்.

பாதுகா பட்டாபிஷேகத்தின் மேம்பட்ட திரைக்கதையைப் அங்கீகரிக்கும் கல்கி அதை திரை இயக்குநர்களுக்கான வழிகாட்டிக் கையேடு என்று கூறுகிறார். அதற்கு நேரெதிராக ரத்னாவளி (1936) திரைப்படத்தின் ஆபாசம் அதன் கதை கூறலைக் கெடுப்பதாக விமர்சிக்கிறார் (கர்னாடகம், 1935சி, பிபி 2122). சமஸ்கிருத நாடகம் ஒன்றை அடிப்படையாகக் கொண்ட அந்தக் கதை இன்னொரு பெண் மீது மையல்கொள்ளும் திருமணமான அரசன் ஒருவனை மையமாகக் கொண்டது. கதையின் போக்கு ஊகித்துவிடக்கூடியதாக இருந்தாலும், கடலிலிருந்து காப்பாற்றப்பட்ட அழகான இளம்பெண் சாகரிகையிடமிருந்து அரசரை விலக்கி வைக்கும் அரசியின் தொடர் முயற்சிகளைச் சுற்றிப் பின்னப்பட்ட நாடகீயத் தருணங்களால் கதை நிகழ்வுகள் தீவிரத்தன்மையை அடைகின்றன. இறுதியில் சாகரிகையை அடைத்துவைத்திருக்கும் சிறை எரிக்கப்பட வேண்டும் என்று ஆணையிட்ட அரசிக்கு சாகரிகை தனது தங்கை என்று தெரியவருகிறது. எனவே உரிய நேரத்தில் ஓடிச் சென்று தன் தங்கையைக் காப்பாற்றுகிறாள். இது கல்கிக்கு, “திடீரென்ற/ அவசரக்கோல' முடிவுகளைக் கொண்ட தமிழ்ப் படங்களை நினைவுபடுத்துகிறது (மேலது, ப.19).

தாசி (பாலியல் தொழிலாளி) கதாபாத்திரத்தைக் கையாண்ட விதத்தில் வெளிப்பட்ட ஆபாசத்துக்காக படத்தை விமர்ச்க்கும் கல்கி, மூன்று முக்கியக் கதாபாத்திரங்களில் நடித்த ஸ்ரீமதி சரஸ்வதிபாய், எம்.ஆர்.கிருஷ்ணமூர்த்தி, ஸ்ரீமதி ரத்னாபாய் ஆகியோரின் நடிப்பை ஆழமாக அலசுகிறார் படத்தில் நடிகர்கள் தேர்வு கச்சிதமாக இருப்பதைப் பாராட்டும் கல்கி, பாய் சகோதரிகளின் நடிப்புக்கான உழைப்பில் முன்னேற்றம் தெரிவதால் திருப்தியும் மகிழ்ச்சியும் அடைகிறார்: மேடையில் ருக்மிணியாக நடித்த ரத்னாபாய் படத்தில் சாகரிகையாக குறிப்பிடத்தக்க அளவு வித்தியாசமாகத் தெரிகிறார் (மேலது., ப.20). சகோதரிகள் இருவருமே அவர்களது முந்தைய படங்களான பாமா விஜயம்(1934), டம்பாச்சாரி (1935)

போன்ற படங்களைவிட நடிகர்களாக மேம்பட்டு இருக்கின்றனர். ரத்னாவளியில் அலட்டிக்கொள்ளாமல் பாடும் ரத்னாபாயை பெரும் திறமை வாய்ந்த இயற்கையான பாடகர் என்று புகழும் கல்கி, வாயை அகலமாகத் திறக்காமல் முகத் தசைகளை இழுக்காமலும் பாடுவதற்காக அவரைப் பாராட்டுகிறார் (மேலது.) பின்னணி பாடல் பதிவு தொழில்நுட்பம் வருவதற்கு முன் பாடகர் / நடிகர்கள் எதிர்கொண்ட இன்னல்களும் சவால்களும் கல்கியின் விமர்சனத்தின் மூலம் நமக்குத் தெரியவருகிறது. பாமா விஜயத்தில் ரத்னாபாய் பாடும்போது அவருடைய கண்கள் மேல்கூரையை நோக்கிக்கொண்டிருந்ததாகவும் அவர் பாடிய பாடல்கள் இந்துஸ்தானி (வட இந்திய செவ்வியல் இசை) மெட்டுகளில் அமைந்திருந்ததால் ஒரு கட்டத்துக்கு மேல் சலிப்படையச் செய்துவிட்டதாகவும் கூறும் கல்கி, உயர் ஸ்வரங்களில் அவரது குரல் உச்சஸ்தாயிக்குச் செல்லும்போது காதில் ஈக்கள் ரீங்காரம் செய்வதுபோல் இருந்ததாகக் குறிப்பிடுகிறார். ரத்னாவளி அதே பெயரைக் கொண்ட பிரபலமான சம்ஸ்கிருத நாடகத்தை அடிப்படையாகக் கொண்டது. கதையாடல் உதயணன் என்னும் அரசன், கதாநாயகி ரத்னாவளி என்னும் சாகரிகா, அரசி வாசவதத்தை ஆகியோரின் வாழ்வுகளைச் சுற்றிச் சுழல்வது (ஹர்ஷவர்தனர் மற்றும் எம்.ஆர்.காலே, 1964). இந்தப் படத்துக்கான விமர்சனத்தில் இந்துஸ்தானி மெட்டுகள் குறித்த கல்கியின் எதிர்மறைக் கருத்து, அவரை கர்னாடக இசை (அவ்விசையிலிருந்து பெறப்பட்ட மெட்டுகள்) மீது முதன்மை கவனம் செலுத்தும் விமர்சகராகவும் தமிழ் சினிமாவில் கர்னாடக இசை சரியான இடத்தை அடையவேண்டும் என்ற அக்கறையைக் கொண்டவராகவும் ஆனால் சினிமாவில் அதன் பொருத்தப்பாட்டை கண்டறியப் போராடுபவராகவும் நிலைநிறுத்துகிறது.

ரத்னாவளி விமர்சனத்தில் இன்னொரு சகோதரியான சரஸ்வாதிபாயைக் கல்கி புகழ்கிறார்: அவர் ஒரு நடிகராக முந்தைய படங்களைவிட ரத்னாவளியில் கவர்கிறார் ஏனென்றால் அரசி கதாபாத்திரம் அவருக்கு சரியாகப் பொருந்திற்று. அவர் ஸ்த்ரீலோலனான கணவனை எதிர்கொள்ளும் கோபக்கார மனைவி கதாபாத்திரத்தை நுண்ணுணர்வுடன் பிரதிபலித்துள்ளார். இந்தப் படத்தில் அவரது நடிப்பு தமிழ் சினிமாவில் ஒரு "சாதனை" ("Record") என்று கல்கி கருதுகிறார் (கர்னாடகம், 1935சி, ப.20). ரெக்கார்ட் என்ற ஆங்கிலச் சொல் சாதனையையும் கிராமஃபோன் இசைத்தட்டையும் குறிக்கும். அவர் அச்சொல்லை இரட்டை மேற்கோள் குறியுடன் ("") பயன்படுத்தியிருப்பது சினிமா நடிகையாக சரஸ்வதிபாயின் சாதனை, நாடக நடிகையாகிய சரஸ்வதிபாயின்

கிராமஃபோன் இசைத்தட்டுகள் ஆகிய இரண்டையும் குறிக்கவே. அதோடு 1930களில் கிராமஃபோன் துறை, நாடக நடிகர்கள், தமிழ் சினிமா ஆகியோருக்கிடையிலான நுட்பமான தொடர்பு குறித்த தொடக்ககால தமிழ் சினிமா நிபுணர் ஸ்டீஃபன் ஹ்யூஹ்ஸின் கருத்துகளையும் நினைவுகூர்கிறார்.

மேடைப் பாடகர்களை மேம்படுத்தி, அவர்களைச் சுரண்டி, அப்பாடல்களுக்குப் பெருமை சேர்க்கும் கிராமஃபோன் வர்த்தகத்தில் ஆரம்பகால தமிழ் சினிமா தன்னை ஈடுபடுத்திக்கொண்டது. தமிழ் சினிமாவை மேற்கோள் காட்டி தமிழ் நாடகங்களைப் பிரிப்பதைத் தாண்டி தமிழ் சினிமாவின் போக்கை ரெகார்டு நிறுவனங்கள் நிர்ணயிக்க ஆரம்பித்தன. குறிப்பாக, நாடக இசை/கலைஞர்களை கிராமஃபோன் நிறுவனங்கள் வேலைக்கு எடுத்து சுரண்டிய விதமானது தமிழ் சினிமா எதிர்காலத்தில் எங்கு செல்லும் என்பதற்கான உதாரணமாக விளங்கியது. இருந்தபோதிலும் துரதிருஷ்டவசமாக 1930களில் வெளிவந்த தமிழ்ப் படங்கள் தற்போது இல்லாததாலும் 1935க்கு முன்னர் தமிழ்த் திரைப்படப்பாடல்கள் வர்த்தக ரீதியாக பதிவுசெய்யப்படவில்லை என்பதனாலும் இத்தயாரிப்புகள் நமக்குக் கிடைக்க வாய்ப்பில்லை. இக்காலகட்டத்தை ஆய்வு செய்வதற்கு தற்போதைய விவரணைகள், விமர்சனங்கள் மற்றும் மறுபரிசீலனைகள் மட்டுமே நம்மிடம் உள்ளன (ஹியூஹ்ஸ், 2007).

பிரிண்டுகளோ அல்லது பதிவான பாடல்களோ நமக்குக் கிடைக்காத பின்னணியில் கல்கியின் பிரகலாதன் சரித்திரம், பாதுகா பட்டாபிஷேகம் பற்றிய விமர்சனங்கள் மிகவும் முக்கியத்துவம் பெறுகின்றன. மேலும், சப்தமும் தொழில்நுட்பமும் 'இந்தியப் படங்களை இந்திய மொழியில் தயாரிப்பது' மற்றும் 'பிராந்திய மொழிப்படங்களின் வளர்ச்சி' (பக்கம் 12) ஆகியவற்றுக்கு வித்திட்டதற்கு பிரகலாதன் சரித்திரம் உதாரணமாக இருப்பதுடன் இசையின் உலகார்ந்த பெருமையின் மொழிரீதியான வித்தியாசத்தையும் கோடிட்டுக் காட்டியது.

உதாரணமாக, ராமாயணம், மகாபாரதம் மற்றும் புராணங்கள் (பழைய/புனிதமான இலக்கியங்கள்) சார்ந்து இசையுடன் கூடிய நாட்டியக்கதை போன்றுள்ள வரலாற்றுப்படங்கள் மீதான ஆர்வத்தை கல்கியின் எழுத்துக்கள் வெளிக்காட்டுகின்றன. பாடல்கள் பெரும்பாலும் சமஸ்கிருத மொழியில் இருப்பதால் தமிழ்நாட்டைத் தாண்டியும் புரிந்து கொள்ளப்படுகின்றன. மாறாக, ஆண்டின் (கர்னாடகம், 1936, ப்.27) சிறந்த படமென்று கல்கியால் கூறப்படும் தமிழின் முதல் சமூகப் படம் (மேனகா, 1935) பற்றி எழுதும்போது பிராமண எதிர்ப்பு வசனங்கள் மற்றும் கும்பகோணத்தில் படத்திற்கெதிராக நடைபெற்ற போராட்டம் பற்றியும் எழுதியுள்ளார். படத்தில் பிராமணக் கதாபாத்திரங்களின் நல்ல/கெட்ட குணங்களை உருவாக்கிய பிராமண கதாசிரியரான துரைசாமி ஐயங்காருக்கும் கல்கி ஆதரவு தெரிவித்திருந்தார் (ப.29).

(சினிமா விமர்சகர் ராண்டர் கையின் கூற்றுப்படி மேனகாதான் கலைவாணர் என்.எஸ்.கிருஷ்ணனின் முதல் படம்)

சமூகக் கதையான மேனகாவின் இசையை (ப.30) கல்கி விமர்சனம் செய்திருந்தாலும் அப்போதைய சிறந்த தமிழ்ப் படம் என தான் பாராட்டிய அப்படத்திலுள்ள குறைகளையும் சுட்டிகாட்டத் தவறவில்லை. கதாபாத்திரங்களின் வடிவமைப்பிலுள்ள நுணுக்கங்களை ஆராய்ந்துவிட்டு வசனங்களின் மேல் கவனம் செலுத்துகிறார்.

“இதுவரையில் வெளியாகியிருக்கும் தமிழ் டாக்கிகளுக்குள், உயர்தர சம்பாஷணை ரஸத்தை இந்த “மேனகா”வில் தான் காண்கிறோம்.

‘சேலத்துக்கு என்னையும் அழைத்துப் போங்கள்’ என்று மேனகா கோருகிறாள்.

‘நீ ஸ்திரீயாயிற்றே? உன்னை அங்கே அழைத்துக் கொண்டுபோனால் எங்கே தங்குவது?’ என்று வராகசாமி கேட்கிறான் .

‘ஒரு ஸ்திரீக்குத் தங்க இடம் கொடுக்காத அந்த சேலம்வாசிகள் எப்படிப்பட்ட மனிதர்கள்?’ என்று மேனகா கேட்கிறாள்.

வீணை வாசித்துக்கொண்டு பாடிய தாசியைப் பார்த்து, சாமா, 'உன்னைப் பார்த்தால் சாக்ஷாத் ஸ்ரஸ்வதியைப் போலவே இருக்கிறது' என்கிறான் .

'உங்கள் தயவு இருந்தால் இன்னும் சற்று நேரத்தில் லக்ஷ்மியாகக் கூட ஆகிவிடுவேன்?' என்கிறாள் தாஸி."

மேனகாவுக்குமுன் சமூகப்படங்கள் வந்திருந்தாலும், ஏன் அப்படம் அதிகம் கொண்டாடப்படுகிறது என்பது மேற்கூறிய வசனங்களிலிருந்து நாம் புரிந்துகொள்ளலாம். பக்திப்படங்களின் சூழலில் மேனகா ஒரு பெரிய இடையீடே.

அதே வேளையில் கல்கிக்கு சமஸ்கிருதம் சார்ந்த பக்திப்படங்களின் மீதும் ஆர்வம் இருந்தது. முக்கியமாக ஆடல், பாடல்கள் மற்றும் திரைக்கதை, நடிப்பு நன்றாக அமைந்த பட்சத்தில். சிறந்த தமிழ்ப் படங்கள் என அவரால் பட்டியலிடப்பட்ட சில படங்களுள் பக்த குசேலர் (1936), சீதா கல்யாணம் (1934), பாமா விஜயம் (1934) மேனகா (1935) ஆகியவையும் இருந்தன. மேனகா தவிர மற்ற அனைத்தும் புராணப் படங்களே: பக்த குசேலர், பாமா விஜயம் ஆகியவை ஸ்ரீ கிருஷ்ணரின் கதைகளை ஒட்டி அமைந்திருக்க, 'சீதா கல்யாணம்' ராமாயண காவியத்தைத் தழுவி இருந்தது. 1930களில் பெரும்பாலும் இப்படிப்பட்ட படங்களே வெளியானதால் கல்கி, விமர்சனத்துக்கு இந்தப் படங்களைத் தேர்வு செய்தது இயல்பானதே. மேலும், தமிழ்ப் புராணஙகள் மற்றும்

பழங்கதைகளை ஒட்டி வெளிவந்த புகழ்பெற்ற படங்களான பவளக் கொடி (1934), அல்லி அர்ஜூனா (1935), வள்ளி திருமணம் (1933) மற்றும் நல்லதங்காள் (1934) ஆகியவை தேர்வுக்கு எடுத்துக்கொள்ளப்படவில்லை (நாராயணன், 2008). உதாரணமாக, சினிமாவிலும் பணியாற்றியுள்ள தமிழகத்தின் மாபெரும் சிறுகதை எழுத்தாளரான புதுமைப்பித்தன் புராணப் படங்களான வள்ளி திருமணம், சாவித்திரி சத்யவான் (1933), அல்ல அர்ஜுனா மற்றும் சமூகப் படங்களான யுவன் (1937), இரு சகோதரர்கள் (1936) மற்றும் சதிலீலாவதி (1936) ஆகியவற்றின் முன்னேற்றத்தை உள்ளூர் வழக்கில் சிலோன் பதிப்பகமான ஈழகேசரியில் 1938இல் பதிவிட்டார் (புதுமைப்பித்தன், 2004, ப.61). ஆயினும் சினிமாவில் தமிழ் மொழியின் பயன்பாடு என்று வரும்போது கல்கிதான் கறாரான விமர்சகராக இருந்தார். கர்னாடக இசையைத் தமிழ் சினிமாவில் பயன்படுத்துவது பற்றிய அதிருப்தி அவரது பிற்காலத்திய ஆடல் பாடல் கட்டுரைகளில் நன்கு வெளிப்படுகிறது; புராணங்களை அடிப்படையாகக் கொண்டிராத படங்களை பாராட்டினாலும் விஷயம் தெரிந்த தமிழ் ரசிகர்கள் பாடல் மற்றும் பிற அலங்கார விஷயங்களை விட திரைக்கதை, நடிப்பு ஆகியவற்றின் தரமே அதிகமாக இருக்க வேண்டுமென எதிர்பார்ப்பதாக கல்கி கூறினார் (ஆடல் பாடல், 2004, ப.47).

கல்கி:
தமிழ், புராணக் கதைகள் மற்றும் இசை.

புராணக் கதைகள் பல்கிப் பெருகுவது குறித்த கல்கியின் இரட்டை மனநிலை, படங்களில் கர்நாடக இசை மீதான அவரது ஆர்வமும் சலிப்பும் மற்றும் தமிழ் வசனங்கள், அவை பேசப்படும் முறை தொடர்பான அவரது நுண்ணிய விமர்சனங்கள் ஆகியவை இன்றளவும் தமிழ் சினிமாவின் சொல்லாடல்களில் வெவ்வேறு விதங்களில் தொடர்கின்றன. 1936 மார்ச்சில் நவீன சதாரம் என்ற திரைப்படத்துக்கு அவர் எழுதிய விமர்சனத்தில் 'தமிழ் பேசத் தெரியாத' ஸ்ரீமதி இந்துபாலாவை (வடக்கிலிருந்து வந்தவர்) நடிக்க வைத்திருந்ததைக் கடுமையாகச் சாடியிருந்தார் (கர்னாடகம்,1936, ப.26). மேலும், புகழ்பெற்ற நாட்டுப்புற நாடகத்தைத் தழுவி வெளியான நவீன சதாரம் ஒளிப்பதிவுத் தரத்தைப் பொறுத்தவரை தான் பார்த்ததிலேயே மிக மோசமான படம் என்கிறார்; ஒலிப்பதிவும் சரியில்லாமல் வசனங்கள் பொருத்தமில்லாமல் இருந்தனவாம்: பெயர் என்ன என்ற கேள்விக்கு கதாநாயகி 'என் பெயர் நவீன சதாரம்' என்று பதிலளிக்கிறார். முன்பு வெளியான சதாரம் படத்தின்

மறு ஆக்கத்துக்கு நவீன சதாரம் எனப் பெயர் வைத்தது சரியே என்றாலும் கதாநாயகிக்கும் அதே பெயர் வைப்பது பொருத்தமற்றது. கதாநாயகிக்குப் படத்தின் பெயரை வைத்ததிலிருந்து திரைக்கதை எழுதியவருக்கு எதுவுமே தெரியவில்லை என்பது தெளிவு என்கிறார் கல்கி. பாதி படத்திற்கு மேல் பார்க்க முடியாமல் அழகான கதாநாயகி ஸ்ரீமதி எஸ்.டி. சுப்புலட்சுமியின் திறமையை வீணடித்து விட்டனர் என்றுவருந்துகிறார்.

சுப்புலட்சுமியின் ஆளுமையையும் நடிப்புத் திறனையும் பாராட்டும் அதேவேளையில் சுப்புலட்சுமியின் துரதிருஷ்டமோ, தமிழ்சினிமா ரசிகர்களின் துரதிருஷ்டமோ, அவர் நடித்த எந்தப் படமும் 'முதல் தரப் படம்' என்று சொல்லும் அளவுக்கு வரவில்லை என்கிறார் கல்கி. சிறந்த திரைப்படங்கள் பட்டியலில் அவரது ஒரு படம்கூட வராதபோதும் 1935இல் நடத்தப்பட்ட ஒரு ஆய்வில் எஸ்.டி. சுப்புலட்சுமி அந்த ஆண்டின் சிறந்த கதாநாயகியாக வாக்குகளைப் பெற்றபோது (ப.27) வடக்கத்திய நாயகிகளான ஸ்ரீமதி சவிதாதேவி போன்றோருக்குப் பதில் (ப.28) சுப்புலட்சுமி, எம்.எஸ். விஜயாள் ஆகியோரை நடிக்கவைப்பது குறித்து அதிருப்தி அடைந்த வாசகர்களின் கடிதங்களை மேற்கோள் காட்டுகிறார். வாக்கெடுப்பு நடத்தியவர்கள் தமிழ், ஹிந்தி, தெலுங்குப் படங்களுக்குப் பொதுவான வாக்களிப்பு முறை வைத்ததைத் தவறு என கல்கி சுட்டிக்காட்டுகிறார்: வாக்களித்தவர்களில்

பெரும்பாலோர் தமிழர்கள் என்பதால் அவர்கள் தாங்கள் பார்த்ததில் சிறந்ததை மட்டுமே தெரிவு செய்திருந்தனர். எதிர்காலத்தில் ஒவ்வொரு மொழிக்கும் தனியான வாக்கெடுப்பு நடத்தப்படும் என கல்கி நம்பிக்கையுடன் கூறுகிறார்.

ஆக, கல்கியின் எழுத்துகளிலிருந்து மொழிரீதியாக 1930களின் நடுக்காலம் வரை தமிழ்ப்பட தயாரிப்புகளும் அவற்றிற்கான வரவேற்பும் தனித்துவம் பெறவில்லை என்பது நன்கு புரிகிறது. 1935இல் இந்தி நடிகை சவிதாதேவி சிறந்த நடிகை விருது பெறாததற்கு வருத்தம் தெரிவிக்கும் கடிதங்களைப் பிரபல வார இதழுக்கு வாசகர்கள் எழுதினார்கள் என்பதிலிருந்தே அவர்கள் நட்சத்திரங்களையும் (படங்களையும்) மொழிபேதமின்றி (தமிழ், இந்தி) வரவேற்று படத் தயாரிப்பு குறைகளையும் சுட்டிக்காட்டியது புரியும். 1930களின் நடுக்காலம் வரை வெளியான பல தமிழ்ப் படங்கள் சென்னைக் கலைஞர்கள் பணிபுரிய வடநாட்டில்தான் படமாக்கப்பட்டன. தயாரிப்பாளர்களும் தொழில்நுட்பக் கலைஞர்களும் சென்னையைச் சேர்ந்தவர்களாக மட்டும் இருக்கவில்லை. சதர்ன் கலிஃபோர்னியா பல்கலைக்கழகத்தில் கற்ற எல்லீஸ் ஆர். டங்கன் 1935 முதல் தமிழ்ப்படங்களில் பணிபுரியத் தொடங்கினார். சதிலீலாவதி, சீமாந்தினி, இரு சகோதரர்கள் ஆகிய 3 படங்களை அவர் 1936இல் இயக்கினார் (முத்தையா, 2004).

தமிழ் சினிமாவின் முக்கியமான ஆனால் தெளிவற்ற இக்காலகட்டத்தை நகரும் பார்சி நாடகங்களால் உந்தப்பட்ட கம்பெனி நாடகங்களால் பாதிக்கப்பட்ட ஒரு காலமாக தமிழ்ப்பட வரலாற்றியலாளர் தியோடர் பாஸ்கரன் பார்க்கிறார் (பாஸ்கரன், 2009, ப.2931); கிராமபோன் ரெகார்ட் தொழில், புகழ்பெற்ற நாடகங்களைத் திரும்ப மேடையிடுதல், பாடகர்களைப் பிரபல நட்சத்திரங்களாக ஆக்குதல், பிராந்தியத்தின் பெரியசந்தையின் ஆதாயம் பெறுதல் ஆகியவை 1930களின் தமிழ்த் திரைப்படத் துறையையும் நட்சத்திரங்கள், உருவம் மற்றும் உள்ளடக்கத்தை நிர்ணயித்தக் காரணிகள் என்கிறார் ஹியூஹ்ஸ் (ஹியூஹ்ஸ், 2007). இவ்விரு கோட்பாடுகளின் மதிப்பையும் அடிக்கோடிடும் கல்கியின் விமர்சனம் பிரபலமான நாடகங்கள் (பிரகலாதன் சரித்திரம், பாதுகா பட்டாபிஷேகம், சதாரம் போன்றவை), கிராமபோன் ரிகார்டுகளால் பாடல்கள் / நாடகங்கள் பரவி அதனால் பிரபலமான கலைஞர்கள் (எம்.ஆர். கிருஷ்ணமூர்த்தி, ரத்னாபாய், சரஸ்வதிபாய்) ஆகியோரின் படைப்புகளைத் தழுவி வந்த படங்களை உதாரணம் காட்டுகின்றன. புராணப்படங்களான பிரகலாதன் சரித்திரம் (1933),

சீதா கல்யாணம் (1934), பக்த நந்தனார் (1935), மாயா பஜார் என்கிற வத்சலா கல்யாணம் (1935), பாதுகா பட்டாபிஷேகம் (1936), பக்தகுசேலர் (1936), மகாபாரதம் (1936) மற்றும் கருட கர்வபங்கம் (1936) மீது அதிக கவனம் செலுத்திய தமிழ் சினிமா பற்றிய கல்கியின் எழுத்துக்கள் (கர்னாடக இசையில்) பயிற்சிபெற்ற பாடகர்களின் மையநிலையை எடுத்துரைத்தன; 1930களின் நடுக்காலம் வரை புராணப்படங்களிலிருந்து விலகி சமூகப் பார்வை ஆரம்பித்துவிட்டதைக் காட்டிய மேனகா வெளிவரும் வரை இந்நிலைதான் நீடித்தது. (மேனகாவுக்கு முன்னரே சமூகப்படங்கள் வந்திருந்தாலும் விமர்சகர்கள் மேனகாவை அதிகம் சிலாகித்தார்கள் என்று சொல்லலாம்.)

எழுதுவதையே தொழிலாக வைத்திருந்த பலர், சினிமாவுக்கு எழுத வராததற்கு கர்னாடக சங்கீதத்தை இசைத்த பாடகர்கள்தாம் காரணம் என்பது பாஸ்கரனின் கருத்து. பாபநாசம் சிவன் பாடலாசிரியராகவும் இசையமைப்பாளராகவும் திரைத்துறைக்குள் வந்தார்; பின்னர், ஜி.என். பாலசுப்ரமணியன், தண்டபாணி தேசிகர், எம்.எஸ். சுப்புலட்சுமி, முசிறி சுப்ரமணிய ஐயர், மகாராஜபுரம் விஸ்வநாத ஐயர், ராஜரத்தினம் பிள்ளை போன்றோர் முக்கியமாகப் நல்ல வருமானம் கிடைத்தது என்பதற்காகவே திரைத்துறையில் பிரவேசித்தனர். புகழ்பெற்ற பரதநாட்டியப் பேரொளி ருக்மணி அருண்டேல் ராஜா தேசிங்கு (1936) படத்தில் பணிபுரிந்தார். இதனால் இசை ஞானம் இருந்த எழுத்தாளர்கள் திரைப்படத்தைப் பற்றி எழுதத் தெரியாவிட்டாலும் இசை பற்றி எழுதத் தொடங்கினர். ஆயினும், சினிமாவில் செவ்வியல் இசைக் கலைஞர்களின் ஆதிக்கம் குறைந்த காலமே இருந்தது: பின்னணிப் பாடும் தொழில்நுட்பம் வரும் வரைதான் அது தொடர்ந்தது (பாஸ்கரன், 2004, 22). ஏ.கே. செட்டியார் எடுத்த மகாத்மா காந்தி பற்றிய ஆவணப்படத்தில்தான் [மகாத்மா காந்தி (1940)] முதன்முதலில் முன்பே பதிவுசெய்யப்பட்ட பாடல்கள் பயன்படுத்தப்பட்டன (பாஸ்கரன், 2002) என பாஸ்கரன் கூறுகிறார். செட்டியார எடுத்தபடம் அதன் அன்றைய முழுமையான வடிவத்தில் இன்று காணக்கிடைப்பதில்லை. மாறாக, ஏவிஎம்மின் நந்தகுமார் (1938) படத்தில் இந்த உத்தி ஏற்கனவே பயன்படுத்தப் பட்டுவிட்டதாக வெகுஜன பத்திரைகையாளர் ராண்டார் கை (கை, 2007) குறிப்பிட்டுள்ளார். நான் எனது மெட்ராஸ் ஸ்டுடியோ புத்தகத்திற்காக பத்திரிக்கையாளர் மேஜர் தாசன் அவர்களின் மூலமாக ஏவிஎம் ஸ்டுடியோவில் பணியாற்றிய முதிய டெக்னிசியன்களை நேர்கண்டபொழுது நந்தகுமாரில் அத்தகைய

ஒலிசார்ந்த பரிட்சார்த்ததைப் பற்றி பகிர்ந்துகொண்டார்கள். ஆயினும் பிரைமரி சௌர்ஸ் என்று சொல்லக்கூடிய படத்தின் பிரதி இன்றில்லை. தனிப்பட்ட முறையில் நான் ஆசான் பாஸ்கரன் அவர்களின் வரலாற்றாய்வில் அதிகம் நம்பிக்கையுடையவன். தற்சமயம் உடல்நலம் அற்றிருக்கும் ராண்டார் கை அவர்களின் பங்களிப்பு என்னவென்றால் அன்று தான் கண்ட கேட்ட அரிய விடயங்களை அவர் நினைவிலிருந்து பதிவு செய்திருப்பது. சினிமாவின் paratext/ (பிரதியை) சூழ்ந்துள்ள பிரதிகள் என்பதில் கிசுகிசுக்களும் முக்கிய பங்கை வகிக்கின்றன. அந்த அளவிலும் ரண்டார் கை அவர்களின் பங்களிப்பு முக்கியமானது. 1930களின் தமிழ் சினிமாவின் தரவுகள் என்பது அரிதானது. அந்தரீதியில் செகண்டரி சௌர்ஸாக/ இரண்டாம்நிலை ஆதாரங்களாக கல்கியின் இந்த விமர்சன தொகுப்பு ஆய்வாளர்களுக்கும் சினிமா ஆர்வலர்களுக்கும் இன்றியமையாதது.

நட்சத்திரங்களுடன் இணைந்தும் எப்போதும் சங்கீத சபாக்களை நாடும் உயர்நடுத்தர வர்க்கத்தினரின் ஆதரவுடனும் விகடன் போன்ற பிரபல பத்திரிகைகளின் விமர்சனங்கள் மூலமும் தமிழ் சினிமா பெற்ற பல ஆதாயங்களை பாஸ்கரனின் கட்டுரை விவரமாகக் குறிப்பிட்டாலும், 1930களில் திரைப்படங்களில் தோன்றிய, அவ்வளவாகப் பிரபலமடையாத கலைஞர்களின் புகழால் ஏற்படும் சவால்களை கல்கியின் விமர்சனங்கள் அடிக்கோடிட்டுக் காட்டின. மேலும் கல்கியின் எழுத்துகளை கவனமாக படித்தால் அழகுணர்ச்சி, சினிமாவின் வடிவம், பாடல்களைத் தாண்டிய விஷயங்களுக்காக அவர் செலுத்திய உழைப்பு, உண்மையான திறனை உணரும் இயல்பு பற்றியும் பல உண்மைகள் தெரியவரும்.

கல்கியும் சினிமாவும்.

பிரகலாதன் சரித்திரம் படத்திற்கு தொடக்கத்தில் விமர்சனம் எழுதிய நாள் முதல் தயாரிப்பிலும் தொழில்நுட்பத்திலும் தெரியும் தவிர்க்கப்படக்கூடிய தவறுகள் குறித்து கல்கி விமர்சனம் செய்யத் தவறியதே இல்லை. உதாரணமாக, பாதிசிங்கம்பாதிமனிதன் என்கிற நரசிம்ம அவதாரம் எடுத்து பிரகலாதனை விஷ்ணு காப்பாற்றும் உச்சக்கட்ட காட்சியில் அந்த அவதாரம் கல்கியை பயமுறுத்தவில்லை; மாறாக மோசமாக பொருத்தப்பட்டுள்ள சிங்கமுக முகமூடி விழுந்து விடுமோ என்றுதான் கல்கி பயந்தார் (கர்னாடகம், 1933, ப.23). இந்தியப் புராணத்தின் இணையற்ற பாடகரான தந்தியுள்ள வாத்தியமான தம்பூராவை இசைத்துக் கொண்டே பாடுபவரான நாரதர் பாடும்போது பின்னணியில் ஹார்மோனியம், மிருதங்கம் ஆகிய கண்ணுக்குத் தெரியாத வாத்தியங்களின் சப்தமும் பொருந்தாத வகையில் அவவெளியில் ஒலித்ததைக் கல்கி குறிப்பிடுகிறார். அதேபோல், பாம்பாட்டி ஒருவன் மகுடியை (பாம்பை மயக்கப் பயன்படுத்தும் புல்லாங்குழல் போன்ற வாத்தியம்) கையில் வைத்து ஊதிக்கொண்டு நடனமாடும்போது எங்கிருந்தோ வரும் மகுடியின் ஒலி திரையை முழுமையாக நிரப்புகிறது. நரசிம்ம அவதாரம் எடுத்தவரின் உதடுகள் மூடியிருந்தபோதும் சிங்கம் கர்ஜிக்கும் சப்தம் பின்னணியில் கேட்டதே இதற்கெல்லாம் சிகரம் வைத்தாற்போல இருந்தது என்கிறார் (ப.2829).

கர்னாடக இசையை விமர்சிப்பதில் புகழ்பெற்றிருந்த கல்கிக்கு சினிமா விமர்சகர் என்ற முறையில் ஆரம்பகாலப் பேசும்படத்தின் சப்தங்களை நுணுக்கமாக ஆராயும் புரிதல் இருந்ததை இது காட்டுகிறது. நன்கு பயிற்சி பெற்ற அவரது காதுகள் இசைக்கும் அதை உருவாக்கும் வாத்தியங்களுக்கும் பழகியிருந்தன; படக்காட்சியையும் சப்தங்களையும் ஒருங்கிணைத்துப் பார்க்கும் சாத்தியக்கூறுகள் இருப்பது பற்றிய விழிப்புணர்வையே ஆரம்ப கால பேசும் படத்தை விமர்சனம் செய்யும் அவரது திறன் காட்டுகிறது. சினிமாவில் ஒலி என்ற புதிய தொழில்நுட்பத்தினால் அவர் மெய்மறந்து போய்விடாமலிருக்க அவரது (நகைச்சுவையுடன் கூடிய) நக்கல் உதவுகிறது. புராணப் படத்திலும் கதை சீராக இருக்க வேண்டும் என்ற அவரது எதிர்பார்ப்பு, முகமூடியை சரியாக வடிவமைக்கவில்லை என்ற விமர்சனமும் உண்மைத்தன்மையை எதிர்பார்க்கும் எண்ணமும் அவரைத் தொழில்நுட்பத்தால் உந்தப்படும் சினிமாவின் நவீனத்துவத்துடன் சேர்ந்து புத்திக்கும்

பிற புலன்களுக்கும் ஏற்புடையதான உண்மையான படைப்பை எதிர்பார்க்கும் ஒரு நுண்ணிய விமர்சகராகக் காட்டுகின்றன.

பக்த குசேலர் பட விமர்சனத்தில் சாகித்தியத்தின் (இலக்கிய வசனங்கள், பாடல்கள்) தரத்தை அங்கீகரிக்கும் கல்கி தொழில்முறை நடனக்கலைஞர்கள் பலரைப் படத்தில் ஆட வைத்துள்ளதையும் பாராட்டத் தவறவில்லை. குறிப்பாக குமாரி அசூரியின் கதக்களி போன்ற நேபாள நடனத்தைப் பாராட்டி, அதன் பின்னணியைச் சாடுகிறார்: தேவையற்ற ஒரு நடனச்சூழலை உருவாக்க பலராமர் கதாபத்திரம் கதைக்குள் திணிக்கப்பட்டது என்கிறார் (கர்னாடகம், 1936, ப.25). பக்த குசேலரை உருவாக்கிய தொழில்நுட்பக் கலைஞர்களுக்கு நல்ல படமெடுக்கத் தெரிந்திருந்தாலும் எங்கு நிறுத்த வேண்டும் என்று தெரியவில்லை: உதாரணமாக, பாலகிருஷ்ணன் (குழந்தை கிருஷ்ணர்) அவ்வளவு நீளமாகப் பேசவேண்டிய அவசியமில்லை; ஸ்ரீகிருஷ்ணர் அவ்வளவு தடவை தலையாட்டத் தேவையில்லை. ஆயினும், கல்கியைப் பொறுத்தவரை ஒருவர் ஆறணா (ரூபாயில் 1/16 பங்கு) செலவழித்துப் பார்க்க வேண்டிய இந்த நல்ல படத்தை சிறந்த படமாக எடுத்திருக்கலாம். 19000 அடி நீளத்தில் 3000 அடியை நீக்கியிருந்தால் பக்தகு சேலர் எவ்விதக் குறையுமற்ற படமாக இருந்திருக்கும். படமும் 2.40மணி நேரத்தில் முடிந்துவிடும் (ப.26).

ஒரு நொடிக்கு 24 ஃபிரேம்கள் என்ற கறாரான விகிதத்தில் 16000 அடி நீளமான படம் திரையில் 177 நிமிடங்கள் ஓடுமென்றாலும் சினிமாவில் ஒலி தோன்றிவிட்ட பின்னணியில் எல்லா ஒலிகளையும் ஒருங்கிணைக்க முடியும் என்பதால், கல்கியின் விமர்சனம் தொழில்நுட்பம் தொடர்பான அவரது ஆழ்ந்த ஆர்வத்தைக் காட்டுவதுடன் பிரபலமான இந்தியப் படங்களின் நீளம் பற்றி அப்போது நிலவிய உரையாடலையும் முன்னரே காட்டி விட்டது. சமீபத்திய தமிழ்ப் படங்களான சிவாஜி (2007) & தசாவதாரம் (2008) ஆகியவை 185 நிமிட நீளமுள்ளவை. கல்கியின் விமர்சனம் இடம் பெற்றிருந்த பக்கத்தின் நடுவே அச்சாகியிருந்த கத்திரிக்கோல் ஓவியம் படத்தின் உள்ளடக்கம் மீதான அவரது விருப்பத்தையும் தன் எழுத்தின் மூலம் படமாக்குதல் குறித்த தகவல்களை வாசகர்களுக்குத் தெரிவித்தாக வேண்டுமென்ற அவாவையும்தான் காட்டுகிறது (மேலது) இந்தக் கருத்து தமிழ் சினிமா முன்னேற்றம் அடைவதன் சாத்தியக்கூறுகள் பற்றிய கல்கியின் ஆர்வத்தையும் மூன்று ஆண்டுகள் கழித்து தியாகபூமி (1939) படத்தின் திரைக்கதைவசனகர்த்தாவாக அவர்

அறிமுகமானது மற்றும் ஜெமினி ஸ்டுடியோவை நிர்மாணித்து சினிமா தயாரிப்பு சாம்ராஜ்யத்தை நிறுவிய ஆனந்த விகடன் பத்திரிகை வெளியீட்டாளர் எஸ்.எஸ். வாசனின் சினிமா மீதான ஆர்வத்தையும் முன்னிறுத்துகிறது (முத்தையா, 2002).

தமிழ் சினிமாவில் நல்ல திரைக்கதை இருப்பதில்லை எனச் சுட்டிக்காட்டும் கல்கி, நிகழ்வுகள் சீராக இருந்து காண்போரின் ஆர்வத்தைத் தூண்டும் பாதுகா பட்டாபிஷேகத்தின் திரைக்கதையைப் பாராட்டுகிறார் (கர்னாடகம், 1936, ப.32). கல்கியைப் பொறுத்தவரை தமிழ் சினிமாவின் பொது இலக்கணம் முற்றிலும் வேறு மாதிரியாக இருந்தது: அரைமணிநேரம் தோட்டம் காட்டப்பட்டபின் கதாநாயகன் மெதுவாக நுழைய மறுபுறத்திலிருந்து இன்னும் மெதுவாக கதாநாயகி நுழைவாள். 10 நிமிடம் நடந்தபின் ஒருவர் மற்றவரைப் பார்க்காமல் இன்னும் 5 நிமிடம் நிற்பார்கள். இருவரும் பார்த்துக்கொண்டபின், அதிர்ச்சியில் பேசமறந்து போய் இன்னும் 3 நிமிடம் நிற்பார்கள். அதன்பின் பாட ஆரம்பிக்கும் அவர்களுக்கிடையே பாட்டுப் போட்டி நடக்கும்; 20 நீண்ட நிமிடங்கள் கழித்துதான் கதாநாயகன் கதாநாயகியை 'கண்ணே', 'உயிரே' என்றெல்லாம் விளித்துப் பேசுவார். மாறாக, மேற்கத்திய பேசும் படங்களில் பூகம்பம், ரயில்சாலை விபத்து, சூறாவளி, கப்பல் மூழ்குதல், 3 காதல் காட்சிகள், 300 முத்தக் காட்சிகள், 700 மைல் கார் பயணம் எனப் பல நிகழ்வுகள் இந்நேரத்தில் நடந்து முடிந்திருக்கும்.

தமிழ் / இந்தியப் படங்கள் மற்றும் ஹாலிவுட்/மேற்கத்திய படங்கள் பற்றிய பொதுவான கண்ணோட்டம் காலப்போக்கில் மாறியிருப்பதையே மேற்குறிப்பிட்ட கல்கியின் கருத்துகள் காட்டுகின்றன. மேற்கத்தியப் படங்களுடன் ஒப்பிடுகையில் நிகழ்கால இந்தியப் படங்களில் மசாலா அம்சம் மேலோங்கி இருப்பதாகக் கருத்து நிலவுகிறது; ஊமைப்படக் காலத்தில் வேகமான கதையோட்டம், நிகழ்வுகள் நிறைந்த மேற்கத்திய படங்கள் போலன்றி கால ஓட்டத்தை நிதர்சனமாகக் காட்டுவது போலிருந்தது. ஆரம்பகால சினிமா ஒரு காத்திரமான கதையாடலைவிட கவர்ச்சியான நிகழ்விகள் நிறைந்த ஒன்று எனச் சொல்லிக்கொள்வது ஒன்றும் புதிதல்ல என்றாலும் 1930களில் வெளியான தமிழ்ப் படங்கள் மேற்கத்தியப் படங்களைவிட மந்தகதியில் இருந்தது என்ற ஒப்பீடு ஒலியின் வருகையும் (கடினமான நேரடி பாடல்பதிவுடன் கூடிய) பாடல்களை மட்டுமே அதிக அளவில் கதையாடலுக்காகச் சார்ந்திருந்த தமிழ்த்

திரையுலகில் அதன் தாக்கத்துக்கான சான்றுகளாகத் திகழ்கின்றன. கல்கியின் சாதகமான கருத்துகள், அவர் ஆனந்த விகடனில் தனது பத்தியில் எழுதிய மேற்கத்தியத் திரைப்படங்களுக்கான விமர்சனத்தின் மீது கவனம் செலுத்தத் தூண்டுகின்றன. அவை முக்கியமாக சார்லி சாப்ளின் மீது அவருக்கு இருந்த விருப்பத்தின் மீது மையம் கொண்டவையாக இருந்தன.

கல்கி, சாப்ளின் மற்றும் நவீனத்துவம்.

சிட்டி லைட்ஸ் படம் பற்றிய கல்கியின் விமர்சனத்திலிருந்து ஆங்கிலப் படங்கள் மெட்ராஸில் எத்தகைய வரவேற்பு பெற்றிருந்தன என்பது புரியும். ஒலியுடன் கூடிய வேறொரு ஆங்கிலப் படத்தைப் பார்க்கச் சென்றிருந்தபோது நடைபெற்ற ஒரு விசித்திரமான நிகழ்வை விவரித்து தன் விமர்சனத்தை அவர் தொடங்குகிறார் (கர்னாடகம், 1933, ப.665). ஆங்கிலம் போலிருந்த ஆனால் காதுக்கே கேட்காத வசனங்களைப் புரிந்துகொள்ள முடியாமல்போன கஷ்டத்தைப் பற்றி விவரமாகச் சொல்கிறார். அதனால், தன்னருகில் அமர்ந்திருந்த இரு பெண்கள் மீது தன்

கவனம் சென்றதாகச் சொல்கிறார். வயதான பெண் ஒருத்தி தன்னருகில் அமர்ந்திருந்த நவீன, இளம் பெண்ணிடம் (வசந்தி) தங்களுக்குத் தெரிந்தவர்கள் குறித்த கிசுகிசுக்களிடையே படத்தின் கதையைப் பற்றி 'அந்த ரௌடி என்ன கேட்கிறான்?', 'அவள்

எதற்கு அழுகிறாள்?'... என்றெல்லாம் கேள்விகளைக் கேட்டதாகக் கூறுகிறார். (ப.666)

தனது கல்வித்தகுதி பற்றி கல்கிக்கு இருந்த கர்வமானது அந்த யுவதி சினிமாவில் காட்டிய ஆர்வம், கதையை விளக்கிய விதத்தில் கரைந்து போனது; அவருக்கு அவள் மீது கோபமும் பொறாமையும் ஏற்பட்டது. அவரை மேலும் ஆச்சரியம், அதிர்ச்சிக்குள்ளாக்கும் வகையில் அப்பெண் (தன் அத்தை கேட்ட அனைத்துக் கேள்விகளுக்கும்) பதில் இருப்பதாகத் தெரிவித்தாள். 'யார் வில்லன்? மீசையுடன் இருக்கிறானே, அவனா?' போன்ற அத்தையின் ஆர்வம்மிக்ககேள்விக்கு ஆனந்த விகடனில் தான் பார்த்த வினாடிவினா போட்டிக்கான விடைகளையே தான் தந்துவருவதாக அவள் பதிலளித்தாள் (ப.666-667). பாகவதர் / பாடகர் மற்றும் பாதகர் / வில்லன் போல கல்கியின் வார்த்தை விளையாடல்களினூடே உரையாடல் முடிவில் அப்பெண்கள் வினாடிவினா போட்டிக்கான விடைகளைத் தேடி, கதையைப் பற்றி விவாதித்ததைச் சொல்லும் விதம் அவர் ஒரு அற்புதமான விமர்சகர் / நகைச்சுவை எழுத்தாளர் என்பதைக் காட்டுகின்றன. (அலுப்பூட்டும்) பாடகரை தீமை செய்பவருடன் ஒப்பிடுவது மற்றும் (பெரும்பாலும் பதிவுசெய்யப்பட்டு) மிகச் சன்னமாக பின்னணியில் ஒலிக்கும் வசனங்கள், பேச்சுவழக்கு ஆகியவற்றுடனான நிரந்தரப் போராட்டம் குறித்த கருத்தின் மூலமாக தனது விமர்சனத்தையும் கர்னாடக இசை மற்றும் சினிமா மீதான நையாண்டியையும் அழகாக இணைக்கிறார் கல்கி. 1933இல் சென்னையில் ஒரு ஆங்கிலப் படத்தைப் பார்ப்பதில் கல்கிக்கு சிரமமாக இருந்தது, 1930களில் உருவாகிவந்த பேசும் படங்களையும் (அவற்றுடன்) அதற்கு முந்தைய ஊமைப் படங்களையும் திரையிட்டுவந்த திரையரங்குகள் பேசும் படங்களைத் திரையிடுவதற்கான ஒலித் தொழில்நுட்பத்துக்கு அப்போதுதான் பழகிவந்தன என்பதே அந்தச் சிரமத்துக்குக் காரணம். ஆயினும் சிடி லைட்ஸ் முன்னோட்டத்தில் இந்தியாவிலும் மேற்கத்திய நாடுகளிலும் பேச்சு / எழுத்து ஆங்கிலத்துக்கிடையே உள்ள இடைவெளி பற்றிக் குறிப்பிட்டிருந்தார். 8 தசாப்தங்களுக்கு முன் அவர் எழுதிய கருத்துக்கள் இன்றளவும் பொருந்துவது குறிப்பிடத்தக்கது. உதாரணமாக, சமீபகாலங்களில் சென்னை, மும்பையிலும் படித்த நடுத்தர வர்க்கத்தினருக்காக பல பல்திரை வளாகங்கள் சப்டைட்டில் போட்டும் போடாமலும் ஆங்கிலத் திரைப்படங்களை ஒளிபரப்புகின்றன; கல்கியைப் போல் அவர்களும் படம் பார்க்கும்போது வசனம் புரிய வேண்டுமென்றுதானே எதிர்பார்ப்பார்கள்!

ஒலியுடன் கூடிய ஆங்கிலப் படம் பார்ப்பதில் கல்கிக்கு இருந்த ஈர்ப்பும் சிரமமும் சினிமாவில் ஒலியின் வருகை குறித்து சிடி லைட்ஸ் படத்தில் சாப்ளின் வெளிப்படுத்திய கருத்துடன் ஒத்துப்போகிறது. சிடி லைட்ஸில் பேசும்படத்தை சாப்ளின் நக்கலடிப்பதைப் பார்க்கையில் கல்கிக்கு பேசும்படம் புரியாமல் தான் படுகிற பாடு குறைந்தது போலிருந்ததாம் (ப.667). படத்தைப் பற்றி விவரமாகக் கூறிய பின் (ப.667668), நகைச்சுவையைத் துயரத்துடன் ஒருங்கிணைத்த சாப்ளினின் திறன் தன்னை மிகவும் உணர்ச்சிமயமாக ஆக்கிவிட்டதாக கல்கி கூறுகிறார். சிடி லைட்ஸ் ஆரம்பக் காட்சியைப் போல் வார்த்தையால் பேசுவதைவிட உடல்மொழியால் உணர்ச்சிகளை வெளிக்காட்டவே சாப்ளின் அதிகம் விரும்பியதாகக் கல்கி கூறுகிறார். சார்லியின் நடிப்பைப் பாராட்டுவதா, திரைக்கதையைப் புகழ்வதா என்று குழம்பியதாகக் கூறுகிறார்.! (தமிழ் சினிமாவின்) அர்த்தமற்ற சிரிப்புத் துணுக்குகளுக்கும் சாப்ளினின் மனதைத் தொடும் நகைச்சுவைக்கும் இடையே எப்பேர்பட்ட வித்தியாசம் என்று கல்கி வியக்கிறார்.

செல்வம் கொழிக்கும் நகரமான நியூயார்க்கில் கிழிந்த ஆடைகளணிந்து அங்குமிங்கும் வீடு/வேலையின்றி அலைபவரைக் கதாநாயகனாகவும் ஒரு பார்வையற்ற பெண்ணை கதாநாயகியாகவும் காட்டி நவீன வாழ்வின் ஒவ்வொரு அங்கத்தையும் நக்கலடிக்கும் சாப்ளினின் தைரியத்தை அதீதமாகப் பாராட்டுகிறார் கல்கி (மேலது). இறுதியில், கனமான 'மேக்அப்'பை கலைத்து 'டிராமா' உலகத்தை விடத்தோன்றும் என்பதால் சிடி லைட்ஸ் படத்தை பார்க்க வேண்டாமென்று நடிகர்களை எச்சரிக்கிறார்(மேலது). பிற்பட்டிருந்த நாடகங்களைவிட முற்போக்கான சினிமாவையே விரும்பிய கல்கிக்கு நவீன நியூயார்க் நகரின் செல்வத்தையும் ஏழைகளின் துயரத்தையும் ஒருங்கிணைத்து படத்தில் காட்டியவிதம் மிகவும் பிடித்திருந்தது. சினிமாவின் சாத்தியக்கூறு, அர்த்தம் பற்றிய கல்கியின் அனுமானமானது நவீனம் பற்றிய அவரது உணர்வுகளைக் காட்டுகிறது: ஒருபுறம் நிகழ்காலக் கதைகளை நுண்ணிய படக்காட்சி மூலம் விவரிக்கும் நவீனக்கருவியான சினிமாவின் திறனால் அவர் பாதிக்கப்பட்டாலும் மறுபுறம் நவீனம் என்ற பெயரில் பார்த்துக்கொள்ள நாதியின்றி பலரை விட்டுவிடும் போக்குள்ள சமூகத்தை விமர்சிக்கும் சினிமாவின் திறனை ரசிக்கிறார். சிடி லைட்ஸ் படம் தமிழ்ப்படத் தயாரிப்பாளர்களைப் ஈர்த்தது: உதாரணமாக, எஸ்.எஸ். வாசனின் ஜெமினி ஸ்டூடியோஸ் 1954இல் இப்படத்தைத் தமிழில் ராஜி என் கண்மணி என்ற பெயரில் தயாரித்தது.

'சார்லியின் கடைசிப் படம்' என்ற தலைப்பில் சாப்ளினின் மாடர்ன் டைம்ஸ் படத்தை 1936இல் கல்கி விமர்சித்திருந்தார். படவெளியீட்டுக்கு முந்தைய விளம்பர ஸ்டண்டானது கல்கிக்கு நாடகக் கம்பெனிகள் வெற்று அறிவிப்புகளால் மக்களைக் கவர அப்போது செய்து வந்த முயற்சிகளை நினைவூட்டியது: 'மூன்று நாட்களுக்கு மட்டும்' (கர்னாடகம், 1936, ப.20). இந்தச் செய்தி ஒருவேளை உண்மையாக இருந்தால், அதன் காரணமும் கல்கிக்குத் தெரியும்: மாடர்ன் டைம்ஸை விட ஒரு நல்ல படம் எடுக்கப்பட முடியாது என்பதால், நடிப்புக்கு முழுக்குப் போடுவதன் மூலம் தன் புகழைக் காப்பாற்றிக்கொள்ள சாப்ளின் விரும்பியிருக்கலாம். இனி ஒரு படத்தில் அவர் நடிக்க விரும்பினால் அது ராமாயண காவியத்திற்குப் பின் புருரவர்கள் பற்றி வால்மீகி மேலும் ஒரு கதை எழுத விரும்புவதற்குச் சமமானதாகும்.

கல்கி படத்தின் கதைச் சுருக்கத்தைச் சொல்லிய பின் கதை இலட்சியம் என்ற தலைப்பில் அசாதாரண பத்தியை எழுதினார். படமெடுப்பதற்கு முன் காந்தியை லண்டனில் சாப்ளின் சந்தித்ததால் நவீன வாழ்வு பற்றிய காந்தியின் கருத்துகளையும் நவீனத்தின் காரணமாகத் தோன்றும் ஒடுக்கப்படும் நிலை மற்றும் அநீதிகளைப் பற்றியும் (ப.21) இப்படம் கூறியதாக எழுதினார். நிகழ்கால வாழ்வை விமர்சித்த இப்படம் பற்றிய தன் கருத்தை வலியுறுத்த கல்கி படத்தின் இரண்டு காட்சிகளைக் குறிப்பிட்டார்: ஸ்டோரில் துணிகளுக்குள்ளே தன்னையே மறைத்துக்கொண்டு தூங்கும் சாப்ளினை மறுநாள் காலை அவரது (பழைய, அழுக்கான) பேண்ட் வேண்டுமென்று ஒரு செல்வச் சீமாட்டி எழுப்புகிறாள் (ப.22); பின்னர், உணவகப் பணியாளர் வேலையைத் தக்க

வைத்துக்கொள்ளப் பாட்டு பாட வேண்டுமென்ற நிர்ப்பந்தம் வரும்போது, பாடல் வரிகள் இருந்த கைச்சட்டை முனை தொலைந்துவிட்டதால் கண்டதைப் பாடி சமாளித்தது. அவர் பாடுவது வார்த்தைகள் போல் தோன்றினாலும் அவற்றின் அர்த்தங்கள் யாருக்குமே புரியாது; ஆயினும், உணவகத்துக்கு வந்திருந்தவர்கள் அதனால் மகிழ்ந்தனர். செல்வ வளம் மிக்க நவீன உலகத்தின் அபத்தங்களை சாப்ளின் திரையில் காண்பித்த விதமும் அதன் வெற்று டாம்பீகங்களைப் பகடி செய்த விதமும் கல்கிக்கு மிகவும் பிடித்திருந்தன. இது தவிர சாப்ளினின் அர்த்தமற்ற பேச்சுக்கள் ஆங்கிலம்போல் ஒலித்தாலும் கல்கியால் எதையும் புரிந்துகொள்ள முடியாத வசனங்களைக் கொண்டிருந்த ஆங்கிலப் படத்தை அவருக்கு நினைவுபடுத்தியதோடு, தமிழ் பேசும் படங்களில் பெரும்பாலான பாடல்கள் வைக்கப்படுவதிலும் பாடப்படுவதிலும் இருப்பதாக அவர் உணரும் அபத்தத்துக்கான சிறந்த உதாரணமாகவும் இருந்தது. வால்மீகி போன்ற காவியப் புலவர், காந்தி போன்ற மாபெரும் தலைவர் ஆகியோரின் பெயர்களைப் பயன்படுத்தியதிலிருந்தே கல்கிக்கு சாப்ளினின் அழகுணர்ச்சி மற்றும் சமத்துவ சிந்தனைகள் மீது இருந்த மரியாதை வெளிப்படுகிறது; சாப்ளினின் நகைச்சுவை மற்றும் (சமூககலாச்சார) விமர்சனம் ஆகியவை கல்கியின் எழுத்தில் தாக்கம் செலுத்தின.

திரைப்படத்தின் ஒளிப்பதிவு, ஒலி, காட்சியமைப்பு, வேகமான திரைக்கதையைப் புகழும் கல்கி, தொடக்கக்காட்சியை வாழ்நாள் முழுவதும் மறக்கவே முடியாது என்கிறார்: வேகமாக நகரும் ஆட்டுமந்தை தொழிற்சாலைக்குள் புகும் வேலையாட்களுடன் சேர்ந்து மறைந்துவிடுகிறது (ப.23). எட்டி கேண்டரின் நகைச்சுவையை மேற்கோள் காட்டும் கல்கி, பார்ப்போரை அழவும் வைக்கும் சாப்ளினின் நகைச்சுவைக்கு ஈடு இணையில்லை என்கிறார். இறுதியாக, படத்தைப் பார்த்தவர்களை அதிர்ஷ்டசாலிகள் என்று கூறும் கல்கி, கலை தன் உச்சத்தை எட்டும்போது சாதாரண விமர்சனத்திற்கு அப்பால் சென்றுவிடுகிறது என்கிறார். இங்கும் கல்கி நகைச்சுவைப் படங்களை ரசிக்கும் ஒரு சினிமா ஆர்வலர் என்பதையே அவரது விமர்சனம் அடிக்கோடிட்டுக் காட்டுகிறது; வாழ்நாளில் மிகவும் பிடித்த ஆரம்பக் காட்சியை விவரிப்பதில் அழகுணர்ச்சியும் தொழில்நுட்ப அறிவும், தத்துவம் / நவீனம் ஆகியவற்றை விமர்சிக்கும் சினிமாவின் திறனை அவர் புரிந்துகொண்ட விதமும் தெரிகிறது. இருப்பினும், சாப்ளினை விமர்சிக்கையில் கல்கியின் சினிமா ஆர்வம் தலைதூக்கிவிடுகிறது; சினிமாவுக்கு அவரை இட்டுச்சென்று ஒரு விசிறியாகவும்

விமர்சகராகவும் இருக்க உதவிய நவீனம் பற்றிய அவரது இரட்டை உணர்வை இதனால் நம்மால் புரிந்துகொள்ள முடிகிறது.

சாப்ளினைப் போலவே, ராக்ஸி தியேட்டரில் பார்த்த (கர்னாடகம், 1934, ப.20) ரூபன் மமூலியானின் குயீன் கிறிஸ்டினா (1933) படத்தில் க்ரெடா கார்போவின் நடிப்பும் தனக்குப் பிடித்திருந்ததாகக் கல்கி கூறுகிறார். விளம்பரம் தேட முயலாத கார்போவின் செயல் விளம்பரம் தேடும் சிறந்தவழி என அவரது விமர்சரகர்கள் கூறினாலும் கார்போவின் நடிப்புத் திறனே அவரது பகழுக்குக் காரணம் என்கிறார் கல்கி. ஸ்விஸ் நாட்டு ராணியின் பரிதாப காதல்கதை எளியதாக இருந்தாலும் அமெரிக்கப் படங்களில் வழக்கமாக இருக்கும் ஆபாசமோ, நடனமோ பாடல்களோ இல்லாமல் இருந்ததற்காக படத்தைப் பாராட்டுகிறார் (ப.2021). அதேபோல் டாகு மன்சூர் (1934) இந்திப் படத்தில் பிரதான கதாபாத்திரத்தில் நடித்த பிருத்வி ராஜ்கபூரின் நடிப்பையும் கதாநாயகனாக இருந்தும் பாடல்கள் பாடாத பாங்கையும் பாராட்டுகிறார் (கர்னாடகம், 1935, ப.27). காவியப் பாடகர்கள் கே.எல். சைகல், உமாதேவியின் பாட்டுக்களைப் பாராட்டும் கல்கி சந்திதாஸ் (1934) போன்ற முந்தைய படங்களில் அவர்களது தெய்வீகப் பாடல்கள் யாரையும் திரையரங்கிற்கு வரவழைக்கக்கூடியவை (மேலது ப.27) என்கிறார். டாகு மன்சூர் மிகச் சிறந்த படம் (ப.23) என்று கூறும் கல்கி தான் ஏற்கனவே இப்படத்தை இரண்டு முறை பார்த்துவிட்டதாகப் பெருமையுடன் கூறுகிறார் (மேலது ப.22).

டாகு மன்சூர்ன் குழப்பமான திரைக்கதையின் திருப்பங்களை விரிவாக விமர்சிக்கும் கல்கியின் குயீன் கிறிஸ்டினா படவிமர்சனத்தை வேறு விதமாக எழுதியிருக்கிறார். அப்படத்தின் முக்கோணக் காதல் கதைச் சுருக்கத்தை ஒரே பத்தியில் எழுதிவிட்டார். எழுத்தாளர் என்ற கல்கியின் பின்னணி விரிவாகவும் துல்லியமாகவும் அவர் கதைகூறலை விமர்சிக்கும் பாங்கின் மூலம் இந்தத் திரைவிமர்சனங்களில் மிளிர்கிறது: இந்த விமர்சனங்கள் தமிழ் பேசும் பார்வையாளர்கள் வேற்று மொழிப் படங்களைப் பார்க்க உதவும் அதே வேளையில் அவற்றின் தெளிவு, கோர்வை மற்றும் ரத்தினச் சுருக்கமான கூறுமுறைக்காக தவறாமல் வாசிக்கப்பட வேண்டியவையாகவும் இருக்கின்றன. சினிமா விமர்சனத்தில் ஈடுபட்ட முன்னோடி தமிழ் எழுத்தாளர் என்று கல்கியை அங்கீகரிக்கிறார் பாஸ்கரன். அதே நேரம் கல்கியைப் போன்ற பல தமிழ் எழுத்தாளர்களும் சினிமா விமர்சகர்களும் சினிமாவை இலக்கிய ரீதியாகவே அணுகியதாகவும் அவர் கூறுகிறார் (பாஸ்கரன், 2004, ப.2123). ஆனந்த விகடனில் தொடர்ந்து எழுதிவந்ததன் மூலம் திரைப்பட விமர்சகராக மாறிய பிரபலமான எழுத்தாளர் கல்கிதான் என்பது மேற்குறிப்பிட்ட என் மதிப்பீட்டினால் உறுதியான போதும், அழகுணர்ச்சி சாத்தியக்கூறுகளுடன் சிடி லைட்போன்ற படமெடுத்த சாப்ளின் போன்ற கலைஞர்களை (மற்றும் அவர்களின் உலகப் பார்வையையும்) அவர் அங்கீகரிக்கத்

500 | கல்கியின் விமர்சனங்கள்

தயங்கவில்லை என்பதும் தெரியவருகிறது. அதோடு சினிமாவின் தொடக்க கால ஆசிரியர்களான சாப்ளின் (சிடி லைட்ஸ், மாடர்ன் டைம்ஸ்), மாமூலியான் (குயீன் கிறிஸ்டினா) மற்றும் நிதின்போஸ் (சந்திதாஸ், டாகுமன்சூர்) ஆகியோர் (மற்றும் அவர்கள் உலகப் பார்வை) மீது கல்கிக்கு இருந்த பெருமதிப்பு சினிமாவின் அழகுணர்ச்சி சாத்தியக்கூறுகளை அவர் நன்கறிந்திருந்தார் என்பதைக் காட்டுகிறது

இருந்தாலும் யாருடைய புகழும் கல்கியை மயக்கிவிடவில்லை. உதாரணமாக, ஹிமான்ஷு ராயின் கர்மா (1933) திரைப்பட விமர்சனத்தைப் பார்க்கலாம். படத்தின் 'ஆசியத் தனமான' கதையை அவர் மோசமாகத் திட்டியிருந்தார். லண்டன், பாரிஸ், பெர்லினில் இப்படம் புகழ்பெற்றிருந்ததை சுட்டிக்காட்டி விமர்சனத்தைத் தொடங்கும் கல்கி, மேற்கத்திய நாடுகளில் படம் பெற்ற வெற்றியால் தானும் தடுமாறியதை ஒப்புக்கொள்கிறார் (கர்னாடகம், 1934, ப.18), மேற்கத்திய ரசிகர்கள் புத்தகங்களில் மட்டுமே படித்த யானைகள், குதிரைகள், ஒட்டகங்கள், பாம்புகள், புலிகள், அரசர், மந்திரவாதி, பாம்பாட்டி, ஜப்பானிய கெய்ஷா பெண்கலைஞர், கழுதை ஆகியவையால் அவர்களைக் கவர போடப்பட்ட திட்டத்தையும் கல்கி குறிப்பிடுகிறார். 'ஐந்து ரோஜாப்பூக்களை விட நீ மெலியவள்; ஆனால் 500 பூக்களை விட அழகானவள்' என்ற இளவரசரின் வசனங்களைக் கேட்ட கல்கி வருங்காலத்தில் காதல் வசனங்கள் 'உன் முகம் 32 நிலவுகளை விடப் பிரகாசமானது', 'தலைமுடி 27272 மேகங்களை விடக் கருமையானது,' (ப.2223) என்றிருக்கலாமென நகைச்சுவையாக குறிப்பிடுகிறார். கர்மா திரைப்படத்தின் நீண்ட, அழகுணர்ச்சியற்ற முத்தக்காட்சிகளைக் (இறந்த இளவரசர் உடலை மகாராணி வெகுநேரம் முத்தமிடுவதை) கல்கி சாடுகிறார். கல்கியைப் பொறுத்தவரை இந்தியர்களின் நாகரிகமற்ற வாழ்க்கை பற்றி மதர் இந்தியா புத்தகத்தில் மிஸ். (கேதரின்) மாயோ கூறியிருந்ததையே கர்மா காட்டியது. ஆகவேதான் இப்படத்தை இங்கிலாந்து நாட்டு விமர்சகர்கள் பாராட்டினர் (ப.20). தன் விமர்சனத்தில் கல்கி மாயோவின் புத்தகத்தைப் பற்றி விழிப்புணர்வு ஏற்படுத்தி அதை ஹிமான்ஷுராயின் கர்மாவுடன் இணைத்துக் காட்டுவது அவர் தன் வாசகர்கள் பிரபலமான இயக்குநர்களால் எடுக்கப்பட்ட வணிக ரீதியாகவும் விமர்சனரீதியாகவும் வெற்றிபெற்ற படங்களையும் பகுத்தறிந்து பார்ப்பதற்கான திறனைப் பெற வேண்டும் என்று விரும்பியதைக் காண்பிக்கிறது. மேலும், கதை, படக்காட்சிகளைத் துல்லியமாக அவர் விமர்சிக்கும் பாணியானது அவரது இலக்கிய

மற்றும் சினிமா பற்றிய விழிப்புணர்வும் ஞானமும் ஒன்றுக்கொன்று துணைபுரிந்ததை வெளிப்படுத்துகிறது. பாம்பே டாக்கீஸ் என்ற புகழ்பெற்ற படநிறுவனத்தால் தயாரிக்கப்பட்டு தேவிகாராணிக்கு உச்சபட்ச கதாநாயகி என்ற அந்தஸ்தைத் தந்திருந்தாலும் அறம்சார்ந்தும் அழகியல்சார்ந்தும் மோசமாக இருந்த கர்மா கல்கியைப் பொறுத்தவரை ஒரு தோல்விப் படமே.

கல்கியும் நந்தனாரும்:
விமர்சனமும், சாதிய வெளிப்பாடும்.

சினிமா விமர்சகர் என்ற வகையில் ஆனந்த விகடனில் நந்தனார் (1935) படம் பற்றி கல்கி எழுதியிருந்த சர்ச்சைக்குரிய விமர்சனம் மிக முக்கியமானதாகும். அன்றைய காலகட்டத்தில் உருவான படங்களிலேயே மிக அதிக செலவில் உருவான நந்தனார் அதில் நடித்த புகழ்பெற்ற பாடகி / நடிகையான கே.பி. சுந்தராம்பாளுக்கு நந்தன் என்ற பாத்திரத்தில் நடிக்கத் தரப்பட்ட பெருந்தொகையான ரூ.1,00,000 சம்பளத்தால் வெளியீட்டுக்கு முன்பே பரபரப்பைக் கூட்டியது (கர்னாடகம், 1935, ப.26). நந்தனார் பட விளம்பரத்துக்குச் செலவான ரூ.3 லட்சம் பணத்தால் எதிர்பார்ப்புகள் அதிகமானதைச் சுட்டிக்காட்டி விமர்சனத்தைத் தொடங்கிய கல்கி, அதற்கு முந்தைய ஞாயிற்றுக்கிழமையன்று காலை 9.30க்கு அப்படத்தை கிரௌன் தியேட்டரில் பார்த்ததால் எழுந்த ஏமாற்றத்தையும் குறிப்பிடுகிறார் (ப.18). ஆண் வேடத்தில் பெண் நடிகை நடிப்பதை கல்கி ஏற்றுக்கொண்டாலும், நந்தனாராக சுந்தராம்பாளை நடிக்க வைத்த பொருத்தமற்ற செயலைச் சுட்டிக்காட்டுகிறார்: குழந்தையாக நந்தன் வளர்கையில் அருகிலிருக்கும் சட்டையணியாத பையன்களுக்கு மத்தியில் நந்தனார் மட்டும் சட்டையணிந்து 'நீளமுடியுடன்'

தென்படுகிறார் (ப.1920). இதைவிட பெரிய பிரச்சினை என்னவெனில் நந்தனாரின் நாடகபாணி இலக்கியப் பேச்சுக்கும் சிறுவர்களின் உள்ளூர்ப் பேச்சு வழக்குக்கும் இருக்கும் வேறுபாடு; பழக்கம் மாறாமல் படத்தில் படக்காட்சிகளும் ஒலியும் ஒருங்கிணைந்திராத தொழில்நுட்பத் தவறுகளையும் குறிப்பிடுகிறார் (நடிகர் பேசி முடித்த பின்னர்தான் அவ்வார்த்தை திரையில் கேட்கிறது) (ப.21). சுந்தராம்பாள் வாயைப் பெரிதாகத் திறந்து

பாடுகையில் காட்டப்படும் அதீத, தேவையற்ற க்ளோஸ்அப் ஷாட்களில் அவரது தொண்டை முழுவதும் தெரிவதையும் சுட்டிக்காட்டத் தயங்கவில்லை: இதற்குப் பதிலாக அவரை வாயை மூடவைத்துப் பாடச் சொல்லியிருக்கலாம் என்பது அவர் கருத்து. தொழில்நுட்பக் குறைபாடுகள், க்ளோஸ்அப் ஷாட்டுகளின் அளவு, படக்காட்சியுடன் ஒலி இணையாமல் இருத்தல், நந்தனாராக

சுந்தராம்பாளை நடிக்க வைத்தது ஆகியவற்றை சுட்டிக் காட்டி சினிமா தொழில்நுட்பம், காட்சியமைப்பு, தயாரிப்பு வடிவமைப்பு, நந்தனின் இலக்கியப் பேச்சு ஆகிய குறைகளைக் கவனிக்கும் தன் நுண்ணிய திறனை வெளிப்படுத்துகிறார்.

நந்தனாகவும் பிராமணராகவும் நடித்த புகழ்மிக்க கர்னாடக இசைக் கலைஞர்களான சுந்தராம்பாள், விஸ்வநாதய்யர் ஆகியோரை மோசமாகப் பாடியதற்காக கிண்டல் செய்யும் கல்கி நாடக மேடையில் பாடுவதைப் போல் 'சத்தமாகப்' பாடிய சுந்தராம்பாளைக் கடுமையாக விமர்சித்து, ஹாலிவுட்டில் பயிற்சி பெற்ற இயக்குநரான எம்.எல். டாண்டன் போன்றோர்கூட சுந்தராம்பாளின் தவறைத் திருத்தத் தவறியது ஏனென வினவுகிறார் (ப.20-21). நவீன சினிமா பற்றிப் பேசும் கல்கி, கோபாலகிருஷ்ண பாரதியாரின் நாட்டிய நாடகமான நந்தன் சரித்திரக் கீர்த்தனையிலிருந்து படத்தின் திரைக்கதை தழுவப்பட்டதையும் குறிப்பிட்டுள்ளார் (ப.23). படத்தின் வசனங்களுக்கு மாறாக, பாரதியாரின் நந்தன் நாடகம் சிவபெருமானால் கூறப்படுவதல்ல: சிவன் பூமிக்கு வந்து நீசசாதியில் (தீண்டப்படாதவராக) பிறந்த நந்தனாரைத் தழுவித் தன்னுடன் இமயமலையில் உள்ள கைலாயமலைக்கு அழைத்துச் செல்வார் (ப.23-24). சிவலிங்கமும் பாடல் பாடுவது பற்றி ஆச்சரியமடையும் கல்கி, சிவனையும் சிவலிங்கத்தையும் ஒருங்கே காட்டும் திறமையாவது படமெடுத்தவர்களுக்கு இருந்திருக்கலாம் என்கிறார் (ப.25). உண்மையை காட்டி நம்ப முடியாததை ஒதுக்கி பல்வேறு வகையில் காட்சிப்படுத்துதலைப் பாராட்டினாலும் பாடல்களை வெறுக்கும் கல்கி, நந்தனின் தீண்டாமை பற்றிய வசனத்தைக் கண்டிப்பது அவரது பிராமணப் பின்னணியால் ஏற்பட்டதாகவும் இருக்கலாம்.

நந்தன் படத்தில் ஒரு குறிப்பிட்ட பகுதியை கல்கி விரிவாக ஆராய்ந்திருப்பது படத்தில் சாதி மோதல்களைக் காட்டியுள்ள விதம் குறித்த அவரது பதைபதைப்பைக் காட்டுகிறது. பாரதியாரின் நாடகத்தில் கோபத்தில் நந்தனின் அந்தஸ்தை மறந்து அவனை அடிக்கும் பிராமண எஜமானரின் கைகள் களைப்பு அடைந்து விடுமே என்ற கவலையில் அடிப்பதை நிறுத்துமாறு நந்தன் கெஞ்சுகிறான்; நந்தன் படத்திலோ அடிமையைக் கருணையின்றி அடிக்கும் எஜமானர்தான் காட்டப்படுகிறார் (ப.22). தமிழ்நாட்டில் பிராமண எதிர்ப்பு மற்றும் திராவிட ஆதரவு இயக்கங்களை, நீதிக்கட்சியின் சமூககலாச்சாரப் பிண்ணனியை மறுக்கும் கல்கி, படத்தில் இயல்பாக ஜாதி மோதல் காட்டப்படுவதை எதிர்க்கிறார் (இர்ஸ்சிக், 1986). மாறாக, அமைதியாக ஒருமைல் தூரம் வரை எஜமானரும் அடிமையும் வெயிலில் நடந்து வந்து நந்தனைக் கட்டிவைத்து அடிக்கப் பொருத்தமான மரத்தை தேடும் காட்சியைக் கிண்டலடிக்கிறார் கல்கி (கர்னாடகம், ப.23). திரைக்கதை/ படத்தொகுப்பில் இருக்கும் தொய்வைச் சுட்டிக்காட்டும் கல்கி, படத்தின் கதாபாத்திரங்கள் கேமராவைப் பார்த்துப் பேசும் உத்தியை விமர்சிக்கிறார். பின்னணியில் இருக்கும் கதாபாத்திரங்களை மறந்துவிடும் நந்தன் மேடை நாடகம் போல் மக்களைப் பார்த்துப் பேசுகிறார் (ப.24). வருங்காலத்தில் தமிழ் சினிமாவை ஆளக்கூடிய தொழில்நுட்பத்தை அத்தனை துல்லியமாகக் கவனிக்கும் கல்கியின் திறனோ படத்தின் சிறந்த கலைஞர்களை (நடிகர்களை) தென்னை மரம், எருமை, ஆட்டுக்குட்டி எனக் (ப.26, படம் 3ஐப் பார்க்கவும்) கிண்டலடிப்பதில் காணாமல் போய்விடுகிறது; கல்கியின் விமர்சனத்திற்கு சினிமா உலகம் இதழில் வி. கஜபதி அளித்துள்ள பதிலில் இது விளங்குகிறது (கஜபதி, 2004).

பட விமர்சனத்தில் தாம் விரும்பும் பாடகர்களை மட்டும் பாராட்டி பிறரை நையாண்டி செய்யும் தமிழிதழ்களின் போக்கை கஜபதி கண்டிக்கிறார் (ப.34). ஹிந்து, தமிழ்நாடு, சினிமா உலகம் மற்றும் சுதேசமித்திரன் ஆகிய இதழ்கள் நந்தனார் படம் பற்றியும் சுந்தராம்பாளின் நடிப்பு பற்றியும் சாதகமாக விமர்சிக்க, எதிர்மறையாக விமர்சித்த ஆனந்த விகடன், தினமணி இதழ்களின் நோக்கம் பற்றி கஜபதி கேள்வி எழுப்புகிறார். ஆனந்த விகடன் (கல்கி), பொறாமை, தேவையற்ற வெறுப்பு, கசப்புணர்ச்சியை (சுந்தராம்பாள் மீதும்) படத்தின் மீதும் கொட்டியுள்ளதாக கஜபதி குற்றம் சாட்டுகிறார் (ப.35). மதிப்புக்குரிய பாடகியும் நடிகையுமான சுந்தராம்பாளின் நடிப்பை விட தென்னை மரம் எருமை, ஆட்டுக்குட்டி போன்றவை பரவாயில்லை எனத்

தரக்குறைவான விமர்சனத் தாக்குதல் நடத்திய ஆனந்த விகடனை அவர் சாடுகிறார் (ப.35-36).

சுந்தராம்பாளுக்குப் பொருத்தமற்ற பாத்திரம் தந்துவிட்டார்களெனக் கல்கி முன்வைத்த விமர்சனத்தை புதுமைப்பித்தனும் ஆதரித்தார். ஒப்பனை, இசை ஆகியவை ஆக்கிரமிக்கும் நாடகத்தில் அவர் நந்தனாக நடிப்பது சரியே; ஆனால் திரைப்படத்தில் நந்தனில் வாழ்க்கை "இயல்புக்கு நெருக்கமாக"க் காண்பிக்கப்பட வேண்டும். நடிகர் தேர்வு அதற்கெதிராகச் செயல்படுகிறது (புதுமைப்பித்தன், ப.62). ஆயினும் கஜபதியும் புதுமைப்பித்தனும் திரைப்படத்தில் தொழில்நுட்ப அம்சங்கள் மற்றும் அழகுணர்ச்சியைக் கல்கி போல் விரிவாக விமர்சிக்கவில்லை: நந்தனார் படம் எடுக்கப்பட்ட விதம் மற்றும் அதன் இனிய பாடல்களை புதுமைப்பித்தன் பாராட்டுகிறார் (புதுமைப்பித்தன் மேலது). ஆனால் கல்கியோ சந்திதாஸ் படத்திலிருந்து 3 ஹிந்துஸ்தானி மெட்டுக்களைக் எடுத்தாண்டுள்ளதைச் சாடுகிறார் (கர்னாடகம், ப.20). ஆக, சுந்தராம்பாளை கல்கி மட்டும் விமர்சிக்கவில்லை; ஆனால் தன் நந்தனார் பட விமர்சனத்தில் பிராமணரல்லாத இசைப்பாடகி சுந்தராம்பாளின் பாடல் / நடிப்பை அவர் விமர்சித்த விதமானது கர்னாடக இசை / படங்களைத் தெரிந்த ஒரு பிராமண விமர்சகராக அவர் எழுதியதாக மதிப்பிடப்படுகிறது. அவரது பிராமணிய "பாஷையையும் நோக்கையும்'' மறுப்பதற்கில்லை. பின்னர் கல்கியின் எழுத்தில் வெளியான தியாகபூமியின் விமர்சனம், குறிப்பாக அதன் திரைக்கதை எழுத்தின் மேல் கடுமையாக இருந்தது, பிராமணரல்லாத கே.பி.எஸ் அவர்களை, கல்கி தனது சாதிய நோக்கில், குறிப்பாக இன்று உலகமே போற்றும் அவரது நிகரில்லா குரலையும பாடும்பாங்கையும் தாக்கியதின் நியாயமான எதிர்வினையாகவும் ஒலிக்கிறது. கல்கியின் அத்தகைய சாதிய நோக்கையும் இணைத்தே அவரது விமர்சன அழகியலையும் தரத்தையும் ஆழத்தையும் அளந்துபார்க்க வேண்டும். அவரது தமிழ்ப்பற்றை சந்தேகிக்க இடமில்லை:

"... ஒருவர் தமது பொய்ப்பற்கள் பூராவும் தெரியும்படி சிரித்துக் கொண்டு சொல்கிறார்:

"கன்னடத்தில் ஒன்று பாடேன்!"

கன்னடப்பாட்டும் ஆயிற்று. மறுபடியும் எங்கள் அதிர்ஷ்டமோ என்னமோ, "எத்தைக்கண்டு நீ இச்சைகொண்டாய் மகளே!"

என்ற தமிழ்ப்பாட்டை ஸ்ரீமதி ஜயம்மாள் பாடினார். அது முடிகிற சமயத்தில் மற்றொரு ரஸிகர் சொல்கிறார்:

"ஹிந்துஸ்தானியில் ஒன்று நடக்கட்டுமே!"

இந்த மகானுபாவர்களுக்குத் தமிழைத் தவிர வேறு எந்த பாஷையானாலும் பாதகமில்லை போலிருக்கிறது."

கல்கி அவர்களின் இந்த விமர்சனம் அறிஞர் அண்ணா அவர்கள் ஒரு மூன்று நிமிட தமிழ் துக்கடாவிற்காக மூன்று மணி நேர கச்சேரியை சகித்துக்கொண்டதைப் பற்றி கூறியதை நினைவுறுத்துகிறது. கல்கியின் ஜனரஞ்சக ஆயினும் ஆழம்நிறைந்த மொழியில் அவருடைய விமர்சனங்கள் தோராயமாக எண்பது ஆண்டுகளுக்குப்பின் இன்றும் பொருட்படுத்தக் கூடியதாகவே உள்ளன. அவரது நடையின் எளிமையும் ஒழுக்கும் தனித்துவம் நிறைந்தது.

மிக முக்கியமாக 1930களில் சினிமாவின்மேல் மையல்கொண்டு அதன் நுட்பங்களையும் அழகியல் சாத்தியங்களையும் தொடர்ந்து தனது எழுத்தின்மூலம் விரித்தெடுத்த கல்கிக்கு நிகரான விமர்சகர் நானறிந்த அளவில் நமது நாடுமுழுவதும் இல்லை.

முடிவுரை

ஆனந்த விகடனில் பிரசுரமான விமர்சனங்கள் பற்றிய எனது மேற்கண்ட ஆய்வில் தெரியவருவது போல், கர்நாடகம் என்ற புனைப்பெயரில் விமர்சித்த கல்கியின் சினிமா பற்றிய புரிதலானது தமிழ், இந்திப் படங்களைத் தாண்டி ஹாலிவுட்டின் ஆங்கிலப் படங்கள் வரை மிக ஆழமாகவே இருந்துள்ளது. 1930களில் வெளியான திரைப்படங்களில் பிம்பங்கள், ஒலி, அவை இயைந்து இருக்கும் விதம் ஆகியவை பற்றிய அவரது கருத்துகள் அந்தப் புதிய ஊடகம் மீது சினிமா ஆர்வலர், விமர்சகர் என்ற முறையில் அவருக்கிருந்த எதிர்பார்ப்புகளை வெளிப்படுத்துகின்றன. அதேபோல் திரைக்கதை, அது திரையில் எடுக்கப்பட்ட விதம், கதையோட்டம் மீதான அவரது ஆர்வம் ஒரு எழுத்தாளராக அவருக்குள்ளிருந்த சினிமா ஆர்வத்தின், சினிமாவின் சாத்தியங்களின் மேலிருந்த கனவுகளின்/ நம்பிக்கைகளின் விளைவு. முதலில் அவர் தேர்ந்த இசைவிமர்சகராக மட்டுமே இருந்தாலும், சினிமா விமர்சனம் என்று வரும்போது திரைக்கதைக்கு ஒவ்வாத நீண்ட பாடல்கள் கதைக்கு இடையூறாக இருப்பதைக் குறிப்பிட்டு அவற்றைத் திரையில் காட்டும்போது தென்படும் தொழில்நுட்ப / அழகுணர்ச்சி

விஷயங்களை குறிப்பிடுவதன் மூலம் மாறுபடுத்திக் காட்டும் தன் திறனையும் வெளிப்படுத்துகிறார். ஆயினும் சினிமா விமர்சகராக கல்கியின் பங்களிப்பு சுந்தராம்பாளைப் பற்றிய அவருடைய (காழ்ப்பு நிறைந்த) அதீத கிண்டலுடன்கூடிய எழுத்தினால் அதற்குரிய மதிப்பைப் பெறாதது புரிந்துகொள்ளக் கூடியதே. அன்றைய காலகட்டத்தில் அது ஏற்படுத்திய மனக்கிலேசத்தையும் வெறுப்பையும் (கல்கிக்கான) மரியாதையிழப்பையும். சாதி என்ற நஞ்சின் ஆழ்மன தாக்கம் அத்தகையது. சிக்மண்ட் பிராயிடை இன்றுவரை நம்மை வாசிக்கவைப்பது! அத்தகைய சாதிமேட்டிமையும் மேலாதிக்கத்தையும் அதன் களமான பத்திரிக்கை விமர்சனத்தையும் கருத்தில்கொண்டே அவரது மொத்த சினிமா பங்களிப்பையும் நான் காணவிழைகிறேன். எனது பார்வையில், 1930களில் கிரௌன், ராக்ஸி போன்ற திரையரங்குகளில் பல தமிழ்ப் படங்களைப் பார்த்து தனது விமர்சனங்களின் மூலம் தமிழ் வாசகர்களுக்கு தொழில்நுட்பம்/ அழகுணர்ச்சி தொடர்பான அம்சங்களைக் கற்பித்து தனது நகைச்சுவை உணர்வு ததும்பிய தனித்துவமான எழுதும் பாணியின் மூலம் அவர்களை மகிழ்வித்த கல்கி அவர்கள், தமிழ் சினிமாவின் முன்னோடி விமர்சகர் என்ற பட்டத்திற்கு முழுதும் உரியவராவார். (விகடனிலிருந்து வெளியே வந்து 1940களில் கல்கி பத்திரிகையின் ஆசிரியராக ஜெமினி வாசனின் [திருமதி. கே.பி.சுந்தராம்பாள் அவர்கள் மைய கதாபாத்திரத்தில் நடித்த] அவ்வையாரை (1953) வெகுவாகப் பாராட்டி கல்கி தேடிக்கொண்ட விமோசனத்தையும் இங்கு நாம் கருத்தில் கொள்ளவேண்டும். 1940களிலிருந்து அவரது பார்வையும் சினிமாவிலிருந்து மெதுவாக விலகிவிடுகிறது.

சினிமா விமர்சகராக இருந்து திரைக்கதை எழுத்தாளராக மாறிய கல்கி, தமிழ் சினிமாவில் ஒரு புதிய முன்னுதாரணத்தை ஏற்படுத்தினார். ஆனந்த விகடனில் தொடராக வந்து பின் படமாக உருவான 'தியாகபூமி' (1939) திரைப்படத்தின் கதையை எழுதினார். கல்கி அவர்களைத் தொடர்ந்து ஆனந்தவிகடனில் இருந்து வெற்றிகரமான திரைக்கதை ஆசிரியர்களாக பல இளம் எழுத்தாளர்கள் தமிழ் சினிமாவில் கால்பதித்துள்ளனர்.

ஆனந்த விகடனின் பத்திரிகையாளராகவும் எழுத்தாளராகவும் பணியாற்றிய பாஸ்கர் சக்தி, சமகால தமிழ் சினிமாவின் வெற்றிகரமான திரைக்கதையாசிரியர்களில் ஒருவர். பலரால் பாராட்டப்பட்ட 'வெண்ணிலா கபடிக் குழு' (2009), 'அழகர்சாமியின் குதிரை' (2010) ஆகிய படங்களுக்கு வசனம் எழுதியவர். 'அழகர்சாமியின் குதிரை' அவர் எழுதிய சிறுகதையைத்

தழுவி எடுக்கப்பட்ட படம். இன்றைய 'ஜோக்கர்' இயக்குனர் ராஜு முருகனும், 'ஜெய்பீம்' இயக்குனர் த.செ.ஞானவேலும் ஆனந்த விகடன் தடத்தில் பயணித்து வந்தவர்கள்தான்.

தமிழ் சினிமா வரலாற்றாசிரியர் தியோடர் பாஸ்கரனுக்கும், 'ஆனந்த விகடன்' திரு பா.சீனிவாசன் அவர்களுக்கும், ரோஜா முத்தையா ஆய்வு நூலக இயக்குனர் திரு. சுந்தர் அவர்களுக்கும், கல்கி பத்திரிக்கையில் வந்த விமர்சனங்களை கொடுத்துதவிய நண்பர் நிழல் திருநாவுக்கரசிற்கும், இனிய நண்பர் அரவிந்தனுக்கும், கல்கியின் புதல்வரும் அதன் இன்றைய ஆசிரியருமான 'கல்கி' ராஜேந்திரன் அவர்களுக்கும் தனது தந்தையின் தொடராமல் நின்றுபோன எழுத்துவேலைகளை, இழப்பை ஈடு செய்யமுடியாத ஒரு காலகட்டத்தில் தரமாக தொடர்ந்த ஆனந்தி அவர்களுக்கும் மற்றும் அவர்களது குடும்பத்தினருக்கும் எனது நெஞ்சார்ந்த நன்றிகள்.

மிக முக்கியமாக ஒரு விஷயத்தைச் சொல்ல விரும்புகிறேன். தமிழ்/இந்திய சினிமாவின் தனித்துவம் அதன் ஆடல் பாடல் காட்சிகளிலுள்ளது. கல்கிக்கு ஆடல், பாடல் மற்றும் சினிமாவின் மேலிருந்த ஆழமான ரசனையும் புரிதலும் அவரது விமர்சனத்தின் தனித்துவத்திற்கு காரணமாக இருந்தது. அந்த வகையிலும் கல்கி நிகரற்றவரே!

*

குறிப்புகள்:

1. எடுத்துக்காட்டாக கல்கியின் திரை விமர்சனங்களிலிருந்து நிதின் போஸின் திரைப்படங்களான சந்திதாஸ் (1934), டாகூ மன்சூர் (1935) ஆகியவை சென்னையில் பிரபலமாக இருந்ததை அறிய முடிகிறது. நந்தனார் (1935) படத்துக்கான அவருடைய விமர்சனத்தில் சந்திதாஸ் படப் பாடல் மெட்டுகள் எடுத்தாளப்பட்டிருந்ததை அவர் விமர்சிக்கும்போது அதற்குப் பின்னால் உள்ள காரணங்களை நம்மால் புரிந்துகொள்ள முடிகிறது

2. காண்க தியோடார் பாஸ்கரன் (2009, பக்கம் 66): இன்றும் தமிழ் சினிமாவில் வசனங்களின் ஆதிக்கம் தொடர்வது காட்சி உணர்வின் / காண்பியல் மொழியின் எந்த விதமான வளர்ச்சியையும் தடுக்கிறது. காதலன் (1994) திரைப்படத்தில் வில்லன் கேமராவைக் காண்பதன் வழியே மக்களை நோக்கிப் பேசும் காட்சியைக் குறிப்பிட்டு முன்பக்கத்தைக் காண்பிக்கும் வழக்கத்தை பாஸ்கரன் அவர்கள் விமர்சித்திருக்கிறார்.

3. கல்கத்தா நியூ தியேட்டர்ஸ் நிறுவனத்தால் 1931இல் தயாரிக்கப்பட்ட படம் பிரகலாதன் சரித்திரம். விவரங்களுக்குக் காண்க நாராயணன் (2008, ப.114). சென்னையில் திரைப்படங்கள் காட்சிப்படுத்தப்படுவதை தொடங்கிவைத்த முன்னோடிகளில் ஒருவர் ரகுபதி வெங்கையா. அவரால் 1916இல் சென்னை தங்க சாலையில் கட்டப்பட்ட கிரௌன் திரையரங்கம் சென்னையின் மிகப் பழமையான திரையரங்கங்களில் ஒன்று, துரதிருஷ்டவசமாக அவர் சென்னையில் கட்டிய கிரவுன், கெயிட்டி, ராக்ஸி ஆகிய மூன்று திரையரங்கங்களும் அண்மைய ஆண்டுகளில் இடித்துத் தள்ளப்பட்டுவிட்டன. கல்கி நிறைய திரைப்பங்களைப் பார்த்த கிரௌன் திரையரங்கம் குறித்த விவரங்களுக்கு, காண்க ஷங்கர் எல்.ஆர். (2011, ஆகஸ்ட் 27)

4. பிரகலாதன், இரண்யன் அல்லது இரண்யகசிபுவின் கதைக்கு காண்க: டிம்மிட், கோர்னெலியா மற்றும் ஜே.ஏ.பி.வான் புர்ட்டினென் (1978), பிபி.312-319. பிரகலாதனின் கதை திருமாலின் மீது அவனுக்கு இருந்த தீவிர பக்தியையும் திருமாலைக் கடவுளாக ஏற்காத, அதனால் அவனது நம்பிக்கையை வன்மையாக எதிர்க்கும் தந்தை இரண்யனுடனான பகை கலந்த உறவையும் சுற்றி

நகர்கிறது. இரண்யன் கடுந்தவம் செய்து பெற்ற வரங்களின் பயனாக அசாதாரணமான சூழலிலேயே கொல்லப்பட முடியும் என்பதால் கதையின் இறுதித் தருணத்தில் பாதி மனிதன் பாதி சிங்கமாகிய நரசிம்ம அவதாரம் எடுத்து வரும் திருமால் இரண்யனைக் கொன்று பிரகலாதனின் உயிரைக் காப்பாற்றுகிறார்.

5. காண்க ஸ்டீபன் ஹ்யூஹ்ஸ் (2010): 1930களில் "தமிழ்" சினிமாவின் கட்டுக்கோப்பான தன்மை குறித்த தவிர்க்க முடியாத வாதத்துக்காக. தமிழ் சினிமா நிலையான மொழி சார்ந்த கட்டுகளைக் கொண்டிருந்ததற்கு எதிராக வாதிடுகிறார்.

6. காண்க ஸ்டீபன் ஹ்யூஹ்ஸ் (2010) தமிழ் ஊமைப் படங்களின் எண்ணிக்கை 1930இல் 300ஆக இருந்து 1935இல் 7 ஆகக் குறைந்துவிட்ட விவரங்களுக்கு : ப.12

7. காண்க கே.பி.சுந்தராம்பாளுக்கு அளிக்கப்பட்ட சம்பளம் தொடர்பான தகவல்கள் மற்றும் ஒரு நடிகையாக அவ்வளவு பெரிய தொகையை அவருக்குப் பெற்றுத் தந்த பிரபல்யத்துக்காக ஊடகங்களுக்கு நன்றி சொன்னது, பின்னர் தான் பெற்ற பணம் குறித்து பொறாமையுடன் செயல்பட்டதாக சிலர் மீது குற்றம்சாட்டியது ஆகியவை தொடர்பான விவாதங்களுக்கு. கர்னாடகம் 1935b, பப 26-27

8. எதிர்பார்த்தபடியே கல்கியின் திரைக்கதையும் வசனங்களும் அவருக்குத் திருப்பிக் கொடுக்கக் காத்திருந்த, அவரை ஏற்றுக்கொள்ளாத விமர்சகர்களிடமிருந்து பல எதிர்மறை விமர்சனங்களைப் பெற்றது. எடுத்துக்காட்டாக: பி.ஆர்.எஸ் (2004).

நூல்கள் / இதழ்கள்

Aadal Padal. *(2004). Kalaigalin Munnetram*. In Theodore S. Baskaran (Ed.), *Chithiram Pesuthadi* (pp. 46-49). Nagercoil: Kalachuvadu Pathippagam.

Baskaran, Theodore S. *(2002, September 29). The Making of "Mahatma Gandhi."* Web. Thehindu.com. Retrieved from <http://www.thehindujobs.com/thehindu/mag/2002/09/29/stories/2002092900130500.htm>.

- - -*(2004). Tamil Cinemavum Ezhuthalargalum*. In Theodore S. Baskaran (Ed.), *Chithiram Pesuthadi* (pp. 17-27). Nagercoil: Kalachuvadu Pathippagam.

- - -*(2009). History Through the Lens: Perspectives on South Indian Cinema.* Hyderabad: Orient BlackSwan.

Dimmitt, Cornelia and J. A. B. van Buitenen. *(1978). Prahlada and Hiranyakasipu*. In Cornelia Dimmitt and J.A.B. van Buitenen (Eds. and Trans.), *Classical Hindu Mythology: A Reader in the Sanskrit Puranas* (pp. 312-319). Philadelphia: Temple University Press.

Gajapathi, V. *(2004). Dinamani Vikatan Pokku*. In Theodore S. Baskaran (Ed.), *Chithiram Pesuthadi* (pp. 34-36). Nagercoil: Kalachuvadu Pathippagam.

Guy, Randor. *(2007, October 12). Cinema Plus: Nandakumar (1938).* Web. Thehindu.com. Retrieved from http://www.hindu.com/cp/2007/10/12/stories/2007101250401600.htm

Harsaardhana, and M.R. Kale. *(1964). The Ratnavali of Sri Harsha Deva.* Bombay: Bookseller's Pub. Co.

Hughes, Stephen. *(2007). Music in the Age of Mechanical Reproduction: Drama, Gramophone and the Beginnings of Tamil Cinema.* The Journal of Asian Studies, 66 (1), 334.

- - - *(2010). What is Tamil about Tamil Cinema?* South Asian Popular Culture, 8 (3), 213-229.

Irschick, Eugene F. *(1986). Tamil Revivalism in the 1930s.* Madras: CreA.

1

Karnatakam

---(1933 a). *Aadal Padal. Ananda Vikatan*, 8 (9), 665-669.

---(1933 b). *Aadal Padal. Ananda Vikatan*, 8 (30), 23-29.

---(1934 a). *Aadal Paadal. Ananda Vikatan*, 9 (13), 18-25.

---(1934 b). *Aadal Paadal. Ananda Vikatan*, 9 (38), 17-25.

---(1935 a). *Aadal Paadal. Ananda Vikatan*, 10 (28), 22-28.

---(1935 b). *Aadal Paadal. Ananda Vikatan*, 10 (29), 18-27.

---(1935 c). *Aadal Padal. Ananda Vikatan*, 10 (49), 16-22.

---(1936 a). *Aadal Padal. Ananda Vikatan*, 11 (13), 25-32.

---(1936 b). *Aadal Padal. Ananda Vikatan*, 11 (25), 21-27.

---(1936 c). *Aadal Padal. Ananda Vikatan*, 11 (29), 20-26.

Muthiah, S. (2002, July 2). Recalling What Gemini Did. Web. Thehindu.com. Retrieved from http://www.hindu.com/thehindu/mp/2002/07/08/stories/2002070800130300.htm

- - -(2004, September 6). Americans in Tamil Cinema. Web. Thehindu.com. Retrieved from http://www.hindu.com/thehindu/mp/2004/09/06/stories/2004090600190300.htm

Narayanan, Aranthai. (2008). Arambakaala Tamil Cinema (1): 1931-1941. Chennai: Vijaya Publications, 114-117.

P.R.S. (2004) "Thyagabhoomi: Emathu Vimarisanam," In Theodore S.Baskaran (Ed.), Chithiram Pesuthadi (pp. 90-92). Nagercoil: Kalachuvadu Pathippagam.

Pudhumaippithan. (2004). Cinema Ulagam. In Theodore S. Baskaran (Ed.), Chithiram Pesuthadi (pp. 60-63). Nagercoil: Kalachuvadu Pathippagam.

Shanker, L.R. (2011, August 27). Metro Walks: Off the Beaten Tracks. Web. Timecrest.com. Retrieved from http://www.timescrest.com/life/offthebeatentrack6144.